44 Năm Văn Học
Việt Nam Hải Ngoại (1975-2019)
TẬP 4

44 năm văn học
Việt Nam hải ngoại (1975-2019)
Tập 4
Nguyễn Vy Khanh
Luân Hoán
Khánh Trường
Mở Nguồn xuất bản
Bìa Khánh Trường
Kỹ thuật: Tạ Quốc Quang
Dàn trang: Nguyễn Thành
Đọc bản thảo: Vy Thượng Ngã

Copyright © by Khanh Truong & Mo Nguon
ISBN: 9781794869974
California - USA 2019

NGUYỄN VY KHANH
LUÂN HOÁN
KHÁNH TRƯỜNG

44 NĂM VĂN HỌC VIỆT NAM HẢI NGOẠI (1975-2019)

4

N(2)-P

Chủ trương
KHÁNH TRƯỜNG

MỞ NGUỒN

2019

TÁC GIẢ GÓP MẶT TRONG TUYỂN TẬP
44 NĂM VĂN HỌC VIỆT NAM HẢI NGOẠI
(1975-2019)

Ái Cẩm, Bạt Xứ, Bắc Phong, Bùi Bảo Trúc, Bùi Bích Hà, Bùi Vĩnh Phúc, Cái Trọng Ty, Cao Bình Minh, Cao Đông Khánh, Cao Mỵ Nhân, Cao Nguyên, Cao Tần (Lê Tất Điều), Cao Xuân Huy, Chân Phương, Chim Hải, Chu Vương Miện, Cung Tích Biền, Cung Trầm Tưởng, Cung Vũ, Diên Nghị, Doãn Quốc Sỹ, Du Tử Lê, Duyên Anh, Dư Mỹ, Dương Kiền, Dương Như Nguyện, Dương Thu Hương, Đặng Hiền, Đặng Mai Lan, Đặng Phú Phong, Đặng Phùng Quân, Đặng Thơ Thơ, Đặng Tiến, Đinh Cường, Đinh Huyền Dương, Đoàn Nhã Văn, Đoàn Nhật, Đoàn Thêm, Đoàn Xuân Kiên, Đỗ Hoàng Diệu, Đỗ Kh., Đỗ Quí Toàn, Đỗ Quyên, Đỗ Trường, Đông Duy, Đức Phổ, Giang Hữu Tuyên, Hà Huyền Chi, Hà Kỳ Lam, Hà Nguyên Du, Hà Thúc Sinh, Hà Thượng Nhân, Hạ Quốc Huy, Hạ Uyên, Hàn Song Tường, Hoa Văn, Hoài Ziang Duy, Hoàng Anh Tuấn, Hoàng Chính, Hoàng Du Thụy, Hoàng Khởi Phong, Hoàng Lộc, Hoàng Mai Đạt, Hoàng Nga, Hoàng Ngọc Tuấn, Hoàng Phủ Cương, Hoàng Quân, Hoàng Thị Bích Ti, Hoàng Xuân Sơn, Hồ Đình Nghiêm, Hồ Minh Dũng, Hồ Phú Bông, Hồ Trường An, Huy Trâm, Huy Tưởng, Huỳnh Hữu Ủy, Huỳnh Liễu Ngạn, Hư Vô, Khánh Trường, Khế Iêm, Kiệt Tấn, Kiều Diễm Phượng, Kinh Dương Vương, Lâm Chương, Lâm Hảo Dũng, Lãm Thúy, Lâm Vĩnh Thế, Lê An Thế (Lê Bi), Lê Cần Thơ, Lê Đại Lãng, Lê Giang Trần, Lê Hân, Lê Lạc Giao, Lê Mai Lĩnh, Lê Minh Hà, Lê Nguyên Tịnh, Lê Phương Nguyên, Lê Thị Huệ, Lê Thị Nhị, Lê Thị Thấm Vân, Lê Thị Ý, Lê Uyên Phương, Lê Văn Tài, Lệ Hằng, Liễu Trương, Linh Vang, Luân Hoán, Lương Thư Trung, Lưu Diệu Vân, Lưu Nguyễn, Lữ Quỳnh, M.H. Hoài Linh Phương, Mai Khắc Ứng, Mai Ninh, Mai Thảo, Mai

Trung Tĩnh, Miêng, Minh Đức Hoài Trinh, Nam Dao, Nghiêu Đề, Ngọc (Ngọc Nguyễn), Ngọc Khôi, Ngô Du Trung, Ngô Nguyên Dũng, Ngô Thế Vinh, Ngu Yên, Nguyên Lương, Nguyên Nghĩa, Nguyên Sa, Nguyên Vũ, Nguyễn Âu Hồng, Nguyễn Bá Trạc, Nguyễn Chí Kham, Nguyễn Đăng Thường, Nguyễn Đăng Trúc, Nguyễn Đăng Tuấn, Nguyễn Đình Toàn, Nguyễn Đông Giang, Nguyễn Đông Ngạc, Nguyễn Đức Bạt Ngàn, Nguyễn Đức Lập, Nguyễn Hải Hà, Nguyễn Hàn Chung, Nguyễn Hoàng Nam, Nguyễn Hoàng Văn, Nguyễn Hưng Quốc, Nguyễn Hương, Nguyễn Hữu Nhật, Nguyễn Lương Vy, Nguyễn Mạnh An Dân, Nguyễn Mạnh Trinh, Nguyễn Minh Nữu, Nguyễn Minh Phương, Nguyễn Mộng Giác, Nguyễn Nam An, Nguyễn Ngọc Ngạn, Nguyễn Phước Nguyên, Nguyễn Sao Mai, Nguyễn Tấn Hưng, Nguyễn Tất Nhiên, Nguyễn Thanh Châu, Nguyễn Thị Hải Hà, Nguyễn Thị Hoàng Bắc, Nguyễn Thị Minh Ngọc, Nguyễn Thị Ngọc Lan, Nguyễn Thị Ngọc Nhung, Nguyễn Thị Thanh Bình, Nguyễn Thị Vinh, Nguyễn Tiến, Nguyễn Trung Hối, Nguyễn Vạn Lý, Nguyễn Văn Sâm, Nguyễn Văn Trung, Nguyễn Vy Khanh, Nguyễn Xuân Hoàng, Nguyễn Xuân Quang, Nguyễn Xuân Thiệp, Nguyễn Xuân Tường Vy, Nguyễn Ý Thuần, Nhã Ca, Nhật Tiến, Như Quỳnh de Prelle, Phạm Cao Hoàng, Phạm Chi Lan, Phạm Công Thiện, Phạm Hải Anh, Phạm Hồng Ân, Phạm Miên Tưởng, Phạm Ngũ Yên, Phạm Nhã Dự, Phạm Quốc Bảo, Phạm Thăng, Phạm Thị Hoài, Phạm Thị Ngọc, Phạm Trần Anh, Phạm Văn Nhàn, Phạm Việt Cường, Phan Huy Đường, Phan Lạc Tiếp, Phan Nguyên, Phan Nhật Nam, Phan Nhiên Hạo, Phan Ni Tấn, Phan Quỳnh Trâm, Phan Tấn Hải, Phan Tấn Uẩn, Phan Thị Trọng Tuyến, Phan Việt Thủy, Phan Xuân Sinh, Phùng Nguyễn, Phương Tấn, Phương Triều, Quan Dương, Quyên Di, Quỳnh Thi, Sĩ Trung, Song Hồ, Song Nhị, Song Thao, Song Vinh, Sương Mai, Sỹ Liêm, Tạ Ty, Tâm Thanh, Thái Tú Hạp, Thái Tuấn, Thanh Nam, Thanh Tâm Tuyền, Thành Tôn, Thảo Trường, Thận Nhiên,

Thế Giang, Thế Uyên, Thi Vũ, Thu Nga, Thu Thuyền, Thụy Khuê, Thường Quán, Tiểu Thu, Tiểu Tử, Tô Thùy Yên, Tôn Nữ Thu Dung, Trạch Gầm, Trang Châu, Trầm Phục Khắc, Trân Sa, Trần Dạ Từ, Trần Diệu Hằng, Trần Doãn Nho, Trần Đại Sỹ, Trần Hạ Vi, Trần Hoài Thư, Trần Hồng Châu, Trần Hồng Hà, Trần Long Hồ, Trần Mộng Tú, Trần Phù Thế, Trần Thị Diệu Tâm, Trần Thị Hương Cau, Trần Thị Kim Lan, Trần Thị Lai Hồng, Trần Thu Miên, Trần Trúc Giang, Trần Trung Đạo, Trần Văn Nam, Trần Văn Sơn, Trần Vũ, Trần Yên Hòa, Triều Hoa Đại, Triệu Châu, Trịnh Gia Mỹ, Trịnh Khắc Hồng, Trịnh Thanh Thủy, Trịnh Y Thư, Trung Hậu, Trùng Dương, Trương Anh Thụy, Trương Văn Dân, Trương Vũ, Túy Hồng, Tường Vũ Anh Thy, Tưởng Năng Tiến, Uyên Nguyên, Vĩ Khuê, Vĩnh Hảo, Võ Đình, Võ Hoàng, Võ Kỳ Điền, Võ Phiến, Võ Phú, Võ Phước Hiếu, Võ Quốc Linh, Võ Thị Điểm Đạm, Vũ Huy Quang, Vũ Kiện, Vũ Quỳnh Hương, Vũ Quỳnh N.H., Vũ Thị Thanh Mai, Vũ Thùy Hạnh, Vũ Thư Hiên, Vũ Trà My, Vũ Uyên Giang, Vương Đức Lệ, Vương Trùng Dương, Xuân Vũ, Xuyên Trà, Y Chi, Yên Sơn.

TÁC GIẢ TRONG NƯỚC

Bùi Chát, Bùi Ngọc Tấn, Cao Thoại Châu, Dương Nghiễm Mậu, Đoàn Văn Khánh, Hoàng Hưng, Khoa Hữu, Khuất Đẩu, Lê Văn Trung, Lê Vĩnh Thọ, Nguyên Cẩn, Nguyên Minh, Nguyễn An Bình, Nguyễn Dương Quang, Nguyễn Hiến Lê, Nguyễn Hữu Hồng Minh, Nguyễn Huy Thiệp, Nguyễn Lê Uyên, Nguyễn Thành, Nguyễn Thụy Long, Nguyễn Văn Gia, Nguyễn Viện, Như Không, NP Phan, Phạm Hiền Mây, Phạm Ngọc Lư, Phan Huyền Thư, Phùng Cung, Thiếu Khanh, Tiêu Dao Bảo Cự, Trần Đĩnh, Trần Mạnh Hảo, Trần Thị Ng.H., Trần Vạn Giã, Trần Vàng Sao, Văn Quang, Vy Thượng Ngã

Nhà thơ Triệu Minh by Trương Đình Uyên

 **NGUYỄN THỊ HẢI HÀ**

Nguyễn Thị Hải Hà hiện định cư tại New Jersey, Hoa Kỳ. Tốt nghiệp Kỹ sư Cơ khí, Cao học ngành Quản Trị Kỹ Nghệ và Xây Dựng ở trường New Jersey Institute of Technology. Hiện đang quản trị đồ án xây dựng cho hãng xe lửa ở New Jersey.

Đã dịch *Nửa Mặt Trời Vàng* và *Cuộc Đời Ngắn Ngủi Lạ Kỳ* của Oscar Wao. Chủ yếu viết và dịch đăng trên mạng. Một số bài điểm sách, phê bình văn học, truyện ngắn, biên khảo, tạp ghi và tin văn học đã xuất hiện trên *Thư Quán Bản Thảo Sài Gòn Nhỏ, Tân Văn, Chiến Sĩ Cộng Hòa, Trẻ* (Texas). Các trang mạng từng cộng tác: Da Màu, Hợp Lưu, Tiền Vệ, Gió O, Tương Tri, Văn Chương Việt, Newvietart, Blog Nguyễn Xuân Hoàng (VOA), Blog Nguyễn Xuân Thiệp (Phố Văn).

Thư thì mỏng

Ở một thành phố nhỏ của Hoa Kỳ nơi có ít người Việt, mỗi lần muốn đi ăn nhà hàng Việt người ta phải lái xe có khi cả tiếng đồng hồ. Đa số người Việt ở các thành phố nhỏ này tự nấu ăn, nếu là đàn ông không biết nấu thì vợ nấu. Người không vợ, hay vợ không biết nấu món ăn Việt thì ráng nhịn. Nhịn riết rồi quen. Một nhà hàng nhỏ nghĩ ra cách này. Họ nhận nấu cơm tháng, giá phải chăng, giao tận nhà. Câu chuyện xảy ra như thế này.

Ông mở hộp cơm. Trong cái hộp nhỏ để đựng đũa muỗng và gia vị, có kèm một mảnh giấy. Giấy màu vàng có kẻ hàng, loại giấy đóng thành xấp thường bán trong siêu thị.

Ngày… Tháng… Năm…

Thưa ông,

Tôi tự hỏi ông có thích món ăn tôi nấu hay không. Đây là ngày thứ ba tôi để ý thấy hộp cơm của ông hết sạch. Ông có thể cho tôi biết những món ăn hợp khẩu vị để tôi phục vụ khách hàng tốt hơn.

Đầu bếp.

TB: Ông không cần phải rửa gà mên đâu. Khách hàng chẳng ai làm thế cả. Ông là người duy nhất.

*

Ngày... Tháng... Năm...

Thưa cô,

Tôi đoán người nấu cơm là phụ nữ nên gọi bằng cô. Gọi cầu may chứ ở Mỹ này người đầu bếp là đàn ông cũng khá nhiều. Nếu tôi sai, xin đừng chấp. Thú thật với cô tôi chưa bao giờ được ăn cơm phần ngon đến như thế. Món ăn của cô thật vừa miệng với tôi. Cách cô bới cơm cũng thật công phu tươm tất.

Tôi đoán cô là đầu bếp mới, bởi vì chỉ gần đây tôi mới thấy món ăn ngon đặc biệt. Cô là người đầu tiên đã viết thư hỏi ý kiến của tôi. Theo thể lệ của nhà hàng tôi không được quyền chọn đặt món ăn. Nếu tôi đặt món ăn, nhà hàng sẽ tính giá khác. Cô nấu ăn rất ngon nên món gì tôi cũng thích.

Cô cũng là người đầu tiên tôi biết, sau mấy mươi năm tôi ở nước ngoài, gọi hộp đựng cơm là gà mên. Tôi rửa gà mên là vì tôi đã giao ước với ông chủ nhà hàng. Tôi không thích dùng muỗng nĩa nhựa cũng như hộp nhựa để đựng cơm. Người ta ăn xong là ném hộp nhựa đũa muỗng nhựa vào thùng rác. Tôi không muốn dùng đồ nhựa vì ô nhiễm môi trường nên tôi đề nghị được dùng gà mên. Chúng tôi thỏa thuận là tôi sẽ có hai cái gà mên. Người giao thức ăn mới sẽ lấy đi cái gà mên cũ. Tôi rửa gà mên sạch sẽ trước khi giao lại người giao cơm. Trân trọng cám ơn cô.

Khách hàng trung thành của cô,

An

TB: À, tôi xin phép được trêu cô một chút. Sao cô tài thế? Làm thế nào cô biết tôi ăn hết thức ăn trong hộp, khi tôi đã rửa gà mên sạch sẽ?

*

Ngày... Tháng... Năm...

Ông An thân mến,

Cám ơn ông đã thích món ăn tôi nấu. Nếu được nhiều khách hàng như ông tôi sẽ giữ được công việc này lâu dài. Thời buổi này tìm việc làm khó quá nhất là những người bị tật câm điếc, có con nhỏ còn đi học, lại không biết dùng computer như tôi.

Tôi kể ông nghe cho vui. Thật ra những món ông ăn

mấy ngày hôm nay là những món đặc biệt tôi nấu cho chồng tôi. Anh ấy làm việc ca ba trong một xí nghiệp, nên giờ nghỉ giải lao ăn tối của anh ấy cũng là giờ ăn cơm tối của ông. Trong xí nghiệp có nhiều người Trung Hoa và Ấn Độ họ cũng đặt cơm tháng ở nhà hàng, món Hoa và món Ấn do người khác nấu. Tôi nhờ người giao cơm tối cho khách hàng sẵn dịp giao cơm cho chồng tôi. Đây là một việc làm xa xỉ, chính chồng tôi cũng nói như thế, anh có thể tự mang cơm đi, nhưng tôi muốn chăm sóc anh ấy nhiều hơn. Tôi không thể bày tỏ tình cảm bằng lời nên tôi muốn bày tỏ bằng hành động. Dường như chúng tôi không còn tình yêu của buổi ban đầu. Giữa hai chúng tôi là sự im lặng bao la. Tôi nhớ mẹ tôi thường bảo rằng nấu ăn ngon là có thể chinh phục tình yêu của đàn ông bởi vì đường vào trái tim của người đàn ông đi ngang qua cái bao tử. Tôi muốn tái chinh phục chồng tôi dù khi mới quen anh ấy, tôi chẳng phải nấu nướng nuông chìu gì cả. Tôi tìm được cuốn sổ gia chánh trong đó mẹ chồng tôi chép lại cách nấu những món ăn chồng tôi rất ưa thích. Bữa đầu tiên tôi rất hồi hộp mong chồng tôi về để xem anh ấy nói gì. Anh chẳng nói gì, còn có vẻ lầm lì hơn bình thường.

- Anh ơi, món ăn em nấu hôm nay có ăn được không?

- Được!

- Chỉ được thôi sao?

- Chứ còn sao nữa!

- Anh thích món nào nhất?

- Bông cải xào thịt bò.

Anh lẳng lặng thay đồ lên giường ngủ, quay lưng lại phía tôi. Tôi ôm cánh tay anh, anh kêu nóng và mệt. Bông cải xào thịt bò? Tôi đâu có nấu món ấy. Đến ngày thứ ba thì anh ấy mắng tôi.

- Em chỉ ở nhà nấu ăn mà chẳng làm nên chuyện. Em

phải thay đổi món chứ ngày nào cũng bông cải xanh xào thịt bò anh ngán tới cổ rồi.

Tôi đoán là ông giao cơm đã giao nhầm gà mên cơm của chồng tôi cho ông. Nhưng tại sao lại bông cải xanh xào thịt bò liên tiếp ba ngày? Thật là vô ý! Nhà hàng làm việc bất cẩn như vậy sẽ mất khách hàng và tôi sẽ bị mất việc làm.

Còn ông, đã đặt cơm tháng từ bao giờ? Ông không có người nấu ăn cho ông sao? Hỏi thế nhưng ông không phải trả lời nếu cảm thấy bị xâm phạm đời tư. Chúc ông ăn ngon và ngủ cũng ngon.

Đầu bếp trung thành của ông,

Anna

*

Ngày... Tháng... Năm...

Cô Anna thân mến,

Thật đáng tiếc chuyện nhầm lẫn như thế đã xảy ra, nhưng cô cũng hiểu lỗi không phải ở tôi vì tôi chỉ là người nhận. Thật là đáng buồn khi ông nhà phải ăn bông cải xanh xào thịt bò liên tiếp ba ngày mà tôi lại được ăn ngon. Tối qua, món canh khổ qua nhồi cá thác lác thật tuyệt vời. Cái cách cô dùng lá hành để cột cho trái khổ qua đừng bị bung ra thật tỉ mỉ và đẹp mắt. Ở xứ này làm sao mà cô tìm được cá thác lác? Ở đây, người ta dùng loại cá đóng hộp không vừa dai vừa dòn như cá thác lác ở Việt Nam. Trong nước dùng lại có vài cái nấm hương đã được nấu mềm. Tôi chỉ được ăn món ngon như thế này khi mẹ tôi còn sống. Cách nấu này có lẽ đã thất truyền từ lâu, phải nói là hiếm thấy ở xứ này. Ở Hoa Kỳ một mình lâu ngày, tôi rất dễ tính trong việc ăn uống, nhưng dễ tính không có nghĩa là không "appreciate" món ăn ngon.

Còn chuyện nhà hàng xào bông cải xanh với thịt bò

liên tiếp ba ngày thì tôi có thể giải thích như vầy:

Ngày thứ nhất, sau khi ăn món bún thịt nướng cô làm, tôi thích quá nên gọi điện thoại với nhà hàng khen món ăn rất ngon. Cứ tiếp tục làm như thế. Ông chủ nhà hàng vô cùng ngạc nhiên vì có lẽ chẳng ai gọi điện thoại khen nhà hàng thức ăn ngon bao giờ. Lôi thôi họ lại tăng giá cơm tháng. Tôi ăn cơm ở nhà hàng này bao nhiêu năm đâu có bao giờ tôi khen. Tôi đoán ngày hôm ấy nhà hàng giao món thịt bò xào cải xanh cho khách đặt hàng. Phần cơm của tôi bị giao nhầm cho ông nhà, và tôi được phần cơm của ông. Chủ nhà hàng tưởng là tôi khen món ăn của nhà hàng, do đó cứ thế mà làm liên tiếp ba hôm.

Xin cô đừng trách mắng người giao cơm, và tiếp tục nấu cho tôi ăn. Tôi có thể trả giá cao hơn cho nhà hàng hoặc là góp riêng cho cô. Thú thật với cô, mấy ngày nay tôi cứ nhấp nhổm chờ ông giao cơm. Thật ra tôi chờ lá thư của cô. Tôi phải đọc thư của cô trước rồi mới có thể ăn cơm một cách chậm rãi, ăn để thưởng thức món ăn. Những dòng ngắn ngắn của cô đủ để mang cho tôi một niềm vui nhỏ trong một buổi tối cô quạnh của tôi. Tuy nhiên, thư thì mỏng...

Đồng nghiệp của tôi thường bảo tôi là một người cô độc. Tôi không nghĩ đến sự cô độc của mình mãi cho đến lúc gần đây. Buổi tối của tôi vắng lặng và dài thăm thẳm. Chính sự vắng lặng của những buổi tối khiến tôi ngần ngần không muốn về hưu. Vâng, tôi đã đến tuổi về hưu. Thật ra tôi có thể về hưu từ hai năm trước nhưng tôi cứ chần chờ. Ban ngày tôi vui với công việc nhưng buổi tối thì... tôi thật là thèm có người trò chuyện cùng tôi.

Trò chuyện là một nghệ thuật. Người ta bảo rằng về già nên kết hôn hay kết bạn với những người biết trò chuyện. Với tôi chuyện kết hôn đã quá trễ rồi. Còn kết bạn lại càng khó khăn hơn nữa. Ở đây ít người Việt, nhưng bạn Việt hay bạn

Mỹ thì cũng chẳng khác gì, chúng tôi năm khi mười họa có gặp nhau thì cũng chỉ ăn và nhậu. Ở chỗ làm việc lại càng ít khi trò chuyện tâm sự với nhau. Tôi chưa hề gặp được người nào có thể nói chuyện cho tôi nghe hay chịu khó nghe chuyện tôi nói. Có được một người có thể trò chuyện với mình, chia sẻ ý nghĩ với mình thật là quá khó. Thảo nào, ông hoàng trong truyện "Một Ngàn Lẻ Một Đêm" không thể giết cô gái chăn gối với ông chỉ vì cô biết kể chuyện và biết nghe chuyện ông kể.

Cô hỏi tại sao tôi ăn cơm tháng. Tôi xin thưa với cô vì không có ai chịu nấu cho tôi ăn. Xưa lắm rồi, tôi có lần kết hôn với một cô gái Hoa Kỳ nhưng cuộc hôn nhân chỉ kéo dài được hai ngày. Chuyện khá phức tạp khó giải thích trong một lá thư nhưng nếu cô tiếp tục nấu ăn cho tôi thì một dịp thuận tiện nào đó tôi sẽ kể. Tôi không biết cô có tin tôi được hay không nhưng tôi thì, thú thật, tôi nghiện món ăn cô nấu mất rồi. Dĩ nhiên tôi có thể ăn ngoài tiệm. Ở đây có biết bao nhiêu nhà hàng Tàu và nhà hàng Mỹ. Thức ăn bình dân thì có Ihop, McDonald, Burger King, Roy Rogers, Kentucky Fried Chicken nhưng không có ai có thể mang hương vị thức ăn VN đến tận nhà cho tôi. Cái cách nấu chỉ những bà mẹ Việt Nam thời xa xưa mới biết.

Xin được phép kể cô nghe về một cuốn phim hoạt họa, nhân vật chính là một con chuột nấu ăn ngon. Con chuột Rémy này đã chinh phục được Anton Ego, một nhà phê bình thức ăn nổi tiếng khắc nghiệt nhất Paris; một tay ông đã làm cho bao nhiêu nhà hàng phải đóng cửa và chủ nhân nhà hàng tự tử. Cái món ăn Rémy nấu đã chinh phục được Anton là món ratatouille, một món ăn dân dã, giống như hương vị mà bà mẹ Anton đã nấu. Như vậy chắc cô biết là tôi quí thức ăn cô nấu đến mức nào.

A! Hôm nay tôi dông dài quá mức, xin cô tha lỗi. Cô có thể cho tôi biết vì sao cô bị mất tiếng nói và không thể nghe *được không? Tai nạn hay bạo bệnh? Làm thế nào cô có thể đọc và viết thật rành rẽ khi không thể nói và không thể nghe. Không dễ dàng để viết được như vậy. Tôi thật khâm phục cô. Thân mến.*

Khách hàng trung thành của cô,

An

Tái bút: Tôi quên cảm ơn cô đã kèm theo miếng sương sa được đổ khuôn thành đóa hoa nhiều màu. Sương sa đẹp quá nên tôi không nỡ ăn, còn để dành trong tủ lạnh. Thời bây giờ tái chinh phục trái tim chồng của cô bằng món ăn thì không thực tế chút nào. Tôi nghĩ cô nên thay đổi cách trang điểm và trang phục, hẹn hò ông chồng và thử có thêm một đứa con để hâm nóng lại tình yêu thì thiết thực hơn.

*

Ngày... Tháng... Năm...

Ông An thân mến,

Con gái của Anna được sáu tuổi. Cháu thích xem phim hoạt hình. Còn Anna thì thích tất cả những gì liên quan đến thức ăn nên Anna cũng có xem phim Ratatouille cùng lúc với đứa con gái. Hai mẹ con đều rất thích phim này. Anna cảm ơn ông đã "nghiện" thức ăn Anna nấu. Hôm nay Anna trổ tài, đây là một trong những tuyệt chiêu của Anna, vịt nấu măng. Măng khô loại ngon, được ngâm cho hết chát, Anna chỉ chọn những đoạn mềm, ngọn của búp măng khi còn tươi, xào cho ngấm trước khi cho vào nước lèo. Đây là một món ăn rất nhiều công. Gỏi để ăn với bún măng có cả bắp chuối bào mỏng, toàn là những thứ nhiều công và nguyên liệu khó tìm. Nói không phải để kể công hay đòi lên giá tiền vì Anna hay kiêu ngạo nghĩ rằng tiền khách hàng trả công chẳng thể bì với tấm lòng người chăm chút món ăn.

Chồng của Anna là người sinh ra lớn lên ở Mỹ chuộng

thức ăn Mỹ hon thức ăn Việt Nam. Không hiểu tại sao mẹ chồng của Anna lại nghĩ là anh ấy thích thức ăn Việt. Hôm qua anh ấy bảo Anna nên học nấu spaghetti và các loại thức ăn Mỹ hoặc Ý. Rồi anh ấy lại bảo thôi đừng bới cơm cho người giao cơm cho anh ấy nữa vì bạn đồng nghiệp của anh chỉ ăn sandwich nên chế nhạo anh mỗi lần thấy thức ăn có muỗng đũa linh kỉnh linh tinh. Lúc sau này anh về nhà rất trễ, thường khi sặc sụa mùi rượu. Và sáng nay khi anh ngủ Anna soạn quần áo đem giặt thấy quần áo anh sực nức mùi nước hoa và áo anh có vết son. Son dính bên trong lớp áo như thể người ta giở áo anh lên rồi hôn vào đó làm dấu hiệu cho Anna biết. Anna chẳng biết nói sao, làm gì cho vơi bớt nỗi buồn của mình. Có những chuyện không thể nói với người thân nhưng lại có thể giải bày với người lạ, có lẽ vì người ta chẳng biết mình là ai, lời nói hay chữ viết thả theo gió bay.

Ngày xưa anh sang Việt Nam chơi gặp Anna, đem lòng yêu đòi cưới. Anna thích lấy chồng ở ngoại quốc vì nóng lòng muốn thoát khỏi đời sống tù túng của xã hội Việt Nam. Theo anh sang Mỹ Anna có giấy tờ hợp pháp nhưng tiếng Anh vẫn chưa giỏi và không có nghề nhất định nên rất khó gia nhập xã hội Mỹ. Trước kia Anna thích nấu ăn và ở nhà nuôi con. Bây giờ thì rất nhiều khi Anna mơ được đi làm như những người phụ nữ trên tivi. Họ ăn mặc sang trọng đúng thời trang. Nếu Anna có một cái nghề được ăn mặc như thế thì Anna cũng sẽ đi làm suốt đời chứ không chịu về hưu đâu.

Sáng nay thấy trên tivi, có một người phụ nữ tự tử bằng cách lao đầu vào xe lửa. Con gái của cô ấy và con gái của Anna học chung một lớp. Mỗi buổi sáng chờ xe buýt đến đón con đi học Anna thường gặp người phụ nữ này. Họ ở cùng khu chung cư nhưng ở một building khác. Đứa con bị người mẹ nắm chặt tay cố vùng vẫy khi xe lửa đến nhưng không thoát được. Nghe nói rằng gia đình cô không được hạnh phúc, quá tuyệt vọng nên cô hành động điên rồ. Anna nghĩ rằng dù tuyệt vọng, dù làm mẹ, người phụ nữ này không có quyền tước đoạt sự sống của đứa con.

Anna nghĩ ông không nên lo sợ phải về hưu. Về hưu đâu có nghĩa là ông phải ở nhà hết ngày này sang ngày khác. Ông có thể đi du lịch. Ông có thể học thêm một sở thích gì đó như chụp ảnh, đánh cờ, đọc sách, hay viết văn. À sao ông không viết văn nhỉ? Anna thấy ông có khiếu văn chương lắm đó.

Mong ông có buổi tối yên lành. Hôm nay Anna kèm thêm món chè đậu mắt đen nước dừa. Ông ăn ngon nhé.

Đầu bếp,

Anna

Tái bút: Ông viết "thư thì mỏng…" là có ý gì? Tại sao lại bỏ lửng?

*

Ngày... Tháng... Năm...

Anna thân mến,

Như thế thì cô thuộc về nhóm người di dân. Thường thường người di dân giàu có hơn người tị nạn. Hơn ba mươi năm trước tôi bước chân lên đất nước này với thân phận của người tị nạn. Từ lúc nào tôi trở thành người di dân? Có lẽ từ lúc tôi nhập quốc tịch Hoa Kỳ. Tôi có người bạn thích đi du lịch. Anh ấy thăm viếng Kyoto, cố đô của Nhật Bản, nhiều lần. Anh bảo rằng anh thích đời sống của thành phố ấy, có cảm giác thành phố Kyoto là của anh, và anh là dân Kyoto từ tiền kiếp.

Tôi vẫn tự hỏi, mình sống bao lâu ở một thành phố thì có thể xem thành phố ấy là của mình, quốc gia ấy là quốc gia là quê hương của mình? Thời gian tôi sống ở nơi nầy đã dài hơn thời gian tôi sống ở Việt Nam, không hiểu tại sao tôi vẫn không cảm thấy nơi đây, thành phố này, là quê hương xứ sở của tôi. Và đáng buồn hơn, tôi cũng không còn cảm thấy Việt Nam là quê hương của tôi nữa. Tôi có cảm giác xa lạ, thất lạc, với cả Việt Nam lẫn Hoa Kỳ. Ngôi nhà tôi đang ở là nhà của tôi. Khi đi xa tôi vẫn muốn quay về nhà. Người ta vẫn thường dùng hai chữ đi kèm, nước nhà (hay quốc gia). Tôi có nhà mà không có nước. Quê hương tôi ở không hẳn là quê hương của tôi. Còn cô, cô có nhận nơi này là quê hương?

Có lẽ cô nên cho cháu bé đến gặp counselor của trường. Có bạn qua đời trong trường hợp như thế là một chấn động tâm lý có thể tổn thương lâu dài. Tôi tự hỏi tại sao người ta dám chết mà không dám sống. Trong chuyến vượt biển của tôi, cái chết ngay trước mặt, đói khát nhiều ngày chúng tôi vẫn cứ ôm hy vọng được cứu và được sống. Chúng tôi chống chọi với cái chết trong từng cái chớp mắt, từng hơi thở gấp. Sống trong nguy ngập đến tính mệnh vẫn cứ muốn sống. Còn người phụ nữ kia sao lại bẻ một ngọn đời xanh vứt vào đầu máy xe lửa như thế. Thật đáng thương mà cũng thật đáng trách.

Cấp trên của tôi lại gọi tôi vào văn phòng hỏi tôi có ý định về hưu không. Tôi bảo rằng để tôi suy nghĩ. Có những buổi sáng mùa đông, đi làm sớm, tôi nhìn những hàng cây trụi lá trong sương mù chạy hun hút trên con đường. Khi về hưu chắc là tôi sẽ nhớ những hình ảnh như thế. Cửa sổ phòng làm việc của tôi ngó ra một con sông. Vắt ngang sông là một chiếc cầu quay sơn màu xanh nhạt. Buổi sáng mặt trời mọc ánh sáng chiếu lên cây cầu và dòng sông, màu hồng nhạt tím nhạt màu cam màu vàng rất đẹp. Tôi nhìn cây cầu mỗi ngày và nghĩ khi về hưu tôi sẽ không còn nhìn thấy cây cầu này nữa. Thật buồn cười, tôi sẽ nhớ quang cảnh chung quanh chỗ tôi làm rất nhiều nhưng tôi sẽ không nhớ những người đồng nghiệp. Có lẽ đúng như lời người ta nói, tôi là người xa cách và lạnh lùng, không muốn làm bạn với ai. Có lẽ người vợ hai ngày của tôi không chịu nổi tính lạnh lùng của tôi. Còn tôi suốt đời sống một mình cứ tưởng không cần bạn bè bây giờ bỗng dưng thèm có người trò chuyện.

Hôm nay tôi "nói" nhiều, mà lại nói với một người tôi chưa hề biết mặt. Mong Anna tha lỗi. Và nếu cô không có thì giờ xin cứ ném thư đi. Nhưng nếu cô có lòng nuôi bao tử của tôi, xin làm ơn nuôi thêm cái trí óc cằn cỗi của tôi, và viết cho tôi vài hàng nhé. Tôi mong được đọc thư cô còn hơn mong thức ăn nữa cơ.

Khách hàng quí của cô

An

*

Ngày... Tháng... Năm

Ông An thân mến,

Anna vẫn còn suy nghĩ đến người phụ nữ tự tử và đứa con của nàng. Ngày mới lập gia đình, Anna thắm đẫm trong tình yêu và hạnh phúc không hề nghĩ đến ngày mình phải bấu víu vào sự đùm bọc hay thương hại của kẻ khác. Bảy năm về trước chắc là Anna không hiểu được sự sợ hãi và tuyệt vọng của người phụ nữ đến độ tự tử và bắt đứa con phải chết theo cô ấy. Đó là một người phụ nữ có thể nói và nghe được, có học, có bạn bè, sống ngay trên xứ sở của cô ấy. Còn Anna chẳng có ai ngoại trừ chồng và đứa con. Anna mặc áo đẹp, thay áo ngủ sexy nói bằng sign language là Anna muốn được yêu, và có thêm đứa con nữa. Tuy nhiên anh ấy từ chối và sẵn dịp thú nhận đã hết yêu Anna. Anh ấy có người yêu mới, một người làm việc chung với anh.

Trước khi lấy chồng và có con, Anna rất thích du lịch. Anna thích những nơi chốn xa lạ Anna chỉ có thể tưởng tượng. Ông đã xem phim The Wind Journeys chưa? Anna thường mượn phim của thư viện địa phương, và chỉ xem được phim có caption cho người khiếm thính. Ông hãy xem phim này để thấy vẻ đẹp của những quốc gia vùng Nam Mỹ. Phim nói về cây đàn phong cầm, bên trên có chạm cái đầu của quỷ Satan. Người giữ cây phong cầm phải đem trả cây phong cầm này cho vị tu sĩ trên ngọn núi cao ở một vùng núi hẻo lánh. Ông ta và người đồ đệ đã mang cây phong cầm đi qua 80 địa danh nổi tiếng đẹp về phong cảnh thiên nhiên. Anna nhiều lần mơ ước được ngồi trên một đỉnh cao giữa núi rừng xanh thẳm bạt ngàn, hay ngồi bên bờ suối đá nghe dân bộ lạc thổi tiêu. Anna nghĩ rằng sẽ cùng chồng nuôi con đến lớn khôn và sẽ cùng chồng đi chu du như vậy. Một trong những cái đặc biệt của du lịch là ông có thể không là ai hết, chỉ là một khuôn mặt vô danh trong muôn vàn khuôn mặt vô danh. Hay ông có thể tiêu hết cả tiền dành dụm hàng chục năm để tưởng tượng mình là một người triệu phú.

Ông có lần kể về một người bạn của ông yêu thích Kyoto đến độ muốn qua bên ấy ở luôn. Anna cũng thích Kyoto như vậy. Anna xem rất nhiều phim về Nhật Bản, về geisha, về samurai. Anna đọc hầu hết những quyển sách du hành về Nhật Bản. Ông có biết thiền sư Basho đi một vòng phía Bắc Nhật Bản, và sau này người ta có giả thuyết ông là người do thám cho một sứ quân thời bấy giờ đang muốn triệt hạ một sứ quân khác không. Nếu Anna có điều kiện Anna sẽ đi Nhật.

Anna cũng muốn viếng thăm Bhutan. Người phụ nữ tự tử có lần cho Anna mượn mấy quyển sách về Bhutan, một xứ sở đo lường sự giàu có của quốc gia bằng chỉ số hạnh phúc Anna nghĩ nếu Anna đặt chân lên quốc gia này Anna sẽ xin được ở lại và nhận Bhutan làm quê hương. Nếu ông sợ đi máy bay thì không nên đến Bhutan, vì phi đạo của xứ này rất nhỏ, rất ngắn, ở một vị trí rất hiểm trở, chỉ có khoảng mười phi công đủ tài lên xuống phi đạo này. Và xin giấy nhập cảnh Bhutan nghe nói cũng nhiêu khê lắm.

Nói như vậy để ông thấy rằng, cuộc đời không chấm

dứt sau khi hết đi làm việc. Mong ông vui khỏe, và hãy suy nghĩ thêm về việc về hưu. Phải nói là khi ông về hưu và đi du lịch thì Anna sẽ rất buồn vì không còn người thuê Anna nấu ăn và đọc những dòng tâm sự của Anna. Đó là chuyện tương lai, còn bây giờ Anna phải suy nghĩ và quyết định, nếu chồng Anna cương quyết ly dị thì Anna sẽ ở đâu, làm gì để nuôi con. Dĩ nhiên người chồng sẽ trợ cấp nhưng có lẽ chẳng thấm vào đâu. Và căn nhà thì anh ấy mua trước khi cưới Anna nên nếu anh ấy không cho Anna ở thì Anna sẽ phải dọn ra.

Chúc ông ngủ ngon, và hy vọng món chè chuối với bánh cuốn nhân thịt hôm nay vừa miệng ông.

Đầu bếp trung thành của ông

Anna

*

Ngày... Tháng... Năm...

Anna thân mến,

Nghe lời cô, tôi đã mạnh dạn xin về hưu. Tôi chỉ cần thông báo trước hai tuần hay một tháng, tuy nhiên cấp trên của tôi có vẻ đã sẵn sàng. Tôi chưa nộp giấy tờ thì đã thấy có người dự đoán sẽ thế chỗ tôi vào học việc với tôi. Tôi nghĩ nếu người ta không muốn giữ tôi nữa thì tôi cũng chẳng muốn ở lại làm việc. Việc làm chắc cũng giống như tình yêu, không thể cứ yêu một chiều mãi mãi. Phải không cô? Tôi cũng tự thấy mình mệt mỏi. Trên chuyến xe lửa về nhà buổi chiều đông người tôi phải đứng. Tôi nhìn thấy bóng tôi phản chiếu trên cửa sổ xe làm bằng kính, lưng đã còng, tóc bạc trắng, và cặp kính trắng dày cộm làm tôi trông giống như một con cá thòi lòi. Một cậu bé đứng dậy nhường chỗ cho tôi, bảo rằng xin mời bác ngồi, cháu còn trẻ xin để cháu đứng.

Tôi sẽ đi du lịch Nhật Bản, Bhutan, và Chile, để tận mắt ngắm những quốc gia này thay cô, nhưng trước khi đi tôi muốn cô giúp tôi một vài việc. Ngôi nhà tôi đang ở chẳng to lớn gì, chỉ là hai cái toa xe lửa cũ tôi mua về sửa sang thành chỗ ở. Tiền thuê đất rất thấp, điện nước cống nhà vệ sinh hẳn hoi. Đồng nghiệp của tôi thường nói bóng gió lương cao không vợ không con, ở căn nhà bằng hai toa xe lửa, tiền chất đầy nhà băng mà không chịu về hưu.

Khoảng mười năm trước tôi là kỹ sư trưởng của một nhóm kỹ sư. Vì tôi ít nói, dễ dãi trong việc kiểm tra nhân viên nên người phụ tá lộng hành, thuê người, bổ nhiệm người một cách vô trách nhiệm. Nghe nói ông ta lạm dụng tiền quỹ sao đó. Tôi chỉ chú ý đến kỹ thuật và an toàn của thiết kế và xây dựng các đồ án nên không biết. Không dính líu với ông ta nhưng khi việc thâm lạm của ông ta đổ bể tôi vẫn phải chịu sự trừng phạt của công ty vì tôi không làm tròn trách nhiệm của người quản lý nhân viên. Người ta đuổi việc nhân viên của tôi, còn tôi thì chỉ bị giảm chức vụ. Nếu là người khác thì người ta đã bỏ việc về hưu sớm, tuy nhiên tôi vẫn tiếp tục làm việc. Nếu người ta để tôi đi làm không trả lương tôi cũng chịu, bởi vì ở nhà chắc tôi sẽ gục xuống chết ngày hôm sau vì nhàm chán và cô đơn.

Tuy nhiên, bây giờ cô đã thay đổi ý nghĩ của tôi. Tuy không giàu, nhưng tôi giỏi quán xuyến tiện tặn, đi chơi kiểu hà tiện tôi có thể đi vài năm không về nhà.

Tôi đi chơi xa, do đó không thể thuê cô nấu ăn, nhưng tôi muốn nhờ cô làm quản gia cho tôi. Nếu cần thiết, cô có thể mang con đến ở nhà tôi trong lúc tôi đi vắng. Tôi sẽ liên lạc với cô bằng thư từ qua địa chỉ nhà tôi. Có người ở trong nhà đề phòng hư hại hay trộm cắp. Mọi chuyện khó khăn cô cứ liên lạc với người bạn của tôi. Ông V. là bạn cũng là luật sư lâu năm của tôi. Ông có thể cố vấn cho cô nhiều vấn đề, chuyện nhỏ nhặt như thuê người sửa chữa đồ dùng trong nhà, chuyện lớn như ly dị hay giúp đỡ người có thu nhập kinh tế thấp muốn được trợ giúp về mặt pháp luật. Ở đây mấy chục năm tôi biết là người ta chỉ có thể đến với công lý hay được đối xử công bằng khi có tiền. Tôi đã yêu cầu ông giúp đỡ và hướng dẫn cô. Tôi đã mở sẵn một tài khoản ngân hàng, để trả lương cho cô. Tiền lương này, ngoài việc trông chừng nhà cho tôi, còn kèm theo tiền săn sóc con mèo (bốn chân) của tôi. Tôi nuôi nó cả chục năm nay. Nếu tôi có bao giờ yêu thương một người nào đó chắc cũng chỉ bằng với yêu thương con mèo này. Tôi ngại ngần chuyện đi du lịch một phần cũng chỉ vì không ai săn sóc Nora. Tôi có linh tính cô là người kiên nhẫn và yêu thương thú vật. Thật tình, tôi có thể gửi con mèo cho một cơ quan nuôi thú vật, nhưng tôi muốn Nora được chăm sóc và thương yêu như một người bạn nhỏ của tôi.

Tôi có computer cô nên tìm cách học, bắt đầu ở thư viện người ta thường có lớp miễn phí. Cô cũng có thể nấu ăn cho một vài người nhưng nhiều hơn thì bếp nhà tôi không đủ sức.

Chúc cô vui khỏe và mong rằng ngày tôi trở về hoàn cảnh của cô sẽ khá hơn.

Bạn của cô

An

Tái bút: Có lần cô hỏi về câu "thư thì mỏng..." mà tôi quên trả lời. Đó là câu thơ tôi quên tên tác giả. "Thơ thì mỏng như suốt đời mộng ảo. Tình thì buồn như tất cả chia ly." Những lá thư qua lại giữa chúng ta có thể chẳng đi đến đâu. Nhưng tôi muốn giữ một tình bạn giữa tôi và cô. Người ta không tin là có tình bạn giữa một người đàn ông và một người đàn bà, nhưng tôi thì tin. Tại sao không?

Nguyễn Thị Hải Hà

[Dựa theo phim "The Lunchbox" của Đạo diễn Ritesh Batra]

NGUYỄN THỊ HOÀNG BẮC

Nguyễn Thị Hoàng Bắc viết văn, làm thơ, dạy học.

Truyện ngắn đầu tiên đăng báo ở Mỹ: Mặt Trận Dài (*Văn Học*, 1985).

Bài thơ đầu tiên đăng báo ở Canada: Qua Mùa Đông Dọn Lo Sưởi (*Làng Văn*, 1985)

Tác phẩm đã xuất bản:

- *Long Lanh Hạt Bụi* (tập truyện;) NXB Văn Nghệ, California, 1988)
- *Bên lở bên bồi* (tập truyện; An Tiêm, California, 1997)
- *Kéo neo mà chạy* (tập truyện; Văn Mới, California, 1997)
- *Nhện* (tập truyện; Văn Mới, California, 2002)
- *Gió Mỗi Ngày Một Chiều Thổi* (tiểu thuyết; Sống, California, 2015)
- *Chúng Tôi Vì Đàn Ông* (thơ; Sống, Calilfornia, 2016)

Tác phẩm in chung cùng bạn hữu:

- *Trăng Đất Khách* (Làng Văn, Canada)
- *Các Cây Bút Hải Ngoại sau 75* (California)
- *Hai Mươi Năm Văn Học Hải Ngoại* (Văn Nghệ, California)
- *Các Cây Bút Nữ Hải Ngoại* (NXB Phụ Nữ, Tp HCM, VN)
- *Tuyển Tập Năm 2000* (Việt Thường Canada; Văn Mới, California)
- *26 Nhà Thơ Đương Đại* (thơ; Tân Thư, California, 2002)

Bí mật

Cậu Thuần từ tiệm về đến nhà, trong tay thường vẩy vẩy một chùm vải vụn ca-rô, xanh sọc, đôi khi cả vải hoa sặc sỡ làm quà cho chúng tôi. Cậu làm thợ chính cho một tiệm may đồ tây, dưới tay cậu có 4, 5 anh thợ phụ. Cậu ở xa tới, về thuê căn nhà của chú Bảy Tạo, chú Bảy sợ chết khiếp cái chết của chị Chúc Nị ngay trước căn phòng chú, nên đã bỏ phòng dọn về ở chung trong dãy nhà dài của bà chủ Bộc Đền.

Mỗi lần cậu về tới, tiếng huýt sáo ầm ĩ theo điệu nhạc Rạng Đông *anh nghe chăng cung kèn rạng đông... đang uy linh lừng vang trên sóng...* rồi ngưng huýt sáo, và hát tiếp điệp khúc bằng lời do cậu sáng chế, *râu chi râu mọc quanh mồm râu xồm... râu chi râu mọc quanh tai râu quai... râu chi là râu quai nón... ô cái râu xồm xồm... ô cái râu xồm xồm... cái râu mọc quanh cái mồm...* nghe xôm tụ véo von!

Mỗi lần cậu hứng chí véo von vậy, mẹ thường cau mặt:

"Đã lớn tuổi vậy rồi mà cũng hoài không nên nết!..."

Nhưng bác Bảy Đạo thì bước ra góp ý:

"Chú em lo chi râu với tóc, đấng nam nhi tụi mình cũng không cần ba cái đó, *có chức* thì cũng như *cứt chó*, chỉ cần *có chỗ đứng, cứng chỗ đó* là ngon lành rồi!"

Bác Bảy hoạ hoằn lắm mới say xỉn, và khi cao hứng thì ổng mới góp ý. Bình thường, ông và thằng con trai được khen là những người đứng đắn và cũng là hai người trong xóm nói xe lửa là *tào lửa*, bảy là *bải* giống như chị Tùng trước đây, mà khác với nhà Bắc kỳ bây giờ nói *tầu hoả* và *bẩy*...

Một bữa cũng đi nhậu bia về, cao hứng ổng còn giảng cho cả xóm nghe tại sao thằng con ông tên là Long Nhi:

"... Tại tui lại tên là *Bải Đạo*. Bải Đạo... Bảo Đại...

Bảo Đại là *zua* thì nó là con *zua* chớ, thì là con rồng mà... là Long Nhi."

Nhiều người trong xóm khen ổng là người *có chữ có nghĩa*, dân Sài Gòn, chẳng qua vợ chết sớm buồn ý nên mới phiêu bạt giang hồ tới đây làm thơ ký cho Nhà Đèn. Nhà Đèn là công ty điện lực của Tây để lại, phải biết tiếng Tây mới xin vô đó làm được.

Lúc này, tôi vẫn chưa có *ba*, nên cậu Thuần là em họ của mẹ, là hàng xóm, mà cũng là người đàn ông uy tín nhất trong nhà chúng tôi. Hàng xóm dường như cũng nể mặt cậu tôi hơn ông Bảy Đạo, các chị Bộc Đền thì cứ theo hỏi má, *ông cậu đẹp trai của tụi nhỏ đâu rồi cô Ba*, có chị còn giỡn, *thôi cậu Tư cũng lớn rồi, kén chi nữa, cô Ba gả cậu cho tụi em đi*, cho tới khi mẹ tôi cau mặt nạt, các chị mới chịu im.

Cậu đi làm rất oai, âu phục tươm tất. Những hôm chủ nhật hay buổi tối đi chơi, cậu diện *complet và cà vạt đáo để, trông như các ông lớn trong báo.*

Hỏi tôi:

"Cậu giống Bảo Đại không, Đào?"

Tôi lắc đầu, giật mình: cậu bảnh trai, trẻ, và sang trọng vậy, đâu có lùi xùi, lúi xúi giống như ông Bảy Đạo, sao cậu lại hỏi?

Cậu cũng lắc đầu, cười hô hố, hàm răng trắng bóng:

"Bảo Đại là Bảo Đại đó, không phải ông Bảy đâu!"

Cậu có thời khoá biểu rành mạch, đi làm về, đánh đàn *banjo*, nghe *radio*; ngày nghỉ, mặc *vét* đi tiệc, mặc *sọt* với áo thun cá sấu kiểu đánh quần vợt đi cắm trại, đi tắm biển, hay đạp xe về nhà vườn hái trái cây.

Cậu ăn cơm tháng ở nhà tôi. Cậu ăn trước với cậu Sung, chúng tôi ăn sau, ở bàn khác, với mẹ. Có mấy hôm cậu Sung đi đâu không về ăn tối, ngồi một mình chắc cậu buồn, ngoắc tôi vô bàn ngồi với cậu, và vừa ăn vừa kể *chuyện đời xưa.*

Cậu kể đi kể lại đứt khúc, không đầu không đuôi với các tên anh Phát, cô Tư, dì Oanh, Châu, Tín..., tuỳ theo cậu ngồi ăn lâu hay mau. Thường chấm dứt bằng *mai mốt kể tiếp* khi cậu uống nước và đứng lên. *Mai mốt* có thể là một tuần hay một tháng, tuỳ khi nào rảnh, có dịp gặp tôi một mình, hay kêu tôi ngồi ăn cơm với cậu. Tôi chán, và chán nhất là cái giọng đều đều kể lể của cậu. Không linh hoạt và vui vẻ như khi cậu huýt sáo, ca hát, đánh đàn. Thiu thiu buồn ngủ và không muốn nghe, nhưng lại giật mình tỉnh dậy tò mò gật đầu mỗi khi cậu dặn:

"Đừng kể lại chuyện này cho ai nghe, nghen!"

Có hôm hứng lên, cậu cho tôi theo ra biển. Leo lên mỏm đá cao ngất trước biển, cậu nắm tay lôi tôi lên theo, gió mát phần phật thổi tà áo, nắng gắt hoa cả mắt, dưới chân sóng đập đì đùng, cậu thình lình hỏi:

" Cháu thích dì Oanh không?"

Gió thổi bơ phờ tóc cậu, cậu lặng im nhìn ra khơi.

Lát sau, dơ tay đỡ tôi nhảy từ trên mỏm đá xuống, cậu len lách qua các tảng đá trên đường về, im lặng bất thường, khác với mọi khi hay véo von huýt sáo trầm bổng *"Râu chi râu mọc quanh mồm... râu xồm..."*

*

Số 10, số 7... là những con số Tụy nhớ về khu phố.

Nên Tụy thình lình về lại một đêm trăng. Cỏ lát tươi phơi sáng chói, lấp lánh như màu nước gươm, trăng mát rực rỡ, Tụy biết là mình về đúng lúc. Khu phố im lìm ngủ, hai dãy nhà cao cẳng không một ánh đèn dầu, đang đóng cửa ngó nhau. Mỗi dãy 5 căn, 5 cây dâu, 10 bậc thang tam cấp bước lên, 10 trụ chân nâng đỡ nhà. Nằm yên trong trí nhớ Tụy mồn một như một bức tranh toàn diện vẽ, căn trống trước là chỗ ở của linh mục kế bên nhà thờ bỏ hoang nằm cuối dãy trái, nhà anh Châu số 3, Tín *giụt-gân* số 2, và căn đầu bìa là nhà chứa lát.

Leo lên mười bậc cấp nhà cũ của linh mục, Tụy mở cửa tần ngần định vào nhưng rồi lại quay ra, quăng ba lô trước bậc thềm, ngồi phệt xuống. Trăng sáng quắc rồi huyền hoặc chiếu lát xanh ngời ngời. Dựa lưng vào bậc thềm cho đến khi cảm thấy thiu thiu buồn ngủ, Tụy gối đầu lên ba lô nằm ngửa mặt trên thềm đá. Trăng mát sáng và có vẻ lạnh lùng, di chuyển. *Mày cũng chỉ là một trái cầu mượn ánh mặt trời mà sáng thôi, làm cao gì được với tao đâu? Tuy biết rõ tỏng của nhau vậy, tao vẫn cho mày làm bạn trăm năm.*

Số 10, Tụy lẩm nhẩm nhớ nhung những lần nằm viện, nhưng 10 nghĩa là chỉ gồm có 7 người.

Gia đình ông bà Thẩm ở căn thứ nhất bên phải, cô Tư bán quán ở số 2, số 3 luôn bỏ trống chờ người, hai dì cháu Oanh Thuần ở căn số 4, và số 5 là nhà đan lát. Bên trái như đã kể, số 1, nhà chứa lát, cô Tín ở số 2, anh Châu số 3, số 4, căn nhà cũ của linh mục là căn Tụy đang tạm chiếm. Nhà thờ bỏ hoang thì không có gia đình nào. 10 căn nhà, 5 gia đình, 7 người, không kể Tụy, vì Tụy đi đi về về. Có một thời, về quân nhân hoặc du kích súng ống đến đóng trong căn nhà thờ bụi bặm, được vài tuần, họ lại bỏ đi biệt tăm. Căn nhà thờ cuối dãy lại trống trơn, vắng, bụi, nhện giăng.

Có tiếng gàu khua loảng xoảng rất vui tại nơi giếng nước sau lưng nhà thờ. Tụy bừng tỉnh.

Như tiếng chuông nhà thờ xưa kia đã đánh thức mọi người? Châu khập khiễng có thói quen dậy sớm xách nước. Anh dội nước ào ào xuống cho Tụy súc miệng, rửa mặt, rồi đưa gàu cho Tụy kê miệng uống nước.

Tụy hỏi một câu:

"Hôm nay *hốt*, *đập*, hay *đan*, anh?"

Rồi sực nhớ tới mớ *lát bàng* tươi ngời dưới ánh trăng đêm qua, Tụy lại im. Lát nữa mọi người sẽ tề tựu đông đủ ở căn số 5 bên phải, nhà đan lát, vì lát đã đập đã phơi.

Oanh và Thuần là hai dì cháu ruột, nhưng họ yêu nhau. Dì cháu là không yêu nhau được, họ bỏ xứ đến đây ở với nhau. Người cháu dong dỏng cao tháo vát mạnh mẽ, người dì nhỏ thuôn xinh xắn, họ phải là một cặp thật xứng đôi. Họ có vẻ bằng lòng với nhau, chắc nịch, không có sự chọn lựa nào khác trong đời sống dì cháu yêu đương, tình nhân, vợ chồng khá rắc rối. Tự nhiên, họ không hề có con, như một ứng nghiệm với lời đồn đãi lâu nay, khu phố độc đạo cách xa quốc lộ lại nằm áng ngang ngay trước mặt nghĩa địa, người dân sống ở đây sẽ đời đời tuyệt tự vô sinh.

Đôi dì cháu xứng đôi này mắt môi, mặt mũi lúc nào cũng sực nức tình yêu, có lẽ như một mùi nước hoa kỳ cục mà mọi người xung quanh dù vô tâm cách mấy cũng có thể dễ dàng ngửi thấy. Ở đây, không thấy ai ghen tức hay giáo điều này nọ gì với họ.

Người cháu có ánh mắt nhìn dì thường đôi lúc đột nhiên vừa ngạc nhiên, yêu thương, ái ngại, lại vừa có chút kiêu hãnh, liều lĩnh, quyết đoán. Đáp lại, người dì, mi mắt trên dày và đậm nét, thường nhìn lại cháu dịu dàng, khích lệ, xúi giục, và đau đớn, âm thầm. Họ đã từng nhìn nhau như thế bao lâu trước khi được sống, ăn, ngủ với nhau?

Thuần kể về lần quyết định trốn đi của hai dì cháu. Dì Oanh lấy cớ đi thăm một người bà con xa ở miền Trung, Thuần chở dì và va li đồ đạc của dì đến nhà trọ gần ga xe lửa, Thuần quay về. Hôm sau, lúc cả nhà đi vắng, Thuần để thư lại nhắn, "ba mẹ đừng chờ, con và dì Oanh đã đi luôn…"

Thuần biết việc dì Oanh và Thuần bỏ đi sẽ gây tổn thương cho mẹ nhiều nhất. Nhưng thà vậy, Thuần và Oanh không còn biết làm sao. Chuyến xe lửa đổ họ xuống một ga vắng, và tình cờ họ lên chiếc xe lam của đám buôn hàng lát đến đây.

Đột nhiên trái tim Tụy rộn rã mỗi khi Tụy được ngắm ngầm quan sát và bất chợt thoáng được ánh mắt kỳ lạ của hai dì cháu họ nhìn nhau.

Trăng rực rỡ soi trên lát, xuyên qua cửa, chiếu thầm lên màu xanh hoa nhỏ nền đen trên áo bà ba người dì.

Màu xanh, xanh biếc, màu ám ảnh Tụy.

Ông bà Thẩm già trước kia làm thầy thuốc bắc thất bại, theo lời họ kể, rồi bỏ đi làm phu đắp đường xe lửa. Họ trở thành hai người đầu tiên ở lại chiếm lĩnh căn số 1 sau khi nhân viên khu cư xá hỏa xa này rút đi, vì khúc đường sắt ngắn không còn hoạt động. Vạn, con trai ông bà đi làm xa đâu đó 5, 3 tháng mới về thăm cấp dưỡng tiền bạc một lần. Cặp vợ chồng già, chồng đẹp lão, vợ quắt queo xấu xí, lầm rầm ra vào săn sóc nhau.

Sống lang bạt nhiều nơi, Tụy mắc chứng nan y. Mỗi lần phải chứng kiến cảnh chồng đánh vợ, cha mẹ hành hạ con trẻ, nhân danh lẽ phải kẻ mạnh tra tấn người yếu, tiếng gào khóc công khai, hay uất ức tuyệt vọng của các nạn nhân yếu đuối vô phương tự vệ thường khiến Tụy co giật chân tay, rồi tự động đánh vào đầu mình cho đến khi ngất xỉu.

Bệnh càng lúc càng nặng, thậm chí đến trận vừa rồi, chỉ cảnh chiếu trên màn ảnh ti vi ở tỉnh đã khiến Tụy lên cơn, mọi người lại chở Tụy vào nhà thương băng bó đầu mặt dập nát, nhừ tử, từ nhà thương thường, y tá có lệnh chuyển Tụy sang nhà thương điên.

Lần nào, khật khừ ra khỏi nhà thương, Tụy lại mò về phố.

Tương tự Tụy, Tín *co-giật* không chồng, không con, suốt đời chỉ yêu mỗi một người anh rể lái xe lam. Cô mắc bệnh động kinh từ nhỏ, nhỏ hơn khi Tụy bắt đầu bệnh ngất xỉu, người chị cưu mang em khi cha mẹ chết, chị đi lấy chồng cũng đem theo đứa em khật khừ tàn tật.

Một bữa, sau cơn động kinh giật méo mó mồm miệng chân tay, Tín tỉnh táo lại, mò tới gần chị nói, *"chị hai, khi nào bỏ anh hai thì cho em lụm."*

Năm đó, Tín 18 tuổi, và vì câu nói đó, vợ chồng anh xe lam phải dọn nhà cho Tín đến ở một mình ở phố.

Thỉnh thoảng, người anh rể lái xe lam đi bỏ hàng cho quán cô Tư ghé thăm Tín, người chị gởi cho cái quần cái áo nhưng chắc xấu hổ nên chẳng bao giờ lên ghé thăm em. Anh rể mua cho thức ăn, và vẫn cứ cái câu ái ngại, và hơi chút ngượng ngùng nói với cô Tư, *"cái con nhỏ cứ quá khùng!"*

Tụy không muốn kể anh như một người quá vô tình hay quá đa tình cường điệu. Tụy nghĩ nhân vật này cũng tự nhiên, như nhiều người bình thường mọi người có thể gặp đâu đó trên đường, không đủ dữ liệu gần gũi thì không mấy chú ý, nhưng nếu biết rõ hơn, thì cũng có khá nhiều điều gây ngạc nhiên.

Một đêm trăng sáng, xe hỏng máy, anh xe lam sau khi lúi húi sửa xe đang dừng tay nghỉ một lát. Tụy ngồi trước nhà chứa lát ngó ngang qua, thấy anh ngồi hút thuốc trước thềm nhà Tín *co-giật*, Tín ngồi cạnh, ngây người ngắm sửng anh. Hình như anh đang cảm động nên đốt thuốc liên miên. Lát sau anh trở ra, xe đã nổ máy được, và anh chạy vút luôn, không từ giã.

Những giây phút cảm xúc chân thật không thường có nhiều trong đời, và giáo điều ràng buộc xã hội lại cứ thúc ép mọi người phải quanh co trốn tránh. Thật đáng tiếc, nhưng chẳng mong gì hơn anh sẽ được quên nhanh.

Đêm sâu, trăng vẫn sáng.

Tụy đi bao lâu rồi về, ở bao lâu rồi đi, hàng dâu dại trước mặt nhà, và rừng dâu um tùm sau nghĩa địa vẫn chừng ấy cây, có lẽ chừng ấy trái, thứ trái đỏ bầm, chua khi sống, và ngọt khi phơi khô, sản phẩm địa phương duy nhất trời cho dân phố. Cây lớn lên nhờ mưa nắng, trổ trái, già đi, rụng hột, lại có cây non nẩy chồi. Dân phố lượm mớ cây già khô chết làm củi để chỗ trống cho đám cây non khờ mọc. Lời nguyền vô sinh coi như không ảnh hưởng gì tới đám cây cối.

Nghĩa địa vẫn chừng ấy hoang phế như đã hoang phế đủ, những nấm mồ lưa thưa vô chủ, có cái đổ sụp thành những nấm đất bèn bẹt cỏ xanh chết lốm đốm vàng, có cái uy nghi sạm nắng đen đủi nhưng vẫn gan góc uy nghi. Thời gian, không thấy ai tới chôn người chết thêm, và cũng không ai sửa sang săn sóc gì.

Số 10, lại là những con số, Tụy nói, mọi người coi là số may mắn vì tròn trịa, nhưng số 7 tuy lẻ, theo tôi, thì cũng hay hay…

Mọi người đan bao lát bằng đôi tay đều hơn, bao lớn, bao nhỏ, quai xách chắc hơn, dày hơn, vì kinh nghiệm hơn, lũ gà vịt nuôi chạy tung tăng quanh dẫy chuồng che chắn dưới chân nhà, mùi phân gà vịt nồng nắng bốc, vườn rau mảng lớn mảng nhỏ không đều và xanh ngắt, màu ám ảnh Tụy.

Yên lặng, tình yêu, an dưỡng, lãng mạn, vô sinh.

"Làm mai bà ấy cho ông Châu đi!" ai đó nói mà Tụy quên rồi, cách đây đã gần hơn mươi năm. Nhưng rồi ông Châu vẫn sống già (và sẽ chết già) chìm nổi êm đềm có lẽ trong căn số 3 có treo tấm huy chương bội tinh gì đó giữa nhà, cô Tư vẫn yên lặng đi lại giữa các lọ hũ bằng kiếng đục mờ đựng mớ bánh đậu xanh khô cứng; đám hằm bà lằng kẹo mè, cù là, thuốc đau bụng, nhức đầu; các rổ tre lớn nhỏ đựng kim chỉ, diêm quẹt; các thùng nhựa chứa mắm muối dầu đường; và có khi có cả cá khô, tôm khô trong mùa mưa gió.

Nghe nói cô chắt chiu buôn bán để gởi tiền về nuôi dưỡng bà mẹ mù dưới quê. Đại lý bỏ hàng là anh xe lam và các khách hàng trên tỉnh theo xe lam xuống mua giỏ lát. Họ đem theo dầu hôi thắp đèn, cá hấp, cá tươi, thịt heo, có khi có cả nước ngọt, nồi nhôm, chén nhựa đổi lấy hàng lát đem về. Chuyến về ngất ngưởng đầy những bao giỏ đệm lát.

Người dì xinh đẹp, tuy diện áo nền đen bông xanh nhỏ li ti, thường trốn trong nhà hơn là ra ngoài trong những ngày giao hàng. Khi người cháu bán hàng, nhận tiền trở về, hai dì cháu lại cùng nhau đứng trước cửa nhà, mắt nheo nheo nhìn hút theo chuyến xe lam cuốn bụi.

Có lần trong đám bạn hàng xuất hiện một cô gái trẻ tóc thề, thế là thảm kịch xảy ra ở căn số 4. Oanh đứng trong nhà nhìn ra thấy đứa cháu chuyện trò và cười với cô gái trẻ hơi lâu, lập tức khi Thuần về, Oanh khóc lóc, nài nỉ, và bắt Thuần phải lập lời thề *"bao giờ dì chết đi, cháu mới được trở về thành phố"*, Thuần kinh hoảng, nhưng nhìn dì rũ rượi và hỡi ôi, giống hệt mẹ, Thuần điếng hồn máy móc nhắc lại lời thề.

Đêm, Thuần bỏ nhà cầm liềm đi cắt lát, và tối đó không về vì không chịu nổi cơn ghen của dì. Khuya đó, họ bắt gặp nhau, và yêu nhau trong rừng. Vùi mặt vào da thịt phần bụng mềm mại và ấm áp của dì, Thuần buông tay thả chìm mình xuống lòng biển xanh êm đen vô tận rực rỡ.

Ngày bỏ hàng cũng là ngày rộn rã của Tín. Tín thường chuẩn bị nấu nước cho anh rể, nước mía lau, thứ mía vỏ cứng màu đỏ tía, nấu nước uống rất ngọt. Tín chăm sóc bụi mía lau sau hè âu yếm như mẹ trông con.

Tới bữa nọ nhằm ngày giao hàng, Tín thình lình lên

cơn co giật, ngã trong phòng đan lát, bà Thẩm đang cuống quít cố cài một chiếc đũa vào miệng Tín để cô khỏi tự cắn đứt lưỡi, anh xe lam ở đâu thình lình bước vô kêu, *"Tín, Tín, anh hai tới đây nè!"* vừa kêu vừa vỗ nhè nhẹ lên tay Tín, Tín như bừng tỉnh từ giấc mơ hoa, mặt ráo hoảnh như trước đó đã không hề ngất đi vì co giật. Anh xe lam thở phào rồi đứng xớ rớ ngó Tín, Tín khập khà khập khiễng đứng dậy, một tay níu áo anh, một tay quẹt nước mắt nước mũi:

"Anh hai, anh hai, anh không có bỏ em, hả anh hai?"

Tín khóc mùi.

Anh xe lam ngượng đứng chết trân.

Bà Thẩm bỏ ra ngoài nhìn trời:

"Bữa nay trời nắng dữ!"

Tụy không cố gắng giải thích tại sao Tụy vẫn thường bị ám ảnh bởi những con số, bởi các màu xanh lam, và xanh biếc, xanh biển, xanh cây, ngoài cái ám ảnh bị đè nặng dưới trọng lượng tàn phá của bạo lực. Ám ảnh đôi khi có thể ngẫu nhiên, đôi khi có lý do, từ những định mệnh riêng mà mọi người không hề chọn lựa.

Tụy đi đi về về từ thành phố nhưng chẳng ai trong phố hỏi Tụy lấy một câu, chẳng hạn, *"ngoài ấy giờ có gì lạ không?"* Tụy chắc họ chẳng còn nhớ nhung gì.

Nhưng 10 căn nhà xưa nay không hiểu tại sao lúc nào cũng có một căn bỏ trống, dù Tụy đã chiếm căn nhà hoang của người linh mục cũ. Hai dì cháu vẫn bình thường và có thể sóng gió yêu nhau, cô Tư cặm cụi bán quán, cặm cụi cùng già đi với con Cò của mình, anh Châu tôn thờ tấm huy chương, ông bà Thẩm thuận thảo ở xa con và lặng lẽ, Tín không chồng và chung tình, những kết hợp tình cờ, vô lý và hợp lý, những hạnh phúc có vẻ muốn bình thường trong thách thức, hay bình thường vì vốn bình thường.

Tụy thì vẫn đắm đuối say mê một điều gì mà chính hắn cũng không rõ.

Rừng dâu già đi, cây non lại lớn. Khu phố yên lặng, không già, không trẻ, không tên, lũ gà vịt lau nhau sinh con đẻ trứng, rau xanh cà ớt nở héo theo mùa, đêm không đèn, trăng sáng lên tô vôi mới cho khu phố, và cỏ lát phơi ngoài sân cùng sáng óng lên với trăng.

Về đến đầu phố, lần nào, trái tim Tụy cũng đập mạnh. Đêm. Tụy uống bia thầm trong tối, lòng vô cớ đau buốt, rồi lại sung sướng, ngà ngà, ngất ngây say với các con số 7, 9, 10… những mặt quay đổi vòng vòng trong vòng quay xúc xắc, mắt hoa lên nhưng không gây chóng mặt, những mẫu hình trong ống kính vạn hoa, và tiếng chim đêm, oác lên một tiếng, bay vút qua nghĩa địa.

Truyện dài dòng đến đâu thì cũng phải tạm chấm dứt, nếu là kịch thì màn kéo lại, nếu là phim thì đèn bật sáng, khán giả vui vẻ hay lừ đừ đứng lên trong tiếng ghế bật lào rào theo nhịp điệu. Đời mình chắc sẽ rồi không có nhịp điệu gì đâu, nhưng nếu được vui vẻ kết thúc nơi đây, Tụy sẽ vỗ tay rào rào theo những con số.

*

Cậu tôi đột ngột rời nhà rồi, sau đó, nghe mẹ nói với mọi người là cậu Thuần đã đi Sài Gòn lập nghiệp. Tôi hỏi mẹ về câu chuyện phố cao cẳng mà cậu kể, mẹ ngạc nhiên, rồi giật mình:

"Sao biết dì Oanh?"

Giọng mẹ có chút lo âu hơn là sợ sệt:

"Tự tử là chết oan, mấy người đó linh lắm, đừng có mà kêu réo tên bậy bạ."

Thời sinh viên, đã có lần tôi đi chơi Đơn Dương với

đám bạn, lạc đường, và dừng xe lại hỏi, bất chợt thấy mình đang ở giữa một vùng đồng không mông quạnh, hai khu nhà gỗ cao cẳng song song đâu mặt đối diện, cảm giác lạ lùng như đã thấy khu phố này ở đâu. Tôi như đứng tim, rồi tim đập thình thịch, rồi hối hả chạy tìm để iu xìu thất vọng vì không tìm được nghĩa địa, không thấy rừng dâu, và cũng không co ai sống bằng nghề đan lát ở vùng này. Đây là một khu gia binh lèo tèo cạnh một đồn lính ở cao nguyên giờ đã bỏ hoang.

Thời sinh viên, tôi nối được liên lạc với cậu và lò mò mừng rỡ đến. Nhà trong một khu khá khang trang, lưng quay ra một con rạch. Sân sau là sàn ván bắc dài lấn ra mặt nước, bước chân trên ván nghe lọc cọc hoà tiếng nước chảy leo reo dưới chân.

Cậu đã có vợ và vợ cậu cũng làm thợ may. Hai vợ chồng đang làm chủ một nhà may lớn ở phố Phan đình Phùng.

Nói chuyện bâng quơ một hồi rồi về, cậu hẹn bữa nào ra tiệm may chơi. Tôi nhắc lại, chuyện hồi nhỏ cậu hay nhặt vải vụn về cho tụi cháu tập may áo búp bê, cậu cười, vẫn răng trắng bóng, *thật vậy hả, cậu quên rồi.* Vợ cậu áo mỏng, tay phồng đỏ buông rũ, quần đen bó chặt, không dính dáng gì với cái áo bông xanh duyên thầm của dì Oanh.

Tôi lại nhắc, *hồi cậu bỏ đi, để lại chiếc xe đạp đòn dông, nhờ chiếc xe này mà tụi con mới biết đi xe đạp.* Cậu lại cười, răng vẫn trắng bóng lấp lánh.

Vợ cậu, giọng kim cao vút như tiếng huýt sáo xưa kia của cậu, ngạc nhiên:

"Con gái gì mà đi xe dàn ngang?"

Rồi đứng lên.

Cậu dường như ái ngại cũng đứng lên, rồi tôi cũng đứng lên.

Từ giã, chưa kịp kể chuyện bác Thuật bây giờ tay mặt bị tê rồi, bác không còn làm thợ thêu được nữa. Bác Thuật là anh họ xa của cậu Sung, bạn thợ may của cậu Thuần. Cậu Thuần bỏ đi rồi thì vợ chồng bác Thuật đến thuê tiếp căn phòng nhỏ đó. Bác mở một tiệm thêu ở đường lớn mặt tiền, chuyên thêu các tấm liễn đối và áo dài, áo ngắn cho những khách giàu Tây, Tàu, và vài khách Việt. Bác là tay thêu rồng phượng lừng danh thửở ấy.

Cậu Sung thường diễu sau lưng bác:

"Ông Thuật là *các mệ thiệt* chuyên thêu áo cho *các mệ giả* đó!"

Vì tên bác là Vĩnh Thuật, trong dòng tộc, bác thuộc vào *vai anh* của vua Bảo Đại, tên huý là Vĩnh Thuy.

Những trưa hè trong lúc mọi người im lìm say ngủ, tôi đứng chăm chú sát bên khung thêu của bác, hai bác cháu im lặng. Bác đều tay chính xác từng mũi kim tỉ mỉ, tôi thì nín thở dõi theo hình dáng con rồng đầu đen, mình đỏ vàng rực rỡ đang dần dần hình thành uốn lượn trên nền vải sa-tanh xanh bóng loáng. Tôi hụt thở, mắt nhìn không chớp mắt theo rồng. Biết đâu, thình lình nó vụt cánh bay lên, tôi sợ không bắt kịp nó.

Tôi hỏi:

"Bác, bác có thấy rồng không?"

Bác điềm đạm:

"Thấy chớ! Không thấy làm răng thêu?"

Sau đó vài tuần, tôi khoe với bác:

"Con cũng thấy rồng rồi!"

Bác vẫn điềm đạm:

"Ở mô?"

"Hồi tối, khi con ngủ."

Bác ừ.

Ngoài rồng, thỉnh thoảng, chúng tôi thường trao đổi tin tức về thằng con ông cai trường tôi.

Bác hỏi:

"Con ông cai bữa ni vẫn đi học bằng xích-lô chớ?"

Tôi kể lể:

"Ồ hôm nay ghê lắm, nó mặc nguyên một bộ đồ tây trắng, quần soọc trắng, lại đội nón kê-pi trắng nữa, bác thấy oai không? Ngày nào ông cai cũng xách cặp cho nó, đưa nó ra tận xích-lô, cho nó đi học trường tây chớ không phải trường Nam Tiểu Học lèo xèo đâu."

Bác lại ừ, chậm rãi và chăm chú thêu.

"Bữa nay, con nghe ông cai kêu nó bằng tên tây, An-Be gì đó, nó hết tên là thằng Bé rồi."

Ông cai trường tôi bé nhỏ loắt choắt, thằng Bé chỉ khoảng mười tuổi mà nó đã cao hơn ông một cái đầu. Ông răng đen, gầy quất queo, da mặt tái, tụi bạn học tôi nói, Bé lè con tây lai bị mẹ nó bỏ, ông cai xin về nuôi. Nhưng có đứa cãi lại, *"nó là con ruột ổng, tụi mày không thấy răng nó dài giống răng của ổng sao."*

Cậu Thuần quên không hỏi nên tôi không thuật cho cậu nghe câu chuyện ly kỳ sau này của thằng Bé. Khi nó học trường tây và đổi thành tên Albert, nó được một cha cố tây bảo lãnh qua tây du học, rồi ở lại luôn bên bển cho tới lớn. Ông cai già nghèo và tằn tiện quá nên sau này mắc bệnh lao rồi chết một mình trong nhà thương thí.

Ông cai tên Ty, chắc là vì tuổi ty, thấp nhỏ, gầy gò, loắt choắt, mặt mũi xanh tái, thường lăng xăng xách cặp hộ tống thằng con cao lớn, trắng trẻo ngồi dựa ngửa tréo cẳng oai phong lẫm liệt trên xích-lô. Những hôm trời nắng sớm, ông Ty quát tháo luôn miệng bác xích-lô, bắt bác phải dương mui che kín nắng cho thằng Bé.

Nhưng tôi chợt nhớ ra, bí mật giữa tôi và cậu Thuần là chuyện phố, giữa bác Thuật và tôi mới có bí mật là chuyện thấy rồng và chuyện An-Be con ông cai Ty.

Trời đang nắng bỗng mây đen thình lình ào ạt kéo về bao vây. Trời Sài Gòn vẫn vậy, sáng nắng chiều mưa. Tiếng con rạch chảy rao rao và rác rến trôi dưới sàn ván sau nhà cậu Thuần bỗng lách cách lên nghe càng lúc càng rõ hơn, to hơn. Cái sàn ván dường như bập bềnh say rượu muốn trôi đi.

Tôi ra khỏi cửa một lát thì trời đổ mưa. Một chiếc xe đạp vượt qua mặt, người trên xe áo mưa trùm kín mít, không rõ già hay trẻ nhưng giọng hát vang xa lảnh lót, *bà ngô đình nhu bóp cu ngô tổng thống, ngô tổng thống, ngô tổng thống kêu đau, bà ngô đình nhu bóp cu ngô tổng thống, xin thượng đế ban phước lành cho ng...ư...ờ...i... ng...ư...ờ...i...*

Đó là mánh khoé của dân hát *nhạc tục*, hét to lên khi sấm rền, thật đã. Bài hát cấm ấm ức và ngon như những trái cấm. Khi mất việc và đi làm rẫy, tôi cũng đạp xe băng qua khu rừng rẫy dài hun hút, cơn mưa rừng thịnh nộ toan xé rách chiếc áo mưa cũ đã tơi tả của tôi, tôi hứng chí hét *nhà nước ơi, ăn khoai mì chán quá, từ giải phóng vô đây ta ăn cơm độn dài dài, từ giải phóng vô đây ta ăn cơm độn bằng khoai... khoai...* theo điệu nhạc bài *tổ quốc ơi, ta yêu người mãi mãi.*

Tổ Quốc, và khoai mì, và một thời ám ảnh.

Và, nỗi ấm ức vì chưa hỏi được cậu Thuần là dì Oanh vẫn còn đâu đó hay đã mất như lời mẹ nói, và Tụy, cô Tư, Tín… một thời với dãy phố hư hư thật thật kia mà tôi lơ mơ nhiều lần nghe cậu kể, giờ nó ở đâu?

Ấm ức này có lẽ cũng đến khi phải hét to nó vào mặt

mưa, mà có lẽ vậy sẽ đỡ khổ hơn gấp trăm ngàn lần là cứ như một nỗi buồn ở lại mãi mãi.

Nguyễn Thị Hoàng Bắc

(Chương 6, trích đoạn tiểu thuyết Gió Mỗi Ngày Một Chiều Thổi, Sống, California, 2015)

---

*bản nhạc Rạng Đông, của Hùng Lân

NGUYỄN THỊ MINH NGỌC

Nguyễn Thị Minh Ngọc là bút danh và cũng là tên thật.
Sanh 05/08/1953, nguyên quán Thừa Thiên.
Nghề nghiệp chính: đạo diễn sân khấu và viết kịch bản cho
phim truyền hình và sân khấu.
Định cư tại Mỹ từ 2005. Trước đó có tham gia Văn học Nghệ
thuật Hải ngoại với các tạp chí Hợp Lưu, Văn, Gió Văn. Hiện
cộng tác với Trẻ Dallas.
Đã viết và đạo diễn hai vở kịch song ngữ (Mỹ -Việt) cho sân
khấu off-off Broadway ở New-York: The Missing Woman
(2007) và We are (2011)- cùng vở Con Rồng- Cháu Tiên cho
Bảo Tàng cho Trẻ Em ở New-York.
Viết một số kịch bản dài cho sân khấu của cộng đồng Việt
Nam ở hải ngoại, kịch bản ngắn cho Trung Tâm Thúy Nga và
Trung Tâm Asia cùng đài SBTN.
Viết 12 tập phim "Đời Người Mỹ Gốc Việt" phát sóng cho
nhiều đài truyền hình tại Nam, Bắc California, Texas.

Tác-phẩm đã xuất-bản:
- *Chờ Duyên* (tập truyện ngắn; NXB Trẻ, 2003)
- *Ký Sự Người Đàn Bà Bị Chồng Bỏ* (tiểu-thuyết; NXB Hội
Nhà Văn, 2006)

Hương

1.

Lúc đó đã hơn hai giờ khuya, trên chuyến xe điện ngầm ấy người ta xuống dần cho đến trạm cuối thì ngừng hẳn. Lẽ ra tôi xuống từ lâu nhưng một người phụ nữ - tạm gọi là Nữ - đi một mình vào giờ đó khiến tôi áy náy. Nếu là một người Mỹ thì tôi không thấy lo, đằng này Nữ là người Châu Á, và rất có khả năng là người Việt. Nữ lại đẹp và ăn mặc khá mong manh như là không biết New York đang chuyển từ thu sang đông. Trong xe ngoài tôi và Nữ chỉ còn thêm một người đàn ông da đen khi xe dừng ở trạm cuối. Tôi vẫn ngỡ subway ở New York chạy 24 trên 24 nhưng đêm đó tôi mới biết không phải vậy. Cửa xe mở toang và có tiếng thông báo đến 5 giờ sáng sẽ tiếp tục vận hành. Nữ bước ra ngồi trên chiếc ghế đặt bên ngoài và lấy thuốc ra hút. Tôi đến bên cạnh Nữ, xin mồi lửa và xin cả thuốc vì tôi không có thói quen này. Người da đen thì lảng vảng quanh đó một chút rồi kiếm một cái ghế khác nằm ngủ.

Chúng tôi có được một khoảng thời gian im lặng bên nhau bằng thời gian tàn một điếu thuốc. Khi giúp Nữ vất chiếc bao thuốc rỗng chứa tàn thuốc vào chiếc thùng rác gần đó, tôi chợt nhớ ra vở kịch của Mishima hiện-đại-hóa một tích Noh mà tôi đã được xem khi đến trường Sân Khấu để kiếm người anh họ. Mở đầu vở kịch, một mụ hành khất đi nhặt "dế"- tiếng lóng chỉ tàn thuốc lá- trong công viên để vấn 3 "dế" thành một điếu. Mụ gặp một thi sĩ, anh yêu cầu mụ biến đi, kẻo làm xấu nơi những cặp yêu nhau đang tình tự. Mụ tự hào, xưa ta trẻ đẹp lắm, bao nhiêu người đắm say, có viên tướng được ta báo sẽ nhận lời cầu hôn nếu đến viếng ta trăm đêm, tiếc là chàng đã bị tuyết vùi vào đêm thứ một trăm. Tôi chợt thốt lên: Komachi! Đó là tên nhân vật nữ chính cũng là tựa vở kịch. Sau lưng tôi, một mùi hương lạ loang tới....

Tôi không phải là thi sĩ, nhưng tôi không dễ dàng rời xa Nữ khi tôi còn là một người đàn ông. Chúng tôi đã qua đêm với nhau như vậy. Dưới ánh đèn sáng choang của hầm xe điện ngầm và một vài đường phố lang thang hiu hắt sáng. Nữ bước ra khỏi hầm, tôi lẽo đẽo đi theo. Đi chán và có lẽ cũng vì trời trở lạnh, Nữ lại kiếm một cái hầm khác chui vào. Rồi hút thuốc và chia sẻ thuốc cho tôi tập hút. Không phải cái hầm nào cũng có những người da đen nằm ngủ. Có khi là vài cậu choai choai ngồi với nhau cười đùa vang động cả vòm hầm, và Nữ lại bỏ ra. Người đàn bà này muốn gì? Nếu không có mình, Nữ sẽ ra sao? Nữ chưa bao giờ nghe nói những chuyện cướp của, giết người vẫn xảy ra à? Tại sao cậu không về nhà? Nữ hỏi bằng tiếng Việt. Tôi ú ớ. Lẽ ra người hỏi là tôi chớ. Tôi có muốn không về nhà đâu, nhưng tôi không đành lòng khi thấy Nữ đi lang thang như vậy ở một thành phố xứ người.

Chúng tôi không trao đổi nhau nhiều. Giữa những hơi thuốc, là thơ của Komachi do Nữ đọc:

Như cỏ đứt rễ,
Nước cuốn xuôi dòng.
Thân tôi trôi nổi
Ai có rủ rê,
Sẽ sống phiêu bồng...(*)

Đó là câu trả lời của Komachi khi được một thi sĩ khác rủ đến một vùng đất mới. Đã có người cho là Komachi gần với Hồ Xuân Hương của người Việt: đẹp, tài, đào ba, hư ảo dù hai người cách nhau hơn chục thế kỷ. Người phụ nữ ngồi rất gần tôi kia không thể là Komachi dù Nữ rất đẹp, một nét đẹp bí ẩn bất chấp thời gian như lời thoại trong vở kịch mang tên nàng: "Một mỹ nhân, dù có tăng thêm bao nhiêu năm tháng, vĩnh viễn vẫn là mỹ nhân". Chính nét đẹp bí ẩn như một cơn mộng ấy khiến tôi không dám gợi chuyện với Nữ vì cứ ngại cơn mộng kia bị tan ra như sương mù khi nắng lên.

Cứ vậy, tôi câm lặng theo Nữ, cho đến lúc bốn giờ rưỡi sáng, Nữ ngồi thiếp ngủ một chút. Trong giấc ngủ của khuôn mặt được hóa trang rất khéo ấy, nhiều lúc, tôi thấy thời gian như lướt qua mặt Nữ, khi thì những nếp nhăn, thoáng chớm tóc muối tiêu, khi thì cả mái đầu tuyền màu xám sắt... hiện ra rồi lại trôi đi. Lời trong vở kịch trở lại, khi chàng thi sĩ toan lên tiếng yêu nàng, mụ già nhặt "dế" nhắc nhở:

Ta, mụ hành khất tàn héo, da nhăn nheo, gần đất xa trời, khoác mớ giẻ thúi hoắc, rách nát như tổ đỉa. Nhưng hãy nhớ, tuyệt đối không được nói yêu ta vì cái chết sẽ đến với ngươi.

Cuối vở kịch, chàng thi sĩ quyết thốt ra lời yêu. Anh ta nằm thẳng cẳng ngay sau đó. Cảnh sát tới, khiêng xác anh ta đi. Bà già vẫn tiếp tục lượm dế.

Tôi ngồi cạnh Nữ, rất gần, để có thể ngửi được mùi hương, rất trầm, toát ra từ thân thể Nữ, mùi hương không làm người ta muốn níu lấy hôn, mà chỉ cảm được rằng, mình nên giữ một khoảng cách, dù bằng một sợi tóc, nếu còn muốn sống.

Mãi đến khi trước chuyến năm giờ đầu ngày, có một thoáng hoan hỉ lướt qua mặt Nữ như một cơn mộng đẹp vừa thoáng hiện đâu đó. Ý thức được giây phút chia tay phải đến, tôi không kìm được, định ôm choàng lấy Nữ, ngỏ lời yêu, dù phải đổi bằng sinh mạng mình, thì cũng là lúc Nữ mở mắt ra. Tôi cứng người vì sợ hãi, Nữ đọc nhanh vài câu thơ trong tiếng subway đầu ngày ầm ầm chuyển động:

Hoài mãi nhớ nhung,
Đắm chìm giấc ngủ,
Đã tìm thấy nhau,
Nếu biết là Mộng,
Thức chi Người ơi!... (**)

Lại là thơ của Komachi... Rồi Nữ bước vào chuyến xe ấy. Khung cửa khép lại. Tôi chỉ còn thấy một nụ cười. Điều lạ nhứt là toàn thân tôi cứng đờ, chẳng thể nhấc mình lao theo Nữ. Cho mãi đến chuyến subway kế tiếp...

2.

Năm tháng trôi qua. Khi kể chuyện nầy cho vài người bạn nghe, ai cũng cười tôi sống ảo hơn cả chữ ảo, nhất là sau lần gặp gỡ đó, các cuộc tình của tôi đều không có duyên đưa đến hôn nhân. Nghe kể lần kỳ ngộ đó đang mùa Halloween, có người còn tin lần đó tôi gặp một cô gái giả ma, và cũng rất có thể đã bị một ma nữ ám.

Một lần họp gia đình trên đất Mỹ, gặp lại người anh họ, nhắc lại vở kịch Komachi mà anh đóng vai thi sĩ, anh cho tôi địa chỉ liên lạc với gia đình của Nhụ Hương, người bạn cùng lớp đóng vai Komachi. Sau đó, tôi gọi điện thoại, để lại lời nhắn và gởi thư, đều không được hồi đáp.

Tình cờ, tôi được mời đến Toronto để... hát và nói chuyện. Người mời cho biết gần đây, những người trẻ nơi anh ở bị trầm cảm nhiều quá, hy vọng những bài hát của một người độc thân chỉ lao vào những việc xã hội như tôi sẽ giúp họ tin và yêu cuộc đời này trở lại.

Làm xong việc của mình, tôi mua vé bus khuya lên Montreal. Ở chơi một ngày với bạn bè, tôi nảy ý kiếm xe đi Québec, nơi gia đình của Nhụ Hương đang sống với hy vọng người đàn bà tôi đã gặp ở subway của New York lúc 2 đến 5 giờ sáng có liên quan đến chị.

Tiếp tôi ở đó là Quê, một người con trai có khuôn mặt khá giống Nữ. Quê khẳng định:

Đó là chị Hương của tôi. Sau khi gặp anh, chị có gọi về, kể từ lúc lên tầu chị đã định lao vào một đầu máy chạy nghiến tới nhưng khi quan sát từng người khách quanh mình, ngại sẽ làm lỡ việc của họ nên chị hoãn ý đó. Lúc quyết tâm cao độ thì cũng là lúc tàu phải nghỉ khuya. Suốt thời gian bị anh lẳng nhẳng đi theo, trong đầu chị chỉ độc một ý: làm thế nào để mình chết mà không lụy tới người thanh niên kia. Rồi khi chị thiếp đi một chút, đúng là một cơn mộng đẹp lướt qua đã làm sạch tâm hồn chị, không còn đọng chút nào, cơn thèm chết. Nhụ Hương cho là anh đã cứu chị.

Nhụ Hương bị trầm cảm à?

Không giống những người trẻ vừa nghe anh hát. Chị vượt biển sang đây. Gặp cướp. Mang thai. Muốn chết. Nhưng thấy có lỗi với đứa bé vô tội nên giằng co giữa quyết định sống và… đi.

Giờ có cách nào gặp được?

Sau cú phôn đó, chị không liên lạc nữa. Gia đình, bạn bè đều không ai biết chị về đâu, còn sống hay không?! Tôi lấy ngày chị gọi về lần cuối là ngày tưởng nhớ. Đúng là hôm nay.

Tôi xin được xem hình. Vì khi đóng vai Komachi, Nhụ Hương hóa trang thành một mụ già ăn xin, lưng còng gần sát đất. Quê đưa tôi tấm hình. Trong ảnh là một cô gái khá giống Nữ dù mái tóc dài bay trong gió che phủ mặt chỉ còn thấy một đôi, mắt trái khóc, mắt phải cười. Sau lưng tấm ảnh là một bài thơ khác, vẫn của Komachi.

3.

Khi tôi kể cho anh họ tôi nghe, anh nói Nhụ Hương không có em trai. Tôi cho anh biết ngửi được mùi hương trầm thoảng bao quanh Quê và chiếc áo khoác lộn trái mà Quê mặc, anh tủm tỉm cười:

Em quên sao? Dân Nhật tin mặc áo trái ngủ sẽ có nhiều

mộng đẹp. Biết đâu Nhụ Hương giả nam để bỡn em. Đừng quên nàng là diễn viên.

Sau này, nghĩ tới Nữ, tôi liên tưởng đến Liễu Hạnh, một trong tứ bất tử của người Việt, cô công chúa thứ hai của Ngọc Hoàng đã nhiều lượt xuống trần, vào nhà họ Phạm lấy tên Tiên Nga, vào nhà họ Lê là Giáng Tiên, với mong cầu Nữ - hay Nhụ Hương sẽ tái sanh kiếp khác. Nhiều lúc hụt hơi với đam mê nghiệt ngã của mình, tôi chỉ mong nó như Komachi, biết chạm vào là ngưng thở, vẫn phải tỏ tình với nguồn sống đó.

Và bây giờ, trong chuyến bay từ Phoenix tới Austin, hành khách bên trái của tôi đang xem một đoạn video có một cư sĩ nói về Nhụ Mộ Cố Hương, bên phải là một cô gái chỉ khoảng đôi mươi, đang ngủ say trên chiếc ghế sát cửa, một nửa mặt trái giống hệt Nữ. Suốt hai giờ bay, tôi loay hoay mãi, không lẽ đánh thức cô ta dậy chỉ để hỏi cô có bà con với Nhụ Hương không?.

Trong lúc mong cô choàng thức để xin tôi bước ra ngoài, tôi đành xem phim. Loáng thoáng cạnh tôi, lời giải thích Mộ là hết lòngmong cầu đạt đến, còn Nhụ Mộ Cố Hương ví như đứa nhỏ lạc loài, nhớ đến mẹ cha. Lời giảng còn dài, nói về tu tập. Người khách bên trái đột ngột chuyển sang xem những tài liệu về khoảng bốn trăm ngàn người Việt giạt trôi đâu đó mất tăm tích giữa lòng biển, xó rừng…

Tiếng loa kêu hành khách thắt chặt seatbelt vì sắp vào vùng thời tiết xấu. Cô gái bên tay phải của tôi vẫn ngủ say. Thoáng hương trầm quen thuộc từ nơi ấy tiết ra. Khi tay tôi chạm vào tay cô, đúng ngay đoạn phim cho biết người chạm vào ma, có thể là một khoảng không, nhưng nếu đó là quỷ, mình cố nắm tay, da sẽ chạm được xương thịt, như với người. May mà cô ta không thức giấc, không thì chắc tôi chỉ nói được một lời xin lỗi. Chớ chẳng lẽ hỏi cô là ai? Là quỷ hay người? Là cô diễn viên đã đóng xuất thần vai bà già còng lưng, ngực gần chạm đất, là cô trinh nữ đã bị hãm hiếp trên biển Đông, là thiếu phụ đã gợi tôi nỗi khát khao được tỏ lòng yêu dù biết nói ra mình có thể ngưng thở. Bỗng hiện rõ trong tôi, bài thơ của Komachi viết tay sau tấm ảnh của Như Hương- hay Nữ, của tôi?!

> *Đường đến cõi Mơ*
> *Chân bước tới Người*
> *Đi không ngơi nghỉ,*
> *Nhưng trong đời Thực*
> *Chẳng sao gặp được,*
> *Trong chớp mắt thôi... (***)*

Tôi đã gặp. Hơn một cái chớp mắt. Chẳng phải hạnh phúc hơn bao người?

Tôi đang ngồi cạnh. Hãy tận hưởng mùi hương đang tỏa ra trong cõi thực, sát bên mình.

(*) thơ Komachi, Cổ Kim Tập- Tạp Ca
(**) thơ Komachi, Cổ Kim Tập- Luyến Ca
(***) thơ Komachi, Cổ Kim Tập- Luyến Ca

NGUYỄN THỊ NGỌC LAN

Sinh trưởng tại Huế. Dạy học Đà Nẵng.
Hiện sinh sống tại Nam California.
Đã từng cọng tác với các tạp chí: *Tuổi Hoa* (hải ngoại), *Văn, Văn Học , Hợp Lưu, Làng Văn, Quán Văn* và một số báo chí tại California với bút hiệu Tiểu Long Nữ, Nguyễn thị Phương Đông, cùng chương trình Vietnamese short stories của đài BBC, Luân Đôn.
Đã góp mặt trong các tuyển tập: *Trăng Đất Khách* (18 nhà văn nữ; Làng Văn, 1987) - *20 năm văn học hải ngoại 1975-1995* (Đại Nam, Hoa-Kỳ) - *Khung Trời Bỏ Lại* (tuyển tập truyện ngắn nữ hải ngoại; NXB Phụ Nữ) - *Tuyển tập Thơ Không Vần* (tạp chí Tân Hình Thức) - *Tuyển tập Truyện ngắn* (Ý Thức, 2016) - *Tuyển tập Truyện ngắn 12 tác giả* (NXB Thanh Niên).

Tác-phẩm đã xuất-bản:
- *Một chút hạnh phúc nhỏ* (tập truyện; 1987; tái bản, 2005)
- *Quán bên đường* (tập truyện; 2015; tái bản, 2016)

Màu thời gian

1- Ông chủ nhà

Cha rồi đến tôi, sinh ra trên chiếc giường mà tôi đang ngủ với vợ, đúng ra là tấm phản gỗ lim dày chạm trổ tinh xảo, vợ đang cấn thai, và con tôi cũng sẽ được sinh ra trên phản gỗ lim này, trong một căn nhà bề thế. Có vẻ như mọi sự đều hoàn hảo trên cuộc đời tôi.

Căn nhà, ông nội xây theo kiểu Tây, sang trọng nhưng cổ kính, để lại cho con trai đầu là cha, cha chết sớm, để lại cho con trai đầu là tôi. Các chị gái, lấy chồng làm ăn vất vả, nhưng không ai ganh tị, làm như cái ý tưởng "nhất nam viết hữu, thập nữ viết vô" đã đi vào máu của người dân tỉnh lẻ này, và dĩ nhiên cả trong nhà tôi, từ đời này qua đời khác.

Từ bé, thì các chị đã phải đi rón rén khi tôi ngủ, hay ngồi học bài, miếng ăn ngon nhất phải để dành cho "cậu", chỉ tại là con trai duy nhất. Mẹ cũng rất lựa lời khi nói với tôi một vài câu chứ không sai bảo la mắng ào ào, như với các chị. Khi vào đại học, cả nhà lại rón rén đi lại hơn khi "cậu" ngồi vào bàn, trước cuốn sách mở ra.

Căn phòng rộng đầy đủ tiện nghi, bàn ghế tủ cổ bằng gỗ lim bóng lên vì bàn tay ông nội, cha, rồi tôi xử dụng hàng ngày. Cha là một người tây học, có khiếu thẩm mỹ, âm nhạc, và biết chơi đồ cổ, ông trang trí nhà bằng những món đồ xưa cổ, giá trị, đẹp, và rất nhiều đàn quý, ông thuê người về dạy tôi đàn.

Mỗi ngày, ngồi trên chiếc bàn cổ, kê sát bức tường kiếng dán giấy bóng, có thể nhìn thấy bên ngoài, nhưng bên ngoài không nhìn thấy bên trong, ngồi đọc sách hay gảy đàn vu vơ, ngắm nắng, gió, mưa, bão, người, chim... những con chim sà xuống hàng hiên lượm những vụn bánh, hay tình tự ve vãn nhau những lúc không có ai, chúng tưởng đang ở cõi một mình.

Căn nhà có hàng hiên rộng ở ngay thị tứ, gần bến xe, nên lúc nào cũng có người lỡ đường, mua không được vé xe hay lý do gì đó ngủ nhờ. Không xua đuổi họ, chả biết tại sao, tôi không ác không hiền, và cách họ vài gang tay, bên trong bức tường kiếng, ngồi đó nhìn họ, từ ngày còn tấm bé.

Phần đông khách tá túc chỉ một đêm, sáng tinh mơ họ biến mất, đến xế chiều lại có ai khác khệ nệ hành lý, khuôn mặt không bình an đến ngủ nhờ. Vâng, hàng hiên nhà tôi toàn chứa những khuôn mặt không thư thái, bình an. Xếp hàng cả buổi, không mua được vé xe, về lại nhà thì xa xôi, họ tạt vào ngủ nhờ, để chờ sáng mai lại xếp hàng mua vé xe.

Ngồi bên trong, an toàn, sung túc, đầy đủ mọi thứ, tiện nghi, tiền bạc, danh vọng, nhìn họ từ khi mới vài tuổi, đến thiếu niên, thanh niên, trung niên. Bao nhiêu mảnh đời, trôi qua lòng...

Bản chất không thích nói và nghe những điều vô bổ, tôi có một nơi trú ẩn cho sự tĩnh lặng, là chiếc bàn một trăm năm chục tuổi của ông nội để lại, chỉ ngồi đó mở trang sách ra, là vợ vốn ít nói từ ngày về nhà này cũng sẽ kiếm một nơi khác trong nhà để sinh hoạt, nhường lại một không gian tĩnh lặng và rất tự do, trầm mình trong tâm tư của mình, (một tâm hồn cũng bình lặng, không buồn ,không vui, không day dứt, không sóng gió) nhìn họ, những người khách ngủ trọ một đêm.

Tôi không nghĩ đến sự giàu có của mình (không phải là tiền bạc) cho đến khi trò chuyện với ông ấy, một nhà văn luống tuổi, khi hỏi ông sao không bao giờ cưới vợ, một câu thôi ông ấy nói, bỗng thấy mình giàu có mọi phương diện, một sự giàu có không cần cật lực phấn đấu để có như người khác.

"Vì tôi yêu sự tĩnh lặng".

Yên lặng rất lâu, hít một hơi thuốc, nhấp một ngụm rượu, ông nói tiếp:

"Nhưng bây giờ, nó nhiều quá".

Thế đó, những con người xa tổ ấm của họ, chưa đến được nơi muốn đến, họ mang một lòng hoang mang, một hồn bất định đến mái hiên nhà, ít khi bắt gặp nụ cười trừ trẻ thơ. Họ và tôi, cách nhau chỉ vài gang tay nhưng cũng như những con chim đến trọ một thoáng, họ tưởng đang ở cõi một mình, không biết là ông chủ nhà đang ngồi nhìn. Trên mỗi khuôn mặt, đọc được một câu chuyện, có người giàu, nghèo khó, xấu, đẹp, già, trẻ, học thức, bình dân, một mình, đôi lứa... có khi tò mò mở hé cửa sổ, nghe được cả câu chuyện họ nói với nhau...

Một hôm, có cặp vợ chồng trẻ , hai đứa con đến ngủ trọ, một đêm, năm đêm, mười đêm, vẫn chưa đi. Tôi không hài lòng bước ra hàng hiên, chưa kịp nói người đàn ông khẳng khiu, gầy gò, chừng ngang tuổi tôi, giấu vội củ khoai đang ăn, cúi đầu lí nhí:

"Cháu xin ông chủ cho vợ chồng cháu ngủ nhờ, mắt vợ cháu không nhìn thấy rõ, vừa xin được chân quét rác ở bến xe, chúng cháu có chút tiền sẽ đi mướn nhà ngay".

Tôi yên lặng bước vào, và từ cái bàn nhiều tuổi, đọc được trên khuôn mặt quắt queo héo hon đó, một niềm vui lớn.

Những khi không có ai, tôi dội nước rửa hàng hiên nhà mình, nhưng là tổ ấm của họ, có khi "bỏ quên" ở đó cả cái đùi heo quay to tướng, và mở hé cửa sổ, uống tiếng cười của bốn con người chưa biết mùi vị thịt.

"Mẹ mày ơi ăn cho nóng , từ từ hẳng quét rác, ai để quên đùi thịt nè, người sao mà vô ý, đùi thịt to thế mà quên"

Một đêm, nghe giọng nói lạ, đếm, trong tấm chăn rách kia, không phải bốn, mà năm con người. Ngồi cúi đầu trên trang sách như mọi khi, là dấu hiệu vợ hiểu là phải đi qua phòng khác, mở hé cửa sổ và nghe lén biết bao là chuyện giữa năm con người kia. Cô gái cười khoe, chưa bao giờ thú vị như thế, vì được nằm ngắm trăng sao ở một nơi không phải là nhà mình cho đến khi ngủ, được ngủ giang hồ, giữa thanh thiên mà có bốn người bảo vệ.

Hôm sau, cuối tuần, chị quét rác đón tôi ở cửa:

"Nhờ cậu kiếm một việc làm cho cô Nguyễn, cô ấy đã từng dạy tiểu học, khách sạn không cho mướn, vì không có giấy phép của công an, tôi rủ cô ở tạm đây xin việc, cô ấy đã xin vài nơi, đang chờ trả lời".

Chị nói và chỉ một cô gái đang ngồi với hai đứa bé con chị, cô gái nhìn tôi cười rất tươi, có chút choáng váng bất ngờ, chỉ nói được một câu:

"Vâng, chừng vài hôm thì có việc".

Cô gái lại cười hồn nhiên, không nói.

Vào phòng, ngồi bên chiếc bàn nhiều tuổi, nhìn thật lâu vào khuôn mặt cô gái, mà không ngại, vì cô không biết có người đang nhìn, năm con người đó lại đang ăn uống cười giỡn, hình như cô gái đang thổi sinh khí vào bốn con người kia, và tôi nữa, họ đang ăn khoai mà ngon lành thế kia ư, gia đình này toàn ăn khoai mỗi ngày. Cô gái tươi tắn, xinh hẳn ra với mái tóc ướt vừa tắm gội, chắc chị quét rác vừa đưa cô gái và các con xuống sông tắm, tôi biết chị vẫn đem con xuống sông tắm giặt, vì thấy chị phơi áo quần trên những bụi gai ven sông. Và tôi, từ ngày cô gái đến hàng hiên nhà, cũng cảm thấy rộn ràng, bận rộn hơn, ngồi hàng giờ nhìn cô, và yên tâm, vì cô không biết có người đàn ông nhìn mình. Cạnh bốn con người cũ kỹ, tầm thường kia thì cô sáng hẳn ra, áo quần thời trang vừa phải trên một thân hình vừa vặn.

So với vợ, thì cô gái ấy có cái thua, vợ tôi, ngoài r
chiều cao, và có ba vòng ngực mông bụng bằng nhau, th
nàng đẹp, tìm không ra một nét xấu trên khuôn mặt, mắt
mũi, miệng, làn da... đều đẹp, nhưng tổng hợp những cái đẹp
đó lại, thì thành một khối đẹp không cuốn hút bất cứ ai, kể
cả tôi. Tôi không thể đặt trên khuôn mặt đẹp đó một cái hôn
vì nàng nhạt, ái ân cũng vừa phải, vì nàng nhu mì, chân chất
gái quê, mà tôi lại không thích giả dối, hoặc cố gắng. Những
ngày mới cưới, nàng cũng hay nói, câu chuyện của nàng ch
giới hạn từ nhà tới chợ, từ vựng của nàng, nhiều bằng đứa bé
lên năm, tôi lạnh mặt nghe, và nàng thôi nói. Từ đó chỉ yên
lặng ngóng nghe chồng dặn dò vài câu mỗi ngày. Áo quần
nàng mặc toàn hàng chắc bền, sẫm màu, chỉ vài kiểu cổ lọ, lá
sen, rồi lá sen, cổ lọ, lẫn vào đám đàn bà tỉnh lẻ này tôi cũng
chẳng nhận ra được vợ mình, còn bên trong áo quần, thì tôi
chỉ biết đại khái.

Nàng không biết yêu, không biết buồn, chỉ ngưỡng mộ,
tôn thờ, phục tùng chồng. Chỉ được phục tùng chồng là thỏa
dạ, tôi đoán thế.

Tôi mê đọc sách, thượng vàng hạ cám, thực ra, người
vợ và chiếc phản gỗ lim, trong cuộc đời phải dính líu đến, chỉ
để nằm lên trên, cho nên sách là bạn, bạn là nhu cầu lớn hơn
nhu cầu nằm lên trên. Tôi có vốn ngoại ngữ, thích phim lãng
mạn, cổ điển, nhạc đồng quê... cho nên sự mộng mơ, cũng
không giới hạn trong lũy tre làng. Đôi khi, mê mẩn một cô
gái trong trang sách, ước vật nàng xuống, chà nát mặt, hôn
ngấu nghiến trên từng cái chân răng. Chưa bao giờ được hôn,
tôi thèm khát.

Và, cô con gái kia, coi kìa, chỉ có mái tóc dày đen mun
liêu trai, mông và bầu vú no tròn, còn gò má hơi cao, ngữ này
mẹ sợ, sát phu mà, mắt, mũi tàm tạm, nhưng làn da, đã không
trắng (tiêu chuẩn đẹp ở tỉnh lỵ này) lại lắm tấm mụn dậy thì.

Thế mà quyến rủ, nó toát ra một nét thảnh thơi, tự tin, hồn nhiên, thơ ngây, thông minh, trong sáng, trên khuôn mặt đó, như một cuốn sách hay mà tôi thú vị, dè sẻn, đọc từng trang, một khuôn mặt có cá tính, cái này mẹ gọi là mặt dữ, đừng hòng chiếm được lòng mẹ.

Những đặc tính tôi mê mệt nơi nàng, mẹ không màng, mẹ chỉ cần một cái hông nở, dễ đẻ, khuôn mặt nở nang, đem may mắn cho chồng, tuổi không kỵ nhau, môn đăng hộ đối, là mẹ muốn cưới cho con trai. Còn tôi, không biết trên đời có người, có cô con gái như trang sách thú vị, cho tôi lật từng trang khám phá. Hay chỉ nhìn cái gáy, tựa sách, là mê.

Cô không khoe những đường nét mê ly trên thân thể giấu trong chiếc áo khéo cắt, nhưng cô vô ý lắm, làm nó chọc vào mắt tôi, ngày và đêm. Tỉnh ly này, có bao nhiêu giai nhân tôi biết hết, nhưng chẳng màng, dù là thời mới lớn hay hôm nay.

Mà sao cô con gái nhan sắc vừa phải này làm tôi chới với. Như là từ trang sách bước ra, đậu má môi thân thể sát vào tôi, chỉ cách nhau một mi li mét.

Tôi đã bị xao động, bởi khuôn mặt, dáng dấp đó, cô hồn nhiên tựa mái tóc, khuôn mặt, vào khung kiếng, nhích tới, rà ngón tay trên gò má sát phu, bờ môi dày, mái tóc gió thổi bung, bầu vú mọng... qua làn kiếng. Nàng không biết, lại nói cười với đám trẻ, ôi nụ cười, như hoa, và dòn tan như thủy tinh vỡ, giọng cười trẻ thơ, trên khuôn mặt thiếu nữ làm tươi hẳn căn nhà bốn đời xưa cũ. Và khuôn mặt, chỉ cách ngón tay tôi, đúng một mi li mét, bề dày tấm kiếng, nhưng xa xôi quá, lại rà ngón tay vào bờ môi dày mọng không tô son, và lên cơn sốt thèm khát. Cáo bệnh không đi làm, đóng cửa, chỉ ngồi bên nàng, cách nhau một tấm kiếng, thú vị và đau khổ, nàng không hay biết có người nhìn nàng và mê nàng biết bao.

Đúng là thứ con nhà giàu vụng về, không làm việc cũng vẫn đủ sống vương giả, nên quên mất cô gái rất cần một việc làm, thực ra, tôi cũng đã tính toán cuộc đời nàng trong cơn yêu mê sảng lúc nữa đêm, thừa tiền lo cái ăn cái ở cho nàng mà, nàng chỉ ngồi đó, cho tôi ngắm, chỉ ngồi đó, cho tôi mơ mộng, chỉ mơ mộng, chỉ thèm khát thôi, chiếm hữu nàng, tôi không có cái gan đó, dù chỉ trong cơn mơ.

Nằm dưới sàn nhà, cho gần nàng hơn, chỉ cách nhau một tấm kiếng, không thể chung chăn. Rung động từng thớ thịt, không dám ngủ, nằm ép sát người vào tấm thân nàng nhưng vẫn cách nhau một mi li mét, tôi đã bắt đầu đau khổ và mơ mộng ngập không gian...

Buổi sáng cuối tuần thức giấc sau giấc ngủ mê mệt, chỉ còn thấy bốn đôi chân thò ra trong chiếc chăn, vụt dậy, nhào ra hỏi:

"Cô Nguyễn đâu".

"Cô ấy xin không được việc, đã mua được vé xe và về quê rồi, có gởi lời chào ông chủ".

"Quê ở đâu, có địa chỉ không".

"Không có".

Tôi hụt hẫng, chới với, lao ra bến xe, may ra gặp nàng. nhưng không gặp. Khó tha thứ cho mình, chỉ yêu suông, thừa khả năng chăm sóc nàng, nhưng tôi rụt rè vô ý, để em đi mất. Và day dứt, em sẽ sống làm sao trong cuộc đời khó khăn này.

Trở về ngồi trên chiếc bàn cũ kỹ, mà ông nội, cha, đã từng ngồi, buồn ngây ngất, tưởng không bao giờ nguôi, tưởng đời mình đã hết, tưởng không sống nổi.

Nhưng....

Rồi thời gian cũng phôi phai tất cả, tôi lại tiếp tục công việc làm ăn của cha, làm chồng của người vợ nhạt, làm ông chủ ngôi nhà có hàng hiên rộng cho người lỡ đường... thời gian lại trôi... Cuộc sống bình thường như mọi người, không hạnh phúc lứa đôi, nhưng cũng quen đi, thi thoảng, nhớ nàng vừa phải.

Một buổi sáng, ba mươi năm sau, có người thiếu phụ đứng nhìn căn nhà, và nhìn sâu trong mắt tôi, lúc đang tưới hoa, nhìn lại, nàng không cúi mặt, hay quay đi bối rối, cứ chiếu ánh mắt ướt long lanh thăm thẳm... khiến một người đàn ông không vô tâm lắm, thì phải đến hỏi han nàng:

"Vì sao...".

"Có phải anh là ông chủ nhà".

"Phải".

"Anh có thể mời tôi ly trà không".

Thế là tôi gặp lại người con gái bên ngoài khung kiếng ba mươi năm xưa.

Nàng đẹp già dặn, có cái nét mơ hồ của một người đàn bà không sống trong nhung lụa, vẫn mái tóc dày đen nhưng đã lấm tấm bạc.

Nàng độc thân, vợ tôi đã chết, thế nhưng lòng không rung lên nữa, không yêu như dại nữa, tình yêu đã ngủ yên không thức dậy bất cứ với ai sau nàng và cả với nàng hôm nay, nhưng tôi mời nàng ở lại thay vì khách sạn, nhà chỉ còn tôi và vợ chồng đứa con trai, nhưng chúng tránh mặt khi cha có khách có vẻ đặc biệt.

Tôi và nàng cùng nấu bếp, dùng bữa, rồi đi chợ, nấu bếp, uống trà, đàn hát, nghe nhạc.... khoảng cách xóa nhòa từng phút.

Hôm sau, chở nàng ra phố, về những vùng quê... Đến một giòng sông cạn, nàng thoáng buồn:

"Tôi đã từng tắm ở đây".

"Anh biết".

Nàng nhìn tôi, nghiêng nửa mắt:

"Sao anh biết?".

" Một lần, thấy cả nhà chị Duyên và em biến mất, anh lái xe đến đây, vì đoán chị Duyên và em đi tắm giặt".

Dí mặt vào mắt nàng, cười:

"Và nhìn thấy em tắm, thấy hết".

Hai người cười vang vỡ toang một sự sơ giao, vẫn giọng cười trong trẻo, tươi vui.

"Em ngạc nhiên đó".

Nàng thôi xưng tôi, tôi hết xưng cô, đã tiến gần nàng hơn, và lì lợm xấn tới:

"Nếu em năn nỉ, anh sẽ kể rất nhiều điều về em".

"Về em hả, năn nỉ, kể đi".

Và tôi kể rất nhiều, kể hết... cho đến khi đêm dày đặc, về những thèm muốn, mơ mộng, về suốt mười ngày bỏ làm, chỉ để ngắm khuôn mặt, thân hình nàng qua tấm kiếng, về sự đau khổ khi nàng rời căn nhà, về tấm phản gỗ lim, tôi đã biểu vợ qua phòng khác, chỉ để nằm mơ màng về nàng suốt cả một năm... Sau đó, công việc làm ăn bận rộn, không còn tâm tư để nhớ nàng nữa, vả lại thời gian, tôi đổ lỗi cho thời gian .

Trên đường về, lái mô tô, vói tay nắm bàn tay nàng để lên eo tôi, và giữ lại, nàng rút tay về, tôi dọa:

"Em còn một bàn tay nữa, hãy đặt vào lòng anh, nếu

không anh sẽ dùng cả hai tay, để giữ hai tay em".

"Đừng anh, đường ghập ghềnh, lái xe hai tay đi".

Và nàng ôm lưng, ấm áp, thân tình... thụt người lui, chạm sát tấm thân mềm mại, nàng cười hiền, tôi chới với hoảng loạn vì xúc cảm. Đến một gốc cây, trời tối om, đêm đã già, dừng xe lại thì thầm:

"Em hãy ngồi yên như thế, trả nợ em đã làm anh nhớ em".

Nàng lại cười hiền, áp má vào bờ vai, ôm vòng eo, hai người không nói gì, lâu lắm, có lẽ đây là giây phút nhiều cảm xúc thật nhất trong cuộc đời, hình như nàng cũng thế, tim đập sai nhịp, rộn ràng, và hơi thở thổn thức. Đêm quạnh quẽ, chỉ có hai thân thể rất sát bên nhau, ở một miền hoang sơ, có tiếng côn trùng tỉ tê... Buồn đến nghẹn lời, cô con gái hai mươi tuổi có mái tóc liêu trai, hai má xạm nắng lấm tấm mụn dậy thì, bờ môi dày mọng khiêu gợi tôi ngày nào đang treo hai bầu vú nóng trên lưng mê mệt... Sao em không đọng mãi trong đời từ khi tôi mới lớn... Sao em biến đi như gió, khi lòng vừa bão tố yêu em ngày xưa, sao em lại về treo hai bầu vú nóng trên lưng, làm điên đảo một người rất nghèo hạnh phúc. Trong giây phút này, tôi cũng bất chợt đau xót, vì một đời em cũng thiếu hạnh phúc. Phải chi hai ta... phải chi...

Khuya, về nhà, năn nỉ nàng ngủ chung trên chiếc phản gỗ lim mà tôi đã từng nằm để mơ mộng, ước mơ có nàng trong vòng tay. Nàng rơi nước mắt trong vòng tay ôm siết, khóc cho ba mươi năm ngập tràn hỉ nộ ái ố, gian nan, lạc lõng giữa biển người, cho tuổi trẻ và nhan sắc đã phai... khóc vì có một bờ vai để dựa, có một người để nghe để nói, nhưng sẽ không vĩnh cửu, nàng tựa vào lòng tôi, như ôm giấc mộng, tỉnh dậy là mất, một ấm áp như sương khói mong manh...

Chỉ cười bằng mắt, dù luôn luôn ngấn lệ, kiệm lời,

nhưng từng câu nói nở hoa, nàng cũng kể về mối tình đầu thc dại học trò, chưa nắm bàn tay nhau, thoáng buồn, tại sao lạ có người yêu nàng trước tôi.

Trong vòng tay nhau, tôi ôm tuổi trẻ, tình yêu mãnh liệt dại khờ của tuổi hai mươi, và ôm tuổi già của hai người, sẽ không còn gặp lại, cả hai đều biết thế nên níu từng phút, thức trắng từng đêm... Da thịt nàng êm như nhung, hơi thở thơm mùi đàn bà, quyến rũ. Tôi đòi hỏi, nàng nói:

"Đừng anh, em sẽ sống ở đất nước khác, anh phải ở đây, tỉnh nhỏ này, trong căn nhà có linh hồn này, trên chiếc phản gỗ chứa bốn đời người... lỡ anh yêu em lần nữa, và em yêu anh, sau khi mình cho nhau tận cùng thì sao, sẽ nhớ nhau, sẽ đau khổ, mình không còn sức để chịu đựng nữa anh, già rồi."

Hôm sau, và suốt một tuần bên nhau, tôi kiếm chuyện chở nàng đi quanh phố thị, nàng dịu dàng như người vợ hiền nhất. Tôi khẩy guitar, những bản nhạc ngoại quốc buồn réo rắt, nàng nghe bằng đôi mắt ướt khi tôi nói, ngày xưa anh thường đàn, nhìn vu vơ ngoài hiên nhà, chỗ em thường ngồi, nghĩ đến và ước mơ có em bên cạnh nghe anh đàn, không ngờ có ngày em nằm, ngồi bên anh. Như để che giấu những giọt nước mắt, nàng với cây đàn trên tay tôi, đệm hát vài bản nhạc sến nhất nhưng vừa vặn với tâm trạng, cười dí dỏm. Xô cây đàn ra, tôi thú vị ôm khuôn mặt đang cố gắng cười:

"Con nhỏ sến rện của anh biến mất trong tuổi trẻ anh, rồi lại hiện ra trong tuổi già làm anh rơi rụng, sau này lỡ nghe những bài nhạc sến này, chắc lại nhớ em".

Hai đứa nấu ăn chung, êm đềm như một đôi vợ chồng hạnh phúc, như một bản nhạc thơ mộng, nàng rửa chén, mái tóc lấm tấm bạc ôm bờ vai rũ rượi sà xuống má, tôi uống từng đường nét không hoàn hảo nhưng tràn trẻ nữ tính nơi nàng, và cũng bị cuốn hút bởi phong thái đỉnh đạc văn minh, ấm áp vừa phải, thân tình vừa phải, một chút "tom boy" đúng lúc, một chút tiểu thư đúng lúc, chừng mực, rất hơn hẳn những người đàn bà tỉnh lẻ quanh đây.

"Em về đây ở với anh, anh sẽ nấu cho em ăn, cưng chiều em".

Nàng buông chén, quàng tay lên cổ, kiễng chân chà xát khuôn mặt ướt nước mắt lên má môi tôi rất lâu, rất lâu...

"Em ước ao, nhưng em còn những hệ lụy, anh không thể rời căn nhà có linh hồn này, để bay qua nửa vòng trái đất sống với em, anh cũng còn nhiều hệ lụy, mình không thể sống với nhau đâu anh".

Siết chặt nhau không nói, thả nỗi buồn bã vô tận lên vai nhau.

Buổi sáng cuối cùng, tôi đè hai bàn tay chống cự xuống giường, ngấu nghiến hôn từng chân răng nàng, hôn ngập bờ môi, đôi mắt to thâm buồn, làn da sáng không còn mụn dậy thì, mái tóc lấm tấm bạc màu thời gian... rồi vùng dậy, đưa nàng ra bến xe. Lần đầu biết nghe lời phụ nữ, phải, em và tôi đã già, không còn đủ sức để buồn nhớ vô vọng, nếu tôi đưa em đến tận cùng tình yêu. Em và tôi không phải là mẫu người có thể dễ quên những tận cùng thân xác. Giữ gìn cho em vì em, nhiều hơn vì tôi.

Em, người con gái hai mươi tuổi, năm mươi tuổi. Lạc vào đời tôi một thoáng.

Bất chấp những đôi mắt lạ lẫm của dân tỉnh lẻ, tôi ghì siết nàng cho đến khi không thể.

Xe rời bánh, tại sao bốn mắt lại găm vào nhau, rơi lệ.

2 - Chị Duyên

Tôi quét rác cho bến xe này từ mùa thu năm bảy tám, từ ngày anh ấy ra đi. Anh đi kiếm việc làm, đâu được mười ngày, trở về vội vã, buồn tênh, đưa cho tôi lượng vàng:

"Anh đi làm xa, thỉnh thoảng nhờ người đem tiền về em nuôi con, vàng này anh mượn trước của chủ."

Anh hôn tôi, nhạt nhòa nước mắt.

Nụ hôn đầu tiên của chồng tôi.

Vợ chồng tôi như hai cành cây trong cơn gió, ngã vào nhau, mắc vào nhau, và cứ thế mà sống, không biết thế nào là yêu, thế nào là không yêu. Cả hai đều không có một dĩ vãng nào để ghen tuông nhau, chẳng nóng nảy đủ để gây gỗ nhau, cũng chẳng có những câu chuyện gay cấn để kể cho nhau nghe. Tôi ít nói, chồng tôi lại ít nói hơn, những lúc rảnh rỗi, ngồi bên nhau, yên lặng nhìn trời đất mông lung, thế thôi. Nói chung, bình lặng như ao nước nhỏ. Có những đêm nằm bên nhau, anh sờ soạng mặt mày, chân tay tôi, rồi hai đứa lăn ra ngủ như trẻ con. Anh không biết hôn, tôi nghĩ thế. Tôi thì đã thấy người ta hôn nhau trên truyền hình hồi xưa, lúc mắt còn tỏ, nhưng chẳng để lại một ấn tượng nào. Cũng có vài lần anh nổi cơn động cỡn như con chó đực nhà ngoại, tôi cũng để yên cho anh làm chuyện gì đó, nó đau tợn, nhưng phải chiều chứ, chồng mình mà.

Từ ngày anh đưa mẹ con tôi lên bến xe này thì anh đã đổi khác. Anh thường ngồi lặng cả vài giờ không nói năng, buồn vương cả không gian... Mỗi sáng anh đi xe ngựa thồ về Tháp Chàm làm thuê, có khi đem về vài đồng bạc, có khi không ai mướn, lỗ tiền xe.

Còn tôi, vừa xin được chân quét rác cho bến xe, đó là một công việc tuyệt hảo, vì mắt tôi không tỏ, quét rác, thì mắt lờ mờ cũng quét được, vả lại hai đứa con ba tuổi, hai tuổi, cho chúng ngồi một gốc cây nào đó, vừa quét rác vừa trông chừng, tiện biết mấy. Tối đến, vợ chồng con cái, quây quần bên hàng hiên của một nhà tốt bụng gần bến xe, ngủ chung với đám người lỡ đường, thế là ổn. Chỉ khổ những đêm mưa, ba bề trống nên gió buốt cả người, vợ chồng bế hai đứa con, tựa vào tường, trùm kín bằng tất cả vải sồi có được, cho con khỏi ướt.

Sáng hôm đó, anh đưa lượng vàng cho tôi, rồi đi biệt…

Chỉ thỉnh thoảng nhờ người đưa vàng về, với vài chữ "Anh khỏe mạnh, bận làm việc nên không về thăm mẹ con được."

Thực ra, từ ngày anh ấy ra đi, mẹ con tôi có được miếng ăn tươm tất hơn, thế là thỏa lòng. Cũng có lúc tôi hoảng hốt, hay là anh chết rồi, sao không về thăm, nhưng rồi lại có người đem vàng đem thư đến, thế là yên tâm, miếng vàng lạnh ngắt nhưng làm lòng tôi ấm lại. Nhưng phải chi, anh ấy về thăm, thì hơn. Đôi lúc tôi cũng se lòng, khi nghĩ đến nụ hôn của anh ấy. Sao lại nhạt nhòa nước mắt…

3- Anh Quân

Tôi làm thợ nề cho một công ty xây cất. Duyên nấu ăn cho đám thợ.

Mỗi khi khởi sự xây cất một công trình, chúng tôi làm rạp để ở. Rạp là một căn nhà bằng tre lá rất đơn sơ, có hai sạp dài, đủ cho hai mươi thợ ngủ. Duyên ngủ dưới bếp. Duyên mảnh mai yếu đuối, nhan sắc tầm thường. Tôi cũng chẳng khá gì hơn, khẳng khiu đen đủi….

Cùng quê với nhau, nên hai đứa đôi khi cũng nói chuyện tầm phào. Ba má Duyên trúng đạn pháo kích, chết lúc Duyên còn nhỏ, Duyên bị thương hư mắt, và ở với ngoại. Ngoại thì quá già mà Duyên thì mắt nhìn không tỏ, nên hai bà cháu sống đời vá víu, bữa đói, bữa no suốt một thời thơ ấu. Có lẽ do đó mà khuôn mặt Duyên luôn luôn buồn, thủ phận, chẳng thấy Duyên cười. Mỗi đêm đám thợ cười đùa giỡn hớt, Duyên ngồi lục đục trong bếp hay nằm ngủ, họ như một thế giới khác Duyên, và cũng không ai nghĩ đến chuyện chọc ghẹo hay trò chuyện với Duyên, có lẽ vì Duyên tàn tật và không có nhan sắc.

Một hôm tôi buột miệng nói với Duyên:

"Trai lớn phải lấy vợ, gái lớn phải lấy chồng, hay là mình lấy nhau Duyên nhé?"

Duyên ấp úng:

"Tôi không biết, anh hỏi ngoại…"

Tôi nhờ người dạm hỏi, rồi cưới Duyên rất đơn giản.

Ngày cưới, nhà trai có hai mươi đứa thợ nề, áo quần tóc tai lôi thôi, chỉ có tôi sắm một bộ đồ hàng mã mua ngoài chợ mới toanh, mặc vào thiệt kỳ cục, chỉ có bộ đồ thợ nề, mặc vào là thoải mái, nhưng cưới vợ nên phải chịu. Duyên mặc chiếc áo dài của Ngoại, màu hoa lý rộng thùng thình, lên lai vụng về, chỉ có đôi guốc và chiếc kẹp tóc mới toanh đỏm dáng làm Duyên xấu hổ, cúi đầu lí nhí bên cạnh tôi, cúi lạy trước cái lư đồng, mấy tép nhang và hai bó hoa giả, mà thực sự không biết lạy ai, nhưng phải làm thế, đám cưới mà. Sau đó, mới là một buổi tiệc chân thành, dọn ngay trên sạp để ngủ, đám bạn ăn nhậu, hát hò thiệt tình, không khách sáo, chúng gõ đũa vào chén, gõ muỗng vào chai hát om sòm… "em ơi nếu mộng không thành thì sao…", "nhưng không chết người trai khói lửa, mà chết người em gái hậu phương tuổi xuân thì…"

Bên nhà gái, chỉ có Ngoại và Duyên, thì không ngồi

vào mâm tiệc cưới, mà ngồi trên hai cái đòn gỗ dưới bếp, không biết nói gì với nhau mà cứ thấy Ngoại đưa tay chặm nước mắt, chắc là vui mừng, vì gả được đứa cháu côi cút, không nhan sắc.

Cưới xong, Duyên xách túm áo quần qua sạp tôi, thế là thành một gia đình.

Cái sạp mười người, thêm Duyên là mười một. Từ ngày nằm với Duyên, tôi không dám trở mình mạnh, cái sạp sẽ kêu ọp ẹp, và rung lên bần bật... ngày mai đi làm, cả bọn sẽ chọc ghẹo, thẹn đến ngây người. Cho nên, sau nửa năm nằm bên nhau, Duyên vẫn là con gái.

Cho đến một lần. Ngoại chết, Duyên và tôi về làm đám tang cho ngoại. Ba ngày khách khứa, tất bật, ngày thứ tư, mọi sự xong xuôi, căn nhà ngoại vắng vẽ, Duyên ngồi khóc, nằm khóc. Đêm thanh vắng, thương Duyên đau buồn tôi vỗ về ôm ấp, và cái thằng đàn ông trong tôi thức giấc bất ngờ không đúng lúc. Nhưng Duyên cũng chiều. Tôi vụng về, Duyên thì cứ khóc... như con ngựa ngon trớn, chồm lên người Duyên, Duyên chịu đựng, Duyên nhẫn nhục chiều tôi...

Đêm đó, Duyên có thai...

Về đến công ty, lại nằm bên Duyên trên cái sạp có mười một người, và vẫn rung lên bần bật mỗi khi trở mình, cho nên đúng một năm sau, ngày giỗ ngoại, tôi mới có dịp gần Duyên lần nữa... Lúc Duyên vào buồng lấy gạo thổi cơm mời khách, tôi đi theo và đè Duyên xuống đất, như con gà đạp mái. Hấp tấp, chớp nhoáng, cũng xong...

Thế mà Duyên lại mang thai...

Sanh con xong, Duyên nói:

"Mùng chật, con đông anh ngủ chỗ khác nghe!"

Tôi qua mùng bạn bè ngủ, thế là ngủ ngon, tha hồ trở

mình thoải mái, mặc dù cái sạp vẫn cứ rung lên bần bật.

Hai năm sau, công ty vỡ nợ, chủ trốn biệt, công nhân giải tán, tôi mất hai tháng lương…

Vợ chồng con cái tôi, dắt díu nhau lên thành phố kiếm việc làm…

May mắn, có cái mái hiên gần bến xe, vài người khách lỡ đường đang nằm ngồi, chồng con cái cũng kiếm được một chỗ nằm.

Ngày ngày tôi đi kiếm việc làm, vác cuốc đi xin cuốc cỏ thuê cho chủ rẫy, khi có khi không… Duyên quét rác bến xe, lặt liếm cũng sống được qua ngày. Nhưng đêm xuống, nằm bên hiên nhà người ta ba bề trống trơn… Tôi mơ ước vô cùng, một mái nhà, rách nát cũng được.

Nghe đồn trên Lâm Đồng, đang cần thợ làm vườn. Người thất nghiệp các nơi đổ xô về. Đàn ông đàn bà đứng đầy những góc phố, chủ rẫy vườn lái xe ngang, lựa người định giá tùy theo ốm, mập, khỏe, yếu… chủ chịu mướn thì.. được một ngày không thất nghiệp, tối về chui rúc ngủ đâu đó, ngày mai lại ra đứng góc phố, chờ chủ rẫy mướn. Tôi kiếm được mấy đồng bạc mua vé xe… Lại đi kiếm việc làm…

Ngồi xe đò, cũng đã vài lần được ngồi xe đò.

Lần đầu đi với mẹ lên thành phố, người ta tấp nập, quần áo lượt là… Mẹ lên thành phố, để xin đi ở đợ cho người ta, lòng mẹ chắc là tan nát khi nghĩ đến bầy con sẽ vắng mẹ, dắt díu nhau mà sống. Vừa cấn thai thì chồng làm thợ nề, té chết, sinh con xong, mẹ để đứa lớn nuôi đứa nhỏ, đem bầu vú căng sữa đi làm vú nuôi con người khác ở thành phố. Nhưng lòng tôi hôm đó như mở hội, hân hoan, sung sướng… vì được ngồi xe, được đi thành phố, được mẹ cho ăn quà.

Rồi cũng đã vài lần ngồi xe đò đi kiếm việc làm, nhưng

chưa bao giờ lòng buồn bã như hôm nay… tương lai mờ mịt, lỡ không kiếm được việc làm thì sao…

Trên xe, có lắm người cũng có vẻ nghèo khổ, nhưng cũng có lắm kẻ có cái dáng vẻ thỏa thuê hạnh phúc, ăn xài vung vít… Tôi không ganh tị, không ghen ghét họ nhưng mà lòng ứa lệ xót xa cho Duyên, cho con… Có ai đó nói "Người nghèo, đau khổ vì sự thừa mứa của kẻ khác nhiều hơn là sự nghèo khổ của chính họ…" và cây thánh giá của những người thân yêu, mà mình không thể vác thế, nặng bội phần so với thánh giá của mình…

Cảnh đẹp. Gió vi vút hai bên đường… Ruộng nương, núi đồi, nhà cửa, hoa lá… Nhưng thứ gì cũng vô vị đối với tôi khi cái dạ dày lép kẹp và ngày mai không biết ngủ đâu, ăn gì… Và ba mẹ con nó… Ôi trời, cho tôi đổi mạng sống mình lấy hạnh phúc cho Duyên và hai con…

Có vài sợi tóc nào vờn trên má… Một người con gái…

Xe đò đông khách không đủ chỗ ngồi, cô đứng trước mặt gần nửa ngày mà tôi không hay biết… Tỉnh cơn mơ màng, sững nhìn cô rồi đứng dậy nhường chỗ, mắt cô sáng ngời cười biết ơn vì cô đã mệt lả… Cô gợi chuyện, tôi trả lời vừa đủ. Khi quá nghèo, tương lai bất định, thì con người ta cũng mất cái thú hàn huyên.

Có một người xuống xe, lại được ngồi bên cạnh cô… Cô gợi chuyện, tôi trả lời nhỏ nhẹ… Tôi cũng hỏi han vài câu cho lịch sự và cô kể chuyện, bao nhiêu là chuyện… Chưa một người giàu có hay một người con gái đẹp nào nói chuyện nhiều với tôi cả…. Gió mát rượi, buồn ngủ nhưng vai nặng trĩu vì Thu, cô con gái lạ, đang ngả đầu trên vai tôi… Cô ngủ ngon như trẻ con, nửa thân hình ấm áp, thơm tho tựa vào lòng tôi tín cẩn. Nghe lạ lẫm, như có lần được tắm trong một cái bồn tắm sang trọng thơm tho đẹp đẽ, có nước nóng có xà phòng thơm có khăn tắm trắng tinh trong khách sạn, khi được theo ông chủ lên thành phố.

Có câu chuyện, cô chủ bé nhỏ xinh đẹp đem thức ăn lên núi cho anh chăn cừu nghèo, mải vui, tối trời nên không về được, cô bé ngồi tựa vào vai anh chăn cừu, cùng ngồi ngắm trăng sao và nghe anh chăn cừu kể chuyện trăng sao... Chuyện kể rằng, anh lặng người vì cảm xúc, ngồi rất yên để nghe lòng mình xôn xao, và ngồi rất yên, sợ vỡ giấc mơ trăng sao của cô bé...

Không thể nào đâu, hoặc là anh chăn cừu đã đủ ăn ngày hai bữa, nên mới còn đủ chất người, để lắng nghe lòng mình...

"Cái xắc tay của em".

Thu tỉnh ngủ, tái mặt, hớt hãi cúi người lục lạo tìm cái xắc tay.

"Đây này."

Tôi đưa cho Thu.

"Cô ngủ say, đánh rơi dưới đất, tôi giữ cho cô".

Thu mừng rỡ ôm choàng lấy tôi, tôi lại nghe lạ lẫm một lần nữa...

Chập tối, xe hư. Tài xế tuyên bố phải ngủ lại đêm. Mọi người tìm chỗ nằm, ngồi. Thu chủ động, xăm xăm kéo tôi đi.

"Đi với em."

Vào một nhà gần đó Thu thản nhiên nói dối:

"Cháu đi xe đò, xe hư ngoài lộ, chồng cháu bệnh xin bác cho ở trọ một đêm."

Chủ nhà tính từ chối, Thu xòe ra xấp tiền quá dày, cả bà chủ nhà và tôi đều sững sờ, và thu xếp một căn phòng đàng hoàng, đẹp đẽ.

Vào phòng Thu đổ từ xắc tay ra giường, mấy chục lượng vàng sáng lóe. Vàng, trời ạ! Chưa bao giờ tôi thấy nhiều vàng như thế!

"Ba mẹ sai em đi mua ghe để vượt biên cả nhà! Em không dám ngủ ngoài trời, cũng không dám ngủ một mình, sợ bị cướp, anh ngủ với em đêm nay!"

Thu chủ động mọi sự, từ chuyện đưa tôi vào đây, đến chuyện biến tôi thành một người đàn ông thật sự. Thu vò tôi như vò cục bột trước khi làm bánh. Nghèo, cũng làm được chức phận thằng đàn ông một cách đàng hoàng nếu có một cõi riêng tư... Tôi cũng bắt chước, vò Thu như vò cục bột trước khi làm bánh, từ tốn lột áo quần Thu ra, từng mảnh, từng mảnh, như lột vỏ một cái bánh ú, cho đến khi chỉ còn một khối trắng trẻo thơm tho...

Thu không phải là con gái, Thu sành sõi điêu luyện... Thu bày vẽ cho tôi đủ chuyện... A! Thu khác xa Duyên vời vợi, Duyên mảnh khảnh như bông hoa, Thu đầy đặn như trái chín. Duyên nhu mì, hiền lành, nhẫn nhục, thánh thiện dưới thân tôi, Thu lồng lộn, vũ bão.

Sáng sớm hôm sau, xe đã sửa xong, giục Thu lên xe, Thu ôm riết, thủ thỉ:

"Dẹp hết, dẹp hết không đi đâu hết, cả nhà đang tổ chức vượt biên, em không muốn đi tí nào, nhưng sợ ở lại một mình nên phải đi, giờ có anh, em ở lại với anh, ba mẹ đi rồi mình sẽ là chủ tiệm vải Hải Ký, mình sẽ sống sung túc mà!"

Tai ù đi, tiệm vải Hải Ký lớn nhất thành phố là của ba mẹ Thu, rồi sẽ là của tôi và Thu nếu lấy Thu làm vợ...

"Anh nhé! Anh nhé! Ở với em!"

Tôi đã tiến bộ và văn minh bất ngờ, trả lời Thu bằng

một hành động thiết thực nhất mà Thu vừa dạy... Lòng rộn ràng khôn tả, không phải vì thân hình trắng trẻo thơm tho của Thu, mà vì viễn ảnh tiếng cười giòn tan của Duyên và hai đứa con bên mâm cơm đầy nhóc thức ăn, dưới một căn nhà ba gian hai chái đẹp đẽ mà Duyên hằng mơ ước.

Hạnh phúc của Duyên là chồng con được ăn uống no đủ. Mơ ước của Duyên là một mái nhà của riêng mình. Tôi sẽ cho Duyên điều em mơ ước.

Duyên, Duyên, người đàn bà bình dị như hoa đồng cỏ nội của tôi.

Người mà tôi yêu thương suốt đời.

3- Nguyễn

Con người ta, gặp nhau, thương nhau là cái duyên. Tôi gặp chị Duyên ngày hai mươi tuổi, ba mươi năm sau gặp lại, chị nói:

"Mỗi ngày, chị vẫn nghĩ tới em, lòng chị vẫn rung lên mỗi khi nghĩ đến em."

Đã có quá nhiều đàn ông, nói với tôi đại khái những câu như thế...

Có người nói dối để được một cái gì đó... Có người nói suông miệng như ngân lên một câu ca, khi lòng chợt thoáng rung động trước cảnh đẹp... Có người nói quá chân thành, đến nỗi họ tưởng họ nói thật... Có người nói thật hết tâm can, lòng họ rung lên khi nói, nhưng gió thoảng, họ quên mất... Có người như bủa lưới, nói bằng kỹ thuật hẳn hoi, mỗi người đàn bà một cách khác nhau, không được cá thu thì được cá chép... Có người yêu thương thật sự, yêu bằng tấm lòng chân thành nhất, họ có thể bán máu đi để mua cho tôi chiếc áo đẹp, nhưng khi quá đói họ bán họ và họ bán tôi đi để ăn...

Với đàn ông với đàn bà với con người nói chung… tôi đã trải lòng ra để đón họ, mời họ những ly rượu chắt ra từ lòng yêu thương đơn sơ nhất… nhưng họ đã đập rạt rụa vào lòng.

Phá sản, cạn kiệt lòng tin yêu với con người. Rút về một đơn vị khuất lấp nhất, tìm mọi cách xa lánh con người, nếu có thể.

Nhưng tôi tin chị Duyên, khi chị nói chị nghĩ đến tôi mỗi ngày trong hai mươi năm qua…

Mắt chị quờ quạng, tìm bàn tay tôi, và run rẩy giữ lấy… Chị nói, chị kể huyên thuyên, như mấy mươi năm rồi, chị không nói, như mấy mươi năm rồi, chị không thở…

Chị Duyên, chị Duyên, người đàn bà bạc mệnh trong triệu triệu người đàn bà bạc mệnh trên đất nước…

Chị vẫn quét rác, trên bến xe… Mặc dù, chị đã có một căn nhà ba gian hai chái như lòng chị mơ ước.

"Chị đã thương em lúc em trẻ dại bơ vơ, em không tiếc với chị, cần có bao nhiêu tiền để yên tâm cho tương lai, em tặng chị nhưng chị đừng quét rác nữa."

Chị đổ ra giường khoe với tôi mấy mươi miếng vàng.

"Chị không bận tâm về cái ăn, cái ở nữa, nhưng chị phải quét rác bến xe, lỡ anh có về, biết chị ở đâu mà kiếm."

Có quá nhiều Hòn Vọng Phu trên đất nước này. Chị Duyên là một…

Đi chơi loanh quanh, ngồi nằm, chị cứ nắm bàn tay tôi, thương yêu, trìu mến.

Đêm, chị ngủ say tôi tái tê ngồi nhìn chị, chị ốm o hao gầy, nằm co quắp, cái dáng co ro vò võ, giấc ngủ cô đơn. Tội nghiệp biết mấy người đàn bà ngủ một mình. Trời sinh người đàn bà gối tay chồng trong giấc ngủ… Ngày xưa, chiến tranh, hậu chiến tranh, chồng chết trận, đi cải tạo, cật lực nuôi con, đêm ngủ giấc ngủ không bình an… Ngày nay, không chiến tranh, nhưng nghèo đói, hoàn cảnh, lòng dạ con người… để bao nhiêu người đàn bà mất đi cái gối trời tặng để bù đắp cực nhọc của một ngày. Ngủ co ro một mình, và tương lai thì mịt mù…

Chị Duyên, chị Duyên, những chị Duyên…

Tôi gặp chị Duyên ở bến xe Phan Rang, ngày hai mươi tuổi.

Không thân nhân, không hộ khẩu, đến Tháp Chàm xin dạy học con nít, theo lời rủ rê của người bạn. Điếng người, khi đến nhà bạn, cô đã bỏ dạy về quê lấy chồng. Thẫn thờ, lê từng bước chân não nề buồn bã đến bến xe để về lại. Về đâu, gia đình đã đi kinh tế mới, ở chốn rừng sâu nước độc. Dạy học, dạo đó, lương vừa đủ mua mười ký gạo, nhưng tôi bơ vơ, cần một việc làm gọi là cố định, dù là lương chỉ mười hay năm ký gạo, nhưng được phép kê những chiếc ghế lại, ngủ ngay tại lớp hợp pháp, theo lời cô bạn khoe. Ôi, chữ hợp pháp quý giá biết mấy, vào thời điểm đó.

Khuôn mặt trẻ dại buồn bã thất vọng chán chường của tôi, động lòng chị Duyên, người quét rác ở bến xe, khi tôi hỏi thăm chị để đi thuê một phòng trọ, sau khi chỉ đường, cám ơn quay đi, chị nói vọng theo:

"Nếu không có giấy phép đi lại, do công an cấp, họ sẽ không cho cô mướn phòng."

Tôi ứa hai giọt lệ không nói, nhưng mắt sáng ngời lên, khi chị nói, chị sẽ cho tôi ngủ ké.

Chỗ ngủ của chị là một hàng hiên vắng, nhà của ai đó. Gia đình chị gọi đó là nhà mình.

Tôi, vợ chồng chị đều không biết uống bia, nhưng tôi

mua bia, mồi về nhậu dưới trăng, dưới hàng hiên vắng. Ba người nhăn mặt uống bia và cười toe, vì ai cũng lần đầu nhậu. Sau một tràng cười với bia rượu, sự cách biệt xa lạ biến mất. Tôi kể lể những khó khăn của mình bằng giọng hồn nhiên, chồng chị, anh Hai Quân, cũng kể lể than thở nỗi nhọc nhằn của anh, chị thì hạnh phúc ra mặt. Chị ghé tai tôi:

" Ảnh ít nói lắm, cả với chị nhưng hôm nay lạ quá, ảnh tâm sự nhiều điều chị còn lấy làm lạ".

Bài học lớn nhất cuộc đời, và ảnh hưởng suốt đời, là học từ chị, khi hỏi:

"Nếu anh không kiếm ra đồng nào, thì chị tính sao với đồng lương quét rác, chỉ vừa mua gạo cho hai người ăn, trong khi nhà chị bốn người, rồi tiền đâu, mua viên thuốc, nếu ai đó bệnh".

"Thì có gì mà lo cho mệt khi vấn đề không thể khác đi, mình sẽ xoay xở, trong những thứ mình có, góc chợ vắng vẻ, thỉnh thoảng chị nấu nồi cơm ăn vài ngày, chị sẽ nấu thật nhão, ăn hơi chán thì sẽ ăn ít lại, thế là đủ, khi quét rác, rán để ý lượm thêm ít chai ve mua tí muối, tí dầu, tí ớt, xào lên nong nóng, ăn ngon phải biết, hoặc chán thì mua hũ cải khô muối mặn chát, ăn với cháo trắng, ngon hơn cao lương mỹ vị đấy, khi khó khăn hơn thì ăn khoai.

Chị quay qua đùa với con, hai đứa nhỏ cười toe, đập đầu vào vú mẹ. Anh cũng cười, vòng tay ôm một đứa vào lòng.

Hạnh phúc gia đình là đây. Chị nói ngày nào cũng êm đềm như thế, phải mà có tí đồ ăn, chắc vui hơn.

Nhưng nửa đêm gần sáng, anh ngồi suy tư bên thềm nhà, tôi ghé lại ngồi bên cạnh và anh nói, nói… anh đổ lòng ra cho tôi, một người lạ mà hiểu được nỗi lòng anh.

Sau này, ở với Thu có lúc đi công tác cho Thu, ghé thăm tôi anh lại nói, nói…

"Anh chỉ có cô để kể lể nỗi niềm… lỡ chết, nỗi lòng không phải bị chôn vùi không ai biết".

Vòng tay ôm cánh tay anh, hai giọt nước mắt anh lặng lẽ rơi xuống.

Chỉ có tôi biết nỗi lòng của anh, sống để dạ, chết mang theo, và chỉ có tôi biết tâm sự của chị người vọng phu thời đại.

Và đêm nay, nằm bên cạnh chị Duyên, tôi cũng chạnh nhớ đến ánh mắt của người ấy, ông chủ nhà của hàng hiên cho tôi ngủ ké ba mươi năm xưa, ánh mắt có chút si dại ngày tôi hai mươi tuổi, tôi sẽ tìm lại một thoáng hai mươi của tôi, trong đôi mắt đó, ngày mai tôi sẽ đi.

NGUYỄN THỊ NGỌC NHUNG

Sinh năm 1955 tại Sàigòn.
Hiện sống tại quận Cam, California, Hoa Kỳ.
Viết văn, đã cộng tác với các tạp chí *Văn, Văn Học, Thế Kỷ 21...*

Tác phẩm đã xuất-bản:
- *Đêm Rồi Cũng Đi Qua* (tập truyện, Tổ Hợp Xuất Bản Miền Đông, Hoa Kỳ 1986)

Chuyện tình

Đêm Kỳ đến nhà Tá bị lạc, sương mù nhiều hơn bình thường. Nhiều đến nỗi Kỳ đã có cảm tưởng lạc lúc bước xuống xe bus, trạm cuối ở S. Đó cũng là chuyến cuối cùng, không còn chuyến nào quay trở lại downtown F. Đã quá nửa đêm. Cũng không còn bus từ S. về D. city. Không còn chuyến nào. Hết.

Kỳ đứng một lát. Như muốn định hướng. Ánh đèn néon xanh đỏ của khu thương mãi đã đóng cửa, chỉ còn thấp thoáng qua màn sương càng lúc càng dầy. Một mình Kỳ đứng chơ vơ nơi lề đường, bên tấm bảng trạm xe bus và cái băng gỗ dài. Kỳ thụt lui mấy bước, dí mặt sát vào cửa kính tiệm kem 31 nhìn đồng hồ. Mười hai giờ bốn mươi ba. Kỳ nhìn quanh. Ánh đèn đường màu vàng quyện lẫn với khói sương nhè nhẹ làm mờ mắt. Hắn tìm điện thoại. Không thấy đâu cả. Hắn nhớ mọi lần ngang qua đây buổi trưa, thấy trụ điện thoại công cộng, mà giờ, mọi thứ rối rắm lẫn lộn với sương mù, không nhớ nó nằm nơi nào.

Bỏ ý định gọi Tá ra đón. Kỳ kéo cổ áo khoác Marine lên cao, kéo zipper lại. Tóc bắt đầu ươn ướt. Đi về phía tay mặt của tiệm 31. Con đường sẽ dẫn xuống dốc nhỏ, vòng ngang hồ M, ngang qua khu nội trú trường, thêm một đoạn trống, đến dãy nhà nơi Tá ở. Đường đến nhà Tá trong trí nhớ của Kỳ. Không rõ ràng mấy vì Kỳ đến nhà Tá một lần, ngồi trên xe của Tá và Tá lái.

Đường đổ dốc. Không có đèn đường. Càng lúc càng tối. Càng lúc càng mịt mù vì sương. Càng lúc càng lạnh. Kỳ có cảm tưởng sờ soạng. Hắn cố gắng dò chừng khoảng cách lề đường, nhớ đoạn xuống dốc này, hai bên lề trũng sâu, bên dưới có nhà ở. Kỳ đi chậm lại, dốc không cao nhưng lài và cong queo. Tối om. Im lặng. Chỉ nghe tiếng thở của hắn.

Hai bàn tay của Kỳ lạnh ngắt trong túi áo khoác. Hắn bước xiêu vẹo. Tránh không nghĩ gì hết. Cố tập trung tinh thần vào từng bước đã bắt đầu nghe mỏi. Hắn đi chưa lâu. Dễ chừng mười, mười lăm phút, mà đã nghe mệt. Ương ngạnh. Hắn cố không nghĩ đến ước lượng đoạn đường còn lại mà chăm chú bước. Thấp thoáng xa xa, có lẽ xa lắm, một chùm ánh sáng vàng nhạt lập lòe như vỡ vụn trong màn sương dầy đặc. Hắn cúi đầu. Có tiếng dế gáy đâu đây. Có lẽ đây là đoạn gần hồ. Hắn nhớ có đoạn gần hồ, cỏ cây dại mọc hoang. Nếu vậy thì đã hết dốc. Bỗng dưng Kỳ thở ra một hơi, cố giữ bước chân đều đặn. Chùm ánh sáng vàng như treo lơ lửng càng lúc càng gần. Hắn chăm chú bước theo lề đường có chỗ mẻ. Lề chỗ tráng xi măng, chỗ không. Có đoạn nơi giữa dốc không tráng xi măng, cát lụn vụn lẫn lộn với nhiều bụi cỏ dại mọc lấn ra đường nhựa. Kỳ nhẩm đoán khoảng cách nhìn thấy được quanh mình. Trên dưới năm sáu thước là cùng. Hắn vẫn, và có lẽ sẽ không bao giờ, quen được đơn vị đo lường của dân xứ này. Năm sáu thước vẫn nghe gần hơn là mười lăm bộ. Kỳ có cảm tưởng như "hào quang" của mình chỉ rọi được năm thước tròn chung quanh. Đến đâu tỏ rõ đến đây. Nên vẫn mò mẫm, vẫn như sờ soạng. Chùm ánh sáng vàng gần hơn. Gần hơn. Đoán được trụ đèn, Kỳ đi nhanh hơn tí nữa. cảm tưởng lạc đường giảm đi dần. Nên cần đến gần trụ đèn. Nên cần tìm kiếm bảng tên đường trên trụ. Như để kiểm chứng lần chót với mình rằng đã đúng đường. Như để tự đánh lừa mình, đánh lừa cặp chân mỏi, rằng sắp đến nhà Tá. Kỳ bước lên lề đường tráng xi măng. Hắn hơi cúi đầu nhìn quanh. Lề đường khoảng gần trụ đèn được tráng rộng, lấn khá sâu vào trong, qua khỏi tầm nhìn năm sáu thước của hắn. Không phải một trụ đèn. Cách đấy có một, hai ba trụ đèn khác. Hình như khá nhiều nhưng hắn chỉ nhìn thấy ánh sáng lơ lửng trong màn sương dày chứ không rõ trụ nằm ở đâu. Kỳ cố nhớ đoạn này là đoạn nào trên con đường đến nhà Tá. Không rõ. Không nhớ đã thấy trụ đèn. vả lại, hôm ấy buổi trưa, Kỳ không để ý đến trụ đèn. Hắn lại gần trụ đèn nhìn lên. Chỉ có tấm bảng cấm đậu. Thất vọng. Kỳ nhìn quanh. Bước sát ra lề đường. Bên kia có nhiều chùm ánh sáng. Ngã tư hay ngã ba? Hình như đường về nhà Tá không có chỗ quẹo trừ nơi hắn ở ba bốn dãy nhà giống nhau. Kỳ cố nhớ. Nhìn quanh đi quẩn lại, cũng vẫn lề đường xi măng, chùm ánh sáng vàng phía đàng kia, chung quanh, trên đầu trụ đèn. Mọi thứ mờ mờ ảo ảo đến độ khó chịu. Và lạnh. Lạnh một cách nhẹ nhàng như thấm dịu qua lớp áo lính Marine, qua lần áo len mỏng, qua sơ vải sơ mi, chạm đến da rờn rợn. Kỳ rút tay khỏi túi áo, xoa xoa mặt. Nghe da mặt lẫn da tay lạnh ngăn ngắt. Hắn thổi thổi hơi vào lòng bàn tay khum, vẫn lạnh. Cái cảm giác lạc lõng bực bội. Kỳ quả quyết bước theo lề xi măng. Con đường về nhà Tá không quẹo. Hắn nhớ như vậy.

Hơi thở bắt đầu nặng. Mồ hôi rươm rướm nơi nách. Nhưng vẫn nghe lạnh. Kỳ mò mẫm túi áo tìm thuốc lá. Không thấy đâu cả. Có lẽ đã bỏ quên. Ở đâu? Hình như trên bàn ngủ bên giường. Không. Nhớ lúc với tay bật đèn tìm áo, nhìn thấy mặt bàn ngủ trống trải. Vậy thì ở đâu? Kỳ mò mò, đập tay nơi túi áo. Túi nào cũng xẹp lép. Kỳ chắc lưỡi một mình. Tóc ướt sương. Sực nhớ cái nón quấn tròn nơi cổ áo lính. Hắn vội mở nút, hai tay vướng víu cồng kềnh, úp chụp cái nón lên đầu, kéo sợi dây thắt nơi cổ. Đỡ lạnh hơn lúc nãy. Hai tai được che kín. Kỳ để ý nhìn. Đoạn đường đang đi, lề đường sạch sẽ bằng phẳng. Hắn ngừng lại. Nhìn. Bên trái tối om om. Bên phải chỗ có đèn chỗ không. Hắn nhìn kỹ hơn. Bên phải là phố nhà. Nằm tụt vào phía trong hơi xa tầm nhìn năm sáu thước của hắn là những bãi cỏ từng miếng vuông dọc theo lề đường ngăn nắp. Hắn ngẩn người. Nhớ đường đến nhà Tá, không có đi ngang phố nhà. Lại nhìn quanh nhưng chỉ thấy màn sương lả tả. Bên trái vẫn tối om. Bên trái là hồ M. Bên phải? Nơi hắn đứng? Đường đến nhà Tá, ngang qua hồ M. nhưng hồ nằm phía tay phải trên hướng đi. Bây giờ nó nằm bên trái.

Tại sao? Kỳ nhớ mình không quẹo nơi nào cả. Hắn đứng lẩn quẩn mãi năm mười phút rồi quyết định tiếp tục đi tìm trụ đèn nơi ngã tư. Nhất định phải có một trụ đèn nào đó có bảng tên đường. Đoạn phố nhà khá dài. Kỳ nghe lạnh hơn lúc nãy. Rồi hết đoạn phố nhà. Hai bên đường đều tối om.

*

Kim Thuyền đứng đó mà như không có đó. Tối thứ sáu nhà hàng đông khách. Thuyền như trôi giữa đám đông ồn ào. Nàng làm việc như máy. Lấy nĩa lấy khăn. Rót nước. Để dĩa xuống bàn. Ghi thức ăn. Rượu. Bia. Cho đến khi mấy giọt nước bắn nơi áo lông đắt tiền vắt trên lưng ghế, Thuyền nghe muốn khóc trước cặp chân mày nhíu lại của khách. Nàng nâng vạt áo kimono lau lấy lau để nơi giọt nước hình như chẳng có dấu vết gì cả, mồm lẩm bẩm xin lỗi. Josie nặng nề từ bên trong bước lại gần cười nịnh bà khách, cúi xuống nhìn cái áo lông, khen mấy câu, đôi mày của bà khách giãn dần giãn dần. Nhìn Thuyền ra hiệu, Josie chào mời khách thêm mấy câu rồi trở vào nhà bếp. Thuyền im lặng đi theo, biết trước cơn bão cằn nhằn của Josie.

Ở đây, Josie là vua. Ở cái nhà bếp rộng rãi của một nhà hàng sang trọng nổi tiếng nơi downtown F. này, Josie là vua. Cô ta điều khiển nhân viên buổi tối. To béo, thích ăn, thích son phấn đậm nét, Josie có vẻ già hơn tuổi. Cô ta thích được nhân viên nịnh, ưa kết bè kết đảng để xếp họ những bàn có khách quen hào sảng thích ngồi. Tiền tip mỗi đêm đủ để tạo nên gièm pha ganh ghét lẫn nịnh bợ trong đám đàn bà mặc đồng phục kimono bưng dĩa, rót rượu. Josie dùng móng tay xỉa răng trong lúc nói với Thuyền.

"May cho cô nó chỉ là mấy giọt nước. Nó mà là cà phê thì chết cô rồi. Cái áo lông đó trị giá vài chục ngàn. Khách nơi này ăn mặc đắt tiền. Cô nhớ cẩn thận giùm. Kính quần áo của họ như là kính họ. Nhớ chưa? Lương cô không đủ để trả tiền giặt cái áo lông đó đâu!

Thuyền im lặng. Biết tính Josie. Không hiểu sao lại nói ít hơn thường ngày. Hất đầu bảo Thuyền đi làm tiếp. Thuyền trở ra ngoài. Trở lại với những người ngồi ăn uống kiểu cách. Trở lại với ánh đèn mờ nhạt. Trở lại với những dĩa thức ăn sửa soạn cầu kỳ kèm với giá tiền tối tăm mặt mũi những người như Thuyền.

Khi Thuyền thay cái áo kimono đồng phục, hơn mười giờ rười đêm. Định chờ sẵn bên ngoài cửa, xe để đèn emergency chớp tắt. Sương mù xuống đầy bên dưới đường C. Hàng đường sắt dọc dài theo dốc sáng loáng. Thuyền vào xe im lặng. Định lái xe đi, tiếng bánh xe rít lên vì tuột dốc rồi bắt được đà. Thuyền muốn khóc. Chợt nghe tủi thân muốn khóc. Chợt nghe nồng nồng nơi mũi. Chớp chớp mắt. Đừng. Thôi đừng. Nhưng đã trễ. Giọt nước đầu tiên lăn nhanh theo chớp mắt. Thôi. Đừng. Chặn giọt thứ hai bằng lưng bàn tay. Định liếc thật nhanh về phía Thuyền không hỏi. Sự không hỏi của Định. Cái im lặng của Định. Thuyền day mặt ra cửa, khóc lặng lẽ. Định chỉ nghe tiếng nấc. Hắn vẫn im lặng. Không dỗ dành. Không hỏi han. Sự im lặng của Định. Sự chịu đựng của Định. Không có giới hạn. Thuyền khóc gần hết nửa đường về nhà. Rồi ngồi thắng lên, giọng nói ráo hoảnh.

"Xin lỗi."

Nghe như Thuyền tự xin lỗi mình.

"Lúc nãy Josie cằn nhằn nên Thuyền buồn."

Biết rằng không phải vậy nhưng Thuyền vẫn nói thế. Định im lìm không nói. Thuyền dựa đầu cửa kính. Cảm nhận sự rung chuyển trên mặt đường âm âm nơi đầu. Nói gì đi chứ Định. Thuyền nhìn sống mũi thắng, cái trán ngắn, cặp môi dầy của Định. Nói gì đi Định. Tại sao Định cứ im lặng như thế kia? Nói gì đi Định. Nói đi. Thuyền chớp chớp mắt. Bóng tối theo ánh đèn đường, nghiêng qua ngả lại trên mặt Định. Nói gì đi Định. Tóc lệt bệt mấy sợi lòa xòa nơi trán. Tóc che phân nửa tai. Tóc dài chấm cổ áo. Định. Sao không nói gì hết vậy? Định? Nói gì đi Định. Lông mi ngắn, con người hơi lồi nơi hố mắt không trũng. Định không đẹp. Không bắt mắt nhìn. Cái cằm to với cổ ngắn như dính liền. Không thấy trái táo Adam nơi cổ. Thuyền khép mắt phân nửa, tưởng như thấy được sự xấu trai của Định giảm đi phân nửa. Nói gì đi Định. Hãy nói một câu gì đó kẻo cơn giận căng cứng lồng ngực xẹp của Định. Nói đi Định. Hắn không nói chi hết, chăm chú lái xe. Tưởng như cái đời sống này không có gì hệ trọng hơn việc lái xe đưa Thuyền về. Không. Không phải chỉ có việc lái xe. Mọi việc đều được Định làm một cách cẩn trọng. Quá sức cẩn trọng. Ngay cả việc đưa đón Thuyền. Ngay cả việc yêu mến Thuyền, cẩn trọng. Sự cẩn trọng đáng ghét. Nói gì đi Định. Bào chữa hay buộc tội chi đó. Mở đầu cho Định đó. Nói đi. Mở miệng đi. Cho cơn bão chữ nghĩa trôi tuột qua cuống họng ra ngoài chứ đừng ngậm miệng nuốt nó vào bụng. Định, đừng nuốt nó vào bụng, khó tiêu. Nói gì đi Định.

*

Kỳ đứng im thật lâu, cố nhìn. Chung quanh tối vì sương. Hắn mơ hồ biết mình đang ở đâu. Phía bên kia hồ M. Nơi không có nhà cửa. Một bên là hồ. Một bên là dốc. Nhiều cây dại. Kỳ lần mò qua đường. Hắn biết dọc theo hồ là con đường trải nhựa nhỏ nằm bên trong lề dành cho người chạy bộ. Kỳ biết con đường sẽ dẫn hắn trở lại một chỗ rẽ về phía đại học. Đến khu nội trú, hắn có thể gọi cho Tá đến đón. Kỳ nhìn đồng hồ. Cho dù có dạ quang, hắn vẫn không nhận ra kim lớn kim nhỏ. Chung quanh Kỳ, tối om om một cách khó chịu. Hắn bắt đầu đi tiếp, chậm rãi, thỉnh thoảng ngừng lại chăm chú nhìn xuống đất, lấy chân dò dò hai bên lề con đường nhựa nhỏ. Kỳ đi trong bóng tối. Trong sương mù. Tối tăm. Hai chân đã mỏi nhưng cố không nghĩ đến. Đừng nghĩ đến. Hãy nghĩ đến thứ khác. Hãy nghĩ đến Thuyền. Giờ này. Giờ này là mấy giờ. Lại nhìn đồng hồ. Không thấy gì cả. Có lẽ Thuyền đang ngủ. Hay đang thức? Thức với Định? Như hai cái bóng lục đục cách nhau tấm vách nhà mỏng manh bằng thạch cao? Thuyền đâu xứng với Định. Không xứng với Định. Nhưng sao... Thôi đừng nghĩ đến. Nghĩ đến điều khác. Nghĩ đến thứ khác. Nghĩ đến một cái gì đó đừng nhắc nhở đến Thuyền đến Định. Kỳ vấp chân, sủi mũi giầy, suýt té. Hắn đứng lại nhìn quanh. Vẫn tôi tối. Vẫn lạnh. Vẫn sương mù, cảm thấy vai áo lính khoác ngoài bắt đầu ướt. Đi thêm một quãng, Kỳ nhớ đến Thuyền. Buổi chiều hai đứa nằm bên nhau. Ngực Thuyền nhỏ, không đầy bàn tay úp của hắn. Phòng Thuyền tối. Cửa đóng kín. Căn phòng nằm trong nhà xe thấp chuồi theo con dốc đường W, không cửa sổ. Thuyền gối đầu nơi tay hắn. Tóc có hai ba mùi lẫn lộn. Hình như mùi keo pha lẫn mùi nước hoa Ombre Rose trộn với mồ hôi. Hắn hít dài. Hơi lạnh. Không phải mùi tóc của Thuyền. Khoảng xương sườn. Khoảng da bụng mịn. Áp mặt lên đấy. Nhìn gần. Nhìn gần. Những sợi lông tơ thật mảnh. Êm ái. Chỗ gối đầu êm ái. Chỗ gối đời. Những đường cong uốn thật mềm như đụn cát. Rồi chuồi theo dốc. Rơi xuống. Xuống nữa. Hắn kéo Thuyền áp trên người mình. Nhẹ. Như hạt sương đang bay lảo đảo. Cảm giác. Vỡ tung. Tràn lan. Vị champagne châm chích. Bọt biển. Ồn ào. Cảm giác lên xuống. Trên. Dưới. Nhức buốt ngái ngây. Bừng bừng khắp nơi. Xúc cảm, Như đứng nơi mỏm đá cheo leo nhìn ra biển. Gió bưng tai. Giác quan mở cửa. Trùng khơi dậy sóng. Thuyền ngồi. Trên người hắn.

Kỳ đứng lại. Đàng trước có ánh đèn vàng. Thấy cả sương mù bao quanh dịu dàng như ánh đèn có hào quang. Bất giác Kỳ đi như rảo bước. Nhanh hơn. Lại gần ánh đèn. cổng vào. Kỳ đứng sát cổng. Đọc tấm bảng hình cong bên trên cao. Cổng vào hội du thuyền. Con đường từ từ dốc xuống. Kỳ cố nhớ. Hắn mới đi được nửa hồ. Không. Không nhớ được. Kỳ lái xe vòng quanh hồ một lần. Một lần duy nhất. Xe của Định. Với Thuyền. Kỳ đút tay túi áo lầm lũi đi. Hai chân mỏi. Đầu gối mỏi. Đầu gối của Thuyền xương. Bàn chân của Thuyền cũng xương, không đầy. Xương vai to, Thuyền hơi gầy. Da nơi mông có chỗ nứt, nhiều đường chạy dài song song. Có lần Thuyền phát phì, nhanh quá nên da bị nứt. Đầu ngực mỏng manh, vẻ con gái. Đầu gối Kỳ mỏi. Nhưng vẫn cố bước đều, lôi chân này, lôi chân kia. Buổi chiều nằm với Thuyền. Hãy trở lại với Thuyền. Nghĩ đến Thuyền. Buổi chiều nằm với Thuyền. Định ở phòng bên kia. Rất gần. Tưởng như Định đang lắng nghe bên này. Thuyền đang ngồi...

Chùm ánh sáng vàng thật nhiều phía trước. Kỳ cố lê chân. Mỏi lắm rồi. Lạnh nữa. Sương nhiều. Hình như hắn đã trở lại chỗ có nhiều chùm ánh sáng lúc đầu? Kỳ đứng dưới cột đèn, tìm hướng, nghĩ ngợi. Hắn ngồi bệt xuống đất nghỉ mệt một chút. Nhưng, ngồi, hơi lạnh thấm sâu hơn lúc đi. Kỳ đứng dậy. Tiếp tục đi tới. Chỉ còn bên phải là tối. Bên trái thấp thoáng ánh đèn xa xa. Kỳ đi loạng choạng từng bước ngắn. Hơi thở dồn. Hai tay vung vẩy, chạm phải rào sắt bên phải. Hàng rào mắt cáo bên phải, sắp đến khu nội trú đại học. Kỳ bắt đầu nhớ. Đối diện khu nội trú là một khoảng đất lớn nhiều cây cối có hàng rào mắt cáo. Khu đất lớn. Chưa bao giờ Kỳ tò mò khu đất gì. Sân golf? Hay khu đất hoang? Từ từ thấp thoáng ánh đèn đường, từng đoạn từng đoạn, ở đây đã nhìn thấy nhờ từng chùm sáng có hào quang lơ lửng. Sương mù dày đặc khiến khung cảnh tối tăm kỳ cục. Kỳ tiếp tục đi bên này đường cho đến khi gặp cột đèn xanh đỏ, giật mình ngừng lại. Không phải ngã tư. Cột đèn để bộ hành qua đường. Chỗ này không có ngã tư. Bên kia đèn là khu nội trú. Hắn đã đi hơi quá một chút. Khu nội trú có bốn tòa nhà thật cao. Hắn bấm đèn nơi trụ. Không có xe nhưng hắn vẫn cẩn thận. Nhìn bên kia, chỉ thấy thấp thoáng dạng chữ WALK. Kỳ bước xuống đường, đi thật nhanh. Bãi cỏ. Con đường nhỏ đâu mất. Lề đường lẫn lộn với bãi cỏ. Bức tường. Phía lưng, cửa đâu? Cửa đâu? Lạnh khiến Kỳ cuống quít. Tìm không ra cửa vào tòa nhà nội trú. Hắn đi vòng quanh. Bãi cỏ, bụi cây. Khoảng sân xi măng. Mọi thứ lẫn lộn. Sương dày như muốn bịt mắt. Kỳ lần mò đến cửa kính. Khóa. Lắc lắc mạnh. Bên trong, qua một lần cửa kính nữa, thấp thoáng có dáng người. Hắn lắc lắc cửa mạnh hơn. Bên trong không thấy ai bước ra. Kỳ đi men theo tường, nhớ tòa nhà có đến hai ba lối vào. Cửa kính lớn sẽ khóa sau mười hai giờ đêm nhưng mấy cửa bên hông dễ lẻn vào nếu chịu khó đợi có người bước ra. Hắn đi lòng vòng, tìm mãi không thấy cửa hông nào. Sương mù khiến hắn rối rắm. Bực bội. Hắn đi lòng vòng, trở lại nơi có trụ đèn xanh đỏ lúc nãy. Nách ướt mồ hôi nhưng lạnh vẫn lạnh. Mấy đầu ngón tay cóng lạnh. Mũi lạnh. Kỳ đứng lớ ngớ nơi cột đèn không biết làm gì. Đầu gối mỏi. Đầu óc hắn quay cuồng nhiều dự định. Trở vào khu nội trú? Đi xuyên hết mấy tòa nhà vào đến khuôn viên đại học? Sau lưng Administration có mấy cái điện thoại công cộng. Trước thư viện cũng có hai cái. Cửa sau thư viện có một cái. Bên trái tòa nhà khoa học có một cái. Bên khu Business có một dãy năm cái. Kỳ bỗng bật cười. Không ngờ mình nhớ rõ điện thoại công cộng trong trường như vậy. Nhưng từ đây, đi đến khuôn viên đại học cũng mất trên dưới nửa giờ. Và đi trong sương mù mịt mờ như thế này, chắc chắn hắn sẽ bị lạc. Lưỡng lự một lát, Kỳ qua đường. Hắn lại đi dọc theo hàng rào mắt cáo. Uể oải. Chậm rãi vì đầu gối mỏi nhừ. Bắp thịt chân như muốn bị chuột rút. Hắn thở phì. Nhìn đồng hồ. Đã ba giờ sáng. Trời. Hắn mất mấy giờ đi vòng quanh hồ. Lãng nhách. Đoạn đường từ khu nội trú có trụ đèn thỉnh thoảng, nên không đến nỗi nhưng sương mù vẫn dày như khói bay.

Kỳ đi như người say. Lảo đảo. Chậm lì. Lê từng bước. Hắn mỏi chân lắm rồi. Dễ chừng trên dưới năm sáu cây số. Kỳ cúi đầu nhìn xuống mũi giầy, chân trái, chân phải. Bước.

Bước. Trái. Phải. Bước. Bước. Chợt hắn cảm thấy có cái gì đi theo. Kỳ dừng lại nhìn bên trái. Xe cảnh sát cồng kềnh im lặng cũng dừng lại. Hắn bước đi. Chưa đến gần cửa thì có ánh đèn bật lên chói mắt rọi vào mặt, giọng nói rè rè qua loa.

"Đứng lại. Anh đi đâu giờ này?"

Kỳ khựng mất mấy giây mới trả lời được.

"Tôi đến nhà bạn. Cho tôi hỏi thăm. Phải đường này về D. City?"

"Phải. Anh có biết bây giờ là gần ba giờ rưỡi sáng không? Có uống gì không đấy?"

"Không. Không. Tôi đi lạc nãy giờ."

"Bạn anh tên gì? Địa chỉ?"

Kỳ đánh vần tên Tá, đọc địa chỉ, số điện thoại. Ánh đèn vẫn chiếu ngay mặt khó chịu. Kỳ không biết trong xe có bao nhiêu cảnh sát. Tiếng rè rè máy truyền tin khi phát khi ngừng, xì xì, lè xè, nhiều tiếng nói chen lẫn, lộn xộn. Ánh đèn vụt tắt. Kỳ chớp mắt nhiều lần. Giọng nói không qua loa trầm hơn.

"Okey. Lên xe tôi cho đi nhờ một đoạn. Từ đây đến D. city cũng phải hai dặm nữa. Lên xe đi."

Cảnh sát công lộ, dềnh dàng cao lớn, hắn mở cửa sau cho Kỳ lên xe. Vừa đóng cửa, hắn vừa xin lỗi.

"Ngồi tạm phía sau vậy. Cảm phiền. Luật lệ."

Kỳ kéo nón xuống. Trong xe rất ấm. Ấm đến độ Kỳ nghe khó chịu. Băng trước và băng sau được ngăn bởi một tấm kính dầy với lưới sắt mắt cáo. Khẩu shotgun dựng đứng. Kỳ nghểnh đầu nhìn đàng trước đèn xanh đèn vàng loạn xạ nơi dashboard. Trên băng ghế lổn nhổn nhiều hộp, bao da. Hắn chưa kịp gợi chuyện câu nào thì xe đã ngừng. Kỳ tìm nắm cửa để mở. Không có. Phía sau để người bị bắt ngồi nên chỉ có nắm cửa bên ngoài. Người cảnh sát xuống xe. Chiếc xe nhún một cái. Hắn đi vòng qua bên này mở cửa cho Kỳ. Chỉ đường cho hắn. Còn mắng mỏ vài câu rồi mới để hắn đi.

Kỳ mò đến căn chung cư 22 của Tá. Gõ cửa. Bấm chuông. Bính beng. Bính beng. Chuông lớn đến độ bên ngoài nghe rõ mồn một. Có lẽ gian kế bên cũng nghe. Căn bên dưới lầu, căn bên phải, bên trái cũng nghe. Kỳ bấm chuông. Hơi lo ngại Tá không ở nhà. Có giọng ngái ngủ hỏi vọng ra ngoài. Nghe không rõ, Kỳ đáp bừa. Tao đây. Tao đây. Kỳ đây. Mở cửa.

Tá bật đèn, mở cửa. Kỳ ào vào.

"Lạnh quá. Lạnh quá."

Kỳ cởi áo khoác ngoài ném lên ghế, vào phòng ngủ vó cái mền trên giường quấn vào người. Tá vội rót cho Kỳ một ly Brandy vàng óng.

"Uống đi. Ấm lắm."

Rượu nồng nơi cổ họng nhưng để lại dư vị nóng.

"Mày gọi tao từ chiều sao giờ này mới đến?"

"Đi lạc. Hết xe buýt về đây, tao đi bộ. Tưởng gần. Nào ngờ xa quá, lại đi lạc hết một vòng quanh hồ. Mò đến nội trú của trường thì nó đóng cửa. Sương mù dày quá tao tìm không ra cửa vào gọi phone cho mày."

*

Không đợi Định ngừng hẳn lại, Thuyền vội mở cửa xe bước xuống. Nàng đi một mạch đến cửa gỗ nhỏ bên hông nhà, kéo sợi dây gài chốt bên trong, lần mò theo thang lầu trong bóng tối bước xuống nhà xe. Phòng rất rộng chia làm đôi. Nửa trước là chỗ đậu xe của chủ nhà. Nửa sau, ngăn vách thành hai phòng nhỏ. Thuyền ở bên này, bên kia thuộc về Định. Không phòng nào có sưởi. Cả hai dùng chung phòng tắm nhỏ cũng nằm trong phạm vi nhà xe. Thuyền về phòng, hối hả. Hy vọng mỏng manh. Không. Phòng tối đen. Thuyền đẩy công tắc. Ánh sáng vàng. Giường nhỏ trơ trọi, mền gối lẫn lộn với khăn trải giường vò nùi. Kỳ đã đi rồi. Không biết từ lúc nào. Thuyền lục lọi bàn học. Mọi thứ vẫn vậy. Sách vở. Hộp vuông viết chì cắm ngược đầu. Nàng ngồi trên giường im lặng. Bên ngoài có tiếng bước chân nặng nề của Định xuống thang. Phịch phịch. Từng bước một dù Định không mang gì nặng trên người. Khác với bước chân nhanh và nhẹ của Kỳ. Thôi, đừng nghĩ đến Kỳ. Hết bậc thang, không còn nghe tiếng bước chân của Định, Thuyền mở nút áo khoác ngoài, cởi vất lên lưng ghế. Có tiếng gõ nhẹ rồi giọng Định rè rè.

"Thuyền cần gì không?"

Thuyền muốn nói nhưng lại thôi. Không nghe Thuyền trả lời, Định ngần ngừ rồi trở về phòng mình. Thuyền đang cần Kỳ. Thuyền đang cần người đàn ông khác. Thuyền không cần thứ gì nơi Định cả. Nhưng Thuyền vẫn ngồi im không động đậy. Kỳ đã đi rồi. Thuyền biết chắc vậy nhưng vẫn hy vọng Kỳ quay lại, bước chân nhanh nhẹ nơi thang lầu. Chìa khóa nhà, chìa khóa phòng, Kỳ có đủ. Thuyền đánh dấu chúng bằng sợi dây nhiều màu sặc sỡ thắt riêng rẽ với chùm khóa nhiều chìa của Kỳ. Những buổi sáng, mặt Định sững sờ nhìn thấy Kỳ nơi phòng Thuyền. Ánh mắt sững sờ đau đớn không phản ứng khiến tim Thuyền dấy lên chút thương hại nhưng lại hài lòng với thái độ im lặng của Định. Thuyền biết mình đang đong đưa trên sợi dây treo cao giữa thinh không, với Kỳ. Rơi xuống, Kỳ tan xương. Nhưng Thuyền sẽ được Định hứng giữ. Biết vậy. Biết vậy. Cuộc tình không có tương lai. Họ là chiếc ghế ba chân bắt buộc phải giữ thăng bằng. Một tối nằm với Kỳ bằng một năm ngồi học bên Định. Biết vậy. Mà không làm được gì hơn. Không thể nằm hoài với Kỳ mà cũng chẳng ngồi học mãi bên Định được. Không đặt được tình cảm lên bàn cân. Không được. Định sắp ra trường. Kỳ mới trở lại đại học sau sáu năm chẳng làm gì cả, Không. Có làm đấy chứ. Làm đàn ông. Định sắp ra trường nhưng vẫn chưa làm được đàn ông trong khi Kỳ chưa chắc sẽ xong đại học nhưng đã là đàn ông. Có lẽ, suốt đời, Định không bao giờ thành đàn ông. Thuyền nghĩ vậy. Định không biết yêu. Kỳ yêu quá nhiều. Quá nhiều. Những người đàn bà, thu hút bởi Kỳ, bởi cái đàn ông trong Kỳ, quấy nhiễu Kỳ. Kỳ có đàn bà để sống và để chết. Nên không chịu chết cho một người. Thuyền biết vậy. Biết vậy. Mà vẫn yêu Kỳ. Vẫn sống chết yêu Kỳ. Vẫn đạp bừa lên nỗi đau của Định để yêu Kỳ. Nhưng lại không rời Định. Thuyền không hiểu nổi mình. Nàng cần Kỳ. Nhưng cũng cần Định. Dường như, linh tính đàn bà cho Thuyền biết, Định sẽ là bến đậu muôn đời trong khi Kỳ chỉ là con bướm nhởn nhơ. Không thể cắt cánh bướm và cũng không thể trôi nổi suốt đời không bến đậu.

Thuyền nằm xuống. Lắng nghe. Tiếng động bên kia phòng của Định. Không có tiếng động. Lúc nào Định cũng cẩn trọng rụt rè, ngay cả trong đời sống hàng ngày, ngay cả trong tình yêu Thuyền. Bàn tay mạnh bạo nhưng mềm mại lùa trong tóc Thuyền, giữ lấy cổ, kéo lại gần để hôn, tự nhiên. Bàn tay đó không thể là của Định với ngón ngắn thô, vụng về, không biết phải làm gì, ngay cả khi họ ngồi kề bên nhau, rất gần mà cũng rất xa. Mọi cử chỉ hành động của Kỳ, tự nhiên, rất tự nhiên như thể Kỳ sanh ra để làm những điều đó. Trái lại, Định lúng túng ngọ nguậy như con rùa bị lật ngửa. Thuyền đưa tay kéo mền đắp ngang ngực, nước mắt rơi dài. Còn có ngày mai nhưng hình như Kỳ đã đi rồi. Ra khỏi đời Thuyền. Sẽ không bao giờ Thuyền cảm nhận lại được sự thoải mái dễ dàng tự nhiên của hai người yêu nhau nằm bên nhau buổi tối trời se lạnh nhẹ. Không bao giờ. Mà chỉ có bổn phận, vai trò, trách nhiệm, đáp lễ. Đáp lễ. Định nhàm chán nhưng Định là người tốt. Định mệnh đã giải quyết giùm Thuyền bài toán khó giải. Bài toán Thuyền nhắm mắt giả vờ như không có mỗi khi ôm cổ Kỳ, thoáng thấy ánh mắt dại đau của Định đâu đó. Một người chồng nhàm chán. Mỗi đêm nằm xuống. Bổn phận của người đàn bà làm vợ làm nơi giải quyết. Tình yêu không có. Chỉ có nghĩa. Mà nghĩa thì... có đáng để hy sinh tình yêu?

*

Đứa con gái chạy từ xa nhưng Tá đã nhận ra dáng cao gầy, tóc dài chấm vai bay tung, Thuyền đó. Tá dừng lại. Thuyền đó. Người con gái chạy. Đôi giày cao gót nện lình bình trên thảm đỏ nơi phi trường. Hớt hải. Hai mắt đỏ. Đầy nước mắt. Cổng 69. Hành lang dẫn ra cổng 69 dài vì đấy là cổng xa nhất nơi phi trường. Chạy. Chân nện ầm ầm. Tóc bay tung. Tá kêu.

"Thuyền. Thuyền. Kỳ nó đi rồi. Đi rồi."

Thuyền dừng lại, thở, nước mắt tuôn thật nhanh. Đi rồi à? Bay rồi à? Không có lời từ giã. Chưa có lời từ giã. Vĩnh biệt. Tá lúng túng trước mặt Thuyền. Hắn không ưa Thuyền. Lại càng ghét hơn, những giọt nước mắt. Thuyền đứng nơi cửa sổ nhìn ra ngoài. Chiếc nào? Chiếc nào? Đã cất cánh rồi. Đã đi rồi. Đã rời xa rồi. Vĩnh viễn. Tá không muốn nhìn Thuyền khóc nhưng cũng không thể bỏ đi, đành xoay lưng lại nhìn nơi khác, chờ đợi. Vừa kịp nhận ra dáng Định đi lạch bạch, Tá nhíu chân mày. Cái thằng. Tệ hơn cả chó. Đưa người yêu đi tiễn tình nhân của nàng. Còn ai dại hơn? Tá vừa tự hỏi vừa đưa tay bắt tay Định. Họ đều là bạn của nhau. Bạn. Kể cả Kỳ. Cũng là bạn, Họ đều quen nhau, biết nhau cả. Bạn. Cả thảy, đều là bạn. Những thứ bạn làm phiền lẫn nhau bằng tình cảm, rất phiền. Định đứng lớ ngớ bên Tá, có vẻ lạc lõng, bối rối. Thuyền đứng một mình, tách rời, nơi cửa sổ lớn nhìn ra phi đạo và khóc. Như trời sương mù tối qua. Tá muốn về nhưng Thuyền vẫn đứng đấy và Định vẫn đứng kề bên im lặng. Hai tay Định đút túi áo, lấy ra, đút túi quần, lấy ra, mò mẫm đâu đó trên quần áo rồi lại đút túi áo. Như con lật đật, nhưng lại là con lật đật chầm chậm, slow motion. Kỳ cục. Tá sực nhớ đến chồng dĩa nhạc Kỳ dặn trao lại Thuyền. Chồng dĩa hắn nhét trong trunk xe hai ba tuần lễ có lẽ đã cong giãn méo mó. Không hiểu sao Tá lại nói.

"Hôm qua nó chạy hết nơi tìm cách ở lại mà không được."

*

Clara còn ngái ngủ. Mặt mày nhợt nhạt không son phấn, có vẻ tả tơi, kiểu gái điếm trong phim ảnh. Không trung thực. Tóc lòa xòa nơi trán che mặt, Clara vén lên tai, luôn tiện nhấc điếu thuốc rời môi, đập nhẹ nơi gạt tàn. Nàng giữ điếu thuốc bằng hai ngón, ba ngón còn lại chống nhẹ nơi trán. Bối rối. Khó chịu. Kỳ ngồi đối diện, tách cà phê pha vội vàng nơi cái nhà bếp bừa bãi của Clara, xoay tròn tròn nơi tay. Tá dựa người nơi bếp. Chỉ có hai ghế.

Con gián màu vàng, nhỏ, bò ngập ngừng trên cái dĩa dơ. Nó bò loanh quanh như không tin nổi cái dĩa là của mình. Một mình mình. Nó không biết Tá đang nhìn nó. Bồn rửa. Đầy ngập đủ loại dĩa tách đủ màu, nhiều chỗ mẻ. Cặn thức ăn, vụn bánh mì, dao phết bơ còn dính bơ, răng nĩa còn chút xốt cà, vài ba sợi spaghetti nằm vắt ngang, hộp cereal nằm chồng trên đống dĩa dơ, giấy vò vụn, miếng foam đựng thịt, cục chewing gum màu xanh cũng vo tròn, kiến đen một hàng dài nối nhau từ bồn rửa lang thang ngang qua cần mở nước, vắt ngang bệ cửa sổ, rồi chấm dứt nơi kính cửa sổ có mấy đường nứt vỡ. Tá lại nhìn con gián ngập ngừng trên dĩa. Cọng râu run rẩy, mấy cái chân nhỏ, mảnh. Clara nói.

"Tôi cảm thấy tội lỗi khi làm điều đó."

Giọng của Kỳ êm ái. Cái thằng. Nói chuyện với đàn bà bao giờ cũng êm ái cho dù người đàn bà đó có thể là nặc nô chợ Bến Thành.

"Clara, sao vậy? Đâu có gì tội lỗi. Cô chỉ giúp tôi, cứu tôi. Katie hay nói về cô, khen cô dễ thương, tính tình phóng khoáng. Clara. Sao vậy? Có gì trở ngại chăng? Dĩ nhiên là trong việc này, có cả hai đứa mình. Cô cần gì, tôi phải giúp. Sao vậy Clara? Có điều chi trở ngại, cô nói đi, tôi sẽ tìm cách giải quyết ngay. Clara?

Clara vén tóc bằng ba ngón tay, hai ngón kia vẫn kẹp điếu thuốc. Nhìn xuống.

Mặt bàn mi-ca có nhiều chỗ mẻ. Dấu vết cà phê lẫn xốt cà đã đổi màu cùng với nhiều vệt dơ khác khó nhận diện. Nhìn xuống. Clara nhìn xuống, ba ngón tay chống trán. Cái mũi nhọn, xương, gãy. Cặp chân mày có dấu tỉa, nhỏ. Đôi môi khô, có chỗ nứt. Da mặt không đẹp, quá nhiều tàn nhang, khô. Tóc đỏ nhưng màu đen ở chân tóc lộ liễu. Clara lắc nhẹ đầu.

Con gián đã ngừng lại.

"Cả ngày hôm qua tôi cứ suy nghĩ mãi rồi đâm ra hối hận, mặc cảm. Kỳ. Hiểu giùm tôi đi. Tôi muốn giúp anh lắm nhưng không được. Tôi giúp anh, ai sẽ giúp tôi? Tôi phải giúp tôi trước đã. Tôi không nghe thoải mái trong việc này, không nên làm. Tôi có thể bị tù..."

"Không, không có chuyện đó được. Clara. Mọi chuyện, giấy tờ, đều hợp pháp. Mình đâu có giấu diếm hoặc giả mạo điều gì."

"Có chứ."

"Clara, chỉ là giấy tờ. Trên thực tế, cô không lệ thuộc vào tờ giấy đó. Tôi bảo đảm với cô điều này. Clara, tôi không thể về được. Giúp tôi một lần này thôi. Hay là cô muốn nhiều hơn chút nữa? Không sao, tôi không có ngay bây giờ nhưng tôi có thể gọi điện thoại về nhà bố mẹ tôi. *Please, please*, Clara."

Clara vẫn lắc đầu, dáng vẻ khổ sở. Con gián chúi đầu nơi cặn thức ăn giữa lòng dĩa. Tá cầm hộp cereal rỗng lên nhắm. Con gián ngọ nguậy đầu có vẻ đa nghi. Tá đập mạnh. Tiếng động. Hai người ngồi nơi bàn ngoảnh nhìn rồi day trở lại tư thế cũ. Con gián bỏ chạy thoát thân.

"Tôi không làm được điều đó. Kỳ. Xin lỗi bạn nhiều lắm. Tôi loay hoay suy nghĩ, cảm thấy lương tâm cắn rứt, tội lỗi. Chiều qua tôi lấy hẹn đi bác sĩ phân tâm. Ông khuyên tôi đừng làm vì đó là chuyện phi pháp. Hơn nữa, tôi với anh không có gì hết, làm hôn thú với nhau là sai. Không được."

Đến phiên Kỳ ôm đầu. Mặt Clara nhìn gần có một cái gì khó chịu. Gần như ngu ngơ khờ dại chen lẫn với mệt mỏi dạn dầy một cách kỳ cục. Hai nét này không đi với nhau. Clara dụi điếu thuốc, moi bao lấy điếu khác, bật quẹt. Mỗi điếu, Clara hút chừng dăm ba hơi, còn thì để nó cháy cho đến tàn. Sợi khói mỏng manh tan trong không khí bừa bãi dơ dáy nhà bếp của Clara. Sợi dây kiến vẫn chuyển động nhịp nhàng lên xuống. Tá hất cần nước, đẩy cái vòi. Sợi dây kiến rã bầy, tán loạn. Nhiều con bơi, trôi, nổi, lẫn lộn với đống dĩa tách dơ nơi bồn rửa. Kỳ nói.

"Clara, tôi năn nỉ cô giúp tôi. Đây là chuyện sống chết của tôi. Đành rằng sự giúp đỡ của cô có thể có một vài bất tiện trên đời sống cá nhân nhưng nó chỉ là tờ giấy. Clara. Tôi chỉ cần tờ hôn thú để được ở lại đây. Sau đó, mình làm tờ ly dị. Mọi chuyện đã có luật sư của tôi lo. Tốn bao nhiêu tiền, cô không phải bận tâm. Clara, mình biết nhau không lâu nhưng mình cùng biết Katie khá lâu. Tôi hiểu rằng chuyện không dễ nhưng mình là bạn với nhau, giúp nhau một lần. Cái hôn thú với công dân Mỹ, có thể chẳng là gì hết đối với nhiều người khác nhưng đối với tôi, nó rất quan trọng. Clara, đây là cơ hội cuối cùng để tôi dàn xếp lại đời mình. Tôi đang đi học trở lại. Tôi đang làm cho nhiều người vui vẻ hạnh phúc, kể cả bố mẹ tôi đã thất vọng vì tôi rất nhiều. Cô là sợi dây kéo tôi khỏi đáy địa ngục. Cô làm ơn cứu tôi. Cô có Terry, cô đâu muốn xa hắn. Tôi cũng vậy. Tôi đang yêu một người tuyệt vời nên tôi cũng không muốn xa người đó. Hơn nữa, tôi muốn ở lại để được nhìn thấy con tôi. Clara, làm ơn."

Tá giật mình. Giọng Kỳ vẫn tiếp tục êm ái.

"Clara, nghe tôi lần chót. Suy nghĩ lại đi. Tôi chỉ còn có hai mươi bốn giờ nữa thôi. Cuộc đời tôi đang nằm trong tay cô đấy. Cô gật thì tôi sống, mà cô lắc thì tôi chết. Tôi không dám ép buộc cô làm chuyện trái lương tâm, nhưng ở đây, đâu có chuyện gì xấu xa? Clara, nó chỉ là tờ giấy không có nghĩa gì hết trên thực tế. Sẽ không có ai hay biết chuyện này trừ mình ra. Hãy nghĩ lại đi, Clara."

Clara đứng dậy, đi đi lại lại, mấy ngón tay xoắn lại có vẻ khổ sở.

"Tôi nói không được là không được. Bác sĩ đã khuyên tôi như thế. Tôi không thích sống trong dằn vặt tội lỗi. Tâm tư tôi nó đã không bình thường rồi, thêm chuyện nữa, tôi e không chịu được. Anh thấy không, thuốc an thần của tôi đây... uống ngày đêm mà tôi vẫn bị khủng hoảng. Tinh thần tôi đang xuống dốc. Xin lỗi nhiều lắm. Xin lỗi cả Katie. Tôi không thể giúp anh việc này. Katie có thể tìm người khác giới thiệu với anh."

"Clara, tôi không còn đủ thì giờ. Katie bảo cô ấy chỉ tin tưởng mình cô thôi. Clara, cô tốn nhiều tiền đi bác sĩ phân tâm lắm phải không? Để tôi lo chi phí ấy. Thật. Để tôi lo."

Clara khựng lại một chút, rồi tiếp tục đi đi lại lại. Bối rối. Cái quần jeans Clara mặc, loại rẻ tiền, sờn rách thật sự nhiều chỗ. Áo thun bên trong giặt nhiều lần ngã màu nhợt nhạt. Chiếc áo choàng ngủ khoác ngoài cũng tả tơi chẳng kém. Chân Clara mang vớ trắng, bên dưới bàn chân, vớ đen mốc màu dơ. Tá không hiểu Clara ăn mặc kiểu gì. Áo choàng ngủ bên ngoài áo thun quần jeans. Có lẽ sáng sớm trời hơi lạnh nên cô choàng cái áo vào cho ấm. Clara vất điếu thuốc vào đống dĩa dơ nơi bồn. Tiếng xèo tắt của đốm lửa nhỏ. Bầy kiến đen đã tập trung lực lượng lại, làm thành một sợi dây khác, đi ngoằn ngoèo tránh cần mở nước. Vài con kiến bị ướt lúc nãy loay hoay lên xuống ở chỗ không nước như ốc đảo, không biết làm sao để nhập trở lại sợi dây đen nhộn nhịp đằng kia. Clara nói.

"Tôi phải trả tám mươi đồng một giờ. Nhưng tôi đã nói anh rồi, không được đâu. Xin lỗi. Xin lỗi."

Chữ xin lỗi cuối rõ ràng là chữ đuổi. Kỳ đứng dậy.

"Nếu cô đổi ý, làm ơn gọi ngay cho tôi ở số này. Tôi đang ở tạm nhà nó."

Nó là Tá. Cả hai rời nhà Clara. Bên ngoài nắng đã lên nhưng không gian vẫn lạnh ẩm. Có mùi thông thoang thoảng ngây ngấy thơm. Kỳ đóng ập cửa xe bực bội.

"Đúng là cái giếng lậm thuốc. Mới hôm qua gật đầu hăng hái, tao đưa năm trăm trước, cười tươi như hoa. Bữa nay đã rũ rượi say thuốc, đưa trả năm trăm, e không sống được vì mặc cảm tội lỗi. Khối đứa làm được điều đó chẳng hề bận tâm..."

Kỳ ngừng ngang ở đấy. Tá nhớ đến cái giật mình của mình lúc nãy.

"Hồi nãy mày nói thật hay nói đùa?"

"Chuyện gì? À. Chuyện nhìn mặt con cái gì đó hả? Làm gì có! Tao muốn bi thảm để năn nỉ nó mà không xong. Đòn tâm lý của tao làm sao bằng đòn tâm lý của một thằng cha bác sĩ lấy tám mươi đồng một giờ. Thôi, xong. Thế là xong. Mai tao về. Định mệnh đã an bài. Có gặp Katie, nhắn giùm, tao cảm ơn chị ấy rất nhiều. Tiếc rằng, Clara đổi ý vào giờ chót. Đáng lẽ giờ này tao với nó đứng ở tòa thị sảnh ký tờ hôn thú."

Kỳ dựa đầu nhắm mắt. Hình ảnh Thuyền quá ngọt ngào. Thôi, trả Thuyền về với Định. Mình cũng đã tội lỗi quá nhiều. Thuyền có thể lấy Định chứ Thuyền không thể lấy mình. Cả hai, chỉ có mối tình. Mà mối tình thì đâu đủ nuôi sống phần đời còn lại. Hơn nữa, mình có thật sự còn phần đời sau hay không? Kỳ tự hỏi. Nỗi đắm đuối đam mê trong tình yêu với Thuyền, nó chấm dứt ở đây, nhưng nó sẽ còn hoài trong tâm tưởng cả hai. Hãy để Thuyền lấy chồng. Mình không cần lấy vợ nhưng Thuyền cần lấy chồng. Đời con gái có một lần sống vung vãi, thế đã đủ rồi. Định nó sẵn sàng quên, sẵn sàng tha thứ. Hãy để Thuyền lấy chồng, lấy Định làm chồng. Định mệnh của mọi người đã dược sắp đặt sẵn. Kỳ đã cố quay ngược mọi thứ, cố níu lấy Thuyền, lôi kéo khỏi vòng quay nhàm chán của Định, một chuyện tội lỗi, lấy người yêu của người, tội lỗi, quay ngược cả đời Kỳ, nhưng không được. Không đi ngược dòng đời sống được. Hãy thả Thuyền về với Định. Hãy thả mình về với sa đọa phía bên kia. Phía bên kia. Nơi có Isabelle cặp nách con Vanessa hất hàm. Vanessa rất giống bố. Rất giống Kỳ. Isabelle và Vanessa, là của bên kia. Của Paris. Của phần đời ngập ngụa Kỳ muốn quên.

Thang 11/1989
Nguyễn Thị Ngọc Nhng

Họa sĩ Trịnh Thanh Tùng by Trương Đình Uyên

NGUYỄN THỊ THANH BÌNH

Sinh năm 1955 tại Huế.
Sinh viên Đại học Sư-Phạm Sàigòn, ban Việt Văn.
Di tản năm 1975. Định cư tại Virginia, Hoa Kỳ.
Học xong cử nhân trường I.S.U.
Đã cộng tác với các báo: *Văn Học, Văn, Làng Văn, Người Việt, Thế Kỷ 21, Sóng, Phụ Nữ, Trăm Con, Diễn Đàn, Thời Tập, Độc Lập, Bách Việt, Hợp Lưu, Văn Uyển, Nắng Mới, Y Tế,...*
Cùng Đặng Phùng Quân và Hàn Song Tường chủ trương tạp chí *Gió Văn*.

Tác phẩm đã xuất bản:
- *Ở Đời Sống Này* (tập truyện, Đại Nam 1989; tái bản 2018)
- *Giọt Lệ Xé Hai* (truyện dài, Văn Khoa 1991)
- *Cuối Đêm Dài* (tập truyện, 1993)
- *Hãy Trốn Vào Giấc Mơ Tôi* (thơ)
- *Nhật Ký Của Những Mảnh Vỡ (*thơ; Người Việt Books, 2018)

Ngụ ngôn

Phải không anh vì trăng quá buồn nên nỗi nhớ đồng lõa
Trăng cũng quá buồn tan chảy cùng đêm
Nỗi nhớ của em cũng tưởng bạc mầu như vầng trăng hóa đá

Sao anh chẳng thấy
Chẳng hiểu gì cả
Sao bắt em kể hoài về sự tích của một vầng trăng khuyết
Em đã bảo trong một lần diễm tuyệt
Có nửa mảnh chìm vào thiên cổ
Nửa mảnh lai sinh hẹn tới hư vô...

Phải không anh rồi em cũng yêu đêm
Cho đến lúc tim mình cạn khô
Em khát đêm như những môi hôn bóng tối
Ngập miên man trên thi thể của hai vì sao lạc

Phải không anh có một bóng đêm mang nhân dáng anh
Bóng đêm vô cùng huyễn hoặc
Anh biết rõ em chỉ thích khi đêm tràn ngập lấy em

Có một bóng đêm rất đỗi quạnh hiu
Cất giấu mật ngữ tình sầu
Chưa bày tỏ đã ló dạng bình minh
Có một bóng đêm làm vỡ tinh cầu
Lỡ một lần và chỉ một lần thôi
Nhưng từ đó làm sao anh hiểu được
Em vẫn cúi đầu nhặt miết những lóng lánh trăng sao

Anh đừng hỏi vì sao mà đêm sâu tịch mịch
Đêm càng sầu em càng không thể sờ chạm nắm với
Không thể sờ chạm nắm với nên không thể cất giữ riêng mình

Đêm em chỉ biết ngắm nhìn hun hút
Những bàn tay quờ quạng, hẫng hụt
Vì vầng trăng đã thổi tắt bóng tôi
Em biết lấy gì trả lại cho đêm?

Rồi ra tình yêu chỉ là một mũi tên
Độc nhất vô nhị
Khuất phục kiêu kỳ
Phải không anh nên em gục ngã?
Vì em gục ngã nên đời bảo rằng em yếu đuối

Có sao đâu
Anh tài kia còn ủy mị
Em chỉ buồn cười sao nhận bản án từ tay anh?
Bàn tay ấm áp nhiều hấp lực lạ thường
Bàn tay của những vuốt ve phù thủy
Bàn tay cứu chuộc những nụ hoa đã héo trên lá khô em

Ôi rồi ra cảm giác trái tim bị ghim tên thật khủng khiếp
Sao nhiều người cứ tìm kiếm nhau để lãnh đủ
Nhiều người cứ mong ước dù nhận ra bi kịch cuối cùng của nó

Một nỗi nô lệ ẩn số
Nhiều người không còn sức vẫn chưa chịu đầu hàng

Ôi ẩn số ẩn số
Dĩ nhiên em đã không thể đoán nổi đã có bao nhiêu ong bướm
vì nhau tuyệt mệnh
Em chỉ biết mình đã chết trên những cánh hoa phù dung của
tình yêu
Phải không anh cũng vì đêm mà trăng xưa rơi rụng
Em cũng vì anh rụng xuống đáy sầu!

Tháng Tư của chúng tôi

Tháng Tư của chúng tôi
Như một đám con mồ côi
Lạc lõng cội nguồn quê mẹ

Tháng Tư của chúng tôi
Bồng bế nhau vội vã
Oằn trên lưng lịch sử một thế hệ lưu lạc

Tháng Tư của chúng tôi
Hành trang dĩ vãng đơn độc chán chường
Không có gì
Chẳng còn gì ngoài những nỗi không
Niềm tin đi qua như những chiếc dây thòng lọng
Quấn vào cổ những oan hồn Việt Nam vòng hoa ảo tưởng
Bước chân xuống tàu nghe sóng quặn bốn ngàn lần trên biển quê hương

Tháng Tư của chúng tôi
Nói chưa xong một lời từ biệt đất đai
Khóc chưa vơi những bến sông chở đầy những con đò kỷ niệm
Đã nghẹn với niềm báo của bài ca dang dở
Tháng Tư của chúng tôi
Rạn nứt dần dần như chiếc gương của thần chiến tranh vỡ
Hàng hàng lớp lớp xe tăng làm bấn loạn những khu vườn yên ả mùa hạ
Lũ chuột nhắt bỏ cuộc chơi sưu tầm những thẻ bài
Giống mèo cào hân hoan trổ tài trò nướng vỉ
Ôi xứ sở sao buồn như một ga hoang tỉnh lị

Tháng Tư của chúng tôi
Những con tàu Việt Nam đi về những hướng đời phiêu lãng

Vẫn còn đó những tiếng thét đòi tự do chưa tan bọt biển Đông
Và những miếng thịt người cứu sống một thế hệ mầm xanh da
vàng

Tháng Tư của chúng tôi héo hắt như đôi vú đến mùa hạn hán
Xanh xao như đôi môi thiếu phụ hậu sản
Khóc cười điên loạn với hình hài của cùng một mẹ cha

Tháng Tư của chúng tôi
Những người dân đen đổ xô ra đường mặc đồng phục trắng
Có khi họ múa ca quay cuồng trong những bài ca sông núi như
những bộ xương trắng
Có khi họ lặng lẽ mất hồn như những đứa con bước sau xe tang
Không ai cấm được điều gì khi những chú bồ câu hòa bình
cũng đồng loạt trắng
Tháng Tư có nhuộm máu thì những chiếc khăn sô cũng không
thể biến thành màu đỏ
Tháng Tư của chúng tôi đã trót mang một ám ảnh Trắng

Tháng Tư của chúng tôi
Nhắm mắt nhìn và thấy
Những tiếng động kinh hồn dội vào trong óc
Những tiếng động hành xử vầng mặt trời tóe vỡ lăn lóc
Những mảnh vỡ của chính linh hồn phương Đông

Tháng Tư của chúng tôi
Hai mươi năm vẫn nhấp nhánh niềm mơ ước lặng thinh
Vầng mặt trời phương Đông
Tái sinh

Tháng Tư của chúng tôi
Bình minh nắng đẹp sẽ ra đời
Từ bào thai của một mặt trời
Rất mới!

Thuyền say

Cứ tưởng thuyền anh không chở gió
Mà sao lòng chật những mênh mang?
Hay em thà như con nước nhỏ
Dâng ngập thuyền anh cả trăng tàn

Phẳng lặng quá cuộc đời cũng chán
Mây ngàn năm ngồi đợi gió sang
Thì cứ thổi cho ngày địa chấn
Mang kẻ chán đời lại trần gian

Vẫn là anh khô gầy bóng dáng
Lếch thếch lang thang như không nhà
Hành khất một chút trời dĩ vãng
Dửng dưng đi về rợn thây ma

Ở đây cũng ngàn thông hoa lá
Cũng sông trôi cho ngấn nước nhòa
Có phù du nhắc hoài mây xõa
Có bến bờ đợi bóng thuyền qua
Anh đừng ngại rêu buồn trên đá
Gió trên thuyền khi đầy khi vơi
Chỉ hương ấy muôn đời phóng tỏa
Ủ mây phương trời chẳng tả tơi

Em có lỡ mang thân sóng tới
Hãy niệm tình làm chiếc thuyền say
Đời biết mấy lần còn đắp đổi?
Bể rộng bao giờ gặp thuyền đây?

Nguyễn Thị Thanh Bình

ntv 1972

NGUYỄN THỊ VINH

Sinh ngày 15-7-1924 tại số 41 Phố Bờ Hồ, Hà Nội. Nguyên quán làng Vân Hoàng, tỉnh Hà Đông.

Đầu thập niên 1930 được chính thức kết nạp vào Tự Lực Văn Đoàn.

Thập niên 60-70 chủ bút tạp chí *Tân Phong* và *Đông Phương*.

Thành viên của Ban Giám Khảo giải Văn Học Nghệ Thuật Toàn Quốc VNCH.

Đến định cư tại Na Uy từ năm 1984.

Tác phẩm đã xuất bản:

- *Hai Chị Em* (tập truyện, Phượng Giang 1953)
- *Thương Yêu* (truyện dài, 1953)
- *Xóm Nghèo* (tập truyện, 1958)
- *Men Chiều* (tập truyện, 1960)
- *Cô Mai* (truyện dài, 1972)
- *Thơ Nguyễn Thị Vinh* (thơ, 1972)
- *Nổi Sóng* (truyện dài, 1973)
- *Vết Chàm* (truyện dài, 1973)
- *Na Uy và tôi* (truyện ngắn; Anh Em, 1994)
- *Cõi Tạm* (thơ 2001)

Biệt ly đình

Chiếc tàu nhỏ chạy chậm dần, chậm dần, tiếng máy cũ kỹ kêu xình xịch, từng hồi còi khàn khàn "hú... hụ... hú... hụ" như giọng người già giục giã khẩn thiết...

Lúc ghé bờ, nó va mạnh vào phao cầu tàu, mọi người nhốn nháo sửa soạn lên bến, đám phu gò người, níu chặt sợi dây "cáp", quấn nhanh vào cây trụ sắt. Hai cha con cụ Lê lẫn trong đám hành khách lũ lượt lên bờ. Việt lơ đãng nắm tay cha. Lần đầu tiên trên đất nước Tàu, anh cảm thấy lạc lõng giữa cảnh sinh hoạt ồn ào của người Tàu.

Nhớ lại bác Trần gái từ Việt Nam sang đã kể biết bao nhiêu chuyện ở quê nhà. Nơi Việt đã sinh ra, rồi rời bỏ từ lúc sáu tuổi, đến nay đã mười bốn năm. Kỷ niệm cũ đứt quãng và loáng thoáng như một giấc mơ, chỉ có hình ảnh của mẹ là Việt nhớ rõ, nhớ từ giọng nói đến ánh mắt hiền hậu. Việt cũng không quên thằng Nam, em trai anh. "Không biết bây giờ nó ra sao, chắc lớn lắm rồi?... Kém mình có hai tuổi chứ mấy."

Qua khỏi cầu tàu, cụ Lê lên cơn ho rũ rượi, ho gập người lại, đổ nước mắt. Việt đỡ cha và hơi khó chịu vì những con mắt tò mò bao quanh người hai cha con. May mà ai cũng vội vã, tất tưởi. Ngớt cơn ho, cụ Lê nói lạc cả giọng:

"Chắc hôm qua thầy ăn phải cái mắm tép, bác Trần gái mang ở Việt Nam sang, ăn thì ngon thật nhưng cũng độc. Gớm, mười mấy năm nay, giờ mới lại được chấm đũa vào cái món ấy. Hồi trước mẹ con làm mắm tép là khéo lắm cơ đây..."

Nghe cha nói, Việt càng nhớ mẹ, lòng buồn thắt lại, ngày còn bé Việt chỉ được sống với mẹ và em, cha anh thường xuyên vắng nhà. Thỉnh thoảng ông mới lén lút về thăm gia đình, nhưng phải trốn không dám bước chân ra khỏi cửa, trong suốt thời gian ở nhà. Sợ lộ sẽ bị bắt tù, chỉ vì ông mắc tội yêu nước, dám chống đối nhà cầm quyền thực dân Pháp.

Việt nhớ cả lời mẹ dặn: "Không được nói cho ai biết thầy đã về, để trong bụng này này, nghe không? Con mà nói người ta bắt thầy đi tù và đánh thầy đấy, đánh đau lắm, nghe không." Dù Việt không hiểu cũng gật đầu, nhưng chỉ đôi ba ngày cha lại vắng nhà từ lúc nào. Nhiều bận, buổi tối Việt lên giường đi ngủ với cha, sáng trở dậy đã không thấy ông đâu, Việt khóc. Mẹ nghẹn ngào:

"Thầy lại đi rồi con ạ."

"Sao thầy không ở nhà với u với con, thầy đi mãi thế?"

"Thầy đi thăm các bác, các chú của con... Thầy sẽ về, mua quà cho con. Con đừng khóc nữa."

Tuy bảo con đừng khóc, nhưng lúc đó mắt mẹ cũng đỏ hoe.

Cho đến ngày được sống bên cha, lần lần Việt mới hiểu: "Các bác, các chú" là các bạn đồng chí của cha anh. Rồi một lần cha về đón Việt đi, suốt mấy ngày còn ở nhà, cha mẹ bàn tán xầm xì, Việt phải dắt em đi chơi, không biết cha mẹ nói gì.

Một hôm, vào lúc nửa đêm. Mẹ gọi Việt dậy mặc thêm áo lạnh cho Việt, rồi mẹ vừa khóc, vừa bắt Việt phải ăn hết bát cháo nhỏ. Mẹ không dám khóc lớn, hàm răng trên cắn chặt vào môi dưới. Việt ăn xong, mẹ ôm vào lòng nói nhỏ:

"Thầy cho con đi theo, đến với các bác, các chú. Rồi mai kia con lại về nhà với mẹ với em. Phải ngoan, không được quấy thầy..."

Việt đâu ngờ mười bốn năm rồi, cha con anh chưa một lần về thăm mẹ, thăm em!

Ra khỏi nhà, cha cõng Việt đi trong ngõ vắng, lạnh. tránh những xóm có người ở. Đêm ấy trời nhiều sao nhỏ li ti và lấp lánh, mỗi vì sao như một giọt nước mắt của mẹ. Lúc ngồi dưới thuyền, Việt hỏi cha:

"Nhà mình đâu rồi thầy?"

"Kia kìa con!"

Việt nhìn theo tay cha, xóm lá vùi trong cái lạnh của ánh trăng lúc sắp tàn, chỉ có tiếng chó sủa thoảng hoặc vọng lên, rồi tất cả im hẳn... Im hẳn cho đến bây giờ, đứa trẻ sáu tuổi trở thành thanh niên hai mươi, đã theo cha qua bao ngả đường trên đất nước Tàu, từ Thượng Hải sang Quảng Châu...

Việt đã được "đi thăm" rất nhiều "các bác, các chú" là đồng chí của cụ Lê, niềm tôn kính của họ đối với cụ Lê, lúc nào Việt cũng thấy đầy ắp trong ánh mắt họ. Nhưng trong túi hai cha con cụ thường xuyên không có tiền.

Ngoài giờ học Quốc Ngữ kèm theo chữ Hán do cha dạy, Việt phải phụ các đồng chí của cha làm bánh đậu xanh, bán cho mấy tiệm "cao lâu". Chú Tảo cho Việt theo chú đi húi tóc rong, để Việt học nghề. Chú Hùng dạy tiếng Pháp cho mấy người Tàu khá giả. Tất cả những số tiền mọi người kiếm được cùng góp lại để anh em "đồng chí" ăn tiêu chung. Chú Châu và chú Tưởng ở nhà lo việc nấu cơm nước, chợ búa. Cụ Lê thường xuống bếp phụ với các chú làm cơm. Lâu lâu, từ bên nước nhà, có người trong tổ chức "cách mạng" sang Tàu liên lạc. Việt vẫn nhận được thư và quà của mẹ, một vài lần mẹ đan áo len gửi cho hai bố con.

Nhưng từ ngày làn sóng Cộng Sản Trung Hoa ùa tới Thượng Hải và Quảng Châu, tình thế đổi khác, khác hẳn. Như những bờ đá bị nước soi mòn, như những cồn cát bị sóng xô dạt vỡ bờ. Nhóm đồng chí của cụ Lê, có vài người tìm đường trở về Việt Nam, một số theo Tưởng Giới Thạch sang Đài Loan. Cụ Lê cùng với các đồng chí còn lại, trôi xuống Hồng Kông. Tan tác, mỗi người một ngả, hoạt động chính trị lơi dần.

Lúc mới đến Hồng Kông, hai cha con cụ Lê ở cùng nhà của bác Trần. Sau lại rời ra đảo Cheung Chau cách Hồng Kông hai giờ tàu thủy, trú ngụ tại nhà họ Woòng. Hai cha con sinh sống bằng cách, Việt phải đi rong các ngõ húi đầu (*) cho đám dân nghèo, hằng ngày, cụ Lê gượng vui với sách vở. hai mí mắt xụp xuống, gò má nhão, làm nhăn hết da mặt. Cụ mới sáu mươi nhăm mà ngỡ như già thêm mười tuổi. Đầu bạc trắng như tuyết ở Thượng Hải mùa đông ngày nào. Vẻ trầm ngâm của cụ trở thành chiếc mặt nạ che giấu sự bất đắc chí, lâu ngày chùng xuống, như giọng rao trầm, của người bán quà rong trong đêm ế khách.

Thỉnh thoảng Việt nghỉ một buổi húi đầu, cùng cha sang thăm bác Trần và mấy đồng chí của cụ Lê còn ở Hồng Kông. Việt thấy cha anh sinh động, hoạt bát, ánh mắt rực sáng trong câu chuyện chính trị, thời sự thế giới và Việt Nam. Lâu lâu bác Trần cũng ra đảo thăm cụ Lê. Trong số anh em, cuộc sống của bác Trần thư thả nhất, vì bắt liên lạc được với gia đình ở Hà Nội và thường nhận được tiền giúp đỡ của gia đình. Cụ Lê yêu mến bác Trần hơn vì bác đã cương quyết từ chối lời mời tham gia nội các của chính phủ Hà Nội lúc đó do Pháp thành lập.

Cách đây vài hôm, bác Trần gái lại từ Hà Nội qua Hồng Kông. Cha con cụ Lê được mời sang để bàn luận tình hình đất nước, luôn tiện dùng cơm với những thức ăn đặc biệt Việt Nam.

Đêm qua cụ Lê ở lại Hồng Kông họp bàn cùng anh em, dự tính cử người về nước cộng tác với chính phủ Bảo Đại. Nhưng cụ Lê không đồng ý. Sáng nay trở về Cheung Chau. Khi ra khỏi bến tàu, từng bước chân của hai cha con cụ Lê nặng trĩu buồn phiền, kéo lê suốt con đường lát gạch thẻ, xây nghiêng dọc theo bờ biển hơn cây số, về nhà.

Ngôi nhà họ Woòng ở tận cuối đường, liền bên bãi cát rộng, sát bờ biển, nơi đa số dân chài tụ tập. Những chiếc thuyền úp xấp, nằm ngổn ngang trên bãi cát, để chờ cạo và đốt cỏ, lấy lửa hơ cho những con hà bám vào đáy thuyền rụng ra. Các gia đình chài lưới tấp nập làm việc, những người đàn ông lực lưỡng cởi trần, phơi nước da rám nắng, vừa cạo đáy thuyền vừa nghêu ngao hát những bài dân ca. Còn đàn bà, người nào cũng mặc quần áo vải dầy, màu xanh lam, tóc cắt ngắn phủ kín gáy. Một số vẫn còn giữ được mái tóc dài, kết thành hai bím đuôi sam. Nhiều bà vừa địu con bé sau lưng, vừa ngồi vá lưới, thổi cơm, hoặc đi lại phơi lưới. Họ nấu ăn ngay giữa trời, trẻ con nô đùa, đuổi nhau chạy trên bãi cát, có đứa bế em lếch thếch. Một vài bà mẹ tự nhiên hơn, vừa ngồi ăn cơm vừa vạch vú cho con bú.

Đến trưa, trời nắng gắt, đàn bà, trẻ con rút vào trong những chiếc lều cỏ, rải rác ở ven đồi, may vá quần áo cho chồng con. Kế bên bãi cát là một dãy nhà gạch năm gian, mái ngói của gia đình họ Woòng dựng sát vào triền núi đá. Cách khoảng sân gạch rộng phía trước nhà cổ bức tường cao chừng ba thước, bên ngoài là con đường lát gạch chạy dọc theo bờ biển.

Mùa xuân, nhà họ Woòng mua cỏ tươi về phơi khô. Rồi chứa vào dẫy nhà kho ở cuối sân, để dành bán cho dân chài trên đảo un thuyền. Thuyền nào đậu ở bến, hay trên bãi cát thuộc về nhà họ Woòng đều phải đóng thuế chỗ. Gần trọn một thế kỷ cha truyền, con nối nhà họ Woòng sinh sống với dân chài trên đảo Cheung Chau bằng cách đó. Hằng năm, họ chỉ bận rộn có hai mùa: Mua cỏ tươi và bán cỏ khô.

Nhờ một người quen giới thiệu, cha con cụ Lê về đây đã non hai năm, ở trong căn phòng nhỏ, vẫn dành cho khách của nhà họ Woòng. Ông Woòng mến mộ cụ Lê là nhà chí sĩ Việt Nam, lưu lạc ở Trung Hoa. Cũng như ông đã kính trọng vị anh hùng Phạm Hồng Thái. (**)

Hai cha con về đến nhà trời đã xế trưa, bà Biểu Cô, chị họ ông Woòng, đang thu dọn bên gian nhà chứa cỏ, lên tiếng hỏi thăm vài câu lấy lệ. Vào đến phòng mình, cụ Lê mệt nhọc không kịp thay áo, ngả lưng trên chiếc giường sắt nhỏ, kê đối diện với cái ghế bố của Việt. Đem quần áo lại cho cha thay xong, Việt nhóm bếp dầu hỏa, vo gạo nấu soong cơm nhỏ.

Hồi mới đến đây, Việt chưa nghĩ ra nghề đi húi đầu, nhiều bữa hai cha con thường âm thầm nhịn đói mà ông Woòng không biết. Một lần, cụ Lê sai Việt ra chợ bán chiếc bút máy của một đồng chí Quốc Dân Đảng người Trung Hoa ở Thượng Hải đã tặng cụ. Hai cha con dùng tiền đó mua vé Tàu sang Hồng Kông, đến nhà ông Phú, một người Việt Nam sang làm việc cho nhà băng Pháp đã hơn mười năm. Ông Phú không làm cách mạng, không là đồng chí với cụ Lê. Nhưng mến mộ sĩ khí của cụ và vì tình đồng bào ruột thịt. Lần nào thấy cụ đến thăm mình, ông Phú cũng vồn vã đón tiếp. Nhưng cụ không hề ở lại đến hai ngày, tuy cụ rất thèm được gặp gỡ xum họp với người Việt Nam.

Lần đó, khi cha con cụ Lê tới, gặp bà Phú ra mở cửa. Bà Phú đang làm cơm cho kịp giờ chồng sắp về ăn trưa. Tuy không được bà mời, cụ Lê vẫn làm ra vẻ tự nhiên nói: "Hai cha con tôi ăn cơm rồi, nhưng tí nữa ăn thêm với chú thím cho vui thôi, thím đừng thổi cơm nhiều quá nhé!"

Việt cảm thấy người mình như bị kiến đốt, chưa hẳn vì bụng đói cồn cào, mà ngượng vì nghe cha nói dối. Cụ Lê cầm tờ báo, nhưng Việt biết chắc chắn cha anh không đọc nổi một chữ. Các ngón tay cụ run run, hàng râu mép cũng run run, mồ hôi hai bên thái dương nhỏ giọt, lăn chậm. Việt xúc động và thương cha vô cùng... May mà ông Phú về ngay, mang theo cả sự vồn vã vào phòng khách làm cho cha con cụ Lê đỡ khổ. Ông Phú lấy đĩa bánh ngọt, rót rượu khai vị mời cụ Lê. Đã cố giữ vẻ điềm đạm mà cụ vẫn không giữ được khỏi hấp tấp khi cầm bánh đưa lên miệng, và cốc rượu cũng mau cạn.

Trong bữa cơm, Việt mải ăn quên cả cha, hết bát nọ đến bát kia, cụ Lê cũng thế. Khi hai cha con nhận ra điều này thì quá muộn, trong nồi chỉ còn một ít cơm, cụ buông đũa tần ngần. Nhìn nét mặt cha lúc ấy Việt xuýt bật khóc. Ông Phú tế nhị:

"Chà hôm nay mát trời lại vui gặp cụ, nên ăn được bữa cơm ngon miệng quá."

Giờ phút này nhớ đến chuyện ấy, Việt vẫn còn thấy hai tai mình nóng bừng. Hơn tháng sau, ông Phú sang tận Cheung Chau báo tin, đã xin được cho Việt làm tùy phái ở nhà băng Pháp. Cụ Lê chỉ cảm ơn ông, mà không hề đả động đến chuyện cho Việt đi làm. Ông Phú về rồi, Việt mới hỏi cha. Cụ Lê buồn bã:

"Hồi trước ở nước nhà, bọn Pháp đã từng mời thầy làm những chức vụ lớn. Nếu thầy nhận thì gia đình mình đã ở nhà cao cửa rộng, ăn ngon mặc đẹp rồi. Việc gì thầy lại phải đem con sang đây để đi làm công cho chúng."

Việt tự hỏi: "Nếu ngày nay anh không học được nghề húi đầu, tình cảnh cha con anh sẽ ra sao?" Việt đứng lên dọn cơm, thức ăn chỉ có lát cá khô bữa trước ăn còn, Việt đã hấp lại vào lại vào soong cơm. Bữa ăn cụ Lê nhai chậm, có vẻ suy nghĩ điều gì, Việt đắn đo mãi mới dám hỏi:

"Thầy có nghĩ rằng bác Trần sẽ về nước không?"

Cụ Lê lắc đầu nhè nhẹ, giọng buồn buồn:

"Nhưng chú Tấn và chú Hùng...."

Cụ ngần ngừ rồi im. Việt ngạc nhiên:

"Thưa thầy, chú Hùng... Chú Hùng ngày trước ở Thượng Hải? Nhưng thưa Thầy, sao cơ?"

"Bây giờ chú Hùng đang làm Bộ Trưởng Thông Tin của chính phủ bù nhìn. Chú Tấn từ Đài Loan, về tham chính được mấy tháng, đã được cử đi làm Đại Sứ ở nước Anh."

Việt hỏi:

"Họ có nhắc đến... mời Thầy không?"

"Có, nhưng đời nào thầy hợp tác với một chính phủ do bàn tay sắp xếp của Pháp."

Việt bâng khuâng, mai mốt các đồng chí của cha anh, những người yêu nước, đã phải rời bỏ đất nước, ra đi làm cách mạng, sẽ lần lượt trở về Việt Nam. Chỉ còn lại một số người quyết liệt chống Pháp, có lập trường chính trị vững mạnh, hoặc những người lấy vợ Tàu, đã lập nghiệp ở đây. Cha con anh sẽ ra sao! Danh từ yêu nước, lúc này đối với Việt thật gần, mà cũng thật xa. Gần như anh đang ở gần bên cha, và xa như anh đã xa đất nước đằng đẵng từ năm lên sáu.

Mới ăn hết bát cơm, cụ Lê đã buông đũa, nói với Việt

"Con ạ, giờ phút này thầy mới thấm thía. Cách mạng phát sinh từ những tấm lòng yêu nước, nhưng nếu xa rời đất nước từ nhỏ như con, không chung sống và không cùng chịu chung nỗi thống khổ với đồng bào, như thế làm sao nảy sinh được lòng thương yêu dân tộc đến xót xa. Không lớn lên trong đất nước mình, làm sao có được lòng yêu nước mãnh liệt. Khi thầy đem con theo, là cốt để con gần gũi, và học tập ý chí của thầy và các đồng chí... thầy. Tình hình chính trị lúc ấy khác xa bây giờ. Thầy cũng không ngờ thoáng cái đã mười bốn năm!"

Việt nhìn cha, cảm thấy hình như cụ Lê thấu hiểu ý nghĩ của anh. Đã từ lâu, Việt không dám thú thật với cha về lòng rung cảm yếu ớt của anh, đối với đất nước, và đối với lý tưởng cách mạng mà cha anh đã truyền dạy. Trừ ánh mắt của bà mẹ và hình ảnh người em ruột, Việt không sao hình dung nổi cái xã hội Việt Nam giờ ra sao. Còn anh sẽ phải làm gì nếu năm mười năm nữa, tình trạng vẫn nguyên vẹn như thế này? Cha anh vẫn giữ lập trường... Hoặc đến lúc cha anh chết ở đây!

Bữa cơm đã xong, cả hai cha con đều buồn, cụ Lê chậm rãi ra cổng ngồi trên mỏm đá ngắm biển. Cụ nghĩ tuổi già của biển cũng như đất nước cụ, sẽ tồn tại mãi mãi. Còn tuổi cụ, đến một ngày nào đó thôi, cũng tàn, cũng hết!

Xế trước cửa nhà họ Woòng có một cây cầu xây, dài chừng hai chục thước, bắt đầu từ bờ biển tới ngôi nhà bát giác, mái ngói uốn cong, bốn bề trống. Từ mé ngoài cầu đi vào, ngay trên cổng, ba chữ Biệt Ly Đình xây nổi. Lúc cụ mới đến ở đây, ông Woòng đã kể chuyện về cái nhà Biệt Ly Đình đó đã có từ lâu đời rồi. Theo tục lệ của dân trên đảo, gia đình nào có người từ trần, khi cất đám phải đưa linh cữu đến đây trước, tang quyến và khách điếu, từng người một, tới thắp nhang và uống nửa chén rượu, nửa còn lại đổ xuống biển tiễn biệt người khuất mặt.

Không hiểu sao cụ Lê rất chuộng tục lệ nửa chén rượu cho mình, nửa chén rượu cho người quá cố. Những buổi chiều buồn, cụ thường ra đây ngồi nghĩ ngợi. Nghĩ đến con người, nghĩ đến đất nước. Lòng hoài hương nhớ vợ, thương con, như ngọn sóng dậy trong lòng cụ. Những chuyện cỏn con ấy, so với đại sự, lâu ngày tưởng đã lắng dịu như bếp lửa âm ỷ, ai ngờ nhiều lúc vẫn bừng lên.

Cụ sợ mình không đạt được bao nhiêu công trình đã theo đuổi, đã đấu tranh. Cụ sợ Việt đi lạc con đường cụ đã chọn. Tất cả những nỗi sợ hãi vẫn âm thầm trong lòng cụ, như lớp tro bao vây lý tưởng của cụ. Lý tưởng gần giống với cục than tàn, cụ Lê cố thổi những hơi hào khí, chỉ trừ khi ngồi đối diện "Biệt Ly Đình" cụ mới thành thật với mọi ý nghĩ của mình.

Thấy trời đã xế chiều, Việt sợ cha nhuốm lạnh, vội vã ra mời cụ Lê vào nhà. Cụ lắc đầu chỉ mỏm đá bên cạnh bảo

Việt ngồi, rồi lên tiếng hết sức dịu dàng:

"Con có muốn về Việt Nam bây giờ không? Thầy có thể nhờ các chú, các bác, cho con đi theo."

Việt ấp úng:

"Thế còn... Thầy?"

Cụ Lê ngước mắt hướng ra biển, giọng đột nhiên đanh thép:

"Không, thầy chưa thể về bây giờ!"

Giây lát cụ cúi xuống gần Việt, giọng trầm buồn:

"Sao, con có về không?"

Việt nói chậm, nhưng dịu, sau cái chớp mắt:

"Không, con là con... Thầy mà."

Cụ Lê mỉm cười. Ráng chiều xuống thíp, mặt trời chiếu hồng nước biển, hắt lên khuôn mặt già. Đôi mắt long lanh. Lần đầu tiên Việt thấy hình như cha khóc.

[Na Uy]

---

* Húi đầu: Hớt tóc.

** *Phần lớn người Trung Hoa rất tôn kính, trọng vọng vị anh hùng Việt Nam Phạm Hồng Thái. Người đã ám sát hụt Toàn quyền Pháp Merlin ở Sa Diện. Việc lớn không thành, ông nhảy xuống sông tự trầm, mộ được táng tại đồi Hoàng Hoa Cương, nơi an nghỉ của các liệt sĩ Trung Hoa.*

NGUYỄN TIẾN

Chánh quán An Xá, Quảng Bình.
Sinh quán An Truyền, Thừa Thiên.
Định cư tại San Jose, Bắc California, Hoa Kỳ.
Cộng tác với *Hợp Lưu, Văn Học* và tạp chí *Thơ*.

Tác phẩm đã xuất bản:
- *Nét Phẩy Bên Ngàn* (thơ; Thời Văn, California)
- *Cõi Ngoài* (thơ)

Ẩn dụ

Từ biệt ngắm gót chân di chuyển
Ăn ngủ tưng bừng đá, cỏ xanh
Tàu băng qua núi từng hộc nước
Rung tơ em chồm bát độ anh

Oa oa, au revoir

Thảm thiết là giảng thuyết
Mây ắng là nắng say
Dòng sông là đồng trống
Đắng cay là tháng ngày

Khệnh khạng là chệnh choạng
Ẻnh ương là nhiễu nhương
Cõi trần là mỏi trán
Yêu thương là miếu đường

Hư không là hư đốn
Khổ qua là Nữ Oa
Xuống tóc là muốn khóc
Oa oa, au revoir...!

Giữa bất kể mọi điều

Từ Sự sống đến sự sống
Từ tình yêu đến tình yêu
Từ mái tóc đến mái tóc

Từ bàn chân đến bàn chân
Từ thanh kiếm đến thanh kiếm
Từ ngọn lửa đến ngọn lửa

Và sự sống đẩy sự sống
Và tình yêu đẩy tình yêu
Và mái tóc đẩy mái tóc

Và bàn chân đẩy bàn chân
Và thanh kiếm chặt thanh kiếm
Và ngọn lửa đốt ngọn lửa

Nguyễn Tiến

 **NGUYỄN TRUNG HỐI**

Nguyễn Trung Hối quê ở Huế.

Cử nhân Triết học và Văn-chương.

Trước 1975: dạy học (Qui Nhơn, Đà Nẵng, Sài Gòn) và dạy lính (TTHL Quang Trung).

Sau 1975: đi tù, đi dạy, bán chợ trời và đi Mỹ năm 1995.

Sớm yêu văn-chương – năm đệ Tứ có truyện đăng *Đời Mới*. Tiểu-thuyết "Bãi Hoang" đăng *Tiểu Thuyết Tuần San* dở dang, bị cấm. Ngoài ra, từng viết cho *Lý Tưởng* (Không Quân), *Chiến Sĩ Cộng Hòa* và nhật báo *Tiền Tuyến*. Hội viên Hội Văn nghệ sĩ Quân đội.

Ở Mỹ, viết cho *Văn Học, Văn, Hương Văn, Văn Phong, Văn Tuyển, US Việt Times*.

Chủ trương tạp-chí *Chủ Đề* hải-ngoại, sống 4 năm ra được 15 số (Xuân 2000 – Xuân 2004) mục-đích giới thiệu cho người đọc và người viết VN biết những trào lưu triết học và phê-bình mới đương đại, cũng như tổng hợp các vấn-đề quan thiết trong cùng một số báo, thay vì phải tìm tòi, tra cứu sách báo, internet... mất thời giờ, như: tổng luận 100 năm văn-học Pháp, mỹ học và văn-học, đồng tính luyến ái và văn-học, dục tính và văn-học, văn-học hậu thuộc địa, văn-học hậu hiện-đại, văn-chương lưu vong, nữ quyền và văn-học, chiến-tranh và văn-học, điện ảnh và văn-học, v.v..

Đã xuất-bản tập truyện ngắn *Trong Mê Cung* (Văn Học, Californis, 1999).

Tìm lại giấc mơ đã mất

người đàn ông ngoẻo đầu vào tựa chiếc ghế da màu đen hai mắt nhắm nghiền bàn tay trái rời con chuột bằng nhựa của chiếc máy điện toán buông thỏng xuống cái tựa tay của ghế cũng bọc da màu đen

màn hình bên trái có cây thông lắc lư bên phải có đầu ông già noel với cái mũi đỏ và đôi mắt hi hí hấp háy phía dưới là chiếc gậy với mấy cái bong bóng đổi màu xanh lục hồng và cây đèn cầy leo lét ngọn lửa vàng đi sâu dần vào giấc mơ trong tiếng nhạc vang vang bài jingle bells jingle bells

rồi bây giờ là đáy sâu đại dương với đàn cá vàng tung tăng bơi lội bỗng nổi lên một con cá đuối thẳng lép kẹp từ phía dưới ngoi lên và đuôi ve vẩy từ tốn lượn lờ như không hề biết có một con cá mập hung hăng đang từ trên cao lao xuống đàn cá vàng tản nhanh ra chung quanh rồi tụ lại như cũ lại tung tăng bơi lội bỗng nổi lên một con cá đuối thân lép kẹp từ phía dưới ngoi lên vi và đuôi ve vẩy từ tốn lượn lờ như không hề biết có một con cá mập hung hăng đang từ trên cao lao xuống

người đàn ông nhướn mắt nhìn ông chủ tiệm nói xin lỗi order giùm tui một cappuccino grand ông chủ tiệm cà phê nói tốt thôi ông cứ ngồi tại chỗ

một ông già đội mũ dạ mặc đồ lớn mang cặp kiếng gọng tròn râu mép như hitler cà vạt chéo đen trắng thân hình bị những đường vạch ngang màu đen từ chóp mũ cho đến đôi giày bóng loáng tựa như ông ta vừa in mặt mày quần áo vào một hàng rào sắt dính ướt sơn từ phòng sáng đèn bên kia bước sang

ông chủ tiệm nói nhỏ james joyce đó

tôi biết mà cái mũ phớt bộ râu hitler và chiếc cà vặt đen trắng quen quá mà và ông ta đang cầm cuốn sách gì dày sịch đó chắc là ulysses chứ chi james joyce vừa ngồi xuống bàn bên cạnh

người chủ quán hỏi thưa ngài dùng gì ạ

một scotch

thưa ngài ở đây chỉ bán cà phê thôi ạ

đây không phải là quán molly malose›s sao

dạ không ạ đây là tiệm cà phê starbucks

thế sao cái ông bên kia có cái chai gì gì mang hiệu croix-zéro đó

thưa chai x.o. của ông ta mang từ nhà đến ạ

ông ta là ai thế sao ta không mặc áo quần tù nhân như chúng tôi

dạ thưa ngài ông mai thảo đó ạ ông ta không ở trong trại tập trung kia ông ở ngoài vào đây thôi

nghe ông chủ tiệm nhắc đến tên nhà văn mai thảo người đàn ông ngoành nhìn sang định chào nhưng ông mai thảo đang chăm chăm nhìn sang cảnh cửa chói đèn bên kia xây lưng lại người đàn ông nhìn theo qua bên kia cửa thấy người ta đi lại đông vô số kể chen chúc nhau có người đi ngay trên đầu trên cổ những người khác một cách tự nhiên và tịnh không nghe một tiếng nói nào

thế hôm nay không phải là bloomsday sao james joyce hỏi

rất tiếc thưa ngài tôi không hiểu ngài nói gì ạ ông chủ tiệm cà phê trả lời

tôi tưởng hôm nay ở đây sẽ đọc chương 18 chứ

chúng tôi không hiểu thưa ngài

ở melbourne người ta đã không hiểu chương 1 rồi

xin lỗi

kể cả tokyo roma paris london dublin hừ dublin đúng là dân tỉnh lẻ là một cõi tê liệt chết rũ

vừa lúc ấy một người đàn ông và một người đàn bà từ phòng

bên kia bước sang

ông chủ tiệm cà phê quay lại

chào phu nhân chào ngài ngọn gió nào đưa ngài đến đây

không phải là ngọn gió nào hết mà là những con đường của
tự do hay đúng hơn là những con ruồi

những con ruồi ngài không nói đùa chứ

tôi không nói đùa chút nào vì tự do chỉ là một lưu đày

hai người vừa vào gồm một người đàn ông mang kiếng râm
cao to tầm thước và một người đàn bà bới tóc da trắng xanh
như người lai âu á cả hai mặc quần áo màu nhạt từ đầu đến
chân cũng bị những vạch đen ngang đều đặn như quét sơn

xin mời phu nhân xin mời ngài ngồi ạ

tôi là người nữ khách được mời

vâng chúng tôi biết từ năm 1934 lận thưa phu nhân phu nhân
và ngài hạnh phúc chứ

hạnh phúc không chỉ là sự khơi động trong tim tôi tôi thiết
nghĩ nó còn cho tôi biết chân lý và sự hiện hữu của tôi và vũ
trụ đối với tôi hạnh phúc là một cách thế ưu tiên nhận thức
thế giới tôi không bao giờ có khả năng tưởng tượng được sự
bất hạnh

tôi cũng thế tôi đang sống trong hoàn cảnh tôi muốn sống dù
là hoàn cảnh bi đát nhất dù là nghịch cảnh thảm thương nhất
tôi xứng đáng với hoàn cảnh tôi tôi kêu gọi nghịch cảnh vì
tôi là nghịch cảnh

đang nói ông ta nhìn thấy người đàn ông lắng tai nghe liền
chỉ tay

ông là người đông dương chứ gì ông có nhớ ngày 26 tháng 6
năm 79 không tôi đã đến gặp tổng thống xin giúp đỡ cho các
thuyền nhân việt nam vượt biển tìm tự do nhưng tất cả chỉ là
cơn buồn nôn buồn nôn buồn nôn thôi

người đàn ông nói tuy thế nhân dân chúng tôi vẫn cảm ơn

ngày sartre ạ

xin đừng cảm ơn vì ở đâu cũng thế thôi tự do chỉ là sự lưu đày tôi đã viết trong vở kịch đàn ruồi và truyện hoãn binh như thế mà

không biết nhà văn việt nam có nghe sartre nói không ông ta chỉ lặng lẽ đưa be rượu lên miệng tu một hơi và ngâm thơ sang sảng

đất tưởng còn xa trời đã gần
giờ đất đã gần trời xa dần
khăn bàn trải sẵn cùng thân thế
đợi chiếc khay trời món đất ăn

nhà triết gia hiện sinh nổi tiếng hỏi người đàn ông ông ta nói gì thế tôi đã nói tôi chịu trách nhiệm cho thế kỷ này ngày hôm nay và mãi mãi có lẽ sẽ không có thế kỷ khác nào nữa đâu có lẽ một trái bom sẽ nổ tắt hết tất cả ánh sáng tất cả sẽ chết các anh nói gì thế ông ta nói gì thế

người đàn ông lúng túng à à thưa ngài ông ta nói là là đất đất đất của người ta của st. ex. hả chứ không phải là bức tường của tôi sao

người đàn ông nói đại vâng bức tưởng ông ta nói bức tường đấy ạ

lại hai người nữa đi vào một người mặt chữ điền mang kiếng trắng gọng ray-ban và một người tóc cắt ngắn màu muối tiêu nhưng vệt râu cá chốt còn đen cũng mặc quần áo tủ nhân nghĩa là mang đầy những sọc đen trắng rằn ri từ đầu đến chân người mang kiếng trắng bắt tay nhà văn việt nam chào ông ở bên kia tôi nghe tiếng ngâm thơ của ông đầy hào khí và rất hiện sinh tôi trưởng ngài sartre chắc khoái lắm tôi là eliot

tôi biết thưa ngài ngài là người được nobel năm 1948

nhằm nhò gì ba cái lẻ tẻ đó mà nói tôi thích tập thơ tôi thấy hình tôi những miếu đền hơn

cám ơn ngài còn tôi tôi thích bài virginia lắm

tất nhiên rồi tôi hiểu vì sao ông thích vì trong đó có con sông hồng của quê hương ông chứ gỉ à quên giới thiệu với ông đây là ông faulkner

hai người bắt tay nhau ông faulkner nói chúng tôi ở đây đã lâu nên không có âm thanh nào là tôi không nghe hồi nãy tôi đã nghe ông ngâm bài thơ món đất của ông tôi đã không phẫn nộ mà nó còn làm cho tôi nhớ lại lúc tôi đang hấp hối

đặc biệt ở quán cà phê này khách không cần phải làm indian file trước quầy để order món uống mà ông chủ tận tâm phục vụ vì đa số là khách tên tuổi ở trại tập trung bên kia qua

khi ông chú rảnh tay tới ngồi bàn với người đàn ông người đàn ông hỏi

bên kia làm gì mà đông người thế họ đang chờ xem giá thị trường chứng khoán à

không phải đó là trại tập trung tư tưởng của hai ông chủ barnes và noble ông không thấy ai ở bên đó ra cũng mặt mũi áo rằn ri như tù nhân sao

tôi thấy họ đi dẫm cả lên đầu của nhau

đó là chuyện thường họ phải ngủ theo thứ tự a b c của tên gọi hoặc theo ghetto

ghetto gì

thì văn học này triết học này lịch sử tôn giáo du lịch v.v. và v.v.

một anh chàng trông cà tăng như dân vagabond đội nón đen bịt dải băng ngang trán có râu cạnh trê đen nhánh huýt sáo bước vào

ai đấy

là hemingway anh chàng vừa bị thương ở mặt trận tây ban nha về đấy mà

ông ta tự tử lúc sáu mươi ba tuổi mà sao còn trẻ thế

ở trại tập trung này con người có thể biến hóa già thành trẻ hay trẻ thành già ông chưa thấy whitman tolstoy freud dos có khi trẻ như một anh chàng thanh niên cao bồi vậy

hemingway đến thằng quầy order thức uống nên ông chủ tiệm vẫn thong thả ngồi nói chuyện với người đàn ông

ông ta hất hàm chỉ một ông lão người á châu vừa bước vào ông biết là ai không

o kenzaburo chăng

không phải yasunari kawabata đấy

trông mặt mũi ông ta khắc khổ và nghiêm nghị quá

thì ông ta nổi tiếng là người không biết cười mà

tôi tưởng như ông ta đang mang mặt nạ

đúng là mặt nạ đấy nhưng ông ta sẽ bỏ ra vì ông biết mặt nạ không tốt, màn kịch có mang mặt nạ càng không tốt cũng cần phải bỏ

người đàn ông nhìn theo thấy kawabata nối đuôi hemingway để order cà phê

thêm một anh chàng cao ráo đẹp trai mặc áo đuôi tôm bước vào

chà tài tử điện ảnh là cái chắc rudolph valentino phải không

đâu có k đấy

k là ai

thì franz kafka đấy mà

tôi thấy cái áo đuôi tôm của ông ta là kè như cánh gián kỳ quá và nếu xòe ra một chút nữa thì chẳng khác gì con quạ đen

ông nói hay lắm vì ông ta đã không có lần nghĩ mình là con gián rồi sao và kafka còn có ý nghĩa gì khác hơn là con quạ

trông ông ta như bọn ss đức quốc xã

thì ông ta là kẻ tiên tri về những lò thiêu những vụ giết người hàng loạt của bọn đức đấy mà ngay cả vợ và người yêu của ông ta cũng không thoát thế sao bảo ông ta muốn đốt hết tất cả những gì mình viết ra không đốt mà loài người có đọc ra được đâu nói gì là đốt xin lỗi ông tôi phải tiếp ông ta vì ông ta là một trong chúa bà ngôi của văn học thế giới đấy

người đàn ông thấy ông chủ tiệm đến nói gì đó với k nhưng ông lắc đầu câm lặng đến sắp hàng nối đuôi trước quầy cà phê chiếc áo đuôi tôm kè kè như hai cánh quạ sắp bay lên giữa lúc ấy người đàn ông thấy có hai ông già cầm tay nhau bước vào họ ngồi cùng bàn với ông ta sau khi lí nhí xin lỗi rồi nói chuyện với nhau tiếng nói nhanh như chim hót thì ra họ nói tiếng tây ban nha

một người bệ vệ tóc bạc phơ và một người trông bánh bao như một nhà ngoại giao

ông định đi thật sao ông paz ông đi thì tôi cô đơn lắm người tóc bạc nói

tôi là người mễ tôi phải sống như những người mễ còn cô đơn thì nơi nào mà không cô đơn chúng ta không phải đang sống trong mê cung của cô đơn sao ông borges

rồi paz nói tiếp

con người cô đơn mọi nơi nhưng nỗi cô đơn của người mễ dưới những tảng đá đen mênh mông ở cao nguyên nơi vẫn ngự trị những vị thần tham lam không giống nỗi cô đơn của những người bắc mỹ ở đây

trong thung lũng của nước mễ con người cảm thấy mình lơ lửng giữa bầu trời và mặt đất hắn đung đưa giữa những quyền lực của vũ trụ và hắn chỉ biết há mồm trơ mắt ếch ra mà nhìn một cách bất lực thôi

ồ xin lỗi ông bạn những điều tôi vừa nói có lẽ đã làm ông bạn xúc động

ông paz thấy người đàn ông chảy nước mắt thì nói thế và rút khăn tay trong túi đưa cho ông ta trong khi già borges thì săm soi bước theo k và đang tía lia đấu hót paz thấy thế thì nói kệ ông ta ông ta liên quan chặt chẽ với k lắm, cả poe và đôi khi cả henry james và wells nữa còn ông tôi biết khi tôi nói về nước mễ của tôi ông đã nhớ quê hương của ông phải không chúng ta là những người tự do nhưng cũng là những kẻ lưu vong như sartre nói đó

nhưng xin ông hãy khóc bằng trái tim chứ đừng khóc bằng mắt vì đôi mắt là tổ quốc ánh mắt là hạt giống cái nhìn là gieo trồng như miró vậy ông biết juan miró chứ

tôi biết

miró mà là một cái nhìn trong veo

một cái nhìn của bảy bàn tay

bảy bàn tay hình của những chiếc tai nghe rõ bảy màu

bảy bàn tay hình của bảy bàn chân treo lên bảy cầu thang cầu vồng

bảy bàn tay hình của những cái rễ có mặt mọi nơi đồng thời ở cả barcelone

người đàn ông mất loạn lên nhìn thấy bảy bàn tay của paz dài ra hoa lên trước mặt mình như những con rắn

ông ta muốn tránh lẽ cũng không được những bàn tay to xòe ra che cả mặt mũi của ông ta như sắp sửa chụp vào đầu trong lúc đó ông ta thoáng thấy có một người đi lại phía sau ông rồi thình lình nhảy lên lưng và hét lớn a ha tôi có thể nhảy lên lưng anh được rồi

nhìn lại thì thấy đúng là octavio paz còn bảy bàn tay phải trước mặt thì đúng là của juan miró

sợ quá chịu không nổi người đàn ông phải la lên

người đàn ông tỉnh dậy trên chiếc ghế da đen

paz và miró cùng tiệm cà phê biến mất

thì ra chỉ là một giấc mơ

trước mắt là màn hình máy điện toán với bầy cá tung tăng bơi lội lững lờ ông ta với tay chạm vào con chuột bằng nhựa tức thì hiện ảnh trên màn hình thay đổi ngay

cái e-card aloha hiện ra với cây thông lúc lắc bên trái ông già noel mũi đỏ với đôi mắt ti hí hấp háy bên phải chiếc gậy chiếc bong bóng tung bay và cây đèn cầy ánh lửa vàng leo lắt

một dòng chữ từ trên cao từ từ chạy xuống trong tiếng nhạc gieo vang của bài jingle bells

chúng con chúc ba má một mùa giáng sinh vui vẻ

một năm mới một thế kỷ mới một thiên niên kỷ mới

sức khỏe vui tươi và hạnh phúc

người đàn ông bóp đang cố nhớ lại giấc mơ và nhận thấy những điều mâu thuẫn kỳ lạ ông ta không biết tiếng pháp nhất là tiếng tây ban nha vậy thì vợ chồng sartre và paz đã nói tiếng việt hay sao lại nữa câu của paz hình như ngược lại câu phương ngôn nước áo mà jung có lần nhắc đến anh có thể nhảy lên lưng tôi nghĩ là anh nói gì tôi cũng bất chấp

người đàn ông đứng lên kéo chiếc ghế da về phía tủ sách và leo lên c d e f đây rồi ông ta với tay kéo cuốn sách bìa da chữ vàng ở gáy đã bị tróc lở vì quá lâu năm đúng lúc chic ghế da quay một vòng ông ta mất thăng bằng ngã xuống nền nhà đầu đụng vào cạnh tủ bằng gỗ cherry bất tỉnh cuốn sách rơi theo nằm bên cạnh bìa lật mấy trang đầu phô ra màu giấy ố vàng

một ông già râu ria xồm xoàm mặt mũi nghiêm nghị mặc chiếc vét nhung đỏ ve áo viền vàng quần nhung sọc ngồi trên một chiếc ghế sắt sau lưng là một bức tranh cổ lồng kính và phiên bản bằng thạch cao tượng dying slave của milchelangelo ông già dùng điếu xì gà đã tắt chỉ vào dòng chữ neueo superos acheronta movebo mà người đàn ông không hiểu mô tê gì hết.

Nguyễn Trung Hối

NGUYỄN VẠN LÝ

Sinh quán Hà Nam, Bắc Việt.
Tốt nghiệp đại học Sàigòn, Đà Lạt và Sydney (Australia)
Trước 1975 dạy học tại Sàigòn.
Sau 1975 cộng tác với các báo *Phụ Nữ Diễn Đàn, Làng Văn, Thế Giới Tự Do và bán nguyệt san Tự Do.*

Tác phẩm đã xuất bản:
- *Người Từ Trong Cấm Thành*
- *Cái Chết Của Lâm Bưu*
- *Giang Thanh - Mao Trạch Đông, Tình Dục Và Quyền Lực*
- *Yamamoto, Con Rồng Thái Bình Dương.*

Có một mùa hoa gạo

Văn lùi xe ra khỏi trạm xăng và tìm cách trở lên xa lộ. Chàng đang trên đường trở về sau khi thăm một người bạn thân tại New Orleans. Chàng phải rẽ xuống cái thành phố nhỏ ven biển Texas này để đổ thêm xăng. Bỗng chàng trông thấy mấy người Á Đông tại một ngã tư, và ngay cạnh đấy là một cửa tiệm bán thực phẩm Á Đông. Một tấm biển lớn đề một hàng chữ Việt Nam: "Chợ Quê Hương", và ngay bên dưới là một hàng chữ Tầu. Chàng mỉm cười tự hỏi:

"Không biết "quê hương" ở đây là Việt Nam hay là Trung Hoa?"

Chàng không có việc gì phải vội vã, và lúc đó vẫn còn sớm, mới khoảng 11 giờ sáng, nên chàng đậu xe ngay trước cửa tiệm. Chàng dự định vào xem có gì đặc biệt để mua về làm quà cho vợ.

Bên trong tiệm là từng dãy những tủ hàng đựng các đồ ăn khô và tươi, giống y như các tiệm thực phẩm khác mà chàng đã biết. Lúc đó là buổi sáng của một ngày đầu tuần, nên tiệm rất vắng khách. Văn đoán chàng là người khách duy nhất, và có lẽ là người khách đầu tiên của ngày hôm đó. Bên quầy tính tiền là một người đàn bà lớn tuổi, có vẻ là chủ tiệm. Một thanh niên làm công đang chất đồ lên các quầy hàng. Văn cắm cúi đi, ngó từng dãy quầy hàng, và chàng có cảm tưởng người đàn bà nhìn theo chàng. Cuối cùng chàng chọn mua một ít khoai lang. Chàng vẫn thích ăn khoai lang luộc, và những củ khoai ở đây trông mập mạp ngon lành và rất tươi.

Tại quầy tính tiền, chàng có dịp quan sát bà chủ tiệm kỹ hơn. Bà ta khoảng gần sáu chục tuổi, tuy già nhưng có nét ưa nhìn. Trên khuôn mặt đầy phong sương của tuổi đời, đôi mắt mệt mỏi vẫn còn vẻ tươi vui, và nụ cười vẫn còn duyên dáng.

Mái tóc bà ta đã ngả màu muối tiêu, nhưng dáng dấp vẫn còn nhanh nhẹn. Bà ta nhìn Văn đăm đăm trước khi bỏ túi khoai lên cân, rồi lên tiếng hỏi Văn bằng một giọng đặc Hà Nội:

"Ông thích ăn khoai lang? Ông chọn khéo quá nhỉ! Khoai này ăn ngon và bùi lắm cơ."

Văn có linh cảm chàng đã gặp người đàn bà này ở đâu rồi, nhưng chàng không thể nhớ ra. Chợt bà ta quay sang nói một tràng tiếng Tầu với người thanh niên làm trong tiệm. Văn mỉm cười, "Bà nói tiếng Tầu giỏi quá nhỉ?"

"Thì tôi là người Tầu mà."

"Nếu vậy bà nói tiếng Việt hay quá, đặc giọng Hà Nội! Tôi cứ tưởng bà là người Việt đấy."

"Thì tôi sinh đẻ tại Việt Nam mà."

Khi người đàn bà cúi xuống lấy một cái túi nylon đựng khoai cho Văn, chàng trông thấy một vết bớt màu đậm ở cổ bà ta. Sau khi trả tiền, chàng bước đi, nhưng chợt chàng bàng hoàng quay phắt lại và hỏi:

"Có phải bà là Mẫn ở chợ Cầu Không trước kia không?"

Người đàn bà mở to mắt, và hỏi lại, "Có phải ông là Văn không?"

Văn buông rơi túi khoai, giơ hai tay lên trời và kêu lên, "Trời ơi quả thực là Mẫn rồi! Đã tưởng không bao giờ được gặp nhau nữa!"

Bà chủ tiệm mừng rỡ, nắm lấy hai cánh tay Văn, và nhìn kỹ mặt Văn: "Tôi không ngờ có ngày gặp lại Văn. Ngay từ lúc thấy Văn cúi đầu đi ngó từng dẫy quầy hàng, tôi đã ngờ ngợ rồi. vẫn cái lối đi ngày xưa, đầu lúc nào cũng cúi xuống như muốn tìm tiền của ai đánh rơi. Ở đâu mà hôm nay lại lạc đến đây thế này?"

"Cũng ở gần đây, chỉ cách vài giờ lái xe thôi. Lần đầu

tiên tôi tới cái thành phố này mà lại gặp được Mẫn. Mẫn ở đây lâu chưa?"

"Trên mười năm rồi đó. Này, từ cái lần cuối cùng gặp nhau đến nay là bao lâu rồi? Có lẽ cũng phải bốn mươi năm đấy nhỉ?"

"Bốn mươi mốt năm rồi!"

Mẫn chép miệng, "Quá nửa một đời người. Nhưng trông Văn vẫn trẻ, còn tôi thì già rồi."

"Trẻ gì nữa, tại tôi nhuộm tóc đây. Tôi với Mẫn bằng tuổi nhau thì chẳng có ai già ai trẻ cả."

Mẫn ngẫm nghĩ rồi hỏi Văn, "Hôm nay Văn có bận gì không? Nếu không có việc gì phải về gấp, ở lại đây ăn trưa với nhau một bữa, và kể chuyện đời cho nhau nghe được không? Tiệm ăn bên cạnh đây có nhiều món ngon đáo để. Đã lâu lắm mới có dịp mời Văn."

"Thế thì nhất Mẫn rồi. Dù bận gì cũng bỏ hết. Gặp được Mẫn đâu phải chuyện dễ. Một giấc mơ đấy."

Mẫn gọi người thanh niên lại, dặn dò bằng tiếng Tầu, rồi dẫn Văn sang tiệm ăn bên cạnh. Tiệm ăn sáng ngày thứ hai cũng vắng tanh. Hai người chọn một cái bàn bên cạnh cửa sổ trông ra biển. Bên ngoài gió vẫy vùng trong một khoảng trống bao la, quay quất những cụm cây dại mọc bên bờ cát. Nước biển ở đây là một màu xám lợt không mấy hấp dẫn, và cũng không khích động lòng người tới những cuộc viễn du đến những chân trời xa.

Thấy Văn nhìn ra ngoài bãi biển trống vắng, Mẫn than thở: "Cảnh ở đây trơ trụi lắm, chẳng có gì gợi nhớ đến cây gạo ngày xưa cả."

*

"Cây gạo ngày xưa!" Mẫn muôn nhắc tới cây gạo tại

phố chợ Cầu Không một nửa thế kỷ trước? Hồi ấy là mùa hè năm 1945, lúc Văn mười tuổi, và Mẫn cũng bằng tuổi chàng. Tuy bằng tuổi nhau, nhưng Mẫn khôn lanh hơn Văn nhiều. Mẹ Văn có một tiệm bán muối độc quyền tại khu phố chợ Cầu Không. Văn học ở làng, cách chợ Cầu Không bảy cây số, nhưng mùa hè năm ấy Văn được ra sống tại Cầu Không.

Đối với Văn thì phố chợ Cầu Không đã là một nơi đô hội rồi, vì tiệm bán muối của mẹ Văn ở ngay trước chợ nên lúc nào cũng náo nhiệt, nhất là vào những ngày phiên chợ thì người ta phải chen lấn nhau mà đi. Chỗ nào cũng có hàng quà hàng bánh, và nhiều người ăn mặc rất sang trọng. Cửa tiệm là một căn phố lầu bằng gỗ, có ban công. Văn rất thích cái thú được trèo cầu thang, ra ban công nhìn xuống đường, một cái thú Văn chưa bao giờ được hưởng ở trong làng.

Khu phố có khoảng mười căn phố lầu bằng gỗ, tất cả nhìn sang chợ Cầu Không; con đường liên tỉnh trải đá phân cách chợ và khu phố. Phía sau dẫy phố là một cái ao tù không có lối thoát nước, quanh năm phủ váng và là ổ sinh sản của muỗi. Cả khu phố ấy, không một nhà nào có cầu tiêu. Mọi người phải ra cánh đồng gần đây làm cái việc bài tiết cần thiết. Thực ra cách ngã tư chợ Cầu Không một quãng, trên con đường trải đá sang Phủ Lý Nhân, có một cây gạo cổ thụ, gốc rất to và ngăn thành nhiều hốc lớn. Những cái hốc cây gạo kín đáo ấy đã trở thành một cái cầu tiêu công cộng cho những người sống trong khu phố chợ Cầu Không. Người ta cứ việc ra đó khi cần, rồi thơ thới ra về, và có từng đàn chó tranh nhau ra dọn dẹp sạch sẽ hết. Văn rất chịu cái thú "ra gốc gạo" này, và ở đây người ta hiểu cái thành ngữ "ra gốc gạo" có nghĩa là đi đại tiện.

Chính một lần "ra gốc gạo" Văn đã gặp Mẫn. Chiều hôm đó Văn đang ngồi trong một cái hốc của gốc gạo, lơ đãng nhìn những làng mạc xa xa, lờ mờ trong sương chiều ở cuối chân trời thì chợt Văn nghe thấy tiếng những hòn sỏi rơi lách cách trong hốc bên cạnh. Hình như có ai đang chơi đùa với những hòn sỏi. Văn ngó sang xem có phải là một tên bạn cùng phố không thì bị một tiếng con gái la mắng:

"Ê, nhòm cái gì?"

Văn bối rối thụt lui, và vội vàng cho xong rồi đứng dậy ra về. Văn vốn nhút nhát, lại bỗng nhiên mang tiếng nhìn trộm con gái nên muốn lảng tránh gốc gạo càng sớm càng tốt. Nhưng ngay lúc đó, từ cái hốc bên cạnh, một người con gái ăn mặc kiểu Tầu cũng bước ra. Cô ta gườm gườm nhìn Văn, như muốn trách mắng nữa. Thực ra Văn đã kịp nhìn thấy gì đâu, nhưng Văn lủi thủi cúi đầu đi như chạy trốn. Khi Văn về đến cửa nhà thì thấy cô bé người Tầu đó bước vào tiệm thuốc bắc bên cạnh. Trước khi khuất hẳn, cô bé còn lườm Văn một lần nữa. Văn bỏ lên lầu ra đứng bần thần ở ban công, nghĩ tới sự oan uổng của mình. Chợt Văn nghe thấy tiếng động ở ban công bên cạnh và quay nhìn sang. Văn lại thấy cái cô bé khó tính ấy. Cô ta trông thấy Văn liền quay lưng bước vào nhà, và đóng xập cửa lại.

Bên cạnh nhà Văn là tiệm thuốc bắc Vệ Sinh Đường của một ông lang người Tầu mập ú. Tiệm thuốc có vẻ đắt khách lắm, vì không những ông lang mập kê toa bán thuốc, mà tiệm còn bán thêm hàng tạp hóa nữa.

Hôm sau Văn gặp bà già nấu ăn của tiệm thuốc bắc và hỏi dò người con gái Tầu là ai. Bà già cho biết người con gái Tầu ấy là cháu ông chủ Vệ Sinh Đường, gọi ông ta bằng chú. Tên cô ta là Tiểu Mẫn, và có người gọi là A Mần, nhưng mọi người trong tiệm chỉ gọi cô ta là Mẫn cho gọn. Nhà Mẫn ở Phủ Lý, nhưng vì lúc đó phi cơ Mỹ thường oanh tạc các vị trí của quân Nhật trong tỉnh, nên gia đình gửi Mẫn tới chợ Cầu Không với người chú để tránh nguy hiểm.

Hàng ngày Văn học ôn bài vở vào buổi sáng trên gác, và buổi chiều đi chơi quanh quẩn trong phố. Phía đầu bên kia chợ có hai cây cầu song song với nhau, bắc qua một con sông nhỏ. Một chiếc cầu đúc được gọi là Cầu Tây và một chiếc cầu gỗ sơn đỏ có mái che được gọi là Cầu Tầu. Bên kia cầu là khu nhà xây kiểu mới, tường gạch và cửa kính, có những cửa tiệm đại lý rượu và thuốc phiện. Văn không thích dãy nhà xây kiểu mới này, vì không có lầu và thơ mộng như khu phố chợ. Văn cũng thích chiếc Cầu Tầu hơn Cầu Tây, vì Cầu Tầu có lan can và mái che mưa nắng, mặc dù bấy giờ không ai dùng cây cầu cổ ấy nữa. Văn thường đứng trên cầu hóng mát, soi bóng mình trong dòng nước chảy bên dưới. Kế bên Cầu Tầu là một ngôi đình bề thế, trước cửa có tượng ông Thiện và tượng ông Ác, và những hình rồng đắp trên tường và trên mái. Quang cảnh ở đây trông giống như một bức tranh Tầu.

Ngày nào Văn cũng trông thấy Mẫn ở trong tiệm thuốc bắc. Lúc tiệm đông khách, Mẫn phải giúp bán hàng, và lúc rảnh rỗi, Mẫn cũng lang thang đi chơi bên đầu cầu hoặc bên trong chợ. Mấy ngày sau, Mẫn nhìn Văn một cách bình thường, không còn giận ghét như mấy ngày đầu, một phần cũng vì Mẫn thấy Văn hiền lành, không phá phách như mấy đứa trẻ khác trong khu phố.

Một buổi chiều tối, lúc đó đã nhá nhem rồi, Văn đang đứng trong hiên nhìn sang những ngọn đèn tù mù trên những quầy hàng bán đêm trong chợ, thì Mẫn rụt rè lại gần Văn, dáng điệu có vẻ cầu khẩn. Mẫn hỏi Văn, "Đi ra gốc gạo không?"

Văn lắc đầu. "Không, đi hồi chiều rồi."

Mẫn năn nỉ, "Đi với tôi một lát đi. Tối rồi đi một mình tôi sợ lắm. Hôm nay bà già nấu ăn về quê, tôi không nhờ ai đưa đi được."

Văn không muốn ra gốc gạo vào buổi tối, nhưng Văn bằng lòng đi với Mẫn, một phần vì Văn muốn xóa sự giận hờn của Mẫn lần trước. Thế là Văn và Mẫn đi ra gốc cây gạo, nhưng Văn đi cách Mẫn một quãng. Tới nơi Văn đứng cách xa cây gạo, lấy đá liệng xuống cái ngòi nước bên cạnh đường để giải trí trong lúc chờ đợi Mẫn. Lúc ra về, hai người gặp mấy con chó đứng chờ bên đường, những con chó đói, hung dữ đứng thè lưỡi nhìn hai đứa trẻ. Mẫn kinh sợ đi sát vào Văn, và khi tới gần bầy chó, bàn tay run run của Mẫn nắm chặt lấy tay Văn. Văn cũng sợ đàn chó, nhưng không dám bỏ Mẫn, chạy thoát một mình. Văn cúi xuống nhặt mấy hòn đá để phòng thân. Khi Văn cúi xuống lượm đá, mấy con chó liền lảng ra, chạy vào hốc cây gạo. Hai đứa trẻ bị một phen hú vía.

Kể từ buổi tối ấy, Mẫn thân với Văn hơn. Những buổi chiều hai đứa trẻ thường đi lang thang với nhau, cùng nhau đứng tựa thành Cầu Tầu, vừa nói chuyện vơ vẩn vừa ăn ô mai của Mẫn lấy trong tiệm. Vào những buổi tối sáng trăng, đôi bạn trẻ len lỏi giữa những gian hàng trong chợ. Một lần hai người vào đình xem hát. Trong cái đám đông chen lấn nhau trong đình, Mẫn phải nắm chặt tay Văn, sợ hai người lạc nhau. Nhưng cái nơi ưa thích nhất của hai đứa trẻ là cây gạo vào buổi chiều, khi bóng mát của cây gạo trùm một khoảng rất rộng, và trước mặt là một cánh đồng bao la, lúa xanh lượn nhấp nhô như sóng biển. Văn và Mẫn thường ngẩng đầu nhìn lên vòm lá âm u, và ao ước trèo lên được ngọn cây gạo, vừa để bắt tổ chim, vừa có thể nhìn ra thật xa.

Cây gạo đứng ngạo nghễ, vươn lên trơ trọi bên cánh đồng. Từ đằng xa hàng mấy cây số, người ta đã có thể trông thấy cây gạo rồi. Cây gạo dường như không thèm đếm xỉa đến cái loài người đang làm xú uế cái gốc cây. Ngày đêm cây gạo chỉ chờ đợi gió đến để tình tự. Đây là một cặp tình nhân rất khác thường. Có những lúc gió bỏ mặc cây gạo đứng yên lặng buồn rầu, ủ rũ chờ đợi hằng giờ. Thường thì gió đến nhẹ nhàng như mơn man, cây gạo khẽ run lên, lá reo múa thành tiếng thì thầm của hai người tình thủ thỉ, những cành nhỏ cuống quýt chao đảo như mơn trớn vuốt ve, như rùng mình. Nhưng đôi khi gió ập đến thực hung dữ, như một cuộc ái ân cuồng nhiệt; có khi cây gạo và gió giông như một cặp tình nhân đánh ghen. Gió cuồng nộ quấn giật cây gạo, trong lúc những cành cây gạo trở thành những cánh tay chống đỡ, cào cấu quật vụt đối phương. Sau mỗi trận đụng độ như thế thì cây gạo lại thiệt thời mất một số cành khô bị gẫy và nhiều lá rụng.

Văn và Mẫn thích ra gốc cây gạo vào lúc lộng gió, vì giữa cơn quần thảo của gió và cây gạo, Văn và Mẫn tha hồ nhặt những bông hoa gạo đỏ tươi. Có bông rơi vụt xuống như đâm đầu vào bãi cỏ xanh, không thèm ngoái nhìn lại chốn cũ; có bông rơi ngửa, miệng hoa vẫn quay về phía cây gạo, như luyến tiếc cái tổ ấm vừa lìa bỏ; có bông rơi một cách rất thong thả, quay quay trong gió như nhảy múa, và Văn và Mẫn nhảy lên vồ lấy hoa trước khi hoa rơi xuống đất. Văn và Mẫn thường thi nhau xem ai nhặt được nhiều hơn, và người thua thường là Văn. Một lần Văn bảo Mẫn:

"Màu hoa gạo đỏ như má Chiêu Quân treo trong phòng của Mẫn."

Mẫn không đồng ý. "Màu hoa gạo đỏ tươi hơn. Hình Chiêu Quân màu đỏ xậm và không tươi."

Những ngày hạnh phúc của hai đứa trẻ mười tuổi cứ thế trôi đi dưới bóng cây gạo, bên đầu cầu sơn đỏ và bên những quầy hàng trong chợ. Mẫn lúc nào cũng là người ra lệnh và Văn vui sướng tuân theo. Cái thú đặc biệt nhất của hai đứa trẻ là đi "ra gốc gạo" vào những lúc trời mưa to. Hai đứa hai cây dù che người, đi chân không ra gốc gạo, thích thú nghe tiếng mưa rơi trên dù và cảm giác những luồng nước trên đường lùa vào kẽ chân. Bàn chân Mẫn dài và rất đẹp, những ngón chân hơi cong lên, bàn chân của một người có khả năng nghệ sĩ và khéo tay. Mẫn học ít hơn Văn nhưng chữ Mẫn viết đẹp hơn. Mẫn có thể đan được những chiếc quạt rất khéo, và biết thêu thùa. Mẫn còn nói tiếng Việt hay và rành rẽ hơn Văn. Khi phải kể lại một chuyện gì hay cần phát biểu điều gì, Mẫn nói rất rành mạch, rõ ràng và văn hoa hơn Văn nhiều. Giọng

nói của Mẫn trong trẻo như tiếng ngân của chiếc khánh bạc.
Đôi mắt của Mẫn to, có những cái nhìn vừa thiết tha vừa thấu
hiểu. Đôi môi đỏ tươi hơi rộng, sẵn sàng bĩu môi phản đối
một điều gì, hoặc căng ra thành một nụ cười thật dễ thương.
Một khuyết điểm duy nhất trên người mà Mẫn lúc nào cũng
cố giấu là một vết bớt màu đậm trên cổ. Mẫn thường mặc áo
cao cổ để che dấu cái bớt ấy.

Văn tự cho là may mắn có một người bạn gái như Mẫn.
Niềm hạnh phúc của Văn còn được những tiếng nhạc phụ họa
thành những giấc mơ. Lúc đó cuộc Trung Nhật chiến tranh
đang hồi khốc liệt, và quân Nhật đang làm chủ Đông Dương.
Những bản nhạc về cuộc chiến Trung hoa nổi tiếng như bản
"Đêm Trung Hoa" hoặc "Ngày Nào Chàng Trở Lại" và bản
nhạc "Biệt Ly" của Doãn Mẫn rất được thịnh hành. Văn
thường nghe thấy người lớn hát những bản nhạc ấy, kèm theo
tiếng đàn Banjo hoặc Mandoline là loại nhạc cụ phổ thông
nhất thời đó. Nhiều đêm trăng, trong lúc Văn nằm ngoài ban
công nhìn trăng sáng, nghĩ đến Mẫn, nghĩ đến Cầu Tầu sơn
đỏ và cây gạo lộng gió, thì tiếng đàn và tiếng hát du dương
từ trong chợ, từ đầu cầu vẳng lại, ru Văn vào những giấc ngủ
nhẹ nhàng thần tiên. Một lần Văn ngủ quên ngoài ban công
suốt đêm, nhưng đến sáng Văn ngạc nhiên thấy có một chiếc
mền nhỏ đắp lên người. Ngày hôm ấy, lúc ra nhặt hoa gạo,
Mẫn chỉ ngón tay vào trán Văn và trách:

"Bận sau không được ngủ ngoài ban công nữa. Coi
chừng nhuốm sương bị cảm đấy. Tối qua tôi phải lấy mền
đắp cho đó."

Bao giờ Mẫn cũng săn sóc Văn. Có lần Văn cãi nhau
với lũ trẻ trong phố, và Văn có vẻ bị lép vế. Mẫn liền nhảy
vào bênh vực Văn. Lũ trẻ không cãi lại được tài ăn nói của
Mẫn nên tức giận và mắng Mẫn:

"Cái con khách trú kia, cút về Tầu đi!"

Lần đầu tiên Văn thấy Mẫn tức giận như thế. Hình như hai tiếng "khách trú" làm Mẫn đau lòng. Mẫn xầm mặt quay lưng bỏ về nhà, và suốt hai ngày Mẫn không đi chơi với Văn. Có lẽ Mẫn giận lây cả Văn. Vì Văn mà Mẫn bị lũ trẻ kia xúc phạm. Nhưng chỉ vài ngày sau Mẫn lại vui vẻ với Văn, nhưng Mẫn không bao giờ nói chuyện với lũ trẻ con cùng phố nữa. Mẫn chỉ còn Văn là bạn, và hai người thân thiết với nhau hơn trước. Một lần Mẫn hỏi làng của Văn ở đâu. Văn trả lời:

"Cứ đi thẳng con đường đê này về phía Phủ Lý, đi qua nhiều cánh đồng, nhiều cổng làng, và ngay sau khi đi qua một con sông nhỏ nước trong xanh thì tới một khúc đê có một rặng nhãn là làng của tôi đấy. Làng tôi không có cổng làng. Khi nào Mẫn trở về Phủ Lý, Mẫn sẽ phải đi qua làng tôi."

"Ở trong làng có vui không? Tôi thì chẳng bao giờ có làng để về, chỉ ở thành phố thôi."

"Tôi thấy ở đây vui hơn. Ở làng tôi làm gì có Cầu Tầu và cây gạo to như ở đây. Trong làng cũng không có nhà lầu."

Nhưng ngày vui nào rồi cũng có lúc chấm dứt. Ba tháng hè trôi qua mau hơn Văn mong đợi. Đã đến lúc Văn phải về làng để sửa soạn đi học trở lại. Ngày hôm trước khi về, Mẫn lẳng lặng đưa cho Văn một chiếc quạt bằng cói do chính tay Mẫn đan. Văn không có gì tặng lại, chỉ bẽn lẽn cám ơn Mẫn. Chiều hôm sau lúc Văn bước lên chiếc xe kéo để về quê, Văn không thấy Mẫn đâu cả. Văn ngẩng đầu nhìn lên ban công thì thấy thấp thoáng bóng dáng của Mẫn đang thụt lui vào trong phòng. Mẫn không muốn tiễn đưa Văn; có lẽ Mẫn muốn tránh xúc động.

Khi chiếc xe kéo chạy qua ngã tư, Văn quay nhìn cây gạo. Hoa gạo đỏ vẫn từng bông rơi xuống bãi cỏ xanh, nhưng từ nay Văn sẽ không còn được cùng Mẫn tranh nhau nhặt những bông hoa ấy nữa. Văn ngơ ngác cảm thấy mất mát một cái gì. Văn quay lại, phố chợ Cầu Không khuất dần, cũng như niềm vui suốt một mùa hoa gạo cũng đang xa dần, và nỗi buồn tiếc đang bắt đầu dâng lên trong lòng Văn.

Thời cuộc bỗng biến chuyển mau lẹ. Trong lúc Văn sửa soạn cho niên học mới thì Nhật bại trận phải đầu hàng, và tất cả đều thay đổi. Mẹ Văn dọn hàng về làng, không còn bán muối độc quyền nữa. Văn sẽ không bao giờ có cơ hội ra sống tại phố chợ Cầu Không. Văn nhiều lần tự hỏi không biết Mẫn đã trở về Phủ Lý với gia đình chưa, hay vẫn còn ở lại Cầu Không.

Một năm trôi qua. Văn đã học xong bậc tiểu học, nhưng không có phương tiện học trung học vì thời cuộc. Đối với Văn, mùa thu năm 1946 là một mùa thu buồn và đẹp nhất. Đó là lần đầu tiên cái tâm trí non nớt của Văn bắt đầu biết thế nào là tưởng nhớ, là buồn tiếc. Trước kia Văn không hề nhớ tiếc cái gì lâu. Nhưng trong cái mùa thu của năm 1946, khi khói thu bắt đầu xây thành thì người ta biết cuộc chiến với quân Pháp sẽ phải xảy ra. Tuy nhiên rất ít người biết chiến tranh sẽ như thế nào, và vì thế chiến tranh mang một cái đẹp lãng mạn như trong các bản nhạc, một thứ men say giục giã thế hệ đàn anh của Văn lên đường, ra đi theo tiếng gọi của xúc động và mộng mơ. Riêng Văn chỉ biết nhìn bầu trời xanh biếc, những ngọn khói lam bốc lên từ những mái tranh, giữa cái màu xanh ngăn ngắt của những vườn dâu, rồi thơ thẩn đứng bên một cây cầu nhỏ, nhìn dòng nước trong vắt mải miết chảy đi, giống như những ngày vui không bao giờ trở lại. Những lúc ấy Văn chỉ nghĩ đến Mẫn.

Rồi chiến tranh máu lửa lan tràn, người ta phải tản cư, chạy trốn bom đạn và chết chóc, và sự học phải đình trệ vì những nhu cầu sống còn khác cấp thiết hơn. Văn cũng không còn thời giờ để tưởng nhớ tới Mẫn và cây gạo nở hoa nữa. Sau một thời gian tản cư, gia đình Văn vào Hà nội. Văn tiếp tục đi học trở lại, tuy chậm trễ mất vài năm.

Vào mùa hè năm 1953, Văn học một lớp luyện thi

Trung học tại phố Mã Mây. Hàng ngày chàng đi bộ qua phố hàng Buồm để tới lớp học. Văn đã trở thành một thanh niên 18 tuổi. Cái phố hàng Buồm lúc nào cũng tấp nập người đi lại, nơi có tiệm ăn Đông Hưng Viên nổi tiếng, và hàng dãy những tiệm ăn nhỏ, những tiệm thuốc bắc và tiệm tạp hóa. Một buổi chiều đi học về, Văn chợt nghe thấy một tiếng hỏi sau lưng, "Có phải Văn không?"

Văn quay lại. Chàng trông thấy một cô gái Tầu, mặc áo hoa đi giầy thêu, đang nhìn chàng đăm đăm. Trong một thoáng, Văn nhận ra Mẫn, người bạn gái của thời niên thiếu. Nhưng bây giờ Mẫn đã là một thiếu nữ xinh đẹp; nàng cũng 18 tuổi như Văn. Văn chợt thấy lòng rộn lên một niềm vui, như một bãi biển khô cạn buồn tênh bất chợt được một đợt sóng biển đổ ập lên. Chàng sung sướng reo lên:

"A, Mẫn!"

"Tôi thấy Văn đi qua cửa nhiều lần, nhưng lần này mới bắt lại được."

Văn nói đùa, "Gặp được "nị", "ngộ" mừng lắm."

"Biết được hai chữ Tầu mà cũng bày đặt nói."

"Tôi biết nhiều hơn hai chữ. Tôi biết tới ba chữ cơ. Để tôi nói cho Mẫn nghe: "Ngộ ái nị"."

Mẫn có vẻ không bằng lòng câu nói của Văn. Nàng cau mày trách, "Lại nói sàm rồi!" Như để cho bớt căng thắng giữa hai người bạn sau tám năm mới gặp lại nhau, Mẫn liền đổi mặt tươi cười và bảo Văn:

"Văn vào đây. Tôi đãi Văn món này."

Rồi Mẫn nắm tay Văn kéo vào một quán giải khát nhỏ gần đó, và gọi hai chén "lục tào xá" cho Văn và Mẫn. Hai người tíu tít hỏi thăm nhau về những năm tháng qua. Mẫn cho biết nhà nàng ở dưới phố Huế, gần chợ Hôm, và hằng ngày lên đây bán hàng cho một tiệm tạp hóa.

'Tôi trông thấy Văn cả tuần nay rồi, nhưng Văn cứ cúi mặt xuống lầm lì đi nên tôi không vẫy gọi được. Hôm nay phải ra tận đường chờ Văn đấy."

Rồi Mẫn cười khúc khích, trêu đùa Văn, "Sao Văn cứ cúi gầm mặt mà đi như thế? Coi chừng có ngày đụng phải hàng quà, làm đổ hàng của người ta rồi lại phải cởi áo ra mà đền."

Hai người bạn cũ nay đã lớn, nhưng không hề giữ kẽ, vẫn coi nhau như những ngày còn thơ ấu, đứng bên nhau dưới gốc cây gạo hoặc bên thành cây cầu cổ. Thời đó đối với người con trai 18 tuổi thì tương lai vẫn còn ở phía trước. Nhưng một người con gái 18 tuổi thì đã tới giai đoạn dừng lại rồi. Mẫn bùi ngùi nói với bạn:

"Thời gian qua mau quá, mới ngày nào mà đã tám năm rồi. Nhiều lúc tôi cũng nhớ đến những ngày ở chợ Cầu Không. Có lẽ đó là những ngày vui nhất của tôi. Bây giờ tôi phải đi làm công cho người ta. Bá tôi giờ già rồi "nàng gọi thân phụ bằng "Bá"."

"Nếu tôi không đi học tư thì chắc chẳng bao giờ gặp lại Mẫn. Mẫn làm ở đây có dễ chịu không?

"Đi làm công thì có bao giờ khá được. Buôn bán mình phải là chủ thì mới khá. Chỉ có Văn là sướng, vẫn còn được đi học. Văn phải chịu khó chăm học đi để sau này làm ông nọ ông kia, để khỏi vất vả như tôi."

"Phải rồi, học để sau này võng anh đi trước võng nàng theo sau."

Mẫn bĩu môi, "Thời bây giờ người ta không đi võng nữa. Người ta đi xe hơi cơ."

"Nếu vậy ngày ấy tôi với Mẫn cùng ngồi xe hơi với nhau vậy."

Mẫn quay đi chỗ khác, làm như không nghe thấy lời

nói có vẻ tán tỉnh của Văn. Hai người bạn cũ ngồi với nhau thêm một lát, rồi Văn đi cùng với Mẫn ra phố hàng Đào để Mẫn chờ xe điện trở về phố Huế. Sau đó ngày nào đi qua nơi làm việc của Mẫn, Văn cũng mỉm cười vẫy tay chào Mẫn. Cả hai trao đổi những nụ cười thật hồn nhiên thân thiện. Đôi khi tiệm quá đông khách, Văn không thấy Mẫn ngẩng lên chờ chàng. Một lần khác, Văn chờ Mẫn hết giờ làm, rủ Mẫn ra phố hàng Ngang để ăn kem. Mẫn đòi trả tiền vì Mẫn nói học sinh thì làm gì có tiền, còn đang ăn hại bố mẹ, nhưng lần đó Văn nhất định đãi Mẫn. Đôi lần khác Mẫn cũng chặn Văn lại, trao cho Văn những gói quà, như bánh kẹo, ô mai... Đó cũng là những ngày hè hạnh phúc của Văn và Mẫn. Nhưng một lần Mẫn có vẻ rất buồn, báo cho Văn biết Bá nàng đau nặng.

Rồi lớp luyện thi của Văn chấm dứt; chàng nằm nhà học ôn bài vở cho kỳ thi và không có dịp đi qua phố hàng Buồm nữa. Khi Văn thi đậu kỳ thi năm đó và được mẹ thưởng cho ít tiền, chàng đi ngay ra phố hàng Buồm tìm Mẫn. Chàng dự định mời Mẫn đi coi chiếu bóng và ăn cơm tối. Khi Văn tới tiệm làm của Mẫn, chàng không trông thấy Mẫn. Chàng đi đi lại lại trước cửa tiệm nhiều lần, và sau khi đợi hơn một giờ, Văn liều lĩnh bước vào tiệm và hỏi thăm về Mẫn. Người đàn ông chủ tiệm có vẻ cáu kỉnh và bảo cho Văn biết Mẫn không còn làm tại đó nữa. Văn hỏi thăm nhà của Mẫn ở đâu thì ông ta lắc đầu không biết.

Văn buồn bã đi xuống khu chợ Hôm nhiều ngày, hy vọng gặp được Mẫn. Chàng trách mình trước kia sao không hỏi địa chỉ của nàng. Sau những lần đi tìm không được Mẫn, Văn thường ra bờ hồ Hoàn Kiếm, đứng trên cầu Thê Húc trước đền Ngọc Sơn, để tưởng nhớ Cầu Tầu ở chợ Cầu Không, nơi chàng đã đứng suốt một mùa hè với Mẫn. Cầu Thê Húc cũng sơn đỏ, nhưng không có mái che như cầu Tầu trong trí nhớ của chàng.

Văn vẫn tiếp tục đi học và chàng cũng quên dần Mẫn.

Cho đến ngày đất nước chia đôi, gia đình chàng di cư vào Sài Gòn, và chàng vẫn không gặp lại Mẫn. Văn hy vọng Mẫn cũng di cư vào miền Nam, vì thế Văn thường đi lang thang vào khu Chợ Lớn hoặc những khu vực nào nhiều người Tầu cư ngụ, với hy vọng gặp được Mẫn, người bạn duy nhất trong suốt tuổi hoa niên của chàng.

Năm tháng qua đi, những ký ức về một người bạn gái Trung hoa không còn thôi thúc trong lòng Văn nữa, nhưng cái ký ức về một mùa hoa gạo bên người bạn gái Trung hoa ấy đã khiến Văn yêu thích những gì là Trung Hoa. Chàng thích đọc truyện Tầu, coi phim Tầu, nghe nhạc Hồ Quảng và hay ngắm những thiếu nữ Tầu. Chàng đi vào nghề dạy học, và những học trò người Tầu hoặc lai Tầu của chàng thường được chàng ưu ái đặc biệt.

Cái tâm trạng mong chờ người bạn gái ngày xưa đã khiến Văn chậm lập gia đình. Hình như chàng vẫn nuôi một hy vọng mong manh được gặp lại Mẫn. Mãi đến khi đứng tuổi rồi chàng mới vội vã lấy vợ, như sợ rằng nếu không lấy vợ ngay thì chàng sẽ không bao giờ lấy vợ nữa. Thế mà hôm nay, trong một chuyến đi chơi phiếm bất ngờ thì lại gặp Mẫn. Hai người bạn nhỏ xa nhau gần nửa thế kỷ, gặp lại nhau tại một nơi thật xa lạ, tưởng như chân trời góc biển, khi cả hai mái tóc đã điểm sương và cõi lòng đã nguội lạnh.

*

Mẫn và Văn hầu như không màng tới ăn uống, chỉ lắng nghe lời nhau, hoặc cố kể cho nhau những điều ấp ủ từ lâu. Hai người bạn cũ thấy thấp thoáng trong mắt nhau hình ảnh một cây gạo cô đơn lắc lư trong gió chiều, và mơ hồ trong lòng họ là tiếng lá gạo run rẩy xào xạc, tiếng sóng vỗ nhẹ vào chân Cầu Tầu, và tiếng nhạc Hồ Quảng nức nở gọi sầu trong đêm vắng.

Đến một lúc Mẫn phải kêu lên, "Kìa ăn đi chứ, Văn!

Coi này, tô canh chua nguội cả rồi."

"Tôi không đói. Tôi chỉ muốn nghe cuộc đời của Mẫn, kể từ sau khi tôi di cư vào Nam."

"Cuộc đời của tôi thì có gì vui đâu mà Văn muốn nghe."

"Nếu vậy Mẫn kể cuộc đời buồn của Mẫn đi. Đã lâu tôi không biết khóc là gì. Thử xem cuộc đời của Mẫn có bắt tôi phải nhỏ nước mắt không."

Mẫn ở lại Hà nội. Sau khi bá nàng mất, vì hoàn cảnh sinh kế, Mẫn phải lấy chồng rất sớm, ngay năm 1954, lúc Mẫn mới 19 tuổi. Chồng Mẫn lớn gần gấp hai tuổi Mẫn, nhưng có tiền. Đây là một cuộc hôn nhân không tình yêu. Trong suốt tuổi thanh xuân, Mẫn lúc nào cũng bận rộn buôn bán trong một hoàn cảnh cực kỳ khó khăn, và hầu chồng nuôi con. Thỉnh thoảng Mẫn cũng chợt nhớ đến Văn, khi tình cờ trông thấy một cây gạo nở hoa, hoặc đi qua một cây cầu cổ, hoặc thấy một người nào cùng trạc tuổi, có mái tóc dợn sóng bồng bềnh và cứ cúi mặt xuống mà đi. Những năm chiến tranh khi phi cơ Mỹ oanh tạc Hà Nội thì cuộc sống thực là điêu đứng. Chồng Mẫn chết khi Mẫn chưa già. Năm 1980, lợi dụng cơ hội người Trung hoa bị đuổi, Mẫn đã tìm cách chạy chọt cho Mẫn và con cháu ra đi, thoạt đầu là Hồng Kông, và sau đó trôi dạt tới cái thành phố miền biển Texas này. Con gái và con rể của Mẫn cũng có một tiệm thực phẩm ở một thành phố gần đó. Mẫn kết luận:

"Kể từ năm 1954, cuộc đời tôi không có gì vui cả. Có một lần tôi sang Hưng Yên mua hàng, và đi qua chợ Cầu Không. Cây gạo vẫn còn đó, nhưng phố chợ tồi tàn hơn trước, và Cầu Tầu bị phá đi rồi. Thực là một phép lạ tôi sống qua được giai đoạn đen tối lâu dài ấy."

Văn nghĩ cuộc đời và tình duyên của Mẫn không vui, và có lẽ đó là lý do Mẫn vẫn còn nhớ cây gạo cũ của một mùa hè xa tít trong dĩ vãng, cái khoảng thời gian sung sướng đáng nhớ nhất trong đời nàng. Mẫn hỏi thăm Văn về con cái, rồi cười chế nhạo Văn:

"Cháu ngoại của tôi còn lớn hơn con của Văn đây."

"Đó là lỗi của tôi, cứ chờ đợi mãi một người đã lấy chồng rồi."

"Có ai bắt chờ đâu! Thôi, ế vợ thì nhận đi, đừng đổ lỗi cho người ta nữa."

Văn lảng sang chuyện khác, "Mẫn đã về thăm quê ở Trung hoa chưa?"

"Mấy năm trước tôi về thăm Quảng Đông, nhưng khi về đến làng cũ thì dòng họ Triệu nhà tôi chẳng còn ai cả. Cả dòng họ đã lạc lõng khắp bốn phương trời rồi. Người làng coi tôi như người ngoại quốc. Thật là buồn, ngay khi trở về đất của tổ tiên mà vẫn là khách trú. Bây giờ ở đâu tôi cũng chỉ là khách trú."

Rồi Mẫn cười lém lỉnh và bảo Văn, "Bây giờ tôi với Văn bình đẳng rồi."

"Sao lại bình đẳng?"

"Tôi với Văn bây giờ đều là khách trú cả."

Về một phương diện thì Mẫn và Văn đều là những người khách trú, những người phải xa quê hương và sinh sống ở xứ người, nhưng nguyên nhân của mỗi người thì khác nhau. Từ năm 1975, cả triệu người Việt bỗng trở thành khách trú, lưu lạc khắp nơi trên thế giới. Người Trung Hoa vì hoàn cảnh kinh tế, đã tự nguyện trở thành khách trú, luôn luôn tìm tới một vùng đất khách để sinh sống. Cái tâm trạng của những người khách trú mang những tình cảm rất mâu thuẫn nhau: vừa ước mơ vừa hối tiếc. Họ mơ ước tới được những miền đất hứa để sinh sống, nhưng vẫn luyến tiếc cái quê hương sinh ra họ nhưng không nuôi nổi họ, không bao dung được họ. Họ chính là những chàng Từ Thức, đã tìm thấy được Thiên Thai, nhưng vẫn còn nặng lòng trần.

Chợt Mẫn đề nghị với Văn, "Này Văn, bữa nào tụi mình về thăm Việt Nam đi, trở lại chợ Cầu Không nhìn lại cây gạo ngày xưa. Cây gạo giờ chắc già lắm rồi. Hy vọng người ta chưa đốn cây để bán gỗ."

Từ một nơi đất khách, hai tâm hồn cùng hướng về một cái mốc rất xa xôi, xa xôi cả trong thời gian và trong không gian. Người ta có thể quay trở lại một điểm nào đó trong không gian từ đó người ta đã ra đi. Nhưng người ta có thể nào đi ngược thời gian về một thời điểm trong quá khứ không? Văn ngậm ngùi nói với Mẫn: "Tôi cũng muốn cùng Mẫn về thăm lại chợ Cầu Không lắm. Nhưng tôi sợ rằng khi trở về bên cây gạo ngày xưa, tôi cũng chỉ là một người khách trú thôi."

Hai tâm hồn khách trú già, lận đận suốt gần một đời người đầy dâu bể, mà vẫn ướp giữ ấp ủ những hình ảnh về một mùa hoa gạo rất xa xôi. Hình ảnh của nhau đã khắc sâu trong tâm họ đến nỗi, đối với nhau, cả hai người không bao giờ thay đổi, không bao giờ lớn lên, lúc nào cũng chỉ là những tâm hồn mười tuổi của một mùa hè tuyệt vời. Bây giờ họ vẫn nhìn nhau bằng tấm lòng và những con mắt rất thanh tịnh, và vẫn thân mật gọi nhau bằng tên, như hai đứa trẻ đã gọi nhau một nửa thế kỷ trước.

Hàng năm hoa gạo vẫn nở vào mỗi mùa hè. Nhưng chỉ có một mùa hoa gạo, cái màu hoa đỏ tươi đã nhuộm hồng hai tâm hồn trẻ thơ, và cái màu đó đã không bao giờ phai nhạt đi, dù năm tháng trôi qua và cuộc đời đã có nhiều thăng trầm cay đắng. Cái hình ảnh của những chấm hoa gạo đỏ, rải rác trên bãi cỏ xanh vào một chiều nổi gió chính là cái bến đỗ cho hai con thuyền lạc lõng, là ngọn lửa sưởi ấm và an ủi hai tâm hồn cô quạnh, chỉ một mùa gặp nhau mà đã là cả một đời.

NGUYỄN VĂN SÂM

Sanh ngày 21 tháng 03 năm 1940 tại Sàigòn. Tốt nghiệp Cử Nhân Giáo Khoa Triết Học (Tây Phương) 1965. Cao Học Văn Chương Việt Nam 1972, Năm Thứ Nhứt Tiến Sĩ Văn Chương Việt Nam, khóa độc nhất trước 1975.

Từng dạy Trung học (Nguyễn Đình Chiểu, Mỹ Tho; Petrus Ký, Sàigòn) Đại Học (Sàigòn, Cần Thơ, Hòa Hảo, Cao Đài, Vạn Hạnh).

Vượt biển đến Nam Dương tháng 03-1979, vào Mỹ tháng 09. Dạy học từ đó đến khi về hưu năm 2006.

Viết cho các tạp chí *Văn, Văn Học, Đi Tới, Chánh Pháp*….

Tác phẩm đã xuất bản:

Trước 75: 1. *Văn Chương Tranh Đấu Miền Nam* (Kỷ Nguyên, Sàigòn, 1969) 2. *Văn Học Nam Hà* (Lửa Thiêng, Sàigòn, 1972, 1974), 3. *Văn Chương Nam Bộ và cuộc Kháng Pháp 1945-1954* (Lửa Thiêng, Sàigòn, 1972, Xuân Thu, CA, 1988)

Sau 1975:

- Sáng tác: 1. *Miền Thượng Uyển Xưa* (tập truyện; Bách Việt, CA, 1983, in chung với Đặng Phùng Quân), 2. *Câu Hò Vân Tiên* (tập truyện; Gió Việt, TX, 1984), 3. *Ngày Tháng Bồng Bềnh* (tập truyện; Gió Việt, TX, 1987), 4. *Khói Sóng Trên Sông* (tập truyện; Văn, CA, 2000), 5. *Quê Hương Vụn Vỡ* (tập truyện; Viện Việt Học, CA, 2012), 6. *Giọt Nước Nghiêng Mình* (tập truyện; Viện Việt Học, CA, 2018) 7. *Ước Vọng Bay Tan* (kịch thơ; Tiếng Quê Hương, Virginia, 2016).

- Phiên âm từ sách Nôm: 1. *Trương Ngáo* (Viện Việt Học, 2008), 2. *Tội Vợ Vợ Chịu* (Viện Việt Học, 2010), 3. *Người Hùng Bình Định* (Viện Việt Học, 2012), 4. *Mà Lòng Tôi Thương* (Viện Việt Học, 2013) 5. *Tỉnh Mê Một Cõi (*Viện Việt Học 2015), 6. *Báo Ứng Nhân Quả* (Gió Việt, 2016).

- Chú Giải Sách Xưa: 1. *Kể Chuyện Tình Buồn* (chú giải *U Tình Lục* của Hồ Văn Trung, 2014), 2. *Chuyện Đời Xưa* (chú giải *Chuyện Đời Xưa* của Trương Vĩnh Ký; Ananda Viet Foundation, 2017).

Người đổi chó

Cơn lên máu cấp tính đeo theo tôi cả chục năm nay đổ ập xuống, trận nhói tim thời kỳ thứ ba thứ tư bùng lên, tôi mơ hồ thấy cảnh vật quay mòng và mình sắp ngã, tôi cúi xuống ôm con Mực nói thân thiết: "Mầy tha lỗi cho tao nghe Mực, từ nay mầy về ở với tao. Tao đổi nghề, không đi đổi chó nữa. Tao đổi nghề! Tao đổi nghề...!" Con Mực liếm mặt tôi. Và tôi thiếp đi không còn biết trời trăng gì nữa.

Ban đầu thì tôi chê cái nghề kỳ cục nầy. Gì mà chở cái lồng chó kêu ẳng ẳng sau *bọt-ba-ga cải tiến*, đi tới đâu chó trong xóm thi nhau sủa tru mà dân chúng thì thò đầu ra ngó chăm bẳm rồi xầm xì "đồ thằng cha làm cái nghề thất nhơn sát đức, giết chó nên chó thấy là sủa ì xèo, tru nghe thảm thiết...". Đã vậy mà phía trước, chỗ tay cầm thì chất chồng đầy ứ và lủng lẳng treo mấy cái nồi soong, chảo, ấm, thau, xô... lúc xe chạy phát ra tiếng kêu lo-ong co-oang nhức đầu nhức óc. Lỉnh kỉnh thiệt là lỉnh kỉnh. Nhiều khi mấy con chó trong lồng chắc linh cảm số phận mình phải bị mổ bụng móc bộ đồ lòng thui lông, nướng da, treo tòn teng trước khi bị xẻo từng miếng bày lên bàn nhậu, nên bực bội cắn vật nhau khiến tôi kềm lái thiếu điều lợi tay mà thấy té lúc nào không biết, nhiều khi phải ngừng lại nghĩ, chờ cho chúng bớt hăng máu ngà mới có thể đi nữa..

Có điều là chạy xe xuyên từ xóm nầy qua xóm khác tôi cũng tự cho là có ích trong việc luyện tập thân thể, nhờ hít thở chút không khí thoáng mát của các quận ngoại thành, sướng hơn những đứa buôn bán trong nội thành, tháng nầy năm nọ hít bụi trăm ngàn xe thi nhau thảy khói đen kịt, về lâu về dài chắc thế nào cũng viêm cuống họng hay đen buồng phổi. Hư con mắt là chuyện chắc chắn, khỏi bàn!

Nghề nầy cũng còn cái lợi khác là biết nhân tình thế

thái, hiểu được sinh hoạt của dân chúng vùng xa. Tôi hay lợi dụng chuyện bán mua trao đổi kà rà kể rề nói chuyện với người đàn bà ngồi chồm hổm tráng bánh tráng trong căn nhà lá ọp ẹp có thể nhìn thấy từ nhà trước cho tới mấy cái nồi chồng trơ tuốt ngoài sau bếp. Ngó theo hai tay thoăn thoắt của chị ta, tôi thấy ngộ ngộ làm sao! Tay mặt múc bột, tráng lên lớp vải bịt miệng nồi, tay trái quơ nắp đậy lại, chừng độ một phút sau, tay mặt lại giở ra cạy lớp bột mỏng đặt lên tấm nia, tay trái quậy bột... cứ vậy mà tiếp tục từng cái từng cái, cho tới khi tấm nia đầy thì dựng qua một bên, chờ trời nắng đem ra sân phơi. Tới gần chỗ lò bún, tôi đã cảm nhận mùi chua chua khai khai của bột gạo xú để qua đêm, từ trong mấy cái xô bể miệng đóng cả lớp rêu xanh bên ngoài họ dùng để đựng bột không biết từ đời tám hoánh nào tới giờ. Hỏi sao lại để bột *khai ngấy* như vậy, chị chủ cười giải thích gọn bâng: "Làm bún thì bột phải ngâm qua đêm nên khai chua thôi, *không khai không thành bún*". Tôi cũng không hiểu gì hơn với câu trả lời đó, nhưng phải đi, không thể làng chàng hỏi rạch ròi cho tới ngọn ngành được. Khó lòng lắm. Mấy tháng trước thằng bán dừa xiêm nhảy vô can một anh chồng say xỉn đánh vợ tàn nhẫn, đã bị vu oan là *mầy lấy vợ tao nên mầy binh nó* và rồi bị bửa sọ chết dưới lưỡi dao chặt dừa của chính mình... thiệt lãng nhách! Đời bây giờ người ta dễ nóng và dễ làm bậy lắm. Một chút nghi ngờ nho nhỏ cũng có thể sanh chuyện lớn, bỏ mạng một hai người như chơi, ngừa trước vẫn là hơn.

Tôi đi qua nhiều chỗ ít người lạ đặt chưn tới, dầu đó là đất đô thành, những nơi không có phương tiện giao thông gì khác ngoài xe đạp hay chiếc Honda (tôi quen miệng gọi tuốt tuột các thứ xe gắn máy là xe Honda trong khi từ đài tới báo bây giờ đều gọi nó là xe máy), những nơi có mấy bà già lụm cụm nói rằng mình ở đây từ thời Nhựt Bổn đảo chánh tới giờ bảy tám chục năm trời chưa từng ra tới chợ Sài Gòn. Có đ như vậy mới mở mắt, mới thấy những chuyện ngược đời vô lý, giúp mình thêm kinh nghiệm để sống còn. Chẳng hạn như chỗ làm lạp xưởng, chỗ làm bánh trung thu, chỗ cắt tiết nhổ lông gà vịt cung cấp cho các chợ, chỗ chế biến lòng heo để làm phá lấu cho các nhà hàng cao cấp, chỗ làm nước tương tàu vị yểu, chỗ vô nước đóng chai, chỗ làm tương chao, chỗ làm các loại nước chấm, tương ớt bằm…. Tất cả là một sự dơ dáy đến cùng cực, mất vệ sinh kinh khủng, không thể tưởng tượng được nếu không thấy tận mắt. Tôi tự hỏi sao công nhân làm việc ở đó có thể sống sót được, và sao người ta, những người có chút học thức và rủng rỉnh tiền bạc, lại có thể thản nhiên ăn uống những thứ dơ dáy như vậy mà cứ nhắm mắt khen ngon, không biết mình đã nuốt vô thân thể biết bao nhiêu chất độc hại sẽ tạo nên những di chứng sau nầy, không phải đời mình thôi, có thể truyền qua tới đời con đời cháu. Đi qua một lò làm bánh tráng, làm bún mùi chua nồng vậy mà còn dễ thở hơn đi ngang qua chỗ làm lạp xưởng, hay làm đồ lòng, ở đây ruồi vô số và mùi thịt thúi bay dính vô quần áo đi xa cả cây số mùi vẫn còn phảng phất, ác nhứt là mùi thứ nước màu đỏ đỏ họ dùng để tẩm ướp thịt, nghe như mùi sơn ở cái trại hòm, làm mình liên tưởng đến mùi người chết để qua ngày, hòm bị xì hơi. Đi qua chỗ làm nước tương thì còn ghê hơn, thùng bọng chất tràn đầy ra tới sân, chất nước đen ngòm đó được sang qua sớt lại, được vô chai vô thùng, thường là không bao giờ được rửa cẩn thật hay khử trùng, tẩy uế, giòi bọ đầy đất. Giá cả thì ôi thôi giá nào cũng có! Khá khá một chút thì nước nhứt nước nhì đựng trong thùng chai có nhãn đàng hoàng, rẻ rẻ thì nước cặn, nước pha chứa trong *can* hũ không ai biết gì ở trỏng.

Vậy mà tôi thường đi qua những chỗ đó. Dân ở đây có nhiều chó rất mập mạp, lông mướt coi sạch sẽ không ghẻ chốc. Họ cũng không cần phân biệt chó mực, chó vện, chó cò, chó vá gì hết. Con nào với họ cũng là chó, họ chỉ kèo nài khi tiếc con chó quá mập hay quá lớn mà thôi. Lúc đó thì tôi sẵn sàng móc đưa họ thêm năm ba ngàn cho qua chuyện, nghĩ rằng mình có ăn thì cũng không nên ép người quá đáng. Thằng Tư mặt thẹo chủ lò chó ở Gò Vấp rất khoái chó mập, có bao nhiêu nó cũng thâu tuốt. Đổi chó lấy nồi nhôm là những người đàn bà mặt mày trổm lơ cần nồi, xoong, chảo, đụn, nên hy sinh một hai con chó trong nhà là chuyện dễ dàng, tôi nói sao họ nghe vậy, trời trăng gì cũng được.

Nói tóm lại cái nghề đổi chó ở ngoại thành coi bộ dễ kiếm cơm và dễ học khôn để sanh tồn. Tôi dễ dãi và chịu thiệt thòi khi cần thiết, chẳng hạn đã hứa rồi thì dầu sau nầy nồi xoong bị lên giá chút đỉnh, tôi cắn răng chịu chứ không kỳ kèo đòi thêm hay lờ đi đem đổi mối khác lợi hơn. Đó là *chữ tín của người quân tử* một lời, những thằng cùng nghề nghe tôi nói vậy thì cười chê tôi dại, phán rằng *nói đi nói lại mới là quân tử khôn*. Phải sống trước đã, thiên hạ cả nước mấy chục năm nay ai cũng xạo, ai cũng trơ mặt bóng tội gì mầy làm người mã thượng ngu, sĩ diện hão để chịu thiệt thòi. Ai vô bù lỗ cho mầy đây?

Bây giờ thì khác rồi! Mới có sáu bảy tháng thôi mà tôi thấy mình thay đổi nhiều. Hom hem dáng điệu, hốc hác mặt mày mà lòng thì chai đá, lại thêm tánh tham lam và bầy hầy, trơ trên. Lúc chưa bị nghỉ việc, gia đình còn êm ấm, thậm chí khi thất cơ lỡ vận mà còn kiếm ăn được bằng sự quen biết cũ thì đâu có vậy, thấy ai nghèo khổ không giúp được họ lòng cũng xót xa, thấy tụi nhỏ xác xơ còng lưng bươi bãi rác để kiếm sống cũng biết quay mặt chỗ khác giấu tiếng thở dài. Bây giờ thì nghề nghiệp làm mình biến thể nên tôi có thể an nhiên đứng tiểu bên hông nhà người ta hay chĩa xịt vô hàng rào sắt một cách tự tại dưới cái bảng xách mé *Chỉ có chó mới đái ở đây*, hễ ai nói tới thì sẵn sàng gây gổ, thậm chí đàn bà con gái đi gần tới tôi còn chần chờ đứng cho lâu hay làm bộ hớ hênh rồi cười khoái chí. Tôi đi hành nghề với cái miệng dẻo nẹo kèo nài từng đồng, dầu cho đối tác đương sống trong căn nhà trống trước hụt sau của người nghèo mạt. Chuyện họ kèo nài đối với tôi không còn hữu hiệu nữa. Họ đưa con mập, lớn bự thì tôi chê rằng người nhậu chỉ thích ăn thịt chó nhỏ, vì thịt ngon, còn chó lớn mập, thịt dai đổi thì đổi vậy chớ khó bán cho lò. Còn ai đưa chó nhỏ, ốm thì dễ rồi, chỉ việc nhúng trề làm bộ bỏ đi thì thế nào cũng mua giá bèo, đổi được với nồi nhỏ mỏng, xài chừng một hai tháng là móp, lủng.

Bữa nay tôi trúng mánh. Bà già kia kêu tới cho không con chó mực mới đẻ, bầy con của nó bả đã lỡ cho lối xóm hết rồi. Con Mực cả tuần nay nhớ con nên thấy ai đi lơn tơn gần nhà là xổ ra rượt, rồi lại sanh chứng cắn con nít trong nhà. Bả năn nỉ "Em bắt nó đi giùm qua, đổi chác gì, đem nó đi là làm phước cho qua, để đây có ngày qua mang *quạ*". Có nghề và kinh nghiệm bắt chó vậy mà tôi cũng hụt hơi mới thọc được cái vòng vô cổ nó. Con mực nầy chống chọi với địch thủ rất khí thế, tôi biết khôn đã mang bao tay vậy mà cũng trầy trụa chút đỉnh. Giờ thì đem tới cho ông Tám quán nhậu ở kế bên nhà thờ Tam Phú, Thủ Đức, ổng dặn cả tháng nay là có con nào toàn mực đem thẳng tới tiệm, khỏi phải đem vô lò người ta ăn đầu ăn đuôi. Tôi định bụng trao tay xong, nhét tiền vô túi thì về ngủ được rồi. Trời nắng quá chừng về sớm một bữa là thần tiên một bữa. Ôi Mực ơi, tao cám ơn mầy. Mầy chết mà nhiều người khoái khẩu, tao được đỡ khổ một ngày dang nắng vậy là cái chết của mầy có lý lắm chớ không phải chơi đâu nhen Mực!

Khi chạy xe ngang qua lò chó của thằng Tư mặt thẹo, tôi tính đi thẳng luôn. Có chỗ tẩy hàng rồi ghé vô làm gì để phải nghe nó vừa cò kè từng đồng vừa nói tấn ơn. Còn đương mỉm cười với cái bảng chữ nghĩa trời thần đập vô mắt mỗi lần đọc: *Tại đây mua sắc dụng* nằm đối diện với tấm bảng *Miễu Bà Chúa Sứ* thì nghe lùm xùm trong hẻm, thiên hạ đổ ra coi thằng Tư mặt thẹo rượt theo con chó vàng đầu bê bết máu chắc đâu đã bị ăn mấy búa tạ rồi. Con chó tội nghiệp chạy lò cò tìm chỗ trốn mà thằng Tư thì xách búa chạy theo chửi thề Đ.M lia lịa. Tôi ghét cái câu thằng nầy tuyên bố mỗi ngày phải đập đầu chừng một chục con thì uống rượu mới ngon. Nó còn vênh váo giải thích rằng là chích điện cho chết thì thường quá mà món hàng mất giá đi vì thịt hơi xanh coi không bắt mắt. Nó nói mà nhe hai hàm răng lởm chởm đóng bựa vàng và khói thuốc đen phụ họa với cái mặt thẹo bị chém thời cố Hỷ nào coi thiệt là dọa con nít ông kẹ bắt. Con chó vừa chạy vừa sủa, cuối cùng bí lối nó chúi đầu vô góc kẹt cửa nhà kia để trốn, nhưng cũng không khỏi bị nện vài búa vô sóng lưng. Bị đau con Vàng quay lại tấn công bất ngờ, táp một cái lẹ như chớp vô mặt thằng Tư thẹo. Tôi không thấy rõ mặt nó ra sao, chỉ thấy nó Đ.M. rồi buông búa ôm mặt. nhưng tôi rùng mình. Máu người máu chó trộn lẫn nhau coi tởm quá. Con chó dĩ nhiên bị người nhà của thằng Tư xúm tới đập liên hồi, tru như chó sói tru trăng. Tôi thiệt tình lợm giọng muốn mửa trước cảnh tượng cái đầu nó từ từ biến dạng thành đống bầy nhầy.

Nghe tiếng đồng loại tru thảm thiết, con Mực nãy giờ nằm im trong lồng trên xe của tôi, bỗng nhiên lồng lộn vùng vẫy, nó sủa bằng một giọng đứt khoảng của sự sợ hãi đến cùng cực với đôi mắt ghèn trôi theo máu trào ra ở khóe. Tôi chợt động tâm. Cái nhìn của con Mực sao bi thiết đến lạnh mình. Tôi nhớ tới tấm hình những người Do Thái sắp hàng đi theo họng súng của lính Quốc Xã bước vô lò thiêu, nhớ tới những tiếng *bụp, ối, bụp, ối* liên tiếp vang lên trong đêm vắng khi bị giam trong rừng nơi biên giới Thái Miên thuở nào. Sao con vật có thể khóc máu trào theo nước mắt được chứ? Lúc đó mắt tôi khô queo mà?

Không cần suy nghĩ, tôi mở cửa lồng định bụng thả cho con Mực chạy đi. Nhưng mà lạ, nó không chạy ra xa mà cắn ống quần tôi, vừa cắn vừa kéo vừa gâu gâu. Tôi tức giận đá cho nó một cái như trời giáng vậy mà nó cũng không buông, răng nó như có dây cột vô ống quần tôi, lôi đi. Tôi không còn cách nào khác hơn là vừa nhắc lò cò theo nó vừa đập đập nó bằng cái nón bảo hộ. Con chó vẫn kéo. Chừng độ 2, 3 thước khỏi cái xe, tôi đập được con Mực một cái trúng đầu, nó nằm xuống, thì cũng lúc đó tiếng kèn rú long trời cộng với tiếng hú ga nổ pô của hai chiếc xe máy phân khối lớn chạy đua từ đâu xẹt tới, một chiếc, do tránh người, đâm ầm vô xe làm ăn của tôi, tạo ra một âm thanh chói tai và cát bụi mịt mù, nồi niêu xoang chảo rớt rơi lỏng chỏng.

Thằng nhóc, công tử con đại gia, cày mặt mình trên đất, may mà không bị thương nặng, lật đật bò dậy, dựng xe lên, chưởi thề, coi như cái xe tôi có lỗi là chắn đường làm nó té. Tôi chóng mặt ngang, hình như tôi quá kinh hoàng sau khi thoát khỏi tai nạn, không còn tỉnh trí, chỉ nghe mơ hồ như có ai nói thằng cha đổi chó nầy hên cùng mình, nếu nó còn đứng chỗ cái xe thì tiêu tùng rồi. Tôi thở dài ngó cái xe của mình, cong queo, gãy đổ đến tội nghiệp, tôi ngó xuống con Mực, nó không cắn ống quần tôi nữa mà ngước nhìn tôi thân thiết vẫy đuôi, hai khoé mắt của nó ghèn pha máu vẫn còn chảy, bây giờ xuống gần tới mũi...

Nguyễn Văn Sâm

NGUYỄN VĂN TRUNG

Ông sinh ngày 26-9-1930 tại tỉnh Hà Nam, giáo sư triết và văn-học, và là một nhà phê-bình văn-học hiện-đại thế hệ mới sau 1954, với các bút hiệu Hoàng Thái Linh, Phan Mai. Năm 1951 du học ở Âu Châu, ở Toulouse rồi sang Bỉ học đại học Louvain. Cuối năm 1955 về Sài gòn, dạy triết ở trường Chu văn An. Từ 1957, dạy triết tại Đại học Huế và từ 1961 dạy Triết và Văn ở Đại học Văn Khoa Sài Gòn, trưởng ban Triết và Khoa trưởng Đại học Văn Khoa Sài Gòn, ủy viên Ủy ban Dịch thuật thuộc Phủ Quốc Vụ Khanh đặc trách Văn Hóa. Sau 1975, ông chuyển sang nghiên cứu văn-hóa miền Nam lục-tỉnh (*Lục Châu Học*) và năm 1994, định cư ở Montréal (Canada). Ông từng cộng tác, đăng bài trên các nhật báo *Sống Đạo, Tin Sáng, Dân Chủ Mới, Sống Đạo, Hoà Bình,...* các tạp chí *Sáng Tạo, Thế Kỷ Hai Mươi, Văn, Văn Học, Bách Khoa, Nghiên Cứu Văn Học, Thái Độ, v.v...* và là chủ biên các tạp-chí *Đại Học, Hành Trình* và *Đất Nước*.

Tác phẩm xuất bản trước 1975:
Về triết học: *Triết Học Tổng Quát* (Vĩnh Bảo, 1957), *Danh Từ Triết Học* (chung với LM Cao Văn Luận, Đào Văn Tập, Trần Văn Tuyên, LM Xuân Corpet; Huế: Đại Học, 1958), *Biện Chứng Giải Thoát trong Phật Giáo* (Đại Học, 1958), *La conception bouddhique du Devenir:* essai sur la notion de devenir selon le Sthaviravâda (Thèse, 1959. 164 tr.; Xã Hội, 1962), *Ngôn Ngữ và Thân Xác* (Trình Bày, 1968), *Ca Tụng Thân Xác* (Nam Sơn, 1967), *Hành Trình Trí Thức của Karl Marx* (1-"con người và cuộc đời"; Nam Sơn 1969), *Đưa Vào Triết Học* (Nam Sơn, 1970), các tập *Nhận Định I* ("văn-chương, giáo-dục, triết-lý, tôn-giáo", Nguyễn Du, 1958), *II*

(Đại Học, 1959), *III* (Nam Sơn, 1963), *IV* (Nam Sơn, 1966), *V* (Nam Sơn, 1969) và *VI* (Nam Sơn, 1972), và các sách giáo khoa: *Luận Lý Học* (Á Châu, 1957; Nam Sơn, 1960), Đạo Đức Học (Á Châu, 1957), *Luận Triết Học* (tập I, Nam Sơn, 1960), *Phương Pháp Làm Luận Triết Học* (Nam Sơn, 196?). Về văn học: *Xây Dựng Tác Phẩm Tiểu Thuyết* (Cơ sở xuất bản Tự Do, 1962; Nam Sơn, 1965), *Lược Khảo Văn Học, tập I* (Những vấn-đề tổng-quát, Nam Sơn 1963), *II* (Ngôn ngữ văn chương và kịch, 1965), *III* (Nghiên cứu và phê bình văn học, 1968), *Chủ Nghĩa Thực Dân Pháp ở Việt Nam: thực chất và huyền thoại* (Nam Sơn, 1963), *Nhà Văn Người Là Ai Với Ai?* ("Văn-chương và chính-trị", Nam Sơn 1965), *Chữ và Văn Quốc Ngữ Thời Kỳ Đầu Pháp Thuộc* (Nam Sơn, 1974), *Trường Hợp Phạm Quỳnh* (phỏng vấn những người viết sách báo đương thời với Phạm Quỳnh; Nam Sơn 1974), *Chủ Đích Nam Phong* (Tủ sách Tìm về Dân-tộc, Trí Đăng, 1972), *Vụ Án Truyện Kiều* (1972).

Tác-phẩm xuất-bản sau 1975:
- *Câu Đố Việt-Nam* (NXB Thphố HCM, 1986; tái-bản 1991)
- *Trương Vĩnh Ký, nhà văn-hóa* (NXB Hội Nhà Văn, 1993).
- *Truyện Thầy Lazarô Phiền của Nguyễn Trọng Quản,* truyện ngắn đầu tiên viết theo lối Tây phương (tài liệu học tập, Đại học Sư phạm TP Hồ Chí Minh, 1987; nxb Hội Nhà Văn tái bản)
- *Hồ sơ về Lục Châu học* tìm hiểu con người ở vùng đất mới dựa vào tài liệu văn, sử ở Miền Nam từ 1865 đến 1930 (NXB Trẻ, 2014).

Milan Kundera

Kundera, Ông là Cộng Sản?
Không, tôi là người viết truyện.
Ông là người bất đồng chính kiến?
Không, tôi là người viết truyện.
Ông theo phe tả hay phe hữu?
Không, tôi không theo phe nào cả,
tôi chỉ là người viết tiểu thuyết.
(*Les testaments trahis*, p. 190)

Tôi vẫn gắng theo dõi sách báo, đặc biệt các tạp chí tư tưởng văn hóa Pháp, thấy ít nói đến Kundera. Tôi cũng theo dõi sinh hoạt văn học Việt Nam ở hải ngoại cũng không thấy giới thiệu nhà văn này. Chỉ gần đây gặp lại một đồng nghiệp ở ĐHVK Saigon trước 75, vượt biên, hiện cư ngụ ở Québec, trong lúc nói chuyện tâm tình, hai ông bà cho biết đã đọc một vài truyện của Kundera làm cho hai người thay đổi lối nhìn về thời cuộc. Trường hợp kể trên cho tôi thấy người Việt ở trong nước và ngoài nước có nên đọc Kundera không, vì các truyện của ông nói tới tâm trạng của người sống trong một chế độ toàn trị hay tị nạn định cư ở nước ngoài và sau cùng tâm trạng nhớ cố hương, quay về thăm lại quê nhà. Kundera đã sống ở Tiệp trong chế độ toàn trị và 1975 sang định cư ở Pháp. Hoàn cảnh Tiệp và Việt Nam có những điểm giống và khác nhau. Tiệp Khắc và Việt Nam đều sống dưới chế độ toàn trị kiểu Stalinít, nhưng ở Việt Nam chế độ này do chính người Cộng Sản Việt Nam thiết lập từ đòi hỏi dành lại độc lập dân tộc trong khi ở Tiệp và các nước Đông Âu khác, do áp đặt của Liên Xô sau thế chiến II. Việt Nam và Tiệp đều là những nước nhỏ, nấp bóng những nước lớn, Liên Xô, Trung Quốc, chịu áp lực về chính trị văn hóa của hai nước đàn anh, nhưng vẫn cố giữ bản sắc dân tộc văn hóa riêng của mình; hai thắc mắc nẩy ra trong đầu tôi: Tại sao các tạp chí văn hóa tư tưởng nổi tiếng của Pháp ít nói tới Kundera? Tại sao người Việt từ miền Nam qua hay từ miền Bắc sang Đông Âu cũng ít nói đến Kundera. Tôi liên lạc được với ông Trịnh Y Thư ở Hoa Kỳ đã dịch từ ấn bản Anh ngữ cuốn The Unbearable Lightness of Being, xuất bản lần thứ I năm 2002; theo dịch giả, truyện đã được giới thiệu nhiều chương trong các tạp chí Văn Học, Hợp Lưu, Nhân Văn từ những năm 1980, trước trong nước và ông là người đầu tiên duy nhất dịch Kundera ở Hoa Kỳ. Tôi cũng đã liên lạc với ông Cao Việt Dũng ở Paris dịch cuốn La Vie est ailleurs, gửi về Hà Nội xuất bản. Còn ở Việt Nam ba cuốn: Sự bất tử (L'immortalité), Chậm Rãi (La Lenteur), Bản Nguyên (l'identité) do Ngân Xuyên dịch xuất bản chung một tập có lời bạt của Nguyên Ngọc. Nguyên Ngọc dịch hai cuốn: L'Art du roman và Les testaments trahis xuất bản năm 2001. Theo Nguyên Ngọc, cuốn của Trịnh Y Thư cũng được phổ biến ở Việt Nam theo dạng sao chụp. Tôi có hỏi Nguyên Ngọc về tình hình xuất bản, dư luận người đọc trong nước. Tôi cũng hỏi hai người tôi quen biết làm phê bình và nghiên cứu văn học ở Hanoi, Saigon về Kundera. Một thắc mắc thứ ba: Tại sao trong nước có thể xuất bản phổ biến tác phẩm Kundera? Theo Nguyên Ngọc, những cuốn được dịch trong nước chưa gặp khó khăn bị ngăn cản gì, vì nói chung còn là "hiền", không trực tiếp đụng chạm đến những chuyện như Nga xâm chiếm Tiệp hay chế độ cửa quyền. Theo tôi nghĩ những đoạn đụng đến chính trị chỉ có vẻ hiền về ngôn từ thôi, không phải về nội dung vì thế thiết tưởng phải tìm hiểu những lý do sâu xa hơn, tại sao Kundera được dịch giới thiệu ở Việt Nam mà ít được dịch giới thiệu ở hải ngoại?

*

Tôi tìm đọc Kundera mười cuốn truyện từ cuốn đầu La plaisanterie (l'ignorance), đến cuốn mới xuất bản gần, hai cuốn tiểu luận và mấy cuốn biên khảo về ông. Điều làm tôi thắc mắc đầu tiên khi đọc Kundera, là tất cả các truyện in lại gần đây đều chỉ có một câu ngắn gọn giới thiệu tác giả: "Kundera sinh ra ở Tiệp. Năm 1975 định cư ở Pháp". Tại sao tác giả không muốn giới thiệu tiểu sử của mình?

Chính Kundera đã giải thích đây đó trong các tập tiểu luận của ông? Ông tỏ ra gớm ghét cái bệnh kể lể tâm tình qua thư từ nhật ký v.v... Viết cho người thân đọc thì còn được: nhưng viết cho những người không quen biết, cho độc giả thì đó là biểu lộ áp đặt cái tôi đáng ghét, và bầy tỏ ý chí quyền lực của mình đối với người khác mà thôi; vì thế Ông mong ước các nhà văn giấu tên thật chỉ nên ký bút hiệu. Làm như vậy sẽ xóa bỏ được cái bệnh khoa trương tâm sự cuộc đời của mình, giảm bớt những đố ky ghen ghét giữa các người viết văn và sau cùng gạt đi lối giải thích tác phẩm văn học bằng tiểu sử thời đại của tác giả. Kundura nói: "Nhà văn, theo Flaubert, phải đứng sau tác phẩm – là tác giả thì phải từ chối vai trò một nhân vật trong quần chúng. Giữ vai trò nầy, tác giả biến tác phẩm thành phụ bản những lời tuyên cáo xác định lập trường của mình". Nhưng đọc truyện của Kundera, một người đương thời với ông sống trong một hoàn cảnh tương tự hoàn cảnh của ông tình hình Tiệp sau thế chiến II, tôi thấy không thể hiểu được Kundera như một tác giả hiện đại. Đành phải tìm đọc trên mạng lưới tin điện có ít nhiều thông tin về tiểu sử Kundera. Milan Kundera sinh 1-04-1929 tại Brno xứ Bohemia, Tiệp. Cha là Lukvik Kundera, một nhà nhạc học nổi danh, từng là viện trưởng Đại Học Bruo. M.K. học âm nhạc, điện ảnh, văn học ở Đại Học Karlova, Praha. Vào đảng 1948, bị khai trừ 1950 vì những xu hướng cá nhân chủ nghĩa. Được kết nạp lại năm 1955 đến 1970. Trong những năm từ 1950, ông làm thông dịch viên, viết biên khảo và soạn một số vở kịch. Xuất bản truyện Risibles Amours trong 3 lần liên tiếp từ 1963-1968. Năm 1967, ông xuất bản cuốn La Plaisanterie. Truyện được viết trong khung cảnh cuộc sống dưới chế độ Stalinit. Ông tham gia tích cực như một thành viên của phong trào mùa xuân Praha. Ngày 21-8-1968, chiến xa Liên Xô tiến vào Praha. Kundera mất dạy học và tất cả tác phẩm đã xuất bản đều bị tịch thâu ở các tiệm sách và bị cấm lưu hành. Năm 1975, cư ngụ tại Pháp, dạy Đại Học Rennes: 1979 mất quốc tịch Tiệp và năm 1981 mang quốc tịch Pháp. 1986 xuất bản cuốn Art du Roman viết bằng tiếng Pháp. 1988 xuất bản cuốn L'Immortalité ở Pháp. Ông phàn nàn các bản dịch ra tiếng nước ngoài, đặc biệt những bản dịch tiếng Pháp đều không trung thực; nên ông đã bỏ nhiều thì giờ để xem lại, sửa chữa các bản dịch tiếng Pháp để có thể ghi chú nhắc nhở độc giả đọc bản tiếng Pháp: "Những bản dịch này đã được tác giả coi lại nên có giá trị như nguyên bản tiếng Tiệp".

Mặc dầu ông được những thể chế nhà nước trọng đãi, như Hàn lâm viện Pháp trao giải phê bình văn học cho cuốn L'art du Roman và chính phủ Pháp tặng huân chương Légion étrangère; và mặc dầu ông tuyên xưng công khai yêu nước Pháp, chọn nước Pháp như quê hương thứ hai và sử-dụng tiếng Pháp để viết sách báo, ông vẫn bị một số dư luận Pháp không ưa thích, chỉ trích làm cho ông giận lẫy đến nỗi truyện L'ignorance viết bằng tiếng Pháp, ông lại không xuất bản ở Pháp mà để cho các nhà xuất bản Tây Ban Nha, Ý, Anh, Mỹ ra sách từ năm 2000, mãi đến tháng 4-2003 mới xuất bản ở Pháp. Tôi hỏi ông Cao Việt Dũng ở Paris tại sao có dư luận Pháp chê bai Kundera? Theo ông Dũng, vì họ cho là Kundera chưa sử-dụng thành thạo tiếng Pháp như tiếng Tiệp. Tôi nghĩ phải tìm hiểu những lý do sâu xa hơn.

Trong bài "Les mots sous les mots: Le Dictionnaire intime de Milan Kundera, Ilaria Vitali đã cho biết lý do tại sao cuốn l'Ignorance không xuất bản trước ở Pháp vì "theo báo Figaro, lý do xuất bản chậm trễ này bắt nguồn từ những phản ứng về cuốn l'Identité xuất bản năm 1997. Nhiều nhà phê bình người Pháp chỉ trích Kundera đã để mất cái hồn Tiệp của mình". Kundera đã viết nhiều bài ngắn giải thích những quan điểm, thái độ của ông.

Trong bài "Diabolum" ông giải thích không hề có dứt đoạn nào giữa những gì ông viết ở Boheme (Tiệp) và ở Pháp: cũng không có gì là đoạn tuyệt giữa những truyện viết ở Boheme thời Cộng Sản và cuốn l'Immortalité viết ở Pháp.

Nếu ai hiểu như một đoạn tuyệt thì vì hai thiên kiến sau đây:

Thiên kiến thứ nhất do quan niệm coi tiểu thuyết như phản ánh một xã hội, một xứ sở. Chẳng hạn cuốn La vie est ailleurs kể chuyện "một nhà thơ trẻ thời Stalinit, tôi không có ý viết về chế độ Stalinit... Chủ đề của truyện này là trữ tình. và trữ tình cách mạng trong chính sách khủng bố của Cộng Sản chỉ soi chiếu một cách đặc biệt vào xu hướng trữ tình muôn thuở của con người". Chủ đề trong l'Immortalité cũng không phải xã hội như một quang cảnh, sân khấu xã hội tây phương ngày nay, vì con người từ thuở nào đến giờ vẫn ưa chuộng nhìn cuộc đời như một trình diễn trên sân khấu.

Thiên kiến thứ hai là xác tín xã hội Cộng Sản và xã hội dân chủ đối nghịch nhau hoàn toàn. Có thể như vậy về phương diện chính trị, kinh tế. Nhưng đối với người viết truyện, khởi điểm là cuộc sống cụ thể của một cá nhân, và nhìn trên bình diện đó, sẽ nhận ra hai xã hội xem ra đối nghịch lại giống nhau một cách lạ thường. Khi còn ở Tiệp, tôi nhìn thấy những cao ốc cho thuê rẻ tiền (HLM) tôi tưởng đây là một biểu lộ cái đáng ghét của chế độ Cộng Sản. Nghe những tiếng loa phát thanh hát rống lên, hô khẩu hiệu, tôi đã cảm nhận ý chí biến đổi các cá nhân thành một tập thể bị những tiếng động vùi dập. Chỉ về sau, tôi mới hiểu chế độ Cộng Sản chẳng qua chỉ sao chép những nét tổng quát của xã hội hiện đại. Cũng cùng một thứ bàn giấy chủ nghĩa ở mọi nơi mọi lúc. Tranh đấu giai cấp được thay thế bằng những thể chế kênh kiệu khinh bạc đối với người tiêu dùng. Tất cả những biểu tượng đó đều có chung một điểm: Không tôn trọng cá nhân và đời sống riêng tư của cá nhân. Ở đây, phía tây phương, người ta nại quyền được thông tin. Còn công an Cộng Sản đặt máy nghe lén ở phòng ngủ cũng nhân danh nhu cầu thông tin. Do đó, về phương diện này, đối với tôi kinh nghiệm Cộng Sản là một dẫn nhập thật tốt đưa vào nếp sống hiện đại mà thôi".

Trong một bài khác "Testament trahi de Goethe", Kundera dẫn chứng Goethe vẫn nói nhiều lần: thời kỳ văn học quốc gia đã qua rồi, nay là thời kỳ văn học thế giới. Đó là một di chúc của Goethe . Di chúc này đã bị phản bội vì Âu châu vẫn chưa ra khỏi những biên giới địa lý quốc gia trong sáng tác và phê bình văn học.

Trong bài "La francophobia, ça existe" Kundera viết: "Tôi sinh ra ở Tiệp, nhưng đã định cư với vợ ở Pháp". Đây là một biến cố có tính cách quyết định toàn bộ cuộc đời của tôi. Ở Hoa Kỳ, tôi thấy xuất bản một thư mục các tác phẩm của tôi, không đả động gì hết đến những gì tôi đã viết ở Pháp; từ 18 năm nay, tôi đã sống thật đầy đủ; ở đây tôi có những bạn thân, nhà xuất bản in toàn bộ tác phẩm của tôi. Đi đâu ở Hoa Kỳ, tôi cũng nghe người ta nói: Văn chương Pháp ư, bây giờ còn có gì đáng nói đâu. Tinh thần bài Pháp có thật, bài bác một nền văn hóa vẫn giữ vai trò tuyệt hảo từ nhiều thế kỷ. Tinh thần bài Pháp đó xúc phạm đến chính tôi, tương tự thái độ khinh bạc của nước lớn đối với nước nhỏ như Tiệp. Tôi biết ơn nước Pháp, vì chỉ người Pháp đã nâng đỡ tôi từ ban đầu nên vợ tôi thường nhắc đi nhắc lại: Nước Pháp là quê hương thứ hai của chúng tôi. Sau cùng, Kundera nêu trường hợp một nhà thơ khác cũng gốc Tiệp, sang định cư ở Pháp hồi 1968, làm thơ tiếng Pháp. Vera Linhartova đã coi lưu vong như một giải thoát, bằng cớ là những người lưu vong khác từ Nga, Đông Âu: Miloz, Kolakowski, Kristeva, Zinoviev, Siniavski, Forman, Polanski, sau khi chế độ Cộng Sản sụp đổ, có ai quay về xứ sở cũ của mình đâu. Họ đều chọn nơi họ sống và ngôn ngữ của nơi đã chọn định cư để nói, viết văn. Ý kiến cho rằng một người viết văn không thể tách khỏi ngôn ngữ của đất nước mình, chẳng qua cũng chỉ là một huyền thoại vì nhà văn không phải là tù nhân của một ngôn ngữ cố định. Khi Linhartova viết tiếng Pháp cô có còn là nhà văn Tiệp nữa không? Không, cũng không phải là nhà văn Pháp, cô ở nơi khác. Cũng như xưa kia Chopin và sau này Nabokov, Beckett... (trong bài l'exil libérateur). Kundera tâm sự: "Tôi quý tự do của tôi hơn gốc gác của tôi. Tiếng Tiệp gọi tôi: quay về đi, đồ mắc dịch. Nhưng tôi không nghe, tôi muốn ở lại với ngôn ngữ mà tôi yêu quý". Những lý lẽ Kundera đưa ra kể trên hình như không ăn nhằm gì đến vấn đề căn bản liên quan đến thái độ của người trí thức trước thời cuộc. Tất cả những người làm thơ văn đều là trí thức vì sáng tác đòi hỏi suy tư, nhưng tất cả trí thức không phải đều là nhà văn nhà thơ. Vấn đề đặt ra cho người trí thức, nhà văn nhà thơ không phải là lựa chọn ở lại trong biên giới một quốc gia hay vượt khỏi biên giới đó; cũng không phải lựa chọn ở lại trong một chế độ toàn trị làm người bất đồng chính kiến (dissident) hay đi lưu vong vì đó là quyền tự do của mỗi người phải được tôn trọng mà là dù lựa chọn nào thì trước một biến cố lớn xảy ra trên đất nước mình hay trên thế giới, có lên tiếng theo lương tâm nhân loại của mình hay không? Vaclav Haven ở lại Tiệp tham gia sinh hoạt hiến chương 77 bị trên 4 năm tù, còn Kundera đi lưu vong chỉ để tiếp tục sáng tác. T. Todorov gốc Bungari cũng lưu vong ở Pháp đã lên tiếng phản đối Otan can thiệp vào Kosovo, phê phán Hoa Kỳ đang sa vào "chước cám dỗ làm điều thiện" cho cả thế giới. Lên tiếng đúng hay sai không quan trọng. Điều quan trọng là có lên tiếng. Truyền thống trí thức nhà văn ở Pháp chính gốc hay di dân trước thời cuộc là một nét đặc biệt của văn hóa Pháp. Trước một biến cố trọng đại, dư luận thắc mắc tự hỏi hay hỏi nhau: chẳng hạn Sartre nghĩ gì. Nhà văn người trí thức được kính nể đến nỗi tổng thống Pháp gửi thư cho Sartre gọi Ông Cher Maitre. Sartre xuống đường gây rối cảnh sát không dám bắt như thể nhà văn người trí thức ở trên cả pháp luật. Althussier nhà triết học nổi tiếng, đảng viên đảng Cộng Sản trong một cơn mất trí giết vợ mà không bị truy tố đưa ra tòa. Dư luận Pháp quý trọng người trí thức dấn thân vào thời cuộc đến nỗi thiên vị: Thà sai với Sartre còn hơn có lý với R. Aron; mặc dầu Aron cũng dấn thân nhưng dựa vào sự kiện, còn Sartre thì bốc đồng.

Thế kỷ XX, Pháp có những khuôn mặt nhà văn sáng giá: Sartre, Camus, Malraux, không phải chỉ ở phe tả mà cả ở phe hữu như François Mauriac. Để thể hiện vai trò dấn thân vào thời cuộc, họ thường ra một tạp chí, tuần báo hay cộng tác với một tạp chí tuần báo. Sartre thành lập tạp chí "Les temps modernes", François Mauriac viết mục bloc-notes hàng tuần cho tờ Express. Trí thức nhà văn Thế kỷ XX tiếp nối truyền thống lên tiếng của Thế Kỷ XIX. Tiêu biểu là thái độ "tôi tố cáo" (J'accuse) của Emile Zola về vụ án Dreyfus. La Martine nhà thơ đã khơi động cách mạng 1848: "Tôi sinh ra để lo những việc quốc gia đại sự hơn là bận tâm những vụ tự ái cá nhân nhỏ mọn hay những háo danh mà xã hội dành cho những thành công về văn học". Malraux cũng bày tỏ một ý tưởng tương tự: "để được lòng dư luận, nên có những gì nặng ký hơn tác phẩm cống hiến cho dư luận, chẳng hạn một tiểu sử kinh ngạc, một uy tín đáng kể". Chính những ưu thế đó lại làm cho Kundera dè dặt né tránh. Thái độ của Kundera cũng dựa trên những nhận xét rất đáng lưu ý. Những nhà biên khảo về Kundera như Kavetoslav Chvatik trong Le Monde Romanesque de Milan Kundera, bản dịch tiếng Đức nhà xuất bản Gallimard 1994 ghi nhận "Quan niệm viết tiểu thuyết của Kundera thật khác xa quan niệm dấn thân của Sartre. Theo Kundera, Sartre không dùng từ người viết tiểu thuyết mà chỉ phân biệt người viết văn xuôi và người làm thơ. Văn xuôi có vai trò thông tin, minh chứng, chất vấn, yêu cầu, thuyết phục ca tụng hay kết án. Sartre, Camus, Malraux là những nhà văn, tuy viết tiểu thuyết, nhưng lại để cho những luận điểm triết học hướng dẫn từ bên trong tiểu thuyết, một điều mà họ làm có khả năng thuyết phục hơn trong các biên khảo triết học của họ" (trang 199) như vậy tiểu thuyết của Kundera không nhằm mô tả một biến cố thời sự, phản ánh một hoàn cảnh lịch sử hay trình bày một chủ đề triết học, vì tiểu thuyết là một tác phẩm văn học tự lập gần gũi với những thể loại văn nghệ khác như âm nhạc. Cấu trúc của âm nhạc là đa âm (polyphonie) đa tấu, thực ra là hòa âm, hòa tấu, hay khi cấu trúc của Tiểu thuyết theo Kundera cũng đa âm, đa tấu nhưng không phải hòa âm, hợp tấu và vì tiếng nói của các nhân vật là ông nói gà bà nói vịt trong một thế giới bị "tàn phá, đổ vỡ" theo lời kể của nhân vật chính trong La plaisanterie.

*

Truyện La Plaisanterie xuất bản lần đầu tiên ở Tiệp năm 1967. Cốt truyện xoay quanh vai Ludvik, một thanh niên có chân trong đảng nhưng lại muốn sống như một người bình thường, mong chiếm được tình yêu của một cô bạn gái khờ khạo. Trong việc chiếm đoạt cô gái, anh gửi cho cô một câu nói đùa ghi trên bưu thiếp, trong khi cô này đang dự một khóa huấn luyện để trở thành đảng viên Cộng Sản: "chủ nghĩa lạc quan là thuốc phiện của nhân dân. Một tâm hồn lành mạnh là tâm hồn nặng mùi ngu xuẩn. Trôstkit muôn năm". Câu nói đùa đã làm biến đổi cuộc đời người thanh niên. Ludvik bị khai trừ khỏi đảng, bị đuổi ra khỏi đại học. Hình ảnh những bàn tay các bạn anh, những bàn tay đồng chí từng người từng người dơ lên để biểu quyết đuổi anh khỏi đảng, khỏi đại học là một ám ảnh mà Ludvik không sao quên được. Anh cố bào chữa trước các buổi họp luận tội anh: đó chẳng qua chỉ là một chuyện đùa, một chuyện đùa được biểu diễn công khai giữa hội trường trở thành một trò đùa, trò hề... Một vai khác trong tuyện, Zemanek, chồng của Helena, người đàn bà mà Ludvik dụ dỗ, phụ trách đoàn thành niên của đảng, người đã đứng ra điều động đoàn viên đuổi Ludvik trở thành kẻ thù của Ludvik; về sau Ludvik trả thù Zemanek bằng cách dụ dỗ được vợ Zemanek, nhưng chính lúc đó Ludvik lại khám phá ra Zemanek không còn yêu Helena, đồng thời anh cũng thấy Zemanek không phải người quá tệ. Sự trả thù là một thất bại.

Kundera nói về cuốn truyện đầu tay này ra đời thế nào trong một "chú thích của tác giả" in trong bản pháp văn truyện Plaisanterie tái bản năm 1985". Năm 1901, tôi đi thăm bạn bè ở vùng mỏ. Họ kể cho tôi nghe câu chuyện một nữ công nhân bị tống giam vì bị bắt quả tang ngắt mấy bông hoa ở nghĩa trang để gửi tặng người yêu. Không bao giờ tôi quên được, hình ảnh một số phận phụ nữ biết tách biệt tình yêu với tình dục. Một hình ảnh khác kèm theo hình ảnh kể trên về một mối tình dai dẳng thực ra chỉ là một hành động thù ghét. Hai hình ảnh ấy đã làm nảy sinh cuốn truyện đầu tiên của tôi hoàn thành vào năm 1965, được đặt tên "trò đùa". Những người phụ trách nhà xuất bản của Hội nhà văn đều ưa thích cuốn truyện, nhưng phải đưa bản thảo đi duyệt. Trong một năm tôi bị yêu cầu gởi đi "làm việc" không biết bao nhiêu lần đề nghị sửa chỗ này, bỏ chỗ kia. Lần nào tôi cũng từ chối những đề nghị sửa chữa hay cắt bỏ. Nhưng lạ lùng thay, những yêu cầu kể trên được giảm đi mỗi lần làm việc. Từ những năm 1960, câu chuyện khó tin do bầu khí tự do lan rộng đã làm rạn nứt guồng máy đảng, gây mặc cảm tội lỗi nơi những người cầm quyền, đến nỗi những người phụ trách duyệt sách không còn duyệt như trước và điều làm cho mọi người ngạc nhiên là cuối cùng bản thảo được gửi cho nhà in nguyên vẹn không bị xóa bỏ chỗ nào. Khi sách ra mắt hồi mùa xuân 1967, cuốn truyện được hầu như toàn thể hội viên hội nhà văn chào đón và trao tặng giải thưởng của Hội cho năm 1968. Là một tác giả ít được biết đến trong một thời gian ngắn, cuốn truyện của tôi được tái bản ba lần đưa tổng số sách phát hành lên đến 120.000 cuốn.

Nhưng chỉ một năm sau, quân đội Nga xâm chiếm Tiệp đã làm đảo lộn tất cả. Cuốn truyện bị một chiến dịch báo chí đả kích, nguyền rủa, bị cấm cùng với các cuốn truyện khác, bị thu hồi khỏi các thư viện công.

Vào năm 1966, trong lúc số phận bản thảo còn bị ngâm ở sở kiểm duyệt, Antonin Liehm đã mang lén một bản thảo sang Pháp trao cho Aragon. Tôi phải nhắc đến một điều ít ai biết: Aragon thường giúp các văn nghệ sĩ bên kia bức màn sắt bằng cách đăng những bài khen tụng những nhà văn đang bị đe dọa, bị làm khó dễ. Tuần báo "Les Lettres Françaises" là tờ báo phương Tây duy nhất có thể mua được ở các nước Cộng Sản... Aragon gặp Liehm, mặc dầu chưa đọc bản dịch, đã giới thiệu nó với Claude Gallimard với tất cả uy tín của nhà thơ, ông hứa sẽ viết lời giới thiệu đúng vào tháng 8 Tiệp bị Nga xâm lăng. Bài giới thiệu của Aragon đăng trong lần in thứ nhất ở Pháp, không nói gì nhiều đến nội dung văn học cuốn truyện, nhưng Ionesco viết một bài về cuốn tiểu thuyết đăng trên Figaro đã là những lời thật đáng kể được nói lên ơ Pháp trước thảm kịch Tiệp. Tháng 8-1968, Claude Galimard mời tôi sang Paris để chứng kiến buổi ra mắt sách. Đây là lần đầu tiên tôi gặp Aragon. Ở nhà Aragon, có hai vợ chồng một nhà khoa học Nga đang trò chuyện với Aragon. Những trí thức, nhà văn sống ở các nước Đông Âu đều nhìn Aragon như một người yêu Cộng Sản cởi mở, nhiệt tình có thể bênh vực che chở họ. Hai vợ chồng người Nga nói với Aragon: "Ông không nên đoạn tuyệt với nước Nga. Phải phân biệt nhân dân Nga với chính phủ của họ, nên ông vẫn cần đi Nga". Aragon giận dữ về vụ Nga xâm lăng Tiệp, đi lại trong phòng, trịnh trọng tuyên bố: "Dù tôi có muốn đi Nga, nhưng chân tôi không chịu bước đi. Tôi cảm phục nhà thơ. Nhưng vài năm sau, chân ông đưa ông đến Mạc Tư Khoa để được Brejnev gắn mề đay và vài năm sau nữa, chân ông còn đưa ông đến diễn đàn đại hội đảng để vỗ tay hoan hô một cuộc xâm lăng khác: xâm lăng A Phú Hãn.

Nhưng nếu không có Aragon, cuốn La Plaisanterie

không bao giờ được ra mắt ở Pháp và số phận của tôi có lẽ cũng đã rẽ sang một ngã khác. Lúc ở Tiệp tên tôi bị bôi đen, cuốn La Plaisanterie được nhà xuất bản Gallimard tung ra khắp thế giới, làm cho tên tôi có được những độc giả mới thay thế độc giả Tiệp. Sau đó Kundera đã để gần 2 trang kể lại những bản dịch đã bị thêm bớt thế nào, buộc ông bỏ ra nhiều năm tháng để điều chỉnh tất cả cho đúng ý của ông. Phần cuối chú thích, Kundera cho biết năm 1967 trong không khí tự do cởi mở trước mùa Xuân Praha, truyện của ông không gây một cảm nghĩ nào có tính cách chính trị. Để hiểu cuốn truyện được đón nhận thế nào ở Tiệp, tôi dẫn một vài tựa đề giới thiệu La Plaisanterie trên các tạp chí Tiệp: "Mỉa mai và luyến tiếc", "lối viết chống Sartre về tiểu thuyết hiện sinh", "Bài học có thể tiếp thu về cái nghịch lý", "Hiện tượng luận và tiểu thuyết", "Kỷ hà học cuốn La Plaisanterie" v.v... Năm sau, Paris đón nhận truyện của tôi vừa làm cho tôi vui, vừa làm cho tôi buồn. Cuốn truyện được ca tụng, nhưng chỉ được đọc theo một chiều về chính trị. Lỗi tại hoàn cảnh lịch sử lúc đó. Cuốn truyện ra mắt sau 2 tháng Nga xâm lăng Tiệp; Lời nói đầu giới thiệu của Aragon chỉ chú ý tới khía cạnh chính trị và sau cùng lỗi tại phê bình văn học ở Tây phương biến dần thành bình luận mang tính cách báo chí một cách vội vã, bị cái nạn độc tài của thời sự chi phối. Còn ngày nay, những âm vang mang tính thời sự đã qua rồi: Mùa Xuân Praha cũng như cuộc Nga xâm lăng Tiệp... Chính nhờ sự quên lãng đó, mà một cách nghịch lý, truyện La Plaisanterie bây giờ, cuối cùng có thể trở lại điều thực sự mà nó chỉ là tiểu thuyết và ngoài tiểu thuyết, không còn gì khác nữa" (tháng 5/1985). Chú thích kể trên đã bị tác giả bỏ đi, kể cả lời giới thiệu của Aragon trong những lần tái bản sau. Lời bài giới thiệu của Aragon trong ấn bản tiếng Pháp đầu tiên năm 1968. "Tiểu thuyết mà tôi coi là một tác phẩm lớn" (Le roman que je treres pour une oeurvre majeure", đúng như Kundera đã nhận định, Aragon đã chỉ chú trọng tới khía cạnh chính trị của cuốn truyện: "Tôi nói tiểu thuyết của Kundera, vượt tất cả các tài liệu chính trị có thể tưởng tượng được và không thể tưởng tượng được, soi chiếu hoàn cảnh đã được tạo ra từ 20 năm nay đưa đến thảm kịch mà chúng ta đang chứng kiến ngày nay... Tôi nghĩ đến những người ở lại Tiệp đang chịu tra tấn, tù đày... tôi cũng nghĩ đến những người bỏ ra đi và chỉ mơ ước trở về, vì không thể tin được ở đó sẽ xảy ra một thảm cảnh Biafra về tinh thần".

*

Ở Sài Gòn miền Nam Việt Nam thời đó, chúng tôi chưa được đọc Kundera nhưng theo dõi những biến cố chính trị xảy ra ở Tiệp, mùa Xuân Praha và cuộc Nga xâm lăng Tiệp. Tạp Chí Hành Trình, Đất Nước đưa ra chủ trương xã hội chủ nghĩa không Cộng Sản nghĩa là không phải Stalinit, nên làm sao chúng tôi không đón mừng xã hội chủ nghĩa có khuôn mặt người do Alexandre Dubcek đưa ra. Đất Nước số 7 tháng 11-1968 dịch đăng: (Tuyên ngôn của người Tiệp dân chủ) do 70 nhân vật Tiệp đủ mọi thành phần lên tiếng ngày 27-6-68 gọi là tuyên ngôn hai ngàn chữ... "Đảng Cộng Sản từ sau thế chiến được dân chúng tín nhiệm đã dần dần đem lòng tín nhiệm này đổi lấy địa vị, cho đến khi chỉ còn địa vị, chứ không còn gì khác nữa... Chúng tôi phải nói thế và những người Cộng Sản trong đó có cả chúng tôi đều biết thế. Nỗi thất vọng của họ trước những hậu quả cũng lớn lao như niềm thất vọng của những người khác... Chúng ta tất cả đều phải chịu trách nhiệm về tình trạng này nhất là những người Cộng Sản trong đó có cả chúng tôi... Từ đầu năm nay, chúng ta bước vào tiến trình dân chủ hóa. Việc này bắt đầu ngay từ trong đảng Cộng Sản. Chúng tôi phải nói thế, để những người không ở trong đảng trong số chúng tôi, những người không mong đợi gì ở chúng tôi từ trước đến nay biết vậy... Sự mở đầu và những cố gắng của người Cộng Sản dân chủ chỉ là sự đền bù món nợ của đảng đối với những người ngoài đảng.

Chính vì thế mà chúng ta chẳng phải chịu ân huệ gì của đảng Cộng Sản cho đến khi đảng được nhìn nhận là đã cố gắng sử dụng một cách thành thật cơ hội cuối cùng này để cứu vãn danh dự của đảng và của tổ quốc... Theo những nguồn tin dè dặt, có thể có lực lượng ngoại quốc can thiệp vào những biến đổi nội bộ của nước ta. Đối diện với các lực lượng hùng hậu ngoại bang, điều chúng ta phải làm là giữ gìn hàng ngũ của chúng ta và đừng khơi động.

Chúng ta bảo đảm với chính quyền rằng chúng ta ủng hộ chính quyền dù cả bằng khí giới... Mùa Xuân này, tương tự như sau thế chiến là một cơ hội lớn đã đến với chúng ta. Mùa Xuân này sắp chấm dứt. Nó không bao giờ trở lại nữa; còn mùa đông chúng ta đã biết cả rồi; vì vậy chúng tôi kết thúc bản tuyên ngôn của chúng tôi cùng các công nhân, nông dân, viên chức, nghệ sĩ, học giả, kỹ thuật gia và tất cả mọi người".

Đọc lại tuyên ngôn 2.000 chữ mới hiểu được tại sao truyện Trò đùa có thể chào đời và được dư luận Tiệp đón nhận. Nói cách khác, truyện trò đùa đã không thể có được nếu không có mùa xuân Praha do đảng Cộng Sản đề ra và được hầu như toàn đảng toàn dân hưởng ứng. Những nghi thức thể chế công khai của chế độ đã được người trong đảng ngoài đảng tuân theo mà không còn xác tín chẳng khác nào những vai hề diễn kịch trên sân khấu chính trị là các hội trường hội nghị như những trò đùa trò hề mặc dầu bề ngoài chúng được coi là quan trọng nghiêm chỉnh.

Trong truyện Kundera không mô tả tường thuật mùa xuân Praha, những tranh luận phê phán xã hội guồng máy đảng là những điều thời sự mà báo, đài đã nói nhiều, cũng không kể tâm trạng tình cảm được bộc lộ của hàng trăm ngàn người xuống đường trong không khí cởi mở của mùa xuân Praha. Tác giả chỉ kể một vài chi tiết gợi ý cho những suy nghĩ sâu xa về con người, nhất là trong mối quan hệ cá nhân và tập thể. Dư luận Tiệp thời đó đã cảm nhận như vậy nên cuốn truyện không mang ý nghĩa chính trị gì đối với họ.

Nhưng khi cuốn truyện được dịch ra nhiều thứ tiếng, phổ biến khắp thế giới, cuốn truyện đã không thể tránh được, vào thời điểm đó, ý nghĩa chính trị. Nếu không có vụ Nga xâm lăng, cuốn truyện chắc không được phổ biến rộng rãi và việc phổ biến nếu có ý nghĩa chính trị nào, thì đó là ý nghĩa chính trị tốt, tích cực. Cuốn truyện cho phép hy vọng dù chế độ Cộng Sản thế nào đi nữa nay đang có khả năng thay đổi và do chính người Cộng Sản làm. Nhưng sự kiện Liên Xô, một nước đàn anh đã đem xe tăng xâm chiếm một nước đàn em nhỏ bé, cưỡng bách tổng bí thư, ban lãnh đạo Tiệp sang Mạc Tư Khoa buộc phải nhượng bộ rồi trở về Tiệp tuyên bố những thỏa hiệp đã làm dư luận thế giới phẫn nộ và nhiều đảng viên đảng Cộng Sản Âu Châu ra khỏi đảng.

*

Ngày nay và mai sau có thể đọc truyện Trò đùa và các tác phẩm khác của Kundera mà không cần liên hệ đến tiểu sử tác giả, lịch sử?

Roland Barthes đã nêu vấn đề liên quan giữa tiểu sử và phê bình văn học trước những lạm dụng dùng tiểu sử để giải thích văn học. Nhưng có thể gạt hẳn tiểu sử ra khỏi phê bình văn học không hay ít ra cần cái tối thiểu. Đối với Kundera, cái tối thiểu đó có phải chỉ là một câu vẻn vẹn được ghi ở các truyện của Kundera tái bản những lần cuối gần đây: "Kundera sinh ra ở Tiệp và định cư ở Pháp 1975". Trả lời phỏng vấn của Christian Sanmon đăng lại trong "Art du roman" hỏi Kundera có cần phải biết lịch sử Tiệp để hiểu tác phẩm của ông không? Kundera trả lời: "Không, những gì cần biết chính tiểu thuyết đã nói". Cuốn Trò đùa và những cuốn khác chỉ nêu một vài nét gợi ý về chế độ chính trị ơ Tiệp và nước Tiệp; chẳng hạn trong truyện Trò đùa chỉ nói đến sự kiện Ludvik bị bạn bè đồng chí đồng loạt giơ tay ủng hộ quyết định đuổi khỏi đảng, Đại học, không nói đến vai trò của đảng, các thể chế của đảng vì điều Kundera muốn nói qua sự việc đồng loạt giơ tay là số phận con người bị cái nhìn của người khác, bạn bè quy định ngay cả đưa đến chỗ chết.

Trong vụ Nga xâm chiếm Tiệp, báo chí sách sử đều tường thuật đầy đủ chỉ có một chi tiết mà Kundera cho là có ý nghĩa về nhân loại học lại bị bỏ qua, đó là bệnh sát hại tập thể chó. Sự kiện duy nhất Kundera nhắc đến như một khung cảnh lịch sử trong truyện La Valse aus adieux. Hoặc truyện L'insantenable légèreté de l'être nói đến Alenxandre Dubcek, tổng bí thư đảng bị bắt cóc đưa về Mạc Tư Khoa buộc phải điều đình với Brejnev, rồi được đưa về Praha. Tác giả không kể lại những sự kiện đó mà ai cũng biết, chỉ kể một chi tiết bị các bài tường thuật bỏ qua. Dubcek nói trên đài, mệt mỏi, phải ngừng lại nhiều lần để thở một cách khổ sở, những chỗ ngừng lại đó về sau đã bị cắt bỏ hết. Kundera chỉ nhắc lại sự kiện bị bỏ qua đó để nói về cái thế yếu của con người: (Người ta luôn luôn ở thế yếu khi phải đối đầu với thế mạnh hơn. "mặc dầu Dubcek có thân hình lực sĩ"). Đồng ý với Kundera, không cần mô tả thời cuộc khi viết cho người đương thời vì bối cảnh chính trị xã hội biến cố người đương thời ít nhiều đều đã biết nên nhà văn chỉ cần nhắc những chi tiết mà báo chí sách sử bỏ qua để gợi ý cho những suy tưởng về con người, cuộc đời. Nhưng những thế hệ mai sau có thể không còn biết gì về mùa xuân Praha, Nga xâm chiếm Tiệp nếu họ chỉ được đọc một vài chi tiết gợi ý làm sao họ có thể hiểu được? Vậy ít ra cần cái tối thiểu về tiểu sử và cái tối thiểu đó chính Kundera đã viết ra như chú thích năm trang đăng trong một lần tái bản, tại sao Kundera lại bỏ đi trong những lần tái bản sau cùng với lời giới thiệu của Aragon mà ông thú nhận đã giữ lại trong 16 năm? Bài giới thiệu của Aragon và bài cảm nghĩ của Ionesco trong Le Figaro ông cho rằng không thể quên mà không nên quên, tại sao ông lại bỏ đi trong những lần tái bản sau? Bài giới thiệu của Aragon, mặc dầu không dính líu gì đến nội dung cuốn truyện nhưng như Kundera thú nhận nó đã làm cho cuốn sách có thể ra đời và được dư luận thế giới biết đến, nghĩa là tuy nó là một yếu tố ngoại tại, nhưng cũng là yếu tố cấu tạo của tác phẩm. Đó là chưa nói đến khía cạnh ân nghĩa, người ta có thể quên thời sự, lịch sử, nhưng có thể quên ân nghĩa được không? Nếu Aragon còn sống, nhà thơ nghĩ sao về thái độ của nhà văn Kundera.

*

Tôi là người đương thời của Kundera, kém ông 1 tuổi. Tôi có thể đọc ông về nhiều phương diện: Kỹ thuật viết tiểu thuyết, những đề tài tư tưởng mà ông muốn bày tỏ, và tại sao tôi không được đọc Kundera về chính trị hiểu như một khía cạnh thiết yếu của thân phận làm người sống trong những hoàn cảnh của một thời đại. Trong chiều hướng đó tôi muốn tìm hiểu ở Việt Nam ngày nay trên danh nghĩa vẫn là chế độ toàn trị như Tiệp trước đây, tại sao ở đó một số truyện của Kundera được dịch phổ biến chính thức mà không bị kiểm duyệt làm phiền hà gì. Nếu không đọc chú thích 5 trang của Kundera, tôi không thể giải thích được thắc mắc kể trên. Chú thích đó cho thấy truyện của Kundera được xuất bản phổ biến công khai được ca ngợi nữa bao lâu nó chỉ là một hiện tượng văn học thuộc nội bộ của Tiệp. Nó trở thành chính trị và bị cấm đoán khi bên ngoài Tiệp coi truyện của Kundera như một bằng chứng tố cáo Cộng Sản. Như vậy có thể nêu giả thuyết giải thích phải chăng tác phẩm của Kundera được phổ biến ở Việt Nam vì ở hải ngoại người Việt di tản lưu vong không nói đến Kundera, không sử dụng Kundera để chống Cộng? Nhưng tại sao giới làm văn học hải ngoại không sử dụng Kundera phải chăng vì không thể sử dụng được. Không thể sử dụng vì Kundera không phải là một dissident, ông không bày tỏ một thái độ chống cộng nào từ ngày rời Tiệp, hơn nữa ông còn chống cộng không khi ông coi chế độ Cộng

Sản chẳng qua chỉ là một hình thức biểu lộ xã hội tây phương hiện đại mà ông cũng không tán thành.

Đây đó rải rác trong các tác phẩm, Kundera nhắc tới thái độ phê phán tây phương kể trên, chỉ xin dẫn chứng một đoạn trong Les testaments trahis, Kundera nói đến những vụ án chính trị xảy ra ở Liên Xô, Đông Âu mà ông gọi là những "procès de l'esprit" xúc phạm đến tự do tư tưởng, tôn giáo của cá nhân với tư cách công dân; nhưng những vụ án chống tinh thần bao hàm tinh thần tố cáo, chụp mũ - l'esprit de procès – tinh thần tố cáo, thái độ chụp mũ đã tiêm nhiễm vào tâm trí các nước Tây Âu tạo ra những vụ tố cáo các nhà văn, nhà tư tưởng về tội liên hệ với các chế độ phát xít, quốc xã, cộng sản. Kundera đặc biệt chĩa mũi dùi vào cuốn 1984 của Orwell. Ông nêu lên những tai hại của cuốn truyện này (đã được dịch ra tiếng Việt phổ biến ở hải ngoại) – chú thích của NVT "Ảnh hưởng xấu của cuốn truyện ở chỗ tất cả thực tại bị giản lược vào khía cạnh thuần túy chính trị và trong giản lược đó lại chỉ để ý đến các mặt tiêu cực của chính trị. Tôi từ chối không tha thứ việc giản lược này viện cớ nó cần thiết để tuyên truyền chống độc tài toàn trị xấu xa. Vì điều xấu xa chính là sự giản lược mọi sự vào chính trị và giản lược chính trị vào nhu cầu tuyên truyền: Giản lược đời sống của một xã hội mà mình oán ghét bằng cách chỉ kê khai các mặt xấu của nó. Vì thế cuốn truyện 1984 dù có ý tốt cũng là thành phần của tinh thần toàn trị. Một hai năm sau khi Cộng Sản sụp đổ, nói chuyện với người Tiệp, tôi đều thấy họ luôn luôn nhắc tới 40 năm khủng khiếp, 40 năm phí phạm, tôi nhìn những người nói như vậy và nhận ra họ là những người không bị đi tù hoặc di tản, mất công ăn việc làm, ngay cả không bị nhìn với con mắt ngờ vực. Nhưng khi nói sau 40 năm khủng khiếp họ đã giản lược toàn bộ cuộc đời của họ vào chính trị; sở dĩ họ làm như vậy vì họ đã ăn phải bã lý luận của Orwell, tưởng toàn bộ cuộc đời của mình là hư hỏng phí phạm. Sau đó Kundera giải thích tại sao không thể tố cáo những người đã tin theo ý thức hệ Cộng Sản, về sau mới thấy mình lầm lạc. Tất cả mọi người hành động dự đoán tương lai đều không đi giữa ban ngày hay đi đêm tối, vì đêm tối thì không thấy gì, còn thấy rõ như ban ngày thì không sai lầm được. Tất cả đi vào cuộc đời như đi trong sương mù có thấy nhưng chỉ lờ mờ không rõ. Chỉ sau khi đi một quãng đời nhìn lại không còn sương mù nữa mới thấy những ảo tưởng sai lầm của mình. Tất cả các người nổi tiếng như Heidegger, Maiakowski, Aragon, Gorki... đều đi trong sương mù. Vì thế có thể tự hỏi: ai là kẻ mù. Maiakowski làm thơ ca tụng Lénin không hề biết chủ nghĩa Lénin dẫn đưa đi đâu hay chúng ta bây giờ phê phán Mai sau hàng chục năm không bị sương mù bao quanh; vì thế cái mù quáng của Maiakowski thuộc về thân phận muôn đời của con người. Không nhìn thấy sương mù trên đường đi của Maiakowski là quên thân phận làm người, quên thân phận của chính chúng ta", (trang 205.)

*

Một người đã trải qua kinh nghiệm chế độ toàn trị, một chế độ mà ông coi chẳng qua chỉ tiêu biểu cho nếp sống xã hội của những nước Tây phương không thể không cảm thấy chán ngán, ê chề tất cả những hoan hô đả đảo từ bất cứ đâu vì như Kundera đã thú nhận ông đã được chích ngừa mọi biểu lộ nhiệt tình cách mạng hay chống cách mạng "à jamais, j'ai été vacciné contre toutes les tentations lyriques" (Testaments trahies trang 189) cho nên ông chỉ ước ao một điều thôi là có cái nhìn tỉnh táo và chán chường; cái nhìn đó, ông chỉ thấy trong nghệ thuật viết truyện. Ông viết truyện không phải chỉ để thực hiện một thể loại văn học, mà còn để bày tỏ một thái độ loại bỏ tất cả những đồng hóa với chính trị, tôn giáo, ý thức hệ, đạo lý, tập thể (trang 189).

Với một tâm trạng, lối nhìn đời "chán chường" như vậy, làm sao có thể còn đòi hỏi Kundera dấn thân vào đối tượng tranh đấu này, đối tượng tranh đấu kia? Những gào

hét, những múa may quay cuồng ở bên này hay bên kia đều
là những trò đùa, trò hề; những trò đùa trò hề rút cục tạo ra
cái trò đời của một xã hội tan rã, một thế giới bị tàn phá.
Trong truyện "Trò đùa", Ludvik nói: chúng tôi, Lucie và tôi
đều sống trong một thế giới đổ vỡ, bị tàn phá (Nous vivons,
Lucie et moi, dans un monde devosté". Xã hội tan rã, thế
giới đổ vỡ bị tàn phá vì những hành động của cá nhân đều do
cái nhìn của người khác qui định hoặc người khác chỉ được
nhận diện trong nhãn quan của cá nhân. Cứ tưởng thế này về
mình, về người khác, rút cục lại không phải thế. Tình trạng
kể trên được diễn tả bằng chính cấu trúc truyện kể: "Truyện
La Plaisanterie được dàn dựng không theo lối viết truyện
cổ truyền: thay vì dựng một nhân vật chính kể lại toàn bộ
cuộc đời, Kundera dùng bốn nhân vật thực hiện những độc
thoại, mỗi người nhìn sự việc, người khác theo nhãn quan
của mình. Câu chuyện do 4 nhân vật kể lại, chỗ phù hợp, bổ
túc cho nhau, chỗ đối nghịch nhau. Đó là kỹ thuật dùng nhiều
người kể chuyện, multiple narrators, tạo thành không phải
một hòa âm, một hợp tấu – theo cấu trúc âm nhạc mà tác giả
rất am hiểu với tư cách người dạy âm nhạc ở đại học – mà chỉ
là một đa âm (poly-pho.......) đa tấu. Câu truyện kể như một
đa âm, đa tấu cho thấy thật khó tìm ra đâu là sự thật, lẽ phải;
cuối cùng Ludvik cảm nhận một cách tổng quát phải chăng
chính lịch sử cũng như đùa (Et si l'histoire plaisentant!).

Trong khung cảnh đó, có thể nói Kundera đã muốn
ra khỏi thời hiện đại (modernisme) dựa trên niềm tin lạc
quan vào lý tính, lẽ phải, đi vào thời gọi là hậu hiện đại
(postmodernisme) được biểu lộ qua thái độ hoài nghi, luôn
luôn đặt lại vấn đề những gì vẫn được coi là hiển nhiên – đã
hẳn là thế - mà không đưa ra một chủ trương, một thứ isme
nào, nhất là không lên mặt dạy đời...

Vì thế, một người đọc Kundera, bất cứ đứng ở vị trí
nào, trên lãnh vực nào, đều không thể không xét lại những

niềm tin, những xác tín của mình. Truyện của Kundera bày tỏ một thế giới bị "tàn phá". Nhưng người đọc không thấy cái gì đổ vỡ, bị tàn phá vì mọi sự, mọi người đều vẫn nguyên vẹn. Tính cách khuynh đảo của truyện, sự đổ vỡ, tàn phá chỉ xảy ra trong tâm trí người đọc, không phải ở trong truyện.

*

Tôi có một vài thắc mắc, sau khi đọc Kundera, vì không theo dõi thường xuyên sinh hoạt văn hóa Pháp và thế giới nên có thể nhận xét thiếu sót sai lệch. Trong trường hợp đó, xin được giải thích và xin lỗi tác giả.

1. Về quan hệ giữa Kundera và Sartre. Kundera và nhiều nhà bình luận ông đều nói đến sự khác biệt giữa Sartre và Kundera về quan điểm viết tiểu thuyết. Hình như bản văn duy nhất của Sartre được nhắc tới nói về sự phân biệt giữa văn xuôi và thơ mà theo Sartre viết văn xuôi không thể không đụng đến thời cuộc chính trị. Kundera cũng nói đến những tác giả ông đã đọc như Husserl, Heidegger (cuốn Être et le temps) nhưng không nhắc đến cuốn nào của Sartre, đặc biệt cuốn l'Être et le Néant. Nếu ai đọc l'Être et le Néant, một cuốn thuần tuý triết học phân tách cấu trúc ý thức con người đều biết một vài khái niệm nổi tiếng như Esprit du sérieux, La mauvaisefois, Le Regard d'autrui không thể không nghĩ đến những chủ đề trong tiểu thuyết của Kundera.

Ví dụ thái độ đóng một vai: (Người hầu bàn đóng vai người hầu bàn) (Le garçon du café joue à être garçon du café). Người đóng vai nọ vai kia giả vờ tin là quan trọng rồi thực sự tin do đó đã tự lừa dối và lừa dối người khác. Con người hai mặt, mặt sống cho mình và mặt sống theo cái nhìn của người khác trong vai mình đóng trước xã hội. Trong đời sống hàng ngày mọi người đều ít nhiều là con người hai mặt; nhưng trong chế độ toàn trị, nó trở thành thể chế buộc ai cũng phải đóng để có thể xuất hiện an toàn trước cái nhìn của người khác. Đó là thái độ ngụy tín (mauvaise foi). Thái độ ngụy tín do đó liên hệ mật thiết với cái nhìn của người khác. Sartre đã phân tích sâu sắc cái nhìn của tha nhân quy định bản sắc phong cách của một người trong chương Le Regard d'autrui (l' Être et le Néant) và viết hai tác phẩm nổi tiếng trình bày đề tài đó trong cuốn Saint Genet nói về một thằng bé là thằng ăn cắp vì tất cả mọi người đều coi nó là thằng ăn cắp và trong Quelques réflexcons sur la question juive, người Do Thái phải che dấu bản sắc dân tộc của mình, tự phủ nhận để được sống yên ổn theo cái nhìn của những người chống Do Thái.

2. Trong Les testements trahis, Kundera nói đến tác quyền như một thành quả tích cực của thời kỳ hiện đại Âu châu. Trong bài La franco phobie, ça existe đăng trong Le Monde 24-9-1993 trích lại trong phụ lục: "Le Monde romanesque de M. Kundera của Kvetoslav Chvatik, Kudera bày tỏ sự phẫn nộ khi biết nhiều xứ Á châu đã dịch tiểu thuyết của ông mà không xin phép lại còn dịch theo bản tiếng Anh. Ông tức giận vì người ta không xin phép ông nên không trả tác quyền cho ông và nhà xuất bản. Ở Á Châu, Nhật có lẽ đàng hoàng, chỉ có Đài Loan, Trung Quốc nổi tiếng dịch và xuất bản vô tội vạ. Còn ở Việt Nam, nhà xuất bản chính thức không xin phép còn 2 người dịch ở Pháp và Mỹ đều cho biết họ ái ngại xin phép các nhà xuất bản. Nếu Kundera biết được rằng Việt Nam có hơn bảy mươi triệu dân, sách in 1.000 cuốn bán nhiều năm mới hết, còn ở Mỹ in có 500 cuốn vẫn còn để lây lất. Cao Viết Dũng cho biết tiền nhuận bút ở Việt Nam trả cho ông quãng trên hai trăm Euros. Tình hình dịch xuất bản thê thảm như vậy nỡ nào đòi tác quyền. Kundera đề nghị các nhà văn nên giấu tên thật và ký bút hiệu tránh được những điều tiêu cực như đã nói ở trên. Ký bút hiệu thì chỉ có một số người đương thời gần gũi tác giả biết tên thật còn đối với người ở xa bây giờ và mai sau không biết tên thật thì bút hiệu kể như vô danh và đã vô danh làm sao còn nói đến tác quyền. Kundera đưa ra đề nghị ký bút hiệu dường như chỉ

để khuyến cáo người khác thực hiện còn chính ông vẫn ký tên thật và đòi được tôn trọng tác quyền. Nghĩ đến thái độ của Sartre lại thấy khác hẳn. Bernard Henry Lévi trong bài trả lời phỏng vấn về cuốn sách của ông Le Siècle de Sartre (xuất bản sau 20 năm Sartre qua đời (1980-2000) đã viết một đoạn về thái độ hào hiệp của Sartre: La genéogité de Sartre. Sartre est la géneogité même. Bạn bè đều biết cả... Những người lạ mà ông tiếp, bảo trợ khuyến khích dĩ nhiên bằng cả tiền nữa... Tiền bỏ ra như nước, đến với bất cứ ai muốn có: bạn bè, các phong trào cách mạng, ủy ban này, nhóm kia v.v... George Michel trong bài "Regards sur l'Evennement", số 56-2000 cũng viết: Đừng quên điều cốt yếu: lòng quảng đại của Sartre. Về tiền bạc đó là trường hợp độc nhất. Bất cứ ai gõ cửa và xin tiền ông đều cho. Ở tiệm ăn, bao giờ ông cũng để lại thật nhiều tiền pour boires. Ông chết đi thực ra chẳng còn tiền gì cả).

Kundera phê phán nhiều mặt xã hội Tây phương, trừ pháp lý về tôn trọng tác quyền. Tác phẩm của ông từ mấy chục năm nay xuất bản ở nhiều nước, tái bản nhiều lần trong khi những người cầm bút viết văn ở Việt Nam không ai sống được chỉ bằng nghề cầm bút. Nếu bây giờ tôi gõ cửa nhà ông đề nghị ông chia sẻ một chút tiền tác quyền của ông để những ai muốn dịch giới thiệu toàn bộ tác phẩm của ông, liệu ông có sẵn sàng không?

3. Đọc La Plaisanterie về phương diện dàn dựng truyện kể, không thể không nghĩ đến cách dàn dựng phim Rashomon mà tôi đã xem và bây giờ bất cứ cuốn tự điển nào về phim ảnh đều nhắc đến, vì thế tôi nghĩ Kundera cũng biết phim Rashomon vì ông đã học về điện ảnh ở Đại học Charles University, Praha, dạy môn văn học quốc tế tại phân khoa phim ảnh ở Praha Academy.

Truyện phim Rashomon dựa theo hai truyện ngắn trong cuốn Rashomon and Other Unusual Stories của tác giả người

Nhật Ryunosuke, Akuta (1892-1927).

Akira Kurosawa, người viết truyện phim đã đưa kỹ thuật phim ảnh Nhật Bản lên hàng quốc tế từ những năm 1950. Phim Rashomon đoạt giải "Lion d'or" ở Venise 1951 và giải phim nước ngoài hay nhất năm 1951. Bergman thú nhận đã lấy cảm hứng khi quay phim La Source từ tuyệt tác của Kurosawa.

Ba người, một nhà sư, một tiều phu, một gia nhân trú mưa ở cổng một ngôi chùa bỏ hoang. Chứng kiến một vụ xô xát giết người. Sau bị đưa ra toà, một hiệp sĩ và vợ đi qua khu rừng, bị một tên cướp tấn công, hãm hiếp vợ. Tên cướp kể: đang ngồi ở gốc cây thấy một người đẹp đi qua, động lòng muốn chiếm đoạt và chế ngự được người chồng. Đáng lẽ sự việc chỉ đến đó, nhưng người vợ đã xúi bẩy tên cướp đấu kiếm với chồng mình...

Người vợ kể, sau khi bị hãm hiếp, bị chồng khinh bỉ nên đã tìm cách giết chồng rồi sau đó sẽ tự tử, nhưng chỉ ngất đi.

Còn người chồng kể: Sau khi vợ bị hãm hiếp, chính vợ đã đẩy tên cướp đấu kiếm với mình, nhưng tên này ngần ngại không làm bỏ trốn và người chồng nhục nhã chỉ còn nghĩ đến tự sát.

Người tiều phu chứng kiến khẳng định cả ba đều nói láo. Vụ đấu kiếm đã xảy ra và tên cướp đã thắng rồi hoảng sợ bỏ chạy, sau bị bắt. Mưa tạnh dần, tiều phu tìm thấy một trẻ nhỏ bị bỏ rơi, đem về nhận làm con nuôi. Gia nhân chỉ biết phàn nàn chê trách, còn nhà sư chỉ bày tỏ thái độ kinh hãi trước những tàn bạo của người đời. Tóm lại, sự việc xảy ra được thuật lại khác nhau, khán giả không thể biết được đâu là sự thật: người đàn bà bị hiếp hay đồng lỏa với tên cướp? người chồng có định tự sát hay hèn nhát chạy trốn. Một chủ đề của phim Rashomon là cái nhìn chủ quan của con người, ý nghĩa mọi sự việc tùy thuộc vào người nhìn sự việc. Đó cũng là một chủ đề của truyện La Plaisanterie.

*

Một ông bạn làm phê bình văn học ở Hà Nội cho tôi biết: Trong nước nhiều người đọc Kundera nhưng chẳng ai định học gì theo Kundera. Tôi không rõ ý của ông muốn nói gì, chỉ biết ông là người tham gia vào việc xuất bản cuốn biên khảo về Kim Dung trong đó đăng lại toàn văn cuốn Vô Kỵ giữa chúng ta của Đỗ Long Vân, một nhà phê bình văn học trong nhóm Đất Nước được coi là sâu sắc độc đáo. Đỗ Long Vân viết giới thiệu tiểu thuyết Kim Dung đăng trong những số đầu tạp chí Đất Nước cuối 67 đầu 68, thời điểm miền Nam đưa lên sân khấu chính trị những tướng tá nhân danh cách mạng lật đổ cách mạng Ngô Đình Diệm rồi lật đổ nhau, xuất hiện trước dân chúng như những vai hề trong tuồng chèo cổ điển Việt Nam, đặc biệt một ông đại tướng lật đổ ông đại tướng khác bị sinh viên xuống đường tập trung trước dinh thủ tướng hô đả đảo độc tài, ông đại tướng chịu chơi ra gặp sinh viên và cũng hô đả đảo độc tài. Dư luận thời đó cho rằng ông đại tướng này không phải chỉ làm trò đùa trò hề mà còn làm trò khỉ. Truyện của Kim Dung tràn ngập khống chế sinh hoạt trí thức báo chí miền Nam sau 63. Nhiều báo hàng ngày đua nhau đăng truyện Kim Dung, nhiều cây bút bình luận thời cuộc nổi tiếng đều lấy bút hiệu các nhân vật trong truyện Kim Dung. Đỗ Long Vân ghi chú những ai để ý tới tương quan giữa văn học và xã hội không thể không coi sự kiện mê đọc Kim Dung như một hiện tượng của thời đại. Vậy hiện tượng Kim Dung như thế nào? Nó có nghĩa gì giữa cảnh tai biến của chúng ta và tại sao lại có thể xảy ra? Lòng người thời đó nghi ngờ về chính trị xã hội không còn biết ai phải ai trái, không thể phân biệt được chánh tà, không còn những tiêu chuẩn khách quan của một cái hay muôn thuở. Võ Học trong truyện Kiếm Hiệp trước Kim Dung không đặt ra nghi vấn nào. Chánh phái hay tà phái đều dùng một thứ võ. Nhưng Võ

Học trong truyện Kim Dung không còn thể thống nhất; ngần ấy võ công là ngần ấy ngôn ngữ; và võ công nào trong giới hạn của nó đều có thể gọi là vô địch. Làm thế nào thu gom cái thế giới nát vụn ấy vào một mối. Ai cũng muốn làm bá chủ Võ lâm. Người ta giết nhau như ngóe để độc chiếm những võ công kỳ bí cho phép có thể khuất phục thiên hạ. Câu truyện nghĩa hiệp đã nhường chỗ cho những cuộc tranh hùng đẫm máu. Ẩn tàng trong cảnh tương tàn ấy tuy nhiên cái gì người ta thấy là sự huy hoàng của một giấc mơ thống nhất (Vô Kỵ giữa chúng ta. Đất Nước số 1, tháng 11-67. Sau 1975, miền Bắc "giải phóng miền Nam" lúc đầu Kim Dung chỉ được đọc lén sau thì được in công khai phổ biến rộng rãi ở khắp nơi. Vậy phải chăng vì người Việt Nam đã đọc Kim Dung, trình bày một thế giới đổ vỡ nên nhà phê bình văn học ở Hà Nội mới nói chẳng còn gì học ở Kundera. Nhưng nhà phê bình văn học đó cũng thú nhận ít người hiểu Kundera. Lý do thiết tưởng vì những người thuộc thế hệ Nguyên Ngọc trên dưới 70 được học tiếng Pháp thời thực dân không còn bao nhiêu. Làm sao những thế hệ sau hiểu được tiểu thuyết Âu châu như của Kundera đầy rẫy những tên người tên đất thuộc lịch sử văn học Âu châu nói riêng và lịch sử Âu châu nói chung? Do đó rất cần chú thích để hiểu Kundera và nên đọc Kundera vì tiểu thuyết của Kundera gợi ý về những vấn đề thời đại, không tìm thấy ở Kim Dung. Chẳng hạn vấn đề di tản lưu vong, lòng nhớ cố hương của những người xa xứ, có người trở về thăm quê nhà, mà tôi sẽ giới thiệu trong cuốn truyện vừa xuất bản của Kundera, Cuốn l'ignorance và theo tinh thần đọc liên bản (intertexte) tìm hiểu mối liên hệ giữa tiểu thuyết của Kundera và văn học truyền thống Việt Nam; sau cùng tìm hiểu Nhật Bản, Ấn Độ cảm nhận Kundera thế nào.

[Cuối tháng 3/2004]
Nguyễn Văn Trung

Họa sĩ Trương Đình Chư by Trương Đình Uyên

NGUYỄN VY KHANH

Sinh ngày 5-3-1951 (28-1 Tân Mão), tại Vĩnh Phước, Quảng Trạch, Quảng-Bình. Cử nhân giáo-khoa Triết Tây (1973), Cao học Triết Tây (1975) tại đại-học Văn khoa Sài Gòn, và tốt nghiệp thủ khoa ban Việt-Hán khoá 13 (1971-1974) đại học Sư phạm Sài Gòn.

Sau khi tị nạn chính trị tại Canada ngày 16-5-1975, tốt nghiệp Cao-học Thư viện và khoa học thông tin (đại học Montréal, 1978). Hai nghề chính thức: giáo chức trước 1975, và chuyên viên thư viện ở Quốc hội và chính phủ Québec từ 1978 ở Quebec City và Montréal; ngoài ra chuyên nghiên cứu lịch-sử và nhân-văn liên hệ đến Việt Nam.

Chủ biên Hội Nhập (1986-89) và Chính Trị (1990-93) của tạp chí *Liên Hội*; chủ biên Canada của tạp chí *Nhân Quyền / Droits de l'Homme* (Paris, 1990-1996); thành viên sáng lập và tổng thư ký Trung tâm Việt Nam Học và tạp chí *Vietnamologica* (Montréal, 1994-97). Thuộc ban biên tập tạp chí *Định Hướng* (France), tạp chí web *Nhân Văn* (San Jose CA), bán nguyệt san *Ngày Nay* Newspaper (Houston, TX) và cộng tác với nhiều tạp chí người Việt ở hải-ngoại.

Hưu trí từ 2011 và hiện cư trú tại Toronto.

Tác-phẩm đã xuất-bản:
- *Khung Cửa* (thơ, in ronéo, Sài Gòn, 1972)
- *Ngô Đình Diệm Và Nỗ Lực Hoà Bình Dang Dở* (dịch-thuật. "Ngo Dinh Diem En 1963" của Nguyễn Văn Châu; Los Alamitos CA: Xuân Thu, 1989)
- *Lỗ Tấn Và Truyện Xưa Viết Lại* (biên khảo và dịch-thuật: Xuân Thu, 1997)
- *Bốn Mươi Năm Văn Học Chiến Tranh 1957-1997* (Glendale CA: Đại Nam, 1997)
- *Văn Học Và Thời Gian* (Westminster CA: Văn Nghệ, 2000)

- *Văn Học Việt Nam Thế Kỷ XX: Một Số Hiện Tượng Và Thể Loại* (Glendale CA: Đại Nam, 2004).
- *33 Nhà Văn Nhà Thơ Hải-Ngoại:* tuyển tập nhận-định văn-học (ebook; Montréal: TGXB, 2008; tái-bản: Toronto: Nguyễn Publishings, 2016).
- *Văn Học Miền Nam 1954-1975: nhận-định, biên-khảo và thư-tịch;* 2 tập.(Toronto: Nguyễn Publishings, 2016; tái-bản: Nguyễn Publishings, 2018).
- *Trương Vĩnh Ký: Tinh-Hoa Nước Việt* (Toronto: Nguyễn Publishings, 2018).

Tham gia các tuyển tập:
Văn-Học Nghệ-Thuật Liên Mạng (Tập 1, Garland TX: 1996; Tập 2, 1997) - *Vietnam et Culture* (Montréal: Communauté Vietnamienne de Montreal, 1998) - *Nguyên Sa: Tác Giả và Tác Phẩm* (Tập 2, Westminster CA: Đời, 1998) - *Gom Lại Những Dòng Trăng* (Tuyển tập thơ; Garland TX: Văn Học Nghệ Thuật Liên Mạng, 1999) - Đi Tìm *Nguyễn Huy Thiệp* (TpHCM: Văn hóa Thông tin, 2001) - *Hiện Tượng Trương Vĩnh Ký* (Liên Hội Ái Hữu Petrus Trương Vĩnh Ký Nam Bắc California & nhóm Petrus Ký.org, 2005) - *Luân Hoán, Một Đời Thơ* (Los Angeles: Sông Thu, 2005) - *Hồ Biểu Chánh, người mở đường cho tiểu thuyết hiện đại Việt Nam. (*TpHCM: Văn Nghệ, 2006) - *Kỷ Niệm về Nhà văn Doãn Quốc Sỹ* (Houston TX: Văn Đàn Đồng Tâm, 2007) - *Kỷ Niệm về Toàn Phong Nguyễn Xuân Vinh* (Houston TX: Văn Đàn Đồng Tâm, 2008) - *Thơ Từ Cõi Nhiễu Nhương* (Tập 1: Plainfield, NJ: Thư Ấn Quán, 2010) - *Giáo-sư Lê Hữu Mục và những cây bút thân hữu...* (Houston TX: Văn Đàn Đồng Tâm, 2010) - *Hiếu Đệ Lão Ngoan Đồng: hoài niệm* (Võ Đức Trung; Paris: Hương Cau, 2010) - *An Khê Nguyễn Bính Thinh: hoài niệm* (Võ Đức Trung; Paris: Hương Cau, 2013) - *Minh-Đức Hoài-Trinh, Chính Khí Của Người Cầm Bút* (San Jose: Nhân Ảnh, 2014) – *Thơ Việt Đầu Thế Kỷ 21* (San Jose: Nhân Ảnh, 2018).

Thơ Tô Thùy Yên,
quán trọ hồn đông-phương

Quand les mythologies s'effrondent,
c'est dans la poésie que trouve refuge le divin;
peut-être même son relais

(Saint-John Perse) (1)

Từ những bài thơ đầu trên tạp chí *Sáng-Tạo* năm 1956-1957, Tô Thùy Yên (sanh năm 1938) đã quan niệm nhà thơ là kẻ sĩ, là người chép sử, với một cái Tôi dấn thân và có trách nhiệm:

"Tôi là Tô Thùy Yên là thi sĩ là người chép sử tương lai
Vốn học hành dang dở nên đứng bờ cuộc đời ngó xuống
hư vô...". (Tôi, SángTạo, 11, 8-1957)

Nhà thơ tự nhận trách nhiệm, một cách nghiêm chỉnh, hết mình:

"... Tôi giụt giành đổ máu với tôi
Từng chữ một
Những tên cai ngục
Ngôn ngữ bất đồng
Với thứ linh hồn quốc cấm,
Tôi tù tội chung thân
... Bài thơ bỗng mất nửa linh hồn
Ngủ ngờ ngôn ngữ ngốn ngang
(...) Để làm gì ý thức?
Tôi van nài tôi hãy xót thương tôi ..." (Thi Sĩ, tr. 9, 11).

Vì sáng tạo, nhà thơ có lúc tỏ ra cương ngạnh: "... Có đọc thuộc thánh thư / Linh hồn tôi vẫn vậy / Tôi vẫn không thể lạy / Dù đứng trước hư vô... " (Thân Phận Của Thi Sĩ). Tôi, Ta thay đổi hình như có ý nghĩa một khẳng định. Thời đầu trên Sáng-Tạo ông khẳng định Tôi, một cái Tôi hiện sinh, trí thức mới tìm thấy trên đường lần về thi ca tượng trưng. Ta đến sau đó, Ta của Chiều Trên Phá Tam Giang, của Mùa Hạn, Ta Về (Ta về như hạc vàng)! Sau 1971, thơ vương vấn những thắc mắc siêu hình: Trường Sa Hành, Bất Tận Nỗi Đời Hung Hãn Đó, Và Rồi Tất Cả Sẽ Nguôi Ngoai và các bài Quí Xướng Thi khác, thì cái Ta rõ nét hơn, trưởng thành hơn trong hành trình tri thức vũ trụ và nhân sinh:

"Ta hỏi han, hề, Hiu Quạnh lớn
Mà Hiu Quạnh lớn vẫn làm ngơ..." (tr. 85);

"Hoàng hôn xô bóng ta trên cát
Ta lớn lao và ta cô đơn ..." (tr. 56).

Tôi đó du hành trong vũ trụ với một sứ mệnh nào đó:

"... Câu hỏi vạn niên, lời đáp nhất thời,
Chữ nghĩa rối bời gai góc loạn
Con đường suy tưởng thật lang thang
Ngày một xa thêm Chân Lý lớn
(Như bào thai, Chân Lý lớn cư an..." (tr. 68).

Nay và xưa, Tôi và Ta, thực ra trộn lẫn, hòa hợp, có khi hòa mà không đồng, như tâm hồn Việt trước phức tạp nhân thế và chiến tranh.

Thi tính ở Tô Thùy Yên biểu hiện qua những hình ảnh, những biểu tượng, ngụ ngôn, ở những tiết điệu bất ngờ độc đáo, và qua ngôn ngữ của nhà thơ. Ở ông, người đọc cảm nhận một hồn đông phương vừa làm nền vừa là điểm đến của thơ, qua những ngõ ngách thuần lý, những tư duy rất hiện đại mà cũng rất Việt Nam, một Việt Nam nhiều ngàn năm văn hóa! Thơ ông thể hiện tư duy và cảm nghiệm từ đời sống, là chính hành trình của tư duy. Thơ trở thành phương tiện để hít thở nơi bít bùng ngộp thở, ở một thời ngột ngạt bí hơi! Tư duy thơ, tư duy ngôn ngữ là tư duy giá trị, một khả năng tiếp tục trong hiện tại dù con đường lịch sử ra sao đi nữa! Nói như

Aristote, thơ (poètikè) có thực hơn cả lịch sử (2). Ông tổ thi ca Hy-Lạp xác định thi ca liên hệ đến sự lên tiếng, trần thuật, hoặc nhà thơ nói, hoặc để nhân vật nói, một cách thực tế! Nhưng phải nói, như căn tính, như thực thể! Như Saint-John Perse, Friedrich Holderlin, v.v. đã làm!

Thơ Tô Thùy Yên như tâm sự ấp ủ đã lâu, tư duy đã chín, cái nhìn đã rõ, kinh kệ, triết lý và cả ca dao, tục ngữ đã mặc khải! Thành ngôn ngữ, hình ảnh, cung cách rất riêng của Tô Thùy Yên - "nên tôi làm thơ theo ý riêng tôi nghĩa là dịch thuật tâm hồn nghĩa là nói về con cháu chúng ta..." (Tôi). Khi thơ ngang tàng, tự tin nhưng thành khẩn, không tự cao. Thơ như sứ điệp, như lời tiên đoán hay nhắn nhủ của một người thấy mặt trời lặn phía trước nhưng bất lực.

Trước hết, vào thời tuổi trẻ hoạt động, Tô Thùy Yên đã đem vào thơ một số ý tưởng siêu hình về thân phận người, trước hết trong bài Cánh Đồng Con Ngựa Chuyến Tàu xuất hiện trên tạp chí Sáng-Tạo số 7, tháng 4-1956 mà bài Tôi đến sau như một hiệu đính:

"Trên cánh đồng hoang thuần một màu,
Trên cánh đồng hoang dài đến đỗi
Tàu chạy mau mà qua rất lâu.
Tàu chạy mau, tàu chạy rất mau.
Ngựa rượt tàu rượt tàu rượt tàu.
Cỏ cây, cỏ cây lùi chóng mặt.
Gò nổng cao rồi thung lũng sâu.
Ngựa thở hào hển, thở hào hển.
Tàu chạy mau, vẫn mau, vẫn mau.
Mặt trời mọc xong, mặt trời lặn.
Ngựa gục đầu, gục đầu, gục đầu
Cánh đồng, a! cánh đồng sắp hết.
Tàu chạy mau càng mau càng mau.
Ngựa ngả lăn mình mướt như cỏ,
Như giữa nền nhung một vết nâu" (tr. 13).

Đó là trên bờ, dưới nước thì sông biển mênh mông, con người nhỏ bé, hữu hạn nhỏ nhoi. Con người nhiều cao vọng:"Chúng ta sẽ gia giáo hóa thiên nhiên / Chúng ta sẽ đồng loạt hóa Định Mệnh" (tr. 65), nhưng trước khi đến nhận thức đó, con người đi chinh phục như những nhân vật của A. Malraux trong Les conquérants mà Tô Thùy Yên đã dịch trước 1975. Người lính hải hành đến Trường Sa, mới nhận chân thực chất của mình là một đơn vị nhỏ bé trong vũ trụ to lớn và bao trùm:

> *"... Ta hỏi han hề Hiu Quạnh Lớn*
> *Mà Hiu Quạnh Lớn vẫn làm ngơ*
> *Đảo hoang, vắng cả hồn ma quỉ.*
> *Thảo mộc thời nguyên thủy lạ tên*
> *Mỗi ngày mỗi đắp xanh rờn lạnh*
> *Lên xác thân người mãi đứng yên*
> *(...) Sóng thiên cổ khóc, biển tang chế*
> *Hữu hạn nào không tủi nhỏ nhoi?*
> *(...) Mặt trời chiều rã rưng rưng biển*
> *Vầng khói chim đen thảng thốt quần..."*

(Trường Sa Hành, tr. 85-87)

> *(...) Cửa thần phù dựng trường sơn sóng*
> *Mỗi ngọn xô chìm một ước mơ..."* (tr. 97)

Chiến tranh từ Trường Sơn đưa ra biển, sóng gió ngập tràn, mỗi ngọn sóng đưa con người xa dần những ước ao cuộc sống, những lý tưởng đời. Con chim lạc bạn nơi bãi Đông mù!

Nảy ra những băn khoăn siêu hình, con người là một yếu tố nhỏ nhoi của tam tài, ngũ hành, một tình cờ dịch hóa mà thành! Trong một lặng yên của vô, của phần số làm người, vô trước một tuần hoàn và vũ trụ quá đỗi lớn và bất ngờ. Có người thi sĩ lãng du về kể lại:

> *"Đầu tiên ta kể về im lặng*

Dưới vòm trời, dưới mái tóc ta.
(.. .) Thật ra ta có kể gì đâu.
Cuối cùng cũng vẫn là im lặng,
Im lặng trùm phô diễn mọi điều"

(Chim Bay Biển Bắc, tr. 68, 71).

Nhà thơ ý thức cái hữu hạn khi đứng trước cái vô hạn hay không thể hiểu. Nơi một không gian mênh mông và buồn u uất chạm đến hư vô, như không gian của Huy Cận trong bài Tràng Giang (và cả tập *Lửa Thiêng*). Người thơ như tơ, dễ vỡ dễ tan quá, mà lại mang cả cái sầu vũ trụ. Cùng thời Tô Thùy Yên có Phổ Đức và Hoài Khanh cũng có khuynh hướng đem vũ trụ vào thơ, nhưng hai người sau chưa chạm đến bề sâu tri thức!

"... Thi sĩ, ôi, hoàng tử bị thương,
Hãy thốt giùm chúng ta lời nói chót
Như bài thai đố giữa hư không" (tr. 33).

Thảm kịch xảy ra cho con người khi bị thai đố đặt trước nó. Tức là khi thai đố được đặt ra, khi vấn nạn trở nên to lớn, tức có sự lung lay, gãy đổ hoặc đang đứng trước vực thẳm. Hỏi tức đã có lựa chọn, sở thích hoặc phủ nhận, một cử chỉ hư vô hóa. Nói khác đi, đặt vấn nạn tức khêu gợi, lôi cuốn, kêu mời một cái gì chưa có, cả không thể có. Tô Thùy Yên đã dừng lại ở bờ vực hư vô! Mời gọi khởi hành, bước đi! Đến một tương quan với tuyệt đối!

"... Đời đồng thuộc mỗi câu tra vấn.
Gió thổi chai người đứng lặng thinh.
Biển Bắc tuyệt mù con nhạn lạc
Thời gian mất trí trắng vô âm... " (tr. 36).

Thật ra, những vấn nạn lớn nhỏ mà Tô Thùy Yên đưa ra trong thơ ông cần sự câm nín, lặng yên. Tô Thùy Yên đã nói, đã lên vần, lên nhạc điệu, đã ngoại xuất tâm hồn, đi ra đi tới tha nhân, cả với hậu sinh, đã là một nỗ lực vô hiệu hóa cái âu lo vì thai đố cần phải có trả lời! Nhưng câu trả lời sẵn đã không thể có, và thai đố vẫn hoàn bí ẩn. Như thiên nhiên đáng được cảm ơn:

> *"Ta nhìn ngọn cỏ lòng mê mẩn*
> *Nghĩ tới đời ràn rụa thâm ân".*

Chiến tranh là một thai đố lớn, làm người lính, tham dự cuộc chiến tranh khi không có lựa chọn, định mệnh của một thế hệ. Con đường đi nhận nhiệm sở thân cò, cảnh hoàng hôn mờ ảo và như đã báo hiệu sẽ dài lâu:

> *"Con đường đáo nhậm, xa như nhớ*
> *Chiều mập mờ xiêu lạc dáng cò..."*
> Cảnh chiến trận cũng là thảm kịch nhân sinh:
> *"...Tiếp tế khó -- đôi lần phải lục*
> *Trên người bạn gục đạn mươi viên*
> *Di tản khó -- sâu dòi lúc nhúc*
> *Trong vết thương người bạn nín rên*
> *Người chết mấy ngày chưa lấy xác,*
> *Thây sình, mặt nát, lạch mương tanh ...*
> *Sông cái nước men bờ sóng sánh.*
> *Cồn xa cây vướng sáng mơ màng.*
> *Áo quan phong quốc kỳ anh liệt*
> *Niềm thiên thu đẫm cỗ xe tang ..."*

(Qua Sông, tr. 25, 26)

Bùi Giáng bối rối ở những ngã ba tư tưởng, còn Tô Thùy Yên khi đến ngã ba đã thủ phận đi theo một lối đường hình như không lựa chọn. Làm con ngựa phi đường xa hay thân con dế giang hồ và con chim lạc bạn đều là thái độ thủ phận không thể tránh trong những nghịch cảnh: "Tôi òa khóc khi mây chiều xuống thấp / Treo khí giới trên cành tìm hiểu những ngôi sao...". Đành "Ta về tắm lại dòng sông cũ / Luống những bình yên kiếp dã tràng "(tr. 37).

Nhận chân bất lực, trong một hoàn cảnh lịch sử bất ổn, tự thấy bất lực không làm tròn được bổn phận tự khoác cho ở những ngày tuổi trẻ:

" ... Ta gắng về sáu lòng quá vãng
Truy tầm mê mỏi lý sơ nguyên" (tr. 38)
"... Ngọn gió lạ thường sẽ thổi tới,
Quật ngã những bức tượng, xô xập những đền đài.
Tiếng hú chạy dài suốt lịch sử
(...) Ngọn gió lạ thường sẽ thổi tới,
Dựng dậy những hồn ma, dập vùi những kẻ sống.
Chúng ta hiểu rằng mọi sự bắt đầu..." (tr . 31).

Quỷ vương làm trời thời chiến tranh nhân danh, động não:

"... Bảo xác chết làm phân bón hòa bình
Chúng nó giết người trong nhà ngoài ngõ
Chúng nó giết người như dọn rừng hoang
Một tiếng thôi tư bản hay vô sản
Không ai đứng ngoài cuộc báo thù này
Nát than tôi đường mã tấu hai phe
Tôi ngã quỵ đôi bàn tay sạch sẽ..." (Ngoại Cuộc).

Nhìn ra nét người khốn thân nơi thù địch:

"... Vì sao ngươi tới đây?
Hỡi gã cộng quân sốt rét, đói,
Xích lời nguyền sinh Bắc, tử Nam"
Vì khi nghĩ lại thân phận mình:
"Vì sao ta tới đây?
Lòng xót xa, thân xác mỏi mòn,
Dưới mắt ngươi ta làm tên lính ngụt
(...) Ta thương ta yếu hèn.
Ta thương người khờ khạo.
Nên cả hai cùng cam phận quay cuồng,
Nên cả hai cùng mắc đường Lịch Sử,

Cùng mê sa một con đĩ thập thành"

(Chiều Trên Phá Tam Giang, tr. 75, 78).

Trong hoàn cảnh đó, thảo lư của người xưa biến thành gian nhà cỏ, trở thành một chốn về, một trạm nghĩ chân:

"Hề, ta trở lại gian nhà cỏ
Giữa cánh đồng không, bên kia sông
Trống trãi hồn ta cơn gió rã
Tiếng tàn tàn rụng suốt mênh mông
(...) Hề, ta trở lại gian nhà cỏ
Tử tội mừng ơn lịch sử tha
Ba vách, ngọn đèn xanh, bóng lẻ
Ngày qua ngày, cho hết đời ta" (tr. 39, 46)

Thời bó thân khởi đầu khi quỷ vương thắng thế cờ gian. Như kẻ chết đuối trong một trò chơi trên cạn, nhà thơ phải vào bên trong những hàng rào kẽm gai nép thân mất tất cả tự do, nhân phẩm thêm một lần, vì bên ngoài cũng không khá hơn, cũng là một nhà tù - khổ lớn hơn. Khi con người tự mạo nhận chủ nhân con người khác, những kẻ "thua trận". Những bài Mùa Hạn, Tàu đêm, Thức Giấc Trong Biệt Giam,... "phong phú hóa" kinh nghiệm này. Nhà tù chôn cuộc đời, thân thế, màu tang tóc âm cảnh phủ trùm, vẫn ngoi lên hy vọng trở về ... dương thế!

"... Ta nhặt từng trang sách rách toang
đùa ngu đã xé vứt ra đường.
Ta gom từng hạt cây luân lạc,
Mong mỏi gầy lên một địa đàng.
(...) Bao giờ ta trở về dương thế,
Sống đáng vinh danh lại kiếp người..."

(Mùa Hạn, tr. 111)

Khi di chuyển bằng tàu lửa về đêm, kinh hoàng nhận ra *"Ta trở thành than, thành súc vật. / Tiếng người e cũng đã quên ngang (...). Lịch sử dường như rất vội vã / Tàu không đỗ lại các ga qua...*" (Tàu đêm, tr. 119. 122). Kinh nghiệm cá nhân ở đây là những chia xẻ, có giá trị chứng tá chống khuôn mặt thú, chống tha nhân là tù ngục của nhau, chống u tối, tàn bạo,... mà lại già mồm nhân danh giải phóng, cách mạng! Bởi thế cái buồn của Tô Thùy Yên thời này không phải buồn tình, buồn cá nhân, lẻ tẻ, mà là cái buồn vô hạn, cái buồn khôn tả của không được hiểu hay kém diễn tả trước cái bí nhiệm vô cùng của bánh xe lịch sử, nhân quả. Cái buồn nương theo lịch sử, định mệnh. Nhưng sứ mệnh làm người há dễ gì quên:

> *"Chiều ra đồng hái rau hoang,*
> *Nghe sầu theo gió thổi tràn mặt ta.*
> *Ơn trời, ơn đất bao la,*
> *Hái đi, này những xót xa kiếp người.*
> *Cổ kim chung một mái trời,*
> *Kinh Thi cũng có bóng người hái rau.*
> *Lâu rồi, nhật nguyệt tiêu hao, ..*
> *Thất phu cũng biết thẹn mình,*
> *Góc sân, trơ mắt đứng nhìn được a?*
> *Thất tung từ nhắm mắt ra,*
> *Chim kêu, vượn hú, biết nhà ta đâu? ..."* (Hái Rau)

Và cũng có lúc Ta Về dù trong tan hoang, tối tăm, về "ngôi nhà hương hỏa", bên những người thân, những cảnh tượng quen thuộc:

> *"... Ta về như đứa con phung phá*
> *Khánh kiệt đời trong cuộc biển dâu*
> *Mười năm, con đã già như vậy*
> *Huống mẹ cha, đèn sắp cạn dầu*
> *Con gẫm lại đời con thất bát,*
> *Hứa trăm điều, một chẳng làm nên.*
> *Đời qua, lớp lớp tàn hư huyễn.*
> *Giọt lệ sương thầm khóc biển thiên.*
> *(...) Lịch sử ngơi đi nhiều tiếng động*

Mười năm, cổ lục đã ai ghi?
Ta về cúi mái đầu sương điểm,
Nghe nặng từ tâm lượng đất trời ... " (tr. 132, 127, 128).

Nhưng không tự hào cá nhân, cái vinh ngẩng đầu cũng như cái đau là cái chung. Mười năm trầm luân trở về như từ xa xăm: "*... Mười năm chớp bể mưa nguồn đó / Người thức mong buồn tận cõi xa ...*". Mười năm "*chết dấp*", như đã "*hóa thân thành vượn cổ sơ*", "*Mười năm, đá cũng ngậm ngùi thay*", "*Mười năm, ta vẫn cứ là ta*", "*con dế vẫn là con dế ấy / Hát rong bờ cỏ, giọng thân quen*" (tr. 126-136)!

Nơi "*thiên hạ cùng xanh mặt, trắng mắt / Nhớn nhác dòm quanh, lén cả than...* " thì *làm sao chứa chấp được con người trán đã nhăn mà phẫn nộ còn chất chất? Người thì bỏ đi ra biển để* "*xác lên bãi / Nằm dài dài như lúc chiến tranh*" (tr. 163). Trở về địa ngục lớn đó may mà có lúc ra đi ngẩng mặt. Bỏ lại hết, còn chăng những nhắn nhủ thiết tha:

"*Anh lên đường, cúi mặt lên đường*
Giả tảng không nhìn nổi sỉ nhục
(...) Hứa đi em,
Nghe im lặng mà sống,
Nhìn trời đất mà vui.
Hãy như người từng trải mỏi mê về
Lúc tàn khuya,
Nhà hương hỏa tối mốc.
Còn ai không, có gọi chỉ them buồn.
Thôi, chẳng tiếc túi vàng đã phung phá
Mà mừng mẩu nến chợt tìm ra..."

Anh phải đi thôi, vì:
"*Chỗ tối tăm nằm ở phía dưới chân đèn,*
Nỗi ngu muội nằm ngay trong ý thức.
Anh nhìn quanh kinh ngạc lạnh hồn:
Mọi người vẫn sống được.

Đáng tội cho anh có một cái đầu thong thống bốn bề...."

(Giã Biệt, tr. 193, 201, 208)

Từ thập niên 1970, Tô Thùy Yên vô khuôn 4 câu, 7 chữ nhưng không phải thất ngôn luật vì tự do bằng trắc và không cần đối, và ông cũng làm nhiều bài theo thể Trường ca, như để dễ suy nghĩ và dễ truyền đạt tư duy hơn thể tự do. Tư tưởng tự diệt dù ảnh hưởng Phật hay triết lý hiện sinh, cũng đã chớm mầm! Bắt đầu với tiềm thức từ bỏ phận người đến với quỷ. Quỉ Xướng Thi là chùm thơ gồm năm bài (Tưởng tượng ta về nơi bản trạch, Và rồi tất cả sẽ nguôi ngoai, Ba trăm năm Lịch sử làm thinh, và Bài ca lý của người cuồng sĩ và Cánh Đồng Con Ngựa Chuyến Tàu). Nhan đề Quỷ Xướng Thi được lấy từ bài thơ của Vương Ngư Dương đề trên tranh Bồ Tùng Linh (tác giả của Liêu Trai Chí Dị). Tác giả phải chăng muốn mượn tâm sự của Bồ Tùng Linh để gửi gấm tâm sự của chính mình - một tâm sự rối bời và u uất của những gã trí thức bất lực trong một xã hội đầy chiến tranh và thù hận giữa người với người. Những lúc giữa trời biển với ánh sáng ngày vẫn bị ám ảnh quỷ ma, như khi thấy những đảo Trường Sa:

"... Đảo hoang, vắng cả hồn ma quỉ
Thảo mộc thời nguyên thủy lạ tên
Mỗi ngày mỗi đắp xanh rờn lạnh
Lên xác thân người mãi đứng yên..." (tr. 85)

Chỉ mới là những tiên đoán, nghi ngại sẽ xảy ra. Nhưng khi bị cưỡng bách ra Bắc chịu "cải tạo", nhà thơ đã thật sự gặp ma quỷ trong cái xác còm cõi của những kẻ phổ dương lý thuyết phản bội con người:

"Ở đây, địa ngục chín tầng sâu,
Cả giống nòi câm lặng gục đầu,
Cắn chết hàm răng, ứa máu mắt,
Chung xiềng nhưng chẳng dám nhìn nhau
(...) Như tên phù thủy già điên loạn,

Lịch sử lên cơn dữ bất thường,
Treo ngược con đen trên lửa đỏ,
Quật mồ thánh đế phi tang xương..." (tr. 101, 103).

Hiền nhân cũng phải quyên sinh "từ đó hạc bay không".

*

Những hình ảnh, biểu tượng và ngụ ngôn, nói ít để nói nhiều, nói nhiều trong hạn chế, và tinh tế cái phải nói. Tô Thùy Yên dùng thể nói quá, nói để phiền lòng người khác:

".. Tôi thổ huyết cuồng mê như núi lửa
Thiêu hủy hình hài ăm ắp chất cô đơn
Rồi trời đất hừng đông như trứng vỡ
Tôi đã đầu thai thức dậy đỏ sơ sinh"

(Kiếp Khác).

Người đọc nghĩ đến thời tạo thiên lập địa, nghĩ đến bà Nữ Oa đội đá vá trời. Cuộc tang thương nương dâu thành biển, không gian có đổi thay nhưng hương thời gian hãy còn đó, nơi Vườn Hạ "Thời gian đứt quãng dài vô định / Như sợi dây diều băng mất tăm..." (tr. 91).

Thơ Tô Thùy Yên là thơ của một kẻ ở đời này, đời phong ba tàn tạ, sống trong một thời gian nhưng muốn vĩnh cửu với những vật và biểu tượng của ảo ảnh. Thời gian ở đây mang u hoài ngày tháng, nặng trĩu gia tài, nặng những không gian sự vật đã mất, đã tàn phai; nói đến thời gian là để cho hoài niệm sinh động lên. Thơ Tô Thùy Yên ấp ủ một hồn thơ đông-phương, thấm sâu vô não trạng, bay bổng lên khỏi đời thường (sống ở Sài-Gòn, đi hành quân, ở tiền tuyến versus hậu phương của ngườiyêu, chiến dịch, đi tù, sống phận bị bủa vây trong nhà tù lớn hay sống đời lưu vong, hội nhập,...).

Hình ảnh trăng dịu dàng bị biển đưa sóng, dù nhẹ, đưa vào bãi, trong khi người chinh phu phải lên đường:

"Bầy ngựa chứng hàng thùy dương vó bão
Biển đưa trăng lăn vào đá tiếng ru ..".
Trăng như một hiện diện vĩnh hằng không chạm được:
"Biết đâu chẳng có một con người
Mà ta yêu suốt đời ta thắm thiết mãi
Như một vầng trăng rời rợi cổ thi
Nhìn năm không xế lặn..." (tr. 154)

Nước lớn, tràng giang, biển ngập tràn, biển đêm, sông lớn, mưa, mưa thành mùa,... nhiều lần trở lại trong thơ Tô Thùy Yên: "Giặc đánh lớn - mùa mưa đã tới, / Mùa mưa như một trận mưa liền. / Châu thổ mang mang trời nước sát, / Hồn chừng hiu hắt nỗi không tên..." (Qua Sông, tr. 25). Hiu hắt hồn buồn một nỗi không tên, không thể rõ rệt nên không nhãn hiệu!Những hình ảnh vĩ đại ở khía cạnh sâu thẳm, lâu dài, tâm linh. Và từ biểu tượng đi đến tiên tri, Tô Thùy Yên có những cái nhìn như thấy hậu lai, trong một số hoàn cảnh, dự đoán những tai ương khổ hạnh sắp ập tới:

"... Một ngày, ngọn gió lạ thường sẽ thổi tới
Ngoài biển khơi, trên lục địa,..
Sò hến, côn trùng cũng chẳng yên thân
... Ngọn gió lạ thường sẽ thổi tới,
Quật ngã những bức tượng, xô xập những đền đài
Tiếng hú chạy dài suối lịch sử
Ngọn gió lạ thường sẽ thổi tới
Xé rách một kỷ nguyên, phân tán các dân tộc
để mọi người câm lặng ăn năn.."

(Ngọn Gió Lạ Thường Sẽ Thổi Tới, 31-32)

*

Thi tính ở Tô Thùy Yên biểu hiện qua hình ảnh đã nói ở phần trên, và qua ngôn ngữ riêng của nhà thơ: "Ngày lòa dậy" (tr. 211), "Khiến cả lòng ta cũng rách tưa " (TSH), "Tưởng tượng ta về nơi bản trạch" (tr. 47), "vẫn thứ mực thông dụng /

không phải cường toan" (tr. 9), "hiên ga nhỏ giọt cường toan" (Trời Mưa Đêm Xa Nhà),... Những chữ của văn hóa lục tỉnh, nhưng kỹ xảo, trang trọng: "địa ngục chín từng ("ở đây địa ngục chín từng sâu", tr. 101). Vật và chữ dùng trong Nam: làm miết miết" (tr. 45), "con còng ẩn nhẫn bò quanh quẩn (tr 50)", "lục bình, mây mỏi chuyến lang thang (tr. 28)". "... lược sử ta trong bí lục nào" (tr. 24). Bài Vườn Hạ âm hưởng lục tỉnh đến thế thì thôi, cứ như hơi thơ Bình Nguyên Lộc: "... Thấp thoáng ánh đèn rây lưới lá / Đàn ai lên cổ khúc hoài lang? " (tr. 94).

Ngôn ngữ Tô Thùy Yên là thứ ở sách người xưa, ngôn ngữ sách vở, lời lẽ người xưa, người có đọc sách thánh hiền, có học, đó không hẳn là ngôn ngữ thông thái, điêu luyện của người Bắc như nhiều người đề cập đến khi nói về ngôn ngữ thơ Tô Thùy Yên. Thành ra riêng mà cũng của chung, những chiến tranh, lý tưởng, hy vọng, v.v. Tô Thùy Yên sáng tạo thi tính, nhạc điệu,... từ vật liệu cổ có sẵn mà không cũ, như ngôn ngữ, như ý văn gia bảo chung! Cả những chỗ phát tiết của thơ, qua âm điệu, cách nhấn mạnh. Nếu so với Thanh Tâm Tuyền, ngôn ngữ Tô Thùy Yên đi vào tâm thức, ấp ủ, đa nghĩa, bắt phải trả lời, trong khi ngôn ngữ Thanh Tâm Tuyền như phán ra, như đã nói xong, nói toạc ra hết; một bên hồn đông phương, quỷ ám, ma trơi, người đẹp trong tranh, một bên lồ lộ mà gai góc,...!

Làm mới những sáo mòn, cổ điển đã quen trong những phạm trù, mạch thi ca mới. Cảnh nào dễ mà khó tả hơn cảnh đất nước khi hết ... chiến tranh tháng tư 1975 với những kẻ lãnh đạo toàn trị bằng sắt máu, thế mà với ngọn thơ Tô Thùy Yên, những cảnh đọa đày trần gian chiến loạn bên Tàu thời Đỗ Phủ - qua các kiệt tác "tam lại", "tam biệt" như Thạch Hào Lại, Vô Gia Biệt, như trở lại; trở lại một cách dồn dập, trở lại, biến một nơi đang thịnh trị tương đối trước đó thành địa ngục a tỳ:

"... Xứ khổ, thêm chi mùa thảm khốc
Than ôi! Trời đã bỏ rơi dân!
Nắng kim khí chảy, đá ran nứt,
Gió táp, rừng khô rụm, cát tràn
Sông hồ nẻ đáy, giếng vô vọng
Muông thú điên lầm lũi bỏ đàn
Dân làng lũ lượt kéo lên rú
Lùng sục đào khoai củ đã khan.
Côn trùng kiệt sức lìa hang ổ
Lên chết thiêu trên mặt đất hừng,
ác điểu ngày đêm gào xáo xác
Cơ hồ cả thế giới lâm chung..."

(Mùa Hạn, tr. 101, 102)

Những bất hạnh triền miên, không ngừng. Hết sóng gió đến bão táp mà trời thì mãi ủ mây đen! Một thời hồng hoang với tâm địa thú dữ của con người ý thức hệ đã đánh mất tư cách làm người! Cứ như Lam Sơn Thực Lục, Bình Ngô Đại Cáo! Một lối kể lể, tuần tự, liên luỵ!

Bài Đăng Tử là một bài thơ đặc biệt khác mang tính kể lể đồng thời nhắn nhủ, lo âu:

"... Bạn có nghe, này bạn có nghe
Vũ trụ mien man chuyển động đều.
Chim đã bay quanh từ vạn cổ,
Gió thật xưa, mây thật già nua.
Nên với một đời, bao biến đổi
Mà trong vô hạn có chi đâu.
(...) Bìm bịp chiều chiều kêu nước lớn.
Đi, đi đâu, chèo chống mỏi mê?
Đến ngã ba, đành theo một lối,
Tiếc ngẩn không cùng theo lối kia..." (tr. 23-24).

Tứ và ý thơ làm sống dậy con chữ: *"Thức dậy đi vào gỗ đá ơi!"*. Rồi những tiết điệu bất ngờ độc đáo, thí dụ những tiết điệu của nghi vấn, của những câu hỏi lớn: *"Sóng thiên cổ khóc, biển tang chế / Hữu hạn nào không tủi nhỏ nhoi?"* (tr. 86); *"Còn ở đâu làn nước giếng khơi"* (tr. 106); *"ở đâu còn cụm mây hư ảo"* (tr. 107). Ồ, nghi vấn cả khi không cần nêu câu hỏi!

*

Nếu Thanh Tâm Tuyền hiện đại với âm hưởng Tây phương thì Tô Thùy Yên là dấu vết khảo cổ, nhân chủng học cho một phương đông huyền diệu, thần bí. Không khí cổ thời, ý và nhân sinh quan có vẻ của người xưa, không gian và cảm giác xưa. Sống ở thế kỷ XX, ông chụp ảnh nghệ thuật, dùng máy hiện đại hôm nay để nắm bắt những nét đẹp đông-phương vương vất đâu đó trong vũ trụ, nhất là những nét đan thanh của tâm hồn! Cái đẹp ở đây là cái đẹp của những huyễn mộng hoang đường, của một thế giới ẩn chìm trong thời gian, là mỹ cảm của tâm hồn nhà thơ đứng trước thiên nhiên, trước đời văn minh mà như hoang sơ. Cái đẹp ở trong nỗi buồn thế kỷ, ngôn ngữ thăng hoa thành mộng mị cổ thời. Cái Tôi sung mãn truyền thừa văn hóa, hãnh tiến trong hoang vu cũng như trong bức rối của thời đại.

Kẻ hậu sinh sau này muốn tìm hiểu con người và cảnh tượng đời sống Việt nửa sau thế kỷ XX không thể không mở tìm lại những trang thơ Tô Thùy Yên, như thơ Đỗ Phủ khi muốn mường tượng lại cõi nhân sinh thời An-Lộc Sơn! Thơ Tô Thùy Yên gắn liền với đời sống, đặt vấn đề cho lương tâm nhân loại, cho đồng loại, và không chỉ ở một thời. Ở Tô Thùy Yên, có thể nói đến thi ca như một kinh nghiệm vừa tư duy vừa tâm linh mà cũng là một kinh nghiệm nhân sinh. Thơ ông là một khẳng định lớn của con người! Có lần ông đã nhận định rằng *"thế kỷ mà chúng ta đang sống đây càng lúc càng hiển lộ một hiện tượng tách biệt trầm trọng lạ lùng giữa thơ và đời sống. Tách biệt đến mức tưởng chừng bây giờ thơ đã trở thành một công việc riêng tư hết sức chuyên môn như*

trong một hội kín giữa các người làm thơ với nhau thôi (...)
Nếu lịch sử là nỗ lực mô tả những diễn biến cụ thể của thời
gian thì thơ, một cách khái quát, là lịch sử trừu tượng của
thời gian, là phần hồn thiêng của lịch sử" (3).

Nguyễn Vy Khanh
(12-2001)

Chú-thích:

1- "Khi mọi thần thoại gãy đổ, chính trong thi ca là nơi thần linh trú ngụ, như một trạm nghĩ ". Qua sáng tạo, nhà thơ trở thành trung gian với thần linh - ý thứ ba của Saint John Perse trong bài diễn văn nhận giải Nobel văn chương ngày 10-12-1960.

2- "La poésie est plus vraie que l'histoire" *(La Poétique)*.

3- "Bài nói chuyện của Tô Thùy Yên trong buổi ra mắt *Thơ Tuyển* tại Houston TX ngày 9-3-1996". *Ngày Nay* TX, 340, 1-4-1996, tr. B3.

Thơ trích dẫn đánh số trang từ tập Thơ Tuyển của Tô Thùy Yên (St. Paul, MI: Tác giả xuất bản, 1995. 220 tr.). Những bài khác trích từ tạp chí *Sáng-Tạo* hoặc các hợp tuyển đã xuất bản. Riêng chùm thơ Quỷ Xướng Thi chỉ có ba trong năm bài được in lại trong *Thơ Tuyển*.

NGUYỄN XUÂN HOÀNG

Sinh ngày 7 tháng 7 năm 1940 (có nguồn ghi 1937) tại Nha Trang.

Dạy triết trường trung học Ngô Quyền (Biên Hòa) và Petrus Trương Vĩnh Ký (1963-1975).

Tổng thư ký tạp chí *Văn* (Sàigòn) từ 1972.

Định cư tại Hoa-Kỳ năm 1985, làm tổng thư ký nhật báo *Người Việt* (California, 1986-1987) và tổng thư ký tạp chí *Thế Kỷ 21* (California, 1989-1994).

Ban chủ biên tạp chí *Văn Học,* California, Hoa Kỳ 1994.

Chủ-nhiệm chủ-bút tạp-chí *Văn* bộ mới từ số đầu năm 1997.

Tổng thư ký tuần báo *Việt Mercury* (San Jose, từ số ra mắt ngày 19-1-1999 đến 11-2005), và một thời làm giảng viên môn văn-học Việt-Nam tại đại học California-Berkeley.

Mất ngày 13-9-2014 tại San Jose, California.

Tác-phẩm đã xuất bản:

- *Mù Sương* (tập truyện; Thời Mới, Sàigòn, 1966)
- *Sinh Nhật* (tập truyện; Văn Uyển, Sàigòn, 1968)
- *Ý Nghĩ Trên Cỏ* (tùy bút; Nguyễn Đình Vượng, Sàigòn, 1971)
- *Khu Rừng Rực Lửa* (truyện vừa; Đêm Trắng, Sàigòn, 1972)
- *Kẻ Tà Đạo* (truyện dài; Nguyễn Đình Vượng, Sàigòn, 1973)
- *Bất Cứ Lúc Nào, Bất Cứ Ở Đâu* (tùy bút; Văn, Sàigòn, 1974; tái-bản: Văn California, 1998)

Ngoài nước:

- *Người Đi Trên Mây* (tiểu thuyết; Người Việt, California 1987)
- *Sa Mạc* (tiểu thuyết; Xuân Thu, California, 1989)
- *Căn Nhà Ngói Đỏ* (tạp ghi; Văn Nghệ, California 1989)
- *Bụi Và Rác* (tiểu thuyết, tiếp theo *Người Đi Trên Mây*; Thanh Văn, California 1996)

Chuyện kể trên đồi Cam

1.

Cuối mùa hè rồi, tôi đem đứa con gái nhỏ xuống Cali. Thật ra, có lẽ tôi phải nói là dọn sang Cali mới đúng. Con tôi năm nay được tám tuổi. Bataan nói với tôi là con nhớ mẹ. Tôi hiểu điều đó nhưng đành chịu, không biết cách nào giải thích cho con.

Bataan là đứa con duy nhất của chúng tôi. Tôi lấy Nga cuối năm bẩy chín sau khi ở trại học tập cải tạo ra. Nga là em gái của một người bạn cùng trại tù với tôi. Anh ấy tên Đông... Đầu năm bẩy chín tôi bị đưa về Hàm Tân rồi được thả, còn Đông bị đẩy ra Bắc.

Tôi đến thăm gia đình Đông ngay khi ra khỏi tù. Ba má Đông đã già. Đó là một gia đình người Nam, rất Nam kỳ quốc. Lần đầu tiên gặp ba Đông, tôi thấy ông mặc một bộ đồ bà ba trắng, đeo kính lão loại tròn như hai chữ O, thòng xuống sống mũi. Ông ưa nói chuyện thời sự thế giới và tình hình chính trị hơn là hỏi về con trai mình. Má Đông thì rất ít nói. Bà chỉ lặng lẽ khóc khi dọn cơm cho tôi ăn và gợi tôi kể chuyện tù, thỉnh thoảng hỏi đôi câu về đời sống tù của Đông. Bà nhắc những tật của Đông như nói lắp, ưa cãi và làm biếng. Tôi cho bà biết Đông tuy bệnh nói lắp vẫn còn, nhưng không phải là người ưa cãi. Anh ấy nhiều lúc im lặng như hòn đá. Còn cái tật làm biếng thì anh ấy nổi tiếng khắp trại. Đông chỉ hay nói một câu mà tôi còn nhớ đời "Cái ông gì gì đó cho rằng nếu phải nhổ một sợi lông chưn mà làm thay đổi cả thế giới thì ổng cũng không nhổ. Còn tao, thế giới nó đang thay đổi tao, mắc mớ gì tao phải nhổ lông chưn chớ!" Tôi được ăn một bữa cơm gia đình ngon không thể tưởng. Món mắm và rau của người Nam, tôi đã từng nhiều lần thưởng thức, nhưng chưa bao giờ tôi thấy ngon như hôm đó. Có lẽ thấp thoáng giữa câu chuyện trong tù- ngoài đời, tôi được hỗ trợ bằng đôi mắt trong sáng của Nga. Nga lúc đó mới mười tám tuổi, còn tôi đã ba mươi. Một tháng sau, chúng tôi lấy nhau.

2.

Đầu năm tám mươi chúng tôi vượt biên. Vàng bỏ ra mua chuyến đi cho hai đứa là của gia đình Nga. Tôi có gì đâu. Cuộc hải trình rất là thuận buồm xuôi gió. Chúng tôi đến Phi Luật Tân, lên đảo Palawan, sau đó chuyển sang Bataan. Tại đây Nga sanh cháu gái mang tên của trại tạm cư này. Chưa đầy một năm sau chúng tôi đi Mỹ. Người bảo trợ có bà con xa bên phía tôi. Nga chỉ muốn đi Mỹ, chớ không chịu đi Pháp, mặc dù Nga còn có mấy ông anh bà chị đi du học bên đó từ trước bảy lăm.

Suốt gần bảy năm trời ở Virgina, tôi chỉ có một địa chỉ duy nhất, đó là căn nhà thuê trên đường Năm Mươi, thành phố Falls Church. Tôi làm đủ thứ nghề, nhưng không nghề gì ra nghề gì. Từ "nghề" (tôi sợ mình lạm dụng chữ *nghề* này lắm) đi nhét giấy quảng cáo bán nhà cho một cơ sở địa ốc, cho đến "nghề" thợ sơn, "nghề" thợ điện vịn, "nghề" lau chùi các cửa hàng trong khu thương xá người Việt, "nghề" hầu bàn cho một tiệm ăn Tàu... "nghề" gì tôi cũng làm. Tôi vẫn nghĩ bụng, tưởng đã chết rục trong tù, sống thế này đã là hạnh phúc lắm rồi! Chỉ có một điều cần làm là đi học ngay tiếng bản xứ thì tôi lười biếng. Có thể tôi vốn là thằng sợ chữ nghĩa. Từ nhỏ tới giờ tôi chưa bao giờ đọc hết một cuốn sách mà không ngủ gà ngủ gật. Nga trông cháu Bataan khi tôi đi kiếm tiền và khi tôi trở về mệt mỏi với những thứ công việc tay chân thì cô ấy giao cho tôi một công việc nhẹ nhàng khác là giữ con cho cô đi học. Nga học giỏi, đọc báo đọc truyện một cách say mê, nói tiếng Anh lưu loát, hội nhập đời sống Mỹ nhanh. Cô tốt nghiệp ngành điện toán về thảo chương trình. Đó là Nga dịch ra cho tôi như vậy về chữ Computer Programmer.

Căn nhà chúng tôi ở ngó ra đường Năm Mươi. Đó là một con đường khá nhộn nhịp. Nó chạy thẳng qua thủ đô Hoa Thịnh Đốn, nơi mà tôi đã từng nghe tiếng khi còn ở Sài Gòn. Hai cha con tôi lúc rảnh rỗi có dịp vào thăm các viện Bảo tàng Mỹ thuật. Hoa Thịnh Đốn vĩ đại với những tượng đài và cả lịch sử hình thành của nó. Con sông Potomac mùa đông đóng băng. Chim chóc đi lại trên đó như đi trên đất liền. Mùa thu ở Virginia thì khỏi nói nó còn đẹp hơn trong tranh vẽ nữa kìa.

3.

Nga là một người vợ dễ thương. Cô ấy ít nói. Tôi thích người đàn bà ít nói. Cô ấy lại dịu dàng, chiều chồng và thương yêu con. Bao giờ cũng vậy tủ lạnh nhà tôi đầy bia và đồ nhậu. Nga không bao giờ để tôi phải đòi hỏi một thứ gì. Mà thật ra tôi không biết mình muốn gì để mà đòi ngoài tình yêu của vợ con. Tôi đang có một đời sống thần tiên so với những ngày trong tù cải tạo. Tôi tự do đi đứng. Tôi lao động có tiền, dù là số tiền ấy hơi khiêm tốn. Tôi có trong tay một người đàn bà thông minh, xinh đẹp và dịu dàng. Và tôi còn có một đứa con gái ngoan. Bataan luôn miệng nói con yêu cha nhiều hơn yêu mẹ.

"Tại sao?"

"Không biết!"

Bataan trả lời bằng tiếng Mỹ, lên giọng xuống trầm êm tai lắm.

Sau cùng Nga cũng tìm được một việc làm ở bên Đi Xi. Một việc làm nhẹ nhàng nhưng lương bổng hậu. Người chủ đối xử với Nga khá tốt. Nga ăn mặc rất hợp thời trang. Tôi có cảm tưởng như mỗi ngày Nga một đẹp hơn. Cái cảm tưởng ấy càng làm tôi thấy mình hạnh phúc hơn.

Ở Hoa Thịnh Đốn có nhiều người da đen nghèo. Mùa đông năm rồi, có một người da đen nằm chết cóng trong nhà lồng bằng sắt giữa một công viên đầy hoa ngay phía trước Tòa Bạch Ốc. Nhưng một số người Đại Hàn và cả người Việt Nam nữa thì lại khá thành công về mặt thương mãi. Lương bổng thì ai cũng rõ, Nga hơn tôi nhiều. Tay hòm chìa khóa cô ấy nắm hết. Đôi khi Nga đùa nói với tôi lương anh không đủ cho en mua son phấn quần áo. Tôi chỉ biết cười.

Tôi đi lính năm hai mươi tuổi, ở tù bốn năm, lấy vợ khi chẵn cái tuổi ba mươi "Tam thập nhi lập", cha tôi hay nói như vậy. Nhưng tôi có "lập" được cái gì đâu. Những ngày ra tù sống lông bông lêu bêu trên hè phố nhiều hơn là trong nhà. Không có "hộ khẩu" không có công ăn việc làm. Tôi là kẻ sống ngoài lề xã hội mới. Công an phường đưa giấy cho tôi, bắt đi kinh tế mới. Kinh tế mới? Đó là những căn chòi xác xơ, nằm bên một con kinh đào khô nước. Nhìn quanh quất tứ bề chỉ thấy khổ nhục. Ngay cả những nụ cười cũng chỉ là gượng mà thôi.

Gia đình Nga đã cho tôi một đôi đũa thần tiên là Nga. Tôi bỏ lại sau lưng cuộc chiến tranh mà tôi đã từng tham dự. Tôi xin Nga hai tháng một lần cho tôi đóng thùng quà gởi về cho Đông hiện đang ở trong một trại cải tạo trong Nam. Nga không phản đối (tất nhiên Đông là anh ruột cô ấy chớ đâu phải anh ruột tôi) nhưng cô ấy có vẻ không vui. Tôi thì tứ cô vô thân. Gia đình không còn ai. Cha mẹ tôi đã chết từ năm Bảy Hai. Tôi còn một bà chị, nhưng chị đã biệt tích từ năm Bảy Lăm.

4.

Một buổi tối cuối tháng Tám, tôi từ sở làm trở về (tôi đang làm việc lau chùi một khu thương xá người Việt có tên là Eden), Nga đón tôi ở cửa. Cô ấy ăn mặc đẹp và gọn như một người chuẩn bị đi xa. Tôi ngạc nhiên lắm. Nếu có người nào tình cờ thấy hai chúng tôi có lẽ họ khó mà nghĩ chúng tôi là một cặp vợ chồng. Tôi xuề xòa quá. Mà không xuề xòa cũng không được. Đi lau chùi sàn nhà, cửa kính cho người ta mà ăn diện như làm thư ký văn phòng thì coi sao phải, nhưng rõ ràng là Nga ăn mặc đẹp hơn thường lệ. Mà thường ngày thì cô ấy cũng đã diện lắm rồi. Áo quần, giầy dép vòng đeo bông tai, nước hoa, không thứ nào có trên người Nga mà không phải loại khá đắt tiền. Hôm nay Nga như một người mẫu trong một buổi trình diễn thời gian.

"Em muốn nói chuyện với anh"

Nga đặt cả hai tay lên vai tôi, nhìn thẳng vào mặt tôi nói nhỏ nhẹ có phần âu yếm hơn thường lệ.

"Em làm gì mà quan trọng dữ vậy?"

Tôi hỏi mà vẫn không hiểu gì hết.

"Em có việc phải đi xa một thời gian".

Nga nói như thể tôi và cô ấy chỉ là hai người chưa hề sống chung với nhau, chưa hề có với nhau một đứa con, chưa hề là vợ chồng.

"Đi xa? Mà em đi đâu?"

"Anh không cần biết em đi đâu. Mà anh muốn biết, em cũng không nói đâu". Tôi gỡ tay Nga ra, đến ngồi xuống ghế ở bàn ăn bên nhà bếp... Nga đến ngồi đối diện với tôi. Cô đưa tay lên coi đồng hồ.

"Chừng nửa giờ nữa em sẽ lên phi trường Dulles. Anh sẽ không hỏi gì em, phải không?"

Tôi còn biết hỏi gì.

Nửa giờ sau có tiếng chuông cửa, Nga bật dậy.

"Bataan đang ngủ, anh đừng làm con thức. Anh trông

con giùm em".

Nga ôm mặt tôi hôn nhẹ nhàng như một người em gái hôn anh.

Như vậy đó chúng tôi chia tay.

5.

Cali đang mùa Thu.

Hồi đầu tháng Chín, khi hai cha con tôi vừa đặt chân tới Cali, trời nóng dễ sợ. Tôi nghĩ chắc là mùa hè sắp đến, nóng một trận chia tay để đi vào mùa Thu. Nhưng dân Cali thì nói khác. Họ cho rằng Cali sắp động đất. Bao giờ cũng vậy trước khi có động đất đều có một trận nóng dữ dội như vậy. Nó báo hiệu cơn thiên tai mà người dân Cali sẽ phải gánh chịu, vì sự phồn thịnh quá đáng của nó. Động đất đối với dân Cali là một người khách không được mời, nhưng người chủ nhà biết rõ là họ đang phải chờ đợi. Bởi vì trước sau gì ông khách quý ấy cũng sẽ đến.

Mấy bữa nay thực sự là Cali đang đi trong mùa Thu.

Buổi sáng đôi khi có sương mù, đôi khi có chút mưa phùn rẩy nhẹ bụi nước trên đầu trên tóc. Đêm... đôi lúc trời mù sương lái xe phải mở to mắt lên mà nhìn nếu không muốn bị tai nạn hay bị lạc đường. Trời sáng trưng mà tôi còn bị lạc đường, nói chi là lái xe trong sương mù.

Bataan đã đi học. Tôi vừa xin được một việc làm cắt cỏ do một ông người Việt làm chủ. Bạn tôi bây giờ là những người Mễ. Cũng như tôi, tiếng Anh họ dở lắm. Tôi tin là nghề cắt cỏ có thể ở với tôi lâu được, ít ra là lâu hơn thời gian tôi sống với Nga.

Những giờ rảnh rỗi tôi thường dẫn Bataan ra chợ Việt Nam lượm báo biếu đọc. Tôi thấy người Việt ở đây giàu có quá. Hơn trên Virginia, Hoa Thịnh Đốn và Maryland nhiều. Tôi cũng biết thêm nhiều tin tức về Việt Nam. Tôi hi vọng Đông đã ra khỏi tù cải tạo, và sẽ được đi Mỹ định cư theo một thỏa ước nào đó giữa Hoa Thịnh Đốn và Hà nội.

Trong giấc mơ, Bataan thường kêu mẹ ơi, mẹ ơi. Tôi thì không thấy gì hết. Tôi nghĩ rằng Nga đang hạnh phúc ở một nơi nào đó với một người nào đó. Người nào có được trong tay một người đàn bà kiểu đó mà không hạnh phúc! Nhiều lúc ngừng tay cắt cỏ, tôi giật mình tự hỏi không biết tôi đang ở đâu và có thiệt là tôi đã từng có một người đàn bà sống chung mà xã hội gọi là vợ không?

Buổi sáng dậy sớm, nhìn Bataan còn ngủ say trên giường, tôi thấy sao nó giống Nga cách gì. Tôi tự an ủi mình là tôi đâu có mất gì. Tình yêu vợ đã mất, nhưng tình yêu con đã thay vào. Trước kia hai người sống với nhau, bây giờ cũng vẫn hai người. Biết đâu chừng, nếu Nga còn sống trong nhà, lại thừa ra một người chăng, vả lại, từ ngày chia tay đến nay, tôi không hề nhận được thư từ hay điện thoại gì của Nga. Nhiều khi tôi nghĩ hạnh phúc làm người ta mất trí nhớ. Quên như Nga không chừng cô ấy hạnh phúc. Tôi không mong cô ấy gọi tôi. Yêu người nào là muốn điều tốt cho người đó. Chỉ có nỗi đau khổ và bất hạnh mới làm Nga nhớ đến hai cha con tôi.

Tôi đâu có muốn vậy.

Dù sao đôi khi tôi vẫn nghĩ là sống như thế này vẫn hơn.

Nhưng mà Cali mấy hôm nay nóng thiệt là nóng.

Không chừng động đất tới nơi.

Tháng Tám, 1986

NGUYỄN XUÂN QUANG

Sinh năm 1941 tại Đà Nẵng. Chánh quán Hưng Yên, Bắc Việt.

Tốt nghiệp Y khoa Sài Gòn năm 1969. Quân Y khóa 16 hiện dịch.

Tị nạn Hoa Kỳ năm 1975. Hành nghề y khoa lại Orange County từ năm 1978.

Tốt nghiệp chuyên khoa Thận và Cao Máu năm 1986 và được bổ nhiệm làm Assistant Clinical Professor tại Đại Học Y Khoa Irvine, Orange County, California. USA.

Chủ bút nguyệt san *Y Tế Phổ Thông* tại Orange County.

Những tác phẩm đã in và đăng báo:

Trước 1975 tại Việt Nam: - *Thần Tượng* (thơ, Tao Đàn) - *Thượng Đế Đeo Kính* (truyện dài đăng từng kỳ trên nhật báo Hòa Bình) - *Chiếc Mặt Nạ Da Người* (tập truyện, Trí Đăng).

Tại Hoa Kỳ sau 1975: - *Tình Thù* (tập truyện, Mai An) - *Nay Tôi Mai Ai* (đăng từng kỳ trên tuần báo Sàigòn, tại Orange County) - *Người Căm Thù Ruồi* (viết lại *Chiếc Mặt Nạ Da Người,* tập truyện, Người Việt) - *Những Mảnh Đời Tị Nạn* (Xuân Thu) - *Đi* (truyện ký, Á Mỹ).

Một trăm bằng chứng người Việt là người mặt trời.

Trong vòng mấy chục năm nay, qua những tác phẩm đã xuất bản và nhiều bài viết khác trên blog bacsinguyenxuanquang.wordpress.com, tôi đã khám phá ra cái căn cước đích thực của người Việt Nam thuộc dòng giống thần Mặt Trời, là Người Mặt Trời. Sau đây xin tóm gọn lại qua **100 Bằng Chứng** chính cho thấy tại sao tôi viết Người Việt Là Người Mặt Trời. Ở đây tôi chỉ kể ra các bằng chứng và vì trang sách có giới hạn và không thể trưng ra hết được hình ảnh minh chứng nên nếu có điểm nào còn nghi ngờ xin tìm đọc các bài viết chi tiết tương ứng trong các tác phẩm của tôi, một phần đã đăng tải trên blog của tôi.

I. SỬ MIỆNG.

Sử miệng gồm truyền thuyết và ca dao tục ngữ.

a. Truyền Thuyết Sáng Thế.

1. Viêm Đế Thần Mặt Trời Viêm Việt.

Truyền thuyết còn ghi lại rành rành **Đế Minh là cháu ba đời Thần Mặt Trời Viêm Đế.** Phần chú thích Truyện Hồng Bàng trong Lĩnh Nam chích quái cũng xác nhận Viêm Đế là thần Mặt Trời. Dựa theo truyền thuyết này thì người Việt là Người Mặt Trời trăm phần trăm.

2. Việt là Mặt Trời.

Việt biến âm với Vọt (roi, gậy) thường hiểu là rìu, búa (có nguồn cội nguyên thủy từ cây, cành, gỗ nhọn), nói chung là *vật nhon* mang dương tính. Vật nhọn biểu tượng cho mặt trời (Việt Là Gì?). Thần mặt trời Viêm Đế có họ Khương (Sừng). Hai sừng là hai nọc nhọn, hai dương là thái dương. Sừng nhọn có một khuôn mặt biểu tượng mặt trời.

Người Việt Rìu (vật nhọn) là Người Mặt Trời thuộc ngành nọc, dương, mặt trời Viêm Đế họ Sừng (vật nhọn).

3. Việt Mặt Trời Gồm Hai Ngành Chim-Rắn, Tiên Rồng.

Cũng theo chú thích trong Lĩnh Nam Chích Quái nói trên, Viêm Đế còn có khuôn mặt lưỡng tính phái là *'Viêm-Đế-Thần Nông: <u>một vị thần</u> trong thần thoại Việt Nam'*. Một vị thần duy nhất nhưng có tên kép Viêm Đế và Thần Nông. Như thế Viêm Đế-Thần Nông có hai khuôn mặt: Khuôn mặt dương là Mặt Trời Viêm Đế và khuôn mặt âm Không Gian Thần Nông. Ở dạng nhất thể Viêm Đế-Thần Nông là thần Mặt Trời-Không Gian hay Vũ Trụ tức đấng tạo hóa. Ở dạng phân cực riêng rẽ, theo duy dương là thần mặt trời Viêm Đế-Thần Nông Tạo Hóa, Vũ Trụ, Càn Khôn tương đương với Thần Ra (Sun as Creator) của Ai Cập cổ, Thần Brahma của Ấn giáo, cả hai vị sau này cũng lưỡng tính phái…

Theo truyền thuyết người Việt thuộc giống dòng Tiên Rồng. Tiên-Rồng là tên có muộn về sau do Chim-Rắn thần thoại hóa mà thành. Nếu chỉ nhìn theo <u>một ngành nọc, dương, Việt Mặt Trời</u> thuộc giống nòi thần mặt trời, tạo hóa Viêm Đế-Thần Nông nhất thể mà thôi thì Tiên Rồng, Chim Rắn là hai nhánh mặt trời Việt Chim thái dương ứng với mặt trời Viêm Đế thái dương và mặt trời Việt Rắn thái dương ứng với mặt trời Thần Nông thái dương của <u>ngành</u> Việt Mặt Trời.

Hiển nhiên nhìn dưới diện cực dương này Người Việt cả hai ngành Chim-Rắn, Tiên Rồng đều là Người Mặt Trời.

4. Xuy Vưu, Dòng Viêm Việt.

Theo Lĩnh Nam chích quái Xuy Vưu là một vị thần phản kháng (dũng mãnh, nóng tính liên hệ với mặt trời), có anh em đều mình thú, đầu đồng, trán sắt (sừng sỏ) có họ

Khương (sừng), hậu duệ của thần Mặt Trời Viêm Đế (như đã biết Viêm Đế cũng có họ Khương). Vì thế Xuy Vưu thuộc dòng họ thần mặt trời Viêm Đế Viêm Việt. Xuy Vưu tộc Việt mặt trời dương thái dương là kẻ thù của Hoàng Đế hay Hiên Viên, thần tổ tộc Hán mặt trời âm thái dương.

Thần Tổ Mặt Trời Tạo Hóa tộc Việt Viêm Đế họ Khương có vật tổ có sừng hay có phần thân thể nhọn, được diễn tả bằng những hình người có trang phục đầu hình chim có mũ sừng (chim cắt, hornbill) hay thú có sừng nhọn (như hươu, bò sừng cong nhọn) (xem dưới) vì thế Xuy Vưu và quân lính có trang phục đầu sừng biểu tượng mặt trời. Điểm này được xác thực qua các thần tạo hóa hay thần mặt trời trong truyền thuyết sáng thế của nền văn hóa Thung Lũng Sông Ấn.

Thần ba mặt đầu sừng của người Thung Lũng Sông Ấn là thần mặt trời (ứng với Viêm Đế) hay thần dòng mẹ trời (ứng với Xuy Vưu)

(nguồn: John D. La Plante, Asian Art, Stanford University)

Lưu ý thần ba mặt này là tiền thân của thần Brahma ba mặt của Ấn giáo trong văn hóa Veda sau này. Brahma có một khuôn mặt là mặt trời sinh tạo lưỡng tính phái. Điểm này xác thực thần mặt trời Viêm Đế đầu sừng cũng lưỡng tính phái ở dạng Viêm Đế-Thần Nông và thần đầu bò sừng cong của nền văn hóa Thung Lũng Sông Ấn là thần mặt trời giống như thần mặt trời Viêm Đế Viêm Việt.

5. Đế Minh là Đế Ánh Sáng Mặt Trời.

Đế Minh tức Đế Ánh Sáng, cháu ba đời thần mặt trời Viêm Đế. Người Việt, con cháu Đế Ánh Sáng là Người Ánh Sáng, Người Mặt Trời giống như các tộc thổ dân Mỹ châu thờ mặt trời tự nhận mình là Children of Light hay People of The

Sun. Họ đến từ Đông Nam Á liên hệ mật thiết với Việt cổ.

6. Kì Dương Vương.

Kì Dương Vương là con Đế Ánh Sáng Mặt Trời Đế Minh. Kì có nghĩa là Thần Đất, là Cây, Trụ, Nọc. Dương có một nghĩa là Đực, là Mặt Trời. Kì Dương Vương có một khuôn mặt Vua Mặt Trời Thiên Đỉnh, giữa trưa chói chang, rạng ngời nhất, ở trên trục thế giới của cõi đất thế gian. Kì Dương Vương có một khuôn mặt tương đương với khuôn mặt Trụ Lửa (Pillar of Fire) của Shiva có một khuôn mặt là Linga mặt trời của Ấn giáo.

7. Xích Quỉ.

Kì Dương Vương là vua thế gian của nước Việt đầu tiên là Xích Quỉ. Quỉ có một nghĩa là Người. Quỉ với nghĩa Người biến âm với Latin *Quo* (Quo Vadis) và Pháp ngữ *Qui* là Người. Xích có một nghĩa là Đỏ. Xích Quỉ là Người Đỏ, Người Tỏ, Người Mặt Trời. Ở Nam Trung Quốc hiện nay còn có tộc Naxi (Nặc Quỉ) có nghĩa là Người Đen (Nặc là đen như nặc danh, nặc ruột thịt với Đức ngữ nacht là đêm). Người Đen là Người thuộc ngành nòng, âm, Nước, không gian.

Người Việt Xích Quỉ, Người Mặt Trời Rạng Ngời nhất, chói sáng như mặt trời ở xích đạo.

8. Lạc Long Quân.

Lạc Long Quân là Vua Rồng Nước thái dương, vua mặt trời chiều, mặt trời hoàng hôn, mặt trời lặn, mặt trời nước (Khai Quật Kho Tàng Cổ Sử Hùng Việt). Hiển nhiên người Lạc Việt là người Việt dòng mặt trời Nước.

9. Âu Cơ.

Lạc Long Quân, mặt trời Nước, hoàng hôn, lấy Âu Cơ có một khuôn mặt là mặt trời Lửa hồng tinh mơ (chưa có nọc tia sáng) vào lúc sớm nhất trong ngày: nhật tảo. Âu

Cơ có một khuôn mặt thái dương thần nữ tương đương với Amaterasu của Nhật và nữ thần Isis của Ai Cập (Khai Quật Kho Tàng Cổ Sử Hừng Việt)

10. Đền Thờ Nhật Tảo ở Làng Diềm.

Theo một truyền thuyết ở làng Diềm, tên chữ Hán là Viêm Xá, xã Hòa Long, huyện Yên Phong có một vị nữ thần làng là bà Nhữ Nhương. Viêm Xá liên hệ với thần mặt trời Viêm Đế, có một ngôi đền ở *vực Nhật Tảo – mặt trời buổi sớm. Bà Nhữ Nhương sau lấy vua Thủy Tề.* Tác giả Đặng Văn Lung trong Văn Hóa Luy Lâu (NXB Hội Nhà Văn, 1998) so sánh truyền thuyết này với truyền thuyết Âu Cơ và cho rằng hai người có nhiều điểm tương đồng. Đúng vậy. Nhữ Nương chính là hình bóng của thái dương thần nữ Âu Cơ lấy vua Thủy Tề, hình bóng của Lạc Long Quân, Vua mặt trời hoàng hôn, mặt trời Nước.

11. Nhiễu điều phủ lấy giá gương.

Ta có câu ca dao: *"Nhiễu điều phủ lấy giá gương, Người trong một nước phải thương nhau cùng".* Gương biểu tượng cho phái nữ. Gương là một mặt sáng có một khuôn mặt là mặt trời âm, nữ. Gương là mặt trời nữ thái dương, biểu tượng của thái dương thần nữ. Điểm này thấy rõ trong văn hóa Nhật, con cháu thái dương thần nữ Amaterasu. Gương là biểu tượng mặt trời của Amaterasu. Tại Đại Điện Ise thờ Amaterasu chỉ thờ có một chiếc gương thiêng. Người Việt thờ gương chứng tỏ cũng thờ mặt trời nữ thái dương. Nhiễu là một thứ vải dành cho phái nữ dùng có mầu đỏ, mầu mặt trời xác thực gương là mặt trời nữ. Nhưng thờ mặt trời nữ nào đây? Có thật sự là nói về Âu Cơ không? Dĩ nhiên là nói về Âu Cơ trăm phần trăm. Bởi vì người Việt cùng trong một nước, cùng là đồng bào của Mẹ Tổ Âu Cơ phải thương nhau cùng. Thêm một lần nữa ở đây xác thực Âu Cơ có một khuôn mặt là thái dương thần nữ tương đương với thái dương thần nữ Amaterasu.

12. Bọc Trứng Trăm Lang Hùng.

Truyền thuyết nói Mẹ Tổ Âu Cơ *đẻ ra một bọc... sinh ra trăm con trai*. Bọc này có một khuôn mặt là bọc *tạo hóa hay trứng vũ trụ* gồm có phần tròng đỏ là mặt trời và tròng trắng là không gian. Nhìn theo nòng nọc (âm dương) đề huề lưỡng cực thì phần tròng đỏ nở ra 50 trai và phần tròng trắng nở ra 50 gái. Nhưng ở đây nói chỉ nở ra một trăm người con trai Lang tức chỉ nói tới phần tròng đỏ của trứng vũ trụ tức phần mặt trời của <u>riêng ngành Việt mặt trời</u> mà thôi. Trăm con trai là trăm Lang Mặt Trời thuộc nhánh nọc dương, nhánh nọc mặt trời, nhánh Việt Mặt Trời. Truyền thuyết Mường nói rõ hơn là Mẹ Tổ Âu Cơ đẻ ra một *bọc trăm trứng chim*. Theo duy dương, chim mang dương tính *mặt trời*.

Chúng ta là con cháu Lang Hùng mặt trời hiển nhiên Người Việt là Người Mặt Trời.

13. Các Thần Tổ Sáng Thế của Người Việt Thuộc Giống Dòng Mặt Trời.

Ta thấy rất rõ các thần tổ mặt trời của người Việt từ trên xuống dưới theo chu kỳ sinh tạo *trong một ngày* của mặt trời. Thần Mặt Trời Viêm Đế là đấng tạo hóa tối cao ở cõi đại vũ trụ. Mặt Trời Viêm Đế còn ở dạng nguyên tạo là một 'khối nóng'. Viêm biến âm mẹ con với Diêm (cây quẹt ra lửa). *Mặt Trời Viêm Đế* mới chỉ là một khối nóng tạo ra lửa ứng với *mặt trời nguyên tạo* chưa có ánh sáng. Ba bốn đời sau mặt trời khối nóng này mới phát ra ánh sáng tức có khuôn mặt là Đế Ánh Sáng Đế Minh (cháu ba đời Viêm Đế), là Mặt Trời (có) Ánh Sáng. Đế Minh là một vị thần mặt trời chuyển tiếp giữa đại vũ trụ và tiểu vũ trụ, có hai khuôn mặt: một là mặt trời Đế khối nóng ở cõi đại vũ trụ (lúc này là Minh Đế cùng vai vế với các Đế khác ở cõi tạo hóa đại vũ trụ) và khuôn mặt thứ hai là mặt trời có ánh sáng Vương ở cõi tiểu vũ trụ (ứng với tượng Lửa thái dương), lúc này hợp với tên gọi là Đế Minh. Ở cõi tiểu vũ trụ *Đế Minh có một khuôn mặt là mặt trời* có ánh sáng tức *mặt trời buổi sáng*. Mặt Trời này sinh ra mặt trời chói chang nóng bỏng nhất là mặt trời thiên đỉnh, chính ngọ, *mặt trời giữa trưa Kì Dương Vương*. Rồi Kì Dương Vương sinh ra *mặt trời chiều, mặt trời hoàng hôn Lạc Long Quân*. Lạc Long Quân mặt trời hoàng hôn lấy *Âu Cơ mặt trời tinh mơ, nhật tảo* (mặt trời âm hình đĩa tròn chưa có tia sáng) sinh ra *Hùng Vương, Mặt Trời Hừng Rạng*, Hừng Sáng, Bình Minh đã có nọc tia sáng tỏa rạng. Hùng Vương là Mặt Trời Hừng Sáng của người Việt (vì thế tôi mới viết tác phẩm đề tên là Khai Quật Kho Tàng Cổ Sử **Hừng** Việt) Hùng Vương truyền thuyết cõi tiểu vũ trụ ở cuối cùng chu kỳ sinh tạo sáng thế lại quay trở về chỗ khởi đầu của chu kỳ tức trở về đội lốt hay sinh ra Viêm Đế mặt trời khối nóng tạo hóa ở đầu chu kỳ. Cứ như thế vòng sinh tạo mặt trời trong một ngày tiếp tục mãi mãi như thấy qua bài đồng dao Bổ Nông là Ông Bổ Cắt (xem dưới).

Mỗi tộc Việt trong Bách Việt ứng với một mặt trời trong vòng sinh tạo này ví dụ Lạc Việt là con cháu của Mặt Trời Hoàng Hôn Lạc Long Quân, Mặt Trời Nước thái dương. Mỗi tộc Việt ứng với một loại mặt trời có một trống biểu mặt trời Đông Sơn riêng biệt, khác nhau (vì vậy mới có nhiều loại trống đồng nòng nọc có mặt trời với số nọc tia sáng khác nhau).

Tóm lại Người Việt nói riêng và các tộc khác của Bách Việt nói chung là Người Mặt Trời.

14. Truyền Thuyết Sáng Thế Mặt Trời của Các Sắc Tộc Khác.

Nhiều sắc tộc khác trong Bách Việt cũng có truyền thuyết sáng thế có thần tổ là mặt trời ví dụ như có thần tổ là hai chị em mặt trời và mặt trăng…

VẬT TỔ

Chúng ta là người Việt, vậy thì **vật tổ, totem của chúng ta đều mang tên Việt hay có nghĩa là Việt**, tức có nghĩa là rìu, búa, vật nhọn như dao, lao, sừng… đều là biểu tượng của mặt trời.

. Vật Tổ Việt ở Cõi Tạo Hóa.

Ở cõi tạo hóa, cõi trên, cõi trời vật tổ chính là một loài chim. Hiển nhiên vật tổ chính của Việt Mặt Trời thái dương là con Chim Việt mặt trời.

15. Chim Việt Mặt Trời ở Cõi Tạo Hóa Đại Vũ Trụ.

Như đã nói ở trên ngành Chim là ngành Việt. Như đã biết Việt là vọt, rìu, vật nhọn mang dương tính thì Chim Việt phải mang dương tính có nọc nhọn như rìu, búa, sừng. Đó là con chim Rìu (có mỏ lớn như chiếc rìu), chim Bổ (có mỏ lớn như chiếc búa chim)… Ngành nọc Việt Mặt Trời thái dương gồm có hai nhánh: nhánh nọc Việt dương và nhánh nọc Việt âm. Như thế có hai loại chim Việt. Ở nhánh Nọc Việt dương là Chim Rìu Lửa, Chim Bổ Lửa, Bổ Cắt Mặt Trời Lửa và ở nhánh Nọc Việt âm là Chim Rìu Nước, Bổ Nước, Bổ Nông Mặt Trời Nước.

- Chim Nọc Việt Dương Mặt Trời Bổ Cắt.

Ở nhánh nọc Việt dương có chim biểu là con chim Việt rìu lửa, chim bổ lửa, chim Sừng (có mũ sừng)… Người Mường gọi là chim Cháng, chim Chàng (chàng có nghĩa là đục, chisel), chim Khướng (khướng ruột thịt với Hán Việt khương là sừng), Anh ngữ gọi là Hornbill (mỏ sừng). Chim rìu, cắt, chàng, khướng, horbill này là chim biểu của thần mặt trời Viêm Đế có họ là Khương, Sừng. Chim Việt Lửa biểu tượng cho thần mặt trời Viêm Đế là loài chim lớn nhất, đẹp nhất: Chim Bổ cắt mũ sừng lớn (Great Hornbill, Buceros bicornis).

Trong các vật khai quật được ở thành cổ Thăng Long, Hà Nội có thấy những ngói, gạch trang trí đầu chim mà hiện nay các nhà khảo cổ học Việt Nam gọi là đầu chim phượng, một thứ linh điểu của Trung Quốc!

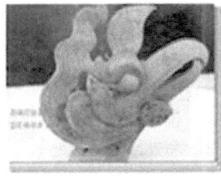

Chim Rìu Việt Thăng Long (ảnh của tác giả chụp tại Khu Triển Lãm Thành Thăng Long Cổ, Hà Nội).

Ta thấy rõ như dưới ánh mặt trời Viêm Đế Viêm Việt là con chim này có **mũ lửa hình sừng cường điệu và mỏ rất lớn** như rìu, búa. Đây phải là chim Việt Mỏ Cắt Lớn đã thể điệu hóa, thần thoại hóa. Chim phượng của Trung Quốc thần thoại hóa từ loài chim trĩ không có mũ sừng như rìu búa. Nếu hiểu phượng là lửa thì đây là chim Việt Lửa, chim Phượng Bổ Cắt Việt. Tôi gọi là Chim Việt Thăng Long, Chim Cắt, Chim Lửa, Chim Rìu Việt Thăng Long. Có rất nhiều vật tổ chim Việt Bổ Cắt trong văn hóa Việt nhất là còn ghi khắc lại trong sử đồng Đông Sơn (xem dưới).

- Chim Nọc Việt âm Mặt Trời Bổ Nông.

Ở nhánh nọc Việt âm, Chim Việt là con chim Bổ (Búa) dòng chim nước là con Bổ Nông. Anh ngữ chim bổ nông là pelican có gốc pelekus, có nghĩa là rìu. Có rất nhiều vật tổ chim Việt Bổ Nông mặt trời trong văn hóa Việt nhất là còn ghi khắc lại trong sử đồng Đông Sơn (xem dưới).

Tóm lại Chim Việt là chim Bổ (có nghĩa là Rìu, Việt) ở nhánh nọc Việt dương là Bổ Cắt và ở nhánh nọc Việt âm là Bổ Nông như thấy rõ trong bài đồng dao "Bổ Nông là Ông Bổ Cắt (xem dưới).

Người Việt là Người của nòi giống Chim Việt, Chim Rìu biểu tượng của Mặt Trời là Người Mặt Trời.

16. Chim Việt ở Cõi Tạo Hóa Tiểu Vũ Trụ: Loài Gà Việt Mặt Trời.

Gà là chim biểu mặt trời nhưng gà là loài sống trên mặt đất nên gà là chim mặt trời ở cõi tạo hóa thế gian, tiểu vũ trụ (Việt Dịch Bầu Cua Cá Cọc).

Trĩ cũng thuộc loài gà. Trĩ là chim Việt nên gọi là Trĩ Việt. Chim phượng của Trung Quốc thần thoại hóa từ chim trĩ ở cõi trời đất thế gian là con cháu của Chim Việt Bổ Cắt ở cõi trời tạo hóa.

Vật tổ Gà Việt, Trĩ Việt mặt trời còn khắc ghi trên trống đồng nòng nọc (âm dương) của đại tộc Đông Sơn (xem dưới).

. Vật Tổ Thú Việt ở Trên Mặt Đất Thế Gian.

Vật tổ Việt ở mặt đất thế gian là loài thú bốn chân sống trên mặt đất mang tính Việt (nọc, dương có vật nhọn như sừng, mõm nhọn như dao…).

17. Hươu Việt Mặt Trời.

Hươu, hưu, hiêu biến âm với **hèo** (roi, vọt, cọc). Con hươu là con hèo, con vọt, con cọc là gọi theo chiếc sừng. Vọt biến âm với Việt (rìu, vật nhọn), con Vọt là con Việt. Kì Dương Vương có một khuôn mặt là Hươu Sừng, Hươu Cọc (Việt Dịch Bầu Cua Cá Cọc) tức Hươu Việt, Hươu Mặt Trời.

Người Việt Mặt Trời Xích Quỉ nhánh Lửa Nọc Việt là con cháu Vua Mặt Trời Hươu Việt.

18. Cá Việt Mặt Trời.

Nhánh Nước Nòng Việt có vật tổ là loài cá Việt có mõm nọc mũi mác (còn thấy khắc trên trống đồng nòng nọc của đại tộc Đông Sơn) (xem dưới).

19. Rắn Việt Mặt Trời.

Rắn Việt có sừng hay có *mồng thịt* (không phải là mào

lông biểu tượng cho gió). Rắn Việt có sừng hay mồng thịt còn thấy khắc trên trống đồng nòng nọc của đại tộc Đông Sơn) (xem dưới).

Về sau rắn thần thoại hóa thành Rắn thần, Rắn-Rồng, theo đúng nghĩa thì **không có chân nhưng phải có lưỡi lè ra khỏi miệng**, đây là những điểm chuyên biệt của rắn. Rắn thần, rồng rắn Việt này còn thấy rất rõ trên đầu thuyền trống đồng Đông Sơn và trên đồ đồng Điền Việt (xem bài viết này).

20. Cá Sấu Việt Mặt Trời.

Cá sấu là thú biểu bốn chân sống trên đất âm có nước như ao đầm, bờ sông, biển. Cá sấu mõm nhọn như dao gọi là cá sấu dao (gavial, gharial) họ Tomistoma Schlegelii. Đây là cá sấu Việt. Cá sấu Việt thần thoại hóa thành dao (giao) long Việt. Dao long, Dao Việt, vật tổ của tộc Giao Việt một nhánh của Lạc Long Quân, thấy qua truyền thuyết thuồng luồng thời Hùng Vương. Rồng cá sấu có bốn chân và có *lưỡi không thè ra khỏi miệng* (lưỡi cá sấu dán sát vào hàm dưới không lè ra ngoài được). Dấu tích cá sấu Việt, Dao Việt này còn thấy nhiều trong sử sách, khảo cổ học. Trên một viên gạch nung đào tìm thấy ở nền thành Thăng Long Cổ 1.000 năm trước đây có một con vật mà hiện nay các nhà khảo cổ Việt Nam gọi là thủy quái biển (monster marin).

Gạch nung hình đầu cá sấu dao long hóa
(ảnh của tác giả chụp tại Khu Triển Lãm Thành Thăng Long Cổ, Hà Nội).

Theo tôi con vật này có mõm dài nhọn có răng tua tủa lòi ra hai bên trông như lưỡi cưa giống hệt mõm con cá sấu dao. Trên mặt có những hột diễn tả da cá sấu có đốm gai sừng. Đặc biệt nhất là con mắt mặt trời âm, nước ⊚ cho biết là con vật sống được dưới nước. Đây chính là con cá sấu dao, Sấu Việt. Con thú này ăn khớp trăm phần trăm với thành Thăng Long Rồng Bay Lên Trời của nhà Lý. Theo sử gia Ngô Sĩ Liên trong Đại Việt Sử Ký Toàn Thư: *Long Uyên tức Long Biên là tên huyện đời nhà Hán thuộc Giao Chỉ, dinh quận đời Đông Hán đóng ở đấy. Theo Thủy-kinh chú: 'Năm thứ 13 đời Kiến An khi mới lập thành có giao long (thuồng luồng) quấn quit ở hai bến Nam, Bắc trên sông bèn đổi tên là Long Uyên". Nhà Lý đóng đô ở đấy, đổi tên là Thăng Long. Trần, Lê theo tên ấy, nay là tỉnh thành Hà Nội...".*

Như vậy rõ như ban ngày con thủy quái này là con cá sấu dao bắt đầu thần thoại hóa thành dao long (Giao Long). Đây là Sấu Việt Mặt Trời Nước biểu tượng của Thành Long Uyên, Long Biên, Thăng Long của Đời Nhà Lý, dòng Vua Hùng Lạc Mặt Trời Nước của Người Việt Mặt Trời. Vật tổ cá sấu Việt, dao Việt này còn thấy khắc ghi trên trống đồng nòng nọc của đại tộc Đông Sơn (xem dưới).

21. Chim Rìu Lang Việt Mặt Trời.

Tổ Hùng truyền thuyết phải phân biệt hai khuôn mặt là Đại Tổ Hùng Sinh tạo, tạo hóa ở đại vũ trụ kể từ Viêm Đế xuống Đế Minh (tất cả các vị này có tước vị là Đế) và Tiểu Tổ Hùng sinh tạo, ở cõi thế gian tiểu vũ trụ gồm Kì Dương Vương, Lạc Long Quân và Hùng Vương truyền thuyết. Hùng Vương truyền thuyết là đầu cuối cùng của vòng sinh tạo truyền thuyết, lại quay trở lại khởi đầu của vòng này là Viêm Đế. Vì thế nên Tổ Hùng thế gian truyền thuyết (Lang Hùng) sinh ra hay đội lốt Tổ Hùng đại vũ trụ Viêm Đế (bọc trứng Lang Hùng thế gian quay trở lại thành bọc trứng vũ trụ Viêm Đế-Thần Nông nhất thể). Vì thế vật tổ Hùng Vương lịch sử có chim biểu cùng loài chim Rìu Bổ Cắt Lớn của Viêm Đế ở đại vũ trụ. Dĩ nhiên con chim này nhỏ không phải là loài chim sừng lớn và có mầu trắng hay khoang trắng vì Hùng Vương có bản thể là bầu trời, không khí, gió (gió có mầu trắng, trong suốt). Đây là con chim Bổ Lang, Cắt Lang. Lang vừa có nghĩa là Chàng (đực), con trai Lang và Lang cũng có mầu trắng (vitiligo là chứng lang da, trên da có các vệt lang trắng), mầu của khí gió. Bằng chứng sử cụ thể là Mê Linh, tên thủ đô của Hai Bà Trưng có nghĩa là Mlang, Chim Bổ Lang, Cắt Lang (xem dưới ở phần Mê Linh).

Tóm lại Chim Rìu Khoang Trắng, Chim Cắt Lang là Chim Lang Việt, chim biểu mặt trời của Tổ Hùng lịch sử đội lốt Tổ Hùng truyền thuyết đại vũ trụ thần mặt trời Viêm Đế.

22. Cò Việt Mặt Trời.

Ở cõi trời thế gian, phía nòng, âm thái dương, Hùng Vương có mạng gió, bầu trời còn có chim biểu là con Cò Lang Việt. Bằng chứng là thủ đô Văn Lang là Bạch Hạc (Cò Trắng) ở Châu Phong (Châu Gió) Phú Thọ, Vĩnh Phúc ngày nay. Ngoài ra bằng chứng cụ thể nhất, kiên cố nhất là hình ảnh cò còn ghi khắc lại trên sử đồng Đông Sơn (xem dưới và Chim Lạc hay Cò Lang?).

Như vậy ta có Chim Bổ Lang Việt là chim biểu của Hùng Vương nhánh nọc dương Hùng Kì đội lốt chim Rìu Việt Viêm Đế và Cò Lang Việt là chim biểu của Hùng Vương nhánh nọc âm Hùng Lạc.

23. Sói Lang Việt Mặt Trời.

Ta suy ngay ra là thú biểu bốn chân sống trên đất của Hùng Vương lịch sử là con thú Lang trắng. Lang sói là loài biết tru, biết hú biểu tượng cho bầu trời, không khí, gió, bản mệnh của Hùng Vương nhánh bầu trời, gió. Giống như trên, sói Lang có Lang là Chàng là Mặt Trời, là mầu Khí Gió. Sói Lang Việt này thấy trên trống đồng Miếu Môn I (xem dưới).

Trong Thủy Kinh Chú có nói tới một nước Sài Lang (Khai Quật Kho Tàng Cổ Sử Hùng Việt).

b. Ca Dao Tục Ngữ.

Ngoài câu ca dao *"Nhiễu điều phủ lấy giá gương..."*, đã nói ở trên chỉ xin kể thêm ra đây một vài ví dụ tiêu biểu nữa:

24. Bà Giời (Trời).

Ca dao có câu: *"Ông giăng mà lấy bà giời, Mồng năm dẫn cưới, mồng mười rước dâu"*. Câu này ám chỉ bà giời (mặt trời nữ) Mẹ Tổ Âu Cơ lấy ông trăng Lạc Long Quân. Trăng là một thứ mặt trời đêm, một khuôn mặt của mặt Trời hoàng hôn Lạc Long Quân. Mồng 5 với số 5 là số Li, lửa, đất thế gian ứng với bản thể lửa, núi của Mẹ Tổ Âu Cơ. Mồng 10 với số 10 là số Khảm tầng 2 (2, 10) có một nghĩa là nước thiếu âm liên hệ với ông trăng Lạc Long Quân có một khuôn mặt là nước thái dương, nước chuyển động mạnh như biển (Lạc Long Quân dẫn 50 con xuống biển). Hai ngày hỏa Li (5) thủy Khảm (10) này là bản thể của Âu Cơ-Lạc Long Quân.

25. Bổ Nông Mặt Trời Nọc Việt Nước, Bổ Cắt Mặt Trời Nọc Việt Lửa.

Ta có bài đồng dao:

"Bổ Nông là ông bổ cắt, Bổ cắt là bác chim di, Chim Di là gì sáo sậu, Sáo sậu là cậu sáo đen, Sáo đen là em tu hú, Tu hú là chú bổ nông...".

Nhìn tổng quát theo lưỡng cực nòng nọc (âm dương) đề huề thì bài hát này diễn tả vòng sinh tạo vũ trụ quay tròn từ đại vũ trụ đến tiểu vũ trụ, rồi quay ngược lại, vô cùng vô tận (xem Bổ Nông là Ông Bổ Cắt trong Ca Dao Tục Ngữ Tinh Hoa Dân Việt). Nhưng nếu chỉ nhìn theo ngành Nọc Việt Mặt Trời thì Bổ nông là Mặt Trời Nọc Việt Nước ứng với Mặt Trời Thần Nông sinh ra Mặt Trời Lửa Viêm Đế Bổ cắt Nọc Việt Lửa ở cõi tạo hóa đại vũ trụ (bài đồng dao này khởi đầu bằng Bổ nông Thần Nông là bài hát của nhánh nọc âm nước, nhánh Lạc Việt Lạc Long Quân nên Bổ nông mới là Ông Bổ cắt). Bổ cắt mặt trời Viêm Đế sinh ra Chim Di là loài chim có mỏ cứng còn gọi là *di sừng* (thuộc họ Sừng mặt trời Viêm Đế cắt sừng) có một khuôn mặt biểu tượng cho lửa thái dương, chim biểu của Đế Minh Ánh Sáng. Chim Di Lửa Ánh Sáng Đế Minh sinh ra Sáo Sậu, còn gọi là Sáo Đá, chim biểu của mặt trời thiên đỉnh Núi Đá, Đất dương Kì Dương Vương. Sáo Đá Kì Dương Vương sinh ra Sáo Đen, có một khuôn mặt biểu tượng cho nước (mầu đen là mầu nước thái âm…) là chim biểu của mặt trời Nước Lạc Long Quân ở cõi tiểu vũ trụ. Sáo Đen Lạc Long Quân sinh ra Tu Hú, loài chim biết hú, biết tru có một khuôn mặt biểu tượng cho Gió, chim biểu của Hùng Vương mạng gió. Rồi Tu Hú Hùng Vương ở cuối vòng sinh tạo lại quay về đầu vòng sinh tạo sinh ra Bổ Nông Thần Nông trở lại. Vòng sinh tạo quay tròn vô cùng vô tận giống như bài đồng dao.

Nói chung thì trong nhánh Nọc Việt Mặt Trời, Bổ nông là Bổ nông Mặt Trời Nọc Việt Nước và Bổ Cắt là Bổ cắt Mặt Trời Nọc Việt Lửa, vật tổ chim Việt Mặt Trời của Người Việt Mặt Trời.

26. Đám Ma Cò.

Như đã nói ở trên Cò Lang là chim biểu của Hùng Vương nhánh nọc âm Hùng Lạc. Nên khi cò chết, đám ma cò rất trọng thể, một thứ "quốc táng". Bổ Cu là Bổ Cắt, chim biểu của thần mặt trời Viêm Đế là vị 'nguyên thủy' liên bang quốc gia đứng ra mở lịch xem ngày cử đám ma:

Con cò chết rũ trên cây,
Bổ cu mở lịch xem ngày làm ma,
Cà cuống uống rượu la đà,
Chim di ríu rít nhảy ra chia phần.
Chào mào thì đánh trống quân,
Chim chích cởi trần, vác mõ đi rao…

Có đầy đủ bốn tộc Người Việt Mặt Trời rạng ngời tham

dự: Cà Cuống sống dưới nước biểu tượng cho tộc mặt trời Nước Lạc Long Quân, Chim di biểu tượng cho tộc mặt trời Lửa Đế Minh, Chào mào biểu tượng cho tộc mặt trời Gió Hùng Vương và Chim Chích (có mỏ nọc nhọn) biểu tượng cho tộc mặt trời Đất Kì Dương Vương.

Bài đồng dao này cho thấy rõ Người Việt là con cháu Hùng Vương mặt trời có chim biểu là con cò trắng, Cò Lang dòng mặt trời Viêm Đế nhánh Nọc Việt mặt trời Gió.

KHẢO CỔ HỌC.

II. SỬ ĐỒNG.

Đồ đồng Đông Sơn là một kho chứng tích của sự thờ phượng mặt trời của Đại Tộc Việt.

27. Thờ Mặt Trời Trên Trống Đồng Đông Sơn.

Thờ trống là thờ mặt trời. Trống có một nghĩa là đực (gà trống). Thờ trống là thờ đực, thờ dương, thờ mặt trời. Trống biểu tượng cho mặt trời, Người Việt Mặt Trời thờ trống đồng là thờ mặt trời. Nhưng tại sao người Việt không thờ các loại trống khác mà chỉ thờ trống đồng Đông Sơn? Bởi vì trống đồng của đại tộc Đông Sơn là trống **nòng nọc** (âm dương) (Cơ Thể Học Trống Đồng). Người Việt con cháu Chim-Rắn, Tiên Rồng có hai ngành mang tính nọc nòng (dương âm) nên thờ trống đồng nòng nọc (âm dương) Đông Sơn. Trống đồng nọc nòng (dương âm) là trống Chim-Rắn, Tiên Rồng của Việt Nam, tuyệt nhiên không phải của Trung Quốc vốn là dân du mục, võ biền theo xã hội duy dương phụ quyền cực đoan. Họ thờ trống đồng nhưng trống kín cả hai mặt tức thuần dương, không có âm.

28. Mặt Trời ở Tâm Trống Đồng.

Trống đồng nòng nọc của đại tộc Đông Sơn luôn luôn

có hình mặt trời ở tâm mặt trống. Trống đồng nào không có hình mặt trời ở tâm trống tuyệt nhiên không phải là trống đồng nòng nọc Đông Sơn. Trống đồng nòng nọc Đông Sơn là trống biểu của Hùng Vương mặt trời ngành mặt trời Viêm Đế.

29. Thần Mặt Trời Việt Thái Dương.

Thần mặt trời Việt thấy trên nắp một vật thờ Điền Việt.

[Trống đồng biến cải thành vật thờ có thần mặt trời mạ vàng cưỡi ngựa vào khoảng năm 206 Trước Dương Lịch tìm thấy ở Tây Hải San, Jinning, Vân Nam (Bảo Tàng Viện Tỉnh Vân Nam, Côn Minh).]

Người mạ vàng đeo kiếm cưỡi ngựa là thần mặt trời. Bốn con bò mộng có sừng xác thực vị thần này thuộc dòng thần mặt trời Viêm Đế họ Sừng. Điền Việt dùng vật tổ bò sa có u trên lưng, có sừng thay cho hươu sừng (đực) làm thú biểu Việt mặt trời. Đây là chứng sử đồng cụ thể, bằng hiện vật đi song song cùng với sử miệng truyền thuyết thần mặt trời Viêm Đế. Cả hai xác quyết Người Việt là Người Mặt Trời.

30. Người Mặt Trời Trên Trống Đồng.

Rõ nhất thấy trên trống Quảng Xương mà tôi gọi là trống Chim-Rắn, Tiên Rồng. Trống có hai ngành rõ ràng: ngành người Chim Tiên và ngành người Rắn Rồng. Cả hai nhóm người có con mắt viết bằng chữ nòng nọc vòng tròn-que là từ (word) *chấm vòng* *tròn* có một nghĩa

 là mặt trời (Chữ Nòng Nọc Vòng Tròn-Que: Từ Chấm Vòng Tròn). Rõ tới tột độ là ở một số người quanh hình con mắt có những tia sáng tỏa ra . Do đó đây là những Người Mặt Trời rạng ngời trăm phần trăm. Những người này trông rất trai tráng, vạm vỡ thuộc tộc mặt trời mới mọc, hừng rạng. Đây chính là hình ảnh các Lang Hùng mặt trời.

31. Người Rắn Việt Mặt Trời.

Những người ở hình trên trần truồng thuộc tộc người Nước, Rắn, Mặt Trời-Nước. Phần trên trang phục đầu là hình đầu rắn có sừng và phần sau có dải dài buông xuống phía sau lưng. Tiếng cổ Việt gọi rắn là con dải. Cả trang phục đầu diễn tả hình rắn dải có sừng. Rắn nước ở đây đã thể điệu hóa biểu tượng cho nước dương chuyển động, mặt trời-Nước. Đây là tộc người Rắn Việt mặt trời Nước Lạc Long Quân.

32. Người Chim Việt Mặt Trời.

 Người Chim trên trống Quảng Xương cải trang thành người Chim Bồ cắt, chim Việt mặt trời . Trang phục đầu có hình đầu chim có hình mặt trời chấm vòng tròn ở mặt, có mỏ rất lớn, rất cường điệu và có mũ sừng. Đây chính chim cắt, chim Rìu, chim Việt Lớn. Váy xòe ra hai bên hình cánh chim. Đây chính là tộc người chim Rìu nhánh Chim Việt Bồ cắt Lửa mặt trời, Tiên, 50 Lang lên núi theo Mẹ Âu Cơ.

33. Người Hóa Trang Chim Mặt Trời.

Trên nhiều trống đồng như trống Ngọc Lũ I, Hoàng Hạ, Cổ Loa I, Khai Hóa… có các người nhảy múa hóa trang chim mặt trời ở mỗi trống một khác. Ví dụ người chim Việt

 mặt trời nọc dương thái dương trên trống Ngọc Lũ I: . Người chim mặt trời này có góc cạnh mang tính nọc thái dương, trang phục đầu hình chim Việt bổ cắt có mũ sừng thẳng đứng là Người Việt Mặt Trời nhánh Nọc Việt <u>dương</u> thái dương.

Trống Ngọc Lũ I là trống biểu của nhánh Nọc Việt dương thái dương, Việt Lửa thái dương, Việt Bổ cắt ngành Việt Mặt Trời thái dương Viêm Đế.

 Trên trống Hoàng Hạ người chim mặt trời nọc Việt <u>âm</u> thái dương có nhiều đường nét cong, tròn mang âm tính, trang phục đầu hình chim Việt Bổ nông có *bờm sừng cong* mang âm tính là người Việt Mặt Trời nhánh Nọc Việt âm thái dương.

Trống Hoàng Hạ là trống biểu của nhánh Nọc Việt âm thái dương, Việt Nước thái dương, Việt Bổ nông ngành Việt Mặt Trời thái dương Viêm Đế (xem Ý Nghĩa Hình Người Trên Trống Hoàng Hạ).

Và còn nhiều tộc người chim Việt Mặt Trời trên các trống khác nữa…

34. Nhà hay Đền Mặt Trời.

 Trên trống đồng nòng nọc có hai loại nhà hay đền: nhà nọc, mặt trời và nhà nòng, không gian. Thấy rõ nhất ở trên trống Quảng Xương nhà nọc, mặt trời có hình mặt trời tỏa sáng ở mặt tiền nhà . Ở đây cho thấy hai nhánh Chim Rắn ứng với Tiên Rồng thờ mặt trời, có đền mặt trời trăm phần trăm là Người Mặt Trời.

- Thờ Rìu biểu tượng mặt trời.

Rìu là vật nhọn có một khuôn mặt biểu tượng mặt trời (Việt Là Gì?). Thờ rìu là thờ mặt trời.

35. Rìu Hồng Bàng Họ Mặt Trời.

Chúng ta thờ rìu Việt thấy rõ qua thờ rất nhiều rìu Đông Sơn. Ví dụ như Rìu Hồng Bàng: có hươu Kì Dương Vương, dao long Lạc Long Quân và Sói Lang trời Hùng Vương.

36. Rìu Việt Bổ Cắt Mặt Trời.

Hình bóng rìu Việt chim mặt trời bổ cắt cũng thấy trên trống đồng nòng nọc của đại tộc Đông Sơn. Ví dụ như người chim mặt trời trên trống Miếu Môn I tay cầm rìu Việt hình đầu chim Rìu Việt bổ cắt có mũ sừng .

37. Rìu Mặt Trời Điền Việt.

Rõ nhất thấy ở rìu Điền Việt đầu chim bổ cắt và có thêm hình mặt trời (Đồ Đồng Điền Việt).

- Chim Rìu Việt Trên Trống Đồng.

Trên trống đồng nòng nọc của đại tộc Đông Sơn còn ghi khắc lại rất nhiều hình bóng chim Việt mặt trời. Chỉ xin nêu ra vài ba ví dụ.

38. Chim Rìu Việt Bổ Cắt Mặt Trời Trên Trống Đồng Duy Tiên.

Chim Việt mặt trời bổ cắt lớn có mũ sừng thấy đứng

trên trống Duy Tiên .

39. Chim Rìu Việt Bổ Cắt Mặt Trời Trên Trống Đồng Điền Việt.

Ở thân một trống Điền Việt có khắc những con chim mỏ cắt có mũ sừng đang bay (Trống Đồng Điền Việt).

40. Chim Rìu Việt Bổ Cắt Mặt Trời Trên Thuyền Sông Đà.

Thuyền trên trống sông Đà, đầu thuyền khắc đầu rắn nước và đuôi thuyền đầu chim Rìu Việt bổ cắt (xem trống này).

41. Chim Rìu Việt Bổ Nông Mặt Trời.

 Có rất nhiều hình chim Rìu Bổ nông trên các trống Hoàng Hạ và Ngọc Lũ I. Chim bổ nông trên trống Ngọc Lũ I có chữ nòng nọc vòng tròn-que *nọc mũi mác* > trong mỏ cho biết con nông này mang tính thái dương tức con bổ nông.

Thạp đồng như thạp Hợp Minh có *vành chim bổ nông ở phần trên thân thạp.*

42. Các tượng đồng bổ nông riêng rẽ.

Có rất nhiều tượng đồng bổ nông riêng rẽ.

43. Gà Việt Mặt Trời.

Trên nóc một ngôi nhà nòng, không gian trên trống Hoàng Hạ có cặp gà.

44. Chim Trĩ Việt Mặt Trời.

Trên nóc nhà nọc mặt trời ở trống Ngọc Lũ I, trống Hoàng Hạ, Sông Đà… có hình chim trĩ Việt.

45. Hươu Việt Mặt Trời.

Hươu Việt thấy trên trống Ngọc Lũ I, Miếu Môn I, Phu

Xuyên… (xem dưới).

46. Cá Việt Mặt Trời.

Cá Việt mõm nọc mũi mác thái dương thấy ở vùng nước tang trống Ngọc Lũ I.

47. Rắn Việt Mặt Trời.

Rắn Nước Việt, Rắn Lạc đầu có sừng, mồng thịt thấy ở mũi thuyền ở trống Ngọc Lũ I, Hoàng Hạ (ở hình trên), Sông Đà…

48. Sấu Việt Mặt Trời.

Sấu Việt mặt trời, Sấu Lạc mặt trời thấy trên trống Hòa Bình (xem dưới). Dao long thấy rất nhiều trên thạp và các vật đồng khác.

49. Cò Lang Việt Mặt Trời.

Hầu hết trống đồng nòng nọc của đại tộc Đông Sơn có hình cò Lang, chim biểu của các tộc trong Liên Bang Văn Lang Hùng Vương. Nổi tiếng nhất là Cò Lang Việt trên trống Ngọc Lũ I . Cò có bờm phướn gió, cánh thảm thần bay trong gió, đuôi diều gió…

50. Lang Sói Việt Mặt Trời.

Trống Miếu Môn I có thú tổ Lang (sói) Việt (xem trống này).

Các Trống Đồng Mặt Trời.

Trống đồng có hình dạng khác nhau, có mặt trời với số nọc tia sáng khác nhau, trang trí và chữ nòng nọc vòng tròn-que khác nhau là trống biểu của ngành, nhánh, đại tộc, tộc khác nhau của Liên Bang Văn Lang Hùng Vương Vua Mặt Trời.

51. Trống Tiên Rồng Ngành Nọc Mặt Trời Dương Thái Dương.

Trống Quảng Xương có <u>hai nhánh người Chim Bổ Cắt Việt Tiên và Rắn Nước Việt Rồng</u> của ngành nọc mặt trời thái dương (xem trống này).

52. Trống Nọc Việt Ngành Nọc Mặt Trời Dương Thái Dương.

Trống Ngọc Lũ I có hai tộc <u>người hóa trang chim Việt mặt trời bổ cắt </u>là trống biểu của nhánh nọc Việt mặt trời <u>dương</u> thái dương của ngành Nọc Việt Mặt Trời thái dương (xem trống này).

53. Trống Nọc Việt Ngành Nọc Mặt Trời Âm Thái Dương.

Trống Hoàng Hạ có hai tộc <u>người hóa trang chim Việt mặt trời bổ nông</u> là trống biểu của nhánh nọc Việt mặt trời <u>âm</u> thái dương của ngành Nọc Việt Mặt Trời thái dương (xem trống này).

54. Trống Đế Minh Ánh Sáng Mặt Trời Man Việt.

Trống Đông Sơn IV có mặt trời 8 nọc tia sáng Khôn-Càn và tất cả các trang trí (hoa văn) đều mang tính nọc, lửa thái dương, Càn, có cò biểu là <u>cò Lửa thái dương Việt </u>đầu cổ hình dương vật biểu tượng cho mặt trời thái dương là trống biểu của tượng Lửa thái dương ứng với Đế Minh Ánh Sáng (với khuôn mặt thế gian) Mặt Trời Man Việt (xem trống này).

55. Trống Kì Dương Vương Mặt Trời Thiên Đỉnh Kì Việt.

Trống Phú Xuyên có vật tổ <u>Hươu Việt</u> mang gạc (hươu sủa) Kijang (kì dương) đang há miệng sủa là trống biểu của

tượng Đất thiếu dương Li ứng với Kì Dương Vương Mặt Trời Kì Việt (xem trống này).

56. Trống Lạc Long Quân Mặt Trời Hoàng Hôn Lạc Việt.

Trống Hòa Bình có vật tổ Sấu Việt là trống biểu của tượng Nước Lửa Chấn ứng với Lạc Long Quân Mặt Trời Lạc Việt (xem trống này).

57. Trống Hùng Vương Mặt Trời Hừng Rạng Lang Việt.

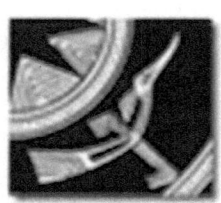

Trống Việt Khê có mặt trời 8 nọc tia sáng Khôn-Càn. Vành ở vùng tứ hành và ngoài biên là vành lớn có nọc chấm đặc diễn tả Khôn dương, không gian dương tức khí gió. Vật tổ cò là cò gió Lang Việt . Cò có bờm gió, cánh diều gió, đuôi có các đường diễn tả luồng gió thổi về phía sau (giống như hình vẽ trên đuôi phi cơ ngày nay) nên trống là trống biểu của tượng Gió dương Đoài vũ trụ khí gió ứng với Hùng Vương Mặt Trời Lang Việt (xem trống này).

58. Trống Nòng Việt Mặt Trời.

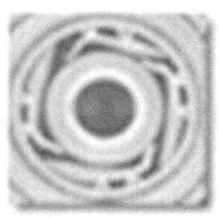

Trống Nòng Việt là những trống có mặt trời ở tâm trống có ánh sáng hình nòng vòng tròn như trống Đào Xá . Trống Đào Xá là trống biểu của một tộc Lang Âu Cơ trong liên hiệp Âu-Lạc (xem thêm Nhóm

Trống Mặt Trời Có Ánh Sáng Vòng Tròn Nhánh Nòng Việt).

Các Cảnh Khác Trên Trống Đồng Liên Hệ Với Mặt Trời.

59. Hiến Tế Người Thờ Mặt Trời.

Hiến tế người là một khuôn mặt của sự thờ phượng mặt trời. Có rất nhiều cảnh tế người trên đồ đồng Điền.Ví dụ như một trống ở *khu mộ Số 20, Trại Thạch Sơn (206 Trước Dương Lịch-25 Sau Dương Lịch)* dùng làm trục thế giới, trên nắp diễn tả một cảnh hiến tế người dưới sự chủ tọa của một nữ lưu hoàng tộc được che lọng.

Và còn nhiều nữa… (Trống Đồng Điền Việt).

60. Vũ Điệu Mặt Trời (Sun Dance).

Những người hóa trang chim mặt trời nhẩy theo chiều dương mặt trời, quanh mặt trời ở tâm trống thấy ở trống Ngọc Lũ I và các trống họ hàng là Vũ Điệu Mặt Trời.

61. Tục Tế Lễ Đu Bay Quanh Mặt Trời.

Trên thân một trống đồng nam Trung Quốc có cảnh diễn tả một tục tế lễ đu bay quay một trục trên đỉnh trục có hình mặt trời. Những người du bay hóa trang chim có đuôi chim và trang phục đầu lông chim tỏa sáng như mặt trời là những người chim mặt trời, là những người Việt Mặt Trời.

(ảnh của tác giả chụp hình vẽ chi tiết tại Viện Bảo Tàng Tỉnh Vân Nam).

Đây là vũ điệu người mặt trời bay, một tục thờ phượng mặt trời. Tục này cũng thấy ở các tộc thờ mặt trời ở Trung Mỹ như Maya, Aztec gọi là *Danza de los Voladores* (Vũ Điệu Người Bay, Dance of the Flyers), hay *Palo Volador* (Cột Bay, Flying Pole) có từ cổ thời.

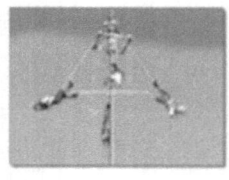

(ảnh của tác giả chụp tại Playa del Carmen, Mexico).

Hiện nay hiểu theo duy tục là tế lễ cầu mùa, cầu sung túc, thịnh vượng… là hiểu theo tính sinh tạo của mặt trời càn khôn.

III. SỬ ĐÁ.

A. Hình Khắc Trên Đá (Petroglyphs).

a. Bãi Đá Cổ Sapa.

62. Mặt Trời ở Bãi Đá Cổ Sapa.

Ở Bãi Đá Cổ Sapa tại *Mường Hoa* có những hình mặt trời dạng hoa cúc ngành nòng, âm thái dương:

(ảnh của tác giả chụp tại phòng triển lãm Mường Hoa, Sapa).

63. Người Mặt Trời.

Người mặt trời đầu có những nọc tia sáng tỏa ra, cũng chia ra làm hai ngành nòng nọc (âm dương), lửa-nước, Chim-Rắn:

- Người hay thần mặt trời vũ trụ ngành nọc dương có đầu là mặt trời nọc tia sáng tỏa rạng.

64. Người hay Thần Việt Mặt Trời Thái Dương.

Người hay thần mặt trời đầu có nọc tia sáng tỏa rạng thái dương có <u>nỏ cong hình Rìu, Việt</u> . *Đây là người hay thần mặt trời thái dương của đại tộc Việt Mặt Trời.* Người hay thần này trăm phần trăm là người hay thần mặt trời của Người Việt Mặt Trời.

b. Bãi Đá Cổ Nấm Dẩn, Hà Giang.

65. Hình và Chữ Nòng Nọc Vòng Tròn-Que Chấm-Vòng Tròn Mặt Trời.

 Ở Bãi Đá Cổ Nấm Dẩn, Hà Giang có những hình khắc trên đá (petroglyphs) chấm-vòng tròn có một nghĩa là mặt trời. Đây là di tích thờ phượng mặt trời.

A. Nghệ Thuật Vẽ Trên Đá (Rock Art) ở Vách Đá Hoa Sơn, Quảng Châu.

Trên vách đá Hoa Sơn, bên *bờ sông Zuo*, Quảng Châu như đã nói ở trên, có nghệ thuật vẽ trên đá của người Việt mặt trời nọc âm thái dương Tráng (Zhuang, Choang) diễn tả cảnh tế lễ mặt trời... Xin nêu ra một vài ví dụ:

66. Mặt Trời.

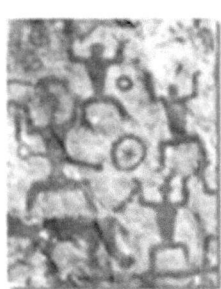 Trong cảnh tế lễ mặt trời ở vách đá Hoa Sơn có rất nhiều hình <u>mặt trời đĩa tròn</u> không có nọc tia sáng mang tính nguyên tạo hay của ngành nòng thái dương <u>và mặt trời vòng tròn có nọc tia sáng tỏa</u> ra của ngành nọc thái dương.

Cảnh tế lễ mặt trời (ảnh của tác giả).

Hai loại mặt trời của hai nhánh nòng và nọc của ngành nọc mặt trời này cho thấy đây là mặt trời của hai nhánh Rắn Chim Rồng Tiên của ngành Việt Mặt Trời thái dương.

67. Cảnh Tế Lễ Mặt Trời.

 Trên vách đá này có nhiều cảnh tế lễ mặt trời chung quanh một mặt trời hay một nhóm mặt trời

Cảnh tế lễ mặt trời (ảnh của tác giả). .

68. Người Mặt Trời.

Người mặt trời có <u>dương vật cương cứng</u> chỉ thiên cầm rìu hay đeo khí giới, giơ hai tay lên trời.

Người mặt trời có nõ cương cứng đeo rìu Việt (ảnh của tác giả).

69. Rìu Việt Mặt Trời.

Người có lẽ là thủ lĩnh đeo khí giới loại rìu Việt đầu có hình mặt trời đĩa tròn.

70. Thờ Trống Đồng Mặt Trời.

Ở đây cũng có thấy hình trống đồng.

Thờ trống đồng mặt trời (ảnh của tác giả).

71. Cung Nghinh Mặt Trời.

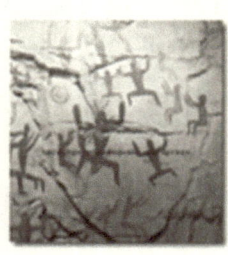

Cung nghinh mặt trời bằng cách đưa hai tay cao lên đầu (hình trên) hay ra trước mặt như thấy ở người Ai Cập cổ và trong các ngôi nhà nọc, mặt trời trên trống trống Ngọc Lũ I và họ hàng.

Cung nghinh mặt trời (ảnh của tác giả).

IV. SỬ SÁCH

72. Bạch Hạc, Thủ Đô Văn Lang Hùng Vương Mặt Trời.

Liên Bang Văn Lang của Hùng Vương Mặt Trời đóng đô ở Bạch Hạc (Cò Trắng) Châu Phong (châu Gió) vì Hùng Vương có một khuôn mặt là mặt trời Gió có chim biểu là Cò Lang Việt như đã biết.

Ngoài ra còn có địa danh Hạc Trì, Ao Cò.

73. Hồng Bàng, Họ Mặt Trời.

Nhình dưới diện ngành nọc dương mặt trời và hiểu theo vật thể thì Hồng là Đỏ là Tỏ là Mặt Trời và Bàng là Họ. Hồng Bàng là Họ Mặt Trời. Hiểu theo vật tổ thì Hồng Bàng là Họ chim Hồng hoàng (Hán Việt hồng hoàng là chim cắt), chim biểu của mặt trời Viêm Đế. Họ Hồng Bàng là họ Mặt Trời dòng thần mặt trời Viêm Đế có chim biểu là chim hồng hoàng lớn (great Hornbill). Người Việt thuộc Họ Mặt Trời.

74. Mặt Trời Tổ Hùng ở Đền Hùng Phú Thọ.

Tại Đền Hùng Vương Phú Thọ thấy rất nhiều hình bóng mặt trời.

Ở Lăng Hùng Vương Thứ Sáu trên nóc cổng có hình quả cầu. Quả cầu tròn này có một khuôn mặt là mặt trời sinh tạo Lang Hùng. Ngay dưới quả cầu là hình mặt trời hình  đĩa chấm-ba vòng tròn . Chấm nọc là lửa, mặt trời nguyên tạo, có một khuôn mặt là Càn, còn ba vòng tròn là từ (word) ba nòng OOO là không gian O thái âm OO, là quẻ Khôn OOO. Đây là mặt trời càn khôn, vũ trụ, mặt trời 100 Lang Hùng sinh ra từ bọc trứng chim thế gian đội lốt bọc trứng vũ trụ Viêm Đế-Thần Nông nhất thể. Ta thấy rất rõ mặt trời này có hai loại ánh sáng: ở phần trên là những tia sáng <u>lưỡi lửa</u> ứng với Càn và ở dưới là những tia sáng hình <u>cuộn mây nước</u> ứng với Khôn. Mặt trời *Hùng Lang trứng thế gian đội lốt trứng vũ trụ* này thấy rõ hơn khi khối lửa được diễn tả dưới dạng <u>đĩa thái cực có chữ S</u> thấy ở trên các linh kiện, bài vị, bát nhang ở Đền Hạ:

Mặt Trời đĩa thái cực chữ S (ảnh của tác giả).

Và còn nhiều nữa nhưng công an không cho chụp!

75. Mê Linh, Chim Bổ Cắt Lang Mặt Trời.

Hai Bà Trưng đóng đô ở Mê-Linh. Hai Bà Trưng dòng dõi vua Hùng Vương, có họ Hùng: '*Bà Trưng quê ở Châu Phong…*'. Mê Linh là tên loài chim Mlang, chim Bổ lang, Cắt lang, Bổ cắt khoang trắng (Ê-Đê ở Tây Nguyên gọi là chim mơ-linh, mơ-lang, Mã Lai gọi là *lang, langling: 'the Southern pied hornbill' chim cắt có lông sặc sỡ, nhiều màu ở miền Nam*). Rõ như ban ngày Trưng Nữ Vương dòng dõi Vua Hùng Vương Mặt Trời lấy chim biểu Bổ Cắt Lang của Hùng Vương làm tên thủ đô Mê Linh (Ý Nghĩa Ngày Giỗ Hai Bà Trưng).

76. Biểu Tượng Mặt Trời Nữ Hoa Sen của Trưng Nữ Vương.

Mặt trời nữ âm thái dương thường được diễn tả bằng hình hoa cúc, hoa sen, hoa thị, hoa hồng. Trưng Nữ Vương

họ Hùng mặt trời dòng thái dương thần nữ Âu Cơ có biểu tượng là mặt trời âm thái dương có một khuôn mặt là mặt trời nữ hình hoa sen. Ví dụ như thấy ở Đền Hai Bà Trưng Đồng Nhân, Hà Nội:

Mặt Trời nữ hoa sen ở Đền Hai Bà Trưng Đồng Nhân, Hà Nội (nguồn: vietlandmarks. com).

(Sự Đời Như Cái Lá Đa).

77. Biểu Tượng Mặt Trời Nữ Hoa Cúc Triệu Ẩu.

Bà Triệu, con cháu Hùng Vương Mặt Trời dòng thái dương thần nữ Âu Cơ có biểu tượng mặt trời hoa cúc âm thái dương thấy trên *ngực áo và ở dải vải trên người con voi* của bà.

Bà Triệu (tranh dân gian).

78. Mặt Trời Nữ Hoa Cúc ở Đền Đinh Tiên Hoàng.

Ở mỗi góc hai chiếc Sập Rồng đá tại Đền Vua Đinh ở Hoa Lư có hình ¼ mặt trời hoa cúc.

Hình ¼ mặt trời hoa cúc (ảnh của tác giả).

Bốn phần tư mặt trời của sập đá gộp lại là một mặt trời. Người cho làm sập này cố che dấu ẩn ý là sập này là sập có mặt trời nữ hoa cúc mang tính chủ. Tại sao lại có mặt trời nữ thái dương hoa cúc tại đây? Có nhiều chứng sử hỗ trợ cho thấy Thái Hậu Dương Vân Nga cai trị song song với vua Đinh và Vua Lê. Mặt trời nữ thái dương hoa cúc này là một bằng chứng cụ thể còn khắc ghi lại trên đá. Đây là mặt trời nữ thái dương của Thái Hậu Dương Vân Nga dòng Hùng Vương Mặt Trời, con cháu thái dương thần nữ Âu Cơ.

79. Mặt Trời Tạo Hóa Đại Vũ Trụ Chấm-Vòng Tròn ở Đền Vua Đinh.

Ở Khu Nền Móng Cung Điện cũ có trưng bầy hai chiếc cáng hoàng gia. Một chiếc có ngai mầu đỏ.

 Ngai có mặt Trời tạo hóa (ảnh của tác giả).

Mầu đỏ là mầu nọc, dương, lửa thái dương cho biết là ngai của Vua Đinh. Lưng dựa ngai có chữ nòng nọc vòng tròn-que từ **chấm-vòng tròn** có một nghĩa là mặt trời sinh tạo, tạo hóa. Lưu ý nọc chấm đặc ở đây mầu sáng mang dương tính. Đây là cáng dành cho vua Đinh Tiên Hoàng. Vua Đinh dòng Hùng Vương Mặt Trời.

80. Mặt Trời Biểu Tượng Thái Hậu Dương Vân Nga.

Chiếc ngai thứ hai mầu đen, mầu thái âm cho biết thuộc

về Thái Hậu Dương Vân Nga. Lưng dựa ngai có hình mặt trời đĩa thái cực chữ S. Mặt Trời đĩa thái cực chữ S này giống mặt trời đĩa thái cực chữ S ở Đền Hùng Vương như đã nói ở trên. Nhưng ở đây Thái Hậu là nữ nên *chữ S có hình con rắn* có khuôn mặt là nước thái âm, nữ. Và phần đen thái âm, nữ mang tính cường điệu.

Rõ ràng Thái Hậu Dương Vân Nga có một khuôn mặt Bà Vua Mặt Trời. Qua chiếc ngai này ta thấy Thái Hậu Dương Vân Nga cũng được coi là Vua Bà như Vua Đinh. Cả hai thuộc dòng Hùng Vương MặtTrời.

....

V. NGÔN NGỮ HỌC.

Chỉ xin đưa ra vài ba ví dụ. như đã biết Việt là Vọt, Rìu vật nhọn biểu tượng mặt trời. Việt là mặt trời (Việt Là Gì?).

Theo tác giả Đỗ Ngọc Thành: '*Tất cả các chữ Việt đều liên hệ tới mặt trời hay biểu tượng mặt trời*' (nhannamphi. com).

81. Man, Mán, Mường, Người Mặt Trời.

Chúng ta là Man, Mán. Mường, Mol có nghĩa là Người. Người biến âm với **Ngời** là Sáng (sáng ngời), Chúng ta là Man, Mán, Mường, Mol là Người là Ngời, là Sáng là con ánh sáng, di duệ của Đế Ánh Sáng Đế Minh dòng thần Mặt Trời Viêm Đế.

82. Hùng Vương: Vua Mặt Trời.

- Hùng là Đỏ, là Tỏ, là Mặt Trời.

- Hùng là Đực (hùng trĩ là con chim trĩ đực). Đực là dương. Dương là Mặt Trời.

- Hùng là Mạnh (hùng mạnh, hùng dũng). Mạnh, sức mạnh là một biểu tượng của Mặt Trời.

- Hùng là tráng (hùng tráng), là trai tráng, là chàng, là lang có một khuôn mặt biểu tượng của mặt trời.

- Hùng là Cun. Theo biến âm h = c = k = kh (hủi = cùi), ta có Hùng = Mường ngữ Cun = Đức ngữ Kaiser = Anh ngữ king = cổ ngữ Việt khuấn = Mông Cổ ngữ khan (Gengis Khan) có nghĩa là người cầm đầu, <u>người số một</u>, vua. Các nhà làm văn hóa ở Việt Nam hiện nay lấy theo nghĩa này cho là Hùng Vương là người cầm đầu một bộ lạc, một tù trưởng. Phải hiểu người số một theo nghĩa số 1 là mặt trời. Hiểu người số một là tù trưởng quá nhún nhường, nhún nhường tới độ hèn hạ. Tự nhận mình là một tộc của Đại Hán!

- Hùng biến âm với cổ ngữ Naacal <u>Hun</u> là số 1 (James Churchward, The Children of Mu). Số 1 có một nghĩa là Mặt Trời.

- Hùng biến âm với <u>Uighur ngữ Hun là Mặt Trời</u> (James Churchward, The Sacred Symbols of Mu).

Rõ như dưới ánh sáng mặt trời Hùng có một nghĩa là Mặt Trời. Hùng Vương là Vua Mặt Trời. Người Việt là Người Mặt Trời.

VI. VĂN HÓA VIỆT.

Chỉ xin đề cập tới vài điểm chính yếu.

83. Nón Quai Thao Mặt Trời.

Chiếc nón thúng quai thao cổ truyền của phụ nữ miền Bắc là biểu tượng mặt trời của thái dương thần nữ Âu Cơ. Jean Cuisinier trong Les Mường gọi là 'Le chapeau de Soleil'.

84. Lọng Mặt Trời.

Lọng mang một ý nghĩa tín ngưỡng nên có nhiều loại lọng với hình dáng khác nhau, mầu sắc khác nhau. Lọng vua Việt Nam giống như chiếc nia tròn mầu đỏ hình đĩa tròn mặt trời.

85. Quạt 18 Nan.

Quạt biểu tượng cho gió. Quạt có 18 nan có một khuôn mặt biểu tượng cho Hùng Vương mặt trời mọc (số 18 là số DNA của Hùng Vương). Quạt 18 cây nan mầu đỏ là quạt biểu của nhánh Hùng Kì, Chim Âu Cơ. Quạt 18 cây nan mầu tím là quạt biểu của nhánh Hùng Lạc Rắn Lạc Long Quân. Quạt 18 nan mầu hồng là quạt biểu của phía Âu Cơ mặt trời tinh mơ, nhật tảo.

86. Khăn Vấn Biểu Tượng Mặt Trời.

Trang phục đầu của người Việt Nam dĩ nhiên cũng mang ý nghĩa mặt trời (Khai Quật Kho Tàng Cổ Sử Hừng Việt). Chỉ xin nêu ra một hai ví dụ tiêu biểu.

Vấn khăn hình con rắn cuộn tròn có hay không có độn khăn hình con rắn là trang phục đầu cổ truyền phổ thông của phụ nữ Việt có một khuôn mặt biểu tượng cho mặt trời Rắn, Nước Lạc Long Quân Lạc Việt.

Ngoài ra người cổ Việt cũng dùng dải dây, dải vải quấn quanh đầu. Dải dây biểu tượng con rắn. Cổ ngữ Việt dải có một nghĩa là con rắn nước. Quấn khăn dải dây con rắn là của tộc nước, mặt trời Nước Lạc Long Quân Lạc Việt. Khăn dải mầu đen là mầu thái âm nước. Khăn dải đỏ là mầu dương thái dương của nhánh lửa và mầu vàng là mầu âm thái dương của nhánh nước thái dương. Thời cận đại để tiện dụng dải dây đóng lại thành vành dây. Hoàng Hậu Nam Phương đội khăn vành dây vàng. Ý nghĩa khăn vành dây là khăn con dải rắn thấy rõ ở tộc Maya tên Tzutujil (Tz'utujil) ở Hồ Atitlán, Guatemala (xem dưới).

Tóm lại khăn vành dây mầu vàng (như của Hoàng Hậu Nam Phương) là trang phục đầu theo duy dương mang ý nghĩa mặt trời nước nhánh Lạc Việt Lạc Long Quân.

87. Hiến Tế Người Thờ Mặt Trời.

Người cổ Việt cũng hiến tế người. Tống Ngọc trong bài Chiêu hồn có đoạn: "Hồn hỡi hồn, về đây, đừng xuống phương Nam, Đó là xứ rắn, mãng xà khổng lồ, *Bọn xâm trán, bọn đen răng sẽ mần thịt Hồn để cúng tế, nấu xương hồn mà làm canh*" cho thấy "phương Nam xứ rắn" tức các tộc họ Rắn-Trăn nước khổng lồ, dòng Rắn Rồng Lạc Việt Lạc Long Quân có tục "xâm trán, đen răng" (mầu đen là mầu nước thái âm). Răng đen là biểu tượng của tộc nước thái âm của dòng Mặt Trời Nước Lạc Long Quân. Cúng tế người là tục thờ mặt trời.

88. Cúng máu tươi Thờ Mặt Trời.

Hồi bé, tôi thấy mỗi lần giỗ tết thường cắt tiết gà hứng vào đĩa rồi để lên bàn thờ cúng. Cúng máu tươi là một tục tế lễ mặt trời.

89. Ăn Tiết Canh Thờ Mặt Trời.

Rõ nhất là người Việt ngày nay còn ăn máu sống thú vật thay cho máu người dưới dạng tiết canh. Hiện nay chúng ta còn nghe câu hát '*Thề phân thây uống máu quân thù*' (Văn Cao), giống như người Aztec phân thây uống máu kẻ thù trong lúc hiến tế người cho thần mặt trời. Đây là một dấu tích của tục thờ phượng thần mặt trời.

90. Xôi Gấc, Tế Thực Thờ Mặt Trời.

Cúng tổ, lễ tết thường có mâm xôi gấc mầu đỏ hình mặt trời. Đây là một tế thực thờ mặt trời, tổ tiên Việt Mặt Trời.

91. Bánh Dầy, Tế Thực Thờ Mặt Trời.

Bánh dầy bánh chưng có một khuôn mặt biểu tượng cho Trời tròn Đất vuông. Theo duy dương bánh dầy tròn có một khuôn mặt là mặt trời đĩa tròn nguyên tạo tạo hóa. Ở nhánh Lạc Việt Lạc Long Quân bánh dầy mang tính mặt trời nọc âm, mặt trời hoàng hôn nên thường nhuộm mầu tím đỏ (mầu huân, mầu quân). Còn về phía âm thái dương nữ, mặt trời nữ thái dương nhật tảo Âu Cơ thì bánh dầy nhuộm mầu hồng…

VIII. BÁCH VIỆT THỜ MẶT TRỜI.

Ngoài Việt Tráng (Choang, Zhuang) thấy qua Nghệ Thuật Vẽ Trên Đá ở vách đá Hoa Sơn, Quảng Châu đã nói ở trên, xin kể thêm vài tộc:

92. Tộc Yi Thờ Mặt Trời.

Ngày nay tộc Yi ở Vân Nam vẫn còn giữ tục thờ mặt trời. Tộc Yi cũng thờ trống đồng.

93. Nam Việt Thờ Mặt Trời.

Ngay cổng chính Bảo Tàng Viện Mộ Nam Việt Vương, Quảng Châu, trên cao nhất có hình mặt trời. Đây là biểu tượng của Bách Việt, Người Mặt Trời. Hiển nhiên Nam Việt là một thành phần của Bách Việt. Không một viện bảo tàng nào khác của Trung Quốc có để mặt trời tại ngay cổng chính.

Mặt Trời ở mặt tiền Bảo Tàng Viện Nam Việt Vương, Quảng Châu (ảnh của tác giả).

(Những Nét Văn Hóa Bách Việt ở Bảo Tàng Viện Mộ Nam Việt Vương, Quảng Châu).

94. Triều Tiên, Ánh Chiêu Dương, Mặt Trời Hừng Sáng.

Tên nước Triều Tiên có nghĩa là Ánh Chiêu Dương đầu tiên của ngày, tức ánh bình minh. Ngày nay người Đại Hàn dịch chữ Triều Tiên ra Anh ngữ là "Morning Calm". Ánh Chiêu Dương gần cận với Hừng Rạng, Hừng Việt, Hùng Vương Mặt Trời Mọc, với mặt trời nhật tảo Âu Cơ. Cổ sử Đại Hàn và cổ sử của chúng ta cũng gặp nhau ở cái bọc Trứng Thế Gian. Các tộc phía nam của Tam Hàn cũng có huyền thoại cho rằng vua tổ của họ do trứng nở ra y hệt truyện Âu Cơ đẻ ra một bọc trứng nở ra các Tổ Hùng Lang Mặt Trời. Họ có Vua Thankun có một khuôn mặt tương đương như Đế Minh đẻ ra vua tổ thế gian Kija tương ứng với Kì Dương Vương. Tam Hàn cũng ruột thịt với Lạc Long Quân. Trong Nguồn Gốc Mã Lai Của Việt Nam, tác giả Bình Nguyên Lộc viết *"Sử đời Chu cho biết rợ Tam Hàn vốn là dân Lạc viết với bộ trãi, tức là dân Đông Di, gốc ở cực đông bắc Trung Hoa thời thượng cổ"*. Ta thấy dân Đại Hàn có chi Lạc viết với bộ trãi y hệt chữ Lạc trong tên Lạc Long Quân cũng viết với bộ trãi. Bình Nguyên Lộc cũng đã nhận ra sự liên hệ này:"*Nhưng người Tầu đã sai lầm mà phân biệt Đông Di và Nam Man vì cứ theo lời họ tả thì Đông Di giống hệt Nam Man cũng xâm mình và nhuộm răng đen và ta sẽ thấy... rằng rợ Đông Di, đích thị là Việt"*. Người Đại Hàn cũng nhận mình có nguồn gốc ở Hồ Động Đình (Hồ Động Đình và Bách Việt).

Tóm lại Triều Tiên, Ánh Chiêu Dương ruột thịt với Hùng Vương là Vua Mặt Trời Mọc con của Âu Cơ, thần mặt trời nữ rạng sáng, nhật tảo.

95. Lạc Việt Mặt Trời Hải Đảo.

Các tộc ở hải đảo Nam Dương, Mã Lai, Papua New Guinea, Đảo Cook... đều có cốt lõi văn hóa Chim Bổ Cắt-Rắn Nước tương đồng với Việt Nam. Dayak được các tác giả Việt Nam (như Kim Định) cho là một thứ Bộc Việt (theo tôi là Nòng Việt hay Lạc Việt hải đảo)…

96. Nhật Bản.

Văn hóa Nhật Bản có hai gốc lớn, một gốc phía Bắc liên hệ với văn hóa Á châu lục địa: Đại Hàn, Trung Quốc, Đông Bắc Á châu và một gốc phía Nam liên hệ với văn hóa hải đảo Thái Bình Dương, Đông Nam Á. Văn hóa gốc phía nam thờ thần mặt trời nữ giống như văn hóa hải đảo và Việt Nam. Bằng chứng thấy rõ qua Nhật và Việt Nam đều có mặt trời hoa cúc biểu tượng cho thái dương thần nữ Amaterasu và Âu Cơ. Nhật và Việt Nam đều thờ gương mặt trời nữ. Ngôi Đền Đại Điện Ise thờ thái dương thần nữ Amatersu làm theo kiến trúc nhà sàn có sừng ở đầu hồi giống nhà nọc mặt trời trên trống đồng nòng nọc của đại tộc Đông Sơn và của các nhà thờ phượng hải đảo Thái Bình Dương (Nhật Bản Đại Điện Sumiyoshi Taisha, Osaka).

Người Nhật là Con cháu thái dương thần nữ Amaterasu giống chúng ta là con cháu thái dương thần nữ Âu Cơ.

. Các Tộc Thờ Mặt Trời Trên Thế Giới Liên Hệ Với Việt Nam.

97. Ấn Độ Thờ Mặt Trời.

Văn hóa Thung Lũng Sông Ấn là văn hóa của những người bản địa Dravidian có trước văn hóa Veda (là thứ văn hóa của người Caucase Aryans pha trộn với văn hóa bản địa). Văn hóa Thung Lũng Sông Ấn liên hệ mật thiết với văn hóa Sông Hồng. Cả hai đều là văn hóa sông nước, nông nghiệp nghiêng nhiều về mẫu quyền, thờ thần nữ. Mẹ tổ nguyên khởi đều sinh ra từ cây đa, cây si (Mẹ Tổ Thung Lũng Sông Ấn sinh ra từ cây đa còn Mẹ Tổ Dạ Dần Mường Việt sinh ra từ cây si)… Như đã nói ở trên có sự tương đồng giữa thần mặt trời Viêm Đế họ Khương (Sừng) với thần tổ hay thần mặt trời đầu sừng của người Thung Lũng Sông Ấn. Trong các khảo cổ vật có những triện đất sét ở Harappa, thiên niên kỷ thứ nhất Trước Dương Lịch có hình mặt trời mang hình ảnh giống hình mặt trời trên trống đồng nòng nọc của đại tộc Đông Sơn.

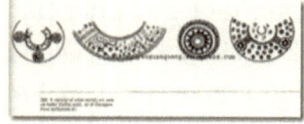

Những triện đất sét ở Harappa có hình mặt trời giống như hình mặt trời trên trống đồng nòng nọc của đại tộc Đông Sơn (nguồn: Mandanjeet Singh, The Sun).

…..

98. Aztec, Người Mặt Trời.

Các tộc thổ dân Mỹ châu thờ mặt trời có nguồn gốc từ Đông Nam Á, có văn hóa lưỡng hợp chim-rắn như văn hóa Chim Rắn Tiên Rồng của Việt Nam. Họ nhận mình là Con của Ánh Sáng (Children of Light), là Người Mặt Trời (The People of the Sun). Đặc biệt là Aztec. Aztec có hai nghĩa. Một nghĩa là Rìu và một nghĩa là Cò. Tại sao? Vì Aztec cũng có văn hóa dựa trên lưỡng hợp *Rắn Lông Chim Quetzalcoatl* như chúng ta có Chim-Rắn nên từ Aztec có hai nghĩa ở hai ngành nòng nọc, âm dương khác nhau. Ta phải nhìn dưới hai diện duy dương chim và duy âm rắn. Theo duy dương ngành nọc thì Aztec được cho có nghĩa là *"at the place in the vicinity of tools"* with *Az-: tools* (Wikipedia) (*'ở chỗ lân cận dụng cụ'* với *Az* là dụng cụ). Dụng cụ của người tiền sử là que, gậy, nọc nhọn, rìu đá, một thứ Việt. Ta cũng thấy Aztec ruột thịt với Phạn ngữ *ak*, đục, xuyên (bằng vật nhọn), nhọn sắc; gốc Hy Lạp *ake*, nhọn, Anh ngữ **adze**, axe, rìu, arrow, mũi tên… Như thế với nghĩa Az là Dụng Cụ thì Aztec có nghĩa là Adze, Axe, Rìu, Việt. **Aztec = Az = Adze = Rìu = Việt**. Theo duy dương, Aztec là Tộc Rìu, Tộc Việt của ngành nọc dương.

Theo duy âm, Aztec được giải nghĩa là tộc Cò, Hạc. Aztec phát sinh từ Tây Ban Nha ngữ *Azteca,* có gốc từ tiếng Nahuatl là *Aztecatl* chỉ nguyên quán *Aztlán* gần chỗ hạc, cò *(azta* là hạc, cò và *tlan* là lân cận, gần) (http://dictionary. reference.com). Aztlán là "place of Herons" hay "place of egrets" ('chỗ Cò, Mường Cò') (*Crónica Mexicáyotl). Aztec là **Vùng đất Cò, Mường Cò (một địa danh huyền thoại). Như thế, theo duy âm *Aztec là tộc Cò, Hạc, một thứ chim Việt ngành nòng âm.*

Tóm lại Aztec liên hệ với Việt Nam. Văn hóa Aztec tương đồng với văn hóa Việt Nam. Điểm tương đồng bàng hoàng nhất là Aztec có một vị thần bảo hộ là Thần Trắng

(White God). Thần là một người râu dài, da trắng. Khi chia tay dặn người Aztec mỗi khi họ bị lâm nguy thì kêu cầu cứu, bố già sẽ trở về cứu giúp họ. Vị Thần Trắng này giống hệt như Lạc Long Quân. Lạc Long Quân cũng là một Người Già râu tóc bạc phơ, thường mặc áo trắng, khi chia tay cũng dặn con dân Việt rằng khi nào các con gặp nguy khốn, nhớ gọi ta, ta sẽ trở về cứu giúp các con. Vì thế những lúc lâm nguy người Việt thường gọi '*Bố ơi, bố ở đâu? về cứu chúng con*'. Cũng vì tin vào vị Thần Trắng này mà cả một đế quốc Aztec đã rơi vào một tay viễn chinh Tây Ban Nha Hernandez Cortés với vài chục thuộc hạ. Vua chúa Aztec lúc đó đã tưởng lầm Hernandez Cortés là vị Thần Trắng của họ trở về cứu giúp họ.

99. Maya, Người Mặt Trời Nhánh Nọc Âm Thái Dương.

Maya Trung Mỹ, một tộc ruột thịt với Lạc Việt, Việt Nam (Tương Đồng Giữa Maya và Cổ Việt). Chỉ xin nhắc lại đôi điểm. Người Maya cũng có rìu Việt mặt trời giống chữ Việt trên giáp cốt văn:

Đặc biệt có các tộc Maya tộc Tzutujil ở Santiogo, Hồ *Atitlán, Guatemala* có trang phục đầu cổ truyền phụ nữ giống hệt trang phục đầu cổ truyền phụ nữ Việt Nam mang dòng máu Lạc Việt.

Khăn vành dây này mang biểu tượng con rắn cầu vồng: "*Sự kết hợp giữa rắn và vành khăn cũng thấy ở các tộc Tzutujil tại San Pedro La Laguna, họ xem vành khăn như là một con rắn mầu sắc với đầu người*' (Paul 1974:294). Mầu cầu vồng là mầu quang phổ ánh sáng trắng. Khăn vành dây rắn mầu cầu vồng tocayal mang hình ảnh rắn Nước Ánh Sáng, Rắn Mặt Trời Nước Lạc Long Quân cháu của Đế Ánh Sáng Bảy Mầu Cầu Vồng Đế Minh…

100. Ai Cập, Con Dân Mặt Trời.

Ai Cập cổ thờ mặt trời tương đồng mật thiết với Việt Nam (xem Tương Đồng Với Ai Cập).

.Âu Cơ mang hình bóng tương đồng với nữ thần mặt trời Isis.

.Lạc Long Quân mang hình bóng Osiris. Thần Osiris cũng có một khuôn mặt chúa tể cõi âm, cũng là một người già râu dài như Lạc Long Quân.

.Cửu Thần Ennead.

Cửu Thần Tổ Ai Cập cổ mang hình bóng 9 vị thần tổ Viêm Việt: Thần tổ tối cao của chúng ta là Đấng Tạo Hóa Viêm Đế-Thần Nông nhất thể. Ở cõi tạo hóa vũ trụ là bốn vị Đế là Đế Viêm, Đế Đế, Đế Thần và Đế Nông. Ở cõi tiểu vũ trụ, thế gian là bốn vị vương: Đế Minh (Đế Minh là vị thần chuyển tiếp giữa đại vũ trụ và tiểu vũ trụ. Ở đại vũ trụ có tước hiệu Đế. Ở cõi tiểu vũ trụ có tước hiệu Vương ứng với tượng lửa thái dương), Kì Dương Vương, Lạc Long Quân và Tổ Hùng Vương thế gian truyền thuyết. Tổng cộng Việt Nam có 9 thần tổ giống Cửu Thần Ennead.

.Tổ Hùng thế gian nhánh lửa, chim Việt Bổ Cắt mang hình bóng Horus có chim biểu là chim ưng.

.Hùng Vương mặt trời lịch sử mang hình bóng Vua Mặt Trời Pharaohs.

.Các vua mặt trời Pharaohs đều mang tính nam, đàn ông diễn tả bằng chòm dâu dê, ngay cả Hoàng hậu Hatshepsut khi xưng là một Pharaoh, tượng và các hình vẽ của bà cũng có chòm râu dê. Điểm này giống hệt là bọc trứng chim mặt trời sinh ra toàn con trai, toàn là Lang mặt trời.

......

Và dĩ nhiên còn nhiều bằng chứng nữa xác thực Người Việt là Dòng Giống Thần Mặt Trời, Người Việt là Người Mặt Trời.

Kết Luận:

Không còn gì để nói nữa Người Việt là con cháu, dòng giống Thần Mặt Trời, mang dòng máu mặt trời. Người Việt là Người Mặt Trời. Từ căn cước này ta tìm được bản sắc, sắc thái, cốt lõi đích thực của văn hóa Việt và nguồn gốc Việt.

Hãy viết lại lịch sử Việt Mặt Trời.

HÃY HÃNH DIỆN NHẬN MÌNH LÀ NGƯỜI VIỆT MẶT TRỜI. HÃY SỐNG NHƯ MẶT TRỜI.

'MẶT TRỜI CÒN, NGƯỜI VIỆT MẶT TRỜI CÒN, NƯỚC VIỆT MẶT TRỜI CÒN'.

Nguyễn Xuân Quang

NGUYỄN XUÂN THIỆP

Dùng tên thật, sinh năm 1937 tại Huế.

Học tại Quốc Học Huế, Văn Khoa, và Luật Khoa Sài Gòn.

Dạy học tại Mỹ Tho.

Sĩ quan Việt Nam Cộng Hòa (1963-1975), làm phát thanh Quân Đội ở Đà Lạt, Pleiku, Sài Gòn. Tháng 5-1975 đi tù chế độ Cộng Sản tới 1982.

Trước 1954, đăng thơ trên *Đời Mới, Thẩm Mỹ,...*

Định cư tại Dallas, Texas, Hoa Kỳ từ 1995, đăng thơ ở *Văn Học, Thế Kỷ 21, Hợp Lưu, Văn...*

Chủ biên tạp chí *Phố Văn* từ 2000-2008 và chủ trương blog Phố Văn.

Hiện sống cùng gia đình ở Dallas, Texas, làm việc với báo *Trẻ*

Tác phẩm đã xuất bản:

- *Tôi Cùng Gió Mùa* (thơ; Văn Học, Cali, 1998; NXB Phố Văn tái-bản, 2012)
- *Tản Mạn Bên Tách Cà Phê* (tạp văn; NXB Phố Văn, 2012),
- *Thơ Nguyễn Xuân Thiệp* (thơ; NXB Phố Văn, 2012)

Chiều bên sông giăng

Bên bờ sông Babylon
Ta ngồi ta khóc
(Psalm 137)

1.
buổi chiều bên sông giăng
ta ngồi ta hát
khúc hát buồn chia đôi
một nửa. theo dòng sông
một nửa. vương bãi bờ
dòng sông thì mãi trôi đi
riêng mình ta. dừng lại

buổi chiều chở cát bên bờ sông giăng
ta ngồi ta khóc
trông về phương nam
ngọn gió hoan châu. rào rào cát chạy
nghìn dặm. bóng chim bay. nước sóng sánh bờ
những tấm lưới giăng qua ngày rộng
chiều lên
chiếc thuyền ai đỏ lửa
và vệt khói mờ trong mắt ta
dưới trời xưa. cuộc động quan. có phai
                              vàng. nát đá
giọt lệ nào rơi. chiều nay
ta xót ta. thân dã tràng. xe cát
biển đông. sóng dội. xô bờ
nỗi oan khiên một thời không bóng vang

buổi chiều. vớt sỏi. dưới lòng sông giăng
ta cười trong tiếng sóng

ai kia. đưa ta lên rừng
ai kia. đưa ta ra đầu ngọn suối
tượng đài ngươi đọ được với thời gian
tiếng cười ta
đánh thức. lớp cuội mòn. chiều nay
bia đá nghìn năm. bồi hồi. xao động
nói gì với mai sau
nói gì với các thị trấn bên bờ nước biếc
một tiếng cười dài. vang vọng. hư không

buổi chiều. kéo gỗ. bên bờ sông giăng
ta đọc bài cổ thi
câu nhớ. câu quên. lời tan trong gió
lòng ta ơi. mãi không yên
nghìn năm. cơn đau. sóng vỗ
chiều bên sông giăng. và ta
chiều động giấc mơ ngàn
hồn ta theo trăm cây gỗ lớn
gập ghềnh lối voi đi. trâu kéo. mưa nguồn
giăng giăng bến cát
những ngày qua. nằm dưới cơn mưa cổ lũy
trắng trời lau thưa
mắt gỗ vàng. và mắt ta. qua thế kỷ
đã thấy vết chàm in sậm mặt người

buổi chiều bên sông giăng
chờ một vầng trăng mọc
chưa kịp nhìn trăng. trở gót ta về
hẹn với khoang thuyền khuya nay
hẹn cùng dòng sông. và bè gỗ
đón cho ta vầng trăng
một thời ngủ mê trong cơn sốt đỏ
giấc mơ ta ơi còn lại chiều nay

2.
chiều tháng ba. sấm động
ta kẻ cuối cùng rời bãi sông giăng
bước mỏi. trèo lên quán dốc
nhìn nước. nhìn trời. trời nước mang mang
hồn xưa chợt hiện
voi thiêng nghìn cỗ. bằng ngàn
rú gầm
ngả rạp. rừng trầm hương
quan san
quan san
rùng rùng vó ngựa
chớp ánh lửa nguồn
ta gọi ai
ai gọi ta
những cõi người thất lạc
này tiền kiếp của ta ơi
thức dậy
thức dậy. cuộc diễu hành qua cõi đá vàng
ta thấy ta đi trên dặm trường sa mạc
ta thấy ta đi tận cuối rừng lau
theo ta đám dân du mục đói nghèo
đã khuất dưới trời đại nạn
ta thấy ta đi giữa rừng tuyết ủng
áo rũ bạc màu trăm mảnh xác xơ
mặt mũi gầy nhom
đâu cô bé chăn dê cho ta bầu sữa
hồi sinh. giữa giấc. càng đau
lá bối chép kinh đã tàn ánh lửa
riêng một góc đời chưa rạng chiêm bao

chiều sông giăng
tháng ba ù ù sấm động
những tấm lưới phơi giờ xếp lại

thuyền về bến xa
ai thổi lên cho ta chiếc còi vỏ ốc
âm thanh khuất cuối bãi ngàn
năm năm đời ta ngọt bùi chẳng biết
đường đi. mỗi bước. một dài
lán cỏ. giường tre. cơn mơ đã mỏi
đợi một tiếng gà mòn giấc canh khuya
năm năm. những chiếc roi. quất ngược
cửa hiện thời búa bổ. ngày rơi

chiều bên sông giăng
tháng ba bồi hồi sấm động
màu ráng trời rớt xuống hồn ta
cháy đỏ
những vệt sầu cổ thi
            này hiền sĩ xưa ơi. cuộc lãng du ai
            quên nỗi đói nghèo. ngày lại ngày
            dắt lũ chó vàng đi săn chồn cáo. bước
            chân qua chín mươi chín ngọn non
            hồng
chiều đang gọi qua truông
về chưa. về chưa
tháng ba. quanh trời. sấm động
chiều nghi xuân. u uất. màu mây
ai xưa. múa con dao dài. chặt giang đốn
            củi. ngày ngày theo ông vượn vào
            hang sâu. nhặt trái gấm ăn xót dạ.
            hồn xanh đắm giạt mây ngàn
ngày về chết bãi sông tương
tràng an ơi. san sát bờ lau sậy xa
thơ ai. chảy máu bầu trời

ôi nguyễn du. đỗ phủ
tôi nay cùng đường

dừng lại bên sông
hái ngọn rau lang. chiều reo. mệt lả
gọi cùng mây nước trôi đi

chiều bên sông giăng
tháng ba đi trong tiếng sấm
lòng ta. trái khô rơi. mấy mùa
nắng đã phai vàng trên mái rạ
tháng ba ơi
đâu tiếng gà đầu thôn cỏ đưa hơi ấm nồng
gió lên rồi. gió lên
gió trên những đường dây giăng qua trời rộng
mùa này khua rộn sắc âm
giục giã
chiều. theo cánh chim quen. bay vòng qua biển bắc
tìm một cành biếc trong mưa
biển cũng bồn chồn như lòng ta mở ra khi chiều tối
chiều sông giăng
ai trên đường về nón lá tả tơi
hứng những giọt mưa đầu mùa rơi qua đồng nội
mang trong nếp áo
dư vang sấm động
thôi hãy về. khêu cao ngọn đèn che gió qua khuya
bởi trời tháng ba nơi đây chẳng còn chút lửa
người đi. dấu cỏ. mịt mờ cầu sương

tháng ba ơi
bông nhãn đã tàn
bông muối rụng dày trên mặt đất
lòng ta. chùm bông giẻ. chiều nay
phai rũ
quê nhà có còn áo phơi
hay đã bay lên trời.tắt nắng
thoảng mùi nhựa thông trong ký ức

mùi hương ấu thời
hương những đồng cỏ cháy ban trưa
tuổi nhỏ ta về dưới mái tranh gió thổi
nụ cười trong mơ
thôi đã tắt hết. sắc màu. mùi hương. ánh sáng
đêm nay áo mỏng thân gầy
nằm nghe. chớp bể mưa nguồn. về tự sông giăng
dưa muối quê người lòng ta càng xót
em dưới trời cố quận
có cùng nghe. sấm dội. chiều đi qua

3.
hẹn mùa sau hái bông giẻ vàng
thả trôi theo dòng nước sông giăng
mùi hương ngái tự trong lòng đất
bao năm rồi không tan
của ta. một chút tình hoang dại
của thế kỷ này. một nỗi sầu vang
gửi tặng em.tặng đời u uất
một chiều nào chết bến sông giăng

Nghệ Tĩnh, 1980

Mưa

mưa mù sa. mưa tháng tám. hay mưa tháng năm
tôi đi. hồn cây. mưa hạ hay mưa mùa đông
em vẫn bên bờ kia. biển. mây. vàng nắng đậm
tôi nhìn trời. gọi một vầng trăng trổ bông

mưa từ đất rộng. áo em phai. mưa qua sông
mưa sài gòn. mưa ở đây. mùa new orleans
tiếng đàn trầm rụng. quán âm. cõi blues nức nở
khuya rồi. có tiếng sóng. và rừng xưa nước mắt xanh

em có nhớ. mai kia. sẽ mưa trên hồ sen. trên rặng nhãn
tôi làm cánh chim cổ tích bay ngược thời gian
em chơi nhảy dây. nhớ cột giùm đôi vạt áo thơ.
con chuồn chuồn. đỏ
vết đau ấu thời. chiếc kẹp tóc. quên trên ổ rơm

khi xa tôi. trời mưa không nhỉ. thì cứ nói là mưa đi
thêm chút mộng. người xa nước. lúc chia tay
những bông phượng hồng. ướt tóc
rơi. mái hiên thưa. nhìn gì nữa. phố mưa
thấm trên trang sách. em ôm vào ngực. lỡ mai người không về

thì mưa
những guồng tơ quay. dưới mái nhà mây xám
mùa thu
rồi mùa hạ
tiếng ve khơi biển rộng
vỡ quá khứ. mù tôi đi
qua những chiếc cầu treo. thiên niên kỷ tàng
                tàng. nghiêng. thành phố quạ
trở giấc tường vi. mưa ở đây. mưa từ rất xa.
                        rất xa.

Khúc h.

uống cạn chén rượu này
xa. kia. đồi cỏ tía
chiều
màu của cơn giông. tàn úa. trong cây
lời cuối. lúc chia xa
bay từ hốc lửa
thư viện. giờ này đã vắng. tiếng đàn im. người đi
                            qua cầu. một mình

đi qua
đi qua
chiều
trước thềm ngôi nhà ấy
những cánh hồng. khô
của tháng tư. ai vừa đốt
cháy lên
màu nắng. còn đau. ký ức tôi
hay đi qua
khu chung cư trên đồi thông. những bậc đá. và cỏ lau
số 3. nguyễn trường tộ
thấy gì trên con dốc
ngọn đèn. ai thắp lên trong chiều
dã quỳ
đã chết

này. hành giả phương đông
đứng nhìn vầng trăng. rực cháy
trên nóc tòa nhà gold empire
hư ảo thời gian. mặt trời. và đỉnh núi tuyết
cất lên
khúc h. của những thành phố nắng quái. những cây
            cầu bắc qua giấc mơ. kêu như chim của thờ

chưa có sử

hoàng hôn
hãy là gã du ca. roger ridley. với cây đàn thùng
trên góc phố
santa monica
hát. gào. khản giọng
stand by me. stand by me. o darling
tiếng đàn thùng. và mái tóc. mắt của mặt trời chiều
hắt bóng. con chó nằm gác mõm
người đi qua
đồng tiền rơi trong nón
và trẻ con reo cười
ôi
chiều
santa monica

này em có nghe
em có nghe
khi trời nổi gió
tiếng của một nhà thơ. vang vang
những âm khô. rỗng
trong khu nhà trên đường magnolia
gọi về cơn mưa. em đứng khóc
gọi lại chuyến ô tô ray ngày ấy
ngọn đèn vàng. bến ga

hay hãy như
allen ginsberg. đứng trên quảng trường times
　　　　　　squares. mơ về times quares
tên da đen thổi điệu kèn. buồn. thổ huyết
lúc bình minh. 5 giờ sáng
người homeless ngủ. nằm mơ những vì sao

và khúc h.

Nguyễn Xuân Thiệp

NGUYỄN XUÂN TƯỜNG VY

Nguyễn Xuân Tường Vy sinh năm 1969 tại Quãng Ngãi, lớn lên tại Sàigòn.

Vượt biên năm 1983. Định cư tại San Jose, tiểu bang California, Hoa Kỳ từ năm 1984

Tốt nghiệp San Jose State University với bằng Cử Nhân Khoa Học

Cộng tác với các tạp chí *Hợp Lưu, Văn Học, Trẻ.*

Tác-phẩm đã xuất bản:

- *Mắt Thuyền*, truyện và ký (Hợp Lưu, 2011).

Mưa đêm

ta cứ mãi đi tìm trong vô vọng
điểm tựa lòng cho dẫu rất mong manh

(thơ biển bắc)

Chiếc xe lao đi trong màn mưa dày đặc. Một màu nước trắng xóa giăng kín vòm trời. Tôi nắm chặt tay lái, mắt nhìn thẳng vào khoảng đường phía trước. Hai chiếc quạt nước quay hết tốc độ vẫn không đuổi kịp những dòng nước tuôn xối xả xuống kính xe. Gió quật mạnh hai hàng cây ven đường. Những thân cây cúi gập, nghiêng ngả chạy thốc về phía sau. Từng đợt sấm vang rền, tiếp nối nhau vang xa, vang mãi. Một tia chớp nhóa lên, xanh rực xẻ ngang bầu trời.

"Em đừng đi."

Tay lái tôi chợt lệch. Chiếc xe trượt khỏi mặt đường ướt. Tôi đạp mạnh thắng, cố sức bẻ quặt vô lăng về bên trái. Hai bánh xe sau xoay tít trước khi ngừng lại trên mặt đường. Mồ hôi túa ra hai bên thái dương. Tôi quay cửa sổ xe xuống. Mưa tuôn thành dòng đổ lên vai tôi lạnh buốt. Những hạt mưa tròn mọng tan nhanh như ánh nhìn vỡ vụn của anh sáng nay.

Cơn bão tháng Hai đang đập xuống thành phố tôi ở. Hồ Lonna có lẽ đang mù mịt trong mưa. Từ một mùa mưa năm nào tôi không nhớ rõ. Khi cuộc sống ngột ngạt nghẹt thở, khi nỗi cô đơn bung ra như những hạt mưa tung tóe rơi xuống khoảnh sân sau nhà, tôi đã ra xe, lái lang thang vô định trên những con đường sũng nước. Hồ Lonna hiện ra mênh mông diệu vợi ở một khúc quanh. Thân thiết vỗ về như một người bạn. Êm đềm dịu dàng như một người tình. Tôi thích đến bên hồ, yên lặng thả trôi lòng mình giữa thiên nhiên bao la. Những buổi chiều tĩnh tâm bên hồ, tôi đắm mình trong màu xanh của cây cỏ, lắng nghe tiếng nói của côn trùng, và hít căng buồng phổi không khí hăng hăng mùi bùn non. Mặt hồ như tấm gương lặng lẽ và trong suốt, phản chiếu lên đó tất cả những chán chường tôi day dứt mang trong cuộc đời.

Tôi đã gặp anh lần đầu ở hồ Lonna một chiều mưa. Người đàn ông dáng vẻ bụi bặm đang miên man vung tay trước giá vẽ đã gợi lên trong tôi sự tò mò. Trên mặt vải phẳng phiu là quang cảnh hồ với những mảng màu ghép lại từ nhiều góc độ. Bàn tay anh không ngừng chuyển động, vạch ngang, xẻ dọc, khoanh tròn, bay vút, đưa cao, xuống thấp, hối hả say mê như muốn thâu tóm vẻ đẹp của thiên nhiên vào khung vải trước khi chúng biến mất. Mặt trời hấp hối bị che lấp bởi những cuộn mây xám trĩu nước. Phong đỏ cùng thông xanh reo đùa với gió. Gió xoay những chiếc lá tung lên rồi lại phủ xuống mặt hồ. Sóc nâu, cò trắng, vịt trời, mặt nước váng vất những vòng sóng lăn tăn cứ hiện ra lồ lộ trên khung vải như được tuôn ra bởi một cây cọ thần. Khi mưa bắt đầu rớt những giọt nước lấm tấm xuống khung vải, tôi chạy ra xe lấy chiếc dù rộng đưa đến cho anh. Anh buông cọ vẽ, ngẩng lên. Chiếc dù bung ra vội vã, màu vàng rực rỡ làm sáng hẳn một góc hồ. Giá vẽ được thu gọn một bên, anh ngồi cạnh tôi trên chiếc ghế gỗ thấp tránh mưa. Một màn sương mỏng lan tỏa khắp mặt hồ. Anh lấy bình thủy trong ba lô, rót trà ra hai chiếc ly giấy.

"Cô uống trà nhé. Đây là loại trà mộc, không có ướp chất hóa học nào, cô đừng lo."

Tôi đưa hai tay đón lấy ly trà sóng sánh màu cốm non từ tay anh. Một mùi thơm dìu dịu lan nhẹ chung quanh. Chúng tôi cùng im lặng, nhìn ra mặt hồ trắng xóa mưa, nhấp từng ngụm trà nóng. Anh mơ màng bảo tôi. Giá có sẵn bếp, tôi mời cô uống trà pha bằng nước mưa, tuyệt lắm!

Anh có bao giờ pha trà bằng nước mắt chưa? Tôi đã muốn hỏi anh như thế. Trà pha bằng nước mưa tôi chưa được uống; trà pha bằng nước mắt tôi uống đã nhiều. Nước mắt ở đâu mà lắm thế, anh sẽ hỏi. Ừ, nước mắt ở đâu mà lắm thế, tôi cũng hỏi tôi. Một tràng sấm nổ rền trên không, gió gào thét trên những nhánh cây, và mưa đổ xuống rầm rập như một câu trả lời. Tôi đạp mạnh chân ga. Chiếc xe rú lên, lao vút trên đường. Những hạt mưa hình nước mắt vẫn phủ xuống từng đợt vào mặt kính. Chân trời xa tít thỉnh thoảng lại lóe lên những lằn chớp sáng. Văng vẳng có tiếng còi hú lẫn trong tiếng mưa rơi. Tôi nhìn vào kính chiếu hậu và phát hiện xe cảnh sát nhá đèn bám theo phía sau từ lúc nào. Tôi giảm ga, đạp thắng và tấp vào lề đường. Người cảnh sát trong chiếc áo mưa vàng hiện ra bên cửa sổ.

"Cô cho tôi xem bằng lái."

Tôi lục xách tay, tìm tấm bằng lái đưa cho người cảnh sát. Tôi thừ người trên ghế, đầu óc trống rỗng. Gió dội thốc từng cơn lạnh buốt. Người tôi run lên. Vai và đùi bên trái thấm đẫm nước mưa.

"Cô... có sao không? Khi trời mưa, con đường này rất trơn và nguy hiểm, cô phải giảm tốc độ chứ! Cô đi đâu trong cơn mưa tầm tã như thế này?"

"Tôi đi đến hồ Lonna. Nó ở trên con đường này phải không?"

Người cảnh sát quét đèn pin vào trong xe.

"Cô chạy độ mười dặm nữa sẽ đến. Mưa như thế này, cô giảm tốc độ xuống. Quãng đường rẽ vào hồ bẻ rất gắt, mà bờ hồ lại sát với mặt đường. Thôi cô đi đi, lần này tôi cảnh cáo, lần sau thì tôi sẽ phạt cô."

Tôi nổ máy xe, trở lại mặt đường.

*

Thế giới sống động đầy màu sắc kỳ diệu của những bức tranh anh vẽ đã cuốn hút tôi một cách mãnh liệt. Anh lang thang vẽ vời, đeo đuổi những giấc mơ, chụp bắt chúng và hất tất cả vào khung vải. Cuộc đời anh là những khung vải mê đắm đầy màu sắc. Sự sống hút vào bàn tay anh như một thỏi nam châm. Tôi gọi anh là Phục Sinh. Chẳng phải sao khi anh tạo dựng lại đời sống một cách thần tình trên khung vải. Những con chim giang đôi cánh rộng bay theo sự điều khiển của nét vẽ anh tài tình. Những nụ hoa mở ra khép vào theo vui buồn của anh. Những chú cá con được bơi ngược dòng về sum họp cùng đàn khi anh mở lòng từ bi. Anh muốn tôi ngồi làm mẫu cho anh vẽ. Tôi ngần ngừ đồng ý, nhưng giao hẹn. Không vẽ chân dung. Anh cười. Chấp nhận. Anh vẽ người tình không chân dung. Anh không bao giờ trả lời được rồi, đồng ý, *yes*, hay *okay*. Luôn luôn anh nói: chấp nhận. Anh chấp nhận những gì cuộc đời đã ban tặng cho anh. Tài năng. Cô đơn. Khổ đau. Hạnh phúc. Và em.

Nhưng hạnh phúc là điều xa xỉ. Và cô đơn là chiếc áo may vừa vặn.

Phòng tranh anh thuê nằm ngay trên con đường chính của một thành phố biển gần nơi tôi ở. Khu phố cổ nhỏ bé nằm dọc theo bờ biển quanh năm phủ kín sương mù. Thỉnh thoảng mới có những ngày nắng nhẹ, vừa đủ ấm để khách nhàn du túa ra trên con đường chật hẹp. Hôm tôi đến là một ngày hiếm hoi như thế. Nắng nhẹ hắt lên khung cửa kính những đốm hoa lung linh. Không gian ngai ngái mùi muối mặn của biển cả. Tiếng sóng reo vọng về từ xa khơi. Tôi đặt tay lên nắm cửa bằng đồng, lòng rộn lên một niềm vui hội ngộ. Cánh cửa tung ra theo cái kéo tay hơi quá đà của tôi. Trong vũng ánh sáng huyền hoặc, anh hiện ra với nụ cười sáng như sao sa.

Tôi ngồi làm mẫu trên chiếc ghế dài bọc nhung màu mật ong. Lưng xoay ra cửa sổ. Mặt hướng về anh. Cây cọ trên tay anh thoăn thoắt chuyển động. Khung vải trắng hiện lên những sợi tóc dài, mỏng manh như dây chỉ thả diều, nối dài, dài mãi. Gió biển vi vu như tiếng sáo. Dây diều no gió, bay cao, cao mãi. Hôm nay anh chỉ vẽ những sợi tóc. Anh nói với tôi và kéo lại cánh cửa sổ. Sáo diều thôi đùa với gió. Tóc dài chùng trên bờ vai. Tôi nhìn anh.

"Thế thì bao giờ anh mới vẽ xong?"

"Anh đã vẽ xong từ ngày đầu tiên gặp em."

"Em không tin."

"Em phải có lòng tin vào cuộc đời mới hạnh phúc được."

Nhưng hạnh phúc là điều xa xỉ. Và cô đơn là chiếc áo may vừa vặn.

Mưa nhẹ dần. Gió thôi quật. Mưa cùng mây cùng đất cùng trời bao bọc quanh tôi như bức tranh không màu sắc. Tôi lênh đênh giữa vũng sương mù dầy đặc, lung linh huyền ảo như lối vào thiên đàng. Kỳ lạ, không dưng tôi lại mơ đến thiên đàng; nơi chẳng có một chỗ nào dành cho tôi. Những hạt mưa hình nước mắt chảy ngoằn ngoèo trong tim tôi, xót buốt như vết thương mở mặt dìm vào làn nước biển. Tôi bật nút máy hát. Một dòng nhạc êm chảy nhẹ trong lòng xe tĩnh lặng, cô lập tôi với thế giới hỗn mang bên ngoài. Cơn đau đầu của tôi có vẻ dịu lại đôi chút. Hai bên thái dương không còn cảm giác căng nhức.

Anh cũng hay bị những cơn đau đầu hành hạ giữa giờ làm việc. Thời gian ngừng lại khi cơn đau đột ngột chiếm ngự, làm tê liệt mọi cảm giác. Tôi dìu anh lên căn gác bên trên. Những bước chân rời rạc đan vụng về trên bậc thang chật hẹp. Những thanh gỗ trĩu xuống, kẽo kẹt dưới sức nặng của đôi bàn chân. Cửa gác hé mở, tôi lọt vào không gian anh chập chùng âm thanh và hình ảnh. Âm điệu dìu dặt của sóng biển khiến tôi ngây ngất. Sàn gác đầy sách và tranh ảnh. Anh nằm vật xuống tấm đệm kê trên mặt sàn, mắt nhắm nghiền, một vết nhăn hằn sâu trên trán giữa hai đầu lông mày.

"Để anh nằm một lát, sẽ hết."

Tôi tìm trong xách tay một ve dầu nóng, thoa lên hai bên thái dương anh. Mùi bạc hà thoang thoảng dễ chịu. Căn gác tĩnh lặng. Không gian trầm mặc. Ánh sáng của mặt trời quá ngọ rải những vệt nắng trên thành cửa sổ. Gió biển nhón chân khẽ chạy trên những trang sách, rúc rích đùa với con chữ. Tôi ghé người nằm xuống, trải dài thân mình bên anh trên mặt nệm xanh màu đại dương thênh thang.

Khi tôi mở mắt, anh đang ngồi nơi cuối giường, bình lặng như thể anh đã ngồi đó nhìn tôi như vậy rất lâu. Đốm lửa say mê được thay bằng ánh nhìn dịu dàng phảng phất nét thơ trẻ. Gió biển vẫn rì rào trò chuyện trong căn gác. Buổi chiều vắt ngang khung cửa rộng. Nền trời ngọc bích đang ngả dần qua tím nhạt. Những vạt nắng vàng pha sắc tím chập choạng phủ lên mặt sóng, loang dần vào bờ cát. Nơi chân trời xa, mặt trời quyện vào mặt nước như đôi môi tình nhân âu yếm hôn nhau. Tôi nhớ đến những buổi chiều tĩnh lặng bên hồ. Biển cũng có khả năng làm lòng tôi thanh thản, nhưng cái tĩnh ở biển chỉ là sự che đậy của những đợt sóng ngầm. Biển lặng nhưng lòng tôi không lặng. Tôi muốn phóng mình bên dưới mặt sóng làm cơn tsunami xói vào bờ cát, bật tung những khung ảnh lệch lạc của cuộc đời. Tôi muốn uống hạnh phúc ngọt ngào của thứ trà mộc pha bằng nước mưa. Tôi muốn làm người đàn bà trẻ con của anh.

Tôi thì thầm:

"Chỗ nằm của anh thật tuyệt! Ước gì em có thể vẽ lại..."

Anh bật dậy, chạy sầm sập xuống thang gác. Tôi nghe âm thanh của những ống màu va chạm trong hộp. Khi trở lại với khung vải và giá vẽ trên tay, anh ngồi xếp xuống sàn, vén những sợi tóc sau gáy tôi sang bên vai với bàn tay dính đầy màu sơn. Anh bảo, như thể anh đã đọc được suy nghĩ của tôi:

"Anh sẽ vẽ lại *cuộc đời* cho em!"

Tôi hôn lên đôi môi anh với lòng biết ơn sâu xa. Môi anh có vị đắng của dầu sơn lẫn mùi the của bạc hà. Tôi mỉm cười, hài lòng bước ra từ bức tường trong phòng khách nhà tôi. Tôi nhìn thấy những vết nứt li ti trên mặt khung ảnh và dường như, có cả dáng hình của những con mối gỗ trong đó. Dù sao thì nó đã ở đó trong sáu năm dài. Chiếc áo trắng lộng lẫy kim sa tuột khỏi thân hình. Tiếng cười vỡ ra từ thân thể trần truồng. Tôi bay bổng trên bờ cát và đáp xuống làn nước tối đen mù mịt. Những vì sao mở mắt răn đe từ trên cao. Tôi ngụp xuống. Sao đêm ở tít trên cao nhưng biển nồng nàn ngay trong tầm tay. Tôi lặn sâu, mềm người đón nhận muôn ngàn nụ hôn đê mê của biển đêm.

Anh cúi xuống, trần trụi, nóng hực như mặt trời nơi đường chân trời. Đôi mắt trẻ thơ rực sáng và nụ cười lấp lánh sa xuống môi tôi. Một cánh lưỡi mềm trơn ướt vẽ những vòng tròn mê đắm trên mắt, lên môi, bên vành tai, nơi ngấn cổ. Tôi rướn lên tìm hơi thở thơm lựng mùi biển. Sóng đẩy tôi dạt về vùng ký ức cảm giác, nơi thân thể được chiều chuộng, khát vọng được no thỏa và cô đơn được vỗ về. Sóng quăng tôi ra xa. Sóng kéo tôi lại gần. Ôi biển. Biển. Tôi cảm thấy sự dịu dàng của biển trên da thịt tôi. Biển chảy dần vào thân thể tôi với tất cả đam mê. Tôi rúc thật sâu vào ngực anh để chạy trốn đôi mắt của các vì sao. Sóng biển kéo chúng tôi đi trong niềm hoan lạc bất tận.

Nhưng hạnh phúc là điều xa xỉ. Và cô đơn là chiếc áo may vừa vặn.

Anh không thích tâm sự lăng nhăng như tôi thường làm trong những khi anh vẽ. Thỉnh thoảng, anh nhắc đến vợ anh. Tôi nghe hờ hững như nghe chuyện-người-ta, không dính dáng gì đến mình, như thể vợ anh không là một người riêng rẽ mà là một phần của con người anh. Tôi mượn những ống màu của anh, tự vẽ cho mình những chiếc mặt nạ màu hồng kim tuyến tuyệt đẹp. Tôi đắm vào hạnh phúc sau những chiếc mặt nạ. Khi những mảng kim tuyến rớt xuống, khi màu hồng trở thành tím bầm, khi không thể đánh lừa được cảm giác, tôi bật khóc.

"Em sẽ không đến với anh nữa."

Anh thảng thốt nhìn tôi. Cái nhìn đau đớn, man dại. Chiếc cọ vẽ trong tay anh vung lên. Những nét vẽ trên khung vải quệt sâu, quyết liệt.

"Em không muốn thấy anh hoàn tất *cuộc đời?*"

Tôi nhìn ra biển. Môi tình nhân mất hút dưới vòm trời lóng lánh sao đêm. Cuộc đời không phải là một giấc mơ được đóng khung.

Cuộc đời dường đã hoàn tất, được anh đặt lên giá và phủ lên đó tấm vải bố, màu trắng ngà ngà như khuôn vải người ta dùng phủ lên quan tài. Tôi rùng mình nhìn *cuộc đời* từ bên ngoài khung cửa. Phòng tranh đóng cửa đã ba ngày. Điện thoại reng lên rồi hụt hẫng rơi vào im lặng. Lòng thốt nhiên hốt hoảng, tôi dán mắt vào khung cửa, khát khao được đối diện với *cuộc đời*.

Buổi sáng thứ tư, khi tôi còn đang lơ mơ trên giường thì điện thoại trong túi áo ngủ của tôi rung lên bần bật. Số điện thoại của anh hiện lên trên màn ảnh lân tinh bé xíu.

"Hello, anh hả?"

Một giây im lặng, rồi một giọng nói đàn ông hoàn toàn xa lạ vang lên bên đầu giây bên kia:

"Thưa chị, tôi là em của anh Đ. Anh bị tai nạn xe đang còn hôn mê chưa tỉnh. Tôi giữ cell *phone* của anh ấy mấy ngày nay. Tôi thấy chị gọi nhiều lần..."

*

Em trai anh gặp tôi tại cửa bệnh viện, nét mặt lo âu:

"Anh vẫn chưa tỉnh, tình trạng càng ngày càng xấu đi. Như chị đã đồng ý với tôi hôm qua, tôi sắp xếp để chị gặp anh ấy một lần. Lần cuối. Tôi xin chị..."

Tôi cúi đầu. Anh có bao giờ pha trà bằng nước mắt chưa. Tôi bước theo người con trai trong hành lang bệnh viện dài hun hút. Tiếng guốc gõ lộp cộp vang lên trong sự im lặng khắc khoải đến ngạt thở. Tôi lắng nghe tiếng bước chân của mình, thầm hỏi rằng nó nghe buồn hay vui. Bác Thành thường nói với tôi về âm thanh của những bước chân. Bước đi nói cho ta biết rất nhiều về chủ của nó đó, cháu biết không. Cháu cứ thử lắng nghe xem. Con bé Sarah lúc nào cũng vội vã với những bước chân lật đật, lít nhít. Ấy rồi nó sẽ khổ. Thằng Tạo đi như bay, chân không chạm đất. Nó sẽ thành công đó, nhưng rồi sẽ mất hết một ngày. Bà Rosa thì ục ịch với những bước đi nặng nề, lười biếng. Ngữ ấy chẳng đời nào có cơ hội tiến thân. Đấy, cháu cứ nghiệm lấy mà suy ra. Tôi chưa bao giờ dám hỏi bác về những bước chân của mình. Nó buồn, cô đơn, và lạc lõng, tất nhiên.

Tôi gọi anh khi vào đến bên giường bệnh. Tôi nghe giọng mình lạc lõng dội vào bờ tường. Âm thanh lạ lùng như tiếng nói của ai đó. Anh nằm mê man trên giường, hơi thở nhẹ và ngắn, nửa khuôn mặt chìm dưới tấm mặt nạ dưỡng khí. Đôi mắt nhắm nhẹ như đang say sưa trong thế giới đầy màu sắc của *cuộc đời*. Tôi cúi xuống bên thành giường, nắm lấy bàn tay đầy những vết trầy trụa của anh. Như lần đầu trên căn gác nhỏ, tôi muốn nằm xuống bên anh, hôn thật trân trọng lên đôi môi anh khô nứt. Nhưng tôi không làm gì cả. Tôi không thể làm gì cả. Tôi chỉ nắm tay anh trong yên lặng. Bàn tay với những ngón dài tài hoa khát khao phục sinh. Tôi mân mê bàn tay anh. Phục Sinh. Tỉnh lại đi. Phục Sinh. Anh tưởng *cuộc đời* cũng có thể tái tạo được trên khung vải? Anh thật ngây thơ và ngông cuồng. Vậy mà em vẫn muốn cùng anh đi tìm hạnh phúc ở tận đáy biển. Liệu hơi thở anh có dài đủ để lặn tới đáy biển? Liệu đam mê có đủ mạnh để anh vượt lên những giới hạn? Thở đi anh. Thở những hơi dài dưới nước như loài kình ngư. Một giọt nước long lanh rớt xuống tay anh. Làn da khô nuốt vội hạt nước ấm. Những ngón tay dài nghệ sĩ khẽ lay động. Tôi bóp mạnh tay mình. Phục Sinh. Anh có bao giờ uống trà pha bằng nước mắt chưa. Mi mắt anh nhấp nháy như hai vì sao đêm. Tín hiệu tít tít phát ra từ chiếc máy đo hoạt động của não bộ bỗng trỗi lên, lúc đầu chậm sau rộn rã nhanh dần. Một chiếc áo trắng chạy vội vào phòng. Giọng các cô y tá lao xao. Tôi níu lấy bàn tay anh. Phục Sinh. Mở mắt ra. Phục Sinh. Đừng mở. Hãy nhắm mắt lại. Phục Sinh. Tôi bám lấy những ngón tay anh. Tôi xin chị... Nhắm mắt lại đi Phục Sinh. Tôi nắm tay tôi, hụt hẫng rơi vào khối sương bàng bạc buốt giá trên mặt hồ.

Hạnh phúc là điều xa xỉ. Và cô đơn là chiếc áo may vừa vặn.

Mưa bắt đầu rơi từ lúc mười giờ tối đêm qua lúc chồng tôi về nhà từ sở làm. Tôi nằm yên trên giường, lắng nghe âm thanh lục cục của chìa khóa tra vào ổ, tiếng cánh cửa hơi rít lên lúc kéo ra đóng vào, tiếng những bước chân đi vào phòng khách. Tôi có thể hình dung ra những động tác thường ngày của anh. Đầu tiên, anh cởi giầy và áo khoác ngoài; đôi giầy được xếp ngay ngắn ở chân tường; áo khoác được treo lên mắc trong tủ. Sau đó, anh xỏ vào chân đôi dép len đi trong nhà và bước qua gian bếp. Anh có thói quen đứng lại vài phút ở cửa bếp, lướt mắt qua mọi thứ trước khi ngồi xuống cái ghế thứ hai ở bàn ăn đếm tới từ phía tủ lạnh. Báo chí, thư từ của anh tôi thường để gọn ở một góc bàn. Ngồi xuống, anh sẽ thấy lá thư tôi viết riêng cho anh, trang trọng đặt ở giữa bàn, chận lên trên bằng miếng thủy tinh đúc hình sao biển. Anh sẽ đọc, chậm rãi, từ tốn như bản tính cố hữu của anh. Khi đọc xong, anh sẽ ngồi thừ ra đó lặng thinh suy gẫm, hoặc có thể, anh sẽ nổi giận, sẽ tức tốc vào phòng lôi tôi ra khỏi giường, sẽ giảng cho tôi biết thế nào là bổn phận của một người vợ. Tôi nằm yên trên giường, chờ đợi. Mưa đã rơi từ chập tối, gió đã khuấy động không gian, giông tố sẽ sập xuống. Đương nhiên. Như tội nhân chờ đợi phút giây xét xử của quan tòa, tôi nhìn kim đồng hồ nhích từng chút một. Một phút. Hai phút. Năm phút. Mười phút. Hai mươi phút. Ba mươi phút. Cánh cửa phòng vẫn đóng im ỉm. Những tiếng động ngoài gian bếp vẫn tiếp tục vang lên, bình thản như cơn mưa tháng Hai đang trở về. Tủ lạnh đóng. Chập. Nước chảy. Xèo. Đèn bếp tắt. Phụt. Tiếng dép di chuyển về phòng khách. Tivi được bật lên. Nho nhỏ, vừa đủ nghe. Chương trình Late Night with David Letterman mở màn. Tiếng vỗ tay rào rào hệt như mưa đang rơi ngoài trời. Tôi bắt đầu nôn nóng bồn chồn. Chẳng lẽ những lời thú tội của tôi không có tác động gì đến anh. Chẳng lẽ anh sẽ để tôi ra đi âm thầm như tôi muốn. Chẳng lẽ anh đã đoán biết trước sẽ có một ngày như thế này và không lấy gì làm ngạc nhiên? Mặc cho tâm trí tôi sôi động quay cuồng, anh vẫn lặng lẽ với thói quen hàng ngày. Khi tivi tắt, đêm chìm sâu, chỉ còn tiếng tích tắc của chiếc đồng hồ trên bàn làm việc không ngủ.

Mưa vẫn rơi đều hạt khi tôi thức giấc. Buổi sáng bắt đầu bằng sự tiếp nối của những việc xảy ra trong đêm. Hình như tôi đã thiếp đi được vài tiếng. Chiếc gối kê bên cạnh vẫn phẳng phiu thẳng thớm như bằng chứng thầm lặng của cơn giận. Căn nhà chìm trong nỗi im lặng bất thường. Mưa rơi rì rì bên ngoài cửa kính. Tôi nằm lì trong giường cho đến khi cánh cửa phòng ngủ bật mở. Anh đứng nơi khung cửa, áo chemise nhầu nát, quần xộc xệch không thắt lưng, tóc rối bù. Tôi ngồi bật dậy, hoang mang nhìn anh.

"Đêm qua anh không ngủ được tí nào, nằm đó suy nghĩ mãi về những gì em viết. Anh tưởng tượng ra sự cô đơn của em trong những năm qua. Những ngày anh đi công tác xa, những lúc anh mải mê với công việc, những buổi tối vắng nhà vì tiệc tùng, anh đã bỏ em lạc lõng trong căn nhà rộng. Ngày xưa, anh yêu em vì em lãng mạn, vì em mơ mộng, chính em đã làm đời sống của anh thơ mộng hơn. Nhưng... nhưng anh đã quên mất điều đó khi chúng ta lấy nhau. Anh đã quay lưng lại với hạnh phúc của mình, anh đã quên đi những mơ ước của em. Dù em có nhận hết tất cả lỗi lầm thì anh cũng có lỗi với em rất nhiều. Anh xin lỗi em."

Anh ngừng nói, đứng lặng nơi khung cửa, mắt nhìn mãi vào khoảng tối nơi góc phòng. Một lát, anh ngẩng lên.

"Em đừng đi."

*

Mưa lại tiếp tục rơi. Những hạt mưa to mọng tuôn xuống từ bầu trời tím thẫm. Đồng hồ trong xe chỉ sáu giờ. Ánh đèn từ đầu xe chiếu hai vệt dài vào khoảng tối hoang tịch phía trước. Không khí trong xe đặc quánh, keo lại tựa mạch nha. Tôi lại bấm cửa kính xe xuống. Gió tạt vào mũi tôi mùi hăng hăng của cỏ dại. Lẫn trong tiếng mưa, có tiếng gọi nhau của lũ vịt trời. Tôi hít thật mạnh vào phổi mùi tanh tanh quen thuộc của bùn non. Những hạt mưa tới tấp tuôn xuống mặt, tràn vào miệng, thấm vào lưỡi tôi mặn chát. Trong giây phút hỗn độn của đất trời, tôi thấy cuộc đời mình diễu qua trước mắt. Bao nhiêu hình ảnh của quá khứ ngồn ngộn chồng chất trở về. Mỗi hình ảnh được đóng khung đẹp đẽ như một tác phẩm nghệ thuật với bố cục hài hòa. Những khung ảnh tuyệt hảo đó không còn thuộc về tôi nữa. *Cuộc đời* không còn là của tôi. Dù nó đã được vẽ lại. Dù nó đã được phục sinh. Tôi đã bước ra, đã đi xa, xa mãi.

"Em đừng đi."

Tim tôi thắt lại. Những hình ảnh của quá khứ lẫn hiện tại vụt tắt vụt sáng như những vệt chớp bên ngoài. Đời sống mù mịt như cơn mưa trong đêm mỗi lúc một dầy. Tôi nghĩ đến Phục Sinh và *cuộc đời*. Tôi nghĩ đến chồng tôi và những ước vọng anh đang đeo đuổi. Chúng tôi đã sống với nhau như hai người xa lạ trong nhiều năm dài. Khi tình yêu không được vun xới, hạnh phúc mãi mãi là một điều xa xỉ.

Tôi không biết phải làm gì lúc này. Vùng bóng tối lung linh như mời mọc như vẫy gọi. Đêm vẫn luôn là nơi trú ẩn an toàn cho trái tim kiệt quệ. Tôi để hai tay lên vô lăng, đặt chân phải lên bàn ga. Và đạp. Một luồng sét rực sáng chợt chém xuống, xẻ nứt bầu trời tối đen. Những giọt mưa hình nước mắt tuôn xuống từ trời cao. Con đường đang trơn ướt bỗng ù lì. Tôi nghe tiếng bánh xe nặng nhọc leo qua những ụ đất nhấp nhô. Mắt nhắm, tay ghì chặt vô lăng, tôi đạp lút sâu vào chân ga. Chiếc xe rùng mình lao về phía trước. Tay lái tôi thốt nhiên nhẹ tâng bay bổng. Dường như tôi đang rẽ những đám mây đen để chui vào trong đó. Ngủ. Ừ, giá mà bây giờ được ngủ một giấc thật dài không mộng mị để quên đi tất cả mọi phiền não trên đời. Rồi nhảy ùm xuống hồ, lặn xuống thật sâu như loài kình ngư. Nước bắn lên tung tóe. Mặt hồ dậy sóng. Lũ vịt trời giật mình xao xác, những đôi cánh hoảng hốt quạt sàn sạt. Máy xe tắt ngấm. Sấm sét ngừng vang. Mưa rơi lách tách êm êm trên mui xe và rào rạt nước chảy dưới chân tôi mát lạnh.

Nguyễn Xuân Tường Vy

Thảo Trường by Đinh Cường

NGUYỄN Ý THUẦN

Tên thật Nguyễn Quốc Hợp.

Sinh ngày 19 tháng năm 1953 tại Hà Nội, lớn lên ở Nha Trang.

Trước 30 tháng Tư 1975: Đi học, đi tu, đi lính.

Sau 30 tháng Tư 1975: Đi tù, đi Mỹ., đi làm.

Bắt đầu viết năm 1986 trên *Làng Văn, Văn Học, Nhân Văn, Thế Kỷ 21, Ngày Nay, Người Việt, Hợp Lưu...*

Tác phẩm đã xuất bản:

- *Tối Tháng Năm Tại Quán Ăn Đường Fifth* (tập truyện; Văn Nghệ 1989)

- *Sợi Chỉ Trong Hồn* (truyện dài; Thời Văn 1990)

- *Người Lính Còn Lại* (tập truyện; Nhân Văn 1991)

- *Ở Chốn Không Quen* (tập truyện; Thời Văn 1994)

Tối tháng Năm tại quán ăn đường Fifth
(tặng Cao Xuân Huy)

Hình ảnh cuối cùng của tao về cuộc chiến là cái xác cụt đầu nằm vắt ngang bờ ruộng. Hai bàn chân trắng bệch gác lên mặt đường nhựa...

"Của..."

"Chẳng biết của ai. Vỏn vẹn một cái quần đùi và những vệt máu đặc bám quanh cổ."

Không khí như lắng xuống giữa hai người. Họ nhìn nhau thật nhanh rồi cùng quay sang hướng khác. Người có râu đưa tay xoa cằm. Những sợi râu cong bị xoắn lại một đám. Vệt bọt bia bám trên mép loang xuống, lấp lánh ánh đèn chiếu vào. Đám râu như bị khuyết một lỗ hổng.

"Thảo nào..."

"Thảo nào cái gì?"

"Chẳng bao giờ nghe mày kể chuyện lính tráng."

Người không râu khẽ nhún vai. Khuôn mặt với sắc da trắng xanh làm nổi bật cặp lông mày rậm, giao nhau giữa trán. Trừ cặp lông mày, còn lại từ vóc dáng đến gương mặt trông hắn có vẻ hiền lành, như người chỉ biết bốn bức tường và những dụng cụ văn phòng. Hắn bưng ly bia lên uống cạn. Một tiếng "khà" khoan khoái. Tia nhìn ném qua khung cửa kính. Bên kia đường là một bãi đất trống, nằm sát con đường nhỏ sâu hun hút, yên tĩnh với hai hàng cột điện chiếu thứ ánh sáng vàng vọt. Một vài chiếc xe chạy vụt qua, ánh đèn lóe lên rồi tắt ngấm.

Từ ngã tư, ánh đèn xanh đỏ thay đổi từng lúc hắt lên gương mặt người có râu những vệt màu khác nhau. Hung hãn với ánh đỏ, mệt mỏi với ánh xanh và trôi tuột khi màu da hòa vào ánh vàng. Gương mặt biến đổi từng lúc. Chỉ còn đám râu với vệt bia bẩn thỉu là không thay đổi. Đôi mắt hắn nheo lại, những nếp nhăn nổi lên hai bên thái dương. Cuộc sống hằn lên gương mặt những lo toan, vẻ thản nhiên, ung dung biến mất. Người không râu đột nhiên bật cười:

"Mặt mày lúc xanh, lúc đỏ như con cắc kè..."

"Mày cũng thế."

"Và cuộc sống nữa."

Họ phá lên cười. Người không râu nâng cao ly bia:

"Mừng những con cắc kè."

"Và hai con cắc kè tại đây."

Hai chiếc ly chạm nhau. Những gợn bia sóng sánh trong ly. Tiếng cười như to hơn. Vài người tại bàn khác ném những cái nhìn về phía họ. Quán đã bắt đầu thưa khách. Một đám nhậu bàn giữa ồn ào cười nói, bát đũa ngổn ngang. Tận góc cuối, cạnh cửa ra vào, một cặp trai gái thầm thì nói chuyện. Người đàn bà ngồi trong quầy thu tiền mệt mỏi nhìn đám khách, vẻ lơ đãng như đang nhìn từng lọ tương, chai mắm. Tất cả gom vào nhau thành bề mặt của đám người tỵ nạn trong một xã hội xa lạ, trộn lẫn thành một thứ bột bánh với đủ loại bơ, muối, đường... Người không râu nói ý nghĩ này với bạn. Một cái gật đầu đồng ý làm bộ râu lay động, hất những bọt bia bắn xuống.

"Dĩ nhiên. Như tao, như mày. Cùng là lính mà ý nghĩ nhưng hành động lại khác nhau."

"Tao không thích nhắc đến quá khứ. Nói ra thật xấu hổ. Tao vào lính vì thất tình..."

"Tao biết, mày đã kể. Nhưng tao, đoạn đời lính của tao gắn bó với từng ngày, từng con người của đơn vị. Quá khứ của tao là một kỷ niệm để sống..."

"Tao biết. Mày đã kể nhiều lần..."

Người không râu nhìn bạn, cười giễu cợt. Người có râu nhún vai:

"Nhắc lại quá khứ là điều lố bịch, nhưng đôi lúc cần thiết. Tao... Nhưng thôi, bọn mình đang nói chuyện gì nhỉ? A! Cái còn lại! Mà không! Hình ảnh còn lại sau cuộc chiến. Nói đi, tại sao mày lại nhắc đến chuyện này khi mày vốn là thằng ghét chuyện lính tráng..."

"Phải. Trong trí tao luôn hiện ra cái xác cụt đầu, nằm vắt ngang mé ruộng trên đoạn đường từ Long An về Sài Gòn mỗi khi có ai nhắc đến cuộc chiến, đến lính tráng."

"Chỉ vậy thôi?"

"Vậy thôi là quá đủ cho cuộc chiến vừa qua."

"Tao không hiểu.

"Thật giản dị. Ngày mùng hai tháng năm năm bảy lăm, sau khi dắt nửa đại đội còn lại chạy vòng vòng miệt Long An, Bình Điền, Mỹ Tho để tìm đơn vị, tao chỉ gặp toàn cờ tụi nó với từng đám người reo hò những khẩu hiệu lạ hoắc. Mày biết, đêm ba mươi tháng tư, tao vẫn còn tỉnh queo đánh đấm ở vòng đai Long An. Sáng mùng một, thằng đại đội trưởng và tao chia hai đại đội. Mỗi đứa chạy một ngả vì mất liên lạc với tiểu đoàn. Mẹ kiếp! Bấy giờ cả tao lẫn thằng Truyền - bạn cùng khóa sinh lầy với tao, nhưng vì là dân Đà Lạt nên lên trung úy trước, tao làm phó cho nó - nhìn nhau thông cảm, cùng hiểu hoàn cảnh hiện tại nhưng không dám nói."

"Tao hiểu. Lúc chạy ở Quảng Trị, tại Thuận An bọn tao cũng thế. Tháng ba của tao là tháng tư của bọn mày..."

Người không râu xoay chiếc ly trên tay. Dưới đôi lông mày rậm, ánh mắt rực lên sắc máu của những sợi gân li ti. Chỗ lông mày giao nhau trũng xuống một hõm sâu, đầy vết nhăn. Ánh đèn từ ngã tư tình cờ hắt tia đỏ vào. Gương mặt gã bỗng dưng dữ dằn và man rợ.

"Liên lạc với tiểu đoàn không được, bọn tao bẻ cò sang liên đoàn. Cái máy vẫn câm, không một tín hiệu trả lời. Tao và thằng Truyền nằm dưới lòng kinh cạn suốt ngày mùng một. Đêm đó bọn tao chia tay. Nó về ngả Bình Điền, tao về Mỹ Tho. Mỗi thằng một nửa đại đội, chạy lung tung trong khoảng ruộng sát quốc lộ. Sau cùng tan hàng hôm mùng hai. Tao dẫn thằng đệ tử ruột về. Trên người chỉ còn cái quần đùi. Ngang qua nhà máy xay lúa Long An, thằng đệ tử tạt vào xin hay cướp tao không rõ, được hai bộ quần áo dân sự. Bọn tao mặc thường phục vào Long An. Hình ảnh đầu tiên là cờ ba màu, là những gương mặt hân hoan của bọn nó. Tao biết mình đã thua từ lúc radio nói, nhưng bấy giờ, lạc lõng giữa đám người đó, tao muốn khóc..."

Người không râu bỏ lửng câu nói, bưng nhanh ly bia đưa lên môi. Lại một tiếng khà. Và bàn tay với những ngón nhỏ trắng trẻo quệt nhanh trên mép một cách thô bạo. Chất lính đã lộ ra rõ nét.

"Lang thang tại Long An đến chiều mùng hai, bọn tao đón xe về Sài Gòn. Và cái xác..."

Giọng nói nhỏ hẳn, hắn nhìn đăm đăm vào mắt bạn, ánh mắt dịu đi. Ánh đèn đường lại tình cờ hắt sắc xanh vào gương mặt. Nước da trắng chợt thành xanh mét. Chỗ hũm giữa cặp lông mày như sâu hơn. Tối đen một chấm. Gương mặt đang chìm vào ký ức với vầng sáng xanh mét. Cửa ngõ của một ngày tháng năm cũ đã mở những hình ảnh trong ánh mắt.

Hai người đàn ông đưa mắt nhìn nhau lo ngại. Chiếc xe đò đông nghẹt người ngưng lại. Người lớn tuổi khuôn mặt khắc khổ với những nếp nhăn trên trán.

"Thiếu úy..."

"Đụ mẹ. Úy với tá cái mẹ gì! Im đi mày..."

Người trẻ cắt ngang câu nói, nét mặt có vẻ khó chịu.

"Chắc trạm kiểm soát..."

Người lớn tuổi lại nói, giọng nhỏ lại. Một đám người chen nhau lên xe, ồn ào. Người lơ xe bám toòng teng vào cửa trước, miệng không ngớt la. Hai người đàn ông nhích vào trong nhường chỗ cho một người đàn bà bước lên. Không gian bên ngoài ngập gió và nắng. Người trẻ hít một hơi dài không khí, cảm giác khó chịu tan dần. Người lơ xe vẫn oang oang.

"Hòa bình rồi bà con ơi. Nhường nhau chút đỉnh. Bà con xích dzô giùm... Rồi... rồi, lên đi anh Hai... Dạ, hòa bình rồi... hết đánh nhau rồi... hết trạm kiểm soát rồi..."

Người trẻ mệt mỏi ngả đầu vào thành ghế, mắt nhắm nghiền. Không khí trong xe ngột ngạt với đủ thứ mùi trộn lẫn vào nhau. Xe tiếp tục chạy, những luồng gió hắt vào. Người lớn tuổi bắt chuyện với người đàn bà bên cạnh. Loáng thoáng những tiếng "giải phóng", "hòa bình", "tự do" trong câu chuyện. Người trẻ nắm chặt tay. Những sợi gân xanh nổi lên. Vài hình ảnh loáng thoáng hiện về trong trí. Một chỗ đóng quân ven vòng đai Long An. Những người lính mệt mỏi nằm trong hầm đếm đạn 122 ly. Những cái xác nát bét dưới lớp bao cát. Chiến trường gần. Chiến trường xa. Những tiếng nổ. Dãy núi T4, T5 của miệt biên giới với độ cong yên ngựa kỳ cục. Con suối hòa bình với trạm treo súng của hai bên. Từng địa danh trôi tuột theo thời gian, vỏn vẹn chỉ còn những cái chết của đồng đội để đánh dấu. Thằng Do chết ở làng Gia An, Bình Định, vết đạn xuyên từ trán làm vỡ toang mảng đầu phía sau. Thằng Tâm lãnh nguyên trái 75 vào ngực, xương thịt vãi bung tại một góc liên tỉnh lộ 7B. Thằng Hùng, thằng Nam... Những cái chết làm thời gian nhạt nhòa, chỉ còn địa danh gợi nhớ. Tên người và tên đất. Cái chết và không gian. Đời lính trôi dài trong ranh giới sống chết. Những người lính ngơ ngác khi chiếc máy PRC 25 u u từng hồi lúc liên lạc với cấp trên, không một tín hiệu trả lời. Đạn 122 ly vẫn rót trên đầu. Mỗi giờ là thêm 60 quả pháo. Mỗi phút lại một lần tưởng mình được sinh ra... Rồi bùi ngùi chia hai đơn vị. Đứa nào theo tao? Đứa nào đi với ông Truyền? Tôi. Em. Tôi. Em. Thằng thì tôi, thằng thì em. Thằng nào cũng là lính. Thằng nào cũng sống chết với nhau. Thôi, tôi đi với thằng một, thằng ba. Ông đi với thằng hai, thằng bốn. Ráng về Sài Gòn xem sao. Tôi sẽ ráng. Cái vỗ vai cuối cùng. Rồi mất hút nhau từ đó. Người trẻ tuổi chà mạnh tay vào mặt. Có giọt nước mắt vừa nhòe trong những kẽ tay.

Chiếc xe lại ngừng. Người lơ xe trong thế đứng đong đưa lại lải nhải điệp khúc cũ: Hòa bình rồi, hết đánh nhau rồi, bà con vui lòng xích dzô một chút... Chiếc xe chật ních người. Mùi mồ hôi nồng nặc. Bên cạnh, người đàn bà và người đàn ông lớn tuổi đã thân mật hơn, đã anh anh, em em và hỏi về gia cảnh nhau. Người trẻ ngáp lớn, chán ngán nhìn ra cửa sổ. Cảnh tượng bên ngoài hiện ra bất ngờ. Dưới ánh nắng, một xác người nằm vất ngang bờ ruộng sát quốc lộ. Một cái xác cụt đầu

Người trẻ chăm chú nhìn cái xác. Những vết máu vừa đông và cái bụng trắng nhợt chưa kịp trương. Hắn bị giết chưa lâu. Một cái xác của giờ thứ 25. Bi thảm với những rẻ sườn cong trước lỗ rốn sâu. Cái cổ như vươn dài ra. Một cái cổ loang lu máu với những vết gân xanh nổi rõ. Cái xác quay đầu về phía ruộng, hai tay thõng xuống bùn và chân vắt lên đường nhựa. Dưới nắng, cái xác cụt đầu trần trụi, như trăm ngàn cái xác khác.

Người trẻ tuổi nhìn chăm chú, không chút xúc động. Cái cổ, cái bụng, vệt máu, những rẻ sườn, lỗ rốn, hai tay, chiếc quần đùi đỏ... tất cả thành một toàn thể bình thường của chiến tranh, mỗi ngày. Cụt đầu hay vỡ ngực cũng thế. Đạn hỏa tiễn hay mã tấu cũng vậy. Cũng đưa đến cái chết cho con người.

"Chẳng có gì lạ, dù mày "miêu tả" hơi kỹ."

Người có râu giễu cợt.

"Đúng. Chẳng có gì lạ. Chỉ là một cái xác trong chiến tranh. Ngày ấy tao cũng nghĩ hệt như mày."

"Vậy có gì phải nhớ?"

Người không râu dụi mạnh điếu thuốc vào đĩa thức ăn bỏ dở. Một sợi khói mỏng bay lên, tỏa trong không khí.

"Nhớ chứ. Vì đó là ngày mùng hai tháng năm. Và cái xác với cái bụng chưa kịp sình thối đủ để tao hiểu... cả mày nữa. Không lẽ bọn Thủy Quân Lục Chiến tụi mày chưa bao giờ thấy xác, không biết xác chết đã lâu hay mới chết? Điều tao muốn nói là cái xác chết sau khi ngưng bắn. Một cái xác đang tìm về gia đình, sau chiến tranh."

Người có râu im lặng, rót thêm bia vào hai cái ly đã cạn.

"Trước khi mất đầu và sau khi mất đầu là điều tao suy nghĩ và muốn nói với mày hôm nay."

"Có gì khác? Cũng chỉ là xác của một con người."

"Không giản dị thế. Lúc còn đầu là còn căn nguyên, còn nguồn gốc, còn nơi về để được nhận biết. Lúc mất đầu thì hoàn toàn chẳng còn gì. Chẳng thể biết từ đâu đến, sẽ về đâu. Và có ai, của ai. Không một dấu vết nào ngoài cái thân trần trụi nằm vắt ngang bờ ruộng..."

Bia tiếp tục rót. Đôi mắt người không râu đỏ ké, mệt mỏi. Cặp tình nhân đã bỏ đi từ lúc nào. Đám nhậu bàn giữa cũng chỉ còn vài người.

"Hôm nay là đúng mười ba năm, kể từ ngày tao trông thấy cái xác..."

"Ờ. Hôm nay mùng hai tháng Năm."

Người không râu gật gù, có vẻ say. Bàn tay xoay xoay

cái ly đã cạn. Những cục đá chạm vào thành ly kêu lanh canh. Mái tóc xõa xuống trán những sợi mệt mỏi. Ở bàn giữa, đám nhậu đã tàn. Từng cái bắt tay chuệnh choạng từ giã.

"Tại sao mày hay nhắc đến chuyện lính?"

Người không râu đột ngột hỏi. Người có râu nhún vai:

"Không kể lại sao được? Tao sống chết với thời gian đó. Phần đời này gắn lấy tao. Bây giờ và cả cuối đời..."

"Tao cũng đã sống chết với đoạn đời lính. Nhưng nhắc lại tao chúa ghét... xấu hổ nữa là khác."

Người có râu mỉm cười trước sự bướng bỉnh của bạn.

"Bọn mình khác nhau chỗ đó."

"Khác thế nào? Mày Thủy Quân Lục Chiến. Tao Biệt Động Quân. Thằng nào cũng sống, chết, đi tù và vượt biển... Sao sang đây lại khác nhau?"

"Có lẽ tại cuộc sống..."

"Cuộc sống? Tao đâu hề nghĩ đến cuộc sống ở đây có thể làm tao thay đổi. Như mày thấy, tao đã tỉnh bơ đón nhận mọi thứ... Mà hôm nay..."

"Mùng hai tháng Năm."

"Ờ, mùng hai tháng Năm. Người không râu gật gật cái đầu, ánh mắt lờ đờ. Hôm nay là mười ba năm từ ngày tao gặp cái xác..."

"Lại cái xác. Người có râu mỉm cười."

"Vẫn cái xác? Đúng, nhưng hôm nay đã thành biểu tượng cho chiến tranh... cho cuộc chiến mà bọn mình đã tham dự..."

"!!"

"Cái xác không đầu lúc nằm bên bờ ruộng chỉ biết mình là cái xác. Tự cái xác đã là sự bi thảm nhưng chính nó không rõ. Phơi lộ cái bi thảm mà nó chẳng ngờ. Từ đâu đến? Sẽ về đâu? Cuộc chiến này là thế. Chỉ lộ rõ thực thể bi thảm, còn căn nguyên và mục đích thì ngay cả người trong cuộc cũng mù tịt...”

“Mày say rồi đó...”

“Mẹ kiếp! Người không râu nói lớn hơn. Đây giờ tao lại thấy mày giống cái xác cụt đầu. Chẳng còn gì ngoài những rẻ sườn lộ trên cái bụng lép kẹp mà vẫn cứ phơi sự bi thảm ra...”

Người có râu lắc đầu nhìn bạn. Đôi mắt người không râu lờ đờ, giọng nói líu lại:

“Tao... tao... thấy mày cầm cờ hôm 30 tháng 4 vừa qua thật buồn cười. Bộ quân phục quen thuộc 13 năm trước bỗng nhiên lạ hoắc. Còn đôi giày nữa chứ. Mũi giày to, tròn u lên. Trông kỳ cục lắm mày ạ...”

“Tao thấy cần phải làm vậy.”

“Thì cứ làm. Nhưng có đúng là cần như mày nói không? Hay chỉ là những cái xác cụt đầu chẳng biết sẽ về đâu. Hết rồi mày ạ...”

Người không râu kéo dài chữ ạ một cách chán chường, vẫy người đàn bà tại quầy. Thiếu phụ uể oải đứng lên, bước thong thả về phía hai người. Đôi giày cao gót, mũi nhọn hoắt theo mốt mới. Người có râu liên tưởng đến những đôi giày trận mũi tròn thô kệch, lạc lõng tại xứ người. Đột nhiên máu nóng dồn lên mặt, người có râu buông một tiếng chửi thề. Người đàn bà ngạc nhiên nhíu mày:

“Mấy anh cần gì?”

“Mấy giờ cô đóng cửa?”

Người không râu lè nhè.

“Dạ, còn sớm mà anh...”

"Lấy thêm bia đi cô. Bốn chai nữa." Thiếu phụ gật đầu quay vào. Hai người bạn im lặng tránh tia mắt của nhau. Mãi đến lúc thiếu phụ quay lại, để bia lên bàn.

"Uống đi."

Người không râu mở lời.

"Uống chứ."

Lại im lặng. Mẩu đối thoại tắc nghẽn. Người có râu nhìn về phía cột đèn đường. Những ánh xanh, đỏ, vàng thay đổi theo khoảng cách thời gian đều đặn. Con đường vắng tanh, sâu hun hút dưới hai hàng cây. Đêm đã khuya.

"Tại sao mày nghĩ thế?"

"Mày buồn? Người không râu hỏi lại."

"Buồn chó gì!"

"Phẫn?"

"Phẫn chó gì! Tao chỉ lạ vì sự đổi thay của mày. Cũng là dân tác chiến, cũng sống chết một thời với cuộc chiến. Dù tham dự chỉ vì lý do thất tình như mày nói, nhưng sự thay đổi này thật lạ lùng. Nếu không biết mày, chẳng ai có thể nghĩ mày là một thằng thiếu úy Biệt Động Quân. Chẳng còn dấu vết gì của đời lính hằn trên cuộc sống mày ngoại trừ tấm chứng chỉ tại ngũ mày còn giữ. Đôi lúc tao nghĩ mày còn giễu cợt cả những thằng lính..."

Người không râu nhún vai, ngả lưng vào thành ghế, mệt mỏi buông từng tiếng:

"Tao cũng là một cái xác cụt đầu của cuộc chiến, chỉ còn vỏn vẹn cái quần đùi đỏ trên thân thể. Không thể nhận biết của ai, từ đâu đến và sẽ về nơi nào. Một cái xác bi thảm hơn tụi mày là chẳng còn nguồn gốc."

"Mày có vẻ say."

"Say thật chứ có vẻ gì! Mẹ kiếp, lại buồn mửa... Người không râu gục mặt xuống, trán tì vào mép bàn. Một dòng thức ăn trộn nước ào ra, bắn tung tóe xuống mặt đá hoa. Cổ họng cay xé và đầu lưỡi chua loét. Cảm giác quay quay trong đầu, rồi nặng chĩu với cánh tay thõng buông thả."

Người có râu mỉm cười đứng lên, tiến về phía quầy. Người đàn bà nhìn về phía họ.

"Anh ấy say hả anh?"

"Vâng, nó bắt đầu ăn vạ, cô tính tiền hộ."

Người có râu quay lại bàn, đỡ bạn dậy. Thiếu phụ đã mở cửa sẵn.

"Anh về."

"Vâng. Cám ơn cô."

Không khí bên ngoài hắt vào mặt. Trời tháng năm thoáng và mát. Gió rất nhẹ, mơn man trên da thịt. Người có râu xốc nách bạn, vắt cánh tay bạn ngang cổ, hít sâu một hớp không khí. Không gian vắng lặng với ánh đèn đường hắt xuống. Bãi đậu xe vắng tanh, chỉ còn chiếc xe cũ của họ đậu bên một chiếc xe mới toanh. Người có râu thở dài nhìn cảnh vật. Hai chiếc xe cũ, mới cạnh nhau. Hình ảnh đôi giày trận mũi tròn bên đôi giày cao gót hiện về. Lẩm bẩm những tiếng vô nghĩa, người có râu dìu bạn đi từng bước. Bóng hai người đổ dài, ôm choàng lấy nhau thành một vệt đen. Ngang qua cột đèn, người có râu giật mình nhìn xuống đường. Dưới ánh điện, cái bóng của hai người thun lại, phình to bề ngang. Như một cái xác cụt đầu đã sình thối.

Nguyễn Ý Thuần

NHÃ CA

Tên thật Trần Thị Thu Vân. Sinh năm 1939 tại Huế.

Đăng thơ, truyện trên các báo xuất bản tại Sàigòn từ năm 1960: *Hiện Đại, Sáng Tạo, Văn Nghệ, Văn...*

Trước 1975 đã ấn hành 36 tác phẩm tại miền Nam Việt Nam.

Giải thưởng thi ca toàn quốc năm 1965 với tập *Thơ Nhã Ca*

Giải văn học nghệ thuật toàn quốc với bút ký *Giải Khăn Sô Cho Huế.*

Sau 1975, dưới chế độ Cộng Sản, ở tù cùng chồng là Trần Dạ Từ.

Cả gia đình rời Việt Nam sang Thụy Điển năm 1988, nhờ sự vận động liên tục của hội Văn Bút Việt Nam Hải Ngoại, sự can thiệp của các tổ chức Văn Bút, Ân Xá Quốc Tế, và sự bảo trợ đặc biệt của Thủ tướng Thụy Điển Ingvar Carsson.

Hiện định cư tại California. Chủ nhiệm *Việt Báo Kinh Tế* và tạp chí *Người Việt Thế Giới.*

Viết lại và ấn hành tại hải ngoại:
- *Hoa Phượng Đừng Đỏ Nữa* (truyện dài)
- *Sàigòn Cười Một Mình* (tập truyện)
- *Hồi Ký Một Người Mất Ngày Tháng* (hồi ký)
- *Chớp Mắt Một Thời* (truyện dài)
- *Đường Tự Do Sàigòn* (trường thiên tiểu thuyết).

Nụ hồng

Lúc bước xuống đường, để sang bên kia trạm bus, ông cụ hoảng quá. Đèn bật xanh lè, cụ lụm cụm chạy.

Tuổi già tệ thiệt, cụ chạy mà không bắt kịp mấy người cùng băng sang đường với cụ. Bước chân họ như dài gấp đôi bước chân cụ. Soạch một cái, cụ bị rơi lại đằng sau. Đèn chớp vàng cùng với cái bảng cấm chớp đỏ lên cùng lúc. Ông cụ càng quýnh quáng hơn, muốn vấp té. Đã vậy, một chiếc xe hơi vọt tới, như muốn đâm thẳng vào người ông. Ông cụ nhắm mắt, tưởng giây phút về chầu tổ tiên đã tới. Nhưng khi mở mắt, thấy khoảng cách lề có một bước chân, cụ vội nhảy đại lên. Giờ mới yên tâm thở được.

Ngồi xuống ghế, hít thở đã đời, cụ vẫn chưa hết cơn sợ hãi bàng hoàng. Cái xứ Mỹ này lạ đời, không giống ai. Xe ở đâu mà nhiều vô số, còn hơn cả châu chấu ở quê cụ mỗi lần có nạn mất mùa. Đường trong, đường ngoài, xa lộ, ôi thôi, cái dòng xe chạy miết không bao giờ đứt đoạn. Khúc đường này, ngay trung tâm phố, mà kìa. Cụ ngó. Xe chạy loạn xạ. Mấy cậu thanh niên đi đâu mà như ăn cướp. Lạng qua, lách về, vèo một cái là mất biệt. Con gái lái xe cũng dễ sợ như đàn ông con trai. Chiếc xe hàng chở gì mà to kềnh, dài ngoẵng, cụ vừa thấy cái đầu tóc vàng hoe. Mắt có quáng gà không? Con gái rành rành. Vậy mà xe vòng chữ u, nhanh như con rắn cong thân, bắn về phía trước. Hoa cả mắt. Hai tay ông cụ đang để trên đùi, từ lâu rồi, vẫn không ngừng run lên.

Trên chiếc ghế đợi cụ ngồi một mình, bây giờ đã có thêm hai người. Một người đàn ông da đen và một phụ nữ Mễ. Người đàn bà tới trước, đặt mình cái bịch ngồi ngay cạnh ông cụ. Đàn bà xứ này coi cũng kỳ. Cái vẻ e dè, kéo vạt áo hay váy trước khi ngồi xuống của phụ nữ Á Châu vẫn có cái vẻ dịu dàng, dễ thương mà vô cùng quyến rũ. Còn bà ta, con mụ này, chắc ăn uống cũng bạo lắm nên người tròn vo, như cái keo đựng mỡ. Không biết cả ngày làm việc, đụng độ những gì mà mặt mũi khó đăm đăm.

Người đàn ông da đen tới sau một lát, anh ta không ngồi mà đứng, tựa vào cái cột đèn mé hông ghế. Anh này coi bộ vui vẻ, thấy phụ nữ là cười chào liền. Người đàn bà Mễ chẳng hề có cái nhếch môi đáp lại, mà còn lầu bầu. Gặp đôi mắt ông cụ nhìn, hắn ta lại cười, chào nữa. Còn nhún vai, ra cái điều người đàn bà này đáng chê quá. Ông cụ gật đầu, đồng ý. Ông cụ nghĩ đáng ra mình phải chào thành tiếng, như nói đại: *Hai*. Nhưng rồi ông không mở miệng được. Sang Mỹ đã năm năm, mỗi lần ông cụ hay bà cụ mở miệng xài thử vài tiếng Mỹ học lóm được thì mấy thằng cháu nội sửa lưng liền: ông (hay bà) nói sai rồi. Nhiều lúc ông bà cụ nghe con cháu nó sửa lưng, ngó nhau, tẽn tò lắm. Có lần ông cụ nói chuyện nước Mỹ với bà cụ: Chỉ có xứ Mỹ này mới dùng cái xe *mút-sơ-lin* được vì đường sá nó rộng mênh mông. Hai thằng cháu nội cười đến chảy nước mắt. Thằng con trai chen vô:

"Ba không biết thì đừng có nói tiếng Mỹ. Khổ quá, xe Lin-mu-din chớ không phải mút-sơ-lin. Tệ nhất là lúc nhà có khách, bà đừng xổ tiếng Mỹ có được không?"

Hai ông bà già tủi thân và buồn dễ sợ luôn. Nếu còn ở Việt Nam, con của cụ có dám mở miệng với cụ vậy không? Tội nghiệp ngày bà cụ còn sống, vẫn canh chừng, nhắc nhở ông:

"Thôi ông ơi. Mình đã bỏ quê cha đất tổ mà đi. Mình mất cái gốc rồi. Ông đừng bực mình tụi nó làm chi, cứ như câm như điếc là xong. Nhà bà cụ Lài kìa, đánh thằng cháu có cái tát, nó biết quay số điện thoại gọi cảnh sát, ông cụ vô tù, thấy chưa? Nhịn đi ông."

Con giun xéo lắm cũng quằn. Tức quá cũng có lúc phải chửi cha thằng con lên. Thì thằng cha phải chửi cha thằng con chớ ai vô đó nữa. Thằng con thấy cha mình bị lôi ra chửi, cũng đau:

"Ba chửi vậy mà nghe được. Không thấy kỳ cục gì hết sao? Buồn cười. Ba nghĩ coi, lúc ba má còn ở Việt Nam, con cũng có thư về nói rõ đời sống bên này. Không phải ra đầu đường đút cái thẻ vô máy rồi tiền nó chạy ra cho mình tiêu như mấy thằng lưu manh về Việt Nam nói dóc để lừa gạt đâu. Đi cày còn hơn trâu nữa. Ba má cũng nghĩ cho chúng con, cả vợ cả chồng đi làm từ sáng sớm tới tối mịt. Ngày nghỉ cũng rán đưa ba má đi chùa. Thế thôi, còn chúng con có chút nghỉ ngơi nào không? Đời sống ở đây nó sòng phẳng tàn nhẫn. Một tháng tụi con không đủ đóng tiền nhà là nhà băng nó lấy nhà ngay. Ba má hiểu cho tụi con thì mới sống được."

Còn nói gì nữa. Đêm, hai bộ xương già ôm nhau khóc. Bà cụ: "Biết vậy ở Việt Nam cho xong". Xong đâu được với ba thằng cộng sản. Nhà cửa ruộng vườn của nhà nước lâu rồi. Trẻ còn sức lao động, làm thí mạng không đủ ăn, huống chi già. Con cái có gửi thùng quà về, cũng đau lòng lắm. Có chút hơi hám quà Mỹ là anh em, mẹ con, thân quyến cũng lừa đảo, trở thành kẻ thù của nhau. Thì cộng sản nó muốn cả nước như vậy, cứ để ý dòm ngó nhau, để nó tiện bề cai trị, dễ bề vơ vét. Dễ ẹc.

Tiếng thở dài trong đêm khuya của ông từ hồi đó như còn kéo dài tới bây giờ. Hồi nãy, khi ngồi bên mộ bà cụ, thắp nhang, ông có lâm râm khấn và nói chuyện với bà: "Bà đi trước mà sướng, bà có biết không? Còn tui, mới thiệt là côi cút, trơ trọi". Ông nhìn thấy ở dãy mộ bên cạnh, một người đàn ông Mỹ đặt bó hoa lên một mộ bia. Ông cũng mủi lòng lắm. Nhiều lần, đã tính dừng chân lại ở ngoài ngã tư, có một thanh niên Mễ đứng bán hoa, muốn mua. Chỉ có ý định, rồi thôi. Hoa hòe là lối tình tự thời còn trẻ trung, ở đây, bà đã khô héo mà chết, bỏ ông đơn độc ở xứ lạ quê người. Tình già nó kỳ cục lắm. Ông đã không giận bà bỏ ông mà đi trước khỏe re thì thôi, còn đặt một bó hoa lên để cám ơn chắc?" Nghĩ vậy thôi, ông cụ cũng thấy lòng bần thần ân hận, còn một ẩn ức khác trong đời ông, ông giấu bà mãi.

"Bà cứ ngồi đại xuống đi. Còn phải chờ lâu. Bà ngó gì mà ngó hoài vậy?"

Tiếng Việt. Ông ngẩng lên nhìn. Đúng là hai bà cháu rồi. Thảo nào cô cháu phải nói tiếng Việt. Bọn con nít ở đây quên tiếng mẹ đẻ hết trơn. Vô một nhà toàn mũi tẹt da vàng, ăn cơm thì phải có rau muống mà con nít chỉ rặt nói bằng tiếng Mỹ, còn cha mẹ ông bà thì ngồi như phỗng đá. Ông cụ đang có cảm tình với đứa cháu nhỏ này đây. Bà cụ, người ở đâu mà trông phương phi quá. Người như thế này, lúc trẻ đẹp phải biết. Coi cái kiểu kẻ né ngồi xuống, tuy không có vạt áo dài để vén sang một bên, bà cụ vẫn còn giữ nết na thời con gái. Quần đen, áo tơ màu lam sáng, có thêu những cánh hoa nhỏ đồng màu, sang mà giản dị, bà cụ có một dáng dấp thanh nhã, dễ gây cảm tình.

Chỗ bà cụ ngồi sát phía bên ngoài, một chỗ ngồi thì rộng mà hai chỗ thì chật cứng, nên cô cháu đứng. Bà cụ cũng cứ nhích tránh xa, sợ đụng chạm với người ngồi chung. Mỗi lần né xích, môi bà cụ mỉm cười như muôn lời xin lỗi. Ông cụ đoán chừng bà cụ này mới từ Việt Nam qua, thấy mắt nhìn còn tò mò, còn nhiều ngạc nhiên, làm gì không biết.

"Ở đây đi đường không như bên nhà nghe ngoại. Muốn qua đường phải chờ đèn xanh, đi đúng lằn vạch, mà phải đi thật mau. Đi qua đường ngoài lằn vạch là bị phạt, mà xe đụng chết còn phải bồi thường cho người đụng xe nữa đó ngoại."

"Xứ gì mà kỳ. Trên đường hoãn xe, để cho người ta đi băng qua. Một chỗ qua đường muốn xụi chân rồi."

"Luật là luật. Xứ Mỹ đông như kiến, ai muốn làm gì thì làm là loạn. Với lại đi ra đường, ngoại đừng nhìn lung tung. Đi trong parking cũng cẩn thận, xe ra vô ào ào. Ở xứ Mỹ này, phải có bốn con mắt, hai con mắt nhìn không đủ gì hết."

"Ờ, thì cũng phải một thời gian ngoại mới quen. Ngoại có hai con mắt mà mắt già rồi cũng như đui, cháu."

Bà cụ nói chuyện ngộ quá. Không phải ông cụ vì có cảm tình mà nói đại đâu. Anh chàng Mỹ đen nghe không hiểu ất giáp gì hết trơn mà cũng ngó ngó hai bà cháu nói chuyện. Chỉ có người đàn bà Mễ là cứ nhìn mông lung ở đâu, trong mắt đầy vẻ nôn nóng. Đàn bà mà, họ có ưa nhau bao giờ đâu. Ông cụ nghĩ vậy.

"Con không có nhiều thì giờ đưa ngoại đi đây đó đâu. Con còn đi học, đi làm. Mai mốt ngoại phải tập đi xe bus, đi đâu ngoại phải đi một mình. Ngoại cũng phải biết sơ tiếng Mỹ mới đi ra đường một mình được."

"Học ba cái tiếng Mỹ, thôi con ơi, ngoại không còn chỗ nào để nhét vô nữa hết."

Ông cụ muốn bật cười. Ngộ thiệt là ngộ. Cái lối nói chuyện này sao đối với ông chẳng xa lạ gì. Ông đã có nghe. Trong đời, gặp gỡ, quen biết, giao thiệp, đàn bà cũng đếm không hết, chắc giọng nói này cũng đã có trong số đó. Người giống người cũng có. Giọng giống giọng cũng có. Vậy mà lạ chưa, ông cứ bị kéo về cái giọng, cái vẻ của bà cụ.

Chờ một lúc cho bà cụ với đứa cháu gái hết chuyện nói, ông mới từ từ hỏi han:

"Chị ở Việt Nam mới qua phải không?"

"Dạ. Mới qua, bác."

"Ở bên, người ta qua cũng đông. Mà ở đây về bển cũng đông, phải không chị?"

"Dạ. Việt kiều người ta về đông lắm, mua nhà cửa, làm ăn hà rầm."

"Vậy sao chị không ở bển mà qua đây làm chi? Ở đây,

chị biết rồi đó, tuổi già như mình nó buồn lắm.”

“Dạ thì cũng biết vậy. Nhưng nhà tui có năm đứa con, đều ở nước ngoài hết. Hai đứa ở Mỹ, một đứa ở Úc, một Canada, còn thằng út thì được tàu Na Uy vớt, bác. Tui ở bển một mình cũng không được.”

“À, ra vậy. Xin lỗi chị, ở bển, chị ở vùng nào?”

“Sài Gòn, bác.”

“Cũng xin lỗi nữa, trước quê chị ở đâu?”

“Đà Lạt. Bác. Nói là Đà Lạt, nhưng chỗ chính là Tùng Nghĩa. Ông bà già có trại rẫy ở đó.”

Ông cụ hơi giật mình. Đà Lạt rồi Tùng Nghĩa. Cả hai nơi đều vừa nhắc nhở ông, và dòng máu gần khô đặc trong người ông vừa loãng ra, tỏa nhiệt. Còn bà cụ, như có người để khơi dậy thời trẻ trung, vui vẻ tiếp:

“Hồi đó tui lên Đà Lạt học. Được vài năm, có chuyện bỏ học về dưới ở. May chỉ hai ba tháng, dọn về Sài Gòn, mua nhà cửa rồi ở luôn. Năm đứa con khai sanh ở Sài Gòn hết, bác. Quên hỏi bác, ở bên nhà, bác người vùng nào?”

Ông cụ mắt còn sáng lắm mà bỗng hấp hem. Hai bàn tay giật giật. Bà cụ tươi cười hỏi tiếp:

“Bác cũng người Sài Gòn?”

“Hồi trẻ tui cũng ở Đà Lạt. Tui là học trò trọ học. Sau đó đi tùm lum, bôn ba lắm, chị.”

Bà cụ quay người lại nhìn ông cụ chăm chú:

“Hỏi không phải, hồi đó bác có học trọ ở căn biệt thự Hoa Hồng không?”

Không có con kiến nào cắn mà ông cụ cũng nhổm đít lên một chút. Khuôn mặt ông cụ gầy gò mà xanh quá, khó biết ông cụ có xúc động gì không. Bà cụ hỏi xong, nghiêm mặt chờ câu trả lời.

"À không. Nhưng tui biết khu nhà trọ đó. Tui cũng thường tới lui chơi với bạn hữu. Chị cũng trọ học ở đó à?"

Bà cụ chớp mắt, một thời xa xưa kéo màn mây vẩn đục.

"Tui trọ ở nhà bà con, nhưng tui biết ngôi biệt thự đó. Người ta đồn có ma."

"Cái gì. Ở đâu ma, ngoại?"

Đứa cháu gái nãy giờ ngóng xe bus tới, giật mình, hỏi. Mắt con bé tròn vo. Bà cụ cười.

"À, ngoại nói chuyện hồi trước, khi ngoại mới lớn. xưa rồi."

Cô cháu gái nhíu mày, tiếp tục nhìn ngóng phía đầu đường vẻ nôn nóng sốt ruột. Ông cụ ngồi im lặng một hồi lâu, ra điều suy nghĩ lung lắm, rồi quay sang bà cụ:

"Xin lỗi, hồi đó chị có biết một người tên là Nụ Hồng không?"

Bà cụ khi không nắm hai bàn tay lại, bà cụ ngó ông cụ, trong đôi mắt bà, dĩ vãng như vừa lóe sáng.

"Dạ xin lỗi, ông anh đây là... có phải...?"

Ông cụ lại bị kiến cắn, muốn nhảy nhổm:

"Dạ chị có tưởng nhầm tui với ai không? Bị hồi đó nội cái tên Nụ Hồng cũng đủ các cậu hâm mộ rồi, không có thi hoa hậu mà mọi người đều ngấm ngầm bầu người đẹp là hoa khôi...đó chị."

Bà cụ cúi mặt:

"Dạ, nhưng tiếc không phải là tui. Tui là bạn chơi rất thân của Nụ Hồng. Bây giờ còn chắc cũng đầu bạc răng long hết rồi ông anh à."

"Vâng, thời gian mà chị. Xin lỗi ông anh có sang Huê Kỳ không?"

"Dạ không. Tui còn một mình." Bà cụ cười, hơi nghiêm mặt.

Chiếc xe buýt đồ sộ dừng lại. Đứa cháu gái kéo tay bả cụ dẫn lên xe, người đàn bà Mễ tranh bước trước. Người đàn ông da đen lễ phép nhường bả cụ. Ông cụ lên xe sau cùng. Trên xe họ ngồi cách nhau một ghế. Phía sau, ông cụ nhìn tới, thấy nguyên cái đầu tóc trắng như cước của bà cụ. Ông cụ lắc đầu, nuốt nước bọt. Không thể lầm được đâu. "Em à, cái nụ cười của em, trăm năm sau có gặp, anh vẫn nhận ra." Tệ quá, mình đã có lỗi với bà ấy, suốt trong cuộc sống chồng vợ êm ấm, nhiều lúc mình đã lẫn lộn nụ cười của vợ là của Nụ Hồng.

Xin lỗi. Bàn tay ông vẫn đặt trên đầu gối, bỗng lại rung lên. Chiếc xe buýt đang chạy băng băng. Trời chiều muộn vì nắng còn ngập ngừng chưa muôn tắt. Trong đôi mắt đục, lờ đờ, bỗng xa xôi đầy hình bóng của kỷ niệm.

...

Mưa xối xả. Nước từ trời dội xuống, chia thành hai nhánh, chảy siết như hai dòng suối nhỏ ở hai lề đường. Chiều mùa đông ở Đà Lạt, thường bị mưa và bóng tối nuốt rất sớm. Những tàng thông xanh đang thu thành những chùm bóng bí mật, dọa dẫm. Đường phố như không còn ai, chỉ có hai người. Họ đang đi lên con dốc dẫn tới biệt thự Hoa Hồng. Cả hai cùng mặc áo mưa màu sậm nên càng lẫn trong bóng chiều xẫm màu.

"Hai chân em như đang ngâm trong nước đá. Nó sắp tê cóng hết rồi, anh. Thích quá."

Họ là một cặp trai gái. Người con trai cao hơn cô gái nhiều. Họ đi sát vào nhau. Cô gái trông càng thấp hơn vì đi phía bên trong, quần xắn cao, chân đi guốc gỗ, đang lội trong dòng nước chảy ngược xuống dốc.

"Em đừng nghịch nước nữa. Thấy không, bắn ướt hết anh rồi."

"Không sao. Ướt mát."

"Thôi mà, bé. Anh đang rét run lên đây."

"Bộ anh lạnh lắm hả? Tội anh quá. Anh đi sát vào em đi. Ấm. Ấm chưa."

"Ái chà. Em lừa anh. Ác."

Cô gái cười ròn tan. Tiếng nước bắn tóe lẹt xẹt. Chiều trốn vội vàng không báo trước. Cả hai chìm mất trong bóng tối.

"Anh. Em không thấy đường đi. Tối thui à."

"Đi bằng mắt của anh. Níu tay anh, đừng sợ."

"Mưa hoài. Chắc mưa suốt đêm quá."

"Anh mong vậy. Mưa suốt đêm."

Hai người đi lên gần hết con dốc. Họ dừng lại trước một khối đen khổng lồ. Nhìn kỹ lắm, mới thấy có vài đốm lửa lung linh, tòa biệt thự và cây cối nổi lờ nhờ. Họ đứng sát vào nhau. Cơn mưa vẫn ào ạt, dữ dội.

"Em vào với anh nhé? Vào một chút, anh pha cà phê."

"Muộn quá. Em sợ..."

"Mưa mà. Em về nhà trọ trễ đâu có sao. Nói trú mưa."

"Chỉ uống một ly cà phê thôi nghe."

"Không đủ thì giờ để anh hong suối tóc cho em. Tóc em ướt hết nè." Người thanh niên đẩy chiếc cổng gỗ. Một tiếng kêu khô khốc, chìm lỉm mất trong tiếng rào rạt của mưa. Cô gái rùng mình, đeo cứng chàng trai. Con đường đá, trơn trượt, họ dìu nhau thận trọng từng bước một. Chưa có một cơn mưa nào dữ dội, cộc cằn mà dễ thương như cơn mưa đêm nay.

Ngọn đèn nhỏ trên bàn học tỏa chiếu ánh sáng vàng đục, không đủ soi hết căn phòng trọ. Họ có hai ly cà phê nóng và họ ngồi ngó nhau... Lâu lắm, người thanh niên mới kéo được cô gái vào vòng tay ôm của mình. Lúc cả hai ngồi trên chiếc giường nhỏ, cô gái khóc.

...

Cô gái vùng vằng ném nụ hồng lên mặt cỏ xanh, ngồi trên phiến đá và quay lưng lại. Cô khóc. Họ giận nhau đã một tuần lễ và mới gặp lại nhau buổi chiều hôm nay. Chàng đã làm lành bằng cách mua một nụ hồng đem lại cho nàng. Nhưng nàng vẫn không nguôi. Hoa hoét gì nữa. Lòng dạ nàng đang mê man đây. Cái đêm mưa gió quỷ quái hơn tháng trước đã để lại một hậu quả không lường tính được. Khi nghe người yêu báo tin, chàng đã như bị sét đánh, ngất ngư.

"Phải làm sao bây giờ, anh?"

Chàng cà lăm luôn:

"Anh... anh... anh..."

"Anh không biết tính sao phải không?"

Nàng cắn môi muốn bật máu, cố nén tiếng nấc.

"Được, em thu xếp lấy."

Mấy lần gặp gỡ, khóc lóc, gây gỗ, dỗ dành. Lần này, coi bộ đến hồi quyết liệt.

"Em hãy cho anh thời gian để tính. Gia đình anh ở xa, khi nghe tin chắc khó chấp nhận."

"Mình bỏ thành phố này trốn đi..."

"Em biết anh không có tiền. Mỗi tháng gia đình gửi tiền ăn, học vừa đủ. Làm thế nào mình nuôi nhau?"

"Em đi làm. Người ta sống được mình sống được. Anh biết đó, gia đình em đã nhận lời xin cưới của đằng trai, mà xin cưới gấp vì anh ấy phải đổi về Sài Gòn. Anh cứ lần lữa hoài. Em biết, anh chỉ lợi dụng..."

Cô gái chà hai chiếc dép xuống cỏ. Con suối lượn lờ chảy trước mặt cô an lành. Nước trong đến có thể soi mặt được, còn lung linh hai khuôn mặt chập chờn bên nhau những lần hò hẹn trước.

"Em hiểu cho anh. Để anh viết thư về xin nhà..."

"Nhà anh? Thôi khỏi đi. Anh biết chắc không được mà còn xin?"

"Má anh rất khó..."

"Má. Má. Anh lớn rồi, sao chuyện gì cũng má, má... Anh im đi. Biết vậy sao còn..."

Cô gái nấc lên, đưa tay ôm lấy mặt. Gió vùng lên cùng cơn giận của cô, đẩy một quả thông rơi tõm xuống dòng suối. Nước nhăn mặt bất bình. Chàng thanh niên ngẩng mặt nhìn bầu trời đang muốn mưa. Mưa nữa! Đứng như trời trồng. Đứng như cây cối.

Hồi lâu, cô gái đã dịu cơn khóc. Cô rút chiếc khăn tay nhỏ xíu trong chiếc ví da, lau nước mắt. Mắt cô đỏ hoe, đã hiện ra nhiều tia gân máu đỏ li ti của nhiều đêm thao thức. Cô đứng lên, từ tốn đến trước mặt chàng thanh niên, thở ra một hơi dài cho vơi bớt khí uất trong người, nói:

"Thôi, để em tự giải quyết. Anh không xứng đáng để em oán trách. Ba má ở Tùng Nghĩa mới lên hôm qua. Em tính hôm nay hẹn anh để anh gặp ba má em. Bây giờ không cần nữa. Bây giờ thì em biết, em hiểu rồi. Anh chỉ là một thằng hèn. Anh hèn lắm. Anh biết không?"

"Em. Anh rất yêu em... Anh có thể vì em mà..."

"Hừ, anh còn tính nói hươu nói vượn gì thế? Thôi, anh để tôi tự thu xếp lấy đời tôi..."

Cô gái lại nấc lên. Hai tay lùa vào bấu mớ tóc. Bầu trời cau mặt sa sầm xuống. Vài giọt mưa bắt đầu rơi. Chàng thanh niên khổ não nhìn người yêu. Mặt nàng ướt đẫm lệ. Anh đưa tay lên, không biết để làm gì, lại buông thõng xuống. Anh đã câm. Bầu trời biến đổi đột ngột, quằn quại tiếng ì ầm của cơn giông. Lòng cô gái cũng giông bão. Cô nghiến răng, quắc mắt. Định nhảy tới cắn xé kẻ phụ tình chăng? Không, chỉ tội nụ hoa hồng, bị gót dép của cô chà nát bét. Nụ hồng, như tên cô, như cô, cùng tan nát. Mưa bắt đầu nặng hột. Chàng trai nhìn khuôn mặt người yêu. Anh đau đớn kêu: "Nụ Hồng". Nước mưa muôn xóa những giọt lệ không ngừng trên mặt cô, sũng ướt cả quần áo. Chàng thanh niên nhào lại, muốn ôm, muốn hôn, muốn gật đầu liều lĩnh cùng sống chết. Nhưng cô gái đã xoay người, bỏ chạy và biến mất trong cơn mưa ào ào, hung dữ. Chàng thanh niên đuổi theo. Trong mưa, tiếng gọi "Nụ Hồng. Nụ Hồng" không ngớt. Tiếng gọi càng lúc càng nghẹn ngào, vô vọng, chìm lìm.

"Tha thứ cho anh, Nụ Hồng. Thằng hèn hạ. Khốn nạn. ma cô, ma cạnh. Khốn nạn. Tha thứ cho anh!"

Chàng thanh niên quỳ trên cỏ ướt. Chàng khóc. Nước mắt cùng nước mưa, bất tận.

...

Một buổi tối khác, trong khu vườn đầy đặc cây cối bên ngoài cánh cửa sổ đóng kín. Chàng thanh niên nép mình trong bóng tối, nghe tiếng người yêu la khóc. Mỗi lần tiếng roi quất vụt rít lên, chàng thanh niên lại đưa tay lên miệng cắn chặt.

"Con gái mất nết. Đánh chết mày cũng chưa hết tội. Đồ ngựa vía. Voi dầy. Mày có nghe lời không?"

"Đau quá má ơi. Con lạy má. Con nghe rồi. Xin má đừng bắt con làm điều đó. Con sẽ không sống nổi đâu... Má nói gì con cũng nghe, bảo lấy ai con cũng lấy, nhưng đừng... con sợ lắm má ơi."

"Biết sợ? Thôi đi cô. Cô bôi tro trát trấu lên mặt mẹ cha rồi còn gì nữa. Được. Ngày mai về dưới, làm đám cưới liền, không học hành gì nữa. Trời ơi, sao mày quá quắt, sao mày... Mày chết đi. Chết đi..."

"Ôi, đau quá má ơi. Con biết rồi. Má nói gì con cũng nghe. Đám cưới. Dạ. Ôi, đau. Dạ, con bằng lòng."

Giọng cô gái yếu dần như sắp tắt hơi:

"Má bảo gì cũng được, con chỉ xin đừng bắt con làm điều đó. Má giết con cũng được, con đáng tội chết má ơi..."

"Được, muốn chết thì cho chết. Lì lợm. Này lì. Lì..."

Hôm sau, chàng trai ra bến xe đợi. Thấy nàng lên xe đò cùng cha mẹ. Nàng có trông thấy mình không? Chắc có. Chàng trai ra bờ suối, nơi nàng đã dẫm nát nụ hồng. Không còn dấu vết gì, cơn mưa hung dữ ngày nọ đã xóa hết. Dòng suối lạnh lùng như không còn biết chàng ta là ai. Chàng ngồi trên phiến đá cho tới lúc đêm xuống.

Hai tháng, sau ngày cưới, vì phải lên Đà Lạt, thu dọn đồ đạc để theo chồng đi xa, họ có gặp nhau. Cả hai đều xơ xác, nàng mới xẩy thai, còn chàng, đêm không ngủ, ngày biếng ăn, hốc hác, tiều tụy. Người thanh niên nhanh nhẹn, đầy sức sống, mới đây, tâm tính đã thay đổi hẳn. Thâm trầm, cay chua. Họ nhìn nhau nhiều hơn là nói. Lúc chia tay, chàng hỏi nàng:

"Em còn oán anh không?"

Nàng lắc đầu. Nụ cười buồn:

"Bây giờ thì em đã bình tĩnh lại rồi, nhất là khi em

mất đứa nhỏ, em cảm thấy không còn mất mát nào lớn hơn, không có chuyện nào làm em khổ hơn được nữa."

"Anh mong em hạnh phúc. Quên anh đi."

Nàng gật đầu. vẫn nụ cười buồn. Chàng nói thêm:

"Em à... Nụ cười của em, trăm năm sau có gặp lại, anh vẫn nhận ra."

Nàng lại gật đầu. Vẫn bộ dạng quay đầu để hất mái tóc đẹp bớt lòa xòa xuống trán. Họ phải chia tay nhau vì chẳng có lời gì để nói thêm. Chàng lầm lũi bước trên đường một mình, có cảm tưởng như tất cả bước chân của chàng, của nàng, của kỷ niệm cùng thức dậy, đang nhịp bước theo.

Chàng trai hát nhỏ bài chiều của Hồ Dzếnh:

Trên đường về nhớ đầy
Chiều chậm đưa chân ngày
Tiếng buồn vương trong mây...

Mây Đà Lạt mùa đông thường thấp, nên vướng chung nỗi buồn với người. Vườn hồng nhà ai xơ xác, tiêu điều qua trận mưa gió đêm qua. Không còn một nụ hồng nào nữa.

…

Chuyện xưa, hồi tưởng, nhanh như cái chớp mà người xưa tóc bạc trắng vẫn còn giữ nguyên được nụ cười, ông cụ nao lòng quá. Bà ấy đâu còn nhận ra mình là ai? Lời thốt năm xưa, dù trăm năm sau, gặp lại ông vẫn nhận ra nụ cười của bà. Bà ấy làm sao biết được, bao năm rồi, những lần nhìn những nụ hồng, lòng ông vẫn bồi hồi nhớ. Những sinh nhật của con cháu, nến, những bó hồng thắm tươi, lúc nào cũng lẫn lộn một nụ hồng của riêng ông. Nụ hồng nhỏ bé, ngậm tăm, chỉ héo úa đi, không bao giờ nở.

Thay vì thở ra, ông cụ nuốt xuống. Ông cụ nhìn bàn tay nhăn nheo của mình rồi nhìn mái tóc bạc của cụ bà ngồi phía trước. Thời gian kinh khiếp làm sao. Mới ngày nào, tay này đây, vuốt ve mái tóc còn đen dày, xõa dài xuống lưng. Coi nào. Ông cụ lắc đầu. Tóc bà ấy chỉ còn lưa thưa, mà trên đỉnh đầu còn hói nữa. Chà, vẫn thói quen làm dáng ngày nào, còn cố kéo mở tóc uốn loăn xoăn che khoảng da đầu muốn lộ thiên. Áo quần vẫn những màu sắc thanh nhã. So với các cụ bà khác, bà cụ Nụ Hồng của ông vẫn còn gọn thon, chưa có chỗ nào trên thân thể phì nhiêu một cách quá đáng.

Bà nhà mình khi về chiều không được như vậy đâu, cụ bà cứ nung núc thịt, nhất là khi sang đến Mỹ, bà cụ cứ tròn vo, ngắn dần đi. Chỉ tới lúc sắp bỏ ông mà đi, thì lại gầy chỉ còn da với xương. Lúc nãy cụ cũng ngắm rồi, người xưa, tuy già, cách đứng, dáng đi vẫn còn thong dong lắm.

"Đến trạm này, mình xuống, bà. Bà cố nhớ nghe bà, lần sau bà đi một mình..."

"Chẳng nhớ. Bà thấy đường nào, chỗ nào cũng giống y chang nhau. Đi một mình là lạc."

Ông cụ lại nuốt nữa. Tội không, khi trẻ lạc đường tình rồi, nay già, thêm cái khờ khạo lạc đường phố nữa. Chưa bao giờ ông thấy xe buýt chạy nhanh quá vậy. Vèo một cái, chiếc xe đã táp vô lề đường. Khách quan vội vã xuống trạm. Khi ngang qua, bà cụ có nhìn, gật đầu chào. Ồng cụ đã sửa soạn câu nói văn vẻ về một nụ cười, nhưng luýnh quýnh có mở miệng ra được đâu. Cho tới khi chỉ còn nhìn thấy cái lưng của bà cụ, ông mới thốt ra lời:

"Bà cụ ơi, một trăm năm sau..."

Ông cụ chỉ nói tới chừng đó lại tắc ngang họng. Cô cháu gái đi sau lưng bà cụ quay lại nhìn ông cụ, ngơ ngác. Bà ấy có nhìn lui không? Không, nhưng rõ ràng ông thấy bà đứng khựng lại, và cô cháu đẩy lưng bà, kêu:

"Đi xuống nhanh, bà ơi. Sao bà đứng giữa lối đi vậy?"

Trên xe buýt cũng có kiến chắc, ông cụ nhỏm lên. Ông nhìn phía cửa sổ xuống đường, không thấy gì hết. Cho tới khi xe chạy ông cũng không nhìn thấy gì hai bên đường. Cái xứ gì kỳ cục, chiếc xe buýt làm vừa to vừa cao. Bực mình.

Một anh chàng da đen đã ngồi vảo ghế bà cụ lúc nãy. Anh ta dúi mặt vào tờ báo đọc lấy đọc để.

Xe chạy qua mấy trạm nữa, ông cụ nhắm mắt, ngủ gà ngủ gật. Tuổi già nó tệ vậy, khi nào buồn là thấy ngay cơn buồn ngủ.

NHẬT TIẾN

Nhật Tiến họ Bùi, sinh ngày 24 tháng 8 năm 1936 tại Hà Nội trong một gia đình trung lưu, có 7 người con (sau có hai người theo nghiệp văn là Nhật Tiến và Nhật Tuấn). Thuở nhỏ, ông học trường Hàng Vôi, rồi học trung học tại trường Chu Văn An (Hà Nội). Ông bắt đầu sáng tác từ những năm 50 của thế kỷ 20. Năm 1951, tác phẩm đầu tiên của ông được đăng trên báo là truyện ngắn "Chiến nhẫn mặt ngọc" đăng trên nhật báo *Giang Sơn* ở Hà Nội do Bác sĩ Hoàng Cơ Bình làm Chủ nhiệm. Năm 1953, ông sáng tác nhiều hơn, phần lớn là kịch, đăng trên các báo *Cải tạo, Thời tập, Chánh đạo.*

Di cư vào Nam năm 1954, đầu tiên sống tại Đà Lạt, ông chuyên viết kịch cho Đài phát thanh Ngự Lâm Quân, rồi về Sài Gòn tiếp tục sáng tác cùng với nghề nghiệp chính là đi dạy học môn Vật Lý và Hóa Học ở các trường trung học tư, trước ở Mỹ Tho, Bến Tre, sau về Sài Gòn.

Năm 1959, Ông thành lập nhà xuất bản Huyền Trân và in tác phẩm đầu tay *Những Người Áo Trắng*. Cũng năm này, nhà văn Nhất Linh ra Giai Phẩm *Văn Hóa Ngày Nay* và đã đăng một số truyện ngắn của ông. Nhà văn Nhất Linh cũng giới thiệu ông gia nhập Trung Tâm Văn Bút VN từ cuối năm 1959 và sau này ông giữ chức Đệ nhị Phó Chủ Tịch của tổ chức này cho đến năm 1975. Năm 1961 tác phẩm *Thềm Hoang* được nhà xuất bản Đời Nay của Nhất Linh ấn hành, và đoạt Giải Văn Chương Toàn Quốc năm 1961-1962.

Từ năm 1971, ông làm Chủ bút tuần báo *Thiếu Nhi* (1971-

1975) do ông Nguyễn Hùng Trương Giám đốc nhà sách Khai Trí làm Chủ nhiệm. Ngoài ra, ông còn từng là cây viết cộng tác với các báo *Tân phong, Văn, Bách khoa, Văn học, Đông phương...*

Năm 1974 ông đắc cử vào Hội Đồng Văn Hóa Giáo Dục, nhiệm kỳ 1974-1976.

Sau năm 1975, ông tiếp tục dạy Lý Hóa ở trường Hưng Đạo Sài Gòn cho tới năm 1979 thì vượt biển qua Thái Lan tỵ nạn rồi định cư tại California (Hoa Kỳ) từ năm 1980. Ở đây, ông viết văn và theo học ngành điện toán tại Control Data Institute, rồi làm chuyên viên sửa máy vi điện toán cho một hãng Nhật và nghỉ hưu sau 15 năm làm việc tại hãng này.

Năm 1980, ông cũng là thành viên của Ủy Ban Báo Nguy Giúp Người Vượt Biển (Boat People S.O.S Committe) do TS Nguyễn Hữu Xương làm Chủ tịch, nhà văn Phan Lạc Tiếp làm Tổng thư ký. Tổ chức này đã in cuốn *Hải Tặc trong vịnh Thái Lan* do Nhật Tiến, Dương Phục, Vũ Thanh Thủy soạn để vận động thế giới cứu giúp thuyền nhân VN trong thập niên 80 của thế kỷ trước. Cuốn này cũng được dịch giả James Banerian dịch ra Anh ngữ với tên *Pirates in the Gulf of Siam.*

Năm 1988 ông đắc cử Chủ tịch Ban Chấp Hành Lâm Thời Văn Bút Việt Nam Hải ngoại Nam California nhưng sau 2 năm thì rời tổ chức này khi Ban Chấp Hành chính thức Văn Bút được thành lập.

Trong thập niên 90, ông cộng tác với tạp chí *Hợp Lưu* của họa sĩ Khánh Trường, *Văn Học* của nhà văn Nguyễn Mộng Giác và sau này của nhà văn Cao Xuân Huy. Năm 2001, ông cộng tác rồi sau làm Tổng Thư Ký cho tờ tuần báo *Việt Tide* ở Nam Cali, trong hơn 10 năm. Từ năm 2016, ông làm Tổng Thư Ký cho tờ Giai Phẩm *Việt Stream* cũng ở Nam Cali.

Hiện ông sống ở Orange County, California. Vợ ông, bà Đỗ Phương Khanh cũng là một nhà văn, nhà báo.

- Tác phẩm trước 1975: *Những Người Áo Trắng (1959)*, *Những Vì Sao Lạc (1960)*, *Thềm Hoang (1961)*, *Mây Hoàng Hôn (1962)*, *Người Kéo Màn (1962)*, *Ánh Sáng Công Viên (1963)*, *Chuyện Bé Phượng* (1964), *Vách Đá Cheo Leo (1965)*, *Chim Hót Trong Lồng (1966)*, *Giọt Lệ Đen (1968)*, *Tay Ngọc (1968)*, *Giấc Ngủ Chập Chờn (1969)* *Quê Nhà Yêu Dấu (1970)*, *Theo Gió Ngàn Bay (1970)*, *Tặng phẩm của dòng sông (1972)*, *Thuở mơ làm văn sĩ (1974)*...và một số truyện viết cho tuổi thiếu nhi như*: Lá Chúc Thư, Đường lên Núi Thiên Mã, Săn trong thành phố..v...v...*

- Tác phẩm đã in ở hải ngoại: *Tiếng kèn* (1981), *Hải tặc trong vịnh Thái Lan* (viết chung với Dương Phục và Vũ Thanh Thủy, 1981), *Một thời đang qua* (1985), *Mồ hôi của đá (1988)*, *Cánh cửa (1990)*, *Quê nhà Quê người* (viết chung với Nhật Tuấn, ấn hành ở trong nước, 1994), *Thân Phận Dư Thừa* (2002, dịch cuốn *The Unwanted* của Kiên Nguyễn), *Hành trình Chữ Nghĩa* (2012), *Nhà Giáo Một Thời Nhếch Nhác* (2012), *Sự Thật Không Thể Bị Chôn Vùi* (2012), *Một Thời... Như Thế* (2012), *Mưa Xuân* (2013), *Từ Hội Bút Việt đến Trung Tâm Văn Bút VN* (2016).

Chuyến tầu ngày cuối năm

Chuyến tầu Thống Nhất, vào dịp cuối năm, đếm từ đầu đến đuôi cả thảy được mười bốn toa. Đó là chưa kể cái đầu máy.

Toa đầu tiên gọi là toa hàng ăn, nói đúng ra chỉ là một chỗ tập trung nấu nướng rồi đem chia thành từng khẩu phần và chỉ bán cho người có vé lên tầu. Khách mua xong rồi thì đem phần ăn của mình về chỗ, chứ không có bàn ghế riêng để ngồi, theo như cái nghĩa của toa xe. So với giá cả bên ngoài, đồ ăn quả có rẻ. Mỗi khẩu phần gồm một khúc bánh mì, một đĩa cơm trắng có trứng chiên được xịt thêm ít tàu vị yểu. Thêm trái chuối tráng miệng. Nếu chịu khó lặn lội từ toa dưới lên toa đầu thì cũng tiết kiệm được vài đồng mà vẫn ăn no.

Tuy nhiên ít ai quan tâm tới việc dè xẻn chỉ vài đồng trên một lộ trình dài hai ngày rưỡi này, mà lại phải nhai loại bánh mì cứng như gỗ, cơm thì hạt rời hạt nhão, cái ưu điểm duy nhất là không có độn mì. Trong khi đó, mỗi lần chuyến xe ngừng lại ở dọc đường, dân chúng ở mỗi địa phương vẫn ùa ra bán hàng đông vô số kể. Cơm nóng. Gà chiên. Xôi mỡ. Cháo hành. Và đủ thứ hoa quả. Có đắt hơn chút đỉnh, nhưng cũng là dịp được ăn gà thỏa thuê. Lâu lâu mới đi xa một lần, chi phí về ăn uống trên tầu chỉ là một khoản nhỏ. Tiền ăn uống bỏ ra đâu có tiếc xót bằng tiền phải mua cái vé chợ đen, giá chính thức có ba mươi tư đồng, nó chém sáu chục, tám chục vẫn phải nghiến răng mua lại. Tết nhất đến nơi rồi, ăn chực nằm chờ mãi ở nhà ga, tiền quà tiêu vặt trong hai ba ngày cũng quá tội. Đó là chưa kể ngày, đêm ngồi chờ, cứ phải ôm khư khư lấy hành lý, sểnh ra là mất cắp như chơi. Mưa, nắng, gió, sương, mặc kệ, trong cái rừng hành lý và người đông như kiến cỏ này, ngồi đâu là đông cứng ở đó, đâu còn nơi nào mà rời chỗ. Càng tới ngày cận Tết, khách trở ra miền Bắc càng đông. Cán bộ, công nhân viên, thường dân, bộ đội đi công tác, bộ đội nghỉ phép, bộ đội phục viên và cả những người thuộc thành phần "ngụy" ra Bắc thăm thân nhân học tập cải tạo nữa.

Tất cả ngồi chật khứ trong những toa xe ngột ngạt hơi người. Trừ một toa cuối cùng có giường ngủ dành cho cán bộ cao cấp và các cụ già yếu đuối, còn thì đồng loạt ghế gỗ. Mỗi dẫy ghế là ba chỗ ngồi, thay thế loại ghế trước đây chỉ có hai chỗ. Trên đầu là hành lý, dưới chân cũng hành lý, đồ đạc nhồi nhét tối đa, con người có khổ một tí nhưng cũng chỉ kéo dài hai ngày, ba đêm là cùng. Nhưng nếu đem thêm một bịch cau khô, một túi nan hoa (căm) xe đạp, một lố khóa đồng, một hộp đá lửa, hay những thứ linh tinh khác như kim may, chỉ thêu, nút áo, kẹp tóc, đồ chơi bằng nhựa dẻo ..v.v... thì bất cứ cái gì cũng có thể bán ra tiền để cải thiện bữa ăn, cải thiện đời sống. Cho nên có phải bó giò cách mấy cũng chẳng ai kêu ca. Leo lên tầu và ngồi yên chỗ rồi là đã vượt qua được hẳn một chặng đường khó khăn ăn chực nằm chờ khốn khổ trước nhà ga, mà hiện giờ hãy còn cả rừng người nằm, ngồi đen nghẹt ở đó.

Đấy là chưa kể lát nữa, khi tầu chuyển bánh rồi còn có cái sàn lối đi trống trơn ở chính giữa đó, mọi người sẽ thu xếp với nhau. Giải báo cũ xuống, chia ca thay nhau nằm ngả đỡ cái lưng, dù chân anh này có khoèo qua đầu chị kia, dù cái gậm ghế có chật khứ chỉ đủ lách vô được nửa cái mình thì cũng là cung cách giải quyết được phần nào cho xương cốt đỡ ê ẩm, cho cái cơ thể bớt mệt mỏi rã rời, do nóng, do chật, do ngập hơi người và do cái lắc lư, dồn ép của con tầu đã đến tuổi hồi hưu mà vẫn cứ phải hổn hển bò lê trên con đường mịt mù thăm thẳm hơn một ngàn cây số từ Nam ra Bắc.

Không còn đường nào khác! Vậy tốt hơn hết là chấp nhận như một sự bình thường. Và con tầu vào dịp cuối năm bữa đó đếm được mười bốn cái toa. Từ hơn một giờ qua, nhân viên hỏa xa kiểm soát xong các thủ tục an toàn, nhân viên soát vé kiểm tra xong các hành khách lên tầu, các toán công an đi kiểm soát xong giấy phép đi đường của mọi người, tất cả các hành khách đều đã ngồi yên chỗ. Tuy nhiên, tầu vẫn chưa khởi hành. Một nguồn tin loan đi dần dần từ toa nọ sang toa kia làm mọi người xầm xì: "Đầu máy hư, *còn đang sửa!*"

Không có ai kêu ca phàn nàn gì. Một thời gian ngắn chờ đợi yên ổn tại chỗ trong toa xe so với những ngày gối đất nằm sương chờ đợi vất vưởng ngoài cửa ga, thật chẳng nhằm nhò gì.

Trời sáng rõ dần. Bây giờ thì ai cũng nhìn thấy mặt nhau, những khuôn mặt bơ phờ, mệt mỏi nhưng không giấu được vẻ tươi cười, trừ một số kẻ đã lén lên tầu một cách bất hợp pháp.

Như Hùng là một. Anh ta đã phải dành ra hơn một tiếng đồng hồ để đấu trí với đám Công an từ sáng sớm. Trước hết, lối vào sân ga đã bị một hàng rào kẽm gai giăng kín chỉ chừa có một lối đi. Hành khách hợp pháp phải qua lối đó để vào sân ga. Nhưng điều đó không ăn thua gì với Hùng cả. Anh ta đã vào sân ga ngay từ tối hôm trước bằng ngả leo rào.

Con tầu Thống Nhất với mười bốn toa nằm dài yên vị ở đó để ngày mai sẵn sàng khởi hành. Chỉ việc leo lên, chui vào một xó kẹt nào đó đánh một giấc ngủ ngon lành cho tới khi hành khách khởi sự lên tầu. Trong bóng tối của một đêm tháng Chạp tẩm nhiều sương lạnh, Hùng nhận thấy không chỉ có một mình anh ta là dân đi lậu.

Họ cũng lổ nhổ như những con mèo hoang lẻn qua các ngõ ngách tối thui của sân ga để leo lên tầu. Hầu như tất cả đều là bộ đội đào ngũ. Hầu như tất cả đều đã là sinh viên, học sinh hãy còn đang học hành thì bị gọi đi B, nghĩa là vào chiến trường miền Nam ở giai đoạn khốc liệt.

Một số đông đã bỏ xác dưới những trận mưa bom, ở

những chiến trường hiểm ác. Những kẻ may mắn còn sống sót thì đã được hưởng đủ cái vinh quang của những đoàn quân chiến thắng, được choàng vòng hoa, được đi diễn hành, được tham dự đủ loại hình thức liên hoan.

Đối với họ, niềm vui như một cơn sốt cao độ. Nó xoáy con người vào một cảm giác ngây ngất, bàng hoàng, ngạc nhiên đến sửng sốt vì chiến tranh chấm dứt một cách quá đột ngột, chiến thắng nở ra như một bông hoa trong thần thoại làm choáng ngợp hồn người đến nỗi chỉ tối đêm khi đã nhắm mắt ngủ họ mới tạm quên nỗi niềm háo hức, vui mừng.

Nhưng ngày mai mở mắt ra, cơn say lại kéo đến tức khắc với hình ảnh của những rừng cờ, rừng biểu ngữ và hàng vạn lời rổn rảng bên tai: *'Chiến thắng của mùa Xuân vĩ đại- mùa Xuân của thời đại Hồ Chí Minh- đỉnh cao văn minh trí tuệ của loài người."*

Nhưng rồi như những bông hoa sau thời kỳ tỏa hương, phô sắc nhất thời của nó, mọi sự đều trở lại vị trí bình thường. Những anh hùng dù trong vinh quang cách mấy cũng quay về với nhu cầu giản dị hằng ngày. Đối với những cán binh trẻ, niềm ước ao duy nhất là được quay về quê cũ để tiếp tục học hành như lời hứa hẹn của Đảng và nhà nước đã ban ra khi vận động lứa tuổi của họ đi ra chiến trường.

Cái nhu cầu ấy, trước mới chỉ nhen nhúm trong những câu chuyện gẫu với nhau ở đơn vi, lúc gác súng quay ra đào mương, đốt rừng, cuốc sỏi để trồng khoai, trồng mì, rồi dần dần biến thành những câu hỏi thắc mắc nêu ra trong các buổi sinh hoạt đơn vị, rồi sau cùng nó âm thầm nẩy nở thành niềm khát vọng làm thao thức họ trong những đêm dài mất ngủ. Nhưng cán bộ chỉ đạo bao giờ cũng chỉ đáp: *"Giành được chính quyền mới chỉ là thành quả bước đầu của sự nghiệp cách mạng. Chúng ta còn phải tiếp tục hy sinh nhiều hơn nữa để duy trì và phát huy cái thành quả đó. Nhiệm vụ trước mắt rất là to lớn. Thanh niên là cánh tay mặt của Đảng. Các đồng chí hãy tỏ ra xứng đáng với câu: "Đâu cần thanh niên có, đâu khó có thanh niên".*

Thế là tan theo mây khói giấc mộng hồi hương mà khởi đầu anh nào cũng ngây thơ tưởng rằng chiến tranh chấm dứt rồi thì tan hàng ai về nhà nấy. Hùng ở vào một trong số đông các anh chàng ngây thơ đó, nhưng anh cũng là một trong số đông có đủ cái sức liều lĩnh để tự giải quyết vấn đề cho chính mình.

Từ ngày có lệnh lên đường đi Kampchia, đơn vị của Hùng đã có hơn mười trường hợp đào ngũ. Hùng đã nối gót họ, và bây giờ anh đang hiện diện ở đây, trong góc tối của một toa xe, dưới gậm của hai hàng ghế và giữa những cơn mộng mị quay về dĩ vãng như những khúc phim ám ảnh, rã rời.

Có lúc anh thấy mình như đang mắc võng giữa hai gốc thông già ẩn dưới cơn mưa rừng rả rích Trường Sơn. Có lúc anh thấy hiện ra cặp giò trắng ngần của đồng chí nữ giao liên hôm nào cũng xắn quần rửa chân bì bõm bên bờ suối. Hình ảnh này đeo đẳng anh như một cơn ám ảnh không bao giờ nguôi. Người nữ giao liên không tên tuổi, chợt đến, chợt đi, như cuộc sống của tất cả mọi người hiện diện trong cuộc chiến tranh dai dẳng này. Có thể cô ta đã quay về quê cũ. Có thể cô ta bỏ xác đâu đó trên đường công tác. Hình ảnh khuôn mặt của cô ta thì đã phai mờ trong ý nghĩ của Hưng, nhưng cặp giò trắng như sữa đó vẫn còn lẩn quất trong trí nhớ. Nó hay hiện về trong mộng mị. Nó nằm giữa những kỷ niệm vui buồn của đời quân ngũ, với những người bạn thân của Hùng đã nằm xuống, với những tờ giấy khen mà Hùng chắt chiu đến dầy cộm cả chiếc ví da, và cả những lá thư nhà mờ nhạt mầu mực tím thấm đẫm vết mồ hôi xen lẫn với bụi đường.

Trong giấc mơ, Hùng hay bắt lại được những hình ảnh lộn xộn đó, và khi tỉnh dậy, anh có cảm giác như đang nằm ở một bên bờ vực. Anh nghiền ngẫm rất kỹ về cái cảm giác này và anh thấy rõ nó khơi nguồn từ ngày anh bắt đầu có ý tưởng trốn đi. Anh biết rõ hậu quả sẽ đến với mình khi ý tưởng đó trở thành sự thực, nhưng anh không cưỡng lại được hình ảnh còm cõi, già nua, gần đất xa trời của mẹ già và mấy đứa em nhỏ. Anh cũng không cưỡng lại được khung cảnh quen thuộc ở quê nhà, với những mái tranh xơ xác nghèo nàn giữa những con đường làng len lỏi qua những rặng tre xanh.

Cuối cùng anh dứt khoát chọn lựa. Giã từ đơn vị. Giã từ chiến công. Giã tử những tấm giấy khen nhầu nát chất đầy trong ví. Anh chấp nhận hoàn cảnh tủi nhục của kẻ chối bỏ vị trí của một anh hùng để trở về với chính con người của mình. Con người cũng chẳng có khát vọng gì nhiều ngoài niềm mơ ước được nhìn thấy lần cuối hình ảnh của mẹ già và được đi trở lại con đường xào xạc đầy bóng tre trước gió.

Ngoài những lý do thầm kín, riêng tư, còn có một lý do quan trọng khác nữa đã khiến anh thay đổi vị trí của mình. Đó là anh cùng các bạn đồng ngũ bị đẩy tới một con đường ra đi khó thấy ngày về. Chiến trường Kampuchia. Hùng không thấy mảy may liên hệ gì đến phần đất này. Không hiểu biết. Không gắn bó. Không ràng buộc. Không thấy cả cái lý do mà mình phải đổ mồ hôi và xương máu xuống đó. Chỉ có một điều duy nhất là anh và bạn bè đã bị đẩy xô tới bằng những chỉ thị tuy lạnh lùng nhưng lại đốt cháy cả tương lai, cả cuộc đời của anh. Đó là điều thậm vô lý. Hùng đã phản kháng sự vô lý đó bằng hành động bỏ đi, hết sức tiêu cực. Anh tặc lỡi, chết ở đâu thì cũng là chết. Ai có thể nói mình đã khôn ngoan để chọn ra được con đường đúng nhất.

Tuy nhiên, khi quyết định xong rồi thì Hùng bắt đầu rơi vào tâm trạng của một con thú bị săn đuổi. Quá khứ, chiến công, và những tấm giấy khen nhầu nát không còn giúp gì cho anh trong hoàn cảnh này. Không gian của thế giới này bây giờ chỉ dành cho anh một khoảng nhỏ, trong cái gậm giữa hai hàng ghế trên một con tầu nằm im lìm trên sân ga chờ giở khởi hành. Hùng chua chát nghĩ đến cuộc hồi hương đen tối của mình, thật trái ngược với lòng hăng hái của anh lúc ra đi với lời phát biểu trong buổi liên hoan tiễn đưa các chiến sĩ lên đường: Hứa sẽ lập nhiều chiến công để trở về trong vinh quang!

Hùng thấy rõ hồi đó anh chỉ như một người sống khép kín trong thế giới bao quanh bởi những ngôn từ: Chủ nghĩa anh hùng. Thi đua lập chiến công. Tiến lên gánh nhiệm vụ hàng đầu xây dựng tổ quốc Xã hội Chủ nghĩa vinh quang. Và đủ loại thuốc đớp khác.

Nhưng càng đi sâu vào cuộc sống, những ngôn từ đó càng trở nên những mảnh hoa giấy cài trên chiếc mũ phường chèo đã bị rã nát sau cơn mưa. Hùng không còn gì ngoài bản năng sinh tồn của chính anh. Anh đã qua khỏi cái giai đoạn bị huyễn hoặc bởi các loại ngôn ngữ tuyên truyền. Người chiến sĩ đã nhìn thấy bề mặt trái của tấm huy chương. Và đó cũng chính là số phận không may của anh đã an bài như thế. Bởi trong cái xã hội đầy cơ cực này, càng biết nhiều, biết rõ thì chỉ đầy dọa thêm cho chính bản thân của mình. Biết mà có thay đổi được gì đâu. Sau hơn ba mươi năm bị mài nhẵn, bào mòn, con người chỉ rút ra được một triết lý duy nhất để tồn tại, đó là câu *"Không còn đường nào khác!"*, hiểu như một sự an phận, cúi đầu, như một con ngựa chấp nhận số phận khi đã được đeo lên mình tất cả yên cương.

Nhưng từ ngày đặt chân lên Sài Gòn và lui tới nơi đó vài lần khi được nghỉ phép, Hùng khám phá thấy một điều mới lạ, hơn tất cả kiến thức về kinh nghiệm sống của dân chúng miền Bắc cộng lại từ ba mươi năm. Đó là sức đề kháng của dân Sài Gòn. Thái độ của họ. Cách sống của họ. Cảm nghĩ của họ, sau ba năm chung đụng với chế độ mới, họ chỉ hòa nhưng không đồng.

Rõ ràng ở họ có một thế giới riêng, có cách nhìn riêng,

có lẽ lối thích ứng riêng. Họ như một con suối len lỏi qua những rừng cây, những hốc đá, những khe rạch. Nhưng dù ở đâu nước vẫn là nước, nó vẫn tồn tại trong chia cắt, trong rã rời từng mảnh vụn, nhưng vẫn có điều kiện đổ về nguồn khi có dịp.

Hùng muốn bàn luận thêm với bạn bè về *ý nghĩ đó*, nhưng bây giờ thì họ đã ở quá xa, cả ngoài không gian lẫn trong ý nghĩ. Với họ, Hùng không còn là kẻ đồng hành. Chỗ của anh bây giờ là ở đây, trong hốc kẹt giữa hai gậm ghế của một toa tầu. Như một con thú bị săn đuổi, Hùng sợ ánh sáng, sợ tiếng người, sợ tiếng xe cộ lao xao, sợ ngay đến cả tiếng chân người coi ga lê dép lẹp xẹp qua lại trên sân xi măng in bóng ngọn đèn héo úa lúc về đêm.

Nhưng rồi do tình cờ, Hùng bỗng phát hiện được một người bạn đồng hành. Sự kiện bắt đầu tử một tiếng rên nhỏ xuất phát ở phía đầu toa xe, nơi đặt phòng tiêu tiểu công cộng. Tiếng rên cứ mỗi lúc một to dần đến nỗi làm cho Hùng phải tỉnh dậy. Anh ngơ ngác nhìn ra khung cửa sổ cắt vuông vức một khoảng trời mờ đục sương đêm. Gió lùa qua đó đem vào toa xe một cảm giác gây gây lạnh. Đồng hồ trên tay Hùng mới chỉ có hơn hai giờ. Sân ga hoàn toàn yên lặng, nhưng phía bên kia hàng rào, ở khu vực bà con nằm chờ mua vé vẫn còn vọng lại những tiếng lao xao.

Hùng ngồi thẳng lên và tập trung vào tiếng động phát ra ở phía đầu toa. Rõ ràng là tiếng người đang rên rỉ. Anh khoác túi vải lên vai và đi chậm chạp về phía đó. Bây giờ, mắt anh đã nhìn quen với bóng tối. Anh thấy một người đang ngồi áp lưng trên cánh cửa của phòng vệ sinh công cộng, đầu gục xuống hai đầu gối. Tiếng rên từ người đó phát ra. Hùng khẽ tiến lại gần, nghe ngóng một lát rồi cất tiếng:

- Ai làm sao đấy?

Người bệnh ngước đầu lên. Một cái đầu rối bù, không

nhìn được rõ mặt. Anh ta cũng thều thào cái gì nghe không rõ, rồi lại cúi xuống. Hùng hỏi:

- Tiêu chảy hả?

Cái đầu bù xù lại lắc khẽ, và bây giờ giọng đáp đã rõ hơn:

- Không! Loét dạ dầy? Đói quá nó hành.

Hùng bật lên cười. Anh yên tâm hoàn toàn về con người đối diện. Anh cất giọng thoải mái:

- Cũng dân chui hả?

Người lạ mặt lại ngẩng đầu lên nhìn. Hắn ta định nói thêm điều gì nhưng cơn đau kéo đến làm mặt hắn rúm lại. Hùng mau lẹ mở cái túi vải của mình để lấy ra một gói bánh khô. Anh nói:

- Ăn đi. Có cái dằn bụng, dạ dầy nó hết hành.

Người lạ mặt vồ lấy gói bánh và mở nó ra bằng hai bàn tay run rẩy. Rồi có tiếng nhai rào rạo. Hùng nhắc:

- Nhai cho kỹ kẻo lủng bố nó ruột.

Anh ta không trả lời. Cả khuôn mặt của anh ta chìm trong bóng khuất của mái tóc bù sù. Một lát sau, Hùng lại cất tiếng:

- Cậu "tếch" bao lâu rồi mà đói rách đến thế?

- Mới hơn tuần nay thôi. Nhưng có tí vốn lưng bị "ngụy Sài Gòn" nó mõi hết.

- Định về đâu?

- Thái Bình!

- Không sợ địa phương nó tóm hả?

- Tóm cũng kệ. Nằm tù ngoài Bắc còn hơn bỏ xác ngoài chiến trường Kampuchia.

Hùng bật lên cười. Hắn ta đã lý luận như Hùng đã từng lý luận. Hùng thấy lòng ấm áp hẳn lên. Bây giờ, anh đã có bạn đồng hành. Ít ra trên quãng đường lẩn trốn, chui rúc này, có hai kẻ để nương nhau thì cũng đỡ. Hai người trở thành thân mật như một đôi bạn cũ lâu ngày mới gặp nhau. Họ rì rầm kể cho nhau nghe về chuyện chiến trường, chuyện đơn vị, chuyện thủ trưởng. Hùng nhận ra đơn vị nào thì cũng giống đơn vị nào. Cơn băng hoại tinh thần như một vết rò rỉ trên một con thuyền, đang âm thầm lan ra khắp mọi chỗ. Chỉ có điều thật khó mà đánh giá được mức độ trầm trọng của nó, vì ai cũng giữ kín tâm sự của mình và mọi người chỉ biết rõ ý nghĩ thầm kín của nhau khi nó đã biến ra hành động.

Có mấy cái bánh bích qui vào bụng, cơn đau của anh chàng lạ mặt thấy dịu hẳn đi. Hắn ta bắt đầu cọ quậy rồi một lát đứng lên vươn vai. Hắn chép miệng:

- Mẹ kiếp, bị đạn ở đùi, giải phẫu xong đi khập khiễng, tưởng là được giải ngũ về quê, thế mà rồi xin mãi không được. Thủ trưởng nó nói là mức độ tàn phế chưa đủ đạt tiêu chuẩn, vẫn còn đánh đấm được ở Kampuchia. Thế có chó má không...

Nói rồi hắn ta tiến lại phía cửa toa tầu nhìn ra khoảng trời mờ đục vì sương đêm. Hùng thấy rõ hắn ta hơi khập khiễng. Bóng dáng nhỏ thó của hắn in như cắt trên khung cửa sáng lờ mờ. Mái tóc sù lên. Đôi vai như so lại trong chiếc áo sơ mi rộng thùng thình.

Bỗng có tiếng lao xao ở lối vào sân ga. Hùng lại cúi xuống xem đồng hồ. Hai cây kim dạ quang mới đó mà đã chỉ gần bốn giờ. Hành khách đang lục tục kéo vào, tiếng guốc, dép khua lộc cộc trên mặt sân tráng xi măng. Hắn ta quay vào nói:

- Thôi ta chuồn. Mình sẽ gặp nhau để trao đổi địa chỉ. Ai về trót lọt thì thông báo giùm cho gia đình...

Rồi hắn ta mở cửa, tụt vào phòng vệ sinh. Hùng hỏi theo:

- Cậu định đóng kín cửa không cho ai ra, vào đó chắc?

Có tiếng hắn cười, vọng ra:

- Không đâu. Tớ leo lên cái hốc kẹt này. Chân tớ khập khiễng không lần từ toa này sang toa khác được.

Hùng đi lại phía cửa toa xe. Anh nhìn thấy một toán người lũ lượt kéo lại gần. Tiếng cười nói đã vọng tới nghe thấy rõ. Anh vội vã xốc lại cái túi vải rồi lủi nhanh về phía cuối toa xe. Ở đó, anh đứng bám vào cái tay vịn ở bậc thềm lên xuống và quan sát được tất cả mọi người lui tới từ hai phía. Chỉ cần tinh mắt và lẹ chân, anh có thể qua mặt được các tốp kiểm soát với những khẩu súng ôm ngờ ngờ. Người càng đông, càng dễ lẫn. Với đám hành khách thì khỏi lo, không có ai quan tâm làm gì đến những kẻ đi chui. Việc ai nấy lo, hơi đâu mà rắc rối, sinh sự.

Rồi thời gian qua mau lẹ. Những nhân viên hỏa xa đã xét xong vé lên tầu của hành khách. Những toán công an đã kiểm tra xong giấy đi đường của mọi người. Tất cả hành khách đã ngồi đâu đó yên vị. Lác đác trên sân ga chỉ còn vài ba người vào tận chỗ tầu đậu để tử giã thân nhân. Chính họ cũng phải mua vé vào sân. Chỉ còn thiếu có mỗi một cái đầu máy duy nhất là con tầu mười bốn toa có thể khởi hành.

***

Trời bắt đầu sáng rõ rồi, lại có tin loan đi từ toa này qua toa khác: Cái đầu máy không sửa được, phải chờ di chuyển một cái khác từ ga Biên Hòa lên thay thế. Thế là thời gian mất ít nhất cũng là hai tiếng nữa. Trời lúc này đã sáng rõ. Những tia nắng đầu tiên đã in thành từng giải rực rỡ trên nóc những ngôi nhà cao ở phía xa. Thành phố Sài Gòn đã phục hồi lại tất cả vẻ ồn ào, náo nhiệt của nó sau một đêm dài im lìm.

Bây giờ thì hành khách không còn kiên tâm để ngồi giữ chỗ của mình trên toa xe nữa. Họ bắt đầu lục tục kéo nhau xuống hết sân ga và ngồi trải dài dọc theo suốt con tầu đầy đủ mười bốn toa. Hùng không còn cách nào khác hơn là cũng phải xuống ngồi lẫn mặt trong đám đông ồn ào đó. Bên trái của anh là một cặp vợ chồng cán bộ cỡ trung niên, hai vợ chồng đang cằn nhằn với nhau về vấn đề gì đó, chỉ thấy hai người ngoảnh đi, mặt buồn so. Bên phải của anh là một thiếu phụ tay bồng một đứa nhỏ cỡ ba, bốn tuổi và thêm một đứa nữa đang ngồi ăn một miếng bánh mì ở ngay cạnh bà ta.

Hùng gợi chuyện với thiếu phụ này để tạo cho sự hiện diện của mình tại đây một vẻ tự nhiên. Anh được biết thiếu phụ đem con ra Bắc thăm chồng đang đi cải tạo. Điều này đã hằn sâu trên khuôn mặt của bà ta một vẻ mệt mỏi với những nếp nhăn không phải vì tuổi già mà vì cơn tàn phá của cuộc đời ùa đến quá nhanh, quá tàn khốc.

Thiếu phụ ít nói, và Hùng chưa thấy bà ta nhếch lên được một nụ cười. Tuy nhiên, Hùng lại cảm thấy mình được yên ổn khi ngồi tạm ở chỗ này, trong thời gian chờ đợi cái đầu máy từ Biên Hòa chuyển tới. Vừa bắt chuyện với bà ta, mắt Hùng vừa không rời con đường xi măng trải dài đến tận lối vào sân ga. Ở đây, Hùng có thể theo dõi được toán lính đi kiểm soát mọi người đang ngồi la liệt ở bên lề cỏ. Họ là một đám đông lố nhố với những mũi súng đưa cao lên trời rất dễ nhận biết. Họ đang đi về phía Hùng và anh đã nhận ra được người thủ trưởng đi dẫn đầu với khẩu súng lục khệ nệ ở bên hông.

Bước chân của ông ta rất chậm rãi. Khuôn mặt của ông ta chăm chăm hướng xuống đám người ngồi xổm ngổn ngang trên mặt cỏ. Hùng bắt đầu có cảm giác mất an toàn của một con thú bị bầy chó đánh hơi tìm thấy. Tình thế hoàn toàn bất lợi cho một sự lủi ra xa đám người đang ngồi ở lề đường. Chung quanh Hùng, sân ga hoàn toàn trống trơn và đám hành khách thì đã dàn mỏng thành một dẫy dài. Không còn cách nào khác, Hùng cúi xuống nói thật nhanh với thiếu phụ đi ra Bắc thăm chồng:

- Tôi là bộ đội đào ngũ. Xin bà giúp tôi...

Thiếu phụ ngẩng lên nhìn. Ánh mắt của bà ta sâu thẳm và đầy vẻ u buồn. Tuy nhiên Hùng bắt được một vẻ ngạc nhiên vụt sáng lên trong tia mắt của bà. Anh nhìn bà với một sự cầu khẩn. Anh đã nghe rõ tiếng dép của người thủ trưởng bước đến từ phía sau lưng. Anh có cảm giác nóng hổi ở phía sau gáy khi nghĩ đến cái nhìn soi mói của ông ta lúc ông ta tiến lại gần.

Đột nhiên thiếu phụ đổi hẳn nét mặt của mình. Bà ta nhếch miệng lên cười. Nụ cười đầu tiên nở ra kể từ lúc Hùng có mặt ở đây. Bà ta nhấc bổng thằng bé lên cao, trao nó về phía Hùng và nói rất tự nhiên:

- Chú bế cháu giùm chị đi. Để chị chạy lên tầu lấy cho nó bình sữa.

Thằng nhỏ được đưa tới sát khuôn mặt của Hùng. Thân hình của nó che khuất một nửa mái tóc của anh. Anh vội vã đón lấy nó một cách tự nhiên rồi ghì nó lên vai vỗ về. Anh không nghĩ rằng mình đang ôm một thằng bé, con của "Ngụy". Bây giờ, đối với anh nó đẹp như một thiên thần với làn da mịn màng êm như nhung. Hơi nóng từ nó truyền sang làm lòng anh ấm áp, yên ổn. Nhất là sự yên ổn.

Nhưng anh cũng vẫn còn để ý được tiếng dép đi sát tới sau lưng của mình, rồi có bóng dáng của người thủ trưởng đi lướt qua. Theo sau là một toán lố nhố với những họng súng chĩa lên trời. Toán người lũ lượt đi qua. Hùng ôm sát thằng bé vào vòng tay và bây giờ anh ngửi thấy cả mùi sữa thơm tho toát ra tử da thịt của nó. Bên cạnh anh, người thiếu phụ đã trở lại, vẻ mặt thản nhiên như bình thường. Cặp mắt lại mang vẻ u buồn. Những nếp nhăn tàn phá. Mái tóc xác xơ. Và dáng người thì lúc nào cũng như hơi cúi xuống, hiện thân của sự chịu đựng, nhẫn nại không muốn hé răng ra bằng lời.

Bỗng ở phía toa xe gần trước mặt có tiếng la lối:

- Ối giời ơi! Làm cái gì khốn nạn, leo lên đây mà dòm người ta. Ối các đồng chí ơi. Ối các đồng chí ơi.

Giọng người nữ cán bộ trẻ tuổi the thé rít lên làm nhốn nháo tất cả mọi người và toán lính đi tuần chợt quay trở lại, cất bước chạy rầm rập về phía đó. Mấy phút sau, người ta dẫn xuống từ toa xe một kẻ đầu bù tóc rối. Đám đông xúm xít lại. Cô cán bộ trẻ đứng ở trên thềm lên xuống của toa xe nói xuống om sòm:

- Tôi vô cầu tiêu... tôi thấy nó ở trên dòm xuống...

Mọi người ồ lên cười. Có tiếng phát biểu:

- Tưởng chuyện gì!... Đồng chí ấy làm như phát hiện có kẻ gài mìn trên toa xe.

Đám đông tản ra mau lẹ và Hùng thấy bóng dáng khập khiễng của người bạn mới quen đi giữa vòng vây của những họng súng. Mọi người dạt ra hai mé bên đường để nhường chỗ cho toán lính đi qua. Hùng chợt nhớ đến hình ảnh quần chúng đứng ở hai trên đường giơ tay vẫy chào, tiễn đưa chiến sĩ lên đường đi vào chiến trường miền Nam. Bây giờ thì anh bạn đào ngũ có đôi chân khập khiễng cũng bước qua giữa một đám đông đứng thành hai hàng dài như thế. Nhưng anh ta không còn là một chiến sĩ. Anh ta cũng không còn là một thứ gì nữa trong cuộc đời này. Người ta sẽ nhấc anh ra khỏi đời sống như nhấc một con tốt ra khỏi bàn cờ. Chỗ của anh ta từ đây sẽ là một hầm tối, một trại tập trung, một nhà tù hay một trung tâm cải tạo nằm giữa rừng sâu, biệt lập hẳn với thế giới bên ngoài. Cuộc đời của anh ta coi như đã chấm dứt ở đó.

Hùng chợt thấy ân hận rằng mình đã không kịp hỏi han thêm được điều gì về lý lịch của anh ta. Chính anh ta đã dặn dò:

- Sẽ gặp nhau sau để trao đổi địa chỉ. Ai về trót lọt thì thông báo giùm cho gia đình.

Anh ta ở đâu? Tên anh ta là gì? Ngay cả mặt mũi anh ta ra sao, Hùng cũng không biết rõ. Tất cả con người ấy chỉ để lại trong đầu óc Hùng hình ảnh của một mái tóc rối bù và hai ống chân đi khập khiễng, như ngày xưa, người nữ giao liên trẻ đã để lại trong tiềm thức của Hùng cặp giò trắng như sữa khi nàng lội xuống bờ suối bì bõm rửa chân. Hình ảnh tuy chỉ thoáng qua trong khoảnh khắc nhưng ăn sâu vào trí nhớ suốt cả đời người.

Bỗng có tiếng còi tầu từ xa đưa lại và có tiếng reo to:

- Đầu tầu đã tới! Đầu tầu đã tới!

Đám đông đang ngồi bỗng đứng bật dậy, lố nhố. Tất cả mọi người đều hướng mặt về phía cuối sân ga. Chỉ có Hùng là cố nghển cổ lên nhìn về hướng ngược lại.

Anh muốn ghi gói thêm một lần cuối hình ảnh của người mới quen xấu số.

Nhưng toán lính với những họng súng chĩa lên trời trong khoảnh khắc đã bị đám đông tràn ngập. Người bạn có mái tóc rối sù cũng bị che khuất bởi cả một rừng người.

Không còn ai nhớ đến số phận của một người tù có đôi chân đi khập khiễng nữa.

Anh ta như một hòn sỏi nhỏ rơi tõm vào lòng nước sâu và đã bị những cơn sóng ùa lên, khỏa lấp.

[Tháng 12-1981]

NHƯ QUỲNH de PRELLE

Như Quỳnh de Prelle, cung Bảo Bình tháng 2, thế hệ 8x, hiện đang sống và làm việc tại Brussels, vương quốc Bỉ. Đã từng làm việc trong lĩnh vực sản xuất phim và viết kịch bản, truyền thông tại Việt Nam. Học bổng Quỹ Ford của Hoa Kỳ tại Hà Nội về chuyên ngành Viết kịch bản và sản xuất phim. Thơ đăng trên các trang mạng *Da Màu, Gió O, Văn chương Việt, Hợp Lưu, Văn Việt, Du Tử* Lê, và các báo *Trẻ, Người Việt, Sông Hương,...*

Tác phẩm đã xuất bản:
- *Song Tử* (NXB Thuận Hoá, 2-2017).
- *Người mang nước* (NXB Sống và amazon, Hoa Kỳ, 4-2018).
- *Buổi sáng phủ định* (NXB Đà Nẵng và Domino Books, 4-2018).

Góp mặt trong các tuyển tập *40 năm thơ Việt hải ngoại* (cùng 52 nhà thơ khác, Văn Việt & Người Việt, Hoa Kỳ, 7-2017), *Thơ Việt Nam đầu thế kỷ 21*(Nhân Ảnh, Hoa Kỳ và Amazon, 9-2018), *Khát/Khác* (cùng 18 nhà thơ khác, Nhân Ảnh và Amazon, 8-2018).

Tháng 4 sương mù

tháng 4, tháng của sự chuyển đổi thời gian và không gian. thời gian sang xuân. thời gian của ánh sáng. thời gian của sự rối bời. của mọi hiện hữu. xé nát những vòm ngực đỏ. những mũi tên xuyên vào tim. những giấc mơ chạy trốn.

có lúc tôi nghĩ rằng mình đang chờ mùa anh đào đến, hồi hộp, nghẹt thở. nhưng không phải. có lúc tôi nghĩ rằng mình đang chờ những ngày nắng đến cho hạt mầm lên, cho hoa khoe sắc, nhưng tôi vẫn bị nhầm bởi những cảm giác chờ đợi. có lúc tôi nghĩ rằng mình đang chờ đợi những kế hoạch sắp đến của một mùa ánh sáng. cứ liên tiếp như thế như thế, tháng 4 của tôi trôi qua nặng nề quá đỗi, trầm cảm mùa xuân.

Những bông hoa bị sảy thai
sinh thiếu tháng
trầm cảm mùa xuân

Tự sát tự sát tự sát
Tự sát tự sát tự sát
Trầm cảm mùa xuân

Những bài thơ dị dạng
ngôn ngữ tự kỷ
trầm cảm mùa xuân

Búa đập vào đầu
Huyết áp tăng
van tim hở
trầm cảm mùa xuân

Chuyển giờ
Rút ngắn thời gian
Kéo dài ánh sáng
Trầm cảm mùa xuân

Chờ hoa nở
Chờ hoa nở
Trầm cảm mùa xuân

Tuyết rơi
tuyết rơi
Trầm cảm mùa xuân

Người canh người
Chặn lại nhau
Tránh và bị đánh
Trầm cảm mùa xuân

Những bài thơ chết tiệt
Những tình yêu chết tiệt
Trầm cảm mùa xuân

Những diễn ngôn
những pháo đài
Trầm cảm mùa xuân

Bình đẳng
Tự do
Tự sát
Trầm cảm mùa xuân

Cộng sản chống tư bản
mà muốn giống tư bản
Trầm cảm mùa xuân

Trầm cảm mùa xuân
Trầm cảm mùa xuân
Trầm cảm mùa xuân

bởi mùa hoa đang về.
trên đường nhà cũ, một buổi sáng mùa xuân, chúng tôi dẫn
bọn trẻ đi học ngoại khoá. bọn trẻ chạy nhảy trên đường
cùng nắng. chúng tôi ghé qua nhà cũ, căn hộ nhỏ mà chúng
tôi bắt đầu ở đó 2 người. và bây giờ thành tư.

bởi trước mắt tôi, mỗi buổi sáng nếu như một ngày âm u,
sương mù phủ khắp. tôi hình dung ra Sapa của tôi, trên mây.
một nỗi buồn xa xăm tự đến.

bởi mỗi buổi sáng của tháng 4, khi mùa hoa đang nở, tôi trò
chuyện với cây và hoa, hạt mầm đang nhúc nhích. tôi thấy
biết bao chuyện kể về những loài sâu không chịu chết, luôn
sống trên những lá non, mịn màng và tinh khiết vừa nhú ra.

bởi mùa xuân đến, bọn trẻ sẽ nhiều ánh sáng để chơi và
chơi, để cùng nhau chạy dưới sân, trong vườn, với cả mồ
hôi ướt đẫm.

và rồi, tháng 4 có bao mùa hoa nữa,

Lịch sử là tôi

30 năm trước,

Tôi đến từ Tháp rùa
những huyền thoại xưa
đòi gươm trả kiếm

Tôi đến từ chiếc băng catset cassette Khánh Ly Sơn ca 7
từ Bến xuân, Suối mơ của Văn Cao
Tôi đến từ những bài hát bị cấm
những bộ phim bị cấm
phải áp tai nghe radio

Tôi đến từ những ngày lễ hội chiếu chèo
ca ngâm
những vở kịch buồn bã bên sân đình
trong các nhà hát

Tôi đến từ trong bóng đêm của chữ
của những giấc mơ mộng mị viết thành thơ
Tôi đến từ những mùa của thời gian không còn như trước
nữa

Tôi đến từ Cộng hoà xã hội chủ nghĩa Độc lập Tự do Hạnh
phúc
từ những năm 1980 của thế kỷ trước
trên những bản tin trẻ em nghèo đói, bị hiếp dâm, giết chết
giữa đường

Tôi đến từ những chuyến đi độc hành, sự vượt biên trong ý
thức tìm tiếng nói tự do

Bây giờ,
Tôi đến từ trái tim Châu Âu
giữa những sắc màu văn hoá khác nhau
tôi biết nhiều người khác nhau
nhiều ngôn ngữ khác
Tôi đến từ hương vị chocolate ngọt ngào
Đến từ những chuyến tàu của thời gian, vượt qua mọi không
gian
Tôi nhìn thấy dân tộc mình và nhiều dân tộc khác
trong những cơn thịnh nộ âm thầm

Tôi nghe thấy những tiếng bom
những vụ tàn sát

Tôi nhìn thấy nụ cười của những người đi ra từ cõi chết
trong các cuộc chiến hiện thời

Tôi đến từ tiếng nói của tôi
Tự do, Bình đẳng và Nhân loại
Gia đình và Hiểu biết

Tôi đến từ trái tim tôi
trái tim một con người
nhiều vết xước
đớn đau
tự hàn gắn
tồn tại
đến bây giờ.

Nước

Người đàn bà làm tình với nước trong bồn tắm
nước làm vơi đi sự nóng nực ngột ngạt trong cơ thể của
nàng
bầu vú tròn
vòng eo thon gọn
và chiếc mông gọn gàng không chút mỡ thừa

nước nước nước
trên mái tóc đen
trên gương mặt xương thanh tân im lặng
trên cơ thể cô quạnh ngưng đọng
và dưới âm hộ
nước chảy vào trong
siết mạnh như một ngón tay
chảy xuống đôi bàn chân gầy da khô
cô kỳ cọ kỳ cọ mãi không nguôi bằng đôi bàn tay gầy
xương xương dài như những chiếc cọ đang vẽ trên tấm thân

Người đàn bà tiếp tục nằm trong bồn nước tại nhà hộ sinh
chờ sinh đứa con của riêng mình
cô nằm thở
hài nhi 38 tuần đang trở mình cựa quậy đòi ra
cô khóc và nhìn thấy bức tường toàn rừng xanh
một ngôi nhà cổ tích
cô nhảy lên trong nước
tung toé
nước ấm làm cho cô dịu êm hơn
mềm mại hơn
âm hộ dần mở ra
cô tiếp tục rặn rặn trong nước
nước ngược vào trong
cảm giác như ngón tay xiết chặt
đầu đứa trẻ chui ra

đôi bàn tay người nữ hộ sinh
chạm vào
đứa trẻ khóc vang chân quẫy đạp trong nước
oe oe oe

nguồn nước đầu tiên đứa trẻ uống là sữa mẹ
từ bầu vú tròn
núm vú hồng hồng như nụ hoa xinh chúm chím
đứa trẻ hớp hớp
chụt chụt
nguồn nước ấy theo đứa trẻ suốt đời
cho sự lớn khôn và mạnh mẽ
như bản năng
người mẹ truyền sang

hàng ngày người đàn bà tắm cho con
vào mỗi buổi sáng
trong nước ấm 37độ

người đàn bà uống nước sau mỗi lần cho con bú
uống sữa nhiều như nước
tắm trong nước
làm tình trong nước
nước sinh ra tình yêu
che chở dịu dàng
nước cho sức sống cơ thể
làm sạch và cho sức khoẻ tốt
sự sảng khoái ngập tràn

nước thấu hiểu sự cô độc của con người
quấn quanh dịu ngọt
thoát qua những cơn khát
cơn nóng
như sự nương náu tinh thần
của cõi hiện sinh

nước là một bài thơ
của thi ca
ngập tràn
trên những bông hoa
trên những cánh đồng
những cánh rừng
trong sự ẩm ướt của giao hợp
hoan ca
trong sự bình yên tĩnh lặng
của những cơ thể chuyển động
trong đêm tối
tinh trùng xuyên qua
nước
của cơ thể người đàn bà
đón nhận
một sinh linh

nước chứa đựng bào thai
trong một chiếc túi ối
sự sống sinh sôi
cội của con người
trong nước
nước
nước

Nước xuyên qua những mạnh mạch ngầm của đất đai, của rừng, các địa lục trên trái đất. Tái sinh những ngầm ẩn bên trong.

Trong một khoảnh khắc nước như đại dương trở thành vĩnh viễn đủ đầy dâng khắp một không gian ở biển khơi, ở vùng thung lũng. Nước trở thành vẻ đẹp của thuỷ mặc trong tranh, của suối nguồn tươi mát. Nước là dòng sông của những cây cầu nối qua nhau, ở đó sinh ra những con người của triết học và nghệ thuật, của sự lãng mạn và lý trí song hành. Nước là dòng kênh trong thành phố giữa trung tâm và ngoại ô, giữa những khu công nghiệp nối những cầu cảng đi khắp năm châu.

Dù biến đổi khí hậu, băng tan ra, tuyết cạn đi, nước vẫn tồn tại, tồn tại mãi mãi. Mất nước vô cùng đáng sợ như thiếu sự sống, thiếu nguồn làm sạch thức ăn, thiếu nguồn làm sạch cơ thể, sự an toàn. Mất nước nóng cũng đáng sợ, mất đi sự ấm áp chở che vào những mùa lạnh giá.

Sự giận dữ của nước, dâng tràn khắp nơi, vùi lấp những rác rưởi, vật chất tầm thường. Sự giận dữ ấy cho con người sức mạnh nâng chính mặt đất của mình lên cao để tránh xa cái chết từ nước, như một sự chia cắt tạm thời để tiếp tục sự sống. Nước là một nghi ngờ mà con người có được từ thiên nhiên. Những hiểm hoạ ngầm ẩn đằng sau sự sống. Cần phải canh chừng không? Cứ sống với nước như tình yêu, như hàng ngày cần uống 2 lít nước, tắm gội, giặt dũ, nấu nướng, làm sạch không gian. Nước là đời thường là nghệ thuật sống của con người trong cái mềm mại duyên dáng trong lành.

Nước là người đàn bà biết sống và biết yêu chính bản thân mình, biết dành tận hiến cho kẻ khác. Ai cũng cần nước như cần tình yêu, cần sự duyên dáng đáng yêu của đàn bà để cân bằng sự sống, để hiểu ra tình yêu là gì trong cuộc đời này. Nước như thế trong ý nghĩa vĩnh hằng và hiện sinh.

Yêu nước như những nỗi nhớ kéo dài, hoài thương thương nhớ, những đớn đau im bặt, không thể sẻ chia. Như tiếc thương một bông hoa dại mất mùa, như trái cây tươi được tẩm thuốc, như ngoài khơi xa những con tàu biến mất vô danh, như kẻ bành trướng đem súng ra khơi chĩa vào đất mẹ... Đớn đau trong im lặng, trong những bất lực. Nội lực của nước ở đâu, ở đâu? Ai cũng có câu trả lời cho riêng mình.

Bảo Bình kỷ nguyên của những người mang nước.

PHẠM CAO HOÀNG

Sinh năm 1949 tại Tuy Hòa, Phú Yên.
Trước và sau 1975 dạy học (ở các tỉnh Bình Thuận, Phú Yên, Lâm Đồng).
Định cư ở Virginia (Hoa Kỳ) từ cuối năm 1999.

Tác phẩm đã xuất bản:
- *Đời Như Một Khúc Nhạc Buồn* (tập thơ; Đồng Dao, Sài Gòn, 1972).
- *Tạ Ơn Những Giọt Sương* (tập thơ; Đồng Dao, Sài Gòn, 1974).
- *Mây Khói Quê Nhà* (tuyển tập thơ; NXB Thư Ấn Quán, Hoa Kỳ, 2010).
- *Mơ Cùng Tôi Giấc Mơ Đà Lạt* (truyện & tạp bút; Thư Ấn Quán, 2013).
- *Đất Còn Thơm Mãi Mùi Hương* (tập thơ; Thư Ấn Quán, 2015).

Đóa hoa hồng trong tuyết

thức dậy lúc ba giờ sáng
ngoài trời tuyết phủ mênh mông
tuyết ngập hồn người xa xứ
tuyết mù mịt cả miền đông

cùng em ra sân cào tuyết
gió đêm lạnh đến tê người
tuyết nhiều cào xong thấm mệt
và đôi chân bước rã rời

cùng em ra sân cào tuyết
biết là vất vả mà vui
chia nhau một đêm băng giá
ở vùng Bắc Mỹ xa xôi

cùng em ra sân cào tuyết
biết là vất vả mà vui
và cứ hồn nhiên em nhé
cùng tôi đi giữa cuộc đời

thức dậy lúc ba giờ sáng
ngoài trời tuyết trắng như bông
tôi yêu những bông tuyết trắng
và yêu em – đóa hoa hồng.

Virginia, 17.2.2015

Mai kia tôi là hạt bụi

hạt bụi nào hóa kiếp thân tôi
để một mai tôi về làm cát bụi
(Trịnh Công Sơn)

năm tôi vừa mười một tuổi
quê tôi bom đạn tơi bời
bóng ma chiến tranh quay lại
hãi hùng ôi tuổi thơ tôi!

lớn lên dưới trời khói lửa
mẹ thương, lo từng bữa ăn
cha thương, lo từng giấc ngủ
chị thương, an ủi dỗ dành

rồi đến ngày tôi giã biệt
đường đời vạn nẻo tôi đi
đường đời trăm may nghìn rủi
vẫn mong có một ngày về

nhớ ngày tôi đi biển khóc
bóng cha tôi ở cuối đường
và cánh đồng trơ gốc rạ
đất còn thơm mãi mùi hương

nhớ ngày tôi đi mẹ khóc
ruộng vườn bỏ lại sau lưng
mây mù che ngang đèo Cả
đường xa mưa gió mịt mùng

tôi đi và tôi đi mãi
dừng chân ở lại cao nguyên
tưởng đâu đất lành chim đậu
nào ngờ đời vẫn chưa yên

tôi đi và tôi đi mãi
quê nhà bỏ lại sau lưng
quê người gian nan vất vả
đường xa mây khói mịt mùng

tôi đi và tôi đi mãi
tôi đi tìm một mái nhà
rồi một ngày kia dừng lại
bên rừng Scibilia

những chiều mùa thu lá rụng
những ngày lạnh buổi đầu đông
nhìn mây bay về cố xứ
nhớ quê hương đến thắt lòng

bây giờ còn mong chi nữa
tha phương gửi nắm thân tàn
mai kia tôi là hạt bụi
bay về phía Thái Bình Dương.

Virginia, 11.2014

Cha tôi

và bài thơ tôi viết đêm nay
là bài thơ sau bốn mươi năm
kể từ hôm vượt đèo Ngoạn Mục xuống Sông Pha
chạy ra Tuy Hòa
trở vô Sài Gòn
và nhận tin cha tôi đã chết
ông qua đời khi chiến tranh kết thúc
để lại trần gian nỗi nhớ khôn nguôi
để lại đàn con trên quê hương tan tác
để lại trong tôi vết thương mang theo suốt cuộc đời

bốn mươi năm rồi con vẫn nhớ, cha ơi!
ngày mùa đông cha mặc áo tơi ra ruộng
ngày nắng lửa cha gò mình đạp lúa
những sớm tinh mơ cùng đàn bò lầm lũi đi về phía bờ mương
rồi mùa thu cha đưa con đến trường
con thương ngọn gió nồm
mát rượi tuổi thơ những ngày đầu đi học
đi ngang qua Duồng Buồng bọn nhỏ trong thôn vẫn thường trêu chọc:
chiều chiều ngọn gió thổi lên
học trò Thầy Bốn Ngạnh chẳng nên đứa nào
thương cha một đời lận đận lao đao
cầm lấy chiếc cày để tay con được cầm cuốn sách
thương chiếc áo cha một đời thơm mùi đất
thương đất quê mình thơm mãi mùi hương
rồi mùa thu cha đưa con đến trường
con thương những con đường
cha đã dẫn con đi về phía trước
con vẫn còn đi sao cha đành dừng bước
bốn mươi năm trời con thương nhớ, cha ơi!

Virginia, 3.2015

Tôi đi dưới trời đông bắc

bây giờ mùa đông trở lại
rừng xơ xác ngọn điêu tàn
bầy chim bay xa trốn tuyết
trong sương mù tôi lang thang

ôm đàn qua thung lũng Fox
so dây ghi lại đời mình
một thời chiến tranh – tuổi trẻ
một thời Đà Lạt và em

ôm đàn đứng bên vách núi
so dây chơi một đoạn buồn (*)
đoạn cho một thời xa xứ
đoạn thương và nhớ quê hương

bây giờ mùa đông trở lại
rừng xao xác gió sang mùa
tôi đi dưới trời Đông Bắc
thương và nhớ quá ngày xưa.

Virginia, 14.12.2015

(*) Trong bài hát MỘNG VỀ của Hà Thúc Sinh

Dẫu thế nào con cũng trở lại miền Trung

dẫu thế nào
con cũng trở lại miền Trung
nơi mẹ đã ôm con bằng vòng tay bao la của biển
nơi giấc ngủ con được ru bằng tiếng sóng
nơi những ngọn phi lao nô đùa cùng tuổi thơ con
mẹ ơi!
con muốn tìm lại mảnh trăng tròn
treo lơ lửng đêm rằm nơi cửa biển
con muốn nhìn nước của đại dương và bầu trời xanh biếc
cánh chim hải âu và ngọn hải đăng
con yêu miền Trung yêu biển quê mình
yêu những con còng hiền lành
và những ngư dân chất phác
yêu những đôi tình nhân
để lại dấu giày trên cát
đêm và những chiếc thuyền câu lấp lóe ngoài khơi
mẹ ơi!
xa quê hương con ngồi ở một góc trời
con nhớ biển nhớ vòng tay của mẹ
miền Trung năm nào cũng phải chịu những cơn bão dữ
năm nào cũng ngâm mình trong lũ lụt kinh hoàng
và bây giờ biển khóc dân lầm than
nhìn cá chết trắng bờ thương miền Trung quá đỗi
biển bình yên cả triệu năm
nay bỗng thành nạn nhân của những mưu đồ đen tối
nạn nhân của bọn người không có trái tim
dẫu thế nào
con cũng trở lại miền Trung
nơi mẹ đã ôm con bằng vòng tay bao la của biển
mỗi người một tay cùng nhau cứu biển
biển sắp chết rồi không lẽ cứ ngồi yên?

Virginia, 26.5.2016

Ở New Jersey, gặp lại Phạm Văn Nhàn

sau chiến tranh chúng ta là những người sống sót
còn gặp lại nhau là đủ vui rồi
đêm ở New Jersey
nhắc với nhau về những ngày tháng xa xôi
về người bạn đề thơ trên vách tường năm ấy (1)
về người bạn lên Pleime rồi chẳng bao giờ trở lại (2)
về người bạn mấy lần bị thương ở Bình Định Qui Nhơn (3)
về cà phê *quán sớm* bên đường
về căn nhà cửa không bao giờ khóa
từ chiến trường
bạn trở về nơi đó
lặng lẽ ngồi nơi chiếc bàn bên cửa sổ
viết truyện thời chiến tranh
viết thật nhanh – mai còn đi hành quân
viết cho kịp – biết đâu không còn gặp lại bạn bè khu sáu
và bạn tôi như thuyền không bến đậu
ngày ở cao nguyên đêm xuống đồng bằng
ôi một thời *đi giữa chiến tranh*
sống và chết chỉ cách nhau trong tích tắc
sau chiến tranh chúng ta là những người sống sót
còn gặp lại nhau là đủ vui rồi
cụng ly nào! – mai mình lại chia tay.

New Jersey, 5.2017

---

(1)Lê Văn Trung
Tình không không cửa không nhà
Lòng như mây trắng bay qua biển chiều...
(2) Nguyễn Phương Loan, tử trận ở Pleime năm 1969
(3) Trần Hoài Thư

Tôi đang vẽ tâm hồn của bạn
(Tặng anh Trương Vũ)

khi tôi ngồi trước giá vẽ
bắt đầu những nét chấm phá phác thảo chân dung bạn
đôi mắt của bạn có thể mơ màng hay đầy nghị lực
khuôn mặt của bạn có thể dịu dàng hay cương trực
nụ cười của bạn có thể ưu tư hay hồn nhiên
vai của bạn có thể thẳng hay nghiêng
sao cũng được
miễn là bạn phải là bạn

tôi là họa sĩ tự nguyện chọn những nhân vật mà mình muốn vẽ
khuôn mặt mỗi người có thể khác nhau
nhưng những nhân vật tôi chọn đều có một điểm giống nhau:
các bạn là người có một tâm hồn đẹp
tôi tin điều đó
và khi vẽ chân dung bạn
có nghĩa là tôi vẽ tâm hồn của bạn
tôi vẽ tấm lòng nhân hậu của bạn
và nếu cuối cùng chúng ta có được bức chân dung đẹp
thì chính bạn là người góp một phần rất lớn trong việc sáng tạo
ra tác phẩm đó

khi tôi ngồi trước giá vẽ
bắt đầu những vệt sơn dầu vẽ chân dung bạn
bạn ngồi đó nhiều tiếng đồng hồ
trên chiếc ghế dành cho người mẫu
có lúc bạn sẽ rất mệt mỏi và ngủ gục
thì cứ ngủ, không sao đâu
vì tôi đang vẽ tâm hồn bạn mà
một tâm hồn luôn luôn tỉnh thức
và lúc này đây
bạn hãy nghĩ về những người mà bạn yêu thương nhất
đất nước của bạn
gia đình của bạn
bạn bè của bạn
những ân nhân trong cuộc đời bạn
để khuôn mặt của bạn trên bức chân dung
sẽ là một khuôn mặt tràn đầy yêu thương và thánh thiện.

Virginia, 10.2017

PHẠM CHI LAN

Sinh năm 1962, đến Hoa Kỳ năm 1975, là một chuyên viên điện toán định cư tại tiểu bang Texas và mất ngày 21-9-2009 tại Dallas, TX.

Thành viên sáng lập và chủ biên của *Văn Học Nghệ Thuật Liên Mạng*, tạp chí văn học điện tử đầu tiên của Việt Nam – số đầu tiên phát hành ngày 17-7-1995 theo dạng một mail list, sau đó chuyển sang hình thức một trang web tại http://saomai.org/~vhnt, và http://demthu.lonestar.org. Độc giả hội viên lên đến 350 người, trong số đó khoảng 70% là giới chuyên gia và 30% là sinh viên.

Phạm Chi Lan cũng đã xuất bản nhiều tác phẩm và tuyển tập của các tác giả cộng tác với mạng lưới và các *Tuyển Tập Văn Học Nghệ Thuật Liên Mạng* (1995, 1996). Ngoài ra, nhà văn cộng tác với các tạp chí khác như *Văn, Hợp Lưu,* ...

Tác phẩm đã xuất bản:
- *Miền Lặng* (tập truyện ngắn, Văn Học Nghệ Thuật Liên Mạng, Garland TX, 2002).

Chim địa đàng

*(tặng Barbara, người luôn cười trên sự đau khổ của chính mình,
người đi vào giấc ngủ vĩnh cửu với giấc mơ đẹp nhất.)*

Một hôm, ông ta đem về một cành hoa hình dáng kỳ
lạ trong chiếc bình sứ màu đen. Đó là đầu một con chim có
mào xanh, chim ngửa cổ nhìn trời một cách thê thiết thành
khẩn. Vẻ lạc loài trong một nơi chốn xa lạ, nó chìm lặng và
ẩn nhẫn chờ đợi, hoặc đang nói gì với khoảng trống trên các
nơi nó đang hướng mặt bày tỏ. Đây không phải vườn thượng
uyển nơi nó đã được sinh ra. Một loài chim từ thế giới khác
thoát thân thành giống hoa kỳ dị lạc trong khu vườn thời tiết
bất thường, nơi có những điều vô lý như số phận mỏng manh
của nó.

Tôi nhớ tôi khóc duy nhất có hai lần, không kể tiếng
khóc lúc lọt lòng mẹ. Đó là tiếng vỡ của buồng phổi, tiếng
chào mừng sự sống. Tôi cất tiếng cám ơn mẹ (biết bà có nhận
lời cám ơn của tôi?), cám ơn những kẻ đã có công đưa tôi
vào đời, dù đó có phải là một trường hợp ngẫu nhiên, cùng
với đám thuốc men của nhà thương thí nơi có những kẻ lăng
xăng mở cánh cửa một đời sống đón nhận nó vào với lòng
ngại ngùng.

Mẹ tôi không biết cha tôi là ai nên tôi cũng không cần
thiết biết ông ta là ai. Một người đàn ông nào đó có khả năng
truyền giống đến cùng lúc với những người đàn ông khác
chẳng hạn. Hạt giống gieo vãi vào hoang địa trổ sinh hoa
trái, một công trình kỳ diệu của đấng hóa công. Đất mẹ cũng
không để lại cho tôi chút di sản hoa màu trong mùa kết trái.
Tôi không giống một người nào bên dòng họ mẹ, ngay cả
bà là người đã đưa tôi vào đời. Tôi là hiện thân của tăm tối
và bất trắc đi qua cuộc đời bà? Tôi không giống mẹ, từ thể
chất cho đến tính chất. Nếu không từ cửa lòng mẹ chui ra,
có gì chứng minh tôi là con của bà. Mẹ vẫn bảo tôi là một

cái vỏ trứng rỗng không nhân. Thật là ngu đần không biết hưởng cái êm dịu sung sướng do giác quan đem lại. Đó là điều rộng rãi trời ban, còn lại những hạnh phúc khác người ta phải nỗ lực đi tìm. Cám ơn trời ban tôi không giống một ai bên mẹ, những con người khắc khổ nhỏ bé. Tôi cũng không biết thưởng thức một đời sống dễ dãi không ràng buộc không trách nhiệm, tự do như chim trên trời hay bông cúc dại ngoài đồng mặc kệ mưa nắng. Tôi cũng không biết chăm sóc thân xác, nguồn tài nguyên thiên nhiên mà một đứa con gái bất tài nào cũng có thể dùng khi không còn biết làm gì khác. Tôi nhìn tôi, một cái bóng ngồn ngộn sức sống với cử chỉ vụng dại tầm thường như mọi con người khác. Một hình nhân với những bộ phận có cảm giác và một khối xám đặc sệt điều khiển một hệ thống chi thể vô hồn. Một cái máy biết cử động và truyền thông phát đi những tín hiệu nhu cầu của nó để hoàn thành chính nó. Một cái gì thật gượng gạo miễn cưỡng trong thân xác này. Dường như sự cấu tạo còn quên xót điều gì trong tôi. Một vẻ mặt có sinh khí hay cặp mắt bớt u tối hơn? Một cái đầu chứa đựng những hình ảnh bình thường, hay ấp ủ những chuyện vĩ đại trổi vượt mà người khác không thể làm? Đầu óc tôi không có chỗ cho những chuyện quá to tát. Tâm hồn tôi không có ước mơ.

Tuy nhiên, tôi cảm thấy còn thiếu những điều khác. Tôi đã từng tưởng tượng, một đứa con gái nũng nịu sà vào lòng mẹ nó kể những chuyện ngớ ngẩn vụn vặt trong ngày, chuyện một gia đình êm ấm với đôi mắt hiền lành của cha và tình thương yêu của mẹ. Đám em tôi ngoan ngoãn và sạch sẽ. Những chuyện bình thường của một xã hội thu nhỏ, nơi có tấm lòng rộng lượng và những tâm hồn mới khai mở còn phẳng lặng ủ nhiều hình ảnh trong sáng. Không có những mưu kế tính toán hơn thiệt của một cuộc lường đảo, không có những câu chửi rủa, không lời thóa mạ đời sống hay nguyền rủa số phận, không có cả tiếng rên rỉ nặng nhọc. Mẹ tôi bực mình mỗi lần nói chuyện phải ngước mắt nhìn lên mặt tôi, sao dáng dấp ngạo nghễ mà lại cúi gầm đầu hở con. Phải có khát vọng cao mới chiếm được những gì mà người ta không có. Người ta đây gồm có cả mẹ và những con người lầm lũi ra vô cánh cửa buồng tối tăm kia. Đời sống trong cái khung rỗng với giấc mơ cũng không cao hơn một nóc nhà và những tiện nghi vật chất vụn vặt chung quanh nó. Tôi cao lớn hơn mẹ, chiều cao tăng trưởng cùng lúc với đời sống thu nhỏ trong một cái hộp tối tăm. Mẹ bảo tôi hợp thổ khí nơi này, tôi lớn hơn trung bình những đứa con gái cùng xứ sở. Xứ sở tôi, một xóm nhỏ ô hợp cũng không kém cái khu chung cư nhiều thổ dân này, có điều họ cùng ngôn ngữ và biết nhân danh một chủ nghĩa lý thuyết nào đó để làm hại lẫn nhau. Tôi đã gặp những kẻ cùng xứ với cặp mắt lấm lét nhìn đời sống mới đầy ngờ vực đố ky, đồng thời khao khát một danh phận vẻ vang nơi đất của ngàn cơ hội này. Ước vọng của họ là những gì có thể trông thấy hay sờ mó được, những điều làm mọi giác quan của họ sung sướng. Nơi ấy bây giờ xa cách quá, mà tôi thì không có nhiều kỷ niệm đẹp hay một ấn tượng mạnh nào để ký ức tôi có thể tìm về trú ẩn nương náu. Cũng chẳng có gì để níu giữ nhớ thương, có chăng chỉ còn một nấm mộ hoang tàn của ngoại và hình ảnh duy nhất để tôi nhớ về là chiếc miệng cười móm mém của bà khi còn sống. Còn lại tất cả chỉ là máu lửa và sự dửng dưng.

Tôi gặp nó trên hè phố lúc mới bỏ nhà ra đi. Cũng không hẳn là bỏ trốn, vì tôi không trở về một nơi không có gì níu giữ. Căn chung cư chật chội đồ đạc lổn ngổn, căn phòng ít cửa thiếu ánh sáng nơi mẹ tôi dẫn không biết bao nhiêu loại người về dừng chân, lâu khoảng vài ba tháng, hoặc vài ngày, có khi chỉ vài giờ. Một hôm tôi quyết định không trở về nữa. Sự có mặt hay vắng mặt của tôi chẳng cần thiết hay ảnh hưởng tới ai ở đó. Tôi bắt đầu sống cuộc sống của tôi, mẹ tôi vẫn sống cuộc sống của bà.

Không biết liên hệ giữa tôi và nó gọi là gì, là tình bạn hay cao hơn bạn, hay một thứ liên hệ của kẻ khác phái có trách nhiệm hay ràng buộc nào đó cho nhau. Nó không có niềm tin vào đời sống, vì cuộc sống không chấp nhận nó hay ngược lại. Nó là một hình thái chưa được hoàn thành. Nhưng với tôi không có gì quan trọng. Quan trọng là những gì nó đã lo lắng chia sẻ với tôi. Tôi cũng không đòi hỏi gì ở nó, một đứa con trai cũng bơ vơ rách rưới lang thang không nhà như tôi. Gia tài nó là một chiếc xe gắn máy nổ lớn tiếng và một thân hình cường tráng đầy sinh lực của tuổi mới lớn. Nó sống bên ngoài xã hội, tôi sống bên ngoài gia đình, điểm tương đồng này cũng đủ đưa chúng tôi đến gần nhau. Ngoài ra còn có một nhóm con nít nữa cũng thân tín không kém gì gia đình, một băng du côn dưới tuổi vị thành niên tự động tìm đến với nhau. Bọn nó là những đứa tự ý bỏ rơi gia đình, hay gia đình tự ý bỏ chúng. Chúng đã từng làm đủ chuyện mà người ta lên án, những pha gay cấn ghê rợn như trên màn ảnh mà kẻ đạo đức vẫn bảo đó là điều đồi bại vô phẩm cách. Hoặc cả những chuyện mà người ta không muốn nói trước mặt kẻ khác nhưng vẫn luôn nghĩ tới trong đầu. Nó dạy tôi bài học khoái lạc, và nhiều chuyện khác, chuyện phiêu lưu mạo hiểm trong đầu những đứa thích chống phá nổi loạn. Chúng tôi sống những ngày lang bạt khắp nơi, nó chở tôi trên chiếc motorcycle của nó với vận tốc nhanh hơn cả cuộc đời. Chúng tôi là những bọn nhơ mà đời sống thải luôn phải lẩn mình trong những xó tối. Nhưng chúng tôi cũng có lòng tự hào của một con thú hiên ngang sống với bản năng man rợ không kìm chế của tự nhiên, cũng không nằm trong những khuôn khổ hạn hẹp mà đời sống gọi là điều luân lý. Người ta bảo đó là tiến trình văn minh của một xã hội có tri thức. Chúng tôi vừa chán ghét vừa ước ao đời sống của những bộ máy đi lại chung quanh đời sống, những bộ máy được sản xuất đồng loạt với một chương trình rập khuôn nhàm chán. Họ là những kẻ sống trong giới luật trật tự, họ làm ra một trật tự để bảo vệ chính họ. Khuôn phép này đặc biệt ưu đãi đổ hồng ân trên những kẻ làm ra chúng. Chúng tôi những hạt bụi của đời sống dơ bẩn, không ai buồn lau chùi rửa sạch mặc cho chúng bám vào đời sống. Nhưng hạt bụi cũng có đam mê sự sống của nó, dù là đời sống của một hạt bụi.

Nó thường gục đầu vào lòng tôi như đứa trẻ dụi vào lòng mẹ. Nó bảo nó nhìn thấy một cái hố đen ngòm có nhiều hình thể đang giãy giụa. Ở đó có tàn sát và chết chóc. Tôi vuốt mái tóc rối bù dơ bẩn của nó, triết lý: thà sống như con vật còn hơn không có sự sống. Nó nhìn tôi thê thảm, mình như những con vật. Điều con vật khác con người là nó không bao giờ tự hủy hoại chính nó, nó tranh đấu bảo vệ sự sống nó với tất cả tiềm năng. Nhưng những con người này thì lại không có cả bản năng khát sống. Một đứa đã thử nghiệm với đời sống, một tiếng nổ giòn, lằn đạn phá bung một khối óc. Nó tự bắn vào đầu như người ta dùng ngón tay búng ra một tiếng kêu trong không khí, thế là biết hết tất cả những gì khó hiểu, không một lời phân trần giải thích. Lũ cỏ dại mọc bên lề đường, một ngọn cỏ vừa ngã, thế thôi.

Tôi sợ ánh sáng. Thứ ánh sáng mặt trời đánh thức tôi dậy mỗi ngày với nỗi trống rỗng ghê rợn. Đó là phút hãi hùng nhất của thời giờ khi tôi thức dậy nhận ra lại thêm một ngày nữa trong cuộc đời mười bảy năm của tôi. Mười bảy năm với tất cả ê chề chua xót bùng vỡ trong cơn chán chường tột cùng. Tôi sợ phút giao điểm giữa vô thức và thực tại, giữa ảo giác và hình ảnh thật. Đó là khi ánh sáng đóng lại vùng bóng tối vừa bỏ lại tối hôm qua, tôi đã sống thế nào ngày hôm qua, tôi không thể nhớ. Và rồi những con thiêu thân lại lao vào ngọn lửa, vào một vòng xoáy vô định rỗng tuếch. Bản năng sinh tồn vẫn còn trong người, tôi lao vào cơn lốc của những cuộc chơi quên thời gian và những chuyện mà người ta lên án, chuyện một đứa con gái không bao giờ nên làm và cũng chẳng bao giờ nên kể ra.

Tôi quyết định bỏ rơi nó hôm nó bị bắt lúc đang làm một chuyện phi pháp. Không biết nó nghĩ thế nào về tôi.

người mà nó đặt nhiều tin tưởng. Nhưng tôi không thể đến gặp nó mặc dù tôi cũng muốn nói với nó một điều hứa hẹn vu vơ. Tôi không can đảm nhìn thấy nó. Tôi lặng lẽ bỏ đi, nó sẽ quên tôi và như thế thì sẽ tốt hơn cho nó. Sau đó, tôi sống những ngày lang bạt trôi dạt qua nhiều nơi giao tiếp với nhiều loại người, thường là những người có máu giang hồ bạt mạng trong người, như tôi. Tôi gặp vô số những đứa con trai khác nhưng không ai tôi để ý hơn nó. Chúng chỉ là những cái đầu trống rỗng ngây ngô không sử dụng đến suy nghĩ, hành động ngông cuồng ngu si và không biết cách xử đẹp nhân danh sĩ diện của một loài bụi. Tôi không có kiên nhẫn với bọn này. Thỉnh thoảng nhớ tới nó, tôi chất vấn lương tâm sao tôi có thể tệ bạc đến vậy. Nhưng nghĩ đến nó chỉ làm tôi thấy mình cô độc hơn, một khối nặng trĩu chua xót trong lòng. Tôi không thương yêu nó, có thể đó là sự thương hại như thương hại chính mình. Tôi mang chứng bệnh tàn nhẫn trong người, di sản của một giống loài. Một lần tôi bệnh nặng nhất khi nghe tin nó bị bắn chết. Cảm giác choáng váng, nôn nao như có gì xoáy vào ruột đắng ngắt chỉ muốn mửa thốc ra ngoài một cái gì trong người, chất xám đục ngầu trên óc chẳng hạn. Đó là tâm bệnh của người ốm lâu ngày đến giờ bột phát, một thứ vi khuẩn độc hại nào đã ăn sâu vào đến óc đến giờ phát tác ra mọi hệ thống cơ thể. Chưa bao giờ tôi bệnh như lần ấy. Một sinh vật vừa bị tống khứ ra khỏi đời sống, mặt trời vẫn sáng và trái đất vẫn xoay những vòng xoay như thường lệ.

***

Ông ta hơn gấp ba tuổi tôi, người đàn ông luống tuổi có nét mặt cứng rắn, chiếc cằm cương nghị và chòm râu khiến tôi liên tưởng đến một nhân vật thời sử. Ông ta có dáng dấp khỏe mạnh đầy sinh lực. Tôi khen ông tráng kiện so với tuổi ông, ông bảo tại nhờ thiên nhiên nuôi dưỡng. Tôi bảo tại nhờ đời sống ông bình dị đơn giản nên thời gian không làm gì tác hại đến ông. Ông cười, đôi mắt sáng ngời như một tia nắng ấm. Tôi nghĩ ông ta phải là người sung túc lắm, với một trang trại thế này, với bầy ngựa và cánh đồng rộng mênh mông thế này. Nhưng ông ta không bao giờ nói đến sở hữu của mình, ngay cả những điều riêng tư. Ông chỉ hay nói đến những huyền thoại tận đâu ở ngoài đời sống này, những ngụ ngôn mà tôi không hiểu lắm về một thời gian không gian khác, ý nghĩa cao vợi và mênh mang như những điều trong vũ trụ, nhưng thật lôi cuốn truyền cảm qua giọng kể từ tốn ấm áp của ông.

Tôi chọn ở lại với ông ta, vì không còn một nơi nào khác cho tôi sự bình yên hơn nơi này. Một góc chuồng ngựa cũng yên lành hơn bất cứ nơi nào tôi đã đi qua. Người ta khac rao những điều có thể làm đỏ mặt một đứa con gái thường, những điều không tốt về tôi và một người đàn ông đáng tuổi ông nội. Nhưng chúng không làm tôi bận tâm, tốt hay không chỉ có ông ta và tôi biết rõ (và một kẻ nữa biết rõ, đắng vô hình mà ông ta vẫn hằng giờ nói chuyện trong thinh lặng). Ông ta tìm thấy tôi nơi vệ đường, trên con đường xuyên bang vào một buổi chiều. Tôi ngất đi trước khi ý thức mình đang ở giữa một cánh đồng vắng vẻ. Tại sao tôi nằm bên lề đường, tôi cũng không còn nhớ. Tất cả đã lùi vào bóng tối, và tôi quyết định nhốt chúng lại trong một chiếc hộp quá khứ khóa chặt, tiêu hủy luôn cả chìa khóa theo đúng lời chỉ bảo của ông ta. Ông ta còn dạy tôi nhiều điều khác, chẳng hạn như cỡi ngựa và thuần phục một con giống sa mạc sắc tía tuyệt đẹp, con ngựa mà ông quí nhất. Con này cứng cổ bướng bỉnh không cho ai ngồi trên lưng nó bao giờ, trừ ông ta là chủ của nó. Nó là một con ngựa nòi giống Ả Rập vóc dáng dũng mãnh như một con ngựa thần. Tôi bị nó mê hoặc ngay khi nhìn thấy nó đứng đơn độc dưới một bóng cây giữa đồng. Hình ảnh đó làm cho tôi ngây ngất. Tôi muốn vuốt ve chiếc bờm hoang dại của nó. Tôi muốm ôm đầu nó áp vào lòng mình như ôm lấy một cái gì thật gần gũi thân thiết. Mắt nó buồn rượi long lanh sáng với ánh nhìn mênh mông bí ẩn, như đang nhìn vào một cái gì đó không có thật trước mặt. Đôi mắt giống hệt mắt ông ta lúc đăm chiêu điều gì. Nó không ưa tôi, thấy tôi lại gần nó vội quay mình đi, cất tiếng hí to rồi phóng mình vào cánh đồng mất hút. Ông ta bảo nó không ưa người lạ, không ai có thể đến gần nó được trừ ông ta. Tôi bắt đầu mơ tưởng con Arabian, như tôi đã từng mơ tưởng những điều huy hoàng của đời sống. Ông ta tập cho tôi cỡi những con khác đã thuần phục, những con này ngoan và hiền như lừa. Tôi say mê cỡi ngựa lang thang trên những cánh đồng, thiên nhiên thật dịu ngọt đằm thắm, màu xanh làm lòng tôi mát rượi dễ chịu. Thấp thoáng trong đồng bằng những mái nhà thở khói mỏng thoảng nhẹ vào bầu trời mùa xuân. Tôi huýt sáo bản "Wounds of the bird", bài hát của P. Mauriat mà ông ta dạy tôi. Tôi yêu đời sống hồn nhiên ở nơi này.

Hôm đó có gì khác thường trong tôi xảy ra. Cảm xúc như một dòng lũ đổ về, tôi mở chiếc hộp quá khứ kể cho ông ta nghe đoạn đời tối tăm phóng túng của mình. Ông ta im lặng lắng nghe, không một câu hỏi gián đoạn hay một phản ứng nào trên nét mặt. Chưa ai kiên nhẫn nghe tôi kể chuyện khốn nạn đời mình và chịu đựng những lời cay đắng than trách, như ông đã nghe với tâm hồn mở rộng. Tôi nói về lần xúc động trong đời khi nhìn thấy máu từ chính thân thể tôi. Máu dậy thì, một vết bẩn hoen ố với chấn động tâm lý và mặc cảm của một kẻ phạm tội nào đó bị trời trừng phạt. Tôi lặng lẽ chôn dấu tích của sự biến đổi cơ thể, đau khổ như người ta vừa mất mát một điều gì. Và cùng với những ấn tượng chết chóc của chiến tranh, đầu óc tôi nhuốm bệnh. Ai có thể hiểu nỗi buồn của đứa con gái ý thức việc mang thân phận của mình như tôi lúc đó. Ai có thể chia sẻ nỗi sợ sệt hoang mang, mẹ tôi cũng không thể hiểu tôi. Nhưng ông ta hiểu, ông cầm tay tôi ủ vào đôi tay rắn chắc ấm áp của mình, siết nhẹ.

Ông thường ôm tôi vào lòng vỗ về như dỗ một đứa trẻ. Ở trong lòng ông ta, tôi không cảm thấy mặc cảm tội lỗi hay điều gì đó bất ổn trong lòng. Tôi chỉ cảm thấy một sự bình yên tuyệt diệu, như đứa con trở về với tình thương người cha của nó. Một lần buột miệng hỏi tại sao ông lại ở một mình, thân nhân đâu, sao ông đóng khung đời sống trong một trang trại hẻo lánh. Ông ta im lặng, nhìn vào khoảng trống trong giây lát rồi bảo rằng ngày xưa ông cũng đã có một thời hạnh phúc, một hạnh phúc mỏng manh đã vuột khỏi tầm tay. Một đứa con gái khoảng bằng tuổi tôi bây giờ. Ông cũng đã trở về từ một cuộc chiến, đã mất mát nhiều, mất cả phần tâm hồn và thân xác. Tôi ngỡ ngàng. Thân thể đó không thấy gì khiếm khuyết. Nhưng tôi chợt hiểu, tật nguyền là thiếu mất một cái gì khiến cho đời sống không được bình thường hay quân bình theo lẽ tự nhiên của bản năng. Đời sống này dường như ai cũng khuyết tật về một cái gì.

Không còn gì vui hơn ngày tôi chinh phục được con Arabian. Nếu không có sự chỉ dẫn dịu dàng khéo léo của ông, chắc gì tôi được ngồi được trên lưng nó phóng như bay trên đồng. Không thể diễn tả sung sướng khi tôi chiếm được lòng tin của nó. Nó mạnh và nhanh như một phi tên bắn vào khoảng trống. Tôi ôm chặt lưng nó, ép sát người vào bờm tóc mặc nó đưa tôi đến đâu cũng được. Tôi như bay bổng trên không. Nó là một con ngựa trong thần thoại. Tôi hãnh diện vui sướng vô cùng. Ông ta đứng nhìn theo với vẻ thán phục, với nụ cười sáng ngời thật đẹp.

Ngồi dưới gốc cây nơi con Arabian vẫn đứng dưới bóng mỗi ngày, tôi nói tôi không biết mình đang ở đâu trong đời sống. Ông bảo có những điều người ta không cần phải biết, như từ đâu đến và sẽ đi đến đâu. Chỉ nên biết hiện tại mình đang ở đây trong giờ phút này, đó là điều thật nhất cần chú ý tới nhất. Tôi hỏi ông tại sao con người có thể trở nên xấu xa, mặc dù người ta không ưa sự xấu. Ông bảo mỗi người là một thánh nhân chưa được khai triển. Lúc ông đăm chiêu nhìn mông lung vào cánh đồng, tôi thấy một tia nắng sáng ngời rọi trên mái tóc nhuốm bạc của ông, y như một vòng hào quang lóng lánh. Tôi nói ông hãy kể tôi nghe chuyện thánh kinh về một người đau khổ đã chinh phục được thế gian. Ông bắt đầu kể. Có một cánh đồng cỏ xanh rì nơi có một dòng suối tươi mát tuôn chảy, trên đồng cỏ ấy người đau khổ bệnh hoạn đến yên nghỉ và tắm mát bên dòng suối, họ khỏe mạnh và được tăng sức cho tâm hồn, rồi trái tim họ cũng biến thành những dòng suối tình thương luôn tuôn chảy vào những cánh đồng khô cằn cạn nước... Tôi chợt nhìn thấy hình ảnh tôi đi trên sa mạc hoang vắng, cánh đồng tôi đã hạn hán mất mùa bao năm, và một dòng suối tình thương từ một trái tim đang đổ tràn vào, tràn vào. Tôi ứa nước mắt xúc động bởi một cái gì rất êm ả xâm chiếm lòng. Chưa bao giờ tôi có cảm giác êm dịu thế. Đó là lần khóc thứ hai với những giọt nước mắt hạnh phúc nhất trong đời.

***

Cơn đau mới đầu chỉ thỉnh thoảng nhói lên, dần nó lộ liễu bung phá dưới những tế bào da thịt trong người. Tôi không nói với ông, tôi chỉ kiếu mệt về phòng nằm nghỉ. Có thể chỉ là cái đau bất thường của chu kỳ đàn bà, hy vọng rồi nó sẽ qua. Nhưng cơn đau vẫn tiếp tục và tôi biết mình bệnh nặng không thể giấu ông ta với những lý do bịa đặt được nữa. Ông đưa tôi đi khám bác sĩ. Người ta thử máu làm mọi thứ giảo nghiệm lẫn chiếu quang tuyến nhưng không hề cho tôi biết kết quả. Tôi xuống cân mau chóng và người dễ mệt mỏi, tay chân bủn rủn thường ngã vật ra bất tỉnh. Ông ta bắt tôi nằm trên giường nghỉ ngơi, nhưng tôi thèm ra đồng phóng mình trên lưng ngựa. Ông không cho phép tôi ra ngoài nữa. Ông ta chăm sóc tôi như một y tá đầy kinh nghiệm, như một người cha bao dung tôi không bao giờ có, như một người mẹ dịu dàng biết rõ tâm lý của đứa con gái dại khờ, ông bảo rằng tôi sẽ khỏi. Rồi ông còn nói về một tương lai mà ông đã xếp đặt cho tôi, một đời sống mới mà chắc chắn một đứa con gái nào cũng mơ ước. Nhưng tôi hiểu điều gì đang xảy đến, dù ông có nói thế nào đi nữa, có cố gắng đem cho tôi một hy vọng hay an ủi. Những lúc nằm im trong yên tịnh lắng đọng, tôi không thể tưởng tượng có ngày tôi lại nằm im thế này.

Tại sao tôi lại ra thế này, và những gì đã qua trong cuộc đời vung phá của tôi. Tôi là kẻ chống đối nổi loạn, tôi không thể ngồi yên lấy một lúc, điều gì đã thay đổi con người tôi? Một phép lạ kỳ diệu hay một sự hàng phục? Tôi không còn có thể chống phá nữa, sự bình thản này khiến tôi có thể nhìn sâu vào lòng mình, nơi tôi vừa khám phá ra được một điều.

***

Mùa đông đến, những thân cây trơ trọi rụng đầy lá úa ngoài sân, tóc tôi cũng rụng dần từng đợt quá mỏng không đủ cột một bím tóc như ngày nào rong chơi ngoài đồng. Tôi nói với ông ta, tôi sẽ không trở lại nhà thương nữa. Những lần chạy chemotherapy làm tóc tôi rã ra từng cụm lả tả trong những ngón tay run rẩy hốt hoảng, tôi sợ những luồng điện châm vào người như ngọn roi quất tới tấp vào từng tế bào cảm giác còn lại của tôi. Ông lặng lẽ không nói gì, cầm tay tôi xoa nhẹ. Tôi mân mê chiếc mũ cói ông tặng hôm làm bạn được với con Arabian, chiếc mũ rộng lỏng lẻo trên đầu lơ thơ vài lọn tóc mỏng. Tôi bảo ông hãy cất hết những chiếc gương.

Buổi chiều có màu nắng héo vàng quái lạ xiên vào căn phòng ẩm hơi lạnh, thoi thóp những hình ảnh mờ ảo lung lay. Ông ta đặt bình hoa có nhánh hoa duy nhất lẻ loi trên chiếc bàn đầu giường. Hình dáng một đầu chim với chiếc mào kỳ dị. Chưa bao giờ tôi thấy loại hoa lạ lùng này. Một đài hoa xanh thẫm có những vệt đỏ như những vết máu bầm nơi mép, bật trổi ra những cánh tím phơn phớt cam, như chiếc triều thiên của một loài chim phượng, giống chim đã mất tích lạ hiếm trong huyền thoại. Ông ta bảo đấy là chim vườn địa đàng, một thứ kỳ hoa mọc trên đất của những giống hoa vườn tầm thường. Nhánh "bird of paradise" cô đơn trong căn phòng đượm vẻ u ám của bệnh hoạn, một vẻ đẹp lạc lõng khác thường chợt làm tôi muốn chảy nước mắt. Vẻ đẹp quá cách biệt xa vời, không thể cảm nhận với một mỹ quan tầm thường. Con mắt thịt làm sao có thể hiểu được thế nào là cá đẹp ở một cõi khác.

Dường như ngoài trời đã mưa nhẹ, những hạt mưa lất phất lấm tấm đọng trong vòm lá ủ đầy bóng tối hắt cơn lạnh vào phòng. Hình ảnh buổi chiều mưa rơi nhỏ nhẹ và cánh hoa địa đàng hình dáng lạ thường như một luồng điện sáng lòa đầu óc tôi đầy bóng tối, như ngọn roi quất vào trái tim khô rạn của tôi, tôi chợt bàng hoàng tỉnh táo. Một cánh chim trắng chợt bay vụt qua khung cửa, bỏ lại khung cửa bơ vơ với bầu trời trống vắng hụt hẫng. Tiếng đàn vĩ cầm từ một phòng bên cạnh chợt réo lên rên rỉ cùng với tiếng mưa rơi tầm tắc như một bản giao hưởng luân vũ của linh hồn. Và chợt mọi hình ảnh phai nhạt trong trí nhớ hoặc đằm thắm say mê bỗng ào ạt hiện về trước mặt. Từ những khao khát được sống cho đến những hành động phung phá vụng dại đam mê chợt trở về đầy đủ. Đó là dĩ vãng nát nhàu của tôi, đó là tôi bất toàn trong một đời sống không vẹn toàn. Tôi chợt cảm thấy có một cái gì thật gần gũi phảng phất quanh đây, tiếng đập thổn thức của tim, rạo rực một hình ảnh và cảm xúc thật êm dịu. Tôi bỗng thấy cái vô lượng bao dung trong đời sống, trong cả những điều xảy ra cho mình. Tôi lại ngất đi với hình ảnh cánh "bird of paradise" cất cánh bay lên, bay lên cao vào vòm trời có nhiều ánh sao nhảy múa điệu luân vũ của ánh sáng, và một mùi hương ngào ngạt...

***

Cuối đông, cánh đồng khô trắng dưới những cơn mưa, vòm trời sa thấp nặng nề như một khối chì. Tôi nói với ông có thể tôi sắp đi xa. Ông ta nhìn tôi với cái nhìn xót xa lẫn một chút bối rối trong ánh mắt. Rồi ông xoa nhẹ chiếc đầu trụi tóc của tôi, bảo rằng tôi nhanh chân đi trước ông một đoạn đường. Cuộc đời là một cuộc chạy đua về cùng một đích, tôi là một nài giỏi nên đến nơi trước. Tôi gật đầu nói rằng tôi hiểu. Phải, đó là một cuộc chạy đua đến một điểm đã chờ đợi. Ai rồi cũng sẽ phải ra đi một mình như đã đến đây một mình.

Sự vĩnh cửu ở một chốn khác, tất cả rồi cũng sẽ trở về với sự thật đó. Tất cả đã đem tôi trở về, để cho tôi hiểu thế nào là rung động, thế nào là tình thương.

Hai hôm sau ngày ông ta làm phép rửa, tôi bắt đầu lịm đi trong những cơn mê man, cảm giác chập chờn giữa những liều thuốc dịu đau. Trong cơn mê, tôi thấy tôi đi lạc vào một vùng ánh sáng, vùng ánh sáng của thiên thần thánh linh đổ trên đầu tôi y như những gì ông ta diễn tả hôm làm phép rửa. Tôi thấy cả một vùng hoa tím sáng ngời, loài hoa dị thường nhưng không còn vẻ cô đơn lạc lõng. Tóc tôi mọc xanh mướt trở lại, tôi thấy tôi đi trên con đường có những bụi trúc mọc xanh um, tôi thấy bà ngoại tôi đứng chờ tôi ở ngưỡng cửa cười nụ cười móm mém với củ khoai cầm trên tay dành phần cho tôi, và tôi thấy cả nó với chiếc scooter kêu ầm ĩ. Tôi tỉnh dậy lòng nhẹ nhàng thanh thản, cơn đau biến mất và ông ta lại đến bên tôi kể những chuyện ngoài cánh đồng về con Arabian thế nào ngày hôm nay. Mỗi ngày, tôi ngồi trên ghế đu nửa tiếng đồng hồ bên hiên ngoài nhìn nắng và thu nhận tất cả hình ảnh trong vòm sáng đó. Con ngựa tía vẫn đứng yên một mình dưới bóng cây, lặng lẽ tư lự như một nhà hiền triết. Trước khi cơn đau làm tôi run rẩy co rúm người, ông ta lại chích một mũi thuốc vào cánh tay, rồi bồng tôi đặt vào giường không quên đặt nhẹ lên trán một nụ hôn chúc tôi giấc ngủ bình yên. Và cũng như mọi lần, trước khi thiếp đi, tôi lại nghe rõ tiếng phần phật của một đôi cánh đập vào nhau, đôi cánh trắng của thiên thần hay chim bồ câu, có lẽ đến đón tôi vào một nơi chốn bình yên.

Tôi ngả người trên gối, nhắm mắt, và chờ đợi.

[tháng 4, 1992 – Trích từ tập truyện *Miền Lặng*, Văn Học Nghệ Thuật Liên Mạng, Garland TX, 2002]

PHẠM CÔNG THIỆN

Sinh ngày 1-6-1941 lại Mỹ Tho, pháp danh Nguyên Tánh, đã lìa Việt Nam từ năm 1970, cuối đời thỉnh thoảng giảng đạo Phật tại vài chùa ở California, Hoa Kỳ và mất tại Houston TX ngày 8-3-2011.

Tác giả vài chục cuốn sách đã xuất bản từ năm 1957.

Tác phẩm xuất bản ở hải ngoại:
- *Đi Cho Hết Một Đêm Hoang Vu Trên Mặt Đất* (1988)
- *Sự Chuyển Động Toàn Diện Của Tâm Thức Trong Tư Tưởng Phật Giáo* (1994)
- *Triết Lý Việt Nam Về Sự Vượt Biên* (1995)
- *Nguyễn Du, đại thi hào dân tộc* (Viện Triết lý Việt Nam và Triết học Thế giới, California, 1996)
- *Khơi mạch nguồn thơ thi sĩ Seamus Heaney, Giải Nobel Văn Chương 1995* (Viện Triết lý Việt Nam và Triết học Thế giới, CA, 1996)
- *Làm thế nào để trở thành một bậc bồ tát sáng rực khắp bốn phương trời* (1998)
- *Tinh túy trong sáng của đạo lý Phật giáo* (1998)
- *Trên tất cả đỉnh cao là lặng im* (thơ, Trần Thi, CA, 1988; tái bản: Văn Hóa, Việt Nam, 2009)
- *Một đêm siêu hình với Hàn Mặc Tử* (2000)
- *Khai ngôn cho một câu hỏi dễ hiểu: Triết học là gì?* (2000)
- *Đối mặt với 1000 năm cô đơn của Nietzsche* (2000)
và *Rèn luyện tâm thuật huyền linh* (1991, dịch của Nikos Kazantzakis).

Tết xưa

lơ lửng bông mồng gà
chiều ba mươi tết ta
tôi ôm gà tre nhỏ
chạy trốn tuổi thơ qua.

Thiên sương

mộng ở đầu cây mơ lá cây
dòng sông ngừng chảy đợi mây bay
kêu nhau nhỏ nhẹ sầu năm ấy
chim hải hồ bay trắng tháng ngày

tình nhỏ quên rồi em ở đâu
mây bỏ trời đi tìm sông sâu
em về lồng lộng như sương trắng
hồn chết trôi về Thương Hải Châu.

Xóm chợ trời

Xóm nhà thờ Saint Semin ở thành phố này cũng là chỗ chợ trời vào ngày Thứ Bảy và Chủ Nhật. Thiên hạ hẹn hò về đó để ngắm nghía đôi chút buồn tẻ những ngày cuối tuần giữa đám đông và sự thay đổi đột ngột nào không thời gian nhứt định. Người ta đi vào đám đông cuộc đời để đổi thay một cái gì vẫn đời đời không thay đổi, rồi trở về nhà để gặp lại một cái gì mà mình phải gặp lại, chẳng hạn vài tiếng ho nghèn nghẹn trong cổ, một con chim bay qua vườn cây, một con mèo giả đò ngủ cạnh hàng rào và mười lăm phút trước khi xe lửa lên đường.

Đời người chỉ là tất cả mười lăm phút trước khi xe lửa lên đường trên tất cả những nhà ga ở khắp tất cả địa đầu của tất cả mọi ly biệt...

Xóm nhà thờ Saint Semin ở thành phố kia vẫn mãi mãi là chốn hoang vu của đời tôi vào một buổi chiều Thứ Sáu nào đó say say những trái mây trời thể anh tục lụy, đỏ đỏ những mái tây, thể thể nhè nhẹ tiếng chim và tiếng con gái mộng mị mắc cỡ mười sáu tuổi.

Quán cà phê duy nhất ở xóm Saint Sernin quá đông lũ con gái trường Saint Sernin kế cận; bàn tôi ngồi chỉ còn hai ghế trống, tôi giả đò con mèo ngủ cạnh hàng rào ly rượu vàng Tô Cách Lan. Bỗng nhiên tình cờ, như những gì rất tình cờ bỗng nhiên, một cô gái Tô Lô Sa đi tới chốn hoang vu của cái bàn ấy và hỏi tôi một chỗ ngồi trong hai cái ghế trống còn sót lại. Tôi ngẩng mặt ngái ngủ nhìn lên. Một người con gái rất con gái như những người con gái khoảng mười lăm phút trước khi xe lửa lên đường. Tôi giả đò ngu ngủ lại, như cái gì rất bình thường xảy đến bình thường, chẳng hạn như ngẩng mặt lên trời thấy một đám mây nào đó, một buổi sớm lạnh kia, ở thành phố nào đó có một con sông và rất nhiều chim, như Toulouse hay Tolosa, tên cũ của Toulouse, tên trung cổ của một cái gì quá thượng cổ lạc mất trong trí nhớ của tất cả những tình nhân đã chết...

Xe lửa sắp lên đường trong mười lăm phút rớt lại. Tôi đứng dậy và im lặng như sắp nói từ giã cô gái cùng bàn. Nàng nhìn theo kín đáo – như cái gì rất bình thường xảy đến bình thường trong những sự gặp gỡ bình thường – như cái chết, như ly rượu Kir vừa uống cạn, như một trang giấy rách rời cuốn sách cũ, một vũng nước, một con hải âu bay bổng lên chân cầu sông Garonne.

Tôi bước qua đường Du Taur, trở lại quán cơm Pavilion d'Argent, quán cơm Saigon ngon nhứt của thành phố Toulouse, để tìm lại một góc bàn nhỏ, tạo lại một chút Saigon trong cơn gió tha hương đất khách.

Mười lăm phút sau, xe lửa nhè nhẹ lên đường trong kỷ niệm. Cửa tiệm cơm mở nhẹ ra, cô gái Tô Lô Sa ấy lại bước vào ngồi vào bàn kế cận. Áo choàng đen, như con chim đen bay qua vườn cây, cô ngồi kín đáo im lặng một mình. Khách tiệm ăn đầy phòng cao lâu, mà tửu quán chiều nay chỉ có một người con gái và một người con trai của tất cả hoang vu của trái đất.

Một năm sau, đây đó hai người gặp lại dăm ba lần, người con gái nhìn người con trai và người con trai ngó người con gái. Không ai biết ai là ai; không ai chừng nói với ai một lời. Nhưng cả hai đều biết là cả hai nhìn nhau – trước khi xe lửa lên đường.

Mười lăm phút sau, mười bốn phút, mười ba phút, mười hai phút... và chỉ còn một phút.

Và chỉ còn một phút.

Buổi chiều hôm đó, hai người lại tình cờ gặp lại một cách rất bình thường như những gì rất bình thường xảy ra trên trái đất. Không ai chưa từng nói với ai một lời.

Một con chim đen bay qua vườn cây và một con mèo giả đò ngủ quên và một xe lửa và một đám mây và một xóm chợ trời và mấy triệu thế kỷ đã đi qua trên mặt đất.

Thơ cho khoảng trống

Chim dồng dộc hong thơ trên cửa sài, gái thổ gài tổ chim trên lưng ngựa thồ.

Vùng núi cao thổ phồn sinh sôi nảy nở phôi châu của ngút ngàn bông đậu tía.

Cơn dông tố rã rượi trên thiên đảnh tuyết sơn, hốt nhiên vùng dậy tung hoành, làm sụp ngã những cây tùng lạc diệp, và bao dong con chim dồng dộc hong thơ trên cửa sài. Tổ chim trên lưng ngựa thồ và rừng bông đậu tía tuyên chiến với tất cả ngôn ngữ loài người, phôi dựng khởi nguyên từ mút cùng cõi đất. Ban đầu là phôi châu, bông đậu tía bên cửa sài, tổ chim dồng dộc được gài trên lưng ngựa thồ của gái thổ, thiên đảnh thổ phồn, dông tố ban đầu, lạc diệp tùng sụp đổ từ mút cùng cõi đất. Ban đầu là phôi châu, thai mẹ, ngôn ngữ việt mường, tiếng nói thai tạng, cha, má, mẹ, mạ, cái, phôi châu bông đậu tía, bông trắng đậu hoà lan ở trước mặt bàn viết, gái thổ, đen và đẹp, gài tổ chim trên lưng ngựa thồ, thổ phồn, lan nhã ngút ngàn bông đậu tía. Ban đầu là dông tố nổi lên từ thiên đảnh tuyết sơn. Ban đầu là chim dồng dộc hong thơ trên cửa sài.

Gài tổ chim trên lưng ngựa!

Tuyên chiến với tất cả ngôn ngữ loài người!

... Mùa lúa chín vàng, chim dồng dộc bay về, luồng gió tuyết sơn thổi hiu hắt về nam phố.

Luồng gió rì rào trên thiên cấm sơn, từ núi cấm thổi về mỹ tho, rồi thổi về đà lạt. Mùa lúa chín vàng, chim dồng dộc bay về nam phố. Giông tố vùng vẫy trên thị trấn cũ ven sông cửu long, giông tố làm sụp đổ những cây sao trên đường phố và tuổi thơ trốn biệt từ mút cùng cõi đất.

Trở về thị trấn ven biển, đâu là hoài phố? Phố hiến, hội an, hoài phố, nỗi sầu lãng đãng trên ba trăm năm ở những vùng thị trấn ven biển của quê hương, những cửa sài của vùng lan nhã đất mẹ từ một ngàn năm trước, những con dê con trên vùng núi đầy chim đồng dộc. Ban đầu là động cửa sài của lãng sĩ tu hành ẩn dật trên non cao, động đầu tế lọt vào rừng bông đậu tía, chim đồng dộc bay về mùa lúa chín, lạc diệp tùng sinh sôi nảy nở, từ mút vùng cõi đất, dông tố thổi về nam phố. Ban đầu là hoài phố! hoài phố! Thị trấn buồn ven biển, ngút ngàn bông đậu tía.

Tuyên chiến với tất cả ngôn ngữ loài người!

Dông tố từ thiên đảnh tuyết sơn trở về bao dong tổ chim đồng dộc. Luồng gió buồn thổi về nam phố, những bông sao rụng trên con đường vắng, trời mưa lất phất, giàn đậu hoà lan trắng xóa, những con chim yểng học nói tiếng người, năm con dê con trên vùng núi đầy chim bói cá.

Người ta đã đốn những cây sao trên đường phố, và tuổi thơ sụp đổ. Dông tố thổi hiu hắt về nam phố. Mùa lúa chín vàng có sao phướn đi qua.

Sao phướn đi qua.

Và có tiếng đóng đinh vào cái quan tài nhỏ bé của tuổi thơ.

Tuổi thơ đem những hột lúa ra ngâm nước trên ngược dòng sông cửu long.

A! Lúa đã nứt mộng! Lô giang và triết sơn? (Lô sơn bảng lảng khói mưa, triết giang con nước triều đưa rạt rào? Sống chưa đến đó nghẹn đau, tới rồi về lại thấy nào khác xưa? Lô sơn bảng lảng khói mưa, triết giang con nước triều đưa rạt rào!) Ban đầu là

Nứt mộng! Lúa vừa nứt mọng, khi chim đồng dộc bay về mùa lúa chín vàng và rừng bông đậu tía phất phơ gần bên thị trấn ven biển.

Luồng gió buồn từ tuyết sơn thổi hiu hắt về nam phố. Chim

yểng bay đi và chim bói cá trở về trên mặt nước...

Ban đầu là?

Cơn sấm sét chấn động long vỡ cả trời đất.

Không! Sấm hãy còn trong lòng đất vùng núi tuyết sơn. Có người lạ đẽo gỗ trên rừng đậu tía.

Cả khu rừng đậu tía đã bị đẽo sạch, từ mút cùng cõi đất rã rượi, chim đồng dộc vụt bay về làm tổ. Một hạt phong châu bông đậu tía còn sót lại trong lông cổ vàng dợt chim nhỏ. Hạt phôi châu rớt giữa kẽ chân gái thổ, nường bước chậm rãi và giẫm chân đạp mạnh phôi châu lún xuống dưới bóng cây lạc diệp tùng và dương trở lại... dần dần hưng thịnh và nuôi dưỡng tổ chim đồng dộc sinh sôi nảy nở ngút ngàn bông đậu tía.

Chim đồng dộc lại hong thơ trên cửa sài.

Người con gái thổ lại trở về gài tổ chim trên lưng ngựa thồ.

Mưa rừng cao tưới tắm trên đôi vú đen và đẹp.

Gái thổ bước ra và bước vào hang động tuyết sơn. Sau bảy ngày, ngựa thồ trở về đứng đợi bên giàn đậu hóa lan trắng xóa. Cửa ải thổ phồn đóng kín.

Và kẻ thương lữ không còn lên đường đẽo gỗ, và lãng sĩ ẩn dật núi cao không còn coi xét bốn phương, yên lặng nuôi dưỡng tổ chim đồng dộc phôi dựng trở lại ban đầu.

Gái thổ đi giữa rừng là đầy chim bói cá và trở lại một mình với lan nhã ngút ngàn bông đậu tía. Dê con vừa mới sinh ra đời.

Dộng đầu té lọt vào rừng bông đậu tía.

Luồng gió buồn thổi về nam phố, dông tố vùng dậy tung hoành trên những thị trấn ven biển.

Mùa lúa chín vàng có sao phướn đi qua. Sao phướn đi qua và

có người lạ đóng đinh vào quan tài tuổi thơ.

Tuổi thơ ngâm lúa trên mặt nước cửu long. Nứt mộng! Gieo mạ trên vùng núi lô sơn, nhìn ngó nước triều triết giang rào rạt, và chim bói cá trở về thị trấn ven biển, hoài phố! Hoài phố! Thị trấn buồn ven biển, ngút ngàn bông đậu tía...

Tuyên chiến với tất cả ngôn ngữ loài người!

Mùa lúa chín vàng có sao phướn đi qua.

Sao phướn đi qua.

Chim dồng dộc hong thơ trên cửa sài.

Gái thổ, đen và đẹp, gài tổ chim trên lưng ngựa thồ. Luồng gió thét gào trên núi cấm. Tuổi thơ trốn biệt từ mút cùng cõi đất. Bầy chim bói cá sinh sôi nảy nở.

Bông đậu hòa lan trắng xóa trên bàn.

Dông tố nổi lên từ thiên đảnh tuyết sơn.

Những bông sao rụng trên con đường vắng. Con chim yểng học nói tiếng người. Sau nỗi sầu lãng đãng trên ba trăm năm, có còn kẻ thương lữ nào trở lại phố hiến và hội an? Phố phường hoang vắng, có người lạ đóng đinh vào quan tài, và người đàn ông đã lìa bỏ hoài phố và đi đâu biệt tích. Mười năm tuyệt tích giang hồ.

Rồi trở về lại hà hơi trên tổ chim dồng dộc.

… Chim dồng dộc trở về hong thơ trên cửa sài, và gái thổ một mình trở lại gài tổ trên lưng ngựa thồ và luồng gió buồn vẫn thổi hiu hắt về nam phố…

California, ngày 19-2-1985

PHẠM HẢI ANH

Phạm Hải Anh sinh ngày 1-1-1970 tại Hà-Nội. Giáo-sư đại học Sư phạm Hà-Nội (1991-1998).

Sống ở Amsterdam Hòa Lan, viết cho Văn học, Hợp Lưu, rồi quay về lại Hà Nội, in nhiều sách, đoạt giải thưởng cho *Đường Mưa, Kiến Lửa* rồi trở lại Hòa Lan.

Tác-phẩm đã xuất bản ở hải-ngoại:
- *Huyết Đằng* (tập truyện; Văn Mới, 2001)
- *Tìm Trăng Đáy Nước* (tập truyện; Văn Mới, 2003)

Tìm trăng đáy nước

Căn nhà trông ra mảnh sân chung, lúc nào cũng thấy cái lưng còng của cụ Nhổn nhấp nhô ở đó. Bà cụ chín chục tuổi mà minh mẫn, lọm cọm làm việc không ngơi tay. Bí quyết trăm tuổi của cụ rất đơn giản. Sáng dậy, đái một bãi ra tay, xoa khắp mặt, lại uống một ít, thế là bách bệnh tiêu tán. Cụ khỏe thật, nhưng cái sân chung của xóm, nơi cụ vẫn thực hành "trị bệnh" thì khai buốt óc. Cụ Nhổn tên cúng cơm là Lê Kim Anh. Cụ Vòng tầng dưới là Kiều Nga. Tuổi già, đến cái tên đẹp cũng không giữ được. Ai cũng thành cụ tất, chứ làm sao mà hình dung ra Kim Anh rửa mặt bằng nước đái, Kiều Nga vê cứt mũi ăn ngon lành, bảo là cốm Vòng! Những cái tên thời con gái như phấn hương, phai cả.

Bấy giờ nó còn là con cái Choắt. Gọi Choắt nhưng đã khá phổng phao. Mỗi lần ra sân phơi quần áo, bất kể giờ nào Choắt cũng bắt gặp thằng hàng xóm. Nó đứng giữa cửa, dạng chân, quần mở banh, con cu như hỏa tiễn chực rời bệ phóng đâm vút vào Choắt. Ông giáo sư cùng phố cũng hay đến cho mượn sách lúc cả nhà đi vắng. Ông giáo vuốt má cô cháu gái hờ, hơi thở mỗi lúc một hổn hển làm héo cả lớp lông tơ trên má dậy thì. Cánh tay ông như gọng kìm, xiết dần, xuống dưới. Quyển sách rơi bộp xuống đất. Choắt không dám kêu. Ông giáo già hơn tuổi bố, suốt đời độc thân, nghiêm khắc có tiếng. Mẹ bảo: "Đàn bà con gái, cần nhất là đạo đức." Mẹ bảo vệ đạo đức cho con gái bằng quần áo cắt may luộm thuộm. Choắt mười bảy tuổi, mặc áo cũ của mẹ, quần cũ của mẹ, đi dép cao su, đầu đội nón lá già vàng khè.

Hôm ấy mưa xuân phây phẩy, ướt đẫm khóm trúc Phật bà của mẹ. Nhà có khách. Người đàn ông tóc muối tiêu, người lòng khòng, vừa chửi rất tục, vừa xin lỗi luôn miệng. Ông khách đến chơi bất ngờ, đi tay không thảnh thơi, cái áo khoác ngoài màu rêu, trùm mông, chứa đầy bí mật. Móc túi phải, này cháu gái, rang hộ bác mớ lạc. Móc túi trái: hành khô, tỏi, một túm thì là xanh tươi. Mở nắp túi trên: cút rượu đầy sóng sánh. Lục lọi túi trong: mấy quả ớt. Vỗ vỗ bên ngực phải: chai mắm tôm Thanh thơm nức mũi. Cái túi bên hông phồng phồng chứa cả cân bún tươi, trắng nõn. Túi bên kia là một bọc đầu cá lăng sống, béo vàng. Chưa hết, từ các túi áo trên, túi quần dưới tiếp tục tuôn ra: nghệ, cà chua, chanh quả, dấm bỗng, bánh phồng tôm, tiêu hạt, hành tây, hành ta, rau sống... Hôm ấy không cần cặm cụi nhặt sạn trong rá gạo hôi mùng mục, không bị thâm móng tay vì rau muống mậu dịch già ngoanh ngoách, cả nhà xúm xít xào nấu, hành tỏi phi điếc mũi hàng xóm. Ông khách chặn tay Choắt đang tỉ mẩn lột vỏ mấy tép tỏi: "Không cần. Để cả vỏ đấy, bác có cách." Choắt vâng, tò mò chờ xem phép lạ của ông khách ảo thuật tách vỏ tỏi không cần bóc. Đến lúc ăn, vỏ tỏi vẫn bám nguyên, phải lấy răng nhằn. Ông khách vỗ đùi, cười lớn: "Thấy chưa, cách này khỏi cần bóc mà vỏ vẫn đi đằng vỏ." Choắt bật cười theo, hơi nóng thức ăn làm mồ hôi li ti rịn hai bên thái dương, má hồng rực. Ông khách nhìn, chợt buông đũa than: "Cháu ơi, mày ăn mì, ăn bo bo mà sao đẹp thế?". Choắt cúi mặt xuống bát cơm. Lần đầu tiên Choắt nghe nói mình đẹp, nhưng sao ông khách lại thở dài, và cả nhà im lặng thế?

Ông khách là bạn học cũ của bố, mười mấy năm lưu lạc mới gặp lại. Chàng công tử Hà thành ăn chơi lệch đất, cổ lủng lẳng bình axít, anh chị đầu gấu mấy đụng phải cũng ngán ngẩm lảng xa. Ông sĩ quan uống đến đái ra rượu, bắt lính cõng về đồn, nửa đường tụt xuống, ra lệnh: "Mày trèo lên lưng để tao cõng trả, cho công bằng." Người tù cải tạo chưa từng biết chuyện bếp núc, xung phong đi làm lòng lợn để hít tí không khí tự do, cầm cả bộ lòng giặt như giặt áo, khi đem về trại lòng còn nguyên cứt, bị phạt cùm vì tội lừa cán bộ... Người như ông, chẳng biết sợ là gì, cũng chưa từng nói dối. Choắt trốn vào góc nhà, săm soi mình trong chiếc gương nhỏ bằng lòng bàn tay. Gò má lấm chấm tàn nhang. Lông mày xếch. Miệng rộng. Mẹ vẫn than con gái sao giống bố, chẳng được nét gì. Nhưng hôm ấy ông khách đã nói: "... sao đẹp thế! ". Đêm, Choắt thấy thằng hàng xóm nhìn mình đăm đăm, cái nhìn buồn bã, ngây dại. Lại thấy hơi thở nóng bỏng của ông giáo sư phà bên tai. Và cậu bạn trai cùng lớp kín đáo cầm tay, vuốt ve ngón út. Tỉnh dậy, ngón tay út còn cong lên, mơn man cảm giác. Cái Choắt đã đổi tên thành Phương Thảo từ lúc ấy. Cọng cỏ ngát hương mướt xanh mười bảy tuổi. Phương Thảo tóc rất dài, chân dài, đuôi mắt cũng dài, lá cỏ sắc cắt hồn.

Đạo đức cần mà tiền cũng rất cần. Mẹ đành để Phương Thảo đi bán quán. Nhưng lại dặn làm gì đến mười giờ tối cũng phải về nhà, giữ tiếng cho bố mẹ. Bố mẹ đã sống một đời giữ tiếng cho ông bà. Ông bà giữ tiếng cho cụ ky. Tiếng là gì mà đời nào cũng phải đa mang? Me bảo đừng hỗn. Chủ nhà này trước kia là bác sĩ, kĩ sư cả đấy, ăn ở thế nào mà cứ đi vắng là hàng xóm vứt cứt vào nhà. Từ ngày bố mẹ về đây, cả xóm già trẻ ai cũng niềm nở. Cô hàng xóm ném cứt giấu tay vẫn bị bà hàng xóm bên kia lột quần lót trên dây phơi ném vào vũng nước đái cụ Nhổn. Bà hàng xóm ấy thì chốc chốc lại réo mả tổ cha tiên nhân con đĩ nào đang yên đang lành động cỡn úp ngược cái bếp dầu của bà để chảy hết cả dầu sao nó không về úp cái đầu lâu bố nó... Quần lót mẹ phơi trên dây không ai động đến, bếp dầu nằm ngay ngắn, nhà không bị vứt cứt. Ăn nhau cũng nhờ cái tiếng. Bố mẹ sống như hai bậc hiền giả giữa chốn bụi trần. Bụi trần cả theo nghĩa đen vì căn nhà cấp bốn trống trải bốn bề lúc nào cũng ngập bụi từ bốn phương tám hướng đổ về. Bụi nhà máy điện, bụi mùn cưa, bụi cuốn theo vệt bánh xe ngoài phố... Mẹ dũng cảm chống trả bằng phất trần, chổi, giẻ lau... nhưng vô ích. Bụi dầy lên bám mờ ảnh thờ, mẹ đành mua tấm lụa đỏ che mặt các cụ.

chỉ ngày giỗ tết mới mở ra. Bàn thờ nhấp nhô những vuông lụa đỏ, quá khứ trở nên vô hình vô ảnh nhưng bù lại được bọc gói sạch sẽ. Tổ tiên trông xuống con cháu qua lớp lụa ấy sẽ thấy đời giống y lời bài hát: "hồng như màu của bình minh, đỏ như màu máu của mình tim ơi ". Mẹ gom gạch, xây trước cửa nhà bồn cây. Sau vài tuần chăm chỉ tưới tắm, hoa lá lên chẳng ra hình thù gì, nhưng những cái tên thảo mộc nghe thật sướng tai: khóm trúc Phật bà, cây phun châu nhả ngọc, bụi hồng tỉ muội, cây trinh nữ hoàng cung, lan cẩm cù, hoa trạng nguyên, lá hoàn ngọc... Thằng Bi nhà bên mỗi sáng mắt nhắm mắt mở lại ra bắc cái vòi xinh xinh đái vào khóm trúc Phật bà của mẹ. Lá trúc úa vàng, hoa phun châu nhả ngọc thâm thâm màu đất, hồng tỉ muội còi cọc không hoa, chỉ có khóm trạng nguyên mỗi độ Noel là đơm bông đỏ chói chang. Năm nào mẹ cũng phấn khởi bảo đấy là điểm lành.

Điểm lành hay không chả biết nhưng từ độ Phương Thảo đi bán quán thì cuộc sống ở nhà cũng dễ chịu lên. Thay vì rượu sắn uống nhức đầu, bố chuyển sang mua rượu gạo. Rượu gạo thực ra vẫn hại, bố uống bia hơi, bia Tàu, rồi bia lon, mỗi lần uống lại khề khà bảo bây giờ sướng thật, những thứ này ngày xưa có tiền cũng phải quen mới được mua phân phối, các cô mậu dịch mặt vác lên tận trời xanh. Mẹ lại có niềm vui khác. Thỉnh thoảng, Phương Thảo mang từ chỗ làm về đầu tôm hùm, chân gà, chân cua ghẹ, đầu cá. Mẹ hỉ hả gỡ gạch ở đầu tôm, tuốt thịt cua, chặt chân gà..., vừa làm vừa mắng tụi Tây phí phạm, không biết ăn miếng ngon. Nó ngu thế mới tới phần mình. Mình khôn nên chẳng tốn xu nào mà chế biến ra bao nhiêu món đặc sản. Đầu cá nấu canh riêu, gạch tôm thịt cua làm nem, chân gà hầm tam thất con gái ăn đỏ da thắm thịt. Nhà ăn không hết, mẹ cho hàng xóm lấy thảo. Uy tín của bố mẹ trong xóm càng cao, bụi cây trước nhà mặc sức lên tươi tốt không ai bẻ. Ăn đặc sản, uống bia lon, ngắm hoa trạng nguyên miễn phí. Cuộc đời vẫn đẹp sao!

Có hai điều làm mẹ chưa được mãn nguyện. Thứ nhất là mùi. Bụi cây cảnh tên rất đẹp của mẹ không lọc được các mùi hỗn tạp ùa vào từ mảnh sân chung. Mùi nước tiểu của bà già, trẻ con, chó. Mùi khói bếp than. Mùi dầu hỏa. Mùi vỏ cam, vỏ chuối, cuống rau thối mục từ tầng trên quăng xuống mái nhà tầng dưới. Mùi thùng nước gạo lên men. Nhưng rùng rợn nhất là những ngày đổi thùng. Công nhân vệ sinh đeo khẩu trang, đi ủng, xách xô, xẻng vào nhà vệ sinh nậy nắp hố xí. Phân tươi tràn ra lênh láng. Các chị công nhân lấy xô múc, gánh từng thùng ra vào kĩu kịt, phân rải như hoa sao dọc đường vào ngõ. Nhà nào nhà nấy buông rèm, đóng cửa kín mít, thắp hương, có người nhạy cảm hơn thì lấy khăn mặt dấp nước quấn quanh mũi như kinh nghiệm phòng chống hơi ngạt thời chống Mỹ. Chẳng ăn thua gì. Cái mùi nhọn sắc như lưỡi khoan bén, xuyên qua mũi, xoáy sâu vào tận cùng não bộ, một ngày không quên, một đời không quên. Chỉ có cụ Nhổn là thản nhiên. Cụ bảo thế ăn thua gì. Cũng là của con người cả, làm gì mà rầm rĩ nhặng xị lên. Như ở Cổ Nhuế người ta còn thờ cả cứt. Buổi sáng, chợ phân họp đông đúc. Người bán kẻ mua xắn tay áo lên tận nách, khuấy vào thùng phân, nặn bóp ngửi xem chất lượng, chê phân này chua, phân kia nhão. Phân cũng giả đấy. Có đứa trộn đất sét, có đứa nghiền khoai lang vứt vào, mua bán không cẩn thận là lỗ vốn. Lại chia phân hạng một, hạng hai. Hạng nhất là phân khu Giao tế, Tôn Đản, bốn quận nội thành nói chung chất lượng tốt. Ngoại thành nhà quê ăn rau dưa nhiều, phân loãng xanh chẳng quý. Quý nhất là phân ngoại. Chẳng phải hàng imported gì nhưng là nguồn tuồn từ sứ quán Tây ra. Phân ấy đắt gấp đôi thường, nghe bảo bón cây nào cũng lên to vật vã như đổi giống... Xóm mình đây còn đỡ, chứ nhìn sang khu tập thể đối diện mà xem. Hơn hai trăm con người, tám nhà vệ sinh. Buổi sáng hàng người xếp hàng trước nhà xí như con rồng tám đầu, đầu vào nhăn nhó, đầu ra thảnh thơi. Từ ông giáo sư đến chị quét rác vào đây nhất loạt là bình đẳng. Cảnh cửa nhà vệ sinh chẳng hiểu sao lại chỉ cao đến ngang ngực. Người ngoài cứ việc nhìn vào mặt người trong là biết nông nỗi đoạn trường. Sau có đứa sáng kiến đem mẹt đến đấy bán, vừa để che mặt, vừa phẩy phẩy chống hơi nóng, mùi hôi, nhất cử tam tứ tiện. Cái thằng bán mẹt ấy kiếm bạc nghìn ngon ơ. Từ đấy, mỗi người đi vệ sinh lại trang bị thêm cái mẹt tre, như tấm mộc của hiệp sĩ thời trung cổ. Tưởng tượng hai trăm cái mẹt cùng vẫy lên một lúc là con rồng trước cửa nhà vệ sinh xòe vây, giương vẫy bay vút lên chín tầng trời. Sau này đi đây đi đó nhiều, Phương Thảo đôi lúc thấy bọn Tây đơn điệu quá đâm nhàm. Hố xí nhất loạt giật nước, giấy vệ sinh biển báo thế nào cũng na ná như nhau. Chúng nó còn lâu mới sáng tạo được như mình. Con bé hàng xóm tâm sự đi vệ sinh em thích nhất là giấy báo. Vừa đọc giải trí quên thối, khi dùng vò ra lại mềm, lại dai, lại thấm nước. Nhưng mà báo thì chả phải lúc nào cũng có. Nhìn vào mớ giấy thải trong nhà vệ sinh mới thấy hết độ phong phú. Giấy kẻ ô li xé từ vở học trò. Giấy báo Nhân Dân, An Ninh, Văn Nghệ, Pháp Luật, Lao Động. Giấy sách khoa học, văn chương, từ điển... Miếng được vuốt sắc cạnh rồi mới xé. Miếng xé vội lam nham. Có những miếng giống nhau đều tăm tắp. Lại có miếng to miếng nhỏ luộm thuộm. Bao nhiêu mẩu giấy là bấy nhiêu học vấn, thói quen, tính cách. Tháng một lần, mẹ bịt khẩu trang, lấy chổi cán dài gom mớ giấy lưu cữu thành đống rồi hỏa thiêu, khói bay ngút trời.

Ở đây không gian thơm ngát. Nhà vệ sinh nức hương biển Thái Bình Dương, xà phòng trầm hương, nước tắm hoa cam, nước gội đầu tổng hợp mùi hoa mùa xuân. Phòng khách thoảng hương rừng nhiệt đới, nước cọ sàn mùi táo, nước rửa bát hương chanh Địa Trung Hải, nước rửa tay mùi hoa hồng... Đôi khi cuộn mình trong chăn nệm thơm tho, Phương Thảo nhớ cái mùi xóm nhỏ. Chẳng biết nên vui hay buồn. Cửa sổ buồng ngủ bây giờ trông ra cây dẻ lớn. Tháng năm, hoa bừng lên như lửa trắng trên cây. Mỗi lần gió nổi, cả núi hoa lung lay, xao động. Hoa dẻ hữu sắc vô hương, không giống như hoa sữa ở nhà. Cây sữa mọc ở đầu mảnh sân chung, khi heo may về nhú lên những chùm hoa xanh nhạt, bông nhỏ như đinh hương. Duy nhất chỉ vào dịp ấy, hương hoa sữa lấn át tất cả các mùi hỗn tạp trong xóm. Căn phòng của bố mẹ bồng bềnh trôi trong biển hương sữa. Những lớp sóng hương ngạt ngào mê man xô đẩy Phương Thảo hai mươi tuổi vào miền cổ tích. ở đó chàng hoàng tử giương cánh buồm đỏ thắm chờ nàng Lọ Lem từ lâu lắm. Mẹ không biết con gái đã nhận lời đính ước với hoàng tử, có hương hoa sữa làm chứng. Mẹ bắt đầu lo vì Phương Thảo không bao giờ về muộn, lúc nào cũng đúng mười giờ tối. Đi một mình, về một mình, như bài học đạo đức của mẹ. Đi qua cầu thang nơi ông hàng xóm đặt cái tivi để nuôi gà. Tivi panasonic hỏng, moi hết ruột vứt đi, vỏ ngoài chắn lưới mắt cáo, thành cái chuồng gà hiện đại. Trên nóc tivi là chuồng vẹt Hồng Kông. Vẹt ỉa xuống đầu gà. Cám gà vãi tung ra đất. Con chó tha thẩn ngửi hít rồi bỏ ra thùng nước gạo sục mõm tìm xương. Phương Thảo đi qua mảnh sân chung nước đái cụ Nhỗn trộn nước đái thằng Bi. Qua dây phơi trĩu trịt quần lót áo lót. Qua góc bếp sực mùi than tổ ong, mùi dầu hỏa. Qua khóm trúc Phật bà, hồng tỉ muội, trinh nữ hoàng cung của mẹ... Đi qua tất cả mà chẳng chạm vào vì Phương Thảo đang bận tâm sự với hoàng tử. Chàng nàng liên hệ với nhau hai ba tiếng rưỡi trên hai bốn, trừ nửa tiếng Phương Thảo xếp hàng đi vệ sinh. Lúc đó hoàng tử chẳng nên đến gần. Lúc đó mới thật là toàn tâm toàn ý như Thiền. Thời gian còn lại, Phương Thảo nói, hoàng tử lắng nghe và chàng hiểu hết. Bao nhiêu năm, hoàng tử ở bên Phương Thảo như cuộn giấy thấm tuyệt hảo, hút mãi những nỗi niềm không cạn. Bây giờ khi nhớ lại, Phương Thảo nghĩ có thể đó là hội chứng hoa sữa, giống người say nấm độc tự huyễn hoặc mình bởi những ảo ảnh. Một sáng bừng tỉnh sau cơn mê hoa sữa, Phương Thảo chợt thấy mình đang là vợ goá của hoàng tử.

Tài sản thừa kế là một núi tâm sự không biết trút vào đâu, còn lại thì trống rỗng. Ngoài vườn, hoa dẻ đã tàn gần hết. Những cánh dẻ như ngàn vạn con bướm trắng phiêu tán theo gió. Bay mãi rồi cũng rơi về đất.

Thế thì sao không thử bắt đầu từ đất? Nhờ anh hàng xóm lực lưỡng cuốc giúp mảnh vườn, trồng mấy cây hoa dê dễ sống. Anh hàng xóm lần nào Phương Thảo mở cửa ra cũng gặp, nhiệt tình hơn cả ông giáo sư cùng phố ngày xưa cho mượn sách. Hay ừ quách cậu đồng nghiệp đầu vuốt gôm như lông nhím, chân tay không vạm vỡ bằng nhưng có thể cùng đi dạo biển, buổi tối đàn ghita phừng phừng mắt đắm đuối môi ướt. Hay thả mình bình yên như cọng cỏ mềm nép vào lồng ngực chắn gió của người bạn thân rất thân. Hay gặp lại cố nhân chín năm trước đã theo Phương Thảo về tận gốc cây sữa đầu nhà, người chẳng ngại bay chín nghìn cây số tìm lại cọng cỏ ngày xưa... Hay là gửi cả tá bình xịt khử mùi, nước hoa, nước tắm thơm về cho mẹ. Dùng hàng ngoại đánh át mùi nước đái cụ Nhổn, thằng Bi, xua đuổi hương hoa sữa. Khi đó Phương Thảo có thể về hát karaoke vô tư với thằng Cà Chô. Cà Chô không phát âm được chữ cà chua nhưng lại thích hát. Chiều chiều, bố mẹ nó hãnh diện bật giàn karaoke cực xịn để thằng con ba tuổi gào vào máy: "Chái tim tù lù, anh êu em đến tàn lu". Cà Chô không đọc được lời bài hát ở dưới: "Trái tim ngục tù, anh yêu em đến ngàn thu". Chẳng sao, tim tù lù chắc dễ chịu hơn. Có điều Phương Thảo lại biết đọc, và hiểu rằng chịu ngục tù như thế là sến lắm lắm, nhưng thoát ra bằng cách nào đây? Thư mẹ viết thiết tha, con ơi về đây sướng khổ có nhau. Bây giờ ở nhà khác lắm. Mẹ đã lắp xí bệt giật nước kiểu Tây, trước cửa trồng thêm giàn thiên lý. Hương nó thơm ngọt ngào chứ không gắt như hoa sữa. Về đi mẹ nấu canh thiên lý giò sống cho mà ăn.

Thì về. Cái xóm nhỏ xem ra cũng nhiều thay đổi. Cụ Vòng đã quy tiên, bia mộ đề tên Nguyễn Thị Kiều Nga. Cụ

Nhổn nhờ nước tiểu trị liệu nên còn minh mẫn, chỉ tội yếu. Phương Thảo biếu cụ tiền ăn trầu, cụ bảo thôi thôi nhưng bàn tay khô khổng móng như vuốt chim giữ chặt tiền không rời. Thằng hàng xóm ngày xưa giờ một vợ hai con, mặc com lê, lái taxi, chỉ học phất phơ có một tuần đã lấy bằng tay lái lụa, đi taxi của nó lúc nào cũng có thể là đi suốt lên thiên đường. Phương Thảo đi giầy đinh, mặc áo hở rốn, tay xách camera tìm về những con đường ngày xưa. Con đường xao xác hoa kim phượng, cánh vàng rải lăn tăn trên gạch đỏ màu son. Con đường rợp bóng sấu già, sau cơn mưa, lá sấu giập thơm mát như úp mặt vào trái dưa hấu mới bổ. Con đường ngày xưa phượng nở cháy trời, bây giờ không phải mùa hoa, chỉ có những trái già nâu sẫm đung đưa trong gió... Các chị bán hàng lưu niệm cho Tây "hênô" Phương Thảo, tụi trẻ tổ bán báo Xa Mẹ mấy lần mời mua postcard cảnh hồ Gươm lung linh cầu Thê Húc. Phương Thảo nghĩ mình phải đi may gấp áo bà ba lụa tơ tằm cho thiên hạ đỡ mất công xổ tiếng Tây. Có thợ may vừa đo vòng ngực, vừa hỏi: "Chắc chị không phải người ở đây, hay là đi xa lâu lắm mới về?"

Lỗi tại hoa sữa. Mà cũng tại ông khách đã buột miệng "...sao đẹp thế!". Nếu chẳng bao giờ nghe ông nói, có lẽ Phương Thảo cứ là cái Choắt. Sẽ vô nhiễm với hoa sữa. Sẽ đóng đô trong xóm nhỏ, yên tâm phấn khởi cùng đám các bà nội trợ chuyển từ bếp than sang bếp dầu, bếp điện và thỏa mãn khi mua được bếp ga. Sẽ tự tin giống con bé bán trứng vịt lộn nhà đối diện. Nó hân hoan khoe với Phương Thảo chiếc váy Siđa mới mua, ngắn đến ngang đùi. Mặc váy này vào, ngồi sau xe honda của chồng, con bé bán trứng sẽ cởi lốt thành mệnh phụ, à quên, thành đầm, đầm bây giờ mới môđen chứ mệnh phụ lỗi thời rồi. Chồng nó đạp xích lô lọng vàng, đậu ở cửa khách sạn ba sao kia kìa, nó sợ chồng nhìn đầm quen mắt về chê vợ nhà quê nên sắm váy mini bảo vệ hạnh phúc gia đình. Mới tâm sự hôm trước, hôm sau, Phương

Thảo đi ăn sáng, ngạc nhiên thấy hàng trứng vịt lộn đóng im im. Con bé bán trứng đội nón sùm sụp đi ngang cửa, vẫy tay chào: "Thằng khốn lạn ló bảo em mặc váy ngắn như con phò. Ló đánh em tím cả mặt. Em dọn về nhà mẹ đây. Bái bai chị." Tiếc cho thằng chồng không thức thời!

Phương Thảo tự biết cái mác đi Tây về của mình không đủ làm con bé bán trứng thán phục. Tây gì mà chỉ thấy lóc cóc đi bộ hoặc xe ôm, chả bao giờ gọi taxi hay bước lên xích lô lọng vàng của chồng nó. Thần tượng của con bé bán trứng là bố mẹ thằng Cà Chô, chủ sồ đề kiêm buôn lậu bao cao su và ảnh cởi truồng của Trung Quốc tuồn qua biên giới. Mẹ Cà Chô sắm toàn hàng xịn trong shop thời trang, đeo vàng đỏ chói. Sáng sáng, cô ấy mặc áo lụa mỏng dính, xịt nước hoa thơm ngồi ở bàn chờ Ôsin* mua phở bưng về ăn điểm tâm. Buổi chiều hai vợ chồng quần áo thể thao trắng muốt, lái xe ôtô nhà đi đánh tennis, tối thì đi nhảy đầm. Con bé Ôsin nhà ấy chỉ mặc quần áo thải ra của bà chủ mà thành niềm mơ ước của tất cả đám Ôsin choai choai khác. Ôsin mặc quần bò thụng, hai ống xòe ra như cái nơm úp cá, đánh mông đi lại cực kỳ mãn nguyện.

Mẹ Cà Chô vừa ngắm nghía chiếc nhẫn hồng ngọc mới mua, vừa ái ngại nghe Phương Thảo kể chuyện ở bên Tây làm gì có Ôsin, cái gì cũng tự làm. Cơm nước giặt giũ đã đành, đi làm xe đạp còng cọc đã đành mà đến việc nặng như sửa xe, cưa, bào, khoan, đục, sơn quét nhà cửa... đàn bà cũng phải cố học mà làm lấy. "Tây hóa ra khổ thế em nhỉ", mẹ Cà Chô kết luận, lại đăm chiêu bộc bạch: "Nhưng mà thời nào ở đâu cũng có cái khổ của nó thôi. Có Ôsin thì nhàn thân, nhưng cũng đau cả đầu..." Một tối bố mẹ Cà Chô đi nhảy đầm về sớm, thấy nhà khóa cửa. Cà Chô bị nhốt trong nhà từ chiều, gói bim bim được hối lộ ăn hết từ lâu, đang khóc sụt sịt vì đói quá. Gần mười hai giờ đêm mới thấy Ôsin trang điểm lộng lẫy, mặc váy đầm của bà chủ đi chơi về. Hôm sau, mẹ Cà Chô đích thân áp tải Ôsin ra bến xe gửi trả về quê. Bẵng đi vài tháng, bố Cà Chô đi hát karaôkê ôm thì gặp lại Ôsin cũ, giờ là giọng ca vàng của quán, không còn tên là Na như hồi trước mà đổi thành Lan, "Nệ Nan". Mẹ Cà Chô nhắn nhe khắp nơi tìm người giúp việc, bây giờ chỉ muốn thuê bà già. Ôsin mới ngót nghét năm chục, mặt mũi ngờ nghệch thật thà, mỗi tội chả biết dạ thưa cho phải phép mà cứ hồn nhiên gọi mợ chủ là mày, xưng tao, ý chừng cho mình lớn tuổi hơn. Ôsin này quanh năm hái chè trên đồi Vĩnh Phú, thành ra cũng không biết gọi theo kiểu người đồng bằng. Khi cần gọi ai, Ôsin chỉ hú, nội lực hùng hậu từng được thử thách trên những đồi chè mênh mông, tiếng hú lan xa cả dãy phố, ai nghe cũng rờn rợn xương sống. Ôsin Vĩnh Phú lại không biết lau nhà, mấy chục năm ở nhà nền đất nện, giờ đi trên sàn đá hoa cương trơn bóng cứ trượt chân như làm xiếc. Nấu ăn thì kinh quá, cái gì cũng chỉ luộc và cho muối. Cả nhà Cà Chô nuốt không được, đành tự túc ăn đặc sản tháng, Ôsin lĩnh tiền ăn cơm bụi. Ngày ngày, Ôsin ngồi phệt ở thềm nhà, bắt chuyện với người qua lại, thì thào kể đêm qua ông bà chủ cãi nhau, duyên do rằng thì là ông chủ mua cái vợt chơi gì mờ đất thế, những mấy triệu, nhà tôi ăn cả năm không hết chỗ tiền ấy, lại kể hái chè ở Vĩnh Phú ngày được hai nghìn tiền công, nắng xuyên qua lớp vải dầy xém lưng, ở đây cả ngày chả biết làm gì, chân tay bải hoải, ăn miếng cơm trắng mà cứ nhạt thếch, buồn nhớ nhà quá thể... Được hai tuần ăn cơm Hà Nội, Ôsin Vĩnh Phú đổi mới tư duy, từ bỏ cái quần vải đen mang từ dưới quê lên bị các bà bán rau chê là "âm lịch". Ôsin mặc quần hoa xin được, đứng vịn vào giàn karaôkê, chụp ảnh màu gửi về động viên tinh thần bố con nó dưới quê. Ông chồng Vĩnh Phú nhận ảnh, nhắn vợ về lập tức. Biết ngay là ra đất ăn chơi con người nó hư hỏng, năm chục tuổi đầu mà mặc quần hoa như thế là để đi đánh đĩ. Ôsin sợ chồng, ngậm ngùi từ chức, về lại bản quán hái chè.

Phương Thảo tình cờ thấy ông giáo sư hàng xóm cũ. Ông đạp xe như nép vào lề đường, xe máy, ôtô rầm rầm qua lại, nhấn còi ầm ĩ. Một gã choai choai phóng Dream láng tay lái xẹt qua ông, ghé sát mặt quát: "Bố già đi sai đường rồi. Đường về Văn Điển ** đi hướng kia kìa." Ông giáo gầm lên tiếng gì không rõ, hầm hầm kéo xe lên vỉa hè. Giờ tan trường, những tà áo dài trắng thướt tha túa ra, đẹp hơn Phương Thảo của mười mấy năm về trước, nhưng ông giáo không nhìn nữa. Cánh tay ông, từng như gọng kìm ám ảnh Phương Thảo, giờ không còn đủ sức trừng trị gã trai mất dậy, run lên giận dữ, bất lực. Gã choai choai đã biến mất trong dòng người xe, quẳng lại cho ông luồng khói xăng khét lẹt và chuỗi cười khả ố. Không ai dừng lại, không một cái liếc mắt về phía ông già lạc lõng đứng ở vệ đường.

Điện tín từ bên kia bờ đại dương nhắn về. Người bạn thân hôm qua uống cả vỉ thuốc ngủ. Đêm ấy chia tay, anh bảo tóc Phương Thảo sao lại có mùi hương hoa sữa. Lần này về Hà Nội đúng vào mùa cúc, nhớ ngắm luôn cả cho anh. Anh nói như thể hai đứa đã không hẹn nhau một ngày cùng lang thang trên các phố hàng. Hàng Lược, Hàng Bồ, Hàng Quạt, Hàng Gai, Hàng Đường, Hàng Bạc... Những gánh cúc vàng rưng rưng trôi nổi khắp các con phố cổ. Cô bán hoa vừa bán hàng, vừa hốt hoảng trông chừng công an đến phạt. Thành phố mới ra quyết định cấm bán hàng rong, cho nên những xe hoa trái cứ cuống cuồng rong ruổi. Năm bông cúc này cho em, năm bông này cho anh, hãy tỉnh lại mình cùng ngắm. Anh vẫn thích hoa này, bông cúc quý, tàn héo rồi mà cánh chẳng rụng rơi. Những cánh nhỏ bám chắc lấy đài. Như anh muốn giữ em, như em giữ mùi hương sữa. Ràng buộc nhau thế để làm gì? Tỉnh mà xem em cắm cúc trong bình gốm sẫm màu. Cánh vàng óng giữ nắng chiều ở lại. Rồi cũng sẽ tàn phai, cả hoa lẫn nắng. Anh vội làm gì?

Vội làm gì đêm nay trăng lên. Những đám mây chẳng

ra hình thù gì nối nhau lướt trên vòm hoa sữa ngậm hương, trôi mãi trôi về đâu. Thằng Cà Chô đang hát bài "Trái tim tù lù" ưa thích. Trăng vằng vặc soi lên vũng nước đái cụ Nhổn loang trên sân. Trăng trong nước đái cũng sáng như trăng trên trời... Ngày mai, Phương Thảo lại ra đi...

(Amsterdam, rằm tháng tư Nhâm Ngọ)

----

* Ôsin: sau một phim truyền hình nhiều tập của Nhật Bản kể về cuộc đời nhân vật chính Ôsin, là đầy tớ phấn đấu vươn lên thành bà chủ, từ "Ôsin" thành tiếng lóng gọi người giúp việc trong nhà.

** Văn Điển: tên một nghĩa địa lớn ở ngoại thành Hà Nội.

Thanh Tâm Tuyền by Đinh Cường

PHẠM HỒNG ÂN

- Tên thật: Phạm Hồng Ân.
- Tốt nghiệp đại học Vạn Hạnh, khoa báo chí.
- Tình nguyện vào Hải Quân, tốt nghiệp khóa 12 United State Naval Office Candidate School (Newport, Rhode Island).
- Tù Việt Cộng 7 năm.
- Định cư ở Escondido (Cali) Mỹ, theo diện HO.
- Hiện đã về hưu.

Tác phẩm đã xuất bản:
- *Giọt thơ* (Thơ, 1965)
- *Thiên Cổ Bùi Ngùi* (Thơ, 1998)
- *Thời Kiêu Bạc* (Truyện Ngắn, 2007)
- *Ngất Ngưởng Một Đời Mây* (Thơ, 2013)
- *Lác Đác Xuân Rơi* (Tuyển Tập Văn, 2018)
- *Đại Thụ Trổ Hoa* (Thơ, 2018)

Khúc mưa

mưa em quanh chỗ ta ngồi
sợi luồn đất đợi sợi rơi lưng chừng
hồn thì sợi nhớ rưng rưng
liu riu ánh lửa chợt phừng góc tim
mưa quên một chốn im lìm
có ta và ngọn lửa mềm sưởi nhau.

mưa người ướt vạt đất đau
bốn mươi năm hạn bạc màu sinh linh
nắng phơi xương cốt hòa bình
thấu hư vô táng lời kinh chiêu hồn
ơn người trăm giọt mưa tuôn
lòng như vạt đất đẫm hương mùa tình.

mưa ta, từng khúc, vô hình
quẩn quanh suốt kiếp giữa thinh không đời
em khô héo đóa hoa rơi
dạt xa ta một góc trời bão dông
về đây ngó nước ngược dòng
mưa ta ngập lụt từng phường phố em.

Kể chuyện xưa
(Tặng Kim Liên & Chu văn Hùng, sau mấy chục năm gặp lại)

1.
bảy lăm tau thất lạc mày
hồn muôn năm cũ tưởng bay lên trời
coi như mày trốn cuộc chơi
coi như tau: giọt máu rơi trong rừng
súng gươm vất lại sau lưng
cam tâm đành bỏ chiến trường ra đi.

2.
nhớ ông tướng chẳng ra gì
chưa chi đã vội lên ti vi hàng
trong khi tau đã sẵn sàng
ôm cây súng bắn một tràng thị oai
lời ông mở nắp quan tài
bao nhiêu lính tráng rớt đài Ba Xuyên
lá cờ tổ quốc linh thiêng
nghịch thù hạ xuống, kéo lên sao vàng
ngó cờ tổ quốc tan hoang
tau ôm đầu ứa hai hàng lệ tuôn.

3.
lâu lâu nhớ lại, tau buồn
cái thời đánh giặc mà thương lính mình
giữa dòng Cái Lớn u minh
gặp nhau chỉ có một bình rượu lưng
quất vô vài ngụm hừng hừng
lên cơn ít phút, giặc từng thằng rơi
nhưng tau, lòng dạ con người
biết thương tiếc niệm vài lời kinh thiêng
vốn là thằng học trò hiền

câu thơ còn đậu vai em ngủ khò
giết bây vì tức vỡ bờ
mưu toan xâm chiếm cõi bờ miền nam
thôi thì về với cõi âm
dế giun sẽ dựng mộ phần cho bây.

4.
lâu lâu nhớ lại, như say
cái thời giặc đánh dài dài Năm Căn
nửa đêm thức dậy hành quân
trái tim còn gởi trong lằn áo em
áo em lồ lộ ngực mềm
rối ren hồn đã đành quên lối về
tức thằng giặc phá cơn mê
chưa du dương đã tứ bề đạn bay
vội vàng cầm súng lên tay
mũi tên hòn đạn nhắm ngay vô rừng.

5.
lâu lâu nhớ lại, Hàm Rồng
đàn bà con gái không chồng có con
tau nghi thằng giặc thèm thuồng
ban đêm nổi hứng lội rừng về đây
chỉ cần vài bận lên mây
mấy em đã có một bầy cộng con
thì thôi chuyện ấy cũng thường
ai đang tâm nỡ đón đường cách ngăn.

6.
lâu lâu nhớ lại, bàng hoàng
con kinh lồng bóng tử thần bủa vây
máu mày từng đổ nơi đây
mồ hôi tau đẫm lá cây rừng này
thương đồng đội dưới tay mày

bị thương vẫn quyết phơi thây quân thù
con kinh Cái Nháp âm u
nước tanh như nước chảy từ cõi âm
vậy mà có lúc trầm ngâm
ngó trời tau cũng âm thầm đề thơ
Năm Căn thiếu bóng hồng mơ
đành tìm cô Chọn giả đò yêu em
còn mày cứ gọi Kim Liên
ôm con tim lính dành riêng một người.

7.
hôm nay mấy chục năm trôi
bỗng đâu gặp lại cả đôi vợ chồng
vẫn phong cách lính tang bồng
mày làm tau nhớ lại dòng sử xưa
quá mừng, tau bỏ ngủ trưa
làm thơ nhắc lại thuở chưa đầu hàng.

Chân dung

chân dung ta – một kẻ trôi sông
và lạc chợ từ khi thua trận
từ thuở thanh niên đã mang lận đận
mất cửa, tan nhà, vỡ mộng, bay mơ.

chân dung ta – một đứa làm thơ
lúc đi học hiền như cục bột
thơ bắt ta làm người thật tốt
lỡ yêu ai, dùng chữ để ngợi ca.

nghe theo thơ, ta hết sức thật thà
đem mộng đắp thành non thành núi
rồi có ngày mộng rơi như suối
chảy xuôi dòng ra cửa sông chơi.

ta hóa thân tên lính chọc trời
khuấy nước thách nghịch thù ngạo mạn
tánh cọc cằn nhưng vẫn còn lãng mạn
vẫn yêu thơ và cũng vẫn yêu em.

hôm nay gặp mày, dù chưa một lần quen
nhưng rất khoái – vì ngày xưa – là lính
dù bên này hay bên kia, cũng lính
cũng chửi thề cầm súng bắn nhau.

rồi hôm nay hai đứa sống lao nhao
mày thắng cuộc, tau thằng thua cuộc
thắng chỉ để làm thằng nô bộc
còn thua thì... lạc mất quê hương.

hôm nay gặp nhau, nâng cốc đoạn trường
nhắc mày nhớ sơn hà đang nguy biến
nhắc mày nhớ nước nhà đang lâm chiến...

PHẠM MIÊN TƯỞNG

Tên thật Phạm An. Sinh năm 1955 tại Phong Dinh, Nam Việt.
Đến Thái Lan năm 1981. Đến Úc năm 1983.
Chủ trương tạp chí *Trầm Lặng*.
Đăng thơ và truyện ngắn trên tạp chí *Sóng* (Canada).

Tác phẩm đã xuất bản:
- *Nắng Vàng* (thơ, 1987)
- *Mưa Hiền* (thơ, 1988)
- *Đất Bằng Nổi Sóng* (tập truyện, 1988)
- *Cửa Ngoài* (tập truyện, 1989)
- *Con Mưa Dội Bùn* (tập truyện, 1990)

Cẩn thận nhé

Gió xô bóng chiều
té sấp ngoài sân
Cẩn thận nhé
kẻo nhánh hồn ta gãy.

Hồng thủy

Mặt trời ngộ độc
thổ huyết trên lưng
Con rắn lửa trườn
qua rừng cây đỏ

Cháy cả triệu năm
thân thể thiên nhiên
bốn phía là tường
từ hư vô dựng

Tai nạn cháy rừng
Bầy bồ câu trắng
cõng khói bay lên
Ngân hà úng thủy

Chòm sao chết sặc
trong vũng sông đêm
xác trôi ngang cửa
mắt người mở to.

Kể chuyện

Em yêu
tối qua
sau vườn nhà anh
một cành khô gãy
máu chảy ướt cây
ngực anh không thấy

Em yêu
buổi trưa
gió đập đầu tường
một con nhện huyết
tay níu tơ rơi
khâu vá cửa trời

Em yêu
sáng nay
trong da thịt anh
rách chồi một nhánh
sông đỏ phù sa
gãy rời trăm ngả
đời làm sao vá
nổi vết thương anh.

PHẠM NGŨ YÊN

Sinh năm 1945, Vũng Tàu, Việt Nam.

Định cư tại Austin, Texas, Hoa Kỳ từ năm 1991.

Thích sương mù, biển; ghét, nhưng không thể chia tay với nỗi buồn. Đang sống bằng lương hưu và đời sống tưởng đã cũ lắm rồi. Nhưng dù đã bước qua ngưỡng cửa 70, viết luôn là sự khao khát và mới. Cánh cửa nhìn ra bên ngoài rực nắng vẫn chưa khép lại. Nên giờ phút này vẫn viết…

Tác phẩm đã xuất bản:

- *Hoa Bluebonnets Cho Hai Người* (tập truyện, Bình Minh, 1994)
- *Chăn Gối Ngày Về* (tập truyện, 2004)
- *Đi Qua Mùi Hương Ngải* (tập truyện, 2017)
- *Tháng Giêng Đâu Đó Một Bờ Môi* (thơ, 2018)

Đi qua mùi hương ngải

Nếu không có tiếng súng bên ngoài làm tôi thức giấc. thì có lẽ đêm vẫn còn là một nỗi buồn chảy quanh như một khúc sông lạc nguồn. Cơn mưa chiều đã tạnh từ bao giờ.

Tiếng gió rung qua liếp cửa từng hồi đã làm gãy đổ giấc mơ của tôi, trong đó nụ hôn của Ngải Hương trở thành đậm đặc trên môi, rã rời và xao xuyến làm sao.

Trong giấc mơ tôi thấy tôi trở lại Hà Nội. Những cây sấu vừa ra hoa. Con đường có những viên gạch sần sùi dán kín một thơ ấu của tôi bây giờ cũng ngại ngùng và mơ hồ không kém. Trong giấc mơ tôi cũng thấy tôi lùi lại những ngày tháng buồn rầu khi rách nát rơi xuống đời như phấn hoa. Sự học hành đứt ngang nửa chừng khi những người thân lần lượt ra đi. Vừa lên lớp chín tôi đã mất mẹ. Năm sau đến lượt cha tôi. Tôi bỏ dở lớp mười để đi vào đời. Hà Nội trống hoác từng cơn gió thổi qua những tấm lòng trơ trọi.

Mùa đông rất dài như một chuyện đời xưa không có đoạn cuối. Những con phố dọc ngang ở bên này thơ ấu, còn bên kia là cơ hàn.

Đường phố tiếp tục nuôi tôi khôn lớn. Hay tôi tự mình khôn lớn và tự học nơi trường đời. Bản năng sinh tồn đã như ngọn roi quất xuống đời mênh mang, những vết thương lòng chưa kịp băng bó đã bị áo cơm vùi dập.

Hai mươi tuổi tôi đi qua hai trại giam. Trại giam đầu tiên lâu chừng một tháng vì tội trốn tránh nghĩa vụ quân sự. Lần bị giam thứ hai là một dấu ấn. Dài hơn.

Tôi chưa quen thuộc với đời sống mà trong đó tiếng chim trở thành một điều ước lệ vô cảm. Mùi hoa sứ sáng mai không còn vào ra vấn vít làm thơm ngát Hà Nội 36 phố phường. Thay vào đó là bụi bặm và mùi rác rến. Thành phố đó cũng đang muối mặt để quên một dĩ vãng chật ních tự hào. Những cửa ô rớm máu cũ mòn chờ ngày gãy vụn. Mặt sông Hồng lặng câm che giấu những bất trắc êm ả như chưa hề gợn sóng. Còn những son phấn phù hư nữa? Chúng có lấp được những trái tim thổn thức của các cô gái mong đợi ngày theo chồng đi ngoại quốc, hay đẩy họ vào sâu trong bão lửa làm cháy bỏng thanh xuân? Thành phố đó đang làm sửng sốt trái tim côi cút người Hà Nội vì những đổi thay lạ lùng.

Từng dãy nhà xô lấn ra mặt đường, giành giựt lối đi của bộ hành. Những chiếc xe gắn máy Made in China phun khói đằng sau ống bô chở trên lưng nó những gã đàn ông to bè tượng trưng một uy quyền đại hán. Một lần nào đó một trong những đại hán như vậy đụng phải một đứa nhỏ băng qua đường và hắn bỏ đi. Tôi nổi máu anh hùng và một cuộc ấu đả không cân sức xảy ra. Tôi vào trại giam để nghe xót xa trong hồn và thấm thía thương tích.

Mưa đêm và gió ngày đôi lúc thổi qua chấn song như tiếng của mùa màng rung lên tuổi thơ. Chúng có khả năng vừa che đậy những nghẹn ngào cũng vừa băng bó mọi vết thương. Chính nơi đây tôi gặp Hà Mô Phạm.

Đó là gã đàn ông sống ngoài vòng pháp luật và quen thuộc các trại giam Phường giống như người ghiền xi-nê quen thuộc các rạp hát.

Một lần trong trại tù, Hà Mô Phạm dạy cho tôi biết nếm trải thương yêu ban ngày và đêm đêm ngồi đếm những sỉ nhục. Giữa những chấn song khô khốc tôi nghe khôn lớn nhờ học vỡ lòng những bài học chịu đựng. Hà từng nói:

"Một cánh buồm cần trải được gió bình minh mới đi vào biển lớn. Những ao hồ cạn hẹp là chuyện nhỏ…"

Ra tù, tôi tìm đến địa chỉ của Hà Mô Phạm.

Tôi gặp Hà để nghe Hà cho tôi một lời khuyên. Mưa

đêm làm ướt át cùng bụi bặm bị dán chặt xuống mặt đường, như những điều hư ảo của cơm áo. Những khao khát bùng lên như ngọn lửa làm leo lét một quá khứ trong khi từng hướng đời mất dấu tương lai.

Tôi đã chọn cho mình một hướng đi. Như lời khuyên của Hà. Những cơn mưa úp chụp xuống đời một đứa con trai hai mươi tuổi sẽ mát mẻ thăng trầm hay đớn đau khô khốc, tôi không hình dung ra. Nhưng tôi biết tôi cần phải bỏ đi ra khỏi đó càng sớm càng tốt.

*

Tôi không nhớ nhiều về cách thức tôi rời khỏi Hà Nội. Nhưng tôi nhớ ơn Hà Mô Phạm.

Hắn lấy của tôi một số tiền không lớn lắm, nhưng tận lòng. Hắn dạy tôi làm cách nào để chịu đựng đói khát như từng chịu đựng trong tù. Đồng thời dạy tôi nhiều câu nói ngoại ngữ, vừa phòng thân, vừa che giấu cái gốc gác quê mùa của mình. Một vài địa chỉ quan trọng liên quan đến nơi sẽ đến. Những sợi thuốc phiêu lãng trên vai tôi, từ những ngón tay vàng ám của Hà, thổi ước mơ tôi bay cao.

"Chỉ cần qua được bên đó, cậu sẽ làm lại cuộc đời". Hà mơ màng như chính hắn sẽ nhập vai chớ không phải tôi. "Hãy quên Hà Nội và quên cái Hồ Gươm chết tiệt của cậu đi. Nó không bao giờ là những bài học, để đem về một đáp số vinh quang cho những thanh niên như cậu…"

Ngày tôi xa Hà Nội, có mưa nhiều trong khi mùa đông đến chậm.

Những cơn mưa trải dài qua những cánh đồng quạnh hiu không bóng người lai vãng. Vài con trâu ốm đói trần mình chịu lạnh và sống sót lạ lùng qua một mùa đông. Một cơn mưa như vậy của mùa Giáng Sinh xô tôi trôi dạt đến địa phận Trung Quốc. Tôi không có thì giờ nhìn lui để kịp nói lời từ biệt Hà Nội. Cũng chưa kịp từ giã màu xanh những cây sấu buồn rầu hai bên đường Cổ Ngư. Những mái ngói rêu phong bụi bặm như chưa hề được tắm gội. May mắn mà tôi chưa có người yêu nên chưa biết một màu hoa thủy chung nở ra sao bên lòng cuộc đời. Có lẽ nào tôi quên được dễ dàng Hà Nội? Những con dế thao thức trong lòng cỏ ướt át sương muộn lúc tôi ngồi trên băng ghế nhìn ra Hồ Gươm. Tờ giấy báo ủ rũ bay dạt dưới gốc cây liễu như chia sẻ với tôi một ngậm ngùi không tên gọi. Mai này mùa thu sẽ se sắt hay ấm lòng như lời bài hát của Phan Huỳnh Điểu: "Tình ta như hàng cây, qua những mùa bão gió. Tình ta như dòng sông qua những mùa thác lũ. Thời gian như ngọn gió mùa đi cùng tháng năm…"

Bài hát tôi nghe Bảo Yến ca khi chị về Hải Phòng hát cho những lầm than nghe. Năm đó tôi vừa mười sáu. Tôi đang là dân cửu vạn đúng nghĩa. Danh từ "cửu vạn" ám chỉ những người phu bốc vác. Họ khiêng gánh hoặc chở chuyên mọi hàng hóa nặng nề từ bến cảng lên nhà kho hay từ khu chợ này đến khu chợ khác. Thời gian làm việc không có giờ giấc nhất định. Khi nào có hàng thì làm. Không có hàng thì tụ năm tụ ba nhậu nhẹt, cờ bạc. Và gái ghiếc…

*

Có những đoạn đường tôi phải đi ban đêm. Người lái xe ôm chở tôi ngồi sau lưng hắn, những lời hỏi đáp bị gió cuốn hút. Mùi mồ hôi lẫn với mùi thuốc lá bị ém nghẹn trong thanh quản. Đâu đó phố núi sừng sững khi thì chạy lùi, khi thì song song bên cạnh. Ánh đèn nhập nhòe từ một xóm làng sơn cước. Một chặng khác, cùng với những chiếc xe tải chở hàng quốc doanh. Tôi bị treo nằm ngang dưới gầm xe cùng với vài người đàn ông có cùng mục đích. Hình như đêm cũng ràn rụa một vầng trăng khi xe dừng nơi một trạm gác. Tiếng chào hỏi của tài xế và tiếng chạy tới chạy lui của người lơ không lấp được tiếng tim đập mạnh trong lồng ngực. Rồi tiếng những tờ giấy bạc vỗ trên thành xe, hay tiếng mưa rớt xuống đời day dứt?

Rồi xe chạy. Con đường dằn xốc, tung hứng và làm chao đảo thân thể những con vật người – hay những con người sắp trở thành con vật – bị mất cảm giác. Tôi thiếp đi nhiều lần trước khi xe dừng ở biên giới. Một vài lần tôi được tiếp tế thức ăn. Đó là những lần hiếm hoi tôi tiếp xúc với thế giới bên ngoài.

Mùa đông mang cái rét mà người ta gọi là rét nàng Bân đến sớm. Quê tôi xa tít ngoài những chân mây rối bời. Nơi những dân nghèo không biết đếm thời gian nhưng vẫn đợi ngày lúa trổ. Khi người ta biết góp nhặt khổ đau để hiểu trái tim mình, thì người ta sẽ yêu đất nước mình vô hạn.

*

Ngôi nhà nằm trên cao và sâu trong một quận hạt có tên là Round Rock. Tôi biết vậy lúc đến đây ngày đầu tiên. Muốn vào tận nơi, người ta phải vượt qua một xa lộ dài có tên là xa lộ 35 North, rồi tẻ nhánh vào exit 248. Xác lá mùa thu nằm bẹp dưới vòng bánh xe, khi Ngải Hương kéo tôi ra khỏi chiếc xe của nàng. Ngải Hương là tình nhân của Sơn, cũng dân Hà Nội, nghe nói qua đây theo diện R.O.. Sơn đang là chủ nhân của căn nhà trị giá nửa triệu bạc.

"Đây là Phố Đá Tròn". Ngải Hương nói với tôi. "Rồi Quách Tỉnh sẽ thấy không nơi nào dễ chịu bằng nơi này. Muốn thấy sông có sông, muốn thấy hồ có hồ. Muốn thấy đồi sẽ có đồi và vùng downtown có nhà cao tầng tuyệt đẹp".

Ngải Hương nói mà không cần tôi nghe và hiểu kịp hay không. Nàng gọi tôi là Quách Tỉnh vì dáng điệu bên ngoài của tôi. Tôi không hề để tâm chuyện đó vì chỉ cần nghe nàng nói và mỗi ngày nhìn thấy nàng là hạnh phúc. Chiếc áo đầm màu đen có thêu ren mềm dưới gấu gây cho người nhìn có cảm giác nàng đang mặc áo ngủ ra đường. Hai sợi dây nhỏ rưng rưng trên hai nhánh vai mảnh mai như hờ hững níu kéo mọi vải vóc trên thân thể khi nàng chuyển động. Nhìn nàng phía sau, tôi thầm thán phục cho những đấng sinh thành nào đó đã tạo ra hình hài tuyệt mỹ của nàng.

"Quách Tỉnh chào Sơn đi".

Nàng nhìn về phía một người đàn ông âu sầu ngồi trên sofa. Ly rượu màu đỏ đang uống dang dở. Sơn nhìn tôi quan sát không nói một lời.

"Chào anh ạ".

Tôi ấp úng. Sơn khoác tay và thuận tiện kéo chai rượu gần đó và rót thêm trong ly mình. Màu rượu đỏ sậm sáng lên khi Ngải Hương mở thêm ngọn đèn trong phòng khách. Câu nói đầu tiên mà tôi nghe được chiều hôm đó, từ miệng Sơn, nghe như được ủ bằng mùi khói thuốc và bia bọt trộn lẫn:

"Cậu uống được rượu chát không?"

"Lúc còn ở Việt Nam tôi có uống một lần, nhưng không phải rượu cao cấp".

Tôi vẫn chưa được cảm giác thoải mái khi đứng trước mặt người đàn ông mà lúc ngồi trên xe, Ngải Hương nói là sẽ đưa tôi về gặp boss.

Sơn khoảng bốn mươi lăm, bốn mươi sáu tuổi. Hoặc hơn kém chút đỉnh. Bàn tay dài và những móng được cắt cẩn thận. Chiếc áo sơ mi trắng bỏ ngoài quần jean xanh, giản đơn như một gã học trò đang ngồi trong thư viện. Nhưng ánh mắt gây cho người nhìn sự e dè. Nếu không muốn nói là xa vắng, thiếu thiện cảm.

"Cậu sẽ làm việc gì ở đây? Có ai nói cho cậu biết chưa?"

"Chị Ngải Hương có nói sơ cho tôi biết". Tôi trả lời.

"Tốt".

Tôi theo Ngải Hương đến phòng ngủ của tôi. Căn nhà nhiều phòng có cửa đóng kín đến nỗi tôi không nhớ hết những nơi tôi đi qua. Chỗ của tôi là một căn phòng hẹp không có bàn ghế, cũng không có giường. Nền nhà được lát bằng gỗ đánh vẹc-ni. Trên đó là chiếc nệm dùng làm chỗ ngả lưng có phủ drap màu tối.

Phòng vệ sinh gần bên cửa ra vào. Không có TV. Không có tranh ảnh treo tường. Cũng không một âm thanh nào rớt xuống để gây cho người ta cảm giác đang sống giữa lòng đô thị.

Chiều xuống bên ngoài. Những cây sồi oằn oại nhìn xuống bờ cỏ xanh mơ màng. Ngải Hương đi khỏi chỉ còn mình tôi trong phòng. Tôi nhìn xuống chiếc túi xách bụi đời dưới chân và ngả lưng xuống nệm. Hi vọng ngủ một giấc nhưng không được. Đầu óc rối bời nghĩ đến ngày mai và công việc lạ lẫm trong một xứ sở cũng lạ lẫm vô cùng.

*

Tháng Mười năm ngoái tôi còn ở bên Anh. Một tổ chức nào đó giới thiệu tôi làm việc cho một trang trại vùng North Wales. Tiền công cuối tuần được khấu trừ vào những chi phí như tiền trọ phòng, tiền ăn uống, tiền hối lộ làm giấy tờ để qua mặt cảnh sát. Dĩ nhiên những giấy tờ đó đều giả mạo. Thời gian cơ cực nhất phải nói là thời gian sống ở Trung Quốc. Vì nơi đây là trạm khởi đầu để đi tiếp đến Hồng Kông. Ở Hồng Kông cơ hội nhập cư lậu vào các nước Âu châu dễ dàng hơn. Nhưng trong thời gian chờ đi, mọi nhu cầu cần thiết cho cá nhân đều bị hạn chế. Những người cầm đầu tổ chức cấm chúng tôi không được ló mặt ra khỏi phòng. Việc ăn uống, vệ sinh cũng vậy để tránh sự dòm ngó của người địa phương. Thời gian này chỉ kéo dài hơn một tuần lễ, nhưng cũng đủ làm suy sụp tinh thần của tôi.

Thoạt tiên, người trưởng nhóm nói tôi sẽ được họ

nghề trong một nhà hàng. Nhưng thật ra khi về vùng Zabki, ngoại ô Warsaw ở Balan, tôi được dạy cách trồng trọt cần sa trong nhà kín. Nhiệm vụ của tôi lúc đó là chăm sóc vườn cây chờ ngày thu hoạch. Sau này tôi biết có nguồn điện "câu lậu" từ cột điện cao thế bên ngoài.

Sau những chuyến đi miệt mài tôi không nhớ hết địa danh. Canada là nơi tôi gặp Ngải Hương. Nàng đã bốc tôi ra khỏi nơi đó, giống như bốc một món hàng.

Một chi nhánh trồng trọt của Sơn tại Texas đang cần một người Việt Nam có tay nghề và có kinh nghiệm "đụng chạm". Nàng tìm đến tôi.

Mãi sau này, tôi mới biết tôi đang làm việc cho một tổ chức chuyên trồng cần sa. Những nhánh lá ngoài vườn và trong các chậu treo trên tầng trệt của ngôi nhà nhiều phòng mà người đời gọi là những lá cây quyến rũ. Nó có khả năng làm rực rỡ và ngời sáng một ước mơ, nhưng đồng thời ghìm chặt tương lai và làm héo úa thanh xuân. Trên mỗi cánh lá mơn mởn kia, tình yêu và đời sống đan vào nhau rất dịu dàng, rất thân mật, nhưng cũng chua xót bầm dập biết bao.

*

Đã có những ngày mưa dầm trên Phố Đá Tròn.

Ngải Hương ít hiện diện thường xuyên tại đây, Sơn chỉ điều hành qua Ngải Hương. Nàng thường xuyên đến thăm hỏi, mang thức ăn và những vật dụng cần thiết cho tôi. Tôi tiếp tục làm những công việc mà người ta đã dạy tôi. Những vòi nước tự động tưới cây mỗi đầu ngày. Ánh sáng hiu hắt dội xuống những tia nước giống như những nhánh tay đời muốn đụng tới bình minh, khi mỗi cuối đường là bất trắc?

Căn nhà rộng mênh mông. Người chủ nhà trước kia đã chia những phòng thành các khu tách biệt. Bây giờ khi Sơn về làm chủ, có thêm hệ thống thông gió xuyên qua mái, hệ thống điện và nước cũng được lắp đặt lại. Những bóng điện công suất cao có công dụng thay thế ánh sáng mặt trời làm cho cây phát triển ngày đêm. Mùa đông nhờ vậy mà vẫn thấy ấm. Những phòng trống cũng được tận dụng tối đa để trồng trọt. Tôi đếm có tất cả gần 200 chậu. Còn ngoài sân kín khuất dưới những tàn cây rậm và những tấm vải bạt khoảng 500 gốc cây. Ngoài ra trong nhà kho còn những hộp vuông đựng hạt.

Từng buổi chiều cô đơn nhìn ra khu vườn bên ngoài, tôi không còn ý niệm về thời gian. Không gian cũng không gợi trong tôi điều gì, ngoài những vạt cỏ mông lung. Ngôi nhà, như một thế giới khép kín. Ngoại trừ một khoảng sân tráng xi măng dùng làm lối đi cho xe ra vào, mọi thứ đều được che chắn bằng những tấm bạt dày. Đường phố lơ đãng tiếng kèn xe như vọng về từ một xứ sở nào khác. Tôi nhớ nhà vô cùng. Nhớ những bờ đường trượt mình dưới những cơn mưa như tuổi thơ tôi trượt qua những bất hạnh. Mùa này Hà Nội sắp Tết. Chắc nơi đó giờ này là buổi sáng mai đang có gió làm sạch mặt đường. Có còn không những cơn bão bịn rịn bay qua bến chợ, làm tê điếng một khúc sông Hồng?

Những thân cây lớn dần theo tháng năm. Đã đến mùa thu hoạch. Tôi được tăng phái qua khu vực mới. Nơi đây, những nhánh cần sa đầy nụ trĩu nặng được cắt cẩn thận, lặt bỏ hết lá và treo lên từng hàng dài, ngọn quay ngược xuống đất trong một môi trường nhiệt độ ôn hòa để không khí sẽ làm khô dần trong hai tuần.

Tôi phải làm việc liên tục trong thời gian này, không bỏ một cành nhánh hay một gốc nào còn vương vãi. Những nụ hoa là thu hoạch chính cao giá nhất, sau đó sắp xếp và phân loại từng thứ và bỏ vào trong hũ chai kín cẩn thận để giữ phẩm chất cần sa. Còn nhánh nhỏ và lá cũng được dồn vào bao riêng cho mặt hàng thấp hơn.

*

Mùa đông, gió rít ngoài cửa kính. Những âm thanh sôi nổi va chạm vào nhau như tiếng chân đời đi vội vã. Một buổi chiều tôi nghe tiếng xe của Ngải Hương trở về. Không có Sơn bên cạnh.

"Có gì lạ không, Quách Tỉnh?"

Nàng hỏi. Tôi lắc đầu. Câu nói rơi xuống chiều lặng lẽ. Cùng tia nhìn nặng trĩu một ân cần. Chính vì vậy làm tôi cảm giác mình nhỏ nhoi trước nàng.

(Dầu gì tháng Mười vừa rồi, tôi đã là một thanh niên hai mươi lăm tuổi.)

Ngải Hương đứng trên bậc thang dẫn lên tầng trệt. Qua vai nàng, những nhánh lá xanh um phủ kín thành chậu. Có tiếng gì không rõ như tiếng một trái khô vừa rơi xuống lòng suối nhân tạo chảy qua hòn non bộ. Cũng vừa lúc tôi bắt gặp nỗi im lặng đáng sợ của lòng.

Ngải Hương đem mùa xuân về trả lại cho Phố Đá Tròn. Cùng sự hồi sinh của cây cỏ làm đầm đìa ký ức. Mảnh vườn vắng nàng bấy lâu đã từng im thít tiếng chim. Tôi đi qua những căn phòng hình như thấy rộng hơn và vấp trên những nỗi buồn ngang dọc.

Nàng trở lại, thanh thoát và nhỏ nhắn lạ lùng. Phố chiều nay có mùa đông rất lạ. Sương mù thổi về như sông lạnh. Bộ đồ nàng mặc màu trắng như một vệt khói bay qua một góc đời nào đó. Không có nhân quả, cũng không có khổ đau.

Giống như một đứa trẻ mang trong lòng sự dỗi hờn, tôi muốn Ngải Hương phải nói một điều gì đó, về nàng. Nhưng nàng đã như một cơn gió đêm rơi thầm trên mái ngói, xa lạ và kéo theo những rét mướt vô tình.

Nàng không ra khỏi phòng, cho đến một đêm, nàng đến gặp tôi:

"Mình đi xuống phố".

Chúng tôi đi qua những giao lộ sầm uất ánh điện và xe cộ vụt qua như thể đời sống hối hả khôn cùng. Những cửa tiệm chất chứa mọi lạc thú của đêm và che giấu mọi bất trắc đàng sau những ngã tư kín gió. Càng về hướng phố, đường xá càng hẹp và xe chạy chậm hơn. Những tòa cao ốc khi gần khi xa làm choáng váng tầm nhìn của gã con trai quê mùa là tôi. Đi qua một tòa nhà có mái vòm lộng lẫy cùng những thân cột bề thế không biết hàng bao nhiêu năm nắng mưa mới làm suy suyển, nàng nói:

"Tòa Capitol... Nơi mấy ông lớn làm việc". Nàng giải thích như vậy và sợ tôi không hiểu, nàng tiếp: "Tòa nhà này xây giống theo hình thức của điện Capitol tại Washington D.C., nơi Quốc Hội Mỹ làm việc, nhưng nhỏ hơn, đứng hàng thứ nhì về kích thước trong các tòa Capitol".

Xe rẽ vào một chỗ đậu xe có đóng tiền. Tôi đi theo Ngải Hương trong lòng đêm phơi phới. Những đêm đẹp như thế này mà không có ai bên cạnh sẽ là điều buồn nhất. Chúng tôi đi trên vỉa hè lát đá mỏng vuông vức vẫn còn hơi lạnh như thể mùa đông không bao giờ bay biến. Những dòng xe xuôi ngược bên lối đi, dưới những ngọn đèn đường co ro, rồi mất tăm không biết về đâu. Những băng ghế chờ xe buýt lác đác vài khách bộ hành. Họ thủ kín thân thể trong hai ba lớp áo quần chỉ chừa lại khuôn mặt.

Mùa đông không chỉ là lạnh giá, mà còn có thêm nỗi buồn. Tôi nghĩ về những cơm áo níu chân tôi mỗi ngày khiến từng giấc mơ bay qua đời không đậu xuống. Hay nếu có, thì rất ngắn ngủi. Như những đường chỉ tay cạn trong bàn tay thô ráp.

Chỗ mà Ngải Hương ghé vào là một quán rượu nằm bên đường số 5.

"Chỗ này ồn ào quá phải không?"

Nàng nói, vẫn không dừng những bước chân thoăn thoắt.

Mặt trước phòng dùng để bán bia rượu cùng những thứ giải khát. Có những cô tiếp viên phục vụ mặc đồ nửa kín nửa hở mang khay đựng thức uống bằng một tay, còn tay kia cầm tiền thối lại cho khách. Miệng lúc nào cũng cười tươi như hoa. Nhưng coi chừng, đằng sau những nụ cười tê điếng đó là những lưỡi lam cứa đứt ví tiền của bạn như chơi. Tiếng nhạc giống như tra tấn lỗ tai người ngồi quanh quẩn nơi mấy chiếc bàn tròn có phủ khăn màu bọt đồ. Những chậu hoa trong lọ phơi bày sự mời mọc rối rắm. Tất cả đều trở thành cuồng si nếu chúng ta dừng lại đâu đó và ngồi xuống. Nhưng Ngải Hương vẫn tiếp tục đi qua chỗ náo nhiệt để vào bên trong. Nàng có vẻ quen thuộc và thành thạo một nơi chốn mà không phải bất cứ ai cũng có thể bình thản tham dự.

Tôi líu ríu và khổ sở đi theo Ngải Hương. Những đôi mắt không che giấu nhục cảm nhìn theo lưng nàng và tôi biết tôi phải che chở cho nàng tới nơi tới chốn. Dù đến tận cùng trời, cuối đất.

Càng vào sâu, ánh sáng càng giảm cường độ, cho đến khi chúng tôi lọt hết vào trong một cánh cửa màu đen như trong một cửa tiệm bán quan tài thì tôi vừa thấy Sơn.

Hắn không ngồi một mình mà bên cạnh đó có hai thanh niên trắng trẻo. Chiếc áo quấn trên người họ tượng trưng cho một xã hội khao khát những nghịch lý và không bình thường. Bộ đồ được trau chuốt bằng một thứ vải vóc giống như sa teng hay một loại hàng nào đó giống như vậy. Tôi không có khả năng phán đoán người đối diện, nhưng kinh nghiệm cho tôi biết họ là hai người đồng tính – một hạng người mới đang thao túng những góc phố đèn màu của Hà Nội, Sài Gòn bây giờ. Ngọn điện trên trần rọi ánh sáng yếu ớt xuống những đồ vật hổn hển – nửa như giấu giếm mà không cần giấu giếm, che đậy...

Sơn thấy chúng tôi nhưng dường như quá bận bịu hay vì quá chén mà không thể đứng lên. Một cánh cửa ăn thông một căn phòng khác mà lúc mới bước chân vào tôi thấy có giường nệm hẳn hoi. (Một tủ lạnh và một chiếc truyền hình đang dội ánh sáng lướt thướt xuống nền gạch.) Mùi mỹ phẩm thoảng bay qua khứu giác khiến tôi nao lòng. Phải chi tôi được uống một chất cay nào đó lúc này để giữ bao tử khỏi bị cồn cào, nôn mửa...

Ngải Hương đến sau lưng Sơn. Hai cánh tay trắng muốt của nàng choàng qua vai hắn. Nàng hơi cúi xuống để nói nhỏ với Sơn điều gì đó và chính vì vậy tôi thấy hai gò ngực của nàng phập phồng. Nó mơn trớn và ngỡ ngàng như hai phiến băng lạnh trôi dạt giữa hai bờ yên tịnh của đời. Còn đôi môi màu phượng nữa. Nó vừa cuốn hút, nhưng cũng vừa quay lưng với mọi trần tục bất an.

Hơn lúc nào hết, tôi thù ghét cái không khí dung chứa mọi ước lệ về đời trong đó sự kiêu hãnh, sự đè nén đan vào nhau trở thành kỳ quặc. Cuộc đời bí hiểm hay cuộc đời phơi bày ra những giản đơn, những dung tục? Tôi muốn rời khỏi phòng để ra ngoài trong giây lát, cũng là lúc Sơn đứng lên để rồi té xuống giữa bốn cánh tay dịu dàng của hai gã con trai biến thái. Họ xoắn vào nhau và cuối cùng biến mất nhanh chóng vào căn phòng có chiếc truyền hình đang chớp nháy.

Một gã khác hiện ra tôi không biết từ lúc nào. Hắn giống như trong lòng đất nhô lên và khi tôi kịp hình dung ra sự võ lại toát ra từ thân hình vạm vỡ của hắn thì hắn đã đẩy Ngải Hương ngã xuống chiếc bàn, nơi mới vừa bày biện những dấu tích hoan lạc. Sự kinh ngạc to tát khiến nàng không thốt kịp lên thành lời. Nhưng tôi đã kịp biết mình phải làm gì.

Những ngày u uất trong nông trại không giao tiếp với

thế giới bên ngoài. Những đêm mưa ngày mưa chôn chặt quá khứ tôi xuống thửa đất mong manh nhưng chứa quá nhiều bí mật. Và trên hết là một tình yêu cho đi mà không chờ đợi lấy về. Tôi không biết tôi có thể yêu được nàng hay không, nhưng tôi biết giấc mơ của tôi vừa thơm vừa đầy những khuyết tật chồng chềnh, nhưng không phải vì vậy mà tôi để yên cho bất cứ ai xâm phạm đến nàng.

Tôi lao tới bằng tốc độ của một ngôi sao băng và một trái tim rét mướt hận thù. Tôi nhớ đến gã đại hán Trung Quốc mà tôi có lần đụng chạm ở Hà Nội. Tôi ngạc nhiên về sự trầm tĩnh của mình và biết phải hành động thật nhanh trước khi mọi sự sẽ trở nên muộn màng. Lưng bàn tay trái của tôi chặt mạnh vào thái dương của hắn. Hắn quay lại để ngơ ngác và chưa kịp hiểu ra điều gì thì tôi đã nhập sát vào người hắn, cùng với khuỷu tay phải giật hết sức bình sinh. Tôi nghe có tiếng xương vừa gãy vụn… hay một tiếng gì tương tợ… cùng lúc thân hình đồ sộ ngã sập xuống.

Tôi kéo Ngải Hương, không cần biết nàng có ưng thuận hay không. Nàng ngoái nhìn lại phía sau. Bàn tay run và đậm đặc nỗi sợ hãi.

Chúng tôi tìm ra được bãi đậu xe và chiếc xe của nàng vẫn nằm yên như mê ngủ. Sương sớm đọng trên những chụp đèn còn cháy muộn bên đường. Phải một lúc lâu, Ngải Hương mới rồ được máy xe. Bảng chỉ đường nhòe nhoẹt hướng về Phố Đá Tròn…

"Như vậy là Quách Tỉnh đã biết về Sơn".

*

Trong đêm bao la của tháng Chạp, tôi nhủ lòng phải chi mình đừng rời bỏ Hà Nội. Quá khứ cũ kỹ đến nỗi từng chiếc lá khô và những đường gân trên đó cũng cộm lên nỗi đắm say khi vạt gió vụt về. Khi những trận mưa đêm ngấu nghiến lòng đường thô ráp. Những chuyện hôm nào đã trở thành cổ tích.

Tôi đã biết về Sơn cũng như biết Ngải Hương không hề là người tình của hắn.

"Chị kết hợp với Sơn trong ý nghĩa hai bên cùng có lợi. Chị muốn ra khỏi Canada trong khi Sơn cần nhan sắc chị để thu phục những nhân viên có tay nghề về với Sơn. Em đừng giận".

Nàng buồn rầu. Những ngón tay của nàng vuốt nhẹ trên gò má tôi thay cho lời tạ lỗi.

"Thoạt tiên, chị cũng nghĩ về em như vậy. Nhưng càng về lâu, chị không tìm ra lý do để lợi dụng em. Em hiền lành và có cá tính không như những nhân viên khác".

Tôi muốn nói lời cảm ơn với nàng, nhưng vụng về làm sao.

"Nhưng có một điều mà chị không hề biết. Là giữa chị và Sơn, người thiệt hại nhiều nhất là chị chớ không phải Sơn. Chị đã mất phương hướng và mất cả đường về. Ngoài việc trực tiếp tham dự vào một tổ chức tội ác mà không một tòa án nào có thể giảm khinh, bản thân chị còn vướng vào một tòa án khác. Đó là nghiện ngập. Mỗi ngày đi qua những cành nhánh quyến rũ kia, chị đã không thể không mủi lòng trước mùi thơm của nó. Đôi lần chị thử dùng nó để xem hương vị của khói ra làm sao và đôi lần bị mất ngủ. Nhiều đêm thức chờ sáng nghe trái tim đập những nhịp đập không còn êm ả trong khi đôi mắt ráo hoảnh lời ăn năn. Đôi lần chị thử dùng heroin. Lúc đầu ít, sau nhiều hơn. Cho đến khi biết nó trở nên một phần xương thịt, máu huyết của chị thì đã muộn. Chị không thể cưỡng lại lời thầm thì của mụ phù thủy mang tên phù dung trong vườn. Chính cái tên Ngải Hương là do chị tự đặt…"

Buổi sáng có tiếng chim thả những lời mật ngọt qua vườn. Ánh sáng mặt trời e ấp trong sương lạnh giống như tia nhìn của nàng. Tôi thấy nàng thanh khiết và tội nghiệp dù nàng vẫn thao thao bất tuyệt nói về mình. Làm như dông bão đã từng thổi qua vai ai chớ không phải qua vai nàng. Làm như những giọt cường toan vừa ngấu nghiến thanh xuân của ai kia chớ không phải ngấu nghiến thanh xuân nàng.

Tôi hôn nàng và nghe tiếng thầm thì đau điếng từ cặp môi run. Những thiên đường cũng lệch cong trên gối chăn tơi bời. Bàn tay tôi không muốn để không trên da thịt nàng. Tôi như một tín đồ sùng bái những nhan sắc.

*

Thay cho lời kết,

Có những dòng sông đau lòng vì sông cô độc.

Tôi đang là dòng sông như vậy khi cả hai bờ đều lở.

Khi tôi rời Hà Nội, tôi không có một tình yêu. Khi tôi rời Phố Đá Tròn thì tình yêu đã trở thành một quá khứ. Tôi nghĩ mình sẽ bỏ căn nhà nơi vùng Round Rock để đi đến một nơi nào khác làm lại từ đầu. Hàng cây phong trần bụi bặm không giữ được gió để chúng tản lạc chốn nào. Những luồng xe ngoài xa lộ chở chiều trên lưng đi về vội vã.

Ngải Hương không còn trong cõi đời này. Tôi đau lòng để nói ra như vậy.

Tôi chỉ là một gã đàn ông chân quê trước cuộc đời tẻ lạnh, Không nghề nghiệp, cũng không tài năng. Ngay cả việc làm cũng không biết rõ mục đích. Bỗng một ngày Ngải Hương đi qua. Đôi bàn chân có những ngón đài các làm tỉnh ngủ đất đai và kinh động mùa màng. Và tôi như một dòng sông mất hồn không tìm thấy biển.

Những cành hương ngải thơ ấu lớn lên rưng rưng theo

thời tiết tháng Năm, giống như những chàng trai, những cô gái vào đời. Họ theo gió sớm mưa khuya bay qua những miền dâu bể. Nhưng Ngải Hương thì khác.

Khi tôi hôn lên khoảng ngực trần của nàng và đôi vai ngang mầu nhiệm kia, tôi biết thân thể nàng gầy đến nỗi nếu chỉ một cử động hay một hơi thở mạnh sẽ làm cho nàng gãy đổ.

Dưới hàng khuy che chắn mùi ngực non, hai bầu vú lạnh không kém mùa đông bên ngoài. Câu chuyện tình yêu nào cũng bắt đầu và kết thúc bằng môi miệng. Những vọng âm và ngụy ngữ không cần thốt nên thành lời. Chỉ có da thịt cồn cào tiếng thầm thì hạnh phúc.

Bây giờ tôi đã biết, mùi vị của những cây ngải hương đã tác hại lên từng giấc mơ của tôi. Rõ ràng và mãnh liệt.

Chẳng ai có thể thay thế nàng. Giống như một cánh cửa vừa mở ra, đã khép, tôi bất lực nhìn Ngải Hương đi ra khỏi đời.

Không có gì khác hơn một khu vườn cuối mùa thu hoạch, những nhánh lá đổi màu xanh thành màu cỏ úa, trong rét mướt của sáng có con chim về lót tổ. Tiếng hót mang giai điệu tủi hờn.

Ở bên ngoài tịnh yên, tôi đã chọn cho mình chỗ đứng. Như một chuyến xe vừa đãi lọc những chặng đường, tôi đã vừa từ bỏ những quá khứ lấp lóa đèn màu để đi vào ngõ cụt.

Ngay chỗ tôi ngồi, thửa đất phủ kín một phần thân thể của Ngải Hương. Thời gian cuốn phăng những điều nghịch lý giống như mưa thấm sâu vào vùng đất thấp. Mùa xuân ngọt ngào sẽ qua đây sáng mai, nhưng căn phòng có cửa sổ nhìn ra sân trước của khu vườn sẽ đóng lại vĩnh viễn. Từng cơn gió tạt qua đó như nỗi nhớ. Không còn ai để gọi tôi là Quách Tỉnh nữa đâu.

Tôi không biết chứng bệnh quái ác hay một cơn phấn

khích đột ngột nào đó lấy đi cuộc sống của Ngải Hương. Nhưng bác sĩ ở bệnh viện đã chạy chữa hết cách và trong một tình huống chẳng đặng đừng, họ đã yêu cầu thân nhân đồng ý cho nhân viên bệnh viện rút dây chuyền dưỡng khí ra khỏi nàng.

Sơn là người duy nhất có mặt để lo liệu thủ tục. Đám tang vội vàng vì theo hắn nếu kéo dài sẽ kéo theo những rắc rối ngoài ý muốn.

Buổi chiều Sơn đem từ nhà quàng về hũ đựng hài cốt có ghi tên Ngải Hương bên ngoài. Cái tên chính thức là Trần thị Xuân Hồng.

"Cậu tìm cách bảo quản hay tìm một nơi nào đó, trong vườn để gởi gắm chị cậu. Gọn gàng nhưng đừng sơ sài quá".

Giọng nói vẫn lạnh lùng như của một người chưa hề biết qua những tình yêu hay lòng nhân ái.

Tôi dùng chiếc xẻng làm vườn để chôn bụi tro mang linh hồn Ngải Hương dưới một thửa đất, cách xa những gốc cây cần sa… Không xa lắm đủ để tôi nhận ra cuộc đời không mênh mông dễ sợ như tôi nghĩ. Cuộc đời vẫn thừa mứa hoan lạc lẫn khổ đau. Cây thánh giá được làm bằng hai thanh gỗ sơ sài cắm xuống như một dấu tích điêu linh và mỗi ngày luồng gió rét mướt đi qua sẽ lau khô giùm nàng những phiền tục hớn hở.

*

Khi cảnh sát ập đến ngôi nhà này hồi tháng trước – nghĩa là sau Tết Việt Nam vài tuần, tôi đang ở nhà một mình. Sơn và những người khác không ai có mặt.

Họ lấy khẩu cung tôi nhiều ngày nhưng sau cùng biết tôi chỉ là người làm công, không phải là người điều hành nên giam giữ tôi tại phòng giam của quận hạt, chờ ngày ra tòa. Và nếu xét thấy có tội, tôi sẽ bị tù một thời gian. Sau hạn tù, tôi sẽ bị trục xuất về nơi chốn mà tôi đã ra đi. Đó là Hà Nội, Việt Nam. Tôi sẽ gặp lại Hà Mô Phạm.

Tôi không buồn. Chỉ thấy đau lòng không biết ngôi nhà từng ghi dấu kỷ niệm giữa tôi và Ngải Hương sẽ trở nên thế nào. Và một nơi chốn vừa ghi xuống một tình yêu đầu đời.

Có những điều mà con tim muộn màng đập lên khi bàn tay đã rời hơi ấm. Và nỗi cô đơn chật kín khúc sông đời mông mênh. Tôi đi qua những tháng năm dài được gối đầu trên đôi vai trần thanh khiết của Ngải Hương. Và hơi thở thơm mùi nha phiến của nàng tỏa ra mỏng mềm hơn sóng áo.

Đó là một kinh nghiệm non yếu nhưng rền rĩ từng lời khẩn thiết gối chăn.

Những luồng xe mất hút bên kia đường chiều mịt mùng. Bóng cây dâu cô độc nơi đó vẫn còn cho những nụ hoa. Còn tôi? Phải mất bao nhiêu lâu để trưởng thành? Để không còn trượt chân ngã sóng soài lên một quá khứ?

PHẠM NHÃ DỰ

Sinh: Mùa Xuân Quý Mùi. Quê: Bà Điểm, Gia Định.
Học vấn: trải qua hầu hết các trường từ Việt Nam tới Mỹ.
Khóa 27/SVSQ/ Trừ Bị Thủ Đức.
Phục vụ tại Trung Tâm Huấn Luyện Quang Trung và Trường
Sinh Ngữ Quân Đội.
Tù cải tạo Cộng Sản 7 năm. Định cư Hoa Kỳ theo chương
trình HO 19 (9/1993).
Văn nghệ: Cùng Tô Đình Sự chủ trương tờ *Thế Đứng* (1970-).
Cộng tác một số tạp chí Sài Gòn và hải ngoại: nguyệt san *Bộ
Binh* (Thủ Đức), *Sống, Thời Nay, Khai Phá, Văn, Hợp Lưu,
Đi Tới*...
Hiện sống tại Boston, Massachusetts.

Đêm trên dòng kinh cùng
Tặng Chín Thái (Vị Thanh)

Đò chậm. Bèo trôi. Trời ẩm đục
Đêm treo. Trăng hạ. Cánh vạc mềm
Bạn ta. Nào. Nóc ly này cạn
Mai đò chưa muộn chuyến sương đêm.

Mênh mông. Cá mống. Dòng kênh lạnh
Chèo. Xạc xào khua. Tiếng nhái khàn
Thoang thoảng. Đèn xa. Hò vọng cổ
Tí tách. Lục bình nở tím ngang.

Nước lạnh. Dòng đời trôi cũng lạnh
Đời. Dăm ba phút ấm cùng thôi
Bạn ta. Đâu đã gì quá muộn
Đâu gì. Ha hả. Đâu gì đâu!?

Trò đời. Nghĩ cũng phường khinh bạc
Rượu mềm. Chưa thấm. Hãy tràn ly
Đêm nay ta cạn lưng vô tận
Mặc dòng nước chảy cuốn về, đi.

Đò nhẹ. Lòng trôi theo sóng vỗ
Canh sâu. Dế đệm. Nhạc sành rung
Bạn ta. Chưa đã gì lướt khướt
Nghe chăng? Tiếng giễu nhại côn trùng!

Ngoảnh lại. Trông ra. Hồ tan tác...
Chập chờn nghe gió lộng xa xăm
Thoảng như tiếng oán hồn dân tộc
Rớt xuống thuyền sông lạnh mái dầm.

Hành trình về phương Đông

Ở phương đông có một vầng trăng
Chiếu xuống đỉnh đời lạnh lẽo
Trong cõi mang mang khuất nẻo
Bóng dáng đi về ai hẹn một hôm sau

Người đã qua muôn nẻo mưa mau
Hạnh ngộ chưa từng trang giấy lật
Hạnh ngộ hôm qua hôm kia là thật
Là bóng trăng soi rọi u mê

Có phải đời người là cuộc rong du
Ai đâu thấy hồn mình lạc bước
Ai chợt thấy hình nhân thuở trước
Rùng mình lạnh ớn cơn say

Ở phương đông có một vòng tay
Mà cuộc hành trình ai bước lại
Điệu khóc, nụ cười từng trải
Nhẹ thếch chuyện đời lưng núi quay

Lời nói nào đã tỏ đêm nay
Hay hôm sau ngày nọ
Lững thững bước đêm dài hạnh ngộ
Bước không về nổi một cơn mê

Bóng đường xa mờ tỏ chưa hề
Sống chết hồn bạt phiêu lãng đãng
Cứ ngỡ ngẩn cứ vui cứ chán
Nỗi quạnh hiu mấy nẻo u trầm

Ở phương đông có một vầng trăng
Chiếu xuống đỉnh hồn bối rối.

["Cảm theo một ý trong tác phẩm cùng tên, Journey to the
East của B. Spalding"
21.12.2000]

Khúc hoan ca sóng sánh

Xanh một chút râu trên môi
là ta có thể đuổi những con ruồi buồn nản bay tứ tán

Có phải không em
những nưỡng nà con gái nàng
đã bày ra tận cùng cái háng
đã đẻ ra những đứa con
(những danh nhân và những tên khốn nạn)
cùng những cuộc phiêu lưu đầy sầu thảm

Ta không thể dung tục như những thằng đàn ông tận mạng
nên suốt đời chỉ làm thằng-nhà-thơ-thẩn-lang-bang
(để chút râu và nghênh ngang dởm)

Không thể hiểu cái nào là đầu cái nào là đuôi
ta ngó ngược ngó xuôi
ta đuổi theo những chuyến tàu kỹ nữ
gõ nhịp lên lưng ta và hát
tiếng còi thét vang

Sự sống đục ngầu tiếng động
Vang lừng khắp thinh không
Khàn giọng nỗi hoang mang
Mệt nhoài những thất vọng

Ta trải chiếu đêm trăng đối bóng
Khúc hoan ca sóng sánh
Những ngày đen

Đêm tận cạn của những thằng hết láng
đập nát khuôn trăng
uống sương tan ngất ngưởng
hò hét cùng lặng im
Em lõa thể trong em dưới bóng

Có phải không em
những kỳ quặc con gái nàng
đã đẻ ra những trò quái đản
(những tục tằn và những ăn năn)
ta hết đường tiến thoái

Ngày để một chút râu trên môi
là đêm ta có thể đuổi ta tận cùng ảo tưởng.

PHẠM QUỐC BẢO

Các bút hiệu khác: Hà Quân, Hà Châu, Việt Linh, Người Quan Sát…
Sinh năm 1943 tại Nam Định, Bắc Việt Nam.
Chủ nhiệm kiêm chủ bút nguyệt san *Đối Thoại, Văn Khoa, Sài Gòn (1966)*. Chủ biên nhật báo *Người Việt,* California 1982-1993. Đã cộng lác với các tạp chí *Văn, Văn Học, Thế Kỷ 21* và hầu hết báo chí Việt Nam tại hải ngoại…

Tác phẩm đã xuất bản:
- *Chiến Tranh Và Tuổi Trẻ Phương Tây* (tuyển tập thư, dịch, Hồng Lĩnh, Sài Gòn, 1969)
- *Năm Dài Tình Yêu* (truyện dài, dịch, Hồng Lĩnh, Sài Gòn, 1969)
- *Vực Hồng* (truyện dài, Thoại Ngọc Hầu, Sài Gòn, 1975)
- *Cùm Đỏ* (truyện ký, Người Việt, California, 1984)
- *Cõi Mộng Du* (truyện dài, tập I, Người Việt, California, 1984)
- *Đời Từng Mảnh* ('Cõi Mộng Du' tập II, Người Việt, California, 1985)
- *Dâu Bể* (tập truyện ngắn, Người Việt, California, 1989)
- *Mười Ngày Du Ký* (du ký, Hoa Thịnh Đốn Việt Báo, Washington DC., 1987)
- *Gọi Bình Minh* (truyện dài, Người Việt, California, 1989)
- *Người Việt Tại Đông Âu Và Vấn Đề Việt Nam* (biên khảo, Việt Hưng, 1990)
- *Huynh Đệ Tương Tàn* (dịch, Thế Giới, 1991)
- *Bây Giờ Nhật Bản Biết Nói Không* (dịch, Khai Sáng, 1992)
- *Dấu Vết Văn Hóa Việt Trên Đường Bắc Mỹ,* tập I & II (biên khảo, Việt Hưng, 1995)

Tri âm

Nhét miếng thẻ vào lại túi áo và như một phản xạ, tôi nói:

"9.2.4.5.3.8.".

"Thank you".

Từ phòng kiểm soát cách đến cả 400 thước, tiếng trả lời phát ra và truyền qua máy phóng thanh nghe lơ đãng vật vờ. Đồng thời, cánh cửa sắt được điều khiển bằng vô tuyến điện tử tự động mở. Tôi bước ra khỏi cổng xưởng.

Gió ngoài bãi đậu xe ập lên người, tôi nhắm mắt lại để tận hưởng bầu không khí trống thoáng. Dường như những gai ốc đang nổi lên cùng người, tôi hứng trọn một khoái cảm gây gây. Trong khi tai tôi vẫn còn như nghe hàng dãy máy tiện khổng lồ chạy suốt ngày đêm ầm ầm vẫn rung động cả không gian, nơi đó tôi đã chúi mũi trung bình mỗi ngày tám tiếng đồng hồ và mới rời khỏi cách chừng năm phút đây thôi.

Vừa đi, tôi vung mạnh đôi tay, vặn mình trong gió, và cảm giác như mình vừa được hồi sinh.

"Làm sao đây?"

Tôi quay sang. Cô Jane Bloomfield cũng thợ tiện, đứng cách tôi ba máy. Cô ta hỏi tôi, tay tra chìa khóa mở cửa xe. Nét mặt cô bình thản đến bất động.

"Tôi đang hạnh phúc".

"Ồ. Chắc anh đã sẵn có chương trình giải trí cuối tuần?"

"Không hẳn".

"Hay tối nay anh đi dự tiệc?"

"Cũng không".

Chưa bước vào xe, cô ta nhìn sang tôi, ánh mắt chờ đợi

một giải thích. Nụ cười nửa miệng của cô nhẹ nhàng cởi mở như sẵn sàng muốn cảm thông niềm hạnh phúc đó nơi tôi.

Tôi bối rối đáp cho qua:

"À… một thú nào đại khái như vậy".

Jane nháy mắt tôi một cái, hóm hỉnh mỉm cười:

"Bí mật hả? Mong anh hưởng trọn vẹn. Cuối tuần vui nhá".

Tôi cũng nháy mắt lại, giơ tay:

"Mong cô cũng thế".

"Cảm ơn".

Jane nổ máy, cho xe chồm tới vọt đi.

Tôi nhẩn nha quay kính cửa xe xuống cho thoáng. Tiếng máy nổ vẫn như xa xôi mơ hồ, lẫn trong tiếng rầm rập của dàn máy tiện còn âm hưởng bên tai.

Nhìn quanh, công nhân vẫn rải rác ra khỏi cổng đến bãi đậu xe, rồi từng chiếc vội vã lăn bánh bỏ đi.

Tuần trước, một đợt không khí nóng bức tràn tới đây báo hiệu mùa hè đang đến gần. Đứng ngoài bãi còn đỡ, chui vào trong xe chỉ muốn đi ngay để gió lùa vào cho bớt thấy ngột ngạt. Nhất là bây giờ, đúng chiều Thứ Sáu nữa. Chắc chắn bờ biển đang lồng lộng gió. Hay những drive-in theater, những vũ trường, những nhà hàng…

Cho xe rời bãi đậu, tôi gia nhập vào dòng xe cộ cuồn cuộn không dứt trên đường phố. Tiếng máy nổ, tiếng còi thúc giục, những giọng nóng nảy chửi rủa tục tĩu hỗn độn quện vào nhau… nhưng trong lòng tôi vẫn hoàn toàn trống rỗng.

*

Về đến nhà, thằng con tôi cũng vừa từ phòng tắm bước

ra. Mái tóc nó còn nhẫy nước ép xuống trán hợp với đôi mắt đen nhánh long lanh một niềm thích thú tươi mát.

Nỗi vui tự dưng của trẻ thơ bao giờ cũng nhẹ nhàng xoa dịu mọi bực bội không đâu đã thường quấn quít trong tôi.

Bỗng nhiên muốn nhảy cẫng lên như nó... nhưng tôi chỉ nói lớn hơn bình thường, khi bước vụt qua mặt con:

"Đợi bố tí".

Tôi vặn bông sen hết cỡ. Những tia nước phun mạnh xuống đầu cổ, ngực và lưng. Cách đấm bóp kiểu này khiến tôi đê mê sảng khoái. Sau đó, tấm khăn lông miết trên da mặt và toàn thân làm tôi có cảm tưởng thể xác mình hoàn toàn đổi mới.

Mặc quần áo bước ra, tôi rõ rệt đã trút bỏ được tất cả những gì gọi là vẩn đục trong người.

"Xin phép hai bác đi con".

Đang ngồi ngoài trường kỷ xem ti vi, nghe tiếng tôi giục, Hòa ngước mắt nhìn. Tôi gật đầu để khẳng định và mỉm miệng cười khuyến khích.

Nó đứng dậy, đến gần người bạn ở chung nhà, khoanh tay lí nhí:

"Xin phép bác".

"Ờ, ngoan lắm. Cháu đi chơi với bố hả?"

Miệng Hòa mở hững hờ nhưng tôi không nghe rõ được tiếng "vâng" của nó phát ra.

"Còn bác gái dưới bếp, con".

"Thôi, đủ rồi. Để cháu nó tự nhiên".

Hòa vẫn đứng yên như chờ đợi ở tôi. Tuy nhiên, đã có lời của anh bạn rồi, tôi không muốn ép thêm nữa.

"Cám ơn bác đi con".

"Cám ơn bác".

Hòa nói câu này to nhất nhưng lại thật nhanh, rồi nó chạy biến ra cửa.

"Tôi đi, anh".

"Vâng. Hai bố con vui nhá".

"Cám ơn anh".

Ngồi trong xe, Hòa dè dặt lên tiếng:

"Bố coi record của third quarter chưa?"

"Rồi. Một 0 ba A và hai B. Tạm được. Nhưng môn P.E. vẫn B. Con thấy thế nào?"

"Hôm chạy, con hụt hơi mà vẫn thua tụi nó".

Hòa hậm hực ra mặt.

Tôi trấn an:

"Chẳng sao. Nhưng trước khi chạy, con nên chịu khó tập thở, thật sâu thật dài mươi cái như vậy xem sao. Rồi lúc chạy con cố giữ hơi thở thật điều hòa, đừng gấp gáp. Chắc sẽ khá hơn".

"Để con thử…"

Liếc sang thấy Hòa còn băn khoăn, tôi bảo:

"Bố con mình dạo phố trước nhá".

"Dạ".

Mắt Hòa đã ánh lên niềm vui thích. Chân tay nó bắt đầu chộn rộn. Cười thầm, tôi cho xe vào đậu trong một khu thương mại người Việt.

Năm giờ chiều Thứ Sáu, lác đác người đi mua sắm. Hai bố con tôi thả bộ, ngắm nghía các gian hàng. Những tiếng

Việt lao xao chào hỏi, cười nói.

Tôi mua cho Hòa thêm một bộ quần áo thể thao, với đôi ba-ta mới khác. Hòa chọn cho Thu, em gái nó, một chiếc áo lụa, còn tôi mua thêm chiếc quần jean cho vợ tôi, tất cả để dành kỳ quà tới gửi về Việt Nam.

Từ tiệm này liên miên sang tiệm khác. Hết một khu đó cũng gần 7 giờ. Hòa đòi ăn phở. Nó thích món tái gầu giòn như mẹ nó trước đây hồi 75 ở Sài Gòn.

Tám rưỡi, bố con tôi trở về nhà. Hòa hoàn toàn thỏa mãn với buổi chiều nay. Nó sửa soạn đi ngủ.

Tôi ngồi lại ngoài phòng khách, mắt xem một phim đang chiếu trong ti vi, thỉnh thoảng nói vài câu với anh bạn cùng nhà.

Tự nhiên tôi lại rơi vào tình trạng trống rỗng buồn nản. Gọi điện thoại tới hai người bạn: Một đi chơi cả nhà chưa về, một đã đi "xuê" tại nhà người bạn khác. Tôi có chợt nghĩ đến xoa mà-chược, chắc cũng vui thú anh em được đêm nay.

Nhưng khung cảnh chiếc bàn vuông với những tiếng lách cách của quân bài xem ra không quyến rũ tôi lúc này. Ngồi chết một chỗ, nghịch ngợm với những "hoa" những "chim", chả giải tỏa được nỗi trống rỗng hiện giờ.

Vào phòng, nhìn Hòa ngủ say sưa, tôi lại càng cảm thấy buồn bã hơn nữa.

Qua phòng khách, hững hờ chào vợ chồng anh bạn, tôi ra cửa.

Lái xe ngoài đường vắng, vẫn chưa biết mình đến một nơi nào. Bên đường, đèn màu nhấp nháy. Chính giờ này là lúc người ta mới bắt đầu đi giải trí.

Tôi tạt vào một quán bánh Pháp, nhâm nhi ly cà phê Espresso đặc quánh, mắt lơ đãng nhìn ra người lũ lượt diễu bên ngoài, tai nghe tiếng nói chuyện xôn xao quanh mình.

Một giờ ngồi gặm nhấm nỗi cô đơn mỗi lúc một mênh mang thêm, tôi bỏ đi.

*

Miên man lái xe vòng vòng, tôi mới chợt thấy là mình đã hết thuốc hút. Tạt qua tiệm Liquor, mua tạm một bao.

Lững thững đi ra, tôi chợt dừng lại nhìn kỹ: Một anh chàng Mỹ trắng râu tóc xồm xoàm, quần áo xốc xếch, trên lưng đeo mấy bao bị cái to cái nhỏ kềnh càng, chẳng biết từ lúc nào anh đã đứng chắn ngay trước cửa ra vào.

Chân vẫn tiếp tục đi, tôi tự nghĩ: Những trò của mấy anh loại này hiện nay xảy ra rẫy đầy khắp nơi trên nước Mỹ. Nhẹ ra thì xin điếu thuốc, nếu được cho lại xin thêm điếu nữa vắt tai để dành. Nặng hơn chút nữa là xin vài đồng bạc đổ xăng độ đường.

Thậm chí hồi tôi còn bán Donuts ở Chicago: Vừa đậu xe, một chú Mỹ đen bé con cầm ống xịt làm một đống sơn trên mặt kính chỗ ngồi lái. Còn loay hoay chưa biết tính sao thì có anh Mỹ khác lơn tơn đi lại, tay cầm giẻ và hộp acétone, hỏi liền:

"Mày có muốn mất đống sơn kia không? Hai mỹ kim. Ô kê?"

Biết làm sao khác được bây giờ, tôi đành xùy tiền ra.

Lần khác, tôi bán trạm xăng ở Portland. Một thằng Mỹ to lớn dềnh dàng đi tới dí bó hoa héo quắt vào mũi tôi:

"Mày phải mua cái này".

Tôi hiểu ý nghĩa "phải mua" ở bộ mặt đe dọa với đôi mắt trợn trắng của hắn. Tự nhiên, máu ba gai lính tráng cũ nổi lên, tôi cung tay tính quại vỡ mặt hắn rồi ra sao thì ra... nhưng hình ảnh Hòa, lúc đó mới 7 tuổi, nét mặt vui tươi hớn hở hiện ra, khiến tôi cố nén giận. Ngó quanh, góc phố tấp nập người qua kẻ lại mà chả một ai thèm chú ý tới tình trạng của tôi, ngoài mấy tên đen khác đứng gần đó đang nhìn tôi cười nhăn nhở trêu ngươi. Xem cái điệu này cảnh sát có tới nơi thì tôi đã mềm xương mà tiền bạc lại bị lột sạch. Bóp bụng, tôi đành móc ra tờ năm mỹ kim đưa cho hắn.

"Chắc cái này mày cũng chả cần nữa, phải không?"

Nói xong, hắn tự động bỏ đi, tay quơ quơ bó hoa héo.

Sau lần đó, tôi thấm thía cái đơn độc của kẻ mất nước sống lang thang nơi xứ người. Nỗi đơn độc bơ vơ này không giống với nỗi bùi ngùi cô đơn những buổi say rượu bí tỉ vì bạn bè bỏ xác sau các cuộc hành quân hồi 1975 trở về trước.

Và cuộc sống ở đây cứ đẩy tôi bước tới. Chính tôi cũng muốn luôn luôn lăn xả vào công việc mưu sinh túi bụi, hết thành phố này sang quận khác, hết tỉnh nọ sang đến tiểu bang kia để quên đi nỗi đơn độc của mình.

Có phải tôi nuối tiếc dĩ vãng không? Những năm mòn ghế học đường, những gót giày để vẹt biết bao nhiêu nơi trong đời lính hành quân khắp chốn? Quá khứ tôi vàng son gì đâu, với cái lon đại úy và hàng trăm đồng bạn thân cận đã ngã gục. Có chăng là hình ảnh quê hương ám ảnh với một niềm chua xót muốn chín cả tâm hồn…

Tất cả chỉ còn hình ảnh tươi mát ngây thơ của Hòa, con tôi, để tôi có một chút riêng tư níu kéo. Chứ ngoài ra, toàn là trạng thái vất vưởng trong nỗi đơn độc giữa xứ người, trống rỗng mênh mang…

*

Hình ảnh và tâm tư hiện ra trong chớp mắt. Tôi đã dừng trước anh chàng râu tóc xồm xoàm đeo vác luộm thuộm túi bị kia. Tôi chờ đợi với tư thế sẵn sàng phòng bị.

Anh ta đang nhìn tôi, nhưng thấy tôi dừng lại thì lật đật nghiêng mình ép vào bên cửa để nhường chỗ.

Tưởng mình bị cản đường phiền nhiễu gì đây, tôi hơi khựng lại, rồi mới lách mình qua.

"Anh còn nhớ thơ Hài Cú không?"

Hỏi dứt, chẳng đợi trả lời anh ta liền đọc mấy câu bằng Anh ngữ.

Thú thực, tôi chỉ mang máng biết được *Hài Cú* là một thể thơ đặc biệt của người Nhật thôi chứ cái hay cái đẹp ở chỗ giản dị trong sáng nội dung phong phú chứa đựng tinh thần Zen gì đó thì tôi chưa thưởng thức được. Bây giờ, bất chợt nghe đọc loại thơ này lõng bõng bằng tiếng Anh bên tai, quả tôi chả hiểu được chút nào ý nhị của bài thơ mà anh ta muốn diễn tả.

Bước xuống vỉa hè, tôi quay lại. Đôi mắt anh ta đang lóng lánh như thích thú, chờ đợi một lời ngợi khen. Tự nhiên tôi cảm thấy ngượng, gượng cười lã chã:

"Tôi là người Việt".

"A. Việt Nam… Thơ Nguyễn Du".

Tôi bắt đầu ngạc nhiên. Cũng không chờ phản ứng, anh ta nhíu mày như cố nhớ:

"Và cây đàn chỉ có một dây thôi. Đàn gì…"

"Đàn bầu. Độc huyền cầm".

Buột miệng, tôi nói ngay.

"A. Đúng đấy. Duy nhất một dây. Độc đáo lắm".

Tôi hứng thú thực sự.

"Anh có rảnh không?"

"Không bận bịu gì".

"Anh có thể đến nhà hàng nào đó chứ?"

Tôi hiểu ngay: Với kinh nghiệm chín năm sống trên xứ sở này, mình còn sai lạc về anh chàng đang đứng trước mặt đây.

"Tha lỗi cho tôi".

"Chẳng sao".

Anh ta nở nụ cười hồn nhiên. Tôi nhìn quanh. Có một công viên bên kia đường.

"Chúng ta sang bên kia được chứ?"

"Sẵn sàng".

Vào lại quán, mua một xách sáu hộp bia cùng vài thứ nhắm như đậu phộng rang với khoai chiên giòn, tôi qua đường… và thấy anh ta đã ngồi ngay ngắn trên tấm vải nhựa đang so lại dây đàn của chiếc Tây ban cầm.

"Không có cây đàn một dây của Việt Nam ở đây. Và tôi biết, tôi cũng không đủ khả năng chơi hay như tôi đã từng được nghe. Tuyệt lắm. Nó réo rắt… âm giai theo từng cách nhấn nặng nhẹ. Người nghệ sĩ phải có trình độ thẩm âm thật chính xác và điệu nghệ vô cùng thuần thục mới lột tả được cái diệu dụng của cây đàn độc đáo đó. Hôm nay, tôi muốn bày tỏ với anh sự khâm phục của tôi đối với những nghệ sĩ Việt Nam đã sáng tạo và sử dụng cây đàn một dây đó".

Miệng anh ta từ tốn nói, mắt nhắm hờ và tay vẫn lướt những ngón trên năm dây đàn của chiếc Tây ban cầm đang ôm chênh chếch đứng trong lòng. Rồi đột nhiên anh gảy liên tiếp lên dây trầm nhất, ngón trỏ của bàn tay trái lướt nhẹ trên suốt bậc cung. Mặc dù loại dây ni-lông pha thép âm vào thùng đàn đều khác với dây và thùng của cây độc huyền, điệu láy không được sâu như Độc huyền cầm nhưng tôi đã nghe mang máng như tiếng cây đàn một dây được bật lên.

Mắt anh ta vẫn nhắm hờ. Cặp lông mày nhíu lại. Mấy

âm thanh khác thoát ra. Cặp lông mày anh ta càng ngắn lại, nhăn nhúm một nỗi bực dọc. Rồi mấy âm thanh nữa bật tiếp. Anh lắc mạnh đầu bất mãn… và anh xổ toẹt một đường từ trên xuống dưới cả năm dây khiến tôi giật mình.

Trong khi tôi còn ngơ ngác, anh mở một lon bia, ngửa cổ ực trọn. Âm thanh xổ mạnh đột nhiên ngưng ngang. Anh biến sang điệu nhạc của xứ Tây Ban Nha. Một bên gảy một bên nhấn, hai bàn tay anh điêu luyện lướt lên khắp chiều ngang và dọc của năm dây chiếc Tây ban cầm. Âm thanh dồn dập miên man, sôi sục một sức sống cuồng nhiệt, lôi cuốn tâm hồn tôi cuồn cuộn theo.

Đoạn nhạc đó vừa chấm dứt, anh lại bước sang lãnh vực nhạc cổ điển Tây Phương. Tôi mù tịt, không biết bài bản tên là gì và của ai nữa. Chỉ nghe thấy những âm thanh lúc thánh thót như tâm hồn mình rỏ xuống từng giọt buồn mênh mang gợi nhớ, lúc reo vui nhịp chân sáo của tuổi thơ, khi thì trầm lắng mênh mang tâm sự, khi thì rầm rập bước quân hành, ầm ầm tiếng bom đạn, sát khí tấn công, chém giết, u buồn, chết chóc… rồi vang tiếng kèn chiến thắng khải hoàn, sôi nổi xây dựng và thênh thang bước chân hướng về tương lai.

Đoạn nhạc trót trải rộng ra, âm hưởng kéo dài cho đến nét rung nhẹ cuối cùng lẫn vào tiếng côn trùng của công viên…

Tợp thêm một lon bia nữa, đưa cay một miếng khoai chiên, anh ta lên tiếng:

"Thấy thế nào?"

Cơn xúc động chưa dứt, tôi thổ lộ tâm sự luôn:

"Anh làm tôi nhớ đến cuộc sống hỗn độn vô vị của tôi bây giờ. Tôi luôn luôn bị bực dọc mơ tưởng về quá khứ của mình. Thuở nhỏ ấu thời vô tư lự xứ tôi. Những chốn thâm nghiêm lăng tẩm cung điện ở Huế, đền đài ở Hà Nội. Những hùng vĩ của Trường Sơn. Những bao la của suốt dọc dài biển Đông. Tôi còn nhớ đến thời lính tráng xô bồ chém giết đau thương… nhưng không sao, tôi vẫn vững lòng tin là một ngày nào đó tôi sẽ trở về lại xứ sở của tôi. Đó là mối hy vọng xác quyết trong lòng tôi lúc này".

Anh ta ha hả cười. Cười rũ rượi. Nước mắt tràn trên má và lấp lánh đọng trên bộ râu xồm xoàm.

"Tôi có gì sái quấy phải không?"

Tôi lo ngại hỏi.

Anh ta lắc đầu, chiêu thêm một ngụm bia:

"Không. Không… Cuộc đời ở đây vô vị. Phải… Hay lắm".

"Rồi sao?"

"Tôi muốn đề nghị điều này".

"Nếu không ngoài khả năng tôi".

"Chắc chắn. Nhưng anh không được chối từ".

"Đồng ý".

"Anh phải mua cây đàn này với giá năm đồng!"

Vừa nói, anh ta vừa trao cho tôi cây đàn bằng cả hai tay. Tôi nhìn kỹ cây đàn. Những phần lõm trên cung bậc và mặt thùng đàn nhiều chỗ đã tróc sơn, chứng tỏ đàn được sử dụng thường xuyên và lâu đời. Tôi ái ngại, ngập ngừng lên tiếng:

"Nhưng… tôi không biết chơi đàn".

"Điều ấy không quan trọng. Anh phải mua với đúng 5 đồng chẵn. Không hơn không kém. Anh mua mấy thứ này bao nhiêu?"

"Tôi chẳng nhớ nữa".

"Có biên lai đó chứ?"

"Vứt đi rồi".

Bỏ tôi đứng lóng ngóng, anh ta qua đường, vào tiệm Liquor rồi trở lại:

"Tất cả 4 đồng 75. Anh phải trả thêm 25 xu nữa".

Như người máy, tôi móc túi đưa 25 xu ra. Anh ta cuốn tấm bạt ni-lông lại cột vào cạnh một túi sách, đeo tất cả lên vai. Trên miệng nở một nụ cười thật tươi tắn và với ánh mắt long lanh thích thú, anh ta nói:

"Cảm ơn anh đã cho tôi một buổi tối cuối tuần thật vui, đầy ý nghĩa. Tạm biệt".

Bắt tay tôi xong, anh ta bỏ đi.

29-4-84
Phạm Quốc Bảo

PHẠM THĂNG

Sinh năm 1930 tại Ngã Tư Long Hồ, làng Long Phước Tây, sau đổi là Bình Phước, tỉnh Vĩnh Long. Tốt nghiệp trường Mỹ Thuật Gia Định năm 1950. Từ năm 1951, cộng tác với nhiều báo ở miền Nam. Triển lãm tranh sơn dầu 3 lần tại Sài Gòn (1962 – 1964 – 1971). Đến Canada năm 1984.

Tại hải ngoại, đã cộng tác với các báo:*Làng Văn, Viên Giác, Chánh Giác, Canh Tân, Ái Hữu, Trắng Đen, Nắng Mới, Thời Báo Miền Tây, Gió Việt* *Đời Sống Tự Do, Xây Dựng, Hương Quê, Đặc san Phù Sa Sông Cửu, Ngày Mới, Rạng Đông*..., và các báo tôn giáo như *Chân Lý (Công Giáo), Phật Giáo Hải Ngoại.*

Triển lãm hai lần tại Calgary và 2 lần tại Edmonlon (Canada).

Tác phẩm đã xuất bản:

- *Tiền Tệ Việt Nam* (Việt ngữ và Đức ngữ – Viên Giác, Tây Đức, 1989)
- *Xuôi Dòng Cửu Long* (tuyển truyện quê hương, Làng Văn, 1990)
- *Cô Sáu Tân Qui* (truyện quê hương – Viên Giác, Đức, 1990)
- *Vui Buồn Nghề Nghiệp* (Hồi ký đời viết báo - Làng Văn, 1993)
- *Xóm Cũ* (tuyển truyện quê hương – Làng Văn, 1993)
- *Gợi Nhớ Quê Hương* (tuyển truyện quê hương – Đại Nam, 1995)
- *Việt Nam Mến Yêu, Địa Lý Đại Cương – Việt Nam Mến Yêu, Lịch Sử Đại Cương* (soạn cho thiếu niên hải ngoại – tác giả xuất bản 1993-1994)

Mùa cưới

Một cơn gió thổi ào qua làm đám lá xoài, lá ổi rung rinh xào xạc như được thổi mát giữa buổi trưa hè. Tàu dừa, tàu cau oặt òa, oặt oại theo cơn gió.

Thằng Tới ngồi cheo leo trên cao, đóng cái chốt cuối cùng cho cây kèo dính chặt vào xà ngang rồi ngó mông bốn phía. Từ trên cao nhìn xuống nó thấy rõ mọi hoạt động bên dưới.

Cái sườn nhà nó đang ngồi là trại che tạm nối liền gian nhà lớn của ông Hương Hào với cái sân rộng lót gạch tàu. Nó không bao giờ ngờ có ngày được ngồi gần tới nóc nhà to lớn nhứt làng này.

Lúc còn nhỏ đi học ngang qua đây, nó len lét nín thở vì sợ bầy chó ùa ra sủa, mặc dù có hàng rào gạch cao tới ngực ngăn cách ngôi nhà ngói xưa này với con đường đất dọc bờ kinh. Trước kia nó chỉ liếc nhanh để thấy qua kẽ hàng rào những cây cau kiểng ốm nhom, trổ buồng trái nhỏ xíu màu đỏ. Nó đâu dám dừng lại để nhìn rõ, vậy mà giờ đây nó đang "ngự" trên cao nhìn xuống coi mãn nhãn mấy chậu mai chiếu thủy đơm đầy bông trắng năm cánh đong đưa. Nhà ngói ông Hương Hào là nhà xưa ba căn hai chái, nên dựa theo hàng cột phía trước, mỗi gốc cột là một chậu kiểng để trên đôn sứ men xanh mà nó tin chắc là lâu đời lắm. Nào là mai chiếu thủy, mai vàng, thược dược, nhưng nó thích nhứt hai chậu lớn ở cửa giữa là hai cây bùm sụm xanh tươi được cắt tỉa uốn thành hai con nai có đủ sừng, đầu, bốn chưn.

Nó mê mải ngó quanh cho sướng mắt, phía dưới nhiều người tới lui tấp nập. Người gánh nước, kẻ chùi lư rất vui nhộn, thật đúng như… ngày đám cưới. Bỗng nó giựt mình. Bóng cô gái áo hường thoáng qua phía sàn nước sau nhà. Tim nó đập rần rần: cô Mỹ Ngọc! Cô gái út của ông Hương Hào mà mai này sẽ có chồng đây.

Thằng nhỏ mới 17 tuổi đầu đâu dám mơ ước cao xa, nhưng bấy lâu nghe đồn cô gái út xinh đẹp nhứt làng, nó đâu lần nào được thấy dung nhan vì cô đi học ở tận Cần Thơ. Cô học giỏi, con nhà giàu thì phận nghèo như nó làm sao có dịp gặp, dù có gặp nó cũng chỉ là đứa trai nhỏ, biết bao thanh niên làng này nghe tiếng đồn mà còn không làm sao với tới vì ngại sự sang giàu của ba cô, đành mơ thầm, ước trộm, cả đến hôm nay…

Thằng Tới ngồi chết sững nghĩ lan man, nó nhìn theo bóng dáng cô gái yểu điệu thấp thoáng sau hàng cây đinh lăng. Cô Mỹ Ngọc ngồi kế hai bạn trang lứa. Ba cô gái kỳ cọ hai nia chén kiểu vừa đùa chọc nhau, nói cười vui vẻ, vậy mà nó chỉ thấy cô áo hường nổi bật với làn da trắng, mái tóc đen mướt. Ngồi xa, nó nhìn không rõ, nhưng lòng nó xao xuyến, nó bỗng cao hứng hát…

Đang ngồi lựa bông vạn thọ dưới bóng cây vú sữa rậm mát, chú Tám được ngọn gió mát lướt qua cảm thấy khoan khoái, đứng dậy vươn vai cho dãn gân bỗng chú nghe tiếng thằng Tới hát nghêu ngao:

Ờ… ơ… Gió nam non thổi lòn hang núi… ờ… ờ…
Em đi lấy chồng… nâng túi sửa khăn… ơ… ơ…

Chú vội nạt ngang:

"Ê hát hổng gì đó mậy, nín đi".

Thằng nhỏ đang mơ màng ngâm nga, giựt mình nghe chú la, nín thinh. Chú ngoắc nó:

"Làm xong chưa, xuống đây tiếp tay tao rọc lá dừa này đi".

Thằng Tới nhẹ nhàng tuột xuống sau khi liếc mắt về phía sàn nước. Không biết tiếng hò của nó có đến tai các cô không, mà nó thấy các cô vẫn cười đùa. Nó nuốt nước miếng nhớ lại phận mình.

Thằng Ca ngồi kế bên chú Tám ngừng tay chẻ lạt ngạc nhiên hỏi:

"Kệ nó, sao hổng để nó hát cho vui hả chú Tám. Nó hò hay lắm, mình nghe đỡ buồn ngủ".

"Mầy hổng biết khỉ khô gì hết. Tụi bây biết mình đang làm gì ở đây hông? Mình đang cất cái rạp lá tại nhà ông Hương Hào để ổng làm lễ gả chồng cho con gái, mà nó hát hò kiểu đó thì chết cả lũ".

"Cái gì mà chết hả chú?"

Chú trợn mắt nhìn thằng Ca, hổng ngờ nó ngu như vậy.

"Mầy hổng nhớ hồi năm ngoái mình giúp che rạp cho bà Bảy Liễu hả. Cũng thằng này hò tầm bậy, bị bả xài xể đó sao?"

Thằng nhỏ thật thà cứ cãi bướng:

"Nhưng nó hò câu gì vừa rồi đó đúng quá mạng. Thì con gái đi lấy chồng là… nâng túi sửa khăn mà chú".

"Tao nói tụi bây con nít, ăn chưa no, lo chưa tới là phải lắm mà. Ừ thì câu hò này nghe còn có vị, nhưng nếu tao hổng chận nó lại, nó cao hứng hát thêm vài câu nữa, rủi trật chìa thì làm sao?"

Lúc đó thằng Tới bị cụt hứng nín thinh, nhưng miệng nó vẫn chúm chím như khoái chuyện gì. Nó cột mấy tàu lá đủng đỉnh, đầu gục gặc điệu bộ vui vẻ.

Chú Tám lấy thuốc ra vấn một điếu lớn, châm lửa hút phì phèo rồi nói với thằng Ca:

"Tao cũng chịu cái giọng nó tốt nhưng sao nó hổng kiếm câu hát huê tình nào khác mà nhè những câu xa nhà, lìa mẹ, theo chồng… hỏi sao chủ nhà hổng nhột chớ. Nhè đám gả chồng, cha mẹ đang buồn vì con gái mình sẽ đi làm dâu thiên hạ xứ xa, con nhỏ cũng đang lo không biết sẽ ăn ở ra sao với người dưng nước lã, mà nó hát:

Chồng gần không lấy, lại lấy chồng xa,
Mai sau cha yếu mẹ già...
Chén cơm đôi đũa, bộ kỷ trà ai dưng...

Đó mầy có nhớ tại nhà Bà Bảy nó hát ông ổng câu:

Bảy với ba tính ra một chục,
Còn tam tứ lục tính lại cửu chương,
Liệu bề đát được thì đương
Đừng gầy rồi bỏ, thế thường cười chê.

Nên tao bị bả kêu ra nói: 'Chú Tám à, sao thằng đệ tử chú hát kỳ vậy? Tui sắp gả con Thê mà thằng Tới hát hò gì:... đừng gầy rồi bỏ... bộ muốn trù xui xẻo sao chớ?' Tao phải năn nỉ hết hơi bả mới nguôi ngoai, bây giờ nó ngồi trên cao có gió mát rồi tức cảnh sanh tình hát tầm bậy nữa, tụi mình chắc dẹp nghề quá".

Bấy giờ thằng Ca mới hiểu. Tụi nó đã 16, 17 tuổi, trổ mã con trai, vừa biết sơ sơ thế nào là bồ bịch vợ chồng. Va lại nó và thằng Tới theo chú Tám từ mấy năm nay để che rạp, cất trại hoa cho những nhà sắp dựng vợ gả chồng cho con nên cũng có đôi lần thấy lòng nao nao bâng khuâng.

Ở vùng quê này, khi có chuyện vui buồn, bà con chòm xóm nghe tin tự động kéo tới giúp che thêm rạp trước sân để đủ chỗ đãi bà con khách khứa. Làng Bình Phước có chú Tám là người khéo tay. Chú lúc nào cũng ào ào cái miệng, lớn giọng oang oang khác hẳn thân hình mảnh mai nhỏ thó trong bộ đồ bà ba đen. Nhìn thân hình yếu đuối của chú, ai tưởng chú làm việc rề rề là lầm to. Đa số bà con trong làng đều được chú giúp. Chú không làm ruộng, vì ruộng hương hỏa đã có thím coi sóc, nên chú rảnh rỗi chỉ dùng đôi tay khéo léo và bộ óc văn nghệ để làm những việc trang trí trong nhà, ngoài vườn.

Không việc gì chú làm không được. Đi đến đâu chỉ cần nhìn qua một lần là chú về thực hiện lại được ngay mà lại có phần đẹp hơn, nên mọi người khen:

"Chú Tám bắt chước mà làm khéo và hay hơn à nghen".

Chú cười khiêm nhượng đáp:

"Dạ nhờ làm sau nên tiến bộ hơn cái trước".

Đám cưới gả trong làng thế nào bà con cũng rán mời cho được chú đến để chỉ huy đám trẻ dựng rạp (trại tạm thời), kết hoa, uốn lá thành hình con rồng, con phượng.

Cái hay của chú là vẫn những tàu dừa rọc lá, mây tủ hủ cau có mo nang còn non e ấp ôm buồng cau vừa tượng hình, những trái cau nhỏ như đầu ngón tay và hoa cau như hột cườm màu ngà thơm phức, những thân cây chuối nhỏ mượt mà, phơn phớt tím điểm lốm đốm nâu… chú tạo thành bảng Tân Hôn, Vu Qui khéo léo, đặc biệt là không cái nào giống nhau.

Tùy theo sân rộng hẹp của gia đình có đám vui, chú chỉ huy che rạp với cửa lớn, cửa nhỏ bằng lá dừa uốn cong. Buồng cau non được tách ra rồi xâu lại từng sợi treo thế rèm cửa đong đưa theo gió, tỏa hương thơm mộc mạc thoang thoảng làm thực khách ngồi ăn uống ngon miệng mà có cảm giác như ngồi giữa cảnh thiên nhiên có lá, có hoa có mùi thơm đồng nội.

Chú chịu khó bỏ công ra giúp vì lòng chân tình hàng xóm mà cũng vì có máu nghệ sĩ, bà con gần gũi thì không ngại gì, nhưng có nhiều người cùng tổng không quen biết, nghe tiếng tài hoa của chú muốn nhờ giúp, họ ngại nếu trả tiền chú sẽ không lấy, mà không trả công thì ăn nói sao đây? Có nhiều trường hợp như vậy đến tai chú, chú ngẫm nghĩ:

"Tại sao mình không nghĩ cách làm trại lá lắp ráp dễ dàng để giúp đỡ bà con tận tình hơn, mà sẽ có chút đỉnh tiền công cho đám trẻ theo mình? Ở vùng quê, dầu nhà có đủ chỗ che rạp dựng trại, họ cũng đâu có sẵn tre lá. Có nhiều nhà phải xin lối xóm hoặc ra vựa cây để mua mới dựng được rạp, và nhiều lúc đang mùa lúa, trai trẻ đâu ở không".

Nghĩ đến đây chú lại nhớ đến bảng chữ Vu Qui, Tân Hôn do chú làm cho thiên hạ. Phải nhìn nhận là không ai làm đẹp và duyên dáng hơn. Chú quyết định tập hợp tụi thằng Ca, thằng Tới để "làm nghề này" có hệ thống hơn. Trước là tụi nó có việc làm kiếm chút đỉnh tiền xài lặt vặt, quan trọng là chú truyền nghề cho tụi nó và sau nữa là có dịp kết nghĩa thân tình xóm làng, chớ tiền công thì nhằm nhò gì đâu.

Nghĩ là làm, chú Tám xuất tiền mua cây. Đã có kinh nghiệm xây dựng nhiều lần nên chú biết cần bao nhiêu cột đứng, kèo ngang. Chú không xài loại tre mà xài toàn cây dầu để xẻ mộng lắp ráp tháo ra dễ dàng. Tùy theo nhà khá giả yêu cầu, chú có thể lắp ráp lớn nhỏ tùy theo sân nhà của họ. Để làm mái trại chú mua vải bố xám may liền nhau, nhưng sau khi phủ làm mái che mưa nắng, chú vẫn thêm phía dưới nhiều nhánh lá tươi cho hợp với khung cửa, mái rèm bằng tàu dừa, đủng đỉnh uốn cong làm cho quan khách cảm thấy mát mẻ tươi tắn.

Chú có sẵn một ghe tam bản lớn để chuyên chở xê dịch và tụi thằng Ca sau một vài lần tháo ráp đã khá thành thạo.

Từ khi chú "lập đoàn" bà con chịu lắm. Chỗ nào có việc vui cũng đến mời chú. Có lần hai nhà chọn cùng một ngày mà không báo trước, chú chỉ giúp được một nhà, nhà kia tiếc hùi hụi. Đã có chú lo, bà con giao hết cho chú. Tiền công ai trả bao nhiêu cũng được, tùy tâm, nhưng ai cũng trả hậu hỉ công chuyên chở, xây dựng trang hoàng với lời cám ơn chân thành. Chú trích một phần nhỏ số tiền để mua thêm cây lá, còn bao nhiêu cho hết hai thằng đệ tử, vì vậy tụi nó "mê" chú không phải vì làm ra tiền để thằng Ca bịt cái răng vàng bên khóe miệng làm duyên với con Nhàn, hay thằng Tới mua được cái áo sơ mi màu cam với hũ bờ-ri-dăng-tin hiệu Đêm Thượng Hải, nhưng sản xuất tại Chợ Lớn, mà vì đi theo chú, tụi nó được quen biết nhiều nhà. Đến ngày làm đám, đoàn của chú lại trước một ngày để dựng rạp trang hoàng, tụi nó hè hụi lắp ráp dựng cột xẻ kèo, treo hoa, kết lá suốt ngày dưới sự hò hét của chú mà không buồn vì… nhờ những buổi tối…

Ở thôn quê khi có cuộc dựng vợ gả chồng cho con cháu, họ không tiếc công của, cố làm cho lớn để rỡ ràng họ hàng. Đời người có một lần mà! Vì vậy dù nhà trai hay nhà gái, bà con, khách mời không dám để sót một ai nên phải vật bò hoặc mổ heo để đãi đằng.

Buổi chiều trước ngày trọng đại, tại sân phía sau nhà, tiếng heo kêu eng éc, tiếng người rộn rịp nấu nước, mài dao. Những lúc đó thằng Ca khều thằng Tới, hất mặt về phía sau ra dấu. Thằng này hiểu ý cười chúm chím, nuốt nước miếng nghe cái ực. Tuổi chúng nó vừa mới lớn, còn háu ăn nghĩ tới lát nữa đây, mặt trời chen lặn, đám thanh niên làm heo cạo lông, mổ ruột xong xả, thế nào cũng có một nồi cháo heo "bự tổ chảng" để cho những người đến giúp việc lót dạ thì chúng nó sẽ được dự phần ngồi chen chúc quanh lò lửa cháy hừng hực, mùi lòng heo trụng nước sôi cho dễ cạo còn bốc thoang thoảng. Đến giờ này thằng Tới quên mất hình ảnh yểu điệu của cô gái áo hường.

Không phải tụi nó đói bụng thèm ăn, mà cả chủ nhà cũng mời chú Tám ra đó chung vui với đám thanh niên, số thịt đã được người nấu bếp lo liệu xếp đặt cho ngày mai, nồi cháo này chỉ xài một phần lòng, huyết và chưn giò, vậy mà ai cũng ăn uống sì sụp ngon lành. Có lẽ vì làm việc cả ngày bị đói hay là ăn uống thoải mái tại chỗ thấy ngon miệng hơn ngồi chung bàn tiệc với khách lạ, phải kẻ né? Chắc cả hai. Có lần thằng Ca vừa húp cháo vừa nói với thằng Tới:

"Tao khoái ăn uống tại chỗ làm heo. Gió ngoài vườn mát rượi nên ăn ngon miệng, phải hông mậy?"

Thằng này cười:

"Xí, mầy ham ăn khu lẳng heo, được ngồi trong bóng tối để ăn ngốn ngấu hổng ai thấy".

"Bậy nà, tao nói thiệt, ăn tại chỗ ngon miệng cũng như mầy ăn xoài chín cây hay uống nước dừa tại gốc có phải 'đã' hơn hông?"

Thằng này gục gặc:

"Ờ, ờ, mầy nói nghe trúng boong. Tao cũng khoái uống nước dừa tại gốc, bưng nguyên cả trái vạt miệng, ngửa cổ uống ừng ực, nước dừa chảy tràn trên ngực mới đã thèm".

Những buổi làm như vậy, chủ nhà đã sắp sẵn chỗ ngủ cho ba thầy trò, vì theo đúng chương trình đêm nay chú lo việc thắp đèn măng sông sáng choang cho chủ nhà.

Vùng quê xa chợ không có nhà nào đốt đèn măng sông mỗi đêm ngoại trừ những ngày trọng đại của gia đình, vì không phải ai cũng có sẵn đèn này để đốt. Chú Tám biết rõ nhu cầu đó đã mua sẵn hai đèn măng sông đốt dầu lửa, bơm hơi bằng tay để thêm phần vui cho nhà có đám tiệc.

Nhờ đèn sáng làm nổi bật gia đình đang có cuộc vui và cả vùng gần đó cũng vui theo, chú Tám lại có ánh sáng để trang hoàng phần nào còn lại. Ngoài bà con chủ nhà họp lại trước một ngày để "nhóm họ", thanh niên đến giúp việc cũng không muốn về. Mọi người tấp nập, bóng đêm như khuất phục ánh sáng, lùi xa núp vào mấy tàu chuối phất phơ. Bầu trời đầy sao mọi đêm như cao hơn. Đám trẻ con tha hồ tụ tập chỉ trỏ, chen lấn gần sát bên.

Là ngày vui, chủ nhà không la hét nhưng xót xa sợ tụi nó xô lấn làm đổ mấy chậu kiểng nên phải lên tiếng la rầy.

Chứng kiến cảnh này vài lần, chú Tám có sáng kiến ra chợ Vãng mua một dàn hát máy.

Lúc bấy giờ máy hát quay bằng tay để lên dây thiều, tạo cho dĩa quay phát ra tiếng nói nơi đầu máy có gắn kim là một xa xỉ phẩm đắt giá trên hai trăm đồng, chú đâu có ngán, vì mỗi lần chú đến giúp ai đã có sẵn trại lá, đèn măng sông sáng rực lại có dàn máy hát để bà con nhóm họ nghe tiếng hát Cô Tư Sạng, tài tử Năm Phồi, Năm Nghĩa thì ai không mê? Họ chỉ trả thêm tiền dầu lửa và chút đỉnh tiền công để chú bảo trì. Chú Tám chỉ cần giúp mười đám đã lấy lại số vốn, còn lời đèn và máy hát.

Đến đêm, khi đèn măng sông thắp sáng, thằng Tới có bổn phận ngồi cạnh máy hát để canh chừng lên dây thiều và thay kim, đổi dĩa. Các bà già lớn tuổi ngồi trên hai bộ ván gõ trải chiếu bông, miệng nhai trầu bỏm bẻm lắng nghe tiếng ca ngọt ngào của cô Tư Sạng trong dĩa hát, dạy con gái sắp sửa về nhà chồng:

"Con ơi tháng Chạp đến đây là ngày... tên con được ghi vào cuốn sổ nhân duyên, trương cung đàn bấm phiếm tơ loan... đờn bản cầm sắt cho duyên trăm năm được bền... chắc... ơ... ơ..."

Nhiều bà vừa mới nghe ca câu đầu đã lấy khăn lau nước mắt, còn nói gì đến mẹ cô dâu đôi mắt đỏ hoe nhìn về phía buồng con gái, bà biết trong đó nó và bạn trang lứa đang sụt sùi.

Nhờ có dàn hát máy, chủ nhà đỡ lo đám trẻ nít chen lấn đạp cây kiểng, vì chú Tám đã dặn dò tụi nó: "Tụi bây phải ngồi trong sân cho có thứ tự để bà con ngồi phía sau xa nghe được rõ. Đứa nào lớ quớ tao biểu thằng Tới hổng hát nữa".

Thằng Tới nghe chú nói vậy bỗng thấy mình quan trọng, nó hỉnh mũi tự đắc liếc nhìn đám trẻ đang nghe lời râm rấp. Chú Tám ngồi bên ông chủ nhà phì phèo thuốc vấn. Có lần chú nói:

"Anh Sáu à, lần nào tui đi giúp bà con, ở đâu ai cũng yêu cầu hát bài vọng cổ này, thiệt tức cười quá, nghe dạy con mà ai cũng khóc mùi".

Ông chủ nhà sụt sịt nói:

"Vậy đó đa, cô Tư Sạng hát có tình cảm, mà bài này soạn giả đặt đúng tâm trạng gia đình có con sắp xa mái ấm... sịt, sịt..." Nói tới đây ông Sáu hỉ mũi cái rột hất xuống đất, ông nói thêm – "Tụi con gái nghe cho biết bổn phận dâu con mà mình khỏi dạy. Hoan nghinh bài này lắm chú Tám à. Tụi con gái nghe qua khóc mùi, nhưng mai mốt về nhà chồng bén lửa, bén rơm, rồi đây quên tuốt cha mẹ, sịt... sịt..."

Công dụng chiếc máy hát của chú được đồn đãi xa gần, chú càng có thêm người mời.

Đêm nhóm họ, cả xóm được nghe văng vẳng lời ca, ngày hôm sau tiếng hát lời ca này được mang đi từ nhà gái đưa dâu về đến nhà chồng vì chú Tám được trọng vọng mời theo họ hàng. Thằng Tới lại có bổn phận ngồi cạnh máy hát trên chiếc ghe hầu.

Đoàn tam bản, ghe hầu đưa dâu có bóng dáng áo dài xuyến hai lớp của các bà lớn tuổi choàng khăn lại có nhiều thiếu nữ áo dài tha thướt, má phấn môi hồng dưới mấy cây dù màu huyết dụ vẽ bông hoa xanh đỏ, được chèo xuôi theo con kinh đục ngầu phù sa.

Tiếng ca văng vẳng trên mặt nước như kêu gọi mọi mọc người hai bên bờ. Qua xóm lạ, có người ngừng tay nhìn theo đoàn ghe nhiều màu sắc, nói với nhau: "Chèn ơi, đám cưới con gái nhà ai mà vui vậy cà. Có máy hát nữa".

Đám trẻ nít chạy theo đường đất hai bên bờ la hét chỉ trỏ làm các cô gái e thẹn cúi mặt núp dưới bóng dù. Gương mặt cô nào cũng đỏ rần vì nắng và mắc cỡ càng làm xao xuyến các chàng trai nông dân trên bờ đứng thẫn thờ nhìn theo.

Lần nào chú Tám cũng được trọng đãi trong cuộc đưa hoặc rước dâu không phải vì chuyên làm trại hoa hay bảng hiệu mà vì chú là một trong thành phần "ăn nói" của đoàn, bởi chú là con trong gia đình Nho giáo lại có tài hùng biện.

Dân miền Nam có tật lạ là hay bắt bẻ nhau một cách văn nghệ trong những buổi lễ cưới. Bên họ nhà trai hay nhà gái nào cũng thủ sẵn một tay ăn nói để tỏ ra dòng họ mình không đến nỗi cục mịch, quê mùa. Từ nhỏ chú đã theo anh đi đá gà hết trường gà này đến trường gà nọ, hiểu biết khá nhiều chuyện đời lại thuộc làu chuyện Tam Quốc, Đông Châu nên mấy ông già thích lắm. Những lần hai bên quan khách đang đỏ mặt vì rượu đế rồi lè nhè hỏi khó nhau, chú xen vào hóa giải bằng cách kể vài mưu lược giỏi, điển tích hay của chuyện Tàu như gãi đúng chỗ ngứa của các cụ già.

Nhưng không phải được trọng nể mà khỏi bị mắng vốn lúc thằng học trò của chú là thằng Tới hát hò nghêu ngao trật chìa tại nhà bà Bảy Liễu, cũng như hôm nay đang giúp ông Hương Hào, thằng nhỏ lại cao hứng hát, chú phải chận nó lại. Tiếng gió rì rào qua tàn lá, thằng Tới đến bên chú hỏi nhỏ:

"Kèo cột xong rồi chú Tám à, cháu và thằng Ca kéo tấm bạt phủ lên nghen".

"Khoan, tụi bây nghỉ tay một chút, chờ tao làm xong bảng này tao tiếp tay với".

Hai thằng nhỏ ngồi xuống bên cạnh rót nước trong bầu uống ngon lành. Quanh chú Tám để rổ đựng bông vạn thọ màu vàng, bông nở ngày màu tím hồng. Mấy tàu dừa rọc làm hai đã được thằng Ca chặt bỏ lá dài chỉ chừa một tấc coi giống mấy con rắn xanh có vẩy cứng trên lưng. Kế bên lại có rổ quảo đựng đầy trái ớt đỏ. Tụi nó dư biết chú sẽ sử dụng mấy tàu dừa dẻo dai uốn cong làm thành viền cái bảng Vu Qui, cũng như chú sẽ gắn bông vạn thọ lên tím phên tre đan để làm nền màu vàng, thằng Tới vẫn hỏi:

"Kỳ này chú làm chữ nổi bằng bông thiệt hay bông gòn hả chú Tám?"

"Lần này tao làm đặc biệt hơn cho ông Hương Hào. Tao sẽ kết hai con phụng đuôi dài có cánh, có mồng bay lượn hai bên chữ Vu Qui".

Thằng Tới trố mắt hỏi:

"Vậy hả, mà chú làm bằng cái gì?"

Thằng Ca nói hớt:

"Mầy ngu thiệt. Theo chú Tám mấy năm mà hổng biết ổng chuyên môn kết hình Long, Lân, Qui, Phượng bằng trái cây và bông lá sao. Ông 'bông hình' mấy ông tiên Lý Xích Quải, Lữ Đồng Tân còn được. Đó, ổng để sẵn mấy trái ớt sừng trâu dài bằng ngón tay đỏ chót, cong cong đó".

Chú Tám cười, nói thêm:

"Đúng rồi. Tụi bây coi tao làm mà học nghe. Hồi nhỏ tao theo sư phụ ở Sa Đéc để học nghề này cả năm trời mà làm chưa bằng một góc của ổng".

Thằng Tới xích lại gần hỏi thêm:

"Con phượng có cánh, có đuôi dài chú lấy gì để làm?"

"Mầy thấy cái rổ quảo đựng đầy trái điệp đó. Tao chuẩn bị hổm rày nên đi tìm trái điệp già để phơi khô cho nó trổ màu nâu. Loại điệp này bà con mình trồng để lấy bông cúng Phật, bông nó màu vàng lấm tấm đỏ, có mùi thơm, khi bông rụng lòi trái xanh nhỏ xíu. Phải lựa trái già lớn đúng mức chỉ dài độ một tấc hơi dẹp dẹp có chứa hột phía trong mà tụi bây ưa ăn đó. Trái già phơi khô, tách vỏ làm hai, tao kết lại giống cánh chim phượng, còn cái đuôi dài uốn éo tao xài bằng buồng cau non. Mình hi sinh buồng cau, tách cái mo nang cho buồng cau non màu trắng ngà bung xòe lòi những trái non đeo theo như những điểm bông trên đuôi phượng. Tao tỉa bớt chỉ chừa ba bốn nhánh rồi cho uốn lượn bao quanh chữ Vu Qui kết bằng bông vạn thọ... Hì, hì, hai con phượng giao đầu mà lại có mùi thơm nhẹ nhàng..."

Hai đứa nhỏ mê lắm, tụi nó tiếp tách vỏ trái điệp và chăm chú theo dõi sư phụ để học nghề. Đến lúc chú Tám gắn hai trái ớt đỏ tươi cong cong làm thành cái mồng con phượng, chúng nó phục quá, nhứt là cái đầu chim hơi cong làm bằng những trái điệp nhỏ màu ngọc thạch. Những trái điệp nhỏ được kết chồng lên nhau như vảy lông chim xanh, điểm hột đậu đỏ làm con mắt trông thật linh hoạt.

Bỗng thằng Ca hỏi chú Tám:

"Mai này ông Hương Hào đưa con gái về tới Gò Ân, Nước Xoáy, nghe nói cả mấy chục cây số, vậy đi bằng gì hả chú?"

"Thì cũng đi bằng ghe chớ bằng gì mậy. Ở vùng quê này muốn đi bằng xe hơi đâu có được".

Thằng Ca làm như rành rẽ:

"Đi đường xa chắc nắng lắm".

"Hổng hề gì. Ông Hương Hào có sẵn chiếc ghe hầu có mui, có màn che, rồi mai này nghe đâu ổng có mượn thêm hai chiếc nữa. Loại ghe này do hai người chèo đôi (mỗi người chèo hai tay) đi êm ru hà, không sợ nắng nôi đâu".

"Quê mình nhiều kinh rạch, chắc từ trước tới nay chú đi đám cưới toàn bằng ghe, xuồng hả chú Tám?"

Chú Tám nhìn nó rồi hít thuốc phà vào không khí, chú mơ màng như nhớ về dĩ vãng rồi nói đều đều:

"Đi nhiều cách chớ mậy. Tao đã từng đi nhiều đám

cưới, khi thì rước dâu bằng xe hơi, nhưng xe hơi chạy mau mà không vui bằng đi ghe có gắn máy, treo cờ đuôi nheo từ mũi suốt tới sau lái. Ghe chạy không mau, chỉ xình xịch trên sông Cổ Chiên mà nhằm mùa nước ròng chảy xuôi ra biển nên chạy cả ngày mới tới. Cũng may, ghe chạy bằng máy chớ chèo tay làm sao đi về gặp lúc ngược nước được. Tụi bây cứ tưởng tượng hai chiếc ghe treo sợi dây dài từ trước mũi đến sau lái có gắn cờ đuôi nheo ba góc đủ màu xanh vàng bay phần phật, lại thấp thoáng trên mui có mấy chú trai trẻ nhà quê mặc áo sơ mi màu, rồi các cô gái ngồi trong khoang ghe tù túng, lâu lâu bước ra trước mũi bị gió sông lồng lộng thổi tung tà áo dài làm các cô hoảng hốt kéo vạt áo cho kín đáo cũng không qua được mắt các thanh niên cười rộ. Hình ảnh sinh động của hai chiếc ghe cưới nhiều màu sắc in trên mặt sông coi vui lắm. Ghe chạy gần bờ tạo sóng vỗ rào rạt dựa mé sông đủ cho mấy em bé bơi lội vẫy tay theo la hét. Nhưng dù đi bằng xe hơi hay ghe máy, tao vẫn nhớ một kỷ niệm khó quên là đi rước dâu bằng xe bò…"

Thằng Ca trố mắt lạ lùng:

"Kỳ vậy chú. Sao lại bằng xe bò?"

"Vậy mới đáng nói. Tao dự đám này ở miệt Củ Chi. Tụi bây biết vùng miền Đông đất đỏ, ít sông rạch, nhiều gò đồi. Đất ở đây màu đỏ, khi trời mưa nó dẻo nhẹo dính như nhựa vô bánh xe hay giày guốc không dở chưn lên nổi. Đất đỏ đã bám vô thành một dề thì chỉ có nước cởi bỏ giày để đi chưn, mà đi bằng chưn không sẽ bị trơn trợt, té là cái chắc.

Theo tục lệ và tin tưởng đều lành, các ông bà gả con hay rước dâu, họ cử kiêng không cho đi bộ vì sợ sau này sẽ bị nghèo cực, phải đi bằng xe cho con cháu được thong dong sau này, nên ở đây, nhà nào cách xa đường tỉnh lộ trải nhựa, lại nằm dọc theo đường làng đất đỏ, thì dân chúng sử dụng xe ngựa, mặc dù có bụi đỏ cũng không sao. Nhưng khi coi tuổi chọn ngày lại đúng vào tháng mưa, rồi ngày rước dâu, đường đi ướt át, đất đỏ dẻo nhẹo thì làm sao? Đâu dời qua ngày khác được. Hệ trọng cho cả một đời nên mới chọn ngày tốt ai dè bị mưa. Họ nhà trai cũng như nhà gái đều lo nhưng vẫn phải làm lễ đúng giờ. Họ sử dụng xe ngựa không được vì ngựa dậm đất đỏ dẻo bị dính dở móng không lên, họ chỉ còn trông cậy vào xe bò. Bò là loại đi đất ruộng ọp ẹp, đất cày gồ ghề, bánh xe bò lại chịu đựng được đường giồng, nên các cụ già mặc áo dài khăn đống, các cô gái lỡ chọn áo dài đẹp nhứt để cố ý khoe khoang với chị em cũng đành che giấu cái nhăn mặt, leo lên ngồi trên xe bò.

À, tụi bây đừng quên là ngày cưới bất đắc dĩ phải sử dụng nó nên xe bò cũng được trải chiếu bông đàng hoàng. Hai con bò kéo một chiếc xe chở người mới nổi cũng được gắn bông màu đỏ lên đầu. Xe đi chậm chạp mà vẫn bị sụp lên sụp xuống, có người ngồi không vững, sợ té, la í ới vui lắm".

Thằng Tới cười hăng hắc, nó hỏi:

"Xe bò đi đường sình giống như mình đi cộ lúa ngoài ruộng hả chú? Rồi mấy cô gái ngả qua ngả lại còn gì áo đẹp. Hì, hì…"

Chú Tám cười, nhìn hai thằng đệ tử. Chú lấy thuốc ra cuốn một điếu rồi phà khói nói:

"Đó đa, thím Tám tụi bây cũng là dân miền Đông đất đỏ. Tao cưới được bả cũng… nhờ vậy đó".

"Vậy sao. Thím Tám ở trển hả?"

"Thì tao dự đám cưới đó, tao đi xe bò dở ẹc, nên khi tới nhà trai lại bị bà con ép uống rượu đậu nành… Mèn ơi, rượu không nấu bằng nếp mà nấu bằng đậu nành uống vô miệng nó thơm phức nên tao muốn 'xỉn'. Bị vậy khi rước dâu lên xe bò ra về, tao hết biết trời trăng hay sình lầy đất đỏ gì ráo. Tao ngồi chung xe với một ông già và hai cô gái, mà một người là thím Tám bây giờ đó. Hổng biết tao té qua, té lại, có quơ tay quơ chưn gì không mà về tới nhà, họ hàng nhìn tao cười hoài… Hì, hì, sau này nghe thím Tám bây kể lại: vì thấy tao say quá, sợ tao té xuống sình nên để tao ôm chặc cứng. Vậy là duyên nợ ba sinh, ông của tụi bây nghe vậy mới nhờ mai mối đi cưới cô ấy về làm… thím Tám bây giờ đó".

Hai thằng nhỏ lăn ra cười rồi hỏi tới:

"Ông bà mình chọn ngày lành, lựa xe đi rước dâu, còn ở trong ruộng hổng có xe hơi, xuồng ghe hoặc xe ngựa thì làm sao hả chú?"

"À, cái đó thì hết cách, phải chịu thôi. Bị vậy nên ngày thằng Tư Lùn cưới vợ, nhà nó với nhà vợ cách nhau có một cái biền nối liền bằng một bờ mẫu nhỏ, thì bà con hai bên xắn quần đi bộ. Năm ngoái tụi bây có đi bưng quả giùm nó mà, bộ quên sao?"

Thằng Lời láu táu nói:

"Nhớ chớ, tui bưng mâm cau còn thằng này bưng mâm bánh đó".

Chú Tám tiếp:

"Nghĩ cũng hay. Mặc dù tụi nó thương nhau, nhà ở gần, mà hai bên cũng đòi hỏi làm đủ lễ, ông mai là anh Tư Giác một tay xắn quần, một tay ôm đôi đèn cầy đi trước, còn tao lo kèm thằng Tư Lùn để đỡ nó rủi nó trợt chưn đổ mâm trầu rượu. Hì, hì, tội nghiệp đám con Lài, con Cúc mặc áo dài đàng hoàng mà quần xắn tới đầu gối, đôi guốc sơn cắp nách, còn tụi bây thì đứa nào cũng đi chưn không. Bữa đó bờ mẫu trơn quá xá".

"Tụi cháu đâu dám mang dép, đi chưn không để bấm ngón chưn cho chắc".

Chú Tám lại tiếp:

"Nhà nghèo chật chội đâu có sân để che rạp đãi khách, vậy mà ai ai cũng vui vẻ. Đoàn người đi dài sọc hàng một trên bờ mẫu. Bóng của mọi người in trên ruộng nước lấp xấp coi rất đẹp mắt. Tao nhớ mãi hình ảnh quê mùa mà sinh động đó. Trời trong xanh không một bóng mây, gió đồng nhẹ thổi quyện theo mùi lúa non mới trổ... vài con cò thấy động bay lên chớp đôi cánh trắng làm cảnh vật càng thêm tươi mát. Đâu cần trại hoa, bảng hiệu... Ờ mà thôi, chú cháu mình phải làm gấp cho xong tấm bảng, trời tối rồi, thằng Tới còn phải lo bơm đèn măng sông để bà con đến nghe hát máy chớ. Tụi bây đừng lo, tới chừng tụi bây cưới vợ, dù xa hay gần, đi bằng gì cũng có tao lo cho".

*

Hai thằng nhỏ chưa được sư phụ tụi nó giúp làm đám cưới vì đến những năm khói lửa, làng xóm của chú Tám bị xơ xác như bao làng xóm khác. Chú theo tiếng gọi của non sông, giấu tủ thờ, ván gỗ cũng như mớ sườn cây làm trại xuống mương nước sau hè để cùng các thanh niên, trong đó có thằng Tới, thằng Ca đi chống thực dân Pháp mong giành lại độc lập cho xứ sở.

Suốt những năm chinh chiến, theo qui luật chiến tranh tàn ác, dân chúng thôn quê bị mất an ninh đâu còn những đám cưới, đám gả rình rang như trước. Dân chúng không được quyền nhóm họp nhiều người nên nếu có thanh niên, thiếu nữ nào đến tuổi thương yêu, cha mẹ đôi bên làm lễ sơ sài cho bà con biết thôi. Không còn những bảng Tân Hôn, Vu Qui màu mè treo trước trại hoa lá.

Sau chín năm khói lửa, thím Tám cùng cha mẹ qua đời, chú Tám không con nên theo đứa cháu lên tận Sài Gòn xa xôi mà lúc thiếu thời chú chỉ nghe, chưa bao giờ đi tới.

Ở thủ đô đầy ánh sáng và tiếng ồn ào của xe cộ, chú có dịp theo cháu đi dự nhiều đám cưới trên các tửu lầu Chợ Lớn.

Lần đầu tiên bước vào tửu lầu chú muốn choáng váng. Ánh sáng đèn điện đủ màu nhấp nháy trước mặt tiền tửu lầu như muốn khoe khoang hơn kém với dãy đèn dọc đường Đồng Khánh vốn đã sáng choang rực rỡ mỗi đêm. Người ra vô nườm nượp, ai cũng ăn mặc theo lối thị thành, không thấy bóng ông già mặc áo dài khăn đống nào. Chú hỏi nhỏ cháu:

"Cha chả, bạn mầy sang quá, dám mướn một tửu lầu lớn 'quá cỡ thợ mộc' này để đãi khách hả? Tao thấy họ ra vẻ ì xèo mà không thấy bảng đề gì hết vậy?"

"Có bảng tên chớ. Nhưng ở đây họ không làm bảng Tân Hôn hay Vu Qui như dưới mình, mà chỉ ghi tên cô dâu chú rể trên bảng kiếng màu đỏ để tại cửa ra vào đó".

Chú Tám liếc mắt đọc:

"Ủa sao lại có hai ba tên khác vậy?"

"Tửu lầu này rộng lớn nhiều chỗ ngồi, bạn cháu đâu đủ tiền mướn hết một lần để đãi tiệc, nó chỉ cần đặt chín, mười bàn cho tám chín chục người thôi, số bàn còn lại nhà hàng cho người khác mướn nữa chớ. Hôm nay tốt ngày nên có tới ba đám cưới một lượt tại tửu lầu này, không kể ở các nhà hàng khác cũng có nhiều đám nữa chú đi".

Nghe nhắc tới ngày tốt, chú ngơ ngác ngẫm nghĩ: "Mèn ơi, mình ở thành đô chỉ thấy tụi nó ngày nào cũng sáng đi làm, tối mới về, đến Chúa Nhựt được nghỉ mới biết là cuối tuần, đâu biết ngày nào tốt hay xấu".

Đứa cháu kéo chú lại kế bên bốn cái bảng kết hoa đỏ có dán hàng chữ Tàu bằng giấy trang kim lấp lánh phía trên, nói với chú:

"Nè chú đọc được chữ Nho, chú tìm coi cái nào tên bạn của cháu".

Đến bây giờ chú mới để ý bốn bảng kết bông tươi có

tên cô dâu chú rể mà nãy giờ chú thắc mắc. Như được gặp lại hình ảnh thân thương thuở nào, chú khoan khoái nói:

"Ờ, có tên nó kìa. Sao họ dựng bảng tại cửa, coi giống cái cua rôn quá mậy (couronne: vòng hoa phúng điếu). Nãy giờ tao cứ ngờ ngợ mà hổng dám hỏi".

"Cái bảng đó như cái bảng Tân Hôn chú làm ngày xưa. Lúc trước có ai nhờ chú mới tìm tòi suy nghĩ để thực hiện cho đẹp, còn ở thủ đô đâu có nhà rộng, sân to nên phải đặt tiệc tại cao lầu tửu quán, họ không cần làm bảng mà chỉ in thiệp báo hỉ có tên tửu lầu là xong. Những bảng này do nhà hàng muốn lấy lòng khách mướn thợ Ba Tàu làm, nên giống y chang nhau".

Chú vẫn thắc mắc:

"Ừ thì giống bảng Vu Qui, Tân Hôn, nhưng sao lại kết đứng, có chưn để dựng vào vách coi dị hụ quá. Từ trước tới giờ tao chỉ thấy bảng bông hoa dựng trước quan tài".

"Suỵt, chú nó nho nhỏ, rủi ai nghe thấy thì kỳ. Chú quên tập tục mỗi nơi mỗi khác sao. Với người Tàu, bảng kết hoa là báo tin mừng chúc tụng nhau. Họ có kết thêm miếng vải đỏ, thắt nơ, thả tua lòng thòng hai bên đó. Toàn là màu đỏ, cam, hồng là màu vui mừng. Chú ở đây riết rồi quen".

Chú Tám bước vô tửu lầu để thấy mình lạc lõng giữa âm thanh cuồng loạn. Tiếng ly chén muỗng nĩa, tiếng chúc tụng nhau ồn ào, không giống như ở quê nhà, các cụ cũng lè nhè nhưng chỉ đủ vài người nghe, còn ở đây, tiếng nói tiếng cười được máy khuếch âm nghe vang vang.

Ánh sáng, khói thuốc làm chú nhớ đến mấy tàu lá dừa uốn cong, mấy sợi bông cau lung lay theo gió đồng nhẹ thổi. Làm gì có mùi bông cau, bông bưởi nơi đây? Chỉ có mấy hình rồng, phượng vẽ xanh đỏ quanh cột, quanh tường làm an ủi chú phần nào. Chú trìu mến nhìn những con vật đó mà trước đây đôi tay chú đã tạo ra bằng vật liệu đồng nội.

Trên đường về chú trầm ngâm không nói lời nào làm đứa cháu phải hỏi:

"Sao chú không nói gì vậy. Đồ ăn có ngon, vừa miệng chú không?"

Chú lơ đãng trả lời:

"Ờ, ờ ngon".

"Thằng bạn cháu sang quá. Thực đơn tám món của nó có giá lắm. Nào là bát bửu, vi cá bào ngư, măng tây nấu cua, ổ chim yến, vịt hầm ngũ vị, cơm chiên Dương Châu… còn bốn món ăn chơi không kể. Chú ăn món nào thích khẩu nhứt?"

"Món nào cũng ngon, tao ăn thấy lạ miệng. Mà cũng phục tụi nhà hàng, lúc nó bưng dĩa ra tao nghi quá: một bàn tám người ăn làm sao no, ai ngờ mỗi món, một người chỉ cần gắp một đũa, vậy mà ăn hết tám món là vừa đủ no".

"Vậy là chú khen tửu lầu ở đây rồi đó nghen".

"Khen ăn lạ miệng thì có, chớ tao hổng khoái lắm. Vì mầy nghĩ coi ở tửu lầu này ai ngồi bàn nào chỉ biết bàn nấy, rồi mạnh ai nấy… ăn, hổng có gần gũi như bà con quê mình. Mà tửu lầu dầu có sang trọng nhưng nghẹt cứng, lại khói thuốc mù mịt, đâu được thoáng mát như ở quê mình. Nhưng có cái tao chíp trong bụng là cái mi-cờ-rô đó. Mèn ơi, nếu quê mình có cái đó để sát vô dàn hát máy của tao thì tha hồ bà con mình ngồi xa cũng nghe rõ ràng".

Nói tới đó chú Tám hạ thấp giọng buồn buồn:

"Ngặt một nỗi là quê mình hổng có điện, làm sao xài nó?"

"Chú khéo lo, bây giờ dàn hát máy lỗi thời rồi. Đã có ra-đi-ô xài pin, có sẵn loa, chú tha hồ vặn lớn, vặn nhỏ. Còn điện hổng có, mình xài bình ắc-qui".

"Thì biết vậy. Nhưng ra-dô chỉ được nghe tin tức hoặc bản nhạc họ hát theo chương trình, mình muốn nghe bài mình thích thì làm sao? Ví dụ bà con yêu cầu hát bài *Quan Âm Thị Kính* thì mầy làm sao?"

Chú thở dài bâng khuâng.

Mấy tháng sau, một hôm đứa cháu đi làm về, chú nói nhỏ nhẹ với cháu:

"Thăng à, tao muốn về đất ông bà cho gần gũi mồ mả".

"Ý, chú ở đây với vợ chồng cháu. Hồi nhỏ cháu ở với chú, bây giờ cháu nên người, muốn nuôi dưỡng chú".

"Thì biết vậy. Ở đây sung sướng thân già của tao, nhưng mầy nghĩ coi nhà cửa ở thủ đô nhỏ xíu, tao đi vô, đi ra như chim nhốt trong lồng. Mầy hổng biết chớ, có bữa tao thèm nghe tiếng chim chìa vôi kêu mỗi buổi sáng, tao nhớ tiếng lá tre xào xạc sau nhà…"

Rồi như sợ thằng cháu đổi ý, chú nói thêm:

"Vợ chồng bây đừng lo, tao về đất ông bà rồi nằm chờ chết. Tao về sửa sang vườn tược, còn chuyện làm ăn tao đã có sẵn kế hoạch đây. Tao sẽ qui tụ em cháu lập nhóm 'chuyên môn làm rạp, kết bảng hiệu' cho bà con mình ở quê nhà khi có cưới hỏi. Mầy thương tao thì mua cho tao một bình ắc-qui có thể sạt đi sạt lại với cái mi-cờ-rô. Tao sẽ sử dụng cái này cho bọn trẻ, thằng nào có giọng tốt ca vọng cổ giúp vui cho bà con thì… hì, hì… họ kêu tao giúp hổng kịp".

Nói ra được kế hoạch của mình, chú thơ thới mỉm cười rồi tưởng tượng cảnh một thanh niên miền quê, mặc áo sơ mi màu bước lại bên mi-cờ-rô, nói: "Kính thưa bà con cô bác, cháu xin giúp vui bằng bài…"

Phạm Thăng

PHẠM THỊ HOÀI

[Ảnh: Hồ Phạm Huy Đôn]

Tên thật Phạm Thị Hoài Nam. Sinh năm 1960.
Viết văn, viết báo, dịch thuật
Hiện sống tại Berlin, CHLB Đức
Chủ trương các trang mạng: www.talawas.org và www.
procontra.asia

Gốc

Mỗi lần nghe nhắc, mất gốc là người nghệ sĩ mất nguồn sáng tạo, tôi lại có cảm giác không yên ổn. Như thể mình đang là một công dân đứng đắn của quốc gia nghệ thuật mà thỉnh thoảng đội bảo vệ cứ gõ cửa, hỏi xem mình có cần họ giúp gì không. Cũng gần giống cảm giác như khi bị nhắc, rằng nghệ thuật muốn thế nào cũng phải phát sinh từ hiện thực. Kết quả là tôi vô cùng biết ơn gốc rễ, hiện thực, mọi quê hương và căn cứ địa khác của nghệ thuật, cũng như biết ơn đội bảo vệ sốt sắng ấy, song trong thâm tâm thì bắt quả tang mình mong các quý vị đó đừng ở chơi quá ba ngày. Phần đông các nghệ sĩ không sáng tạo gì hết. Một số ít sáng tạo trong một giai đoạn ngắn. Một số vô cùng ít sáng tạo tương đối lâu dài. May ra đếm trên đầu ngón tay được những nghệ sĩ suốt đời sáng tạo trong lịch sử nhân loại. Như vậy tìm ra nguồn cơn của sáng tạo thì khó, và điều đó mãi mãi là bí ẩn, chứ một lần nữa cho sự không sáng tạo thêm một nguyên cớ nào có ích gì. Nhà văn Việt ở bên ngoài có thể cho rằng mình không viết nổi, vì thiếu nước Việt chẳng hạn. Nhà văn Việt ở bên trong, nếu viết cũng không nổi, có lẽ vì quá thừa nước Việt chăng?

Tôi vốn tin rằng, theo bất kỳ một nghĩa nào người ta cũng không thể mất gốc. Một là, nếu không có, chưa bao giờ có một gốc rễ nào đó, thì mất nó khác nào mất con cá ở ngoài lưới, một con cá thật to. Những thế hệ con cháu chúng ta ở hải ngoại, tuy được mệnh danh là người Mỹ, người Pháp… gốc Việt, nhưng chữ *gốc* này cùng lắm chỉ tiết lộ những đặc trưng chủng tộc nào đó chứ không phải đặc trưng văn hóa. Những thế hệ ấy bắt rễ trong văn hóa của những quốc gia phương Tây, họ không thể đánh mất văn hóa Việt, là thứ họ không sở hữu. Cái *gốc* thứ hai này mới thật sự. Thậm chí cái *gốc* thứ nhất nói trên, vận vào họ, tôi cho là đã khiên cưỡng.

Chẳng những các thói quen, hay là bản năng thứ hai, mà bản năng thứ nhất ở những thế hệ ấy cũng đã thay đổi đáng kể. Da họ phản ứng với ánh nắng và độ ẩm nhiệt đới khác da người Việt, răng họ mắc hay không mắc những bệnh khác răng người Việt. Họ không rung đùi. Họ không ngồi xổm. Họ không sợ công an. Những cái *gene* thuần túy Việt. Chúng ta thường cảm động trước những cố gắng tìm hiểu về Việt Nam của họ và gọi đó, một cách đầy thiện cảm và cũng đầy mơ hồ, là những cố gắng "tìm về cội nguồn". Nhưng ai có thể chắc chắn nên đẩy cội nguồn đến mốc thời gian và không gian nào trong quá khứ? Đi ngược vài ba thế hệ để về đến hai đồng bằng châu thổ lớn của nước Việt, hay có thể triệt để đi tiếp, về hướng những khu rừng Đa Đảo? Chúng ta lại càng nhiệt tình khích lệ họ viết tiếng Việt. Trong phần lớn các trường hợp ăn giải khuyến khích như vậy, phẩm chất văn chương – mà biểu hiện hiển nhiên nhất là ở chất lượng ngôn ngữ – xếp hàng cuối cùng. Tôi không muốn làm kẻ phá đám khuyến Việt, song phải nhận là thương tiếng Việt như thế cũng khổ cho tiếng Việt lắm.

Quyết định viết bằng một ngôn ngữ nào là kết hôn với nó cả đời, hưởng nó mà cũng chịu đựng nó, thậm chí cắn răng mà chịu, đúng theo nghĩa đến chết mới chia ly. Cuộc hôn nhân thủ cựu, hà khắc, trói buộc này thông thường không phải là phòng thí nghiệm hay chuyến du lịch. Ở đa số tác giả thử viết bằng tiếng Việt nói trên, tôi có cảm tưởng đôi bên còn chưa cầm tay nhau, trong khi rất có thể họ đã ăn nằm như thế nào đó với một bản ngữ khác. Cảm giác chưa cầm tay nhau đương nhiên rất phỉnh nịnh và quyến rũ, khiến người chưa vỡ tiếng Việt có thể lâng lâng bay như trên lưng ngựa Phù Đổng, trong khi người dày dạn lại như bò lê dưới gánh nặng mà ngôn ngữ ấy có thể trút xuống mỗi thành viên đơn lẻ của mình. Không cần phải quẩy trọn gánh ấy mới là mang quê hương theo, tôi biết vô số người đã trút quá nửa gánh ấy xuống dọc đường di tản mà vẫn còn nguyên là người Việt. Nhưng cưỡi ngựa mà xem hoa như nói trên thì ít liên quan đến việc tìm về cội nguồn Việt. Cách đây không lâu tôi đọc một truyện ngắn của một tác giả gốc Việt viết tiếng Anh. Bản dịch tiếng Việt chỉ cho thấy đấy là văn dịch, không tiết lộ một văn phong riêng tư gì đã đành, mà cố hình dung bản gốc tôi cũng chẳng tìm được một điều gì nhất thiết liên quan đến Việt tính, song truyện ngắn đó được giới thiệu đại loại là nghệ thuật của một thế hệ tuy đã dùng ngôn ngữ khác, nhưng vẫn "man mác tâm hồn dân tộc". Tôi hy vọng dân tộc Nga không soi *Lolita* để tìm dấu vết tâm hồn mình. Còn Kafka, dân tộc nào giành được bản quyền tâm hồn mình ở đó?

Hai là, nếu một gốc rễ nào đó từng tồn tại thì đánh mất nó cần công phu vất vả lắm. Vốn liếng của một cộng đồng văn hóa cấp cho mỗi người khi bước vào đời khác với món gia tài của cha mẹ để lại. Khả năng hoàn toàn phá sản ở trường hợp thứ hai có thể xảy ra qua đêm, thậm chí đơn giản như không. Ở trường hợp thứ nhất, không dễ gì thành trắng tay. Vốn liếng ấy giống tuổi thơ, có thể giống cả mối tình đầu, giống lần thứ nhất nhìn thấy biển, nếu muốn thì giống lần đầu tiên đi xem hát nữa. Tôi rất ngại những người miệt mài "tìm lại tuổi thơ" hay nhớ nhung "mối tình đầu đã mất". Người ta tự nhiên mang những thứ ấy trong mình, như mang mẩu ruột thừa sót lại từ thuở tổ tiên gặm cỏ, để lấy ví dụ khiêm tốn nhất. Lắm người phải cắt nó đi mới sống được, còn lại không mấy ai dành cho nó lấy một nửa ý nghĩ. Đó quả là vật thừa duy nhất trong cái cơ thể được chức năng hóa hoàn hảo của chúng ta. Cũng thừa như các vua Hùng trong mỗi ngày đi làm, đóng thuế, kẹt xe và viết vô vọng vài trang truyện ngắn của một người Việt nơi đất khách. Tôi mang nó, từ khi mới đẻ, và hài lòng rằng nó chưa bao giờ viêm lên. Nhưng tôi không hình dung được con đường "tìm về" mẩu ruột thừa ấy.

Lại lấy ví dụ một người từng sinh trưởng trong tiếng

Việt. Là ngôn ngữ của một xứ phương Nam, nơi hỏa vượng mà vạn vật khuếch trương hương vị như cách lý giải của người xưa, tiếng Việt giàu vốn từ chỉ tỉ mỉ từng sắc thái, cấp độ của muôn loại mùi chẳng hạn. Hẳn cũng vì hỏa vượng mà những mùi khó chịu cũng được cơ hội bành trướng. Mùi phân mèo thì chua, phân gà hôi, phân trâu hắc, phân lợn nồng, phân trẻ con thum thủm, phân người lớn thối, còn mồm ai đó thì thối hoắc. Mùi và tình trạng thực phẩm hỏng trong bếp Việt mới thực đa dạng. Cá thì tanh, thịt thì ôi, cơm thì khê, rau thì oi khói, dưa thì khú, mắm thì khẳm, gạo thì hẩm, trứng thì ung, khoai thì ủng, cháo thì vữa, canh thì thiu, lạc thì mốc, mỡ thì khét lẹt… Sau này người ấy sống hẳn ở một xứ lạnh, hỏa chẳng vượng, vạn vật không phát hết mùi, mũi xứ người chắc cũng nhạy không kém mũi xứ ta, nhưng tiếng nước người cho chân thối, cá thối, tiền thối, chính trị cũng thối cả loạt, muốn phân biệt phải dùng thêm từ mô tả, không có chữ nào, chỉ bằng chính nó, thỏa mãn cái biết của khứu giác như trong tiếng ta. Một lúc nào đó, người ấy thậm chí có thể quên cái vỏ âm thanh của những từ Việt chỉ mùi, nhưng bản thân những mùi đã từng có một tên riêng ấy, từng là những thực thể đặc thù ấy, trong sâu thẳm không dễ gì hòa chung làm một với *thối* và chỉ *thối*. Giữ được mùi quê như thế, thụ động và ở tít một nơi ẩn khuất nào đó trong lòng, theo tôi đã là bảo quản gốc gác. Với người viết, ai biết giữa một mùi mong manh đã mất tên và một nền tảng nhận thức được mệnh danh chắc nịch, cái gì dư sức khuấy động hơn?

Cộng đồng Việt nhỏ bé ở bên ngoài lại có một phẩm chất đặc biệt: nó bảo tồn rất nhiều khía cạnh văn hóa Việt mãnh liệt và cuồng nhiệt hơn ở chính quốc. Một lúc nào đó, tôi e rằng các học giả muốn truy tìm dấu tích lịch sử dân tộc Việt, thay vì đi Hà Nội có lẽ phải đến Quận Cam. Cội rễ có thể bị bật tung tại chính chỗ phát sinh, nhưng lại dai dẳng sống sót ở những vùng biên xa xôi nhất. Việt Nam hải ngoại là một vùng biên như thế. Xin lấy già nửa thế kỷ lưu lạc của văn chương tiền chiến làm ví dụ. Lấy lời than năm 1917 của Phạm Quỳnh, một trong những nhà khuyến Việt nhiệt thành mà bi đát nhất, làm mốc, rằng quốc ngữ khi ấy còn sài đẹn ấu trĩ như tiếng bi be của đứa lên ba, khiến bậc cao sĩ "ngồi hầu chuyện các văn nhân thi sĩ nước Tàu nước Tây vẫn còn sướng hơn", và "trong khi họp tập năm ba anh em ngồi với nhau, bàn những chuyện thiết tha, nói những điều tâm sự, mà đương câu chuyện phải pha một hồi tiếng Tây hay điểm mấy câu tiếng Tàu", thì tiếng Việt không đầy hai thập kỷ sau của văn chương tiền chiến là một thành quả vĩ đại. Hai thập kỷ sau nữa nó đã ngắc ngoải, và chậm nhất là sau Hiệp định Genève, miền Bắc đã kết thúc thời kỳ quá độ ngôn ngữ, để các thế hệ sau đó có thể yên tâm mà nói giọng hiện thực xã hội chủ nghĩa thuần khiết. Thế hệ tôi quả là miệng không uống giọt sữa nào, bút không chấm giọt mực nào của tiền chiến. Lại hai thập kỷ sau, nếu nước Việt không tái thống nhất, có lẽ tôi chẳng có dịp thử nếm mùi vị của một quá khứ không xa ấy. Cả một nền văn hóa tiền chiến theo chân người Bắc-54 di cư mà cố thủ trong lòng hồi cổ, và sinh sôi trên mảnh đất Nam bộ vốn không quá khắt khe. Rồi lại hai thập kỷ sau nữa, Nam bộ ấy đã đổi khác, muốn gặp văn chương tiền chiến phải tiếp tục di tản, dạt mãi tới vùng chót, bám gót người Việt hải ngoại. Ở tít nơi hạ nguồn này, một thành quả từng là vĩ đại mãi mãi là vĩ đại. Một nửa thế kỷ chen vào giữa xua đuổi không có giá trị gì. Tôi từng ngẩn ngơ, khi đọc thơ của một tác giả hải ngoại cùng lứa, thấy *xuân mộng, hồn mơ, cõi tiên, quan san, tống biệt, hận thu, đêm liêu trai, trăng mất ngủ, gió về đâu, sầu mấy kiếp, lệ vơi, tình rơi, đời ơi, trời hỡi…*, như lạc vào bảo tàng văn học. Như vậy cũng có thể phỏng đoán, chẳng hạn tiếng Việt hiện thực xã hội chủ nghĩa nếu có mất mát tại chính quốc, chắc còn chỗ trú lâu dài nơi người Bắc tị nạn đời mới tại Đông Âu. Bảo hoàng hơn vua là tính cách muôn thuở của tỉnh lẻ. Càng xa nguồn càng bị trói không giãy nổi khỏi nguồn. Như thể văn chương Việt hải ngoại đau ruột thừa triền miên mà không dám cắt phăng cái mẩu nợ nần ấy.

Vào chính lúc này, khi xã hội Việt Nam ở bên trong đang lên cơn truyền thống dân tộc, như nó đã từng lên những cơn kích động kỳ lạ khác mà không sẵn rơ-le tự ngắt, liệu một nhà văn Việt ở bên ngoài có nên mạnh dạn vứt đi chiếc cân tiểu ly thường thủ sẵn trong tay áo, bên này là dân tộc, bên kia là thế giới, hay không. Cái dụng cụ tinh tế ấy chưa từng dùng được cho một tác phẩm nặng cân nào của văn học Việt đương đại. Vả lại, cái đầu của nhà văn Việt thì hoan nghênh một sự hài hòa kết hợp, mà lòng thì nghiêng về truyền thống hơn. Văn chương Việt ra ngoài nước ắt có sứ mệnh làm một nền-văn-học-đau-lòng-con-cuốc-cuốc, lại càng viết bằng bụng nhiều hơn bằng đầu, yêu cái đã có hơn đam mê cái chưa có, ngoái nhìn cội rễ xa ngái hơn khao khát những vùng đất lạ ở sát nách, chăm bẫm những lý tưởng nghệ thuật của cha ông mình để lại như con đẻ, còn lý tưởng của cha ông kẻ khác là con ghẻ, bằng mặt mà không bằng lòng. Tôi không dám cho thế là dở. Nếu cái đã có đủ đồ sộ thì ở tù trong đó chắc cũng được sung sướng. Có lẽ nhiều người mãn nguyện như thế hơn tôi tưởng. Khi đọc D.H. Lawrence chẳng hạn, tôi không bất giác coi ông là nhà văn Anh dù ông viết tiếng Anh về nước Anh, sau này vỡ lẽ rằng ông cả đời lưu lạc. Còn khi đọc một số đồng nghiệp Việt ở hải ngoại, tôi bất giác cho rằng họ chưa bao giờ rời nước Việt, mặc dù các nhân vật của họ đi gần khắp thế giới, chỉ trừ đi Phi đen. Văn học Việt hải ngoại không thiếu Việt Nam. Mà thiếu thế giới.

Ngay cả sự thiếu thốn tiếng Việt ở bên ngoài, quả là xác thực, nhưng tôi cũng cho đó là một trở ngại cần thiết. Chúng ta đáng được cái *handicap* này thử thách hơn là những chướng ngại khác từng biết. Mỗi người cầm bút đều hơn một lần than thầm, hoặc kêu ầm lên, về sự bất lực của ngôn ngữ, rằng ngôn bất tòng ý, bất tòng tình. Như thể điều mình muốn diễn đạt vượt quá sức tải của ngôn ngữ. Cá nhân tôi không công nhận cái bi kịch nghề nghiệp đó. Ngôn ngữ cũng như thời gian, biết thế nào là đủ, nhưng ai cũng có một phông thời gian và một kho từ ít nhất là vừa đủ dùng cho chính mình. Vốn liếng ấy không thể bất cập nhu cầu của bản thân, mà chỉ bất cập nhu cầu của kẻ khác. Nếu chỉ thuần túy sống trong môi trường ngôn ngữ Việt, dù có là một thiên tài cũng chỉ đi đến hết cái giới hạn của tiếng Việt hiện có, hay nói cách khác, lên đến đỉnh cao của những nhu cầu diễn đạt hiện tại của dân tộc. Những nhu cầu ấy, có trời chứng giám, tự biết chừng mực của mình. Tôi xin trở lại câu chuyện ngôn ngữ vào một dịp riêng khác, ở đây chỉ xin lưu ý rằng, trong suốt lịch sử văn học và lịch sử phát triển tư tưởng Việt Nam, không một nhà lập ngôn quan trọng nào của chúng ta không cùng một lúc đứng vững cả hai chân, một trong tiếng Việt, và một trong một ngôn ngữ khác. Chính sự bất lực tạm thời của tiếng Việt trước nội dung cần diễn đạt của một cộng đồng ngôn ngữ khác như chúng ta hằng chứng kiến trong cuộc sống lưu lạc, vâng, chính nó là cái may trong cái rủi của nhà văn Việt xa xứ. Ta hãy xem hắn có những cơ hội gì.

Hắn có thể vừa bị cuốn theo ông chủ ngôn ngữ mới, vừa trung thành trong giới hạn cho phép với bà chủ cũ, là vốn liếng tiếng Việt mang theo. Trong trường hợp này, sớm muộn hắn cũng rời bỏ văn chương tiếng Việt. Mỗi năm viết dăm bảy trang là cố gắng cuối cùng của hắn, để chăm sóc một kỷ niệm về tiếng Việt hơn thực sự dùng tiếng Việt. Rồi hắn sẽ thử viết bằng ngôn ngữ mới. Bằng một ngoại ngữ. Và có cảm tưởng mình cũng không tồi. Dường như sự tầm thường của hắn trong tiếng Việt có thể biến mất trong ngoại ngữ, chí ít hắn trở nên khúc chiết và ít bay bướm hơn. Tuy mỗi khi trở về với tiếng Việt, hắn lại xoàng như cũ, nhưng điều đó không quan trọng, vì chẳng cộng đồng văn chương nào thiếu bóng những thành viên như thế. Quan trọng là, hắn không còn đặt kỳ vọng ở tiếng Việt, và đấy là sự giải phóng: giải phóng hắn, để hắn tự do đi tìm một ngôn ngữ khác. Và giải phóng tiếng Việt. Khỏi một mối tình hờ. Công cuộc giải phóng này không thể xảy ra ở Việt Nam.

Hoặc hắn quyết liệt tẩy chay cái ngôn ngữ lạ mặt kia ngay từ đầu, và trong thế phòng thủ đơn độc cũng có thể kiêu hãnh mà đi hết giới hạn đã định của mình. Văn giới Việt Nam hải ngoại biết không ít những cuộc đi nhẵn nẻo đường cùng như vậy. Giãy chết cũng có thể hùng tráng, và tang lễ hoàn toàn có thể đẹp.

Hoặc hắn phải nhảy vọt. Vượt khỏi một lãnh thổ ngôn ngữ, một giai đoạn ngôn ngữ, một số phận ngôn ngữ cho trước. Tôi tin rằng, sinh lực của Việt ngữ phụ thuộc vào những thành tựu vượt rào như vậy, chứ không nhất thiết còn hay mất ở việc vốn từ bên ngoài có bị tiêu lẹm, có kém cập nhật chút ít so với ở Việt Nam.

Tiếng Việt trong nước quả nhiên có những cách nảy nở riêng của nó, và công trình ngôn ngữ của một tập thể gần tám mươi triệu người nhất định là trên tầm cỡ của một cố gắng cá nhân. Khu vực ngôn ngữ chính trị không mấy tiến bộ, ngôn ngữ của các khoa học nhân văn cũng giẫm chân tại chỗ, của các ngành kinh tế và kỹ thuật phát triển chắp vá và vô chính phủ – "quan thoại" của Việt ngữ tại chính nước Việt thì ngủ kỹ, nhưng bù vào đó, "bạch thoại" rực rỡ hơn bao giờ. Tôi có cảm giác rằng, người Việt chưa từng ăn nói lắm kiểu hấp dẫn, khôi hài, giàu liên tưởng và mắc những lỗi ngôn ngữ tuyệt vời như trong vòng một thập kỷ nay. Nôm hiện đại đang ở đỉnh cao, tuy vẫn không phải là ngôn ngữ lý tưởng để suy tư trừu tượng hay thúc đẩy luận lý, nhưng dồi dào để diễn đạt những tâm tình và kinh nghiệm trực quan của thời đại. Nếu muốn thì gần như bất kỳ ai trong các nhà văn Việt hải ngoại cũng có thể mỗi năm về vỗ béo tiếng Việt đã gầy guộc chút ít của mình ở đó. Song nhu cầu Việt ngữ của văn giới hải ngoại xem ra không cấp thiết đến mức như vậy. "Bạch thoại" của miền Nam trước bảy lăm mang theo đến giờ còn dùng đủ, còn *up-to-date* lắm. Nếu ngày mai, lý do lưu vong của chúng ta không còn nữa, liệu có bao nhiêu nhà văn Việt đang sống ở hải ngoại, chỉ vì cái nghiệp của tiếng Việt, chỉ vì e "mất nguồn sáng tạo", mà quyết định trở về?

Phần mình, tôi ra khỏi Việt Nam vài năm trước, công việc cho phép gặp vô số nhà văn sống lưu lạc, đến mức tôi có cảm tưởng rằng, du mục là một trong những điều kiện nghề nghiệp của một nhóm văn sĩ càng ngày càng đông đúc. Quê hương họ là những cuộc hành trình. Phản bội quê hương là dừng lại quá lâu một chỗ.

[Đăng lần đầu trong tạp chí Việt số 2, giữa năm 1998, phát hành tại Úc]

Phạm Thị Hoài

PHẠM THỊ NGỌC

Tên thật Phạm Thị Ngọc Quyên.
Sinh năm 1963 tại Sài Gòn, Việt Nam.
Định cư tại Hoa Kỳ năm 1975.
Đã góp mặt với các báo *Văn, Văn Học, Tân Văn, Người Việt, Thế Kỷ 21, Trăm Con, Hợp Lưu.*
Chủ bút nguyệt san *Thế Hệ* trong những năm 1989 đến 1991.

Bạn

Gần một thập niên sau ngày họ gặp lần chót, Yến lại nhận được điện thoại của Judith vào một tối cuối tuần. Giọng nói Judith vẫn vang vang như thuở xưa, để Yến mường tượng ra một con người chưa chịu để thời gian ảnh hưởng. Yến mừng, nhưng không ngạc nhiên, vì đây chẳng phải là lần đầu Judith lại đột ngột lên tiếng sau nhiều năm im bặt. Judith kể lể chị đã mất sáu năm trời tìm Yến. Yến cười, thì những thay đổi đã xảy ra trong bốn năm Judith không tìm, và thật sự thì Yến đã chưa hề đi đâu trong suốt thời gian họ mất liên lạc, đã gọi tìm Judith khắp nơi kể từ ngày Judith ngang nhiên bỏ việc về ở với mẹ. Yến nhớ, lần cuối cùng họ gặp nhau là lúc Judith đang tơi bời trong một cuộc ly dị không êm thắm. Lọt vào đâu đó chính giữa là lần Judith gọi cho Yến ở sở làm, kể mẹ chị đang phải chữa trị ung thư vú, còn Yến thì kể bố chị vừa trở thành một con số tử vong cho chứng ung thư phổi. Judith yên lặng, như không tìm ra lời, rồi ngập ngừng chia buồn, rồi từ đó bặt tin. Gần thập niên sau, đôi bạn lại tìm ra nhau, để ôn lại từng dấu mốc thời gian, dù họ không chính xác lắm.

Giọng nói Judith vẫn không thay đổi, trong vắt như thuở mười ba, rõ mồn một, chói và lạnh, giữa giờ khuya. Yến hỏi thăm về bà Lemoine, mẹ Judith, dù rất sợ mình phải nghe một tin buồn. Nhưng Judith trả lời mẹ chị vẫn thường.

"Mẹ muốn tao về nhà" Judith nói, rồi thở dài, như có điều ray rứt trong lương tâm. "Bả nghĩ tao có bổn phận phải lẩn quẩn bên bả mãi."

"Vậy bây giờ mày đang ở đâu?"

"Utah."

"Utah? Tại sao lại tận Utah?"

Judith trả lời tại việc làm đưa đẩy. Chị không chọn ở

Utah, nhưng cuối cùng cũng đã ở đó nhiều năm rồi. Judith nói Utah buồn, nhưng không khí chưa bị ô nhiễm, và ở đó chị vẫn có thể đạp xe đạp đi làm.

"Nhưng Utah là một trong những con voi béo nhất trong bản đồ chính trị cho bọn trắng cực đoan." Yến trêu.

"Đúng đó Yến, trắng thì ở đây thật là trắng. Còn chính trị thì tao đã đăng ký vào đảng Cộng Hòa từ năm mười bảy."

Yến phì cười, "điều đó tao chưa hề được biết, bận rộn như mày thuở xưa. Cho tao hỏi, vậy bây giờ mày là vợ thứ mấy trong cộng đồng Utah đa thê?"

"Thứ bảy, Yến ạ. Số bảy là số hên."

Họ cười với nhau, giọng cười Judith hề hề, cười từ bụng. Giọng cười ấy ngày xưa cũng khanh khách mỗi lần đứa con gái đó trêu Yến, túm và ôm lấy đầu Yến và bảo nó đang nặn mụn blackhead. Judith bảo giọng nói Yến vẫn vậy, có điều không còn ngọng như ngày xưa.

"Cám ơn mày đã so sánh tao với ba mươi năm trước."

"Mày nói sheet cake một lần nữa đi". Judith nói.

Yến nói "shit cake".

"Giỏi. Nhưng giọng mày nói chuyện sao giống Emily Dickinson quá."

"Đó là nãy giờ tao chưa nói gì hết?" Nhưng Yến cũng xin lỗi, rồi hướng câu chuyện về những cái tên thuở trước, những mối dan díu qua đêm của Judith với những Richard, Bobby, Douglas, vân vân. Judith gợi ý cho Yến về vài người bạn Việt của họ ngày xưa.

"Mày còn liên lạc với Trúc không?"

"Trúc dường như không muốn liên lạc. Những người không muốn góp mặt thì đừng tìm họ."

"Còn Tuấn?"

Tuấn. Yến biết trước Judith sẽ nhắc đến Tuấn. Không lần nào Judith gọi, dù mỗi lần gọi cách nhau ngần ấy năm, mà Judith không nhắc đến Tuấn, như chỉ để khiêu khích. Mấy mươi năm rồi khiêu khích thì có thay đổi được gì. Yến cảm thấy muốn trả lời một câu khó chịu, hoặc gác ngay điện thoại.

Yến không khỏi cảm thấy bị khiêu khích vì đây dường như đã là tính bẩm sinh của Judith, chọc vào nhược điểm của người khác chỉ mục đích mời sự chú ý về mình. Judith lần đầu tiên Yến để ý đã bước vào lớp vạn vật năm mười bốn tuổi bằng câu chào "heil Hitler" với bà giáo viên già gốc Ukraine nổi tiếng khó tính. Lần ấy Judith lãnh giấy vào gặp hiệu trưởng lần thứ nhất, và lần thứ nhì là khi nó hiên ngang gọi thầy toán bằng tên cúng cơm, Ralphie, một điều thầy tối kỵ. Năm mười bốn là năm để những đứa học trò mới mẻ xác nhận vị trí của mình trong một cộng đồng học sinh trung học độc ác. Bước vào lớp có Judith là trước tiên bước vào một chiến trường trong đó sẽ có những sỉ vả vèo vèo bay giữa Judith và bọn con trai, không tục tĩu nhưng dữ dằn đến nỗi mất đi hết nét hài hước. Độc ác và dữ dằn để tồn tại, Yến đã nghĩ về Judith như thế khi mười bốn tuổi Judith nhại Yến phát âm Taco Bell bằng âm A dài, giữa phòng ăn đông học trò đồng lứa. Đứa thì cười đứa thì nhìn Yến thương hại, nhưng Yến đã không nghĩ mình sai như thế, và cũng không giận, không cải chính, tỉnh bơ như Judith chỉ là kẻ muốn sự chú ý, dù nhiều khi với giá một tình bạn. Judith ví xe của Arnette là chiếc bat mobile, và khi gọi luôn Arnette da đen bằng chữ nigger sỉ nhục thì họ trở nên thù hận. Yến không giận, vì bất cứ bất mãn nào Judith mang trong lòng, bộc phát qua hành động khiêu khích người khác, thì thật ra cũng chẳng có ai để ý mà tìm hiểu.

Thật ra, Yến không có vị thế nào để giận. Trong một thế giới trung học được chia thành những thái cực của kẻ đẹp và kẻ xấu, của kẻ được chú ý và kẻ bị lãng quên ngay từ ngày đầu, Yến hoàn toàn lạc lõng, bơ vơ giữa một thế giới học đường mới mẻ, trong một đất nước mới mẻ. Nếu thuở trung học là một giai đoạn cực kỳ khó khăn cho những đứa trẻ mới lớn bình thường, thì đối với riêng Yến đó là một giai đoạn chỉ có thể nổi hoặc chìm đắm. Mỗi buổi sáng, khi bước ra từ chiếc bus học đường, bước vào khuôn viên trường, Yến chỉ có một lựa chọn là chạy trốn vào thư viện để trốn đám đông, trốn vị trí không mấy khả quan của mình trong thế giới đó để đừng chìm đắm. Ý nghĩ trốn học đến thường trực, nhưng ngay cả một người bạn để cùng lang thang Yến cũng không tìm ra. Ngồi một mình trong thư viện những buổi sáng sớm, nhìn ra cửa sổ đón bóng dáng những khuôn mặt quen thuộc hơn, Yến dần cảm thấy nỗi lạc lõng ngày càng lớn ra ngoài khả năng khỏa lấp của sách vở. Judith có mẹ đưa đến tận trường, nhưng thường là đến muộn. Những hôm đến sớm, Judith chỉ vào thư viện tìm Yến khi nó cần bài vở của ngày hôm trước nó đã thiếu vì vắng mặt. Từ chỗ đang ngồi Yến quan sát dáng Judith bước đi, từng bước nhịp nhàng thoăn thoắt, mái tóc dài gợn gợn xỏa xuống ngang vai, trông tựa tựa như một nữ nhân trong thi ca cổ kính thời Lãng Mạn. Judith thoăn thoắt bước vào thư viện, mái tóc nhún nhảy theo từng nhịp bước, để Yến sẽ chào:

"Hello, Snoopy."

Để Judith sẽ cười, rồi chỉ ra ngoài khung cửa, nói, "coi kìa, the brain cũng vừa đến."

Trúc mặc jeans, Yến còn thấy loáng thoáng từ xa hai bên đùi bạc thếch. Tóc Trúc cũng dài, nhưng thẳng mượt, dắt vào bên trong chiếc áo lạnh bồm xồm bông chính bố Trúc đã may. Một tay ôm sách, tay kia Trúc nắm mớ giấy mùi-xoa lúc nào cũng ướt nước mắt nước mũi của cơn dị ứng kinh niên. Cũ kỹ và kỳ dị như thế, Trúc xem ra vẫn hợp thời hơn Yến. Con gái mười bốn, cũ kỹ và kỳ dị như họ có muốn quên đi thân phận cũng khó hơn giải đáp một phương trình toán học. Nhưng Yến tự nghĩ mình nhạy cảm với thân phận hơn Trúc. Trúc đầy đủ hơn, nên tự tin hơn. Đối với Yến, có một người bạn để nói tiếng Việt đã là điều sung sướng lắm.

Trúc thong thả bước đều qua sân cỏ, đôi vai co ro làm cho sống lưng trông như gù. Nét mặt Trúc bao giờ cũng ưu tư về một điều gì ngoài thế giới. Những phương trình toán học, những câu hỏi vật lý. Trúc vào thư viện gặp Yến, thường mở sách tự học tiếng La Tinh, sửa soạn trước cho một tương lai hàn lâm. Trúc nói, tiếng La Tinh là nguồn gốc của các ngôn ngữ Âu Mỹ.

Judith nói có lẽ vì vậy mà nhiều khi nó nghe như Trúc đang nói tiếng La Tinh.

Năm đầu trung học, cô giáo Anh văn ra đề tiểu luận: viết về kinh nghiệm đau buồn nhất đời của em. Yến đoán cô giáo đang muốn tìm hiểu tâm lý học trò, đặc biệt là những khuôn mặt lạ vừa đến đây từ nửa vòng bên kia trái đất. Cô Naomi trẻ đẹp nhất trong đoàn giáo viên, con gái của một ông chủ tiệm vàng nổi tiếng thành phố, phục sức cầu kỳ, lúc lắc đầy vòng vàng tay và tai khiến người nhìn cô rất thích mắt. Trúc viết về kinh nghiệm di tản, còn Yến thì dù đã đủ giàu nhưng chưa sẵn sàng để chia xẻ nỗi đau.

Kinh nghiệm đau buồn nhất đời? Khi John Travolta từ giã tiết mục tivi hàng tuần Welcome Back, Kotter.

***

"Gia đình Tuấn không thích Vinnie Barbarino", Tuấn nói. Năm ấy, Tuấn mười ba, Yến mười hai, và họ vừa đến Mỹ. Trời bên ngoài hội trường lạnh căm, nhưng những đứa trẻ háo hức với những câu chuyện thì không bao giờ biết lạnh.

"Ừ, khó quen như hamburger vậy đó. Nhưng quen rồi

thì thấy ngon. Xem Travolta hoài sẽ thích".

"Không phải vậy", Tuấn lắc đầu. Mái tóc Tuấn bù xù, cằm chẻ, miệng cười dễ dãi. Yến thích nghĩ Tuấn hao hao giống John Travolta. Nếu Tuấn mặc áo lạnh bằng da thì chắc trông cũng du côn lắm. "Yến không hiểu đâu. Khó giải thích".

Vừa đến Mỹ, những đứa trẻ bỗng nhiên phải giải thích rất nhiều. Giải thích sự có mặt của họ tại đây, giải thích về cuộc chiến, về những hình ảnh chiến tranh thảm khốc. Lớn lên, nhìn lại thảm kịch và đổ nát của chính cuộc đời mình, những đứa trẻ khi xưa bây giờ đứng tuổi nhận ra rằng giải thích gia đình mình vẫn là điều khó khăn nhất.

Gần một chục đứa trẻ đồng tuổi rủ nhau chạy lên đỉnh đồi bên cạnh hội trường nhà thờ, để người lớn ở lại với những ưu tư của họ. Người bản xứ đã đem đến đó những thùng quần áo cũ to lớn. Lũ trẻ đổ quần áo ra đất, lôi những chiếc thùng không ra ngoài. Từ trên đỉnh đồi, chúng sẽ trượt xuống trong những chiếc thùng giấy. Từ trên đỉnh đồi, Tuấn đẩy Yến xuống. Yến trượt xuống vùn vụt, gió lạnh tạt ngược như cắt da mặt. Những trận cười chữa trị đã vang lên ở đấy.

Mỗi cuộc gặp mặt của cộng đồng tha hương diễn ra cách tuần. Sang xuân, trò chơi cũ thưa dần. Có hôm Yến nói:

"Lớn lên, Trúc muốn làm một physician".

"Để khỏi hoài công bố mẹ đem sang đây? Physician là gì?" Tuấn hỏi.

"Là y sĩ đó".

"Sao Trúc không nói doctor cho rồi".

"Có lẽ Trúc không hiểu doctor là gì".

"Yến muốn làm gì?"

"Yến muốn làm cô giáo. Còn Tuấn?"

"Tuấn muốn đi bụi đời."

Tuấn trả lời không đắn đo suy nghĩ. Tuấn hay đùa nhưng Yến chợt chùng lòng. Như nghe điệu nhạc đệm Welcome Back, Kotter chỉ làm Yến thấy nỗi hoang vu.

"Đứa con trai nào cũng muốn đi bụi đời. Mẹ Tuấn sẽ buồn chết."

Mẹ Tuấn, một người đàn bà nhỏ người, phấn son, giọng nói lanh lảnh điều khiển. Có hôm cả hội trường chứng kiến bà mắng một người đàn bà đồng hương, "Đừng bốc tay vào thức ăn! Có người Mỹ ở đây bà đừng làm chúng tôi xấu hổ!"

"Mẹ Tuấn sẽ mắng: mày đừng làm tao xấu hổ," Yến nhại giọng người đàn bà mẹ Tuấn.

Chiều Chủ Nhật đầu xuân nắng muộn hơn. Yến lướt mắt lên da thịt Tuấn mịn màng, vàng dòn trong nắng như vỏ mơ.

Những cuộc gặp gỡ cách tuần rồi cũng dần thưa. Rồi Yến không thấy Tuấn ở nhà thờ. Thứ hai đầu tuần đi học Yến cảm thấy hình như mình nhớ bạn. Sáng thứ hai ngồi từ ghế thư viện nhìn ra ngoài ngắm gió thổi tung những hạt bụi đời, Yến mệt mỏi ngóng chờ Trúc và Judith, có nhiều lúc ngồi ngủ bù chờ đợi những kẻ thất thường cũng chẳng khác gì chờ chuông reo.

Cũng có nhiều khi Yến lấy giấy bút viết thư cho bố còn ở lại Việt Nam.

"Con ở đây đến bao giờ," Yến viết. "Bao giờ thì hồi hương. Bao giờ thì đoàn tụ một gia đình không còn nguyên vẹn nữa."

Judith đốt những điếu thuốc lá đầu đời năm mười lăm tuổi, lén lút trong nhà cầu trường, vào giờ ra chơi. Yến quan sát nét dịu khoái trên nét mặt Judith khi nó kéo hơi thuốc dài, nuốt khói. Chất nicotine ngấm nhanh chóng vào máu, lan lên óc làm dịu xuống những bứt rứt, bực dọc.

"Bố tao mới bỏ đi rồi," Judith kể với Yến năm họ mười lăm tuổi, trong nhà cầu, khi Judith kéo những ngụm thuốc vội vã rồi vứt mẩu đầu lọc vào cầu tiêu, cứ như màn khói lãng đãng và mùi thuốc lá sặc sụa ấy sẽ không đủ làm bằng chứng cho giám thị rằng nó đang lén hút thuốc. Yến đứng tựa bồn rửa mặt, nhìn Judith vặn nước súc miệng. Không hiểu vì điếu thuốc hút vội vàng, hay vì sự xúc động mà đôi môi và những ngón tay của nó run lẩy bẩy, đôi chân dặm những bước không yên qua lại trong khu vệ sinh.

"Đi như thế nào?" Yến hỏi.

"Không biết. Chắc đi ban đêm. Tao chỉ biết ông đã vắng mặt vào bữa sáng."

"Mẹ mày giải thích thế nào?"

"Bả giải thích, lớn lên tao sẽ hiểu, rằng đến một lúc nào đó họ không thể kéo dài hơn những ngày tháng không hạnh phúc."

Hai đứa rơi vào sự lặng thinh. Một thoáng sau, Judith vỏn vẹn buông thõng, "fuck them," rồi chúng chạy nhón gót ra khỏi khu nhà cầu, chạy ngoặt vào các nẻo hành lang, chạy trước tiếng giầy của hiệu trưởng đang gõ đều trên nền gạch.

Bố Judith sau khi bước sang nẻo ngoặt đời ông đã gửi đơn ly dị về sau đó không lâu. Ông trở về quê quán ngày chưa lập gia đình, bổn phận với những đứa con, ít nhất là qua sự hiện diện của mình, đến đó đã đủ. Mỗi tháng một lần ông về thăm vợ cũ, đem bốn người anh của Judith đi săn. Judith thì Giáng Sinh ở với mẹ, tân niên ở với bố, những ngày lễ quanh năm chia đồng đều giữa hai bên. Khi hai anh lớn của Judith cũng theo nhau ra đi để tự lập, trong căn nhà gạch trắng rộng trải đó chỉ còn lại bà Lemoine và ba đứa con còn vị thành niên, Patrick, Nathan, và Judith. Mấy lần Yến đến rủ Judith đi ciné, Patrick đầu óc chậm chạp nói năng ú ớ tay chân quờ quạng nhảy ra ôm chầm lấy Yến, còn Nathan ẩn vào phòng riêng. Bà Lemoine, thân hình nặng nề phục phịch trong chiếc áo thung rộng khổ, hút thuốc lá liên tục. Làn khói phủ quanh khuôn mặt hằn nếp gấp của tuổi tác, bay lên chậm rãi rồi đậu xuống trên mái tóc hung đỏ khô và thưa, lấm chấm trên đó những mảng hở chân tóc đã bạc trắng.

Mẹ Judith luôn niềm nở với Yến. Bao giờ cũng thế, khi hai đứa đã ra xe bà còn chạy theo căn dặn đủ điều, và cuối cùng là một lời xin xỏ.

"Judith, để lại cho mẹ một vài đồng mua thuốc lá."

Judith đưa tiền cho mẹ nhưng không nén được sự bực dọc, đóng mạnh cửa xe rồi nhấn chân ga.

"Từ ngày lấy chồng bả chỉ ở nhà nuôi con. Bây giờ chồng bỏ bả không biết làm gì ra tiền. Tao hận bố tao."

Để kiếm tiền một cách dễ dàng nhất, bà Lemoine cho thuê phòng trong căn nhà thừa chỗ đó. Keith, người đàn ông ngoài hai mươi, đã trả lời rao vặt phòng cho thuê của bà Lemoine. Có một người đàn ông đáng tuổi anh trai quanh quẩn để thấy an toàn, tối ngủ không phập phồng lo âu, Judith nói. Yến không thể tả với Judith rằng trong cảnh sống của Yến, hoàn cảnh của Yến, nhiều lần trong mơ Yến thấy một người đàn ông đội mũ lên đầu, mở cửa, và bước ra đi. Như thế, lập đi lập lại, một người đàn ông đội mũ lên đầu, mở cửa, rồi bước ra đi. Rất nhẹ nhàng, trong mơ.

Yến không đến chơi với Judith nữa từ lúc có Keith bước vào bối cảnh này. Và cũng từ lúc có Keith bước vào bối cảnh này, Judith cũng vắng mặt trường lớp thường xuyên hơn, tận dụng tối đa số ngày được vắng mặt mà không rớt năm học. Ngày nào Judith đi học ngày đó nó mệt mỏi, mượn chép lại của Yến bài giảng ngày hôm trước. Những khi thi cử, Judith dặn Yến giúp nó thi gian để thi đậu. Một hôm, thò tay vào xách tay Judith mượn bút, Yến khám phá vỉ thuốc ngừa thai.

Năm lớp mười một, Judith đi prom với Keith. Dẫn một người đàn ông nhiều tuổi hơn mình đi prom là một chuyện lớn để khoe. Nhưng đến năm Judith ra trường trung học, Keith đã biến mất. Mùa hè, vài hôm sau ngày ra trường, Judith gọi cho Yến để báo tin về Nathan. Nathan, người chưa hề hoàn tất trung học như em gái, tinh thần thường xuyên chòng chành từ đỉnh cao xuống vực sâu, cuối cùng rồi không còn muốn có liên can gì với thế giới nữa, đã dùng súng thường đi săn của bố tự sát bằng phát súng bắn xuyên qua cổ họng.

***

Trong bọn họ thì Trúc có lẽ đến từ một gia đình lành lặn nhất. Gia đình Trúc đông chị em gái, những thiếu nữ xinh đẹp hát hay và hay hát đã thu hút nhiều nam nhân đến nhà thờ. Vào những năm tháng xa xôi ấy họ chưa chồng, quy tụ vào dưới căn nhà nhỏ đơn giản thẳng đuội mà về sau bố Trúc đã xây thêm một gian ngoài làm phòng tiếp khách, một thứ tiền sảnh, để tăng góc cạnh cho kiến trúc thêm tí cầu kỳ. Những lần Yến đến nhà Trúc, gia đình đông con gái ấy vắng bặt âm thanh, một không khí cô đọng ngột ngạt bao trùm gian tiền sảnh. Yến đứng vài bước từ ngưỡng cửa nhìn qua bên kia tấm rèm, nói câu chào bác ạ với bố của Trúc đang ở trong phòng ăn, lúi húi với một công trình may vá, hoặc một công trình máy móc nào đó của ông. Bao giờ cũng thế, hình như chỉ bằng một sự hiện diện của ông ở nhà ngoài, vợ con sẽ biến đi đâu hết. Ông mặc may-ô ba lỗ, dắt vào chiếc quần tây cạp kéo lên cao quá bụng, thắt lưng cẩn thận. Trên cổ ông đeo dây áo Đức Bà. Ông ngước lên, ánh mắt qua cặp kính treo trễ trên sống mũi xác nhận sự có mặt của Yến, nhưng không nói với Yến lời nào ngoài câu gọi Trúc ơi khàn đục. Và Trúc sẽ sàng bước ra từ dãy hành lang bên trong, mặt ngái ngủ, chưa hề sửa soạn cho công việc giữa họ đã hẹn trước.

Mẹ Trúc cũng từ một nơi nào đó vén màn bước ra, đôi bàn tay ánh lên lớp ướt át của bếp núc. Tóc bà búi ở.

Cần cổ nơi tuyến giáp trạng hơi sưng ở chỗ cúc cổ áo bà ba. Mẹ Trúc cũng mặc dây áo Đức Bà, để Yến nhận ra sự hao hao đồng dạng, đồng hóa của đôi vợ chồng lâu năm. Những chiếc áo Đức Bà ấy, trong những giây phút gần nhau họ có cởi ra không. Yến lúng túng xua đuổi ý nghĩ hỗn láo, để mẹ Trúc cười, xoa tay vào nhau, hỏi Yến đấy à, mẹ cháu có khoẻ không. Yến trả lời, dạ khoẻ ạ. Bà lại hỏi, thế mẹ cháu có cần bác trai đến giúp điều gì không. Yến trả lời, dạ cháu không biết ạ. Không còn gì hỏi thêm, bà bảo, nhắc mẹ cháu cuối tuần hai bác sẽ đến đi họp cộng đồng nhé, cho vui.

Trên bốn vách tường, những văn bằng ban khen công trạng học hành trí tuệ của chị em Trúc che kín. Yến có thể đứng ngắm hàng giờ vẫn chưa hết. Bố Trúc hẳn phải hãnh diện vì đàn con. So sánh vào đấy thì nhà Yến chỉ vỏn vẹn trên tường một tấm khung duy nhất lồng hình của bố Yến, như họ không thiết tha đến điều gì khác ngoài người vắng mặt.

Trong sự lượng định của nhiều người, Trúc không đồng lứa với những kẻ đồng tuổi. Cùng lớp nhưng Trúc thuộc về một trình độ cao hơn, với những câu hỏi về những vấn đề chứng tỏ sự suy nghĩ đã đi trước người khác nhiều bước. Những câu hỏi ít khi Trúc xung phong, chỉ được nêu lên khi giáo viên mời, và thỉnh thoảng khi có giáo viên nào đó thay vì trả lời thì lại phê bình Trúc đã đi trước lớp thì Trúc chỉ cười trừ nhút nhát rồi lặng yên.

Nhưng trên bốn bức tường gia đình tuyên dương công trạng đã không có cái gì mang tên Trúc. Có lần Yến hỏi, Trúc cũng chỉ cười trừ.

"Đó chỉ là bố Trúc thôi. Trúc đâu có gì. Mười lăm tuổi những thứ đó chẳng có ý nghĩa gì."

Cuối năm học mười lăm tuổi, giải học sinh khoa học xuất sắc nhất lại về một học sinh Mỹ tầm thường nhưng được giáo viên ưa chuộng. Vẫn một thái độ xem nhẹ khoa bảng,

Trúc không khiếu nại. Yến thấy tự thẹn về giải thưởng của chính mình. Đi với Judith ra về ngày cuối năm, Yến vứt nó vào thùng rác.

Mười bảy tuổi Trúc trả lời lại sự tầm thường thiển cận của nhà trường bằng thư nhận Trúc vào năm đầu của đại học. Nhưng cũng trong năm ấy một sự việc nhỏ đã xảy ra gây ngạc nhiên cho những ai đã biết. Mười bảy tuổi Trúc lên đại học, thoát được phần nào sự gò bó của giờ giấc và sự kiểm soát của người lớn. Một hôm mẹ Trúc điện thoại cho Yến tìm Trúc, và Yến trong lúc bất ngờ không biết nhanh trí để nói dối, ấp úng mập mờ không ra câu, rồi đẩy ngay điện thoại sang cho mẹ. Về sau, qua những câu chuyện giữa hai người mẹ, Yến biết mẹ Trúc qua những hơi mùi lạ lùng trong gio quần áo của con gái, qua những thay đổi áo quần thất thường giữa những lúc đi lúc về, qua những chiếc xiêm y kỳ lạ, đã tra hỏi con gái để rồi cuối cùng thì Trúc vỡ khóc, thú nhận những lần hẹn hò với bạn trai. Những buổi chiều Trúc nói đón xe buýt thành phố đi học là những buổi chiều bước vào xe bạn trai đã chờ đầu đường.

Như thế, Trúc đã đến trước Yến, đã trưởng thành hơn Yến về một khía cạnh rất người. Mối tình đầu luôn làm trưởng thành con người, dù đã bị công khai hóa ngoài ý muốn. Những buổi chiều mười bảy tuổi, khi Trúc đã biết hẹn hò với bạn trai, Yến vẫn chỉ biết rơi vào giấc ngủ ngắn sau ngày học, rồi tỉnh dậy bắt gặp một màu trời tím, không rõ màu của buổi chiều đang chết hay là màu buổi sáng sớm hôm sau. Tính hủy diệt của thời gian như muốn dìm Yến chìm đắm, trong một khoảnh khắc không có cơ hội nào cho hạnh phúc.

Ngày Yến bước vào đại học, một lần đi ngang thư viện, Yến thấy Trúc và bạn trai ngồi giữa sân cỏ ngập nắng. Thế giới của họ là thế giới thu hẹp của đôi tình nhân chỉ nhìn thấy nhau giữa muôn người. Đức cắt móng tay cho Trúc, đôi bàn tay đã thôi không nắm giấy mùi-xoa chùi mũi. Tình yêu đã chữa lành cơn dị ứng của Trúc. Tình quá, Yến trêu Trúc như thế, và bắt được nét ngượng ngùng trong nụ cười của Trúc.

Cuối khóa học, mùa đông, Yến hẹn Trúc giữa một chiều trong mùa thi cử. Trong một góc quán cà phê vắng, nhìn ra một con đường vắng, Yến ngồi với Trúc, không biết rằng lần ấy sẽ là lần sau cùng. Chân tóc Trúc vẫn còn rịn mồ hôi đổ ra từ lớp học khiêu vũ trước đó. Hẹn Trúc để Yến nói từ giã.

"Yến sẽ đổi trường, Trúc ạ."

"Yến đi chuyển thành mộng lớn?"

Yến cười.

"Ai bảo Trúc thế. Không phải. Trúc chỉ bỏ một nơi chốn khi đã thất bại ở đó. Yến rối tinh thần, không giữ gì được lâu trong tay, không tha thiết vào đâu để bám víu."

"Trúc không hiểu."

"Bởi vậy Trúc không thấy mỗi lần Yến nói gì Đức cũng cười lăn."

"Đức giản dị, như Trúc vậy."

"Sang năm, Yến không còn ở đây. Yến chỉ muốn Trúc biết lúc nào Yến cũng nghĩ về Trúc như một mẫu người cho Yến bắt chước. Bao giờ vào trường y Trúc phải cho Yến biết để Yến khao tiệc ăn mừng."

"Yến ơi, Yến đã nhìn sai mẫu người. Y khoa không còn kêu gọi Trúc nữa."

"Vậy à. Vậy giờ đây điều gì đang kêu gọi Trúc?"

Trúc không nói. Một lúc, hiểu lời Yến theo ý riêng, Trúc có câu trả lời rất thích hợp:

"Những gì kêu gọi Trúc thì không xứng đáng với Yến đâu."

Họ đánh mất tình bạn từ đấy. Nhiều năm sau, Yến đau lòng mà kết luận rằng cả hai đều đã nhìn quá sai con người của nhau. Nhiều năm sau, cũng vẫn qua câu chuyện giữa hai người mẹ, Yến biết Trúc đã tốt nghiệp, và cũng đi xa, như thể đoạn tuyệt, ngay sau ngày đó. Nhưng ngày xưa theo đuổi kiến thức miệt mài thế nào thì giờ đây cũng cùng mức miệt mài đó Trúc theo đuổi khiêu vũ. Một con người tự do và độc lập miệt mài theo đuổi đam mê để giữa những đam mê Trúc đã tìm thấy tình yêu thật. Một hôm Trúc đưa về người đàn ông mình yêu để bố chấp thuận hôn nhân nhưng ông đã từ chối. Trúc chọn nghe lời bố, nhưng thề suốt đời sẽ không lấy chồng. Qua nhiều năm, Trúc giữ lời thề đó.

Khi bố Trúc qua đời sau một thời gian hôn mê, người ta đồn rằng không có Trúc trong đám tang.

Năm Yến bốn mươi tuổi chị được gặp lại mẹ Trúc. Bà khỏe mạnh hơn mẹ Yến. Cái chết của người chồng vào khi bà còn đủ sức để chống lại sầu khổ không làm bà xuống dốc nhanh như mẹ Yến. Bà nói Trúc cũng vừa kết hôn, năm bốn mươi tuổi, với một người đàn ông da trắng. Hôn lễ xong, họ đã lánh đi rất xa.

***

Một lần Yến đi chơi khuya với Judith, mười bảy tuổi đi mừng buổi liên hoan liên trường vào một ngày tất niên, Tuấn đã xuất hiện để một nỗi ước mơ nhỏ nào của Yến đã thỏa. Thằng bé mười ba lớn vào tuổi mười tám với nét phong trần non nớt. Tuấn vẫn cười dễ dãi, như trí nhớ vừa trở về triền đồi của thuở mười ba. Judith hỏi ai vậy, rồi cười cười bỏ đi. Yến cũng chen chân với Tuấn vào giữa vòng học trò vây quanh lửa bonfire liên hoan bừng cháy. Họ nói với nhau những gì Yến không nhớ rõ, nhưng Yến biết những lần gặp Tuấn thời gian bao giờ cũng mang ý nghĩa riêng, và năm nay không còn như năm xưa. Chẳng biết nói gì, Yến nói một câu đại khái.

"Mình lớn rồi, người ta gọi là trưởng thành. Sự trưởng thành của Tuấn và sự thành công của gia đình Tuấn có làm Tuấn quên mất niềm vui trong những điều giản dị? Tuấn ra trường rồi sẽ làm gì."

"Trưởng thành thì không bao giờ. Thành công thì là của gia đình. Tuấn không thành công. Tuấn là một dị thai."

Tuấn nắm tay Yến tự nhiên. Bàn tay Tuấn mười tám tuổi có những đường gân nổi hằn vất vả.

"Thấy không, Tuấn không có gì trong tay. Tuấn chỉ thở để sống thôi cũng là quá sức."

Tuấn lớn lên nói chuyện như một kẻ thất lạc. Những kẻ thất lạc trong hiện tại, mù tịt về tương lai, thương tiếc một báu vật nào đó đã đánh mất để mãi mãi đi tìm.

Gió cận hè thổi hắt khí nóng bừng bừng của mùa và của lửa. Qua gió, Yến nhận ra từ Tuấn một mùi ngòn ngọt, chay cháy của cần sa.

Không lâu sau đó, một buổi sáng mẹ Yến gọi cô dậy.

"Yến ơi, mẹ con Trúc vừa gọi. Thằng Tuấn bị cảnh sát bắt tối hôm qua. Nó đi ăn cướp cây xăng."

Trong một cộng đồng thiểu số gương mẫu tin xấu lan nhanh. Gia đình Tuấn lập tức rao lời từ con.

Judith thì xem đó như một chuyện cười, hỏi sao Yến đã không thể nhìn ra một con người. Tại sao thông minh như Tuấn lại có thể vứt cả cuộc đời đi như thế.

Yến chống đỡ, mày chỉ gặp Tuấn một lần thôi, làm sao biết nó thông minh, làm sao biết nó ngu si, làm sao để có thể đánh giá về một cuộc đời là hoang phí.

Trải qua vài thập niên, họ chia tay rồi tái ngộ vài lần, những lúc mất liên lạc do sự luân chuyển liên miên của Judith theo quân đội, và theo việc làm bấp bênh sau ngày giải ngũ.

Dù cách xa, Yến vẫn được Judith kể về những cuộc phiêu lưu ái tình tạm bợ, những cuộc tình không vững bền, những đam mê biến thành thất vọng. Lần giải ngũ, Judith kể về một sĩ quan Việt Nam Judith đã quen, tên Nguyễn Huy. Huy thích Judith, thư từ quà cáp thường xuyên.

"Huy đẹp trai lắm Yến, và đối xử với tao có trước có sau, khác với đàn ông Mỹ."

"Vậy à," Yến nói, "thế thì đàn ông Việt Nam nhất rồi."

"Huy gửi quà cho tao hoài. Gấu bông và thiệp Valentine. Nhưng..."

Yến chờ Judith ngập ngừng diễn tả điều đi theo chữ nhưng.

"Nhưng Huy..."

"Nhưng Huy là người Việt." Yến nói đỡ cho Judith, và sự im lặng của Judith sau đó là một thú nhận.

"Để tao giới thiệu Huy cho mày."

"Cám ơn mày, nhưng... tao không hợp với Huy."

Ngoài ba mươi tuổi Judith rồi cuối cùng cũng lấy chồng, như nó đã bất ngờ gọi và báo tin Yến như thế. Chồng Judith là một người đàn ông buôn bán đổi chác tiền tệ đi xa thường xuyên và khi về nhà thì nói chuyện liên tục với những đứa con đã có với người vợ trước còn không thì uống hết chai rượu này đến chai rượu kia rồi nằm bất tỉnh trên giường. Brian Utey là một cái tên Yến bao giờ cũng phát âm sai khiến Judith phải vất vả chữa lại. Nhiều lúc Yến muốn hỏi họ Utey ở đâu đến, nghe không gốc gác bằng họ Nguyễn.

Judith lấy chồng hơn một năm thì một tối chị gọi cho Yến và nói vừa mới cãi nhau với Brian ở rạp hát và hắn đã bỏ chị lại ở đó. Yến đến đón, rồi đưa Judith đi ăn, nhưng rồi Judith cũng vẫn phải về với chồng. Ngày hôm sau, Judith dọn về với mẹ, và Yến mất liên lạc với chị từ đó.

Hiện giờ, gần mười năm sau, Judith vẫn là người tìm ra Yến, vẫn là người với những câu hỏi khiêu khích.

"Tuấn bây giờ ra sao?"

Yến biết Judith đã chẳng hỏi nếu đã chẳng hiểu Tuấn giữ một chỗ rất đặc biệt trong lòng Yến. Bất chợt Yến hiểu rằng, bao nhiêu lâu nay Judith tiếp tục khiêu khích vì Yến luôn trốn tránh không trả lời. Hiện giờ, Yến có thể giận dữ trả lời, hoặc có thể gác ngay điện thoại. Nhưng trải qua ngần ấy thời gian, trong bao nhiêu người vẫn chỉ có một mình Judith tìm kiếm Yến, và điều này khiến Yến không thể kết luận rằng Judith chỉ muốn khiêu khích. Có một điều gì thôi thúc, bảo Yến hãy trút bỏ đi những gánh nặng trong lòng, bỏ xuống những gươm đao trong lời nói, bỏ xuống những phòng thủ, bỏ xuống gánh nặng dĩ vãng. Judith, cũng như Yến, chỉ là kẻ đi tìm trong cuộc sống một ý nghĩa nào đó, thì hãy nói lên điều ý nghĩa, cho nhau. Lần đầu tiên Yến trả lời, với cả khả năng tưởng tượng, và một lòng tôn trọng tuyệt đối dành cho Tuấn, cũng như cho Judith.

"Tuấn có vợ, có con, có nhà cửa. Nơi đó chiều chiều hắn ngồi ngắm mặt trời lặn với vợ con," Yến nói, lặng nghe xúc động khuấy lên bên trong, chỉ vì tự nghe mình nhắc đến một cái tên đã từ lâu cất kín. "Còn mày, Judith, bao giờ thì mày trở về với thế giới văn minh."

"Ừ, Utah quả là một thế giới lạc hậu giữa lòng nước Mỹ, Yến ạ. Phụ nữ ra đường vẫn phải mặc váy dài che mắt cá."

"Nhưng toàn trắng mà, phải không?"

"Ừ, nhưng sao tao vẫn cảm thấy lạc lõng như đang ở một đất nước khác."

Yến mường tượng đến những triền núi Utah, và nỗi cô độc lớn hơn núi của Judith. Giọng nói Judith vang vang giữa một không khí hoàn toàn vắng bặt âm thanh ở đầu dây bên kia. Judith kể chị vừa đi bác sĩ hôm qua, nhận giấy chuẩn bệnh tiểu đường. Chị phải bắt đầu tập làm quen với cách ăn uống mới, một chương trình thể thao mới.

Yến biết họ đang đứng trước một chặng đời trong đó họ không còn nhiều cơ hội để đi tìm điều đã mất. Họ chỉ có thể mất, mất nhiều. Chính vì thế Yến sẽ không dễ dàng vứt qua cửa sổ những gì đã được trao cho mình, như ngày trẻ. Yến hẹn Judith một lần tái ngộ, ở thành phố quê quán của Judith khi xưa.

Về đấy, Yến sẽ một mình thăm lại triền đồi bé nhỏ, ngồi đó để nghe dĩ vãng sống lại trong mình, ngồi đó để sửng sốt làm sao mình đã sống, và có sức nào để sống lại từng giai đoạn đó không. Biết đâu, Yến sẽ được khóc, vì dù sao đi nữa, nơi đó đã là nơi dung túng một thời Yến đã từng yêu.

Trương Thìn by Đinh Cường

PHẠM TRẦN ANH

Sinh quán Trực Ninh Nam Định, trưởng thành ở Sài Gòn.
Học trung học Nguyễn Trãi, Chu Văn An, học viện Quốc Gia
Hành Chánh
Đốc sự Hành Chánh
Biên Khảo Lịch sử và văn hóa Dân tộc Việt.
Hội viên Văn bút Quốc tế.

Tác phẩm đã xuất bản (15):
*Cội Nguồn Việt Tộc – Đoạn Trường Bất Khuất – Huyền
Tích Việt – Sơn Hà Nguy Biến – Hoàng Sa Trường Sa, Chủ
Quyền Lịch sử của VN – Chan Chứa Bao Tình – Quốc Tổ
Hùng Vương – Việt Nam Thời Lập Quốc – Lược Sử Việt
Nam (2 tập) – Nguồn Gốc Dân Tộc Việt – Nền Văn Minh
Việt Cổ – Việt Nam Nước Tôi – Vietnam, My Country –
History Of Vietnam – Tác Giả Tác Phẩm.*

Tự hào Việt Nam

Mỗi dân tộc đều có những truyền kỳ lịch sử được thần thoại hóa thể hiện lòng tự hào dân tộc mang tính sử thi của mình. Thật vậy, huyền thoại Rồng Tiên về ngọn nguồn huyết thống Việt tuy đượm vẻ huyền hoặc nhưng lại tràn đầy tính hiện thực, thấm đậm nét nhân văn của truyền thống nhân đạo Việt Nam.

Huyền sử con Rồng cháu Tiên là niềm tự hào của nòi giống Việt. Đã là người Việt Nam thì từ em bé thơ ngây đến cụ già trăm tuổi, từ bậc thức giả uyên bác đến bác nông dân suốt đời chân lấm tay bùn, không ai không một lần nghe truyện cổ tích Họ Hồng Bàng. Thật vậy, ai trong chúng ta mà không biết về nguồn cội Rồng Tiên với thiên tình sử của "Bố Lạc Mẹ Âu" mở đầu thời kỳ lập quốc của dòng giống Việt.

Truyền thuyết Việt Nam nói đúng hơn đó là truyền kỳ lịch sử Việt Nam được hư cấu dưới lớp vỏ huyền thoại nhưng thực chất lại đề cao con người với ý nghĩa nhân bản truyền thống. Truyền thuyết Việt Nam biểu trưng một triết lý văn hóa cao đẹp không những thấm đậm tính nhân đạo, chan chứa vẻ nhân văn, tràn đầy tình đồng bào, nghĩa ruột thịt qua hình tượng "Bọc điều trăm trứng nở trăm con".

Từ ý niệm đồng bào dẫn đến lòng yêu nước, thương nòi, yêu quê cha đất tổ, tất cả đã trở thành giá trị đạo lý truyền thống của nền văn minh đạo đức Việt Nam. Henri Bernard Maitre đã ca tụng nét đẹp văn hiến của Việt tộc qua đền thờ gọi là "Văn miếu": *Văn Miếu không phải để cầu kinh hay làm bùa phép mà là nơi trang trọng ghi ơn các anh hùng dân tộc, các danh nhân văn hóa, các vị Tiến sĩ với những chuẩn mực đạo đức để con cháu đời sau ghi sâu vào tâm khảm bài học về đạo làm người Việt Nam, xứng đáng với hoài bão của Tiền Nhân.*

Đối với người Việt, việc thờ cúng Ông bà Tiên tổ là đạo lý làm người trong đời sống tâm linh của người Việt. Từ xa xưa người Việt coi trọng đạo nghĩa nên thường nghĩ tới ngày giỗ của người thân hơn là chú trọng đến ngày sinh nhật của mình. Ngày nay, dù giới trẻ quan tâm nhiều đến ngày sinh nhật nhưng cũng không quên những ngày ky giỗ người thân trong gia đình. Đạo thờ cúng ông bà là một "Việt đạo" thể hiện đạo lý làm người của Việt tộc. Linh mục Cadière một thừa sai ngoại quốc đến Việt Nam truyền giáo phải thốt lên: *Việt Nam là một dân tộc có tinh thần tôn giáo cao độ.*

Học giả P. Mus nghiên cứu về Việt Nam cũng thừa nhận rằng: *Dân tộc Việt có một đời sống tâm linh cao, người Việt không làm việc, họ tế tự.* Thật vậy, người ngoại quốc ngạc nhiên khi thấy: *Mỗi gia đình Việt Nam là một nhà thờ, nhà nào cũng có bàn thờ Gia Tiên ở chính giữa nhà. Trong đời sống tâm linh Việt. Nhất cử nhất động, việc gì cũng tràn đầy tính chất thiêng liêng, thờ phượng, tế lễ, cúng giỗ với tất cả tấm lòng chí thành.* Đây chính là điểm đặc thù độc đáo thấm đậm bản sắc dân tộc, tràn đầy vẻ nhân văn của triết lý văn hóa nhân chủ Việt Nam.

Trong đời sống tâm linh Việt không chỉ hiển hiện ở bàn thờ Gia Tiên mà đền thờ ngự trong tâm thức mỗi người. "Người Việt không tham dự vào các buổi lễ để được ban phát ân sủng, mà họ hiệp thông cầu nguyện như một người 'Tư Tế' với tất cả tính chất thiêng liêng của một tôn giáo". Điều này thể hiện giá trị cao đẹp đặc trưng đời sống tâm linh của người Việt cổ.

Thờ cúng tổ tiên chính là đạo lý làm người, là cái gì thiêng liêng cao cả truyền từ đời này sang đời khác. Chính dòng sống tâm linh này đã góp phần bảo tồn dòng giống Việt. Truyền thống thờ cúng ông bà không còn là một tập tục, một tín ngưỡng đơn thuần mà đã trở thành đạo lý của dân tộc. Thờ cúng ông bà được xem như Tổ Tiên chính giáo của đạo làm người Việt Nam mà Nguyễn Đình Chiểu một sĩ phu yêu nước thế kỷ XIX đã ân cần nhắc nhớ "Thà đui mà giữ đạo nhà, Còn hơn sáng mắt ông cha không thờ". Người Việt Nam ai cũng biết uống nước phải nhớ nguồn vì "Công cha như núi Thái Sơn, nghĩa mẹ như nước trong nguồn chảy ra. Một lòng thờ mẹ kính cha, cho tròn đạo hiếu mới là đạo con... Ơn cha mẹ thề không lỗi đạo, Thờ sống sao thờ thác làm vầy. Công cha nghĩa mẹ xưa nay, Con nguyền ghi nhớ thảo ngay một lòng".

Đây chính là điểm độc đáo của dòng sống tâm linh Việt vẫn tiếp nối truyền lưu trong mỗi con người Việt Nam chúng ta hôm nay và mãi mãi về sau. Thật vậy bên cạnh đời sống thực tế khổ đau trước mắt, vẫn hiển hiện một đời sống tâm linh sâu thẳm, thấm đậm tính nhân bản hiện thực cao đẹp. Chính dòng sống tâm linh đó đã tạo cho mỗi người Việt Nam một quan niệm sống lạc quan yêu đời, an nhiên tự tại nhưng vẫn sẵn sàng hy sinh mạng sống cho nền độc lập thực sự, quyền tự do thực sự và sự ấm no hạnh phúc thực sự cho toàn dân Việt Nam.

Lịch sử Việt là lịch sử của sự thăng trầm từ khi lập quốc đến ngày nay trải qua gần một ngàn năm đô hộ của giặc Tàu, gần một trăm năm nô lệ giặc Tây và hơn nửa thế kỷ nô dịch văn hóa ngoại lai. Trong suốt trường kỳ lịch sử, Hán tộc bành trướng với ưu thế của một nước lớn đất rộng người đông cùng với những thủ đoạn thâm độc quỉ quyệt xóa đi mọi dấu vết cội nguồn, bóp méo sửa đổi lịch sử khiến thế hệ sau chỉ biết tìm về lịch sử trong cái gọi là "chính sử" hỗn độn mơ hồ. Mỗi một triều đại Hán tộc đều chủ tâm thay đổi địa danh, thủy danh xưa cũ của Việt tộc cùng với ảnh hưởng nặng nề của gần một ngàn năm nô dịch văn hóa khiến ta chấp nhận tất cả như một sự thật mà không một chút bận tâm. Thế nhưng, lịch sử vẫn là lịch sử của sự thật dù bị sửa đổi vùi lấp hàng nghìn năm dưới ánh sáng của chân lý khách quan trước thềm thiên niên kỷ thứ ba của nhân loại.

Bước sang thiên niên kỷ thứ ba, ánh sáng của sự thật soi rọi vào quá khứ bị che phủ hàng ngàn năm bởi kẻ thù Hán tộc bành trướng. Trong thiên niên kỷ thứ hai, nhân loại sững sốt trước cái gọi là "Nghịch lý La Hy" khi trước đây nhân loại cứ tưởng tất cả nền văn minh Tây phương là của đế quốc Hy Lạp La Mã, để rồi phải xác nhận đó chính là nền văn minh của Trung Quốc. Cuối thiên niên kỷ thứ hai, nhân loại lại ngỡ ngàng khi thấy rằng cái gọi là nền văn minh Trung Quốc lại chính là nền văn minh của đại chủng Bách Việt.

Vấn đề đặt ra cho chúng ta là phải nhìn lại toàn bộ lịch sử Việt để phục hồi sự thật của lịch sử để xóa tan đám mây mờ che lấp suốt mấy ngàn năm lịch sử bởi kẻ thù truyền kiếp của dân tộc. Trong lịch sử nhân loại, có lẽ không một dân tộc nào chịu nhiều mất mát trầm luân như dân tộc Việt với những thăng trầm lịch sử, những khốn khó thương đau. Ngay từ thời lập quốc, Việt tộc đã bị Hán tộc với sức mạnh của tộc người du mục đã đánh đuổi Việt tộc phải rời bỏ địa bàn trung nguyên Trung Quốc xuống phương Nam để rồi trụ lại phần đất Việt Nam bây giờ. Trải qua gần một ngàn năm đô hộ, với chiến thắng Bạch Đằng Giang năm 938 của Ngô Quyền mới chính thức mở ra thời kỳ độc lập của Việt tộc. Trong suốt trường kỳ lịch sử, tuy bị Hán tộc xâm lấn phải bỏ trung nguyên xuống phương Nam nhưng nền văn hóa của Việt tộc đã thâm nhập vào đất nước và con người Hán tộc để hình thành "cái gọi là văn minh Trung Quốc". Chính sử gia chính thống của Hán tộc là Tư Mã Thiên đã phải thừa nhận một sự thực là: *Việt tuy gọi là man di nhưng tiên khởi đã có đại công đức với muôn dân vậy...*

Vạn thế sư biểu của Hán tộc là Khổng Tử, Người Thầy muôn đời của Hán tộc đã ca tụng nền văn minh rực rỡ, xác nhận tính ưu việt của nền văn minh Bách Việt ở phương Nam. Trong sách Trung Dung Khổng Tử đã viết như sau: Độ lượng bao dung, khoan hòa giáo hóa, không báo thù kẻ vô đạo, đó là sức mạnh của phương Nam, người quân tử ứng xử như vậy... *Mặc giáp cưỡi ngựa, xông pha giáo mác, đến chết không chán, đó là sức mạnh của phương Bắc. Kẻ cường đạo hành động như thế...*

Trong kinh "Xuân Thu", Khổng Tử đã ghi lại bao nhiêu trường hợp cha giết con, con giết cha, cha cướp vợ của con, con cướp vợ của cha, anh chị em dâm loạn với nhau, bề tôi giết chúa... Điều này chứng tỏ Hán tộc du mục vẫn còn dã man mạnh được yếu thua, bất kể tình người, bất kể luân lý đạo đức. Thế mà chính sử Trung Quốc cứ vẫn miệt thị Việt tộc là man di, các Thứ sử Thái Thú Hán vẫn lên mặt giáo hóa dân Việt trong khi Bách Việt ở phương Nam đã đi vào nền nếp của văn minh nông nghiệp từ lâu. "Vạn thế Sư biểu" của Hán tộc là Khổng Tử cũng đã phải đem những nghiên cứu, sưu tập, học hỏi của nền văn minh Bách Việt phương Nam đặt để thành những tôn ti trật tự, những giá trị đạo lý cho xã hội Trung Quốc. Tất cả những "Tứ thư, ngũ kinh" được xem như tinh hoa của Hán tộc đã được chính Khổng Tử xác nhận là ông chỉ kể lại "Thuật nhi bất tác", chép lại của tiền nhân chứ không phải do ông sáng tác.

Ngày nay, sự thật lịch sử đã được phục hồi khi giới nghiên cứu đều xác nhận hầu hết các phát minh gọi là văn minh Trung Quốc từ nền văn minh nông nghiệp đến văn minh kim loại, kỹ thuật đúc đồng, cách làm giấy, cách nấu thủy tinh, cách làm thuốc súng, kiến trúc nóc oằn mái và đầu dao cong vút... tất cả đều là của nền văn minh Bách Việt. Chính Hán Hiến Đế, vị vua cuối cùng của triều Hán đã phải thừa nhận như sau: *Giao Chỉ là đất văn hiến, núi sông un đúc, trân bảo rất nhiều, văn vật khả quan, nhân tài kiệt xuất...!*

Lịch sử nhân loại đã phải ghi lại "Kỳ Tích" có một không hai này của một dân tộc có gần năm ngàn năm văn hiến với nền văn minh đạo đức xa xưa. Chính truyền thống yêu nước thương nòi của dòng giống Rồng Tiên đã viết lên những trang sử đẹp nhất nhân loại. Nữ sĩ Blaga Dimitrova viết: *Việt Nam là xứ sở của địa linh nhân kiệt, một dân tộc với truyền thuyết đầy bí ẩn và một lịch sử quá oai hùng đến nỗi khó mà phân biệt đâu là huyền thoại, đâu là hiện thực nữa!* L'aurroussau một học giả Pháp nghiên cứu lịch sử Việt Nam đã nhận định về sức sống huyền diệu của một dân tộc nông nghiệp bị Hán tộc du mục thống trị gần một ngàn năm mà vẫn kiên cường bất khuất, vùng lên chiến đấu để giành lại độc lập dân tộc: *Không có gì thắng được cái sức sống mạnh mẽ của người Việt Nam.*

Nhà Việt Nam học Paul Mus cũng phải thừa nhận một sự thật mà không một dân tộc nào có được: *Ngay từ ngày lập quốc, tất cả then chốt của lịch sử Việt Nam đều ở cái tinh thần đối kháng đã biết kết hợp một cách kỳ lạ, một bên là năng lực đồng hóa lạ lùng, bên kia là ý chí quật khởi quốc gia không chịu khuất phục mặc dầu bị thua trận, bị phân tán, bị chinh phục. Hơn một ngàn năm bị sát nhập hoàn toàn vào Trung Quốc, từ thế kỷ thứ hai trước kỷ nguyên đến thế kỷ thứ mười sau kỷ nguyên, thay vì làm cho dân tộc Việt Nam kiệt quệ thì ngược lại đã làm cho dân tộc Việt trở nên hùng cường.*

Đặc biệt, trong bộ Bách khoa từ điển "Encyclopaedia Universalis" xuất bản ở Paris năm 1990 do nhà sử học Phillipe Devilière chủ biên với sự tham khảo hơn 60 học giả Âu Mỹ đã viết: *Lịch sử Việt Nam là gì? Đó là cuộc đấu tranh không ngừng cho sự tồn vong của cả một dân tộc. Trải qua hơn 4000 năm lịch sử, dân tộc Việt Nam đã chứng tỏ có một sức sống phi thường. Suốt mười thế kỷ bị Trung Quốc thôn tính, người Việt Nam vẫn giữ nguyên bản sắc dân tộc và liên tiếp nổi dậy đánh đuổi kẻ xâm lược ỷ vào sức mạnh tưởng có thể khuất phục được họ.*

Lịch sử đã đặt lòng tin vào dân tộc ấy và đã chứng minh khả năng đề kháng, óc sáng tạo, tính kiên trì và sự thích ứng với mọi cuộc chiến gian khổ nhất, khó khăn nhất và kể cả không cân sức nhất. Người Việt Nam tự hào với quá khứ của mình, tôn vinh những bậc vĩ nhân đã tô điểm rạng rỡ quá khứ đó và quá khứ dù xa xăm hay gần đây luôn luôn có mặt khắp nơi trên đất Việt Nam, tác động mạnh mẽ vào hiện tại và tương lai. Việt Nam giữ một vị trí chiến lược rất quan trọng ở khu vực Đông Nam Á và Việt Nam có bề dày lịch sử hơn hẳn nhiều vương quốc châu Âu như Pháp, Anh, Tây Ban Nha dù rằng đối với phương Tây, hai tiếng Việt Nam vẫn còn mới mẻ.

Là người Việt Nam yêu nước, chúng ta phải tri ân những anh hùng liệt nữ đã đời đời hy sinh để tổ quốc trường tồn. Nhớ ơn tiền nhân chưa đủ mà chúng ta phải học tập, noi gương các danh nhân anh hùng khai sáng văn hóa, các anh hùng dân tộc của thời xa xưa thấm đậm trong tâm thức Việt để rồi dân tộc sẽ sản sinh ra những anh hùng của một ngày mai. Chính vì vậy, có thể nói lịch sử là ngọn nguồn của lòng yêu nước, chính lịch sử quá khứ hào hùng của một dân tộc sẽ là tương lai xán lạn huy hoàng của dân tộc đó.

Nói theo sử gia thời danh Arnol Toynbee thì: *Nếu thiếu những sự thách thức tức là thiếu yêu cầu bức bách đòi hỏi phải biết vận dụng được một cách vượt bậc khả năng xoay chuyển tình thế thì không có điều kiện để một cộng đồng người thể hiện được sức mạnh và sự sáng tạo của mình. Chính sự đáp ứng thích hợp trước những thách thức, sự vận dụng một cách vượt bậc khả năng xoay chuyển tình thế, đã đưa tới những thành tựu văn hóa lớn tạo nên bản lĩnh của các dân tộc và có thể nói lịch sử hình thành một nền văn minh lớn, không bao giờ diễn ra trên một con đường bằng phẳng với những bước đi bình thản.* Trên thế giới có lẽ không một dân tộc nào mà chịu đựng thử thách gian nan khốn khó hơn dân tộc Việt. Lịch sử cũng đã chứng minh dân tộc ta đáp ứng được những yêu cầu bức bách, sự thách thức của từng thời đại để Việt Nam là một trong những nền văn minh cổ của nhân loại còn tồn tại mãi đến ngày nay.

Bước sang thế kỷ XX, dân tộc Việt chưa tháo gỡ được cái ách thống trị của thực dân Pháp thì Chủ nghĩa Cộng sản đã tràn vào Việt Nam đưa dân tộc Việt vào thế khốn cùng. Cộng sản Việt Nam đã núp dưới chiêu bài giải phóng dân tộc để bành trướng Chủ nghĩa Cộng sản, tạo cơ hội cho tư bản nhân danh thế giới tự do nhảy vào can thiệp, ngăn chặn làn sóng đỏ xuống Đông Nam Á. Hậu quả là hàng triệu người đã phải hi sinh oan uổng để rồi gần chín mươi triệu đồng bào đang phải sống dở chết dở dưới chế độ Cộng sản bạo tàn phi nhân.

Với chủ trương nô dịch của Cộng sản, biết bao thế hệ Việt Nam bị nhồi nhét nền văn hóa Mác-Lê phi nhân tàn bạo mà hậu quả là tạo ra những cỗ máy vô hồn, những con người vô cảm lạnh lùng, mất gốc. Trong khi đó, gần 4 triệu đồng bào Việt Nam tỵ nạn Cộng sản trên khắp thế giới nên thế hệ con em chúng ta ở hải ngoại phần nào bị ảnh hưởng của văn hóa ngoại lai mang tính thực dụng, quên đi bản sắc văn hóa truyền thống Việt chan chứa tình người. Chính vì vậy, vấn đề hết sức khẩn thiết là làm sao phải phục hoạt văn hóa Việt, phục hưng minh triết Việt để tẩy rửa mọi ý hệ ngoại lai, mọi ý đồ truyền bá văn hóa "Trung Quốc" đang được "những tên Thái thú mới", "xác Việt hồn Tàu" đang thi hành mệnh lệnh của quan thầy Trung Cộng ra sức nhồi sọ dân tộc Việt.

Hơn lúc nào hết, tìm hiểu về huyền thoại Rồng Tiên, khởi nguyên dân tộc Việt Nam kiểm chứng với những kết quả khoa học thuyết phục nhất sẽ giúp chúng ta hiểu rõ hơn về nguồn gốc dân tộc và cội nguồn văn hóa Việt Nam. Trong ý hướng đó, "Lược Sử Việt Nam" tóm lược lịch sử Việt Nam từ thời lập quốc cho đến ngày nay để thế hệ trẻ Việt Nam hiểu rõ tường tận lịch sử Việt Nam. Khi thế hệ con em chúng ta hiểu rõ về bản sắc văn hóa truyền thống của dân tộc Việt, về đời sống văn hóa tâm linh Việt, về những lễ tết, hội hè đình đám của dân tộc Việt thì thế hệ con em chúng ta sẽ thấy rõ hơn giá trị cao đẹp của bản sắc văn hóa truyền thống nhân bản Việt. Con em chúng ta có quyền tự hào là "con Rồng cháu Tiên" của một dân tộc có lịch sử lâu đời như danh nhân văn hóa Nguyễn Trãi đã tuyên xưng: *Chỉ nước Đại Việt ta từ trước, mới có nền văn hiến ngàn năm.*

Chúng ta phải làm sao xứng đáng với tiền nhân, chúng ta phải làm gì để không hổ thẹn với hồn thiêng sông núi, với anh linh của những anh hùng liệt nữ Việt Nam. Chúng ta hãnh diện được làm người Việt Nam thuộc một đại chủng lớn của nhân loại để ngẩng cao đầu sánh vai cùng các cường quốc trong thiên niên kỷ thứ ba của nhân loại. Chính niềm tự hào dân tộc sẽ thôi thúc lòng yêu nước của toàn thể đồng bào Việt Nam chúng ta, nhất là thế hệ trẻ trong nước và hải ngoại để vươn lên làm một cuộc cách mạng Dân tộc Dân chủ xã hội.

Điều kiện khách quan của lịch sử đã tạo cho dân tộc chúng ta một thế hệ trẻ có đầy đủ tri thức thời đại để hoàn thành một cuộc cách mạng khoa học kỹ thuật siêu vượt, đưa đất nước chúng ta bước lên sánh vai cùng các cường quốc trong thiên niên kỷ thứ ba của nhân loại. Toàn thể đồng bào trong nước và hải ngoại cùng nắm chặt tay nhau, muôn người như một cùng đứng lên đáp lời sông núi để cứu quốc và hưng quốc, tô điểm giang sơn gấm vóc, xứng danh ngàn năm dòng giống Lạc Hồng.

MỘT ĐẠI VIỆT NAM, SIÊU BIÊN CƯƠNG

Việt Nam Minh Châu trời Đông,
Việt Nam giống thiêng Tiên Rồng...
Việt Nam trên đường tương lai
Lửa thiêng soi toàn thế giới,
Việt Nam ta nguyền tranh đấu cho đời...
Tình yêu đây là khí giới
Tình thương đem về muôn nơi,

Việt Nam đây tiếng nói đi xây tình người...
Việt Nam Muôn năm Muôn Năm
Việt Nam Muôn Năm Muôn Năm...
Việt Nam Muôn Đời...

Đất nước Việt Nam của chúng ta sau ngày 30-4-1975 với sự thống trị của tập đoàn Việt gian Cộng sản là một chuỗi những tang thương mất mát, lòng người ly tán, nghèo nàn lạc hậu, đất nước mất dần vào tay Tàu Cộng. Bên cạnh những mất mát đó, điều kiện khách quan của lịch sử khiến hàng triệu đồng bào phải rời bỏ quê hương ra đi tỵ nạn trên khắp thế giới. Sau hơn 43 năm đồng bào Việt Nam cư trú tại hải ngoại đã lên tới hơn 4 triệu người Việt Nam với số lượng trí thức chuyên viên giỏi nhất và nhiều nhất thế giới mà không một dân tộc nào có được. Tinh thần hiếu học cùng với ý chí tiến thủ, con em của chúng ta đã thành đạt và đã đóng góp rất nhiều với những quốc gia sở tại như những công dân danh dự của nước này.

Điều kiện khách quan của lịch sử cũng đã tạo cho Việt Nam chúng ta có những người Mỹ gốc Việt, người Nga gốc Việt, người Nhật gốc Việt, người Đức gốc Việt, người Anh gốc Việt, người Pháp gốc Việt... người Việt chúng ta, ngôn ngữ của chúng ta trải ra khắp thế giới. Với truyền thống yêu nước thương nòi của người Việt khắp nơi trên thế giới mặc dù sinh sống ở đâu lòng vẫn hướng về Tổ quốc, về quê hương đất nước Việt Nam vẫn quây quần tụ hội trong tình ruột thịt, nghĩa đồng bào dưới "Mái Nhà Việt Nam" tại mỗi quốc gia, mỗi tiểu bang, mỗi quận hạt thành phố.

Sau khi chế độ Cộng sản sụp đổ, những người Việt Nam yêu nước sẽ trở về mang theo tài sản, vốn tri thức để đóng góp tài năng trong công cuộc kiến quốc và hưng quốc Việt Nam. Thế hệ trẻ sẽ ở lại hội nhập vào dòng chính của đất nước, quê hương thứ hai sau Việt Nam. Tất cả sẽ tạo nên một sức mạnh Việt Nam tiềm tàng, một Việt Nam siêu biên cương chắc chắn sẽ đóng góp hết sức to lớn trong công cuộc kiến thiết quốc gia và phục hưng quốc gia Đại Việt Nam trong tương lai.

Với sức sống vô biên của người Việt Nam chúng ta, với "Đại Nghĩa Cao cả" của Hào khí Diên Hồng – Tây Sơn Thời Đại, chúng ta nguyện làn hết sức mình, quyết tâm tranh đấu cho:

Tổ Quốc Việt Nam Trường Tồn

Dân Tộc Việt Nam bất diệt

Đất nước Việt Nam Phú Cường

Nhân dân Việt Nam sung túc an lạc.

[Trích Trong LƯỢC SỬ VIỆT NAM 2]

PHẠM VĂN NHÀN

Phạm Văn Nhàn là tên thật cũng là bút hiệu. Sinh năm Nhâm Ngọ (1942) tại Phú Trinh, Phan Thiết. Cựu Học sinh Trung học Phan Bội Châu PT. Tốt nghiệp trường Sĩ Quan Thủ Đức khóa 19 (1966). Tham chiến ở Bắc Bình Định, sau về Quân Huấn. Chức vụ cuối năm 1975 là Đại úy TĐT/TĐ KS TTHL/ Lam Sơn. Sau 1975 đi tù "cải tạo" 8 năm.

Làm thơ rất sớm. Thơ đăng trên nhật báo *Tự Do* của Mặc Đỗ, Phạm Việt Tuyền. Vào lính thấy đời sống đầy thảm khốc, bỏ thơ xoay ra viết truyện về những mảnh đời phiêu bạc trong chiến tranh. Truyện ngắn đăng trên tuần báo *Khởi Hành* của Viên Linh (trước 1975).

Sang Mỹ định cư tại Amarillo, sau dọn về Houston, Texas. Cùng Trần Hoài Thư sáng lập và điều hành tạp chí *Thư Quán Bản Thảo*.

Tác phẩm đã xuất bản:
- *Vùng Đồi* (Thư Ấn Quán, Hoa Kỳ, 2000)
- *Màu Thời Gian* (Thư Ấn Quán, 2004)
- *21 Khuôn Mặt Văn Nghệ Miền Nam* (Thư Ấn Quán, 2015)

Vùng đồi

Mỗi ngày, khi mặt trời vừa xuống sau cánh rừng bên kia những ngọn đồi thì gió lại bắt đầu thổi. Gió thổi từ đầu hôm cho tới sáng. Từng cơn gió rít mạnh ngang qua căn nhà lá nhỏ của anh nằm dưới chân đồi. Gió rít qua kẽ lá không làm cho anh giật mình thức giấc, mặc dù có những đêm gần như anh thức trắng trên chiếc võng đan bằng những sợi ny-lông được tháo ra từ những bao cát, khi anh còn ở trong trại tù tỉnh, sau năm 1975. Với những đêm như thế, trong tiếng gió rít qua những khe hở của vách lá, anh nghe hình như có nhiều tiếng nói, tiếng cười của những đồng đội trong đơn vị của anh trên ngọn đồi này. Ngọn đồi, mà trước đó vào năm 1972 một đơn vị nhỏ của Mỹ đã rút đi, đơn vị của anh được điều tới để thay thế làm nút chặn ngăn con đường giao liên từ hướng núi Ông đổ về đồng bằng.

Khi còn đơn vị đồng minh đồn trú ở đây, cánh rừng phía Tây bên kia những ngọn đồi đã được khai quang. Rừng đã bị con người đẩy lùi ra xa khu vực phòng thủ. Đến khi đơn vị của anh đến trú đóng, thuốc khai quang hình như không còn hiệu lực, những hạt mầm bắt đầu nảy, và những cây non mọc trở lại, thưa thớt. Đám lính ít ỏi trong đơn vị đồn trú trên vùng đồi cũng chẳng ai để ý tới những cây rừng đó. Có nó cũng được mà không có nó cũng được. Ở đây, rừng dù xa, nhưng gió lúc nào cũng thổi về vào những lúc hoàng hôn xuống như ngày nào. Có người nói vùng đồi nằm ngay miệng gió. Những người lính cũng chẳng có thời giờ đâu để mà tin hay không tin là vùng đồi nằm ngay miệng gió. Có điều, khi hoàng hôn vừa đổ xuống, thì vùng đồi gió lại nổi lên. Rồi đêm nào cũng thế, những người lính đóng trên đồi cũng phải mang theo cấp số đạn cơ hữu của mình xuống đồi làm nhiệm vụ kích đêm.

Có những đêm anh không thể nào ngủ được. Anh nhớ

đến buổi chiều trên ngọn đồi này cùng với những đồng đội của anh, mà hầu hết đã nằm ngủ im lìm sau một trận pháo của địch từ bên kia cánh rừng pháo tới. Trận pháo mà họ muốn dứt điểm vùng đồi từ lâu. Bây giờ họ mới đổ lửa xuống ngọn đồi với một đám lính ít ỏi. Trong trận pháo đó, anh ngất đi sau lần bị thương. Khi tỉnh dậy, trời đã khuya. Ánh sáng của vầng trăng thượng tuần yếu ớt, lờ mờ tỏa trên vùng đồi im ắng làm anh phát sợ. Anh nhìn lên bầu trời đầy sao, trong ánh sáng lờ mờ của con trăng đầu tháng, đồng đội của anh đâu hết rồi? Sao không nghe tiếng động nào, từ bước chân người đi, đến tiếng động va chạm của vũ khí. Anh cố gắng bò ra khỏi miệng hố phòng thủ, và trong ánh sáng của con trăng đầu tháng, anh cất tiếng gọi đồng đội. Anh gọi tên từng người một: Chuẩn úy Ngọ, trung đội trưởng đâu rồi? Thằng Vinh, tiểu đội trưởng sắp sửa cho con cái xuống đồi khi trời chạng vạng tối, đâu rồi…

Nhiều lắm mà. Sao nghe im lìm quá vậy. Chỉ có tiếng anh gọi trong đêm. Chẳng lẽ chết hết rồi sao? Hay có lẽ anh gọi nhỏ quá mà bạn bè chẳng có đứa nào nghe. Nhưng trong ánh trăng lờ mờ đó, hình như anh nghe có tiếng chân người và tiếng nói: Còn có người còn sống. Tụi bây ơi. Anh nghe tiếng nói, tự nhiên anh nằm im. Có phải đơn vị của anh lên để giải cứu, hay là địch sau những lần pháo ồ ạt, chúng lại xung phong lên. Anh cố bò trở lại hố chiến đấu cũ, nhưng máu từ vết thương lại ra nhiều làm anh không thể bò thêm được nữa. Anh cố gọi to, nhưng rồi anh ngất đi. Tỉnh dậy từ một quân y viện dã chiến. Anh biết anh còn sống.

***

Chiến tranh chấm dứt. Sau khi ra khỏi tù anh trở về thăm lại làng cũ. Làng cách xa vùng đồi chẳng bao xa, mất khoảng nửa ngày đạp xe đạp. Về thăm lại làng cũ, anh quyết định lên sống trên vùng đồi mà trước đó khi còn chiến tranh, những người bạn của anh đã ngủ im dưới ánh sáng của con trăng thượng tuần. Khi mà những trái pháo đã đổ lửa xuống ngọn đồi để tiêu diệt đơn vị nhỏ bé của anh.

Vùng đồi như một mãnh lực thôi thúc anh hằng ngày phải lên trên đó. Nhiều lần anh nói với ông Miêng, bác anh ý định lên đó sinh sống. Ông Miêng không cản. Nhưng hỏi:

- Mầy làm cách nào để sống trên vùng đồi đó?

- Làm rẫy và tôi sẽ phủ xanh ngọn đồi này.

- Không dễ đâu. Tao nghe đám đi ăn cây thường hay nghỉ dưới chân đồi nói trong tiếng gió rít mạnh qua vùng đồi ban đêm, hình như có tiếng cười của ma quỷ?

Anh muốn nói với ông Miêng tiếng cười mà những người đi ăn cây nói đó là tiếng cười của bạn bè anh. Những thằng bạn đã chết trong một buổi chiều, mà những người bên kia cánh rừng đã bắn pháo tới. Trong buổi chiều hôm đó anh cũng đã ngất đi mấy lần vị bị thương. Giấc ngủ của những đồng đội của anh cũng như vết thương trên cơ thể của anh vẫn còn hằn sâu trong tâm thức. Làm sao mà quên được. Mỗi lần trời trở gió, những vết thương cũ lại hành hạ anh, không sao chịu nổi. Những vết thương đó, và những cái chết của đồng đội anh đó, nào ai biết được.

Cuối cùng rồi ông Miêng cũng đánh xe trâu đưa anh lên vùng đồi. Đứng trên ngọn đồi nhìn về hướng rừng, những cây con mọc kín bưng, bắt kịp với cánh rừng trước mặt. Đỉnh đồi vẫn trơ trọi. Anh nhìn quanh ngọn đồi một vòng, nhớ lại từng gương mặt của mỗi đứa. Chỗ này là hầm chiến đấu của chuẩn úy Ngọ. Chỗ kia là hầm của thằng Hòa, thằng Ất và còn nhiều đứa nữa. Còn chỗ này ông Ngọ cho đặt khẩu đại liên đây mà. Nhưng hôm nay dấu vết chiến tranh đã bị thời gian xóa nhòa trên vùng đồi này. Dưới chân đồi, cây rừng mọc kín, và lại có nhiều con đường mòn do vết xe trâu của những người đi làm rừng tạo nên, ngang dọc. Anh nghĩ anh sẽ biến vùng đồi này trở thành một màu xanh. Không phải màu xanh của cây rừng, của cỏ dại. Có thể là một màu xanh của một rừng thông, để chiều chiều nghe tiếng thông reo trên đó. Nhưng cũng có thể một màu xanh của những cây ăn trái. Dầu gì thì vùng đồi sẽ phủ một màu xanh. Một màu xanh tuyệt vời cho những người bạn của anh trở về, và biết đâu một ngày nào đó, anh cũng nằm xuống nơi đây bên cạnh những đồng đội của anh đã nằm xuống ngày nào.

Anh đang nghĩ về ngôi nhà mà anh phải dựng. Phải rồi, phải dựng ngôi nhà ngay bên cạnh con đường nhỏ này đây. Con đường duy nhất để cho những người lính ngày nào đi lên, đi xuống. Hay những buổi chiều chạng vạng xuống đồi để kích đêm. Đêm nào cũng thế, những người lính lại âm thầm đi ăn đêm. Những tọa độ kích đêm được ông Ngọ đánh dấu cẩn thận trên tấm bản đồ hành quân để báo về cho thẩm quyền. Những đứa con đi ăn đêm, sáng hôm sau trở về vùng đồi trong cái ướt sũng của sương rừng, với những hơi thuốc lá, và tiếng nói cười râm ran trên con đường mòn dẫn lên đồi. Ngày nào anh cũng đứng chờ những người bạn của anh, qua một đêm kích biết sống chết ra sao: "Tụi mầy còn sống trở về, tao đang đợi tụi bầy đây". Nhưng hôm nay không còn nữa, im ắng quá. Tiếng cười tiếng nói ngày nào đâu mất hết rồi, chỉ còn lại có mình anh với tiếng gió rít qua vùng đồi không thay đổi.

Ông Miêng, đứng bên cạnh anh, nói:

- Mầy vẫn không thay đổi ý định lên trên đây.

- Không.

- Định trồng cái gì trên vùng đồi này để sống?

- Đào. Đào lộn hột. Bác thấy sao?

- Bao giờ mới phủ xanh hết ngọn đồi, mậy?

- Một năm, hai năm không biết chừng. Tôi sẽ trồng, bác xem.

***

Mấy tháng đầu có vất vả. Những hạt giống được bỏ xuống không có kết quả. Ông Miêng nói với anh: Tao đã nói với mầy vùng đồi này chỉ có gió là nhiều. Dù gần rừng, nhưng mưa thì trốn biệt. Cứ đánh lỗ để đó, khi nào có mưa sẽ bỏ hạt.

Hơn một năm sau. Những cây đào bắt đầu lên cao. Vùng đồi cũng đã có sự sống. Từ nơi ngôi nhà lá nhỏ bé dưới chân đồi đã có tiếng gà gáy vào buổi sáng, tiếng chó sủa vào buổi chiều. Cũng như có bóng dáng anh ở trên vùng đồi để chăm sóc cho những cây đào cùng những đám rẫy quanh nhà. Những chiếc xe trâu của những người đi ăn gỗ cũng dừng lại bên cạnh nhà anh. Vùng đồi không còn hoang vu.

Từ những hột đào anh đi thu nhặt ở khắp mọi nơi. Cho đến những nơi nào có trồng đào là anh đi tới xem cách thức người ta trồng. Anh hỏi họ giá của mỗi cây giống, họ thách trên trời dưới biển, anh làm sao có tiền để mua, sau khi ở tù ra. Vả lại, ông Miêng có nói: Mầy cứ kiếm hột để khô, dễ hơn là trồng cây giống. Dù bây giờ đi tìm hột đào có khó, bởi vì nó là món hàng xuất khẩu cao. Tuy nhiên anh cũng tìm được những hạt giống từ các em nhỏ trong làng, mỗi khi anh thấy cần về làng, hay theo xe trâu của những người đi rừng trở về thị xã mua vài thứ cần thiết cho cuộc sống hằng ngày.

Những đêm trăng sáng, anh thường hay ngồi im lặng trước sân nhà nhìn lên đỉnh đồi. Nơi đó những cây đào bắt đầu lên cao. Trong tiếng gió rít mạnh ngang qua vùng đồi, lúc nào anh cũng nghe như có tiếng gọi của đồng đội anh. Mỗi lần nghe như thế, anh lại lên đồi cùng với hai con chó như hai người bạn thân của anh, quấn quít. Có lần ông Miêng lên thăm anh và ở lại. Tiếng gió vẫn rít qua vùng đồi vào mỗi đêm, và anh lại lên đồi cho tới khuya mới trở về ngôi nhà lá, mặc cho ông Miêng có trong ngôi nhà đó. Khi anh trở về, ông hỏi:

- Mầy làm gì đi lên đó khuya dữ vậy?

- Lên thăm mấy đứa bạn.

- Có ma nào trên đó mà mầy đi thăm.

- Họ thức trên đó vào ban đêm mà. Bác làm sao hiểu được.

- Coi chừng mầy bị bịnh đó. Tao đã nói với mầy đám thợ rừng thường nói vùng đồi này có ma.

Anh chẳng nói, trở lại nằm nơi chiếc võng. Hai con chó cũng nằm phục dưới chân anh. Ông Miêng tới bên cái bếp khươi cho ngọn lửa cao thêm để nấu ấm nước. ông nói:

- Mầy phải uống chút gừng cho ấm bụng kẻo bị sương rừng. Thường hay đi ban đêm như vậy không tốt đâu.

Tiếng gió lại rít mạnh len qua kẽ vách. Anh ngồi dậy trên chiếc võng, hỏi:

- Đó. Bác có nghe gì không?

- Tao có nghe gì đâu, ngoài tiếng gió. Tao đã nói với mầy vùng này là vùng gió mà.

Hai con chó như muốn nhổm dậy khi thấy anh ngồi lên, gừ gừ dưới chân anh. Ông Miêng lại khươi cao ngọn lửa. Ngôi nhà lá được sáng hẳn lên do những thanh củi. Ông nói:

- Tao nghĩ mầy nên lấy vợ.

- Vợ con làm chi bác.

- Có cũng đỡ hơn chứ. Đêm hôm tăm tối trên vùng đồi này.

Thế rồi tháng nào ông cũng đánh xe trâu lên ở lại với anh vài ba ngày. Lúc này vùng đồi đã có nhiều gia đình dưới xóm lên phá đất làm rẫy. Chẳng có ai tới đây lập nghiệp mà biết rằng nơi năm trước đã có một cuộc chiến xảy ra nơi đây.

Những trái đạn pháo như đổ lửa xuống đỉnh đồi không rộng bao nhiêu, giết chết những đồng đội của anh. Hai năm. Hai năm anh lên sống ở đây, vùng đồi ít ra cũng đã phủ xanh để cho những người bạn của anh trở về trong mỗi đêm, để họ không còn nhìn thấy cảnh hãi hùng của những trái pháo đã đưa họ vào giấc ngủ miên trường.

Có lần ông Miêng trở lại vùng đồi thúc anh lấy vợ:

- Tao đã tìm cho mầy một con rồi. Con nhỏ này làm y tá ở xã. Nó tên Lài. Nếu mầy chịu, mai tao đưa mầy về làng xem mặt nó.

- Thôi bác ơi, tôi không đi đâu hết. Bỏ những người bạn trên đồi làm sao tôi đi được.

- Bạn bè nào. Mầy cứ nói nhảm như điên, như dại. Bộ mầy khùng rồi à.

***

Mấy hôm nay anh lên cơn sốt cao, lúc nào anh cũng mê. Trong cơn mê anh thấy những người bạn của anh đang ôm súng nằm phủ kín vùng đồi. Và anh, anh đi hết chỗ của người này đến chỗ của người khác. Nơi nào anh cũng hỏi từng người một: "Mầy có mang thêm lựu đạn không. Nếu tụi nó có tấn công mà ném chứ". Rồi anh tới người lính khác: "Có mang theo đủ cấp số đạn không mầy". Anh tới bên vọng gác: "Rán thức nghe mậy. Ngủ gục là chết cả đám đó nghe". Trong cơn mê anh thấy hết tất cả. Anh gọi tên từng người. Không thấy có ai trả lời. Thế rồi anh nói to: "Đó. Những cây đào tao trồng cho tụi mầy đó. Cành lá xum xuê đó, có cả trái đào nữa, về mà chạy nhảy rong chơi như thời còn thơ ấu ở quê nhà. Nơi nào cũng là quê cả tụi bây ơi. Về đi. Về đi. Về với ta".Anh la to làm hai con chó giật mình chồm dậy. Chủ bịnh, hình như chúng cũng muốn bịnh theo. Anh nằm liệt giường đã mấy ngày nay. Những người đi ăn gỗ trên rừng, dừng xe lại cạnh nhà, mới hay anh lên cơn sốt nặng. Họ về làng nói cho ông Miêng biết. Ông vội đánh xe trâu lên vùng đồi cùng với Lài.

Ông Miêng đến, anh cũng chẳng hay biết. Ngôi nhà lá mà anh chẳng bao giờ khóa cửa. Cánh cửa chỉ để khép lại để tránh ngọn gió đêm. Ông đến bên cạnh anh, đưa tay lên trán, nói với Lài:

- Nó nóng ghê quá cháu à.

- Để cháu cho ảnh uống thuốc hạ sốt. Không đến nỗi chi đâu.

- Tao sợ.

- Bác cứ nghĩ quẩn.

Đêm đó ông Miêng không sao chợp mắt được. Thỉnh thoảng ông lại khươi ngọn lửa từ nơi cái bếp làm bằng ba viên gạch xây. Ngọn lửa bùng lên một đỗi rồi cũng tắt. Chỉ còn lại ánh sáng của ngọn đèn dầu heo hắt treo trên cột nhà, mà có lẽ mấy ngày nay anh cũng không thắp sáng. Nhờ có viên thuốc hạ sốt của Lài, ông Miêng thấy trên da thịt của đứa cháu ông mát lại.

Sáng hôm sau, cơn sốt như biến mất sau mấy ngày làm anh nằm liệt trên giường. Anh đến bên cửa sổ nhìn lên vùng đồi chỉ cho Lài nhìn thấy một vườn đào đang lên tươi tốt. Anh nói:

- Cô Lài dám lên trên đó không?

- Em nghe bác nói trên đó có ma.

- Cô sợ?

- Không. Nếu có anh cùng đi.

- Chẳng có ma quỉ nào đâu. Bạn tôi đó.

Thế rồi anh trở lại ngồi trên chiếc võng kể lại câu

chuyện cho ông Miêng và Lài nghe về một trận pháo cách đây vài năm, khi anh còn là một người lính đóng quân trên ngọn đồi này.

Ông Miêng trầm ngâm ngồi dựa lưng vào gốc cột, kéo dài hơi thuốc lá, hỏi:

- Sau trận pháo đó chẳng còn ai sống?

- Không. Chết hết. Chỉ còn mình tôi.

- Mầy đưa tao lên trên đó. Cháu Lài đi với bác chứ?

Hai con chó lẫn cẫn chạy theo chân anh lên đồi. Những cành đào vươn dài ra là là sát mặt đất. Mùa này đào đã ra hoa. Dấu vết chiến tranh nơi đây chẳng có người nào biết được, nếu không còn ai sống sót sau buổi chiều bị dập pháo đó. Anh đưa ông Miêng và Lài đi một vòng đồi, nơi mà ngày xưa đơn vị anh đóng quân. Anh chỉ cho hai người thấy nơi nào là hố phòng thủ của đồng đội anh. Những hố phòng thủ không đủ để che cơn mưa lửa điên cuồng của những người bên kia khu rừng đổ ập xuống trên một diện tích nhỏ hẹp. Thử hỏi còn có người lính nào chịu nổi. Trong trận pháo đó, anh bị thương nặng, bò ra khỏi miệng hố kêu gọi đồng đội xem có đứa nào còn sống không. Chẳng có ai lên tiếng. Anh chỉ cho ông Miêng và Lài:

- Hình như tôi bò ra chỗ này đây.

Rồi anh ngồi xuống. Ông Miêng và Lài cũng ngồi theo. Nơi đó, bây giờ là cây đào. Không phải một cây mà là một vườn đào đang tỏa một màu xanh bao trùm. Ông Miêng nhìn bao quát trên vùng đồi như tìm một vị trí, rồi nói:

- Mai, tao đánh xe trâu chở vật liệu lên đây. Cất cái miếu để thờ…

Phạm Văn Nhàn

PHẠM VIỆT CƯỜNG

Sinh năm 1952 tại Sài Gòn; quê cha Hà Đông, quê mẹ Khánh Hòa. Theo học Đại học Văn Khoa Sài Gòn, 1970-75. Dạy Triết trường trung học Nguyễn Đình Chiểu, Mỹ Tho.

Định cư tại California, Hoa Kỳ từ 1986.

Cộng tác với nhiều tạp chí văn chương hải ngoại: *Văn Học Thế Kỷ 21, Hợp Lưu, Trăm Con,...*

Trong ban chủ trương tập san *Hợp Lưu* và tạp chí *Thơ*. Tổng thư ký tập san *Triết* (San Jose, California).

Tác phẩm đã xuất bản:

- *Người Tình* (tiểu thuyết, dịch Marguerite Duras, Hồng Lĩnh, Hoa Kỳ, 1992)
- *Trôi Đi Cùng Tháng Chạp* (thơ, Trình Bày, Pháp, 1993)
- *Son chiều* (Thơ, Tự xuất bản, Sài Gòn, 2008)

Sớm mai biển

thanh hương nồng mướt gối
mê yêu

rượn rạo lũ hoa bỏ quên
thơm thanh đêm ngoài

túy lúy môi cố tìm môi xưa biết
thế giới là chiếc giường
cốc rượu lưng
mẩu thuốc tàn ngùi lạnh

trái táo đã cắn
cổ điên bầm dấu răng bất chợt
            hôn dữ

ngọn nến chao chớt một mình suốt đêm
ngút nốt hửng sáng
chiếc màn cửa rũ che
 một bình minh
kiệt sức

buông ngã vào nhau bất chợt
nửa chừng
câu nói
để dành vang lên trong những đêm khác
xa
sau

liều lĩnh thản nhiên
chim biển tìm mồi
       bên chân du khách
cơn say nối dài tê dại
chưa ai muốn nhìn vào lòng mình
 lúc ấy

cũng không còn nhớ mùa gì
mà gió thốc buốt
những đợt sóng sớm mai
dào dạt
mãi.

Trên đường dây viễn liên

là thứ dấu tay riêng khác mỗi người
vết chàm đỏ trán
để cuối đời còn nhận diện nhau ngoài bão tối

là nhịp tim run đập khẽ khàng
               chỉ hai ngực buồn kia cảm nhận
ngổn ngang một bản thảo đời
ai truy lục
bao nhiêu thề nguyền phiêu tán

là đôi mắt nhìn nhau qua hư không
giọng trầm phai
             âm tiết địa ngục
thông báo những trời xanh hư mất

là cánh tay vươn qua cái chết
vuốt ve nhau những thương tích mới nguyên
tiếng hát đục khàn
nối vạn phiến đêm
       với mai hồng tuổi trẻ
mây gió bùi ngùi sớm nắng
 với chiều mưa

là hóng nghe qua biển núi chia lìa
tịch mịch đêm dài
           trời sao thất lạc
thời gian dựng vạn lý trường thành cách âm
              cao ngất

hai mươi năm chớp mắt
          thấm đẫm vào
giọng nói ngày thơ
       nỗi u trầm của đá.

Password

mấy dấu hoa thị bí ẩn
        dưới đầu lưỡi mê
                hôn nhau

để chạm tay vào
        thứ hoài vọng mới
khác hơn niềm trầm một

em gõ xuống
vài nốt ruồi chỗ kín
            từng thám hiểm
đốt xương cùng ngộ nghĩnh
vết sẹo độc đáo
vén nhìn mãi

chỗ xác ốc tìm nhau
bờ biển cũ
trời còn xanh
        mây trắng hồn

mở mở chỗ tro than
hỏi xin chút lửa
em còn nén giữ
góc tim sầu lạnh

cái cách
mở cánh cửa mất chìa
mở tôi cự tuyệt
không bao giờ em biểu lộ

như mật mã
ngày chết

lúc em
lúc em.

Nắng thềm hè mãi

bước ra bậc thềm nắng sáng đó
                          bất ngờ

em dừng lại
một cái nhìn
trong khoảng lặng thiên thu
hè xanh hồng nụ môi mùa

đúng lúc
tôi đang thơ trẻ mây trời
        mật chú một tên người
        hay con số trong giấc mơ đã mất

chợt rực rỡ
thứ ánh sáng khác

xuyên
thấu
những đêm xưa
tôi-nhìn-thấy-em
chính trên sân khấu huyền hoặc kia
        nắng thềm hè mãi
em trở thành nhân vật chính
trò chuyện với cuộc đời

và
khi tôi bắt đầu lắng nghe

sự tình cờ trở thành tất yếu.

Son chiều

của nắng rạng mê say

óng biếc
        tóc
thơm hết những ngày kề
sao lụa vàng quá trong không kịp
                phủ
lên thanh yên lên nghiêng đêm lên vai mềm

lên đôi mắt tím
ngoái tìm
      khắc khoải trái tim
          một còn đập nuối

son chiều
của
nụ môi
hôn
phai

khi chẳng còn nhau mãi.

PHAN HUY ĐƯỜNG

Bút hiệu Trần Đạo, Đơn Hành.
Sinh năm 1945 tại Hà Nội, hiện cư ngụ tại Pháp, sống bằng nghề tin học.
Đã cộng tác với một số tạp chí tại Pháp và Mỹ.

Tác phẩm đã xuất bản:
- *Conception et realisation assistées par ordinateur de logiciels de gestion* (Masson, Paris, 1983)
- *Un Amour Métèque,* nouvelles (L'Harmattan, 1994)
- *Vẫy Gọi Nhau Làm Người*(Hồng Lĩnh, 1996)
- *Penser librement* (Lyon: Édition Chronique Sociale, 2000; bản dịch tiếng Việt: *Tư Duy Tự Do* – NXB Đà Nẵng, 2006)

Dịch phẩm:
- *La Messagère de Cristal,* Phạm Thị Hoài, Editions Des Femmes, 1990
- *Les Paradis Aveugles,* Dương Thu Hương, Editions Des Femmes, 1991
- *Roman Sans Titre,* Dương Thu Hương, Edition Des Femmes, 1992
- *Terre Des Éphémères* (15 auteurs, Phillippe Picquier, 1994, "Đảo của những người ngụ cư")
- *Le Chagrin de la Guerre,* Bảo Ninh, Phillippe Picquier, 1994
- *Le Serpent à Plumes,* số tháng 3.1995: 5 tác giả, truyện ngắn

- *En traversant le fleuve* (tuyển dịch, 14 tác giả, 1996)
- *Au-delà des illusions,* Dương Thu Hương, 1996
- *Est-ce que tu m'aimes,* Khánh Trường, 1997
- *Myosotis,* Dương Thu Hương, 1998
- *Sous une pluie d'épines,* Trần Vũ, Flammarion, 1998
- *De loin... ma Patrie & Siècle,* Nguyễn Duy và Lê Bi, Association Maison de la Poésie, 1997
- *Terre des oublis,* Dương Thu Hương, Sabine Wespieser, 2006
- *Retour à la jungle,* Nhật Tuấn (dịch chung với Đặng Trần Phương, Philippe Picquier, 2002)

Nghệ thuật? Để làm gì?

... la conscience dans son appel à soi-même pose l'exigence du bien dans l'action, du vrai dans la connaissance, et du beau dans l'achèvement des processus vécus. Par là, la conscience fait du monde naturel un monde humain, valable pour l'homme.

(... khi tự vấn mình, ý thức đòi hỏi cái Thiện trong hành động, cái Chân trong tri thức, và cái Mĩ trong sự hoàn thành các quá trình nghiệm sinh, qua đó ý thức biến thế giới tự nhiên thành một nhân giới, xứng đáng với con người) – Trần Đức Thảo

Cách đây 50 năm, trong giới văn học, nghệ thuật Việt Nam nổ ra một cuộc tranh luận: nghệ thuật vì nghệ thuật hay nghệ thuật vì nhân sinh. Cuộc tranh luận không ngã ngũ: chiến tranh. Hầu hết văn nghệ sĩ tiếng tăm thời ấy xếp bút nghiên theo kháng chiến. Hầu hết cụt hứng, không sáng tác được tác phẩm bằng hoặc hơn trước. Trong chiến tranh, nghệ thuật quan trọng nhất là "nghệ thuật" giết người. Thời chiến có thể là thời thai nghén của nghệ thuật, chưa bao giờ là thời nghệ thuật thịnh vượng. Logic chiến tranh mâu thuẫn với logic nghệ thuật? Kỷ luật chiến tranh mâu thuẫn với tự do sáng tác? Con người của chiến tranh mâu thuẫn với con người của nghệ thuật? Nói thế hơi dễ. Chiến tranh là hiện tượng thuần nhân tính, súc vật không dàn quân tiêu diệt nhau. Bản thân chiến tranh là một hình thái quan hệ giữa người với người. Trong chiến tranh, nghệ thuật vẫn là kích thước cơ bản của con người. Nghệ thuật quân sự đâu phải chuyện đùa! Cuộc tranh luận kia chấm dứt vì nó bị vùi dập. Người ta vùi dập **được** nó vì cách đặt vấn đề sai, không mấy ai thấy nó đủ tầm cỡ để đáng mất thời giờ suy ngẫm, tranh luận, đặc biệt khi suy nghĩ, tranh luận có thể phải trả giá bằng sinh mạng.

Đặt sai một vấn đề, đương nhiên ta không thể giải đáp nó. Ngược lại, điều đó mở đường cho một cách giải quyết nó, cách giải quyết thường tình khi lý đuối, tình cạn: vũ lực, không giải đáp vấn đề, giải quyết người đặt vấn đề. Cách giải quyết ấy tiêu diệt được người, không thủ tiêu được vấn đề.

Thoạt nghe, nghệ thuật vì nghệ thuật và nghệ thuật vì nhân sinh là hai quan điểm phản nghịch. Phân tích kỹ, chúng là một, thể hiện cùng một nhân sinh quan, mập mờ ở cùng một điểm, nguy hiểm như nhau.

Nghệ thuật là gì? Ở đâu? Có tính đặc thù nào? Mà có thể vì chính mình! Chưa bao giờ, chưa ở đâu, chưa ai, trả lời được. Không bao giờ, không ở đâu, không ai định nghĩa, chứng minh được (cái) Đẹp. Vì sao? Câu nói kia, trong nghĩa đen, sặc mùi tôn giáo. Nó đặt nghệ thuật vào vị trí của Thượng đế. Chỉ có Thượng đế mới vĩnh hằng, vĩnh cửu, mãi mãi là chính mình trong vô tận của thời gian: Thượng đế là giấc mơ tự tại của con người. Vì thế, Thượng đế cũng là một giá trị nhân bản, tuy có lúc không nhân đạo lắm. Đó là ý nghĩa lời phê bình nổi tiếng của Sartre đối với nhà văn Thiên Chúa giáo François Mauriac: *Dieu n'est pas un artiste; M. François Mauriac non plus* (Thượng đế không là nghệ sĩ; ông François Mauriac cũng vậy).

Chuyện hiển nhiên như thế, sao nhiều người vẫn thiết tha với câu ấy, thậm chí sống chết vì nó? Vì nó tiết lộ thân phận người. Toát ra từ hồn người, câu đó có nghĩa: nghệ thuật là kích thước của con người, là một đặc tính của con người. Trong nghĩa đó, nghệ thuật chỉ có thể vì chính mình: ý nghĩa, giá trị, mục đích của con người, trong tư cách người, là con người. Trong nghĩa đó nghệ thuật vì nghệ thuật đồng nghĩa với nghệ thuật vì con người, không có gì khó hiểu, lờ mờ. Nó thuộc loại định nghĩa dễ chấp nhận như A chính là A. Đó cũng là ý sâu sắc của câu nói nổi tiếng: *La nature imite l'art* (Thiên nhiên bắt chước nghệ thuật). Người đời ghi nhớ nó không chỉ vì nó đẹp bất ngờ, vô lý. Nó tiết lộ ý trên. Thiên nhiên có nhiều cảnh, hiện tượng đẹp. Không ai coi chúng là nghệ thuật. Đẹp không là một thuộc tính của thiên nhiên. Nó hình thành trong sự tiếp xúc giữa người với thiên nhiên. Trong quan hệ ấy, con người "gán" cho thiên nhiên những giá trị trong hồn mình. Thiên nhiên chỉ đẹp khi thiên nhiên phù hợp với thẩm mỹ của ta, khi thiên nhiên bắt chước nghệ thuật.

Nghệ thuật vì nhân sinh. Câu này thoạt tiên dễ hiểu, dễ nghe. Nó bao hàm ngay ý Nghệ thuật vì con người, nhờ sự hiện diện của từ nhân. Tuy vậy, nó cũng nhập nhằng. Có người hiểu: nghệ thuật phải phục vụ cuộc sống của con người. Cuộc sống? Tác phẩm nghệ thuật chưa bao giờ làm ai no bụng, ấm thân. Ngay nghệ sĩ cũng khó dựa vào nó để sinh nhai. Cuộc sống tinh thần? Tinh thần là gì mà cần nghệ thuật? Mà thực sự nó có cuộc sống không? Hết gạo, chắc chắn nó biến theo thân xác. Nghệ thuật là gì, phải như thế nào mới thích hợp với nhu cầu tinh thần, mới biến thành món ăn tinh thần, mới ăn được, mới ăn khách? Milan Kundera có nhận xét: Khi tiền đầy túi, con người nảy vô vàn sáng kiến, khi túi rỗng, bụng teo, nó chỉ có một ý duy nhất: ăn. Nguyễn Huy Thiệp cũng có nhận xét tương đương: Lao động chân tay, em ạ, không thể lấy chính trị động viên được, chỉ có tiền và gái thôi, đấy mới là thuốc bổ chứ (Những người thợ xẻ). Cuộc sống tự nhiên đòi tiền và gái, không thèm nghệ thuật. Thực tế, những người theo quan điểm Nghệ thuật vì nhân sinh ở Việt Nam muốn vận dụng quan điểm thực dụng của Lênin: Nghệ thuật phải là một con ốc trong guồng máy cách mạng. Họ muốn sử dụng nghệ thuật như một công cụ, một phương tiện để tác động vào thế giới thực, buộc nó phải chuyển mình. Họ muốn như vậy vì họ tin vào một loại chủ nghĩa duy vật máy móc. Tuy họ công nhận hiện tượng tâm linh, họ không xác định được tính đặc thù của nó, họ hiểu sai quan hệ của nó với con người xương thịt, sinh vật sống nhờ dạ dày, tái sinh nhờ bộ phận sinh dục. Do đó, trong lý luận, họ trốn sau một mớ lập luận "biện chứng" lờ mờ, được kinh thánh hóa bằng nhồi sọ và quyền lực, và trong thực tế, họ dùng dạ dày để uốn nắn văn chương, nghệ thuật. Khốn nỗi, như Marx nhận định: *la puissance matérielle ne peut être abattue que par la puissance matérielle* (chỉ có sức mạnh vật chất mới đánh quỵ được sức mạnh vật chất). Trong ý đồ này, đỉnh cao của nghệ thuật là nghệ thuật đánh trống điều khiển nhịp chèo của nô lệ trên những chiến thuyền cổ. Không phải tình cờ nhạc hành quân cơ bản dựa vào nhịp đôi: ếch, ơ. Thêm nhịp nữa, bất lực ngay. Không ai có thể dùng nhịp valse để hành quân. Chiến trường sẽ tức khắc biến thành sân khấu. Nhưng không có nhạc hành quân nào giữ nổi hàng ngũ chỉnh tề khi lòng người tan rã. Vì thế, người bảo vệ quan điểm Nghệ thuật vì nhân sinh thường khinh nghệ sĩ và sợ nghệ thuật. Đó là nỗi đau riêng của nó: nó tự tin không vì nó tin đồng loại, mà vì nó muốn làm tình nhân, đầy tớ trung thành của… Lịch sử, con đĩ khát máu, vô tình nhất trong quá trình hình thành nhân loại. Nếu ta hiểu Nghệ thuật vì nhân sinh là Nghệ thuật vì con người, câu này cùng nội dung với ý nghĩa sâu sắc của câu nghệ thuật vì nghệ thuật, không có gì để tranh luận.

Hai quan điểm trên giống nhau và nguy hiểm ở cùng một điểm: tống cổ nghệ thuật ra khỏi nhân giới, thần thánh hóa nghệ thuật. Một bên thần thánh hóa theo kiểu duy tâm kinh điển, biến nghệ thuật thành một Sự Thật tồn tại vĩnh cửu bên kia bờ nhân loại, biến người nghệ sĩ thành con chiên, đầy tớ, tình nhân khốn nạn của (cái) Đẹp. Bên kia thần thánh hóa nghệ thuật theo kiểu duy vật, biến sáng tác thành một quá trình tự nhiên, biến tác phẩm thành phế phẩm của quá trình tiêu hóa của bộ óc, như cứt là sản phẩm của quá trình tiêu hóa của dạ dày, biến người nghệ sĩ thành công cụ trong một guồng máy (1). Trong quan điểm đầu, nghệ thuật là vực thẳm giữa người với người, không ai thông cảm được người nghệ sĩ (thế thì đăng, triển lãm, trình diễn làm gì? đơn thuần làm tiền? thiếu gì cách khác đỡ khổ hơn!). Trong quan điểm sau, nghệ thuật là một cái xích trói người với người. Có lẽ vì thế, trong thế giới ấy, nghệ sĩ cụt hứng, tác phẩm có tính chất nghệ thuật hiếm, và cuối cùng, nghệ sĩ chân chính thường biến thành người bất mãn, phản kháng.

Khi ta tìm nghệ thuật, ta thấy ngay điều hiển nhiên: không có nghệ thuật. Chỉ có những tác phẩm ta thấy đẹp. Lối nói: nghệ thuật của người Hy Lạp cổ đúng ở khía cạnh thông tin: những tác phẩm đó do người Hy Lạp cổ làm ra. Câu đó sai ở mặt nghệ thuật: vẻ đẹp ta cảm thấy, chắc gì, đối với người Hy Lạp thời ấy, (có) thật. Có thể họ coi các vật ta chiêm ngưỡng như đồ dùng tầm thường hằng ngày. Ngay đối với những bức tượng họ thờ (tất nhiên họ quý), cảm giác đẹp ta cảm nhận, chắc gì trùng hợp với khái niệm Đẹp của họ? Không lẽ nghệ thuật chỉ là một sự hiểu nhầm liên miên giữa người với người? Giống tình yêu quá! Và có lẽ thế thật? Nghệ sĩ thường là kẻ liên miên si tình, miên man thất tình mà! Đẹp không là một thuộc tính của hiện vật ta chiêm ngưỡng, nó không tác động vào ta như một phản ứng hóa học, vật lý. Thậm chí, nó cũng chẳng là một phản ứng thuần văn hóa. Ta có thể không hiểu biết nền văn hóa Inca, mà ngắm một mặt nạ Inca vẫn mê hồn. Mặc dù văn hóa khác biệt, mặc dù xa cách nhau hàng mấy nghìn năm, tác phẩm kia, hôm nay, vẫn đẹp vì (cái) đẹp ấy là ta, người của thời nay. Nhưng rõ ràng nó từ sản phẩm của người xưa đến với ta. Ta dựa vào sản phẩm của người xưa để sáng tạo trong hồn ta vẻ đẹp của hôm nay. Đẹp là một quan hệ giữa người với người xuyên qua sản phẩm của con người. Vì thế, không ai coi cảnh đẹp của tự thiên là tác phẩm nghệ thuật: nó không có tác giả. Vì thế, vẻ đẹp có thể tồn tại vượt thời gian ngắn ngủi của đời người: con người là sinh vật duy nhất cất mồ, thờ mả, tưởng nhớ người quá cố. Vì thế, ta có thể nâng niu vẻ đẹp của một cái bát, cái đĩa vớ vẩn của một nền văn minh khác: nó nói với ta một điều gì ta linh cảm về con người.

Đẹp là một quan hệ giữa tác giả và độc giả, khán giả, xuyên qua tác phẩm. Nó là một khả năng của nhân giới. Khả năng ấy hiện thực khi mối quan hệ đó được cụ thể hóa qua một hiện vật do con người sáng tạo: tác phẩm. Khi tác phẩm là bản thân con người, Đẹp thổ lộ bản chất thuần nhân tính. Ta dễ mê nghệ sĩ trình diễn vì thế. Chỉ có tiếng đàn, giọng hát, điệu múa… của họ mới có khả năng mang lại cho ta cả một nhân giới không tồn tại ở đâu cả. Nghệ thuật giống tình yêu ở điểm ấy. Nó là giấc mơ hão huyền khi nó lơ lửng trong tưởng tượng. Nó chỉ là sự chạ chung giữa hai làn da khi nó chỉ thể hiện bản năng sinh tồn của một loài sinh vật. Tình yêu có thực, đẹp thật, khi hai tâm hồn, xuyên qua thể xác, quyện lấy nhau.

Vì Đẹp là quan hệ giữa người với người nên không gian của nghệ thuật thường là không gian công cộng, không gian chung của con người, nơi con người tìm đến để gặp nhau, người đang sống, người đã chết: công trường, vườn hoa, viện bảo tàng, nhà hát, thư viện… Không gì nguy hại cho tác phẩm nghệ thuật hơn củi, dù là củi vàng của nhà trọc phú. Tác phẩm trở thành tác phẩm, tồn tại và tái sinh với tính cách tác phẩm khi có người xem, khi còn người tái tạo nó trong nhân giới. Câu *Truyện Kiều còn, nước Việt Nam còn* sâu sắc ở nghĩa đó.

Tới đây, có câu hỏi: quan hệ giữa người với người xuyên qua tác phẩm nghệ thuật như thế nào mà khiến ta, người Việt của thế kỷ XX, cảm xúc trước tác phẩm của người Ai Cập mười mấy thế kỷ trước Công Nguyên? Marx đã tự đặt câu hỏi ấy: tại sao hôm nay nghệ thuật của người Hy Lạp cổ vẫn động lòng ta? Ông cho rằng: con người, lớn lên, vẫn nhớ thương tuổi thơ của mình, nhân loại cũng vậy. Nghe hơi khờ khạo, nhưng có lý. Vấn đề ở đây là: làm sao ta, một cá nhân đơn thuần, nhớ nổi tuổi thơ của nhân loại? Và nhớ những gì khiến ta chung với người xưa ý niệm Đẹp?

Ta thừa biết, ngay trong một nền văn hóa, quan điểm về Đẹp thay đổi qua những thời đại. Điều ta có thể có chung với người xưa không phải quan điểm ấy. Nếu người chỉ gặp người trong Đẹp vì họ chung quan điểm về Đẹp thì, trên đất này, chẳng còn gì tồn tại, thế hệ sau sẽ san phẳng sản phẩm không thực dụng của thế hệ trước. Cứ coi guồng máy Đảng Cộng sản Việt Nam xử lý chùa chiền, lăng đình, cách đây không lâu, đủ khiếp. Cái ta có thể có chung với người xưa, người khác văn hóa, là khả năng thấy đẹp. Khả năng ấy từ đâu ra, hình thành thế nào trong ta, có thực là một thuộc tính của con người nói chung, độc lập với hoàn cảnh lịch sử, truyền thống văn hóa? Hỡi ơi, bệnh trí thức! Người đời đã trả lời từ lâu. Khi ta yêu một người khác chủng tộc, khác văn hóa, ta hồn nhiên khẳng định điều đó. Nhưng lỡ ngứa tay, làm người khác ngứa mắt, ngứa tai, ngứa miệng, phải gãi nhau tới cùng. Đó cũng là Đẹp.

Hình thái tồn tại duy nhất của nghệ thuật là ngôn ngữ, nghĩa rộng: ký hiệu. Đặc điểm thứ nhất của ký hiệu là nó có thực, dưới nhiều dạng khác nhau nhưng đều có thể quan sát: hình thù, âm thanh, màu sắc… tóm lại, cũng như thân xác ta, nó thuộc thế giới vật chất. Đặc điểm thứ hai, nó chuyên chở một ý nghĩa đối với con người, người phát ra ký hiệu và người tiếp thu ký hiệu. Ý nghĩa đó, như tâm hồn ta, không có thực. Không có phương tiện, phương pháp nào cho phép ta phát hiện, xem xét, đo đếm nó. Ý nghĩa là hiện tượng tâm linh, thuần nhân tính. Nó chỉ hình thành trong quan hệ giữa người với người. Oái oăm thay, cũng như tình yêu, nó chỉ hiện thực xuyên qua vật chất. Nhưng vật chất, tự nó không có ý nghĩa gì cả. Đó là một đặc điểm của thân phận người: ngôn ngữ, nhờ xác vật chất của nó, một mặt, là nhịp cầu thực duy nhất giữa người với người, mặt khác, nó là nguồn gốc duy nhất của sự gian trá giữa người với người. Đừng mơ tưởng con người có thể có cách khác để giao tiếp trung thực với nhau. Đôi mắt say đắm của em, hơi thở dồn dập của em, đều có thể thành thật, gian trá không thua giọng trìu mến, lời ngọt lịm toát ra từ môi em. Nói như thế có nghĩa: Đẹp là một hiện tượng tâm linh, một quan hệ giữa người với người chỉ hình thành xuyên qua một hiện vật, hoặc: Đẹp hình thành qua một hiện vật được dùng làm môi giới giữa người với người. Nó là một hiện tượng ngôn ngữ.

Ngôn ngữ là hình thái tồn tại duy nhất của tư duy. Quan trọng hơn, nó là một hình thái tồn tại vừa độc lập với người dùng nó, vừa sinh động. Nó cho phép tư duy của con người "sống" lâu hơn cuộc sống của mình, xuyên qua cuộc sống của người khác, trong nghĩa: còn người sử dụng ngôn ngữ ấy, những tâm tình, ý nghĩ đọng lại trong ngôn ngữ còn có cơ tồn tại; tất nhiên qua lăng kính của người đang sống, đó là thân phận của mọi ngôn ngữ, kể cả khi tác giả còn sống. Thí dụ, những dòng chữ rồng bay phượng múa của người Ai Cập cổ bắt đầu sống động, kể lại cho ta những tâm tình, suy nghĩ, lo âu của họ, bắt đầu tái sinh trong nhân giới khi Champollion bắt đầu đọc được chữ viết của họ. Trước đó chúng chỉ là những bức họa khó hiểu, vô nghĩa, tuy đẹp mắt, vì chúng là sáng tác của người xưa, như tranh thời thượng cổ trên vách đá. Thí dụ, Dương Thu Hương và Thụy Khuê hiểu nhầm nhau.

Như thế tìm hiểu nguồn gốc của nghệ thuật cũng là tìm hiểu nguồn gốc của ngôn ngữ, của tư duy.

Trong thế kỷ XX khoa học phát triển mãnh liệt trong hai lãnh vực, bất lực nhục nhã trong một lãnh vực. Ngày nay con người hiểu quy luật vận động của vật chất tới mức có thể dùng vật lý tạo những nguồn năng lượng không có trên quả đất, có thể phóng phi thuyền vào vũ trụ. Con người cũng hiểu quy luật phát triển của sinh vật tới mức có thể tạo những giống thú mới (chimères). Nhưng đối với quan hệ giữa người với người (chính trị, kinh tế, xã hội, tình yêu và… nghệ thuật…), khoa học thường được dùng làm lá nho che sự bất lực, và con người vẫn phải sống với chiến tranh, đàn áp, khủng hoảng, sợ hãi… Sự chênh lệch trong khả năng hiểu biết ba hình thái vận động cơ bản của tự nhiên "vật chất, sinh vật, tư duy" chỉ chấm dứt khi con người hiểu được quá trình biến vật chất phi sinh tính (matière inerte) thành sinh vật, và quá trình biến sinh vật thành người. Hai câu hỏi hóc búa ấy, khoa học chưa giải đáp được. Tuy vậy, ta vẫn có thể quan sát những tính đặc thù của ba hình thái vận động cơ bản của tự nhiên.

Tính đặc thù của vật chất, như Engels (2) đã nhận định, là: *il n'y a pas de matière sans mouvement*(không có vật chất phi vận động). Không có gì tự tại và trường tồn. Vật chất vô ngã, vô thường. Câu: mọi sự vật phát triển do mâu thuẫn nội tại của nó theo quy luật tự phủ định, có nghĩa: trong sự vận động không ngừng của vật chất, những quan hệ của vật chất với chính nó, đã sản sinh ra sự vật, cũng là những quan hệ dẫn tới sự tiêu vong của sự vật. Mọi sự vật đều phải tuân theo quy luật entropie của con tạo. Sông sẽ cạn, núi sẽ mòn. Đó là hình thái thứ nhất của mâu thuẫn. Trong hình thái này, mọi sự vật (với tư cách là một phần và một trạng thái tồn tại của vật chất) là toàn bộ những mối liên hệ có thời gian tính của nó với vũ trụ. Những mối liên hệ ấysẽ phủ định hình thái tồn tại đương thời của nó, biến nó thành một sự vật khác. Khái niệm tự phủ định phải hiểu trong nghĩa: sự vật tự phủ định trong hình thái tồn tại của mình vì hình thái ấy là toàn bộ những mối liên hệ hình thành ra nó và những mối liên hệ ấy luôn luôn vận động (vì nó là liên hệ giữa vật chất) khiến nó phải biến dạng. Sự vận động ấy không ngừng tiêu diệt mọi hình thái tồn tại của vật chất, đồng thời nó cũng không ngừng sản sinh những hình thái tồn tại mới. $E = mc^2$. *Rien ne se perd, rien ne se crée*(không có gì tự diệt, không có gì tự sinh) đồng nghĩa với *Tout périclite, tout meurt*(Mọi sự đều phải suy tàn, mọi sự đều phải chết). Trong câu đầu, ta nhìn đời từ "góc độ của vật chất". Trong câu sau, ta nhìn tự nhiên từ quan điểm của con người. Khoa học khác văn học ở đó. Đặc điểm của quá trình tự phủ định này là nó không cần môi giới, hay nói cách trừu tượng, vật chất làm môi giới cho vật chất, mọi vật thể đều là sản phẩm của một quá trình phủ định, đều tự phủ định. Nước có nguồn. Trong thế giới thuần vật chất, mọi sự đều có gốc có ngọn, có lý do tồn tại và tiêu vong. Trong thế giới ấy, không thể có nghệ thuật, thượng đế không có máu nghệ sĩ trong nghĩa đó. Nhưng con người có máu nghệ sĩ, và do đó có khả năng tạo khái niệm thượng đế toàn hảo, toàn mỹ. Vì sao? Hạ hồi…

Theo Engels, tính đặc thù của sinh vật là: nó trao đổi vật liệu với thiên nhiên để tái tạo cơ cấu nội tại của nó, để tiếp tục tồn tại với tính chất sinh vật, tiếp tục sống. Đây là hình thái thứ hai của mâu thuẫn, khác hẳn hình thái đầu, tuy vẫn bảo tồn hình thái đầu. Trong mâu thuẫn này, vật chất tự phủ định: cuộc tồn sinh của sinh vật đồng thời là cuộc phá hủy môi trường sinh sống của nó. Hơn nữa, bản thân sinh vật, tuy tiếp tục sống, tiếp tục là chính nó, nhưng cũng đã thay đổi (gầy đi, béo ra, già thêm…). Đương nhiên, sinh vật cũng là vật chất. Không những nó ắt tiêu vong: *Poussière, tu retourneras à la poussière*(Là cát bụi, ngươi sẽ trở về cát bụi), nó còn không thể, không bao giờ là chính mình. Nhưng trong quan hệ này, nó đạt khả năng trở thành nó xuyên qua vật chất. Trong quan hệ này vật chất (thức ăn) trở thành môi giới (mediation) cho vật chất (sinh vật đang sống) với vật chất (sinh vật tiếp tục sống) để tái tạo một hình thái tồn tại của vật chất (sinh vật). Tóm lại, vật chất làm môi giới giữa sinh vật với sinh vật. Như thế, trong hình thái thứ hai của mâu thuẫn, sự phủ định một hình thái tồn tại đồng thời là sự khẳng định một hình thái tồn tại. Loại mâu thuẫn này khai triển đồng thời hai sự phủ định khác nhau: sinh vật phủ định môi trường sinh sống của mình để tái tạo mình (ăn để sống), đồng thời nó tự phủ định (sinh vật hiện tại + thức ăn) để trở thành nó (sinh vật tương lai). Sự phủ định đầu tiêu diệt một hình thái tồn tại (như trong mọi hiện tượng thuần vật chất), sự phủ định thứ hai tái tạo một hình thái tồn tại. Quan hệ giữa sinh vật với tự nhiên khác quan hệ giữa sự vật với sự vật ở điểm ấy. Sinh vật ăn để sống, và tính đặc thù của sống là ăn. Và… ỉa. Tính đặc thù này còn gọi là bản năng sống (instinct de vie): bất cứ sinh vật nào cũng biết mình có thể ăn gì để sống, biết mình có thể biến thành đồ nhậu cho ai. Và đã ăn, phải ỉa. Quan điểm của Engels sâu sắc ở đó, nó kết thúc một cuộc tranh luận trang nghiêm, vớ vẩn nổi tiếng: ăn để sống hay sống để ăn?

Sinh vật còn một bản năng khác: bản năng tái tạo cuộc sống như mình ngoài mình, bản năng sinh đẻ (thú). Sinh vật giao tiếp với đồng loại để tái sinh trong tự nhiên những sinh vật cùng giống, sẽ tồn tại sau khi mình chết. Có lẽ đây là khác biệt lớn nhất giữa hai hình thái tồn tại của vật chất: chó đẻ ra chó, người đẻ ra người, nhưng chưa bao giờ có hai hòn núi ôm nhau mà đẻ ra bất cứ cái gì, kể cả chuột nhắt. Khả năng sinh sản (pouvoir de procreation) là đặc điểm của sinh vật. Vì vậy, người ta gán từ creation cho tự nhiên hay cho Thượng đế, nhưng dành riêng từ procreation cho sinh vật. Câu kinh thánh *Soyez feconds, multipliez, remplissez la terre, l'assujettissez...* (Hãy sinh sôi mạnh mẽ, hãy nhân lên, tràn ngập quả đất, và làm chủ nó…) xác nhận sự khác biệt cơ bản giữa sinh vật và sự vật. Bản năng sinh đẻ là nguồn gốc của bản năng tôn trọng cuộc sống của đồng loại. Lệnh của Chúa *Tu ne tueras point*(ngươi sẽ không giết người) nhắc nhở con người: ít nhất, phải biết cư xử với nhau như thú! Cá đớp cá, nhưng, nói chung, loài cá đớp lẫn nhau hiếm. Có nhà văn đã từng than: so sánh người với thú là sỉ nhục thú. Ông không hiểu tính đặc thù của con người không ở bản năng sinh tồn. Nó có bản năng ấy với tư cách một con thú. Ngoài ra, nó có tính đặc thù của con người, khiến nó vừa biết giết người, không chỉ vì miếng ăn, vừa biết xây mồ, dựng mả, thờ người đã chết. Nói như thế, ông đánh giá người với "quan điểm" của một con thú. Trong thế giới thuần sinh vật, có ăn, có ỉa, có sinh, có tử, không có nghệ thuật.

Người khác thú ở khả năng tư duy. Khả năng ấy hình thành qua quá trình nào, hiện nay, ta chưa chứng minh được. Theo Trần Đức Thảo, khả năng ấy hình thành trong quan hệ giữa người với người, đồng thời và xuyên qua ngôn ngữ, hình thái tồn tại vật chất của nó. Quan hệ ấy, thời thượng cổ, là quan hệ hợp tác trong những cộng đồng nguyên thủy, do yêu cầu cùng tồn sinh (săn bắn, nhặt hái, sản xuất công cụ…). Vì ngôn ngữ nảy sinh và phát triển trong quan hệ xã hội, ngôn ngữ và tư duy, ngay từ đầu, có tính chất xã hội, tính chất lịch sử (trong nghĩa nó là một quá trình vận động không ngừng): tác giả của nó là cộng đồng, người đã chết và người đang sống. Vì, thuở ấy, không ai tách rời cộng đồng mà sống được, mọi người phải dựa vào nhau để sống, mỗi người phải vì mọi người và mọi người phải vì mỗi người thì cộng đồng mới tồn tại được, nên khái niệm đầu tiên của con người về chính mình là: ta là ta vì ta là một bộ phận của cộng đồng, và, trong tư cách ấy, ta như mọi người; ta bằng ta vì ta bằng mọi người, tóm lại, ta là ta vì ta là người nói chung (bước đầu, trong giới hạn của cộng đồng, và sau này, qua sự trao đổi lễ vật, qua sự hợp tác giữa các cộng đồng, trong cả nhân loại). Do đó ta luôn luôn là người khác. *Je est un Autre!*(Ta là Tha nhân) Đây là hình thái thứ ba của mâu thuẫn. Trong loại mâu thuẫn này, con người, với tư cách người, trong khả năng tư duy, trở thành mình xuyên qua quan hệ của mình với đồng loại. Con người trở thành môi giới giữa người với người, giữa ta với ta. Ta phải phủ định đồng loại để trở thành ta, nhưng đồng thời ta phải phủ định chính ta để trở thành người. Nói cách khác, ta không phải một con vẹt, một máy ghi âm, ngôn ngữ ta dùng là của ta, là chính ta, nhưng nó chỉ trở thành ngôn ngữ nếu nó là của mọi người, là mọi người (đồng ngôn ngữ với ta). Ngược lại, ngôn ngữ chung của con người chỉ trở thành ngôn ngữ, chỉ hiện thực, xuyên qua cá nhân từng người. Đây là một luận điểm của Marx, Trần Đức Thảo đã làm rõ nghĩa và phát triển trong quá trình tìm tòi của ông mấy năm qua. Trong quá trình ấy, ông nêu một giả thuyết đáng chú ý vì ta có thể quan sát và kiểm nghiệm: trong những năm tháng đầu của cuộc sống, qua quan hệ gia đình, con người lặp lại quá trình hình thành tư duy của nhân loại. Một đứa trẻ sơ sinh không khác một con thú. Miệng nó có thể tìm vú mẹ, nguồn sinh sống của nó, như mọi con thú. Tai nó có thể nhận ra nhịp tim của mẹ, nó đã quen từ thuở nó trong bụng mẹ. Điều chắc chắn, mắt nó mù, đầu nó không chứa một ngôn từ nào. Cứ nuôi nó như một con thú, không cho nó có quan hệ với người (trường hợp những trẻ bỏ hoang, được thú nuôi), quá 6 tuổi, nó trở thành thú, chỉ còn khả năng "học" của một con khỉ hay hơn một tí. Khả năng ngôn ngữ, khả năng tư duy của con người hình thành trong tuổi thơ xuyên qua quan hệ với người khác gắn liền với sự phát triển của óc não. Sau một hai tuần, đứa trẻ bắt đầu thấy. Mẹ nó chỉ cho nó một quả bóng. Nó học nhìn, học phân biệt một sự vật với thế giới xung quanh. Đồng thời nó học phân biệt nó với sự vật: nó thấy sự vật tức là nó bắt đầu linh cảm nó không là sự vật ấy. Có lẽ, nếu khả năng thấy của con người khác khả năng "thấy" của con vật, nó khác ở tính ý hướng (tạm dịch từ intentionnalité; định nghĩa chính xác, xin xem *Phénoménologie et matérialisme dialectique* (Hiện tượng luận và duy vật biện chứng)) và sự ý hướng ấy nảy nở trong quan hệ giữa người với người: mẹ chỉ cho con một vật thể, con nhìn theo hướng mẹ chỉ và thấy. Khả năng tư duy của con nở qua hành động có ý hướng của mẹ, qua cách nhìn có ý hướng của con. Rồi mẹ nói: quả bóng. Nhân giới bắt đầu từ đó: *Au commencement était le Verbe*. Thoạt tiên có Ngôn ngữ. Và ngôn ngữ, thoạt tiên, là giả dối. Vì quả bóng không có thực. Hơn thế, giọng trìu mến, ấm áp của mẹ đã "lồng" vào một hình thù, một màu sắc, một âm thanh. Hiện vật trước mắt ta là chính nó, chỉ là nó, một hiện vật duy nhất, có một không hai trong không gian – thời gian. Như mọi sự vật, có ngày nó sẽ tiêu vong. Còn quả bóng, chính vì không có thực mà có cơ tồn tại "mãi mãi", tồn tại cho tới ngày trong vũ trụ không còn ai chỉ một vật tròn tròn cho một đứa trẻ và dạy: quả bóng. Nghệ sĩ thường nghĩ mình sáng tác cho muôn đời. Có thể hơi chủ quan, nhưng không vô lý. Trong đời làm gì có quả bóng! Khoảng cách giữa hiện vật ấy và quả bóng là khoảng cách không gì lấp được giữa ngôn ngữ và sự vật *(la distance des mots aux choses)* (khoảng cách giữa ngôn ngữ và hiện thực) một nội dung cơ bản của tác phẩm Les mots (Ngôn từ) của J.P. Sartre. Đó là khoảng cách giữa thế giới tự nhiên (vật chất, sinh vật) và thế giới người. Khoảng cách ấy là điều kiện hình thành của tư duy, của ngôn ngữ. Nó biểu hiện tính ý hướng của tư duy, tính tự do của con người. Con người, trong tính cách người, (là) khoảng cách ấy. Vì con người đồng thời là sự vật, là sinh vật, khoảng cách giữa người với người, giữa ta với ta là vô tận, không gì lấp được. Vì thế, bảo đảm một khoảng cách nào đó giữa người với người trong cuộc sống cũng là bảo vệ nhân tính của nó. Muốn xã hội thuận hòa, ít nhất, phải tôn trọng không gian riêng của từng người, tôn trọng tự do cá nhân. Muốn yêu nhau lâu dài, không nên quanh quẩn quanh nhau, hãy cho phép nhau xa xa nhau một tí! Khoảng cách đó là môi trường sáng tạo của nghệ thuật, người nghệ sĩ không nhại thiên nhiên, nó tạo trong thiên nhiên một hình thái tồn tại vượt tự nhiên, chỉ có trong nhân giới, trong cái "không gian" rỗng tuếch, vô ngã nhưng khả thường, dĩ nhiên cho tới ngày nhân loại tiêu vong. "Không gian" kỳ ảo ấy, người đời còn gọi là không gian của nghệ thuật. Nó không lệ thuộc thời gian vì nó không có thực. Đúng hơn, người nghệ sĩ mượn tự nhiên để tái tạo và sáng tạo nhân giới, tạo điều kiện cho nhân tính của mình tồn tại vượt giới hạn sinh vật của mình, có thể dưới dạng vật chất (kiến trúc, tranh…), có thể dưới dạng "phi" vật chất (nhạc, thơ, văn…). Khoảng cách giữa ngôn ngữ và sự vật là điều kiện cần thiết cho sự hình thành của nghệ thuật, nhưng tự nó không đủ để nghệ thuật chào đời. Không phải bất cứ ngôn ngữ nào cũng có tính chất nghệ thuật. Nhất là ngôn ngữ ca tụng nghệ thuật!

Mẹ chỉ một hiện vật cho con và dạy: Quả bóng. Ký ức đứa trẻ ghi nhận một hình thù, một màu sắc, gắn chúng với một âm thanh, tái tạo một khái niệm. Nó tái tạo trong nó khả năng tư duy. Thế thôi. Nhưng mẹ lại thủ thỉ: đẹp quá! Thiên đường và địa ngục hình thành từ đó. Mẹ hạ ngục con từ đây. Ngưỡng cửa của tội lỗi không nằm trong quả táo của kiến thức, nó hé mở trong tình người. Đó là nguồn gốc của mọi hạnh phúc, mọi sự khốn nạn trong đời người. (Cái) đẹp kia không những không có thực, nó còn không dính dáng gì với quả bóng, với hiện vật. Nó chỉ là giọng âu yếm của mẹ, là bàn tay ve vuốt của mẹ, là làn da ấm áp, mùi sữa của mẹ. Đúng hơn, nó là tâm hồn con hình thành bằng tâm hồn mẹ, chỉ bằng tâm hồn mẹ, "vật liệu" duy nhất khai sinh nó. Nó là mẹ sáng tạo hồn con, thành con, ở con. (Nó cũng là một nguồn sinh nhai lớn của các vị psy đủ loại). Con người là một hiện thực tự tạo trong nghĩa đó, và chỉ trong nghĩa đó. (Cái) Đẹp ấy là Mẹ, là Ta, là Người, là Mẹ của Người. Nó là Cha, là Con, là Đức Thánh Thần. Nó là quan hệ yêu đương giữa người với người hình thành qua ngôn ngữ, qua quá trình con thú học làm người, biến thành người. Nó là bí ẩn, là huyền diệu của chính ta. Quá trình nghiệm sinh trong đó sự vật, cuộc sống, ý thức và tình thương đồng sanh trong ký ức của ta qua một ký hiệu là thiên đường của tuổi thơ, ta không bao giờ quên

được, và cũng chẳng bao giờ tìm lại được. Nó là giọng ru hời
của thời thơ ấu, là câu hỏi bốn nghìn năm của người Việt, là
bình minh của nhân loại từ nghìn xưa vọng lại trong ta, đọng
lại trong ta, nó là nhân tính, nhân tình, là giá trị, nền tảng của
nhân cách. Nó khác tình yêu ở một điểm gốc, nó hình thành
trong ta ngay trong quá trình ta trở thành ta, một con người,
nó (là) ta. Lớn lên, tình yêu đôi lúc mở cho ta những nghiệm
sinh tương tự. Vì thế nghệ thuật và tình yêu thích liếc nhau.
Nhưng đã muộn. Ta đã nên người, đã nuôi trong mình cả một
rừng già nhân cách, đã có khả năng khẳng định: sự vật là sự
vật, thú là thú, người là người, khoa học là khoa học, văn là
văn, em không phải là anh. Em ra đi, anh có thể chết nửa thân
người, nửa còn lại tạm đủ để sống tiếp kiếp người. (Cái) Đẹp
kia là mẹ quyến rũ con, lôi kéo con vào một thế giới ảo, một
thế giới thuần nhân tính, thế giới của tình người vô căn cứ.
Yêu con, cho roi cho vọt là chuyện thuận lý. Phương pháp
giáo dục ấy giúp con người bớt viễn vông, khiến nó thực tế
hơn và, biết đâu, khoa học hơn? Nếu muốn con luôn luôn
thực tế, khách quan, có thể vận dụng phương pháp: mỗi lần
chỉ cho nó một sự vật, dạy cho nó một từ ngữ, bèn quát: đẹp
quá! và táng nó một bạt tai nên thân. Chắc chắn, lớn lên, nó
sẽ có óc thẩm mỹ khác người. Tình yêu vô căn cứ kia là nền
tảng của khả năng tạo giá trị của con người, của khả năng
thấy đẹp, của nghệ thuật. Vì nó "độc lập" với sự vật, với ngôn
từ, với khái niệm, nên tính chất nghệ thuật, vẻ đẹp, giá trị của
tác phẩm nghệ thuật không tùy thuộc kiến thức, các loại ngôn
ngữ, vẻ hiện thực hay vẻ siêu thực của tác phẩm, không tùy
thuộc truyền thống văn hóa, không lệ thuộc vật liệu, không lệ
thuộc thời gian. Nó chỉ tùy thuộc khả năng lưu tình truyền ý
qua ký hiệu của nghệ sĩ.

Đẹp quá! Qua lời thủ thỉ ấy, trong tâm hồn đang chớm
nở của con, trong khoảnh khắc bừng tỉnh của ý thức, có tất
cả, vũ trụ, cuộc sống, tư duy và tình người, có cả nhân loại

đang tự tái tạo: có một người tặng cho người khác nhân cách của mình. Có Mẹ ở ta. Do đó con người có khả năng tạo khái niệm Thượng đế: nó tự tạo và trường tồn tới ngày tận thế, tới ngày Thượng đế hết là một vấn đề, tới ngày nhân loại vong thân. Do đó, ngày nay, người ta có thể không tin ở Thiên Đường, nhưng vẫn có nhu cầu tin ở Chúa.

Dĩ nhiên, ta có thể nhận xét: trong thiên nhiên, các loài thú, nhất là những loài sống đàn, cũng biết phát và tiếp thu ký hiệu. Ta có thể phân vân về mức độ khác biệt giữa những ký hiệu ấy và ký hiệu của con người. Tuy vậy, có điều chắc chắn: chỉ có người mới có khả năng tạo cho ký hiệu mình phát ra một hình thái tồn tại độc lập với thân xác mình để truyền mình cho người khác, chỉ có nó mới có khả năng sáng tạo, tái tạo tác phẩm. Tiếng hót của con hoạ mi tiêu vong với thân xác con họa mi. Nó không là tác phẩm, không thể gián tiếp truyền cho con họa mi khác. Nhạc Chopin không tiêu vong với thân xác Chopin. Nó có trạng thái tồn tại ngoài Chopin, mà người khác có thể tiếp nhận, hồi sinh: nó là ngôn ngữ, nó không bắt chước họa mi, họa mi phải bắt chước nó ta mới thấy đẹp. Con người vừa là vật chất nó sẽ có ngày cát bụi; vừa là sinh vật: nó sinh ra để chết (*être-pour-mourir* kiểu Heidegger) và để sản sinh con người; vừa là người: qua ngôn ngữ, nó truyền lại cho nhau bản thân nó và quá khứ thuần nhân tính của nhân loại. Nó đạt sự thực của nó (trong tư cách vật chất, sinh vật) khi nó sống đồng nhất với tạo hóa (*identité de Stìi à la nature*– đồng nhất giữa ta và thiên nhiên), khớp với quy luật vận động của vật chất, với bản năng tồn sinh của sinh vật (không bay từ mái nhà xuống đất, ăn những gì dạ dày có khả năng tiêu hóa, tôn trọng sinh mạng của đồng loại…). Nó đạt nhân tính của nó khi nó đồng nhất với nhân loại (*identité de soi à l'Autre*– đồng nhất giữa ta và tha nhân). Nó đạt thẩm mỹ khi, qua hành động, nó đạt cả hai. Do đó, tác phẩm nghệ thuật không phải thế giới duy nhất của Đẹp.

Có thái độ, cử chỉ, lời nói, hành động… đẹp. Có cú sút của Platini đẹp không thua tranh của Van Gogh, ngắm đi ngắm lại vẫn mê hồn. Không phải tình cờ người đời hay liên hệ tình yêu với Đẹp. Trong đời sống hằng ngày, yêu đương thuộc loại quan hệ dễ lôi cổ ta tới ý niệm Đẹp. Tình yêu đẹp thật khi, xuyên qua thể xác, hai tâm hồn nhìn nhận nhau, quyện lại thành một: nó vừa có thực, vừa nồng nàn thú tính, vừa đậm nhân tính, nó là nhân tình. Mình với ta tuy hai mà một. Không có gì cấm cản chuyện ấy xảy ra mỗi ngày. Nghệ thuật cũng vậy, nó là kích thước thuần nhân tính của con người, hình thành trong ta từ tuổi thơ, khi ông bà, cha mẹ, thầy cô, anh em, bè bạn, đồng loại… dạy ta làm người qua tình yêu vô căn cứ của họ. Vì trong quá trình hình thành tư duy của ta, qua những lời bập bẹ học nói, ta tái tạo tuổi thơ của nhân loại, nên ta còn nhớ nó, còn nhớ sự liên kết giữa người với người đã tạo ra nhân giới. Tình mẫu tử thiêng liêng ở đó. Thượng đế, hoặc không có mặt như trong đạo Hồi, hoặc, để có mặt người, phải có Mẹ. Con người thù hận nhau thường lôi mẹ cha, tổ tiên nhau ra mạt sát: họ cảm nhận rõ nguồn gốc nhân cách của nhau. Vì thế ta có thể xiêu lòng ngắm một nét họa của người thượng cổ trên vách đá. Vì thế người biết giết người để bảo vệ nhân cách của mình, của đồng loại, bảo vệ nhân giới. Không phải tình cờ, xưa nay, thiên hạ vẫn nghĩ nhân tình là nội dung cơ bản của nghệ thuật.

Nghệ thuật, để làm gì?

Chẳng để làm gì hết. Để làm nghệ thuật. Để làm người. Hai câu đồng nghĩa. Trong thời đại cái gì cũng có thể mua, có thể bán, có thể xài, ai cũng khả nghi, nghệ thuật là một trong những không gian hiếm hoi của nhân cách.

(1) Lênin có quan điểm nghệ thuật rõ ràng. Tuy vậy, ông không ưa giải quyết những vấn đề nghệ thuật bằng quyền lực. Xem một triển lãm tranh, ông đã từng than: phải chi có thời giờ tìm hiểu, sẽ khám phá biết bao điều làm phong phú học thuyết mác-xít.

(2) Tuy bài này đề cập tới vài quan điểm của Marx, Engels, Trần Đức Thảo, khái niệm mâu thuẫn dùng trong bài này là khái niệm riêng, không trùng hợp với học thuyết mác-xít. Ý kiến về quá trình hình thành khái niệm Đẹp cũng vậy, tuy nội dung chủ yếu là của Trần Đức Thảo. Lý luận biện chứng dựa vào ba khái niệm khó hiểu của Hegel:

1) Thể đồng nhất của tương phản (identité des contraires).

2) Phủ định của phủ định (negation de la negation).

3) Lượng biến thành chất (transformation de la quantité en qualité).

Trần Đức Thảo cố phân tích sâu sắc khái niệm 3 trong Recherches dialectiques (Nghiên cứu lý luận biện chứng).

Sau đây, lối hiểu riêng về hai khái niệm đầu, xin trình bày để thảo luận: Câu một nói lên, ở mức trừu tượng nhất, tính thống nhất, vô ngã, vô thường của vật chất: vật chất (là) vận động, mọi hình thái tồn tại của nó đều có ngày biến dạng, chính vì chúng là hình thái vận động của vật chất. Một cách nói khác: chúng biến hóa do mâu thuẫn nội tại. Đương nhiên, không thể hiểu mâu thuẫn nội tại như một cái gì ẩn nấp trong vật thể. Bửa một cục đá, chẳng bao giờ thấy một cái gì có thể gọi là mâu thuẫn nội tại cua nó. Phải hiểu: cục đá, với tư cách là một hình thái tồn tại của vật chất, sẽ có ngày thành cát. Nguồn gốc sự nhập nhằng ở đây là thói quen suy nghĩ "cụ thể", "khách quan" của ta: chữ nội tại không áp dụng cho cục đá, nó áp dụng cho toàn bộ vật chất trong sự vận động liên miên của nó, qua đó cục đá hình thành và tiêu vong. *Vật chất tự nó vận động, không cần một cái búng của Đấng Thiêng Liêng; hơn thế, giả dụ có một Đấng Thiêng Liêng búng nó vận động thì, ngay sau đó, nó vận động theo quy luật của chính nó, Thượng đế không là giả thuyết cần thiết để hiểu sự vận động của vũ trụ. Những thí dụ Engels dùng để bàn về phép biện chứng trong Dialectique de la nature (Biện chứng của tự nhiên) làm ta khó chịu vì ông muốn cụ thể hóa ý tưởng của ông qua những hình ảnh thô thiển cho độc giả dễ tiếp thu. Điều này có thể hiểu được. Trong thời Engels, chưa có môn cấu trúc học (structuralisme) trong triết học. Nếu ta ý thức: cục đá là một cấu trúc vật chất lồng trong cấu trúc chung luôn luôn vận động của toàn bộ vật chất thì ta thấy đương nhiên nó phải thành cát bụi vì: a/ nó không tồn tại độc lập với tổng thể vật chất, b/ cấu trúc riêng của nó quy định tương lai nó: cát bụi.*

Đặc điểm của quan hệ tự phủ định của vật chất là: những vật thể phủ định lẫn nhau để cùng biến dạng. Trong quan hệ này, khái niệm môi giới không cần thiết, thậm chí vô lý. Trong quan hệ này, hoặc không có phủ định của phủ định, hoặc mọi phủ định đều là phủ định của phủ định, chẳng có gì khác nhau khiến ta phải tạo một khái niệm riêng. Có đặc biệt chăng là sự phủ định đầu tiên, khai sinh vũ trụ. Nhưng chuyện ấy còn là giả thuyết.

Khi xem xét tự nhiên ở mức trừu tượng nhất, không phân biệt sự vật, sinh vật, người, hay nói cách khác, chỉ xem xét người và sinh vật trong tính vật chất của chúng, những khái niệm tự phủ định, môi giới, phủ định của phủ định, phủ định thứ nhất, phủ định thứ hai, phủ định thứ ba và phủ định thứ tư của Hegel vô cùng khó hiểu và nan giải.

Khi ta chú ý tới sự khác biệt giữa thế giới sinh vật và thế giới thuần vật chất, ta phát hiện tính đặc thù của sự vận động trong thế giới sinh vật. Trong thế giới này, quá trình tự phủ định bao hàm hai hình thái. Hình thái thứ nhất xác nhận tính vật chất của sinh vật: một vật thể phủ định một vật thể khác để cả hai đều hiến dạng. Quá trình này còn gọi là mâu thuẫn ngoại tại (tạm dịch từ contradiction exteme), thể hiện quan hệ giữa sinh vật với thế giới xung quanh, nhìn từ "góc độ" của sinh vật (đương nhiên, từ "góc độ" của vật chất, nó là mâu thuẫn nội tại). Quan hệ này, như mọi quan hệ trong thế giới thuần vật chất, là quan hệ hủy diệt. Hình thái thứ hai thể hiện tính đặc thù của sinh vật: nó tự phủ định, xuyên qua quan hệ của nó với vật chất, để tái tạo chính nó. Nó trở thành nó xuyên qua vật chất. Trong hình thái này, những khái niệm môi giới và phủ định của phủ định gắn liền với khái niệm tự phủ định, không có gì khó hiểu: trong tư cách sinh vật, nồi cơm là môi giới giữa ta và ta, ta phủ định nồi cơm để trở thành ta, đồng thời ta phủ định thằng đói để trở thành thằng no. Rồi ta ỉa: ta phủ định thằng no để trở thành thằng đói. Hình thái thứ hai của quá trình tự phủ định còn gọi là mâu thuẫn nội tại (contradiction interne). Mao Trạch Đông đã biến những khái niệm này thành mâu thuẫn đối kháng (phải dẫn đến tiêu diệt nhau) và mâu thuẫn nội hộ (không đối kháng, có thể dàn xếp với nhau). Triết học của ông "phản ánh quy luật" sinh tồn của thế giới sinh vật. Đây cũng là nền tảng triết học của nhiều trường phái "khoa học" nhân văn hiện nay. Ngày nay, kinh tế là thần tượng của chính trị vì vậy. Cũng vì vậy, công dân bắt đầu có khuynh hướng khinh chính khách và trí thức, nhưng vẫn quý trọng nghệ sĩ. Xưa nghệ sĩ hay ăn bám quyền lực, nay chính khách thích ve vuốt nghệ sĩ. Dễ hiểu: tả và hữu, họ đều là học trò tồi của Marx. Khi ta chú ý tới sự khác hiệt giữa thế giới sinh vật và thế giới người, ta phát hiện tính đặc thù của sự vận động trong nhân giới. Trong thế giới này (thế giới của tư duy, của ngôn ngữ), quá trình tự phủ định của tự nhiên bao hàm thêm một hình thái. Trong hình thái thứ ba này, chính con người làm môi giới cho con người, con người trở thành người xuyên qua quan hệ với người khác. *Không những nó phải không ngừng trở thành nó, xuyên qua tự nhiên, như mọi sinh vật, nó còn phải không ngừng trở thành người, xuyên qua nhân loại. Nó trở thành người vì nó là nhân loại, và nhân loại trở thành nhân loại xuyên qua cá nhân nó. Ngoài quan hệ ấy, chỉ có một bầy thú. Mâu thuẫn ấy là "không gian" vận động của kiến thức, khoa học, văn học, nghệ thuật, giá trị... Sông sẽ cạn, núi sẽ mòn. Nhưng lời thề khắc sâu vào xương tủy, nỗi đau nhân tình, 2+2=4, E=mc², có thể "tồn tại" cho tới ngày loài người vong mạng. Khi ta rung cảm trước cánh chim lạc khắc trên trống đồng, khi ta buột miệng nói Con dại, cái mang, ta khẳng định điều ấy. Mẹ ơi, sao nỡ dạy con chữ Đẹp!*

PHAN LẠC TIẾP

Sinh năm 1933 tại Sơn Tây, Bắc Việt.
Sĩ quan Hải Quân VNCH. Di tản ngày 30 tháng Tư, 1975.
Cộng tác với nhiều tạp chí và báo tại hải ngoại.
Năm 1980, cùng giáo sư Nguyễn Hữu Xương thành lập Ủy
Ban Báo Nguy Giúp Người Vượt Biển.
Hiện sống tại San Diego, California, Hoa Kỳ.

Tác phẩm đã xuất bản:
- *Bờ Sông Lá Mục* (1969)
- *Cánh Vạc Lưng Trời* (tập truyện, 1991)
- *Quê Nhà, Bốn Mươi Năm Trở Lại* (bút ký, 1995)
- *Nỗi Nhớ* (1995)
- *Một Thời Oan Trái* (Tiếng Quê Hương, 2010)

Người nghệ sĩ làng quê

Chim khôn chết mệt vì mồi
Người khôn chết mệt vì nhời nhỏ to
(Ca dao)

Ở vào tuổi đã nghĩ đến việc về hưu, nhiều lúc một mình ôn lại những quãng đời đã trải, xem lại lòng mình, nghĩ đến bạn bè đủ loại, tôi thấy thật tình cờ, tôi đã có nhiều bạn quý. Người này cho tôi một sự tương thân đầm ấm, người khác cho tôi những quãng đời vui, người khác nữa cho tôi những ngày sinh hoạt đầy ý nghĩa. Ngay cả rất đông người đã vừa là bạn, vừa là thầy của tôi nữa. Tôi vẫn thường nghĩ: Trong lòng ta có bạn, mà trong lòng bạn chắc hẳn có lòng ta... Với sự nghĩ ngợi đơn sơ ấy, đã tạo cho tôi nhiều lúc rất thảnh thơi, rất ít khi phiền muộn. Nhưng trong sâu thẳm, là một người nhà quê, sinh ra và lớn lên trong lũy tre làng, dù đi xa bao nhiêu năm dài dặc, tôi vẫn thấy quãng đời thơ ấu tại quê nhà đã in vào lòng tôi sâu đậm nhất. Chắc chắn đó là một lẽ rất riêng, rất thiên kiến, mà nó là thế trong tôi. Và quãng đời thơ ấu ấy, tôi đã có một người bạn nhà quê, nhiều lúc tôi đã quên, nhưng bây giờ, bây giờ sau chuyến về thăm quê cũ, tôi đã nhớ người bạn đó nhất. Và người đó, chính người đó đã cho tôi nhiều nhất và nghĩ cho cùng, tôi phải cám ơn người ấy.

Người ấy đúng là một người nhà quê, ít học ở trường. Tôi không nhớ người ấy học đến đâu, chắc chắn là không qua lớp dự bị, chỉ biết đọc chữ Quốc ngữ mà thôi, rồi bỏ học, ở nhà. Nhà nghèo, nhưng không vất vả lắm, anh ta (tôi gọi như thế cho gần với tuổi trẻ của anh), sống giữa thôn làng, sống đắm mình trong lũy tre, và lớn lên ở đó. Lúc bé, trên dưới 10 tuổi, sau các giờ đi học, tôi tìm đến với anh. Anh làm cái diều cho tôi, thật khéo. Anh biết điều chỉnh sợi dây máy cho diều lên cao. Anh biết gọt miệng sáo cho tiếng sáo vang vọng. Và những buổi trưa hè, mùa hè nắng chang, anh rủ tôi đi câu. Mọi thứ anh đã sẵn, từ đào run, rang cám, cần câu... đủ hết. Anh kéo tôi đi vòng qua các thửa vườn, rồi chui vào bụi rậm, ở bờ ao, câu trộm cá của ao nhà người khác. Ngồi trong bóng mát của bụi rậm, anh bảo: "Câu trộm cá mới thích. Mà đằng ấy tưởng ao nhà đằng ấy không có đứa câu trộm à...". Vâng, quả đi câu trộm vừa có cái sợ, sợ chủ ao bắt được, nhưng lại có cái thích của sự mạo hiểm của trẻ con. Anh ấy nói: "Đây, các bọt lăn tăn kia là anh cá diếc. Cái phao lim dim kia là bị anh cu tôm đến rỉa mồi. Phao chúi đầu một cái, rồi lại nổi lên, nổi lên một chút lại bị kéo đi thun thút, ấy là cách phàm ăn của anh cá rô. Ấy, cái tăm to như hột nhãn là tăm của anh cá trắm. Cẩn thận nhé, cá lớn, cần yếu lưỡi nhỏ, đừng có giật vội mà mất, cứ thả, thả dài dây ra, mặc cho nó quẫy, quẫy chán đi, mệt là lúc ta kéo lên...". Tôi khoái chí vô tả khi cầm trên tay cái cần câu mà cảm thấy lũng nhũng, nằng nặng vẫy vùng của con cá phía dưới nước. Khoái lắm. Khi giật lên, con cá kêu lạch sạch, vẫy, đuôi múa, quạt tứ tung. Anh ta lại bảo: "Cẩn thận nhé, nhể lưỡi câu ra cho khéo kẻo lưỡi câu móc vào tay, và cầm cho khéo kẻo cá nhảy xuống ao mất nhá..."

Lớn hơn chút nữa, tôi vẫn đi học, anh ta vẫn vừa ở nhà giúp việc nhà, vừa quanh quẩn rong chơi. Vào những khi làng vào đám, anh ta hay lắm. Trước sân đình, đồ tế tự đã uy nghi, tán lộng rợp mắt. Các quan viên áo thụng xanh đứng tề tựu ở cuối sân. Bên kia tả mạc, phía của đàn bà con gái đã chật ních. Đến này hữu mạc, dành cho đàn ông, con trai, chật hơn, vì còn phải chừa gian giữa để cụ Thiếu ra chủ lễ. Cụ Thiếu, vị quan đại thần, Tiên chỉ của làng. Khi mọi việc đã tề tựu, cụ mới từ nhà ra. Cụ đi xe tay, có người lính lệ mặc áo nẹp xanh, đội nón chóp, kéo. Đi trước xe, có mấy người vác mấy ngọn cờ, và một người đánh cái trống khẩu: Tung tung. Xe cụ vào sân đình, cụ bước xuống xe. Cụ mặc áo gấm tía, đeo thẻ ngà, đội khăn xếp. Theo sau cụ có mấy người lính lệ khiêng hòm khăn áo. Cụ được mời vào ngồi trên chiếc chiếu hoa cạp điều. Các vị chức dịch đứng quanh đó, khép nép. Khi ông Thủ phiên đương cai, mặc áo the, quần trắng, thắt lưng điều bó que, tay cầm cái tay thước sơn son thếp vàng, đến trước mặt cụ Thiếu, thưa: "Trình quan lớn, mọi lễ vật đã sẵn sàng…". Cụ tươi cười: "Ừ…". Rồi cụ thay áo đại trào vua ban, đội mũ cánh chuồn, hai cái tai mũ nghênh ngang hai bên vai. Cụ hỏi thêm vài câu cho có lệ: "Thế ai viết văn tế hôm nay… Ai đọc văn tế hôm nay?…". Sau đó, cụ vuốt râu, nhìn ra sân đình. Cảnh trí thật là uy nghiêm. Cụ nói: "Được". Thế là ông Thủ phiên đưa cao cái tay thước, lộ cái ngù vàng buông thõng, biểu hiện của sự bắt đầu. Từ một góc đình, trên một bục xây, có lọng che, ông Tây xướng giơ cao tay áo thụng ngang mày và hô: "Khởi trinh cổ…". Lời hô vang đi, thì lập tức, ở hai góc sân đình, hai người mặc áo nẹp đỏ, đội mũ bọ hung, gióng lên một hồi trống lớn, đi với tiếng chiêng: Tùng, bi; tùng, bi… Sau đó, ông Đông xướng, hô: "Củ soát lễ vật…". Cả lễ trường im phăng phắc. Từ trên cao, ở hậu cung, hai anh xã từ, quần đỏ, áo đỏ, miệng bịt khăn đỏ, đi lại thấp thoáng, xem lại lễ vật, và thắp nến lên các cây nến trên cao. Ngoài sân đình, một cụ già, áo the, khăn xếp, cũng xem lại hương nến. Thắp một tuần nhang mới. Sau đó, ông Tây xướng hô: "… Cử nhạc". Tiếng hô vừa dứt, từ bên sân tế, đứng sau lớp bát bửu óng ả thếp vàng, anh bạn tôi mặc áo the, thắt lưng nhiễu điều, cùng với mấy người nữa, cất lên tiếng trống, tiếng thanh la, thật đều: Rặp cheng dinh, rặp cheng dinh… tiếng trống con rộn rã, do anh bạn tôi đánh, hòa với tiếng trống nhỡ do một người lớn đánh, tiếng thanh la… Trông mà rộn rã như đàn. Tiếng to, tiếng nhỏ, tiếng giữa mặt trống, tiếng bên rìa gần tang. Và cả tiếng tang lách cách, thật vui, thật hay và thật nghiêm trang. Tôi đứng chen lấn trong hữu mạc nhìn ra, tôi thấy anh bạn tôi sao mà oai quá, tài quá. Cuộc tế tự từ các hồi trống của anh mới thực sự bắt đầu. Và cứ mỗi lần cái ông Tây xướng, Đông xướng hô lên, các vị quan viên lễ xuống, anh bạn tôi và các người đánh trống lại đánh một hồi trống. Mỗi hồi một khác. Suốt cả mấy tiếng đồng hồ của cuộc lễ tự, tiếng trống của anh vẫn nghiêm chỉnh, không sớm, không muộn, không sai sót chút nào. Chỉ đến khi dẫn rượu, phường bát âm thong thả đi lên đình, cử nhạc là đoàn trống của anh bạn tôi mới tạm ngừng mà thôi. Sau đó, tiếng trống của anh lại làm chủ cuộc tế. Tôi theo dõi cuộc tế thì ít, mà theo dõi đôi tay tài hoa của anh khua trên mặt trống thì nhiều. Tôi phục anh quá. Khi cuộc lễ chính đã hoàn tất, cụ Thiếu trong y phục đại trào, đi hia, mũ cánh chuồn bước ra lễ Thánh. Phía sau là các vị chức dịch, tất cả đều lần lượt vào lễ. Sau chót là phần các người trong ban âm nhạc, gồm có các người đánh trống, đánh chiêng, và cả mấy cô nhà trò bỏ bộ, cùng vào lễ. Anh bạn tôi ở trong nhóm người này.

Khi tan lễ, mọi người đi xem như tôi, lần lượt ra về. Riêng anh, anh được mặc áo the, thắt lưng nhiễu điều, như các quan viên khác vào lễ Thánh. Anh oai thiệt. Tôi thèm vai trò của anh quá. Tôi đợi anh ở dưới gốc cây đa mõm ngựa. Anh ra, vẫn mặc áo the, nhưng đã cởi chiếc khăn điều ra, vắt lên vai, cười vui, rõ là một người vừa "hoàn tất một vai trò quan trọng mà vẫn rất bình dân...". Nhiều người nhìn anh, các cô gái nhỏ nhìn anh. Anh chỉ nhìn qua, rồi chạy lại phía tôi: "Tớ cho đằng ý cái khăn nhiễu điều này đấy". Anh quàng khúc nhiễu điều lễ vật của làng dành cho các người chức việc, cho tôi. Tôi cảm động lắm, quàng vào quanh cổ, rồi thấy "thế nào ấy", tôi lại trả anh: "Trả lại đằng ý. Phải mặc áo the, cuốn khăn nhiễu điều mới đẹp..."

Lớn lên chút nữa, anh tập kéo nhị. Anh tập hồi nào tôi không biết. Một hôm, sáng trăng, anh đem nhị ra sân đình, có cả một lũ bạn bè cùng tuổi, trong đó có tôi. Anh nói: "Để tớ kéo mấy bài cho đằng ý nghe". Anh ngồi xuống, lấy cái nhị ra. Một bàn chân anh đè lên cái nhị bằng ngón chân cái vào cái bầu dài như quả dưa nhỏ. Tay phải cầm cần kéo, tay trái, những ngón tay chạy lên chạy xuống nắn trên hai dây tơ. Tiếng nhị nỉ non, uốn éo não nề. Tôi hỏi: "Bài gì đấy?". Anh bảo: "Bài này là bài Đình Đán, còn bài tớ sắp kéo là bài Tứ Đại Cảnh… khó lắm, tớ mới học được có vài bài…". Dưới ánh trăng mờ mờ như sữa loãng, gió mát, trên cao có tiếng lá đa đùa trong gió lách cách. Tôi nhìn không rõ mặt anh, chỉ thấy anh nghiêng đầu, đôi lúc lắc lư theo điệu nhạc. Còn bàn tay trái của anh, các ngón lúc thì hươ ra, lúc thì cụm lại trên cần cây nhị. Tôi ngẩn ngơ theo điệu nhạc. Tôi hỏi: "Sao đằng ấy tài thế?". Anh ta chỉ cười, và lâu mới nói: "Tại cái hoa tay…"

Sau này tôi ra Hà Nội học, lòng tôi cứ nhớ nhà quê quá, và tôi nhớ đến anh nhiều nhất. Vì thế, khi toàn quốc kháng chiến bùng nổ, tôi lại được về nhà quê, tôi lại có nhiều dịp gần gũi anh. Bây giờ anh là nhi đồng, tôi cũng là nhi đồng. Xưa anh đánh trống tế đã hay, bây giờ anh đánh trống ếch cũng hay lắm, từ nhịp ba qua nhịp sáu, anh đánh trống con rất ròn. Anh đóng kịch cũng hay, anh hát các bài ca mới rất chóng. Và lúc ấy, anh đâu hơn tôi vài tuổi, anh đã có nhiều cô bạn nhi đồng mua bánh bột tẻ cho anh ăn mỗi khi đi cắm trại, dừng lại các quán nước giữa đường. Lần nào như thế anh cũng chia cho tôi.

Các ngày vui của đoàn nhi đồng không lâu, Tây tràn về, mọi thứ giải tán hết, làng tôi qua bao lộn xộn lại đặt dưới sự quản trị của một Hội Đồng Hương Chính, thay cho ủy Ban Hành Kháng của Việt Minh. Lúc ấy dù chưa đến tuổi 20, anh đã lấy vợ. Vợ anh người trong làng, một trong những cô nhi đồng đã mua bánh tẻ cho anh ăn. Và lúc ấy tôi đã lại ra Hà Nội học lại. Mỗi lần về quê chơi, tôi lại tìm gặp anh. Bây giờ anh làm nghề hớt tóc, một nghề tương đối nhẹ nhàng và là nơi biết nhiều chuyện nhất. Có hôm anh đến gặp tôi, lúc tôi vừa ở Hà Nội về, anh bảo: "Nên ra tỉnh đi. Đêm không nên ở nhà…". Tôi hiểu, nên vừa về nhà chơi, lại đạp xe ra Phùng, ra Hà Nội lại. Thời gian này cuộc chiến tranh Việt Pháp đã đến lúc gay go. Chính thời gian này các hoạt động của "phía bên kia", đã ngấm ngầm có mặt khắp nơi. Làng tôi, ban ngày là Quốc gia, ban đêm cán bộ Cộng sản hoạt động gần như công khai. Các thanh niên tân học như các anh tôi, các nhà có máu mặt, ở Hà Nội cả và bắt đầu phải động viên, đi lính. Tôi cũng đã bắt đầu lo về việc này. Tôi quyết định đi Nam. Tôi về nhà lần chót chào anh cả tôi, từ giã các em, thắp hương lên mộ thầy mẹ tôi để đi Nam. Tôi không cho ai biết, anh ta, tôi cũng giấu.

Tôi về buổi sáng, độ 2 giờ, tôi đã lại ra đi. Tôi đạp xe đi lối tắt qua Nghĩa Đàn. Nghĩa Đàn là nơi làng tôi thu nhặt hài cốt từ mấy ngàn ngôi mộ vô chủ từ bao nhiêu đời, xếp chung vào một nơi, và lập Nghĩa Đàn để có nơi hương khói. Nghĩa Đàn vì thế rất thiêng. Tuy Nghĩa Đàn chỉ cách cầu Chợ, nơi buổi trưa người đi làm ruộng lên ăn uống nghỉ chân, rất chật, mà không ai dám ghé lại Nghĩa Đàn. Ở đó, Nghĩa Đàn, gió thổi hiu hiu, lạnh ngắt qua các khe hoa văn. Đôi khi có con rắn vào nằm khoanh tròn ở trước bàn thờ. Người vào lễ rón rén thắp hương rồi đi ra, con rắn vẫn nằm đó. Lúc sau quay lại, con rắn đã đi đâu mất. Người ta bảo đó là con rắn thần. Rồi, vì là nơi vắng vẻ, ở đó có người đã lẻn vào treo cổ tự tử, nên Nghĩa Đàn mỗi lúc mỗi kinh sợ, và càng trở nên linh thiêng hơn. Cả làng nhắc tới chuyện ông Đỗ Văn Đô hiển linh như sau. Lâu rồi, có người phu xe chở sợi. Khi trở về, trời đã nhá nhem, từ Phùng về làng Nủa, qua Nghĩa Đàn, gặp một người ăn mặc lịch sự, xưng tên là ông Đỗ Văn Đô, bảo kéo xe về quê vợ tại Quai Chẽ, cùng đường đi về Phùng. Bác phu xe cắm đầu kéo, trời mỗi lúc mỗi tối, có lúc thấy nặng, có lúc thấy nhẹ, và thỉnh thoảng có làn gió lạnh từ sau thổi tới. Tới Quai Chẽ, đỗ lại khách trả mấy hào bạc. Hôm sau mang mấy hào bạc ra xem, hóa ra là mấy cục đất. Anh ta khiếp vía và hỏi ra mới hay là ông Đỗ Văn Đô đã mất từ lâu…

Tôi lại ra Hà Nội, để đi Nam, và là chuyến đi chưa biết có ngày trở lại. Quá trưa, đồng vắng, tôi đi qua đó, phải xuống xe, vì có cái rãnh và trước Nghĩa Đàn có chữ Hạ Mã, tức là xuống ngựa, xuống xe. Tôi xuống xe, và mong là "phía bên kia" không ai biết là tôi sẽ đi Nam. Nếu họ biết, chắc là phiền phức lắm. Vừa xuống xe, trước mặt có một người từ trong Nghĩa Đàn đi ra, tim tôi đập mạnh: Họ đón mình ở đây ư?... Tôi nhìn lên, hóa ra là anh ấy. Anh bạn thân nhà quê của tôi. Anh mỉm cười, vịn tay lái xe đạp của tôi và nói:

"Đằng ý chuyến này đi xa mà..."

Tuy là bạn thân, tôi cũng không dám nói thật:

"Ai bảo đằng ý thế?"

Anh bạn tôi cười, vỗ vai tôi, nói:

"Đằng ý đi là phải".

"Sao lại phải?"

"Phải chứ. Theo cán bộ họ nói, cuộc đánh nhau này sắp đến hồi kết thúc. Lúc ấy, khi đánh Tây đi rồi, là lúc thanh trừng các thành phần phản động, trí, phú, địa, hào..."

"Mà tôi là con nhà nghèo mà".

Bạn tôi cười:

"Nhà đằng ý nghèo thật. Ruộng chả có, nhưng nhà bác đằng ý giàu. Giàu lại có tiếng, tuy không làm quan mà quen biết rộng, hào phóng, nói lên có lắm người nghe".

"Còn tôi, anh em tôi".

"Đằng ý con nhà nghèo, mà lại được ra Hà Nội học. Học cả tiếng Tây, là có ý sẽ làm cho Tây. Anh đằng ý đã là quan hai".

"Nếu tôi ở lại?"

"Ở lại cũng chả được. Họ đã qui thành phần rồi".

Chúng tôi vừa đi bộ, vừa nói chuyện. Giữa đồng lúa vàng vắng lặng nếu có mấy tên du kích hiện ra, thật phiền. Anh bạn tôi tiếp:

"Đằng ý đi xa, đằng này biết, biết mà chỉ để bụng thôi. Đằng này không dám đến nhà tiễn, mà đằng ấy cũng chả thích như thế, có phải không nào?"

Tôi cười. Anh ta lại tiếp:

"Thấy bà chị đằng ấy sửa lễ cơm mới đem ra cúng ở bàn thờ Đức Ông là đằng này biết chứ. Và biết, mà vẫn là bạn của đằng ấy, nên tớ đón đằng ấy tại đây để gọi là tiễn chân nhau một khúc đường".

Tôi nhìn quanh, đồng lúa vẫn vắng lặng. Anh ta tiếp:

"Chả có gì phải ngại. Cứ để tớ đi tiễn cho đến giáp ranh đồng làng Núc. Tới đó đằng ý đạp xe ra Phùng chỉ độ 45 phút nữa thôi, ra Hà Nội còn sớm chán…"

Tới địa phận làng Núc, chúng tôi bắt tay nhau, anh ta nói:

"Cứ đi đi. Có ở lại cũng chả được đâu. Mỗi người mỗi cảnh. Lúc nào đằng ý vẫn là bạn của đằng này. Thôi đi cho tốt nhé. Có cơ hội thì viết thư về…"

Tôi lên xe đạp thẳng. Đến con đê Hiệp cao, tôi dừng xe, đứng lại, nhìn về, vẫn thấy anh ta đứng nguyên chỗ cũ. Hình anh ta như một cái chấm đen in trên đồng lúa xanh. Gió thổi miên man. Tôi nhìn về cuối chân trời, làng tôi ở đó. Rặng tre đen xa, có mấy ngọn đa cao nổi lên. Ở đó là đường lên chùa, là các nơi hội hè, đình đám, là nơi mà tôi và anh bạn tôi đã diễn kịch, đã hát các bài ca mới. Ở đó, có lúc anh ta đã tặng tôi cái khăn nhiễu điều, anh ta đã kéo nhị…

Tôi giơ tay lên vẫy chào. Xa quá, anh ta chẳng nhận ra đâu. Tôi đứng ở đó một lúc lâu, rồi mới lên xe xuống bên kia đê Hiệp. Từ đó hình ảnh làng cũ mất hẳn. Người bạn tôi cũng chìm đi, không biết có còn đứng đó hay đã đi về rồi. Đó là hình ảnh cuối cùng tôi có với anh, với quê nhà làng cũ, từ 40 năm xưa.

Sau này, sau 1975, khi đã liên lạc với anh em, làng cũ tôi có hỏi thăm anh. Anh ta cũng có hỏi thăm tôi. Trong đám cưới của cháu tôi tại Hà Nội, chụp tất cả mọi người có mặt Anh tôi có ghi: "Người đội cái mũ dạ đứng sau, có dấu X là ông N., bạn nhi đồng của chú đấy. Ông ta vẫn nhắc đến chú luôn". Cháu tôi thì viết: "Bác nên cố về thăm quê cũ. Như bác hai, tuy tuổi chưa cao, mà bạn bè cũ của bác chả còn ai Ông Tào Mạt cứ mong mãi, mong có lúc được gặp bác hai và bác, mà không được, ông ấy đã mất rồi. Trước khi ông ấy mất, may mà còn nhận được thư và quà của hai bác… Ông N., bạn của bác, từ lúc nhỏ, lúc nào cũng nhắc đến bác. Có lẽ bạn bè cũ tại quê của bác, cứ như mẹ cháu biết, chỉ còn ông ấy mà thôi. Bác nên cố thu xếp để khi có thể trở về thì thăm quê một chuyến. Tất nhiên là mẹ cháu, già cháu và bác cả, cùng cả nhà sẽ mừng lắm, Làng xóm như lúc này, bình tâm nhớ lại cũng mong được thấy bác về. Mà lúc này, người nước ngoài về quê chơi cũng đã nhiều, không phải là ít người từ Mỹ về. Bác cứ về, cả nhà mong đợi…"

Bây giờ sau 40 năm xa quê cũ, tôi và vợ tôi đã nhất định trở về. Về để thăm lại anh, thăm lại em và làng cũ. Về để thắp hương lên phần mộ của song thân. Tôi lo lắng, bồi hồi đã đành. Anh em tôi tại Hà Nội, tại quê nhà cũng bồi hồi không kém. Trước khi về tôi có viết thư căn dặn: "Xin giới hạn người đi đón tại phi trường, chỉ có anh em ruột thịt mà thôi…". Điều ấy anh em tôi đã làm đúng. Nhưng khi về quê, thì anh em tôi không thể làm khác được. Dù có nhắc, cũng không cản được anh em, chú bác, bạn bè đi đón và đến chơi. Tại cổng làng rất đông người đón. Trong phút bồi hồi đó, tôi đã nhìn thấy anh ấy. Anh ấy đội cái mũ dạ, người gầy đứng xa xa. Tôi chạy lại. Anh ta ôm tôi và nói: "40 năm rồi đấy, bây giờ mới được gặp lại ông". Tôi nhớ đến lối xưng hô cũ, nên nói: "Đằng ý vẫn thế nhỉ…". Chúng tôi cười với nhau.

Và từ phút ấy, trong lặng lẽ, "đằng ý" lúc nào cũng có mặt ở quanh tôi. Tôi có nói với ông ta rằng: "Tôi sau 40 năm mới trở về đây, lòng ngổn ngang, xúc động. Ông thấy cái gì nên, cái gì không nên, phải nhắc tôi đấy nhé…". Ông ta chặc lưỡi và nói: "Khỏi phải nhắc, tốt cả. Có gì tôi đã nói". Suốt 3 ngày, 2 đêm tôi ở lại quê nhà, ông ta lúc nào cũng ở quanh tôi. Ban đêm, lúc mọi người về hết, nhìn lại, ông ta đã nằm ở cái ghế trong phòng khách. Tôi đi lại, ông ta nhổm dậy, nói: "Thế còn thức hở?…". Đêm khuya, tôi và ông ta ngồi ở hàng hiên, tôi lại hỏi: "Liệu có gì phiền không?". Ông ta cười: "Yên chí mà, tốt cả".

Một lúc khác, lúc đã đi thăm mộ Thầy Mẹ tôi xong, đi lại con đường cũ, con đường mà 40 năm cũ tôi đã đi, ông bạn tôi đã đi. Trước mặt là Nghĩa Đàn còn đó. Ông ta nắm bàn tay tôi và nói: "Đằng ý đi như thế cũng là lạ. Bây giờ đằng ý là người của thế giới mà…". Tôi cười hỏi:

"Sao lại là người của thế giới?"

"Thì đằng ý đi các nước. Lúc thì nói ở trên đài Vê-Ô-A, lúc thì nói ở trên đài Bê-Bê-Xê".

Tôi hỏi:

"Sao ông biết?"

"Thì cả hàng xứ biết. Cả làng này biết cái vụ ông lo đi cứu thuyền nhân đó mà".

Tôi "ồ" và nói:

"Thực ra chỉ ở Mỹ mà điện thoại đi thôi. Ít khi phải đi đến tận các nơi đó".

"Thế mà ở đây đón đài nghe, rõ mồn một".

Chúng tôi nắm tay nhau đi trên đường cũ. Tôi hỏi:

"Thế bây giờ ông làm gì?"

"Thì có lúc làm trong ban văn công. Lúc khác thì cắt tóc, sống nhì nhằng". Lúc ấy cháu tôi đi cạnh.

"Dạ thưa bác, ông N. hiện sống ở bên Chàng. Ông có bà Ba đó, ít khi về làng. Hôm nay nghe bác về, ông N. mới về lại".

Tôi hỏi:

"Sao vậy?"

Ông ta cười. Nụ cười lạnh, rồi tiếp:

"Ờ, tại cái số nó thế".

Bây giờ đã đến Nghĩa Đàn. Cái miếu xưa linh thiêng, ghê sợ là thế, nay vẫn y như cũ, có phần cũ kỹ, rêu mốc và thảm đạm hơn xưa. Tôi ngó vào. Vẫn có bức mành treo giữa gian trong và gian ngoài. Không biết có con rắn nào nằm trong đó không. Cái xà cao phía trong đen, chắc nịch còn đó, nơi năm xưa đã có người lẻn vào đó thắt cổ tự vẫn. Chúng tôi đi qua, mà như vẫn nghe thấy tiếng gió thổi ù ù ở mấy lỗ hoa văn bên hông tường của ngôi miếu. Chúng tôi đi thăm các ngôi mộ khác. Những nén hương nối nhau tỏa khói đây đó, và mùi thơm thoảng trong gió mát. Đồng lúa vẫn xanh ngắt mênh mông.

Cuộc vui càng về khuya càng ý nhị. Cô em họ tôi hát thật hay, nhưng hát một mình nhiều quá, cô nói: "Hát nữa cũng được, nhưng hát một mình không vui, có ai hát bè, hay hát Dặm mới vui…". Mọi người vỗ tay kêu "phải", và yêu cầu ông bạn tôi hát phụ. Vẻ mặt vẫn lặng lẽ, ông ngồi nhích ra chỗ ánh sáng, hất hàm, nói:

"Cô hát trước đi".

Cô em họ tôi lại hát, hát Quan Họ:

Người ơi, người ở đừng về

Người về em những phập phồng
Hai bên vạt áo ướt dầm như mưa
Người ơi, người ở đừng về...

Mọi người vỗ tay, và la lên "được quá".

Ông bạn tôi cất giọng:

Người ơi, người ở đừng về...

(có người nói "thế chứ lỵ")

Người về anh nhắn lời này
Sông sâu chớ lội đò đầy chớ qua
Người ơi...

Giọng hát đàn ông ấm mà xa vắng thế nào. Ông ta lại tiếp:

Chim khôn chết mệt về mồi
Người khôn chết mệt về lời nhỏ to
Người ơi, người ở đừng về...

Cuộc vui mãi cũng tan. Ông bạn tôi vẫn ở lại với gia đình chúng tôi. Gió đêm đã lạnh. Trong lúc mọi người sửa soạn nhà cửa, lo chỗ ngủ, tôi và ông bạn cũ, kéo nhau ra ngồi ở bậc thềm trước nhà. Đêm sâu thẳm.

Tôi hỏi:

"Sao ông lại ở tận bên Chàng, ít khi về làng?"

Một hồi lâu ông mới nói, nói nhỏ vừa đủ hai người nghe:

"Ừ. Tôi ở bên đó với dì Ba nó".

"Dì Ba?"

"Là cô vợ ba của tôi. Nói ra nó dài lắm. Tội nghiệp con bé. Nó còn thua con gái tôi vài tuổi".

"Vậy đó?"

"Thì cũng là cái số nó thế. Và cũng tại ba cái bài Quan Họ mà ra".

"Thế ư?"

"Thì nó hát Quan Họ".

"Và chắc là ông hát Dặm?". Tôi hỏi đùa.

"Thì thế. Lúc đầu là vui thôi. Khi đã vập vào rồi, bỏ thương vương tội".

Nhớ tới ngón nhị tài hoa ngày cũ, tôi hỏi:

"Ông chắc ngón đàn lúc này tuyệt lắm?"

"Thì… cũng như mình cầm cái lược, cái kéo trên tóc người ta, tay mình bao nhiêu năm nắn trên đôi dây của cái nhị thì nó phải nhuyễn, phải ý nhị chớ".

Tôi lại nhớ đến cái khăn nhiễu điều mà ngày cũ, sau cuộc tế đình, ông đã quàng vào cổ tôi mà nói: "Tớ cho đằng ý…". Tôi vào trong nhà lấy bộ quần áo màu tím than, còn rất mới, lại để trong túi chút quà, đem ra. Tôi khoác cái áo vào vai ông và nói:

"Ông giữ lấy mặc cho ấm".

Ông bạn tôi co vai, xốc lại cái áo, ra ý vừa lòng, rồi đứng lên vào phòng bên soi gương. Một lát ông đi ra, và nói:

"Đẹp. Đẹp quá. Cái tay có khi ngắn, mà lo gì, sửa một tị là được".

Ông ngồi xuống, nói nhỏ:

"Cám ơn. Món quà ông cho bằng hai, bằng ba tháng cắt tóc của tôi".

Tôi lảng sang chuyện khác. Tôi hỏi:

"Ông ở bên ấy bao lâu rồi?"

"Cũng lâu ạ. Gần xịt thế mà nhiều lúc nhớ làng quá ông ơi".

"Thì về".

"Về, thì có khó gì, nhưng cũng nhiêu khê lắm, ngại lắm".

Nói tới đó, ông ngồi lặng im. Trời đâm đen thẳm. Ngang trời như có đàn chim nào bay qua, buông tiếng kêu rời rã. Ông bạn tôi nói:

"Ở bên đó, những đêm trời trở gió, cò trắng ở đâu về, đậu kín các cành tre. Ngọn tre cúi đầu vật vã… sao mà nhớ nhà vô tả. Lại như lúc ngày hết, Tết đến, đêm về. Ở bên ấy dân thưa, đèn đóm leo lét, mà nhớ cái cảnh đèn đóm như sao xa của làng mình dập dìu đi đòi nợ cuối năm. Nhớ quá ông à. Ông nhớ chớ? Để tránh cho các người mang công mắc nợ, không dám xuất đầu lộ diện vào tối 30 Tết, nên các cụ làng mình có cái lệ, là cúng Giao Thừa sớm. Mới độ 9, 10 giờ đêm, các cụ đã cúng. Khi nghe tiếng trống cúng nổi lên từ đình, thế là các nhà mang công mắc nợ, nằm đâu đó trong nhà, vội vã đốt lửa lên. Thế là năm mới. Năm mới ai đòi nợ là ta đánh gãy chân, vì 'định trù ếm, giống suốt năm sau'. Ông à, đã bao nhiêu năm tôi đánh cái trống ấy. Tôi đánh trống mà biết là có bao nhiêu người làng đợi, để mừng, để đón Xuân về. Vì thế, ông ơi, ở bên quê vợ, lạ cảnh, lạ người, trời đất cứ u u, minh minh, nghe tiếng trống ở làng nhà vọng lại, tiếng còn, tiếng mất, lòng tôi nó xốn xang vô tả…"

Nghe bạn nói thế, tôi thấy lòng mình cũng bồi hồi. Mà so ra, nỗi bồi hồi của tôi bao nhiêu năm xa quê, có lẽ đỡ xót xa hơn nỗi bồi hồi của ông bạn cũ. Tôi nói:

"Ông nên thu xếp mà về lại làng đi".

"Thì tôi cũng đã định, mà…"

Nói tới đó thì ông im bặt. Tôi như thấy ông thở dài. Rồi ông nói:

"Thôi đi nghỉ đi. Tôi cũng mệt".

*

Sau chuyến về thăm quê đầy xúc động và quá bận rộn, tôi bị mất sức quá nhiều. Trở lại Hoa Kỳ, tôi phải đi làm ngay. Công việc chờ đợi, liên tiếp trong hai tuần lễ, tôi làm mỗi ngày từ 10 đến 12 giờ. Về đến nhà là nằm lăn ra, chỉ muốn ngủ mà không ngủ được. Vì tuổi đã lớn, tôi có chứng bịnh thông phong, phải ăn kiêng, tránh các món ăn bổ dưỡng như thịt bò, đồ biển… Ăn các thứ đó vào, ít thì không sao, nhiều một chút là ngón chân cái sưng lên, đau nhức, không ngủ được. Để trừ sự đau đớn này, tôi phải uống thuốc, mỗi ngày một viên. Như thường lệ, sau bữa cơm, tôi uống một viên. Vừa uống xong, toàn thân tôi nổi ngứa, và ít phút sau buồn nôn, và đi cầu. Vào nhà cầu, tôi ngã ra và không còn biết gì nữa. Người nhà phải kêu cấp cứu 911. Khi toán cấp cứu tới, người nhà nói lại, họ bảo áp suất máu của tôi chỉ còn chưa đầy 40. Do đó họ đã đưa thẳng tôi vào nhà thương. Giữa lúc ấy, tôi thấy tôi, thần khí đã thoát ra ngoài thân thể. Tôi không đau đớn gì, dù toán cấp cứu bóp, chích vào thân thể tôi. Mà lạ thay, trong cái phút kỳ lạ đó, tôi nhớ lại hết mọi chuyện của cả một đời, và đặc biệt tôi thấy ông bạn nhà quê của tôi. Thấy thật rõ. Ông nhìn tôi buồn bã!

Nghỉ mấy ngày cho lại sức, tôi đã đi làm lại. Và chỉ mấy ngày sau, tôi nhận được thư từ quê nhà, như sau: "… một tin không vui. Ông N. đã chết, thắt cổ tại Nghĩa Đàn…". Tôi buông tờ thư xuống, một hồi lâu mới đọc tiếp. Các dòng sau nói về chuyện khác. Tôi đi ra sân cho thoáng, nhìn trời đêm, mà bàng hoàng chưa dứt.

Sau đó, thư sau cho hay: "… ông N. có tất cả ba bà. Ông bỏ bà vợ đầu, người làng. Lấy bà Hai ngoài Thày, có mấy mặt con. Ông ta lại không ở được với bà Hai. Lấy bà Ba, cô này trẻ hơn con gái của ông, mà không con. Bao nhiêu năm ông không về lại làng. Hôm bác về chơi, ông trở lại, và là một ngày vui của ông ấy đấy. Ông đã dành dụm một số tiền kha khá, định sẽ về lại làng, dựng căn nhà nhỏ sống với bà

Ba. Mà các con, con cái của bà Hai nỉ non sao đó, ông ta gửi số tiền ấy cho con. Lúc hỏi ra, thì số tiền ấy đã được đem làm việc khác, đòi không được, vô phương. Buồn và ức quá, ông ta đã vào Nghĩa Đàn tự vẫn. Bộ quần áo mà bác cho đẹp quá, ông ta chưa mặc được lần nào…"

Tôi đã tần ngần mãi về tin này. Không biết nỗi tuyệt vọng của ông xảy ra trước khi tôi về thăm quê cũ, trước khi gặp lại ông, hay sau đó. Nếu sự việc xảy ra trước đó, thì quả là ông đã cố gắng vô cùng, ông đã dành cho tôi quá nhiều ưu ái. Nhưng dù thế nào, đó là một điều chua xót, mà trong nỗi chua xót ấy, tôi thấy tôi đã nợ ông một tấm lòng. Trong bóng đêm yên lặng nơi đất Mỹ xa xôi, tôi đã thắp một nén hương lên bàn thờ Phật. Tôi đứng lặng nghĩ tới hình dáng người bạn cũ đã có với tôi bao nhiêu kỷ niệm…

Phan Lạc Tiếp

PHAN NGUYÊN

Tên khai sinh: Phan Mạnh Nguyên. Sinh ngày 4-1-1952, Hà Nội.

Đại học Văn khoa Sài Gòn ban Triết. Đại học Sorbonne Paris.

Dạy Pháp văn và điều hành một trung tâm huấn nghiệp tại Pháp.

Tự học hội họa. Sáng tác tranh từ thập niên 80.

Đã cộng tác với các tạp chí: *Peuples du Monde, Hợp Lưu, Diễn Đàn.*

Hương cô quạnh

Nhà xoay lưng về những đợt sóng vỗ nhịp từng hồi lên vách núi, thường xanh màu rong rêu, nhưng giờ là nền đen mờ mờ bên bờ vực lởm chởm đá, nối liền với biển sâu hút tận chân trời. Thật ra, khó mà phân biệt được trời đất âm dương lúc không giờ một ngày hè oi bức nơi ven biển. Từ bao lơn phòng sau nhìn xuống, không gian như khối đen lơ lửng, đặc quánh, bao trùm nuốt chửng cả vạn vật sinh linh. Đã bao lần tôi đứng đây căng mắt dõi vào màn đêm mênh mông vô tận, mà cảm thấy chơi vơi một nỗi cô đơn vô cớ đến rợn người.

Trên bao lơn nhỏ như lưỡi mèo liếm vào khoảng không, tôi đứng nghe tiếng sóng rì rào, cố hình dung ra nhan sắc thiếu nữ trọ luân phiên cùng phòng chưa từng gặp, nhưng trước mặt, chỉ có màn đêm đang mở nụ cười tươi đỏ chót. Gió bắt đầu lạnh. Mưa lất phất rơi. Tôi quay vào ngả lưng lên chiếc giường nệm đơn kê sát cửa, chăn gối còn phẳng phiu, tay vẫn mân mê thỏi son nhặt được dưới chân bàn lúc nãy và nghĩ thầm, chắc nàng còn trẻ lắm…

- Vâng. Độ ngoài hai mươi… Vâng, cô ta cũng lui tới cách tuần như ông… ông thông cảm, tôi chỉ còn căn phòng ấy.

Già Rossy ngập ngừng, vẻ ái ngại như việc bất đắc dĩ phải trả lời rồi rời ghế ngồi, lưng đổ về phía trước, lấy hộp thuốc trong túi bảo tôi hút thử, của Hòa Lan, loại sợi thô, thơm mùi mận, hút vào êm, ngọt, không rát cổ… Già lảng sang chuyện khác thật khéo mỗi khi tôi hỏi han những điều Già cho là rắc rối. Mỗi sáng khi xuống cầu thang, tôi đều gặp Già Rossy ngồi lọt thỏm trong chiếc ghế bành cũ kỹ ngay cửa sổ phòng khách, vén màn nhìn ra dốc đường bộ vắng tanh không một bóng người. Dốc lát đá ô vuông thoai thoải dẫn đến đường cái để có xe xuống phố. Chiều về, mở cổng vào sân, tôi vẫn thấy vầng trán nhăn nheo trên cặp lông mày rậm bạc vắt chéo nơi khung kính, tưởng như chưa hề lay động. Chỉ có đôi mắt Già hơi sáng lên vì một niềm vui gặp gỡ. Nhiều lần thành lệ, tôi dành cho Già khoảng thời gian ngắn ngủi lúc đi hoặc về để nhàn tản ngồi lại với tách cà phê, với ly rượu mạnh, cùng nhồi một tẩu thuốc nhả khói lâng lâng. và để nghe Già kể chuyện bằng giọng đặc sệt miền Nam đắc Corse. Già cũng thú chơi ống vố như tôi nhưng vố của Già đẽo hình sọ người, xương trắng phau, cũng lạ. Già nói để nhìn thẳng vào mặt thần chết cho quen vì bà vợ đã theo lão này cả chục năm về trước…

- Cũng là lẽ tự nhiên thôi, tôi còn sống đến hôm nay mới không bình thường ông ạ! Đời sao mà lắm chuyện phản tự nhiên đến thế!

- Chuyện gì nữa hả Già?

- Ôi! Thiếu gì… chuyện cá voi lao vào bãi đá chết cả đàn năm ngoái năm kia chẳng hạn! Chuyện thiên hạ thích đi tu dưới phố! Chuyện ngừa thai phá thai! Chuyện ông độc thân không vợ! Cả chuyện thần chết nữa… Tôi có gặp lão ta rồi đấy, trong căn nhà này, nói chẳng ai tin!

Già nói chậm rãi, mắt nhìn mông lung, cái sọ người trên môi Già gật lên gật xuống biểu đồng tình và tiếp tục phun khói. Tôi nổi gai ốc, nhưng hiểu Già là người to gan can đảm, xem cái chết chẳng ra gì. Qua làn khói bay, Già kể từ ngày vợ nhắm mắt nắm tay bảo Già đừng buồn, rồi sẽ còn gặp lại nhau, Già không đi biển nữa, chỉ quanh quẩn đơn độc trong phòng khách, từ đi-văng qua khung cửa sổ rồi từ cửa sổ đến ô truyền hình, ngày đêm không tắt. Căn phòng của vợ chồng lúc trẻ cạnh phòng tôi Già cũng khóa cửa bỏ trống. Thỉnh thoảng ra đường, là để đưa tang một người bạn tri âm tri kỷ nào đó năm xưa. Già nhìn về phía đồng hồ quả lắc dựng đứng, to đen như hung thần giữ cửa.

- Chỉ có nó hiểu thôi! Nhân chứng của một đời người!

568 © *44 Năm Văn Học Việt Nam Hải Ngoại*

Tôi lắng nghe tiếng quả lắc đong đưa tích tắc đều đặn tưởng cùng một nhịp tim đập với thời gian, và nhớ đến nhà thơ đã từng hát những lời ai điếu cho hòn đảo xanh dương châu ngọc này. Nhà thơ ấy đã yên nghỉ nơi một góc trời xa xôi ngập nắng. Bạn thơ ơi, vĩnh biệt.

- Thế truyện của ông đến chương nào rồi?...

Tôi trở lại với Già Rossy sau cái vẫy tay chào hướng về phương Bắc và chợt thấy giọng cực Nam nước Pháp nghe cũng dễ chịu, có duyên, có lẽ quen tai nên cảm chăng? Già cười bảo cái gì chả vậy, quen rồi cảm, cảm rồi yêu, rồi nghiện là chuyện tự nhiên.

- Không khéo ông sẽ không rời đảo được đâu!

- Vâng, có thể lắm.

Cái ống vố của Già gật gật với tôi. Già rót thêm rượu vào ly, đưa lên ngang mặt và ngả người theo hương bốc.

- Từ ngày ông ở đây tôi cũng đỡ trơ trọi, ngày bớt dài đêm bớt lạnh lẽo. Tôi không đi xa và không leo dốc được nữa. Bạn bè lần lượt theo lão thần chết cả rồi, chẳng còn ai.

- Còn cô gì...?

- Vâng... cô... Anna... Phải rồi... Phải rồi, hai người không thể gặp nhau...

Tôi giữ im lặng. Già nhìn vào ly rượu vàng óng ánh.

- Khi ông về thì cô ta đã đi khỏi, thỏi son tôi sẽ đưa lại... Anna còn trẻ và tốt bụng lắm, đến giúp tôi mọi việc những khi ông đi vắng, và ngủ lại đây, cùng người làng Bonifacio cả... Cô ta còn quên gì nữa không?

Tôi lắc đầu rồi xin mượn Già hình ảnh cái ống vố kia để mai đây đưa vào truyện.

***

Nhưng có một thứ không thể vay, cũng không trả được mà Anna thường để quên, để lại trong phòng dai dẳng suốt cả tuần, đó là một mùi hoa rất lạ. Nửa hương Quỳnh nửa Phù Dung. Cũng không hẳn là hoa mà một mùi hương mát dịu như trăng đêm, lành lạnh như sương sớm, càng về khuya càng trong, càng đượm, càng ngát, ru tôi vào giấc ngủ nhẹ của thiên thần. Không biết nó đến từ đâu mà cứ thoang thoảng khắp phòng, luồn lách khắp nơi, ươm trong chăn, ủ trong gối, miên man day dứt mãi không tan. Có điều rất lạ, ra khỏi phòng là mùi hương khựng lại như bị dao cắt, đứt gọn như có ranh giới vô hình nào nó không vượt qua nổi và tôi không ngửi thấy nó nữa. Không ngửi thấy nhưng nó tiếp tục ám ảnh, bám riết lấy cân não, in đậm trong trí nhớ không tài nào quên. Đúng như Già Rossy đã nói. Thoạt đầu tôi bỡ ngỡ, vài ngày sau quen, vài tuần sau cảm rồi đâm nghiện, và bây giờ, lần đầu tiên trong đời tôi biết nhớ một mùi hương.. nôn nao như nhớ một người tình. Tôi vẫn tưởng ký ức chỉ ghi nhận âm thanh, hình ảnh và màu sắc…

Tôi đem chuyện hỏi Già Rossy vào một buổi tối mưa dầm gió bấc. Những căn nhà mái đỏ san sát bên sườn núi đã tắt đèn, gối đầu lên nhau ngủ vùi im lặng. Chỉ có gió rít nhẹ qua khe hở chỗ tôi ngồi, và bên ngoài hai cánh cửa chớp bệ qua tạt lại vẫy gọi từng cơn. Già đốt lò sưởi cho thêm ấm áp. Thắp ngọn nến hồng để giữa hai ly rượu trên chiếc bàn vuông thấp, vẻ mặt tư lự.

- Thật không? Hay ông tưởng tượng, đôi khi cũng lên lầu sao tôi không hay biết?

Tôi cam đoan với Già là không bịa và kể lại hiện tượng hương hoa lạ lùng kia. Nó đang bị tù hãm trong căn phòng nhỏ hẹp, dứt khoát không tan, bay tỏa ra ngoài, dù tôi có để cửa mở trông ra biển vẫn thế. Không lẽ chỉ mình tôi ngửi thấy. Nhưng Già Rossy không tin. Nheo mắt nhìn tôi nghi ngờ, và hạ thấp giọng.

- Thế ông có gặp Anna chưa?

- Chưa lần nào!

Già bảo để hỏi Anna xem sao, trong căn nhà này mùi gì mà Già chẳng tường tận, mùi ẩm mốc trên bốn bức tường đá ong vào mùa đông lạnh giá, mùi dầu thông trên giường tủ bàn ghế khô cong lúc mùa hạ, mùi oải hương, mùi bông giấy, mùi chăn mền tẩm mồ hôi trộn với khói thuốc thành thứ mùi ngai ngái không tên, và át đi tất cả là mùi gió biển quanh năm tanh tanh mặn mặn. Chưa bao giờ Già nghe nói đến mùi của Anna, hương hoa trong phòng có bao lơn nhìn xuống biển, bình thường vẫn chỉ ngập mùi thời gian bụi bám. Tôi hiểu, Già nhớ mùi như một kinh nghiệm của khứu giác, không như tôi với mùi hương của nàng. Già gõ ống vố lên gạt tàn và châm lửa nhả ra cụm khói xanh đậm đặc. Tối nay Già không dùng vố sọ người, thay bằng ống điếu dài khắc hình những thai nhi cuộn tròn châu đầu nơi mồi lửa, cuống nhau chạy dài đến cuối cán dính lên môi Già rồi chui thẳng vào mồm. Tôi chắc Già còn nhiều thứ quái đản hơn thế.

- Ông còn thấy hiện tượng gì nữa?

Tôi nhìn Già ngồi đối diện lò sưởi, ánh sáng lập lòe nhảy múa trên khuôn mặt đầy đặn hằn sâu nếp nhăn như sóng biển, tóc bạc trắng bạt ra sau bồng bềnh gió khơi, nhưng đôi mắt Già buồn. Buồn vời vợi. Già hỏi dửng dưng không cần câu trả lời. Và tôi, tôi vẫn ngửi thấy mùi hương nồng nàn của Anna phảng phất đâu đây. Ngửi bằng trí nhớ. Nó không ở ngoài mà ở trong tôi, có thật, vật chất như tim gan, nó nhập vào tôi và… nó sống.

Tôi hỏi Già làm thế nào gặp được Anna.

- Mai tôi phải rời Bonifacio đi Florence, tuần sau sẽ về.

- Ông định gặp để làm gì?

- Để nhìn thấy mùi hương bằng da bằng thịt. Người đã

cho tôi thêm một khung trời.

Tôi nói với Già là tôi tỉnh táo chứ không mộng mị hay tưởng tượng kiểu tiểu thuyết gia đang tìm hứng. Đó là sự thật. Già vỗ vai tôi, nhỏ nhẹ.

- Vâng tôi tin ông… Chúc ông ngủ ngon.

Nhưng đêm hôm ấy Già thức rất khuya, không ngủ, lục đục mãi và hình như có tiếng bước chân Già chậm chạp lên cầu thang, lách cách mở cửa vào phòng đôi vợ chồng hồi còn trẻ.

***

Anna đã mở cho tôi một khung trời mới, nói đúng hơn, một không gian khác thường. Không như Già Rossy nhớ mùi gió biển, mùi mồ hôi, hay mùi khói thuốc. Tôi nhớ mùi hương của Anna như nhớ người tình, bằng cảm xúc, bằng mộng mơ, bằng ảo giác, triền miên cả đêm lẫn ngày. Thời gian đầu, mùi hương chỉ nhẹ nhàng phất phơ như gió thoảng, làm cho cơ thể và đầu óc thư giãn, bớt được cơn lừ đừ mệt nhọc sau những giấc ngủ trưa. Mặt trời đổ những tia nắng chói chang lên mái nhà Già Rossy hừng hực nóng, cảnh vật ngoài kia thẳng đứng, im lìm chịu trận cái oi bức ngộp thở giữa trưa hè, và biển bốc hơi. Nhưng trong phòng tôi thì vẫn mát rượi, một mùi hương cực kỳ quyến rũ, nó vuốt ve mơn trớn khắp người và cho tôi cái cảm giác lâng lâng, phe phẩy của một chiếc quạt trầm hương. Không gì thú vị bằng. Nó lả lơi, khiêu gợi, bắt tôi phải để ý đến nó, và dụ dỗ tôi đến xiêu lòng phải thay đổi một số thói quen. Già Rossy cũng ngạc nhiên bảo.

- Dạo này thấy ông ít ra đường, không viết lách ban đêm, lại viết ban ngày?

Tôi nói với Già không hiểu sao tôi không thức đêm được nữa. Cứ xâm xẩm tối là mắt mỏi rũ vì một cơn buồn ngủ kéo đến rất nhanh, không cưỡng lại được. Già nghĩ tại tôi làm việc quá sức đó thôi.

Nhưng tôi biết không phải thế. Vì một lý do khác.

Có lần vui chơi với bạn bè, tôi đã thử một loại nha phiến gốc Nam Mỹ, hút vào, không gian căng phồng ra với thứ ánh sáng vàng vọt lung linh của ngọn đèn dầu lạc, mọi vật chung quanh như chuyển động quay cuồng, người dập dềnh nhẹ tênh và cơn buồn ngủ tức thời ập đến. Ngủ mà như thức, thức thì như mơ và sáng ra đầu nặng như đeo chì. Tôi chợt khám phá là tôi buồn ngủ vì mùi hương của Anna trong trạng thái gần tương tự như thế, nhưng dễ chịu, sảng khoái gấp trăm lần. Mùi hương trong căn phòng này khác với mùi hương ma túy, nó làm tôi say nhưng không mệt, khi thức dậy vẫn hăng hái làm việc, viết lách như mọi ngày. Từ đó, tôi thèm những buổi hoàng hôn lúc mặt trời lặn xuống biển và nghiện những giấc ngủ đầy khoái cảm, ấp ủ cùng mùi hương. Thời gian sau, tôi còn nghiệm được nhiều điều rất lạ. Già Rossy hay bảo Già ngủ lúc nào... không biết. Nhưng tôi trái lại, chỉ cần nhắm mắt mơ màng, tôi đã biết mùi hương lượn lờ đến bên cạnh, ve vãn, kể lể, ôm ấp xác thân và óc não dần dần tê dại đi. Một luồng gió mát từng bước xâm nhập vào người, chạy khắp châu thân từ trong huyết quản, từ đầu xuống vai, từ vai đến bụng rồi tỏa rộng râm ran đến tận mười đầu ngón chân tay, và tôi sung sướng tưởng mình có thể hóa thân thành muôn loài, thành chim thành bướm, thành núi thành sông, thành ngàn vạn phấn hoa bay của rừng già.

Chỉ có điều đáng tiếc, Già Rossy cũng lên phòng những khi tôi đi vắng, cũng ngủ lại vài đêm nhưng Già không cảm được gì. Vì Già không ngửi thấy mùi hương của Anna. Già nghĩ ngợi nhiều, không hiểu và có vẻ buồn, một hôm Già nói.

- Vậy là ông may mắn, hạnh phúc hơn tôi!

***

Từ ngày mang trong người tinh hương của loài hoa xa lạ, tôi như được thêm đôi cánh bay bổng, thênh thang giữa đời. Nhìn đâu cũng thấy sáng ra, màu sắc đậm hơn, tươi hơn. có khi đi giữa thành phố dày đặc sương mù mà vẫn nhìn tỏ mặt người. Những dốc đường quanh co khúc khuỷu, với nhà cửa thấp tầng xếp cạnh nhau như bát úp, ở ngã ba nào đó. nay bỗng quen thuộc như đã từng đi qua, nhưng rộng, cao. và thoáng hơn với màu gạch cua tươi rói. Hàng cây Tùng Bách bên kia đồi uốn khúc lên tận đỉnh, trước không hề thấy. nhưng giờ cũng xanh um màu lá mạ, thản nhiên với mây trời. Tai mắt tôi trở nên bén nhạy tinh tế lạ thường. Có nhiều đêm. tôi nghe được hơi thở của Già phập phồng dưới nhà mặc dù rất nhẹ, Già đã ngủ say. Ở trên phòng qua mấy lần cửa kính. tôi vẫn biết táo đang rụng ngoài sân và lá đang bay đầy ngõ. Nghe nói, thị giác cho phép con người nhìn thấy chính mình. giống như khi xem tranh ta chỉ thấy chính ta. Nhưng trong cái nhìn hiện tại tôi lại không thấy tôi, mà chỉ thấy Anna, một nàng hương cô quạnh và thèm sống. Bằng một quyền lực vô hình nàng đã biến tai mắt tôi thành tai mắt của nàng. Tôi nhìn thấy những gì nàng muốn thấy, nghe được những gì nàng muốn nghe, và cảm được những gì nàng đang cảm.

Như lúc này, tôi biết Anna đang muốn về thăm một nơi chốn cũ. Nàng không phải dân đảo Corse. Quê hương nàng không phải nơi đây mà tận phương trời Đông Bắc, quanh năm tuyết phủ ngập đường. Tôi thấy gió lạnh se sắt làn da giữa mùa hè nắng gắt, tai nghe văng vẳng những tiếng lục lạc trên bờm ngựa phi. Tiếng chuông nhỏ trong veo như tiếng thủy tinh leng keng xa dần... xa dần và Anna bật khóc. Khóc vì một nỗi xa xôi dặm trường. Tôi buồn vui theo tâm trạng của nàng, khi đi qua từng vùng kỷ niệm thời thơ ấu. Có ai biết nàng không thích những buổi chiều mưa dầm dề trên thành phố biển, nhưng lại mê nhìn tuyết rơi? Tuyết rơi phủ trắng những cánh đồng vạn dặm trên xứ sở nàng, cũng như ở đây.

tuyết bay trắng biển, trắng núi, trắng những căn nhà mái đỏ, trắng những dốc đường quanh co, trắng tâm hồn thiếu nữ và trắng cả những cuộc đời còn son trẻ. Tôi còn biết nàng yêu nhạc cổ điển và thích nhảy múa, những lúc ấy, trong đầu tôi lại reo vui một vũ điệu Caucasien bập bùng ánh lửa cùng với nhịp vỗ tay rộn ràng. Và đâu đó thấp thoáng một khuôn mặt thủy thủ phong trần, cằm vuông, lông mày xếch ngược. Nàng nói với tôi trong giấc mộng du là nàng yêu đời và muốn sống. Bao nhiêu tâm ảnh hiện ra như cuộn phim muôn màu, khi tỏ khi mờ, nhưng tôi vẫn chưa từng đối diện Anna. Không biết Anna đã lưu lạc đến đây từ bao giờ? Nàng đang ở đâu mà tôi chưa được thấy nhan sắc? Có điều chắc chắn, đeo trên thân xác tôi, mùi hương của nàng thoát được căn phòng chật hẹp ra ngoài. Và tôi đã mở cho nàng đôi cánh cửa tự do.

*

Tuần sau tôi trở về, cố tình sớm hơn mọi lần nhưng Anna đã lại đi mất. Trước tôi một ngày. Không hiểu sao nàng tránh gặp mặt. Hỏi Già Rossy Già cũng không muốn trả lời. Tôi tặng Già chai rượu cùng hộp thuốc Hòa Lan, hỏi thăm Già vài câu vội vã rồi nóng lòng muốn lên phòng. Căn phòng vẫn trông ra biển, vẫn sạch sẽ và ngập mùi hương. Nhưng lần này tim tôi loạn lên vì trên nền gối trắng, nằm nghiêng một nhánh hoa Vàng. Vàng Mai. Nhưng sao hoa vẫn tươi như vừa mới cắt? Khi tôi cầm lên hoa liền đổi màu, lần lượt ngũ sắc như kính vạn hoa thuở nhỏ lấp lánh muôn hình, biến, hiện rồi tan. Tôi biết Anna tinh nghịch và nàng đang ở đâu đây, rất gần. Hình như có một nụ cười dịu dàng trên mặt gương gợn sóng. Vài cánh chim mòng biển chao qua chao lại ngoài kia, cất tiếng gọi trên cao, tha thiết lúc chiều về. Bầu trời xuống thấp và bóng tối đang lướt vào từ ngoài khơi… Tôi nghe bước chân Già lên cầu thang mở khóa vào phòng bên cạnh. Có tiếng cử động sột soạt của da thịt trên mặt vải khô cứng và giọng nói chậm rãi quen thuộc của Già.

- Cố uống bát thuốc này đi… cho mau lại sức…

- Cố lên nào…

- Đêm nhiều sao, chắc mai trời đẹp đấy…

Già thì thầm như vỗ về tình nhân. Đột nhiên, nhộn nhịp những bước chân người nện trên sàn gỗ, qua lại, hối hả, tấp nập lên xuống cầu thang, rồi đập cửa phòng tôi thình thình vang dội. Tôi bật dậy…

Nhưng hành lang không có ai, phòng kế bên vẫn khóa cửa im ỉm và trong nhà, tuyệt nhiên vắng lặng. Chỉ có tiếng quả lắc đong đưa tích tắc một mình với bóng đêm vì Già Rossy đã tắt đèn yên giấc. Trăng đã lên cao. Đồng hồ tay chỉ ba giờ rưỡi.

Những hôm sau, tôi vẫn nghe nhiều tiếng động lạ vang vang trong giấc nửa khuya và bóng dáng Anna chập chờn ẩn hiện. Không biết tỉnh hay mơ?… Tôi thấy một buổi chiều lang thang xuống phố, bắt gặp mùi hương lơ lửng ngang đầu, rồi dẫn đường tôi đến một tiệm ăn nổi trôi trên mặt biển, lênh đênh như bèo dạt giữa đại dương. Tiệm lại trang hoàng theo lối cổ kính, sang trọng, đông khách, nhưng khi tôi bước vào mọi người đều đứng dậy bỏ đi. Còn lại một thiếu nữ tóc nâu cắt ngắn ngồi xoay ra ánh mặt trời, lưng trần vai thon, để lộ một nốt ruồi son với nước da trắng sữa. Tôi biết chắc chắn là Anna, vì từ thân thể nàng ngào ngạt tỏa ra thứ hương thơm kỳ diệu. Chỉ ba bước nữa thì chạm được vai nàng mà chân tôi không nhấc nổi, toàn thân như bị đóng đinh dính chặt xuống đất. Nhưng bỗng chốc, nàng chạy ra cửa ôm chầm lấy một chàng trai, hôn môi đắm đuối, và bóng đổ dài rơi vãi phía sau bâng khuâng ngỡ ngàng. Tôi còn gặp Anna thêm nhiều lần khác. Nàng ngồi trên ghế của Già nhìn mây bay vùn vụt qua cửa sổ, những tảng mây đen cuồn cuộn đầy ắp không gian. Không bắt được dung nhan của nàng, nhưng tôi vẫn cảm được nỗi mong chờ u ẩn trong lòng người thiếu nữ. Nàng nói với tôi là nàng lạnh lắm. Và mới đêm qua, thấp thoáng bóng nàng đứng trên bao lơn ngắm xuống biển, hình như có lúc, nàng đến ngồi bên đầu giường nhìn tôi ngủ như mơ…

Tôi kể cho Già Rossy nghe những giấc mơ kỳ lạ và cố tình quên những đoạn vô cùng ướt át, say sưa với nàng. Già rót cà phê mời tôi buổi sáng sớm và bảo dạo này Già hay lục đục, đang dọn căn phòng hai vợ chồng thuở trước cho Anna. Để khỏi phiền tôi. Già nhìn tôi đăm đăm qua làn khói thuốc, vẫn bằng đôi mắt ướt buồn bất tận.

- Ông yêu nàng hương rồi!

- Anna là ai? – Nàng đang ở đâu? – Già làm ơn cho tôi gặp mặt!

- Vâng… ông yên tâm… để tôi bảo Anna. Tuần sau trở lại ông sẽ gặp…

*

Lần cuối tôi trở về căn nhà có phòng sau nhìn xuống biển, Già Rossy không ra đón, cũng không thấy Già ngồi nhìn ra đường như thường lệ, và phòng khách âm u không ánh đèn. Cảnh nhà yên bình, mát lạnh, hoang vắng. Tiếng quả lắc vẫn tích tắc đều đặn như những dấu hỏi đong đưa nghìn trùng. Bình thường Già báo trước những khi có việc phải xuống phố, nhưng đã lâu rồi Già có đi đâu? Linh tính báo điều không hay, tôi đảo một vòng rồi lên lầu. Trời tối đen, tiếng sóng biển ùa vào từ cửa bao lơn mở rộng, trên bàn, tôi thấy ống vố của Già chặn lên một mảnh giấy trắng. Vết nhăn nhúm trên nệm giường chứng tỏ có người vừa ngồi ở đây, và nét chữ Già nắn nót viết cho tôi mấy dòng.

Anna là vợ yêu quý nhất đời tôi.
Chiếc chìa khóa này sẽ cho ông biết sự thật.
Lão thần chết đang cỡi sóng vẫy gọi ngoài kia.
Tôi đã quyết về với biển.

Tôi bước ra bao lơn nhìn xuống vực sâu thăm thẳm một màu, tay cầm chìa khóa phòng vợ chồng Già Rossy hồi còn trẻ. Trong phòng, một bộ xương người nằm thẳng trên mặt nệm vàng úa, và chung quanh rải đầy hoa, tràn ngập những hoa, hoa khắp nơi, hoa trên giường, hoa dưới đất, hoa leo lên tường, hoa bám lấy trần nhà, hoa khô, hoa héo, hoa tươi. Nhiều vô kể. Già đã ướp xác Anna bằng trăm nghìn loài hoa đủ màu đủ sắc và hương thơm lừng.

*

Tôi vẫn chưa được biết dung nhan của nàng, và mãi mãi không bao giờ biết. Tôi xuống nhà theo mùi hương bay, đến ngồi vào chiếc ghế bành ngay cửa sổ phòng khách, vén màn nhìn ra dốc đường bộ vắng tanh và… thấy Già. Già Rossy.

Paris, hè năm 2000

PHAN NHẬT NAM

Tên thật Phan Ngọc Khuê. Sinh năm 1943. Đổi thành Phan Nhật Nam 28-12-1942.
Mười bốn năm lính. Mười bốn năm cải tạo.
Đến Mỹ diện HO năm 1994.

Tác phẩm đã xuất bản trước 1975:
- *Dấu Binh Lửa* (Đại Ngã, Sài Gòn, 1969; Hiện Đại tái bản, 1973)
- *Dọc Đường Số Một*(1970)
- *Ải Trần Gian*(1971)
- *Mùa Hè Đỏ Lửa* (Sáng Tạo, 1972; Hiện Đại tái bản 1972,1973)
- *Dựa Lưng Nỗi Chết* (Hiện Đại, 1973)
- *Tù Binh Và Hòa Bình* (Hiện Đại, 1974)

Tác phẩm xuất bản ở hải ngoại:
- *Những Chuyện Cần Được Kể Lại*(California 1995, bản dịch The Stories Must Be Told, 2002)
- *Đường Trường Xa Xăm*(California,1995)
- *Đêm Tận Thất Thanh* (thơ 1975-1993, 1997)
- *Mùa Đông Giữ Lửa* (1997)
- *Những Cột Trụ Chống Giữ Quê Hương* (2003)
- *Phận Người Vận Nước* (2013)
- *Chuyện Dọc Đường* (Tuần báo Sống, 2013)

Hai người lính… sau một lần

Anh luôn ý thức được điều, mình là người Khổ Đau. Sự khổ đau có thật, từ một tình cảnh cụ thể, hiểm nghèo… Luôn chuẩn bị để đi tù, bị nhốt vào phòng tối và tồi tệ hơn… sắp đem đi… bắn. Tình cảnh đáng sợ này không do anh gây nên, nó xảy ra cùng một lần với sự sụp đổ miền Nam, khi những người lính được lệnh ném khẩu súng xuống đất, vất bỏ cái máy cò, cởi… tấm áo, chiếc quần, đôi giày… Anh làm những động tác này trước mắt lính anh, ngay tầm nhìn của những người dân thất thần lơ láo… Anh tự lột truồng dưới ánh mặt trời giữa đám đông không ngại ngùng, không bối rối, xấu hổ… Anh coi mình như đã chết từ lâu. Nhưng, bởi chưa chết với thân xác cụ thể nên anh phải sống, với tâm thức đợi chờ lần cuối cùng kia. Anh sống như là một Khổ Đau. Đây là một "thực tế không thể phủ nhận, đảo ngược được". Hóa ra anh đã sống cùng người Cộng sản đến mười tám năm nên nhiễm phải thói quen, chữ nghĩa của họ từ lúc nào không hay. Mười tám năm để chờ một điều không có gì phấn khởi, bằng khoảng thời gian từ lúc sinh ra đời đến ngày đi lính, cách đây ba mươi ba năm… Mười tám năm. Kinh thật!

Khi anh qua cầu An Lộc, trời đã sụp tối. Cầu An Lộc tức là chiếc cầu bê tông thay thế cầu sắt bắc qua kinh An Phú Đông, nối tiếp con đường từ Xóm Mới lên vùng Hóc Môn, để ra xa lộ Đại Hàn, vòng đai Sài Gòn ở mặt Bắc. Nơi đây, suốt đoạn đường, trên từng khung sắt loang lổ của cây cầu này. Ngày ấy, khói bom, vết đạn xoáy sâu xuống mặt đất, miết hằn lên lớp sơn đỏ, uốn cong lan can vài thành cầu, vòm sắt phía bờ trái ngập nửa thân xuống nước… Người lính bò khó khăn trì chậm dưới sức nặng của ba lô, nón sắt, súng đạn… Con người di chuyển như những con sâu. Chỉ khác, con sâu bò bình yên trong đất, giữa đám lá, người lính bò nguy nan trên khối sắt còn nóng hơi. Súng nổ từ đám ô rô, bên bờ rạch đối diện, đạn chạm thành cầu nghe coong coong. Người lính hơi nhỏm lên, nhô đầu, nhìn quanh quần nháo nhác, ánh mắt thoáng vui mừng khi thấy đồng đội bò theo sau… Tia sáng vui mừng hé lên đồng thời với ánh sợ hãi… Chết tui rồi! Anh ngã ùm xuống nước. Chìm mất, máu đỏ loang rây rây màu nước xanh. Ba lô kẹt vào chân cầu giữ xác anh không bị cuốn đi, chỉ chiếc nón nhựa bung ra khỏi lớp nón sắt trôi bập bềnh theo dề lục bình lấp lánh nắng đầu năm trên phiến lá xanh…

Anh ra lệnh cho người thượng sĩ thường vụ kéo xác người lính vào bờ, cùng lúc khám phá thêm hai thây mới… Thân áo bà ba căng cứng, rách tơi tả, lũ còng gió bám vào những lỗ thủng nhão loét, nửa người từ thắt lưng ngâm dưới nước, phần thân người trên kẹp giữa đám dừa nước, ô rô. Nước xâm xấp xô đẩy vào ra, thây người chuyển động như động tác muốn bò lên bờ. Khi kéo xác người lính lên, người hạ sĩ quan nhìn anh, khẽ hất hàm về phía thây người chết… Thôi để nó nằm đây, kéo lên làm gì. Anh nói trống không. Tôi sợ để đây làm dơ hết nước, mà cũng thấy tội nghiệp… Ừ… ông muốn làm gì thì làm. Anh đột nhiên nôn khan khi nhìn xuống xác người lính… Thằng này hôm đi phép thăm bà già đâu trong Chợ Lớn đây mà. Chiếc máy thâu thanh bọc vải dù mang trước ngực anh ta vỡ toang. Mặt người lính tái thâm đau đau. Anh cúi đầu bỏ đi… Có cảm giác mình cũng chết một phần.

Anh bước lên mặt đường, lớp đá bị đào xới tung tóe, lỗ chỗ. Trên dải đất đá điêu tàn rời rã những xác chết không toàn thân… Con chó gục đầu cắn một đoạn xương người chạy lẩn khuất giữa vòm dừa cụt đầu cháy nám. Chẳng biết xương dân hay xương lính, lính Cộng sản hay lính Cộng hòa vì chỉ là đoạn xương chân, tay… Mùi thây chết ngây ngấy theo cơn gió càng đậm thêm trong sắc nắng thiêm thiếp đầu năm. Một ngày đầu năm miền Nam năm 1968. Cũng một năm Thân như năm nay. Hôm nay, anh đi từ cầu An Lộc, cầu

sắt An Phú Đông lên ngã tư Đại Hàn mất năm phút Honda…
Ngày năm ấy, mất năm ngày. Có thể lâu hơn… Thôi dẫu gì
cũng hết chiến tranh, người Việt mua hòa bình với giá quá
đắt. Trong trị giá này có máu của mỗi người.

*

… Trên đoạn đường năm phút Honda, anh sống với
nỗi đau hai mươi bốn năm trước. Chỉ khác, ngày xưa anh có
đồng đội, bạn hữu vây quanh chia sẻ, đấy lại là dịp đầu năm
nắng vàng tươi và trời gây gây ấm. Đêm nay, anh qua đoạn
đường này một mình và chiều cuối năm, tháng Mười Một âm
lịch. Trời se lạnh, gió bạt mưa trái mùa ẩm ẩm rây rây.

Ba bóng người đứng nép vào nhau dưới mái tranh chòi
quán đóng cửa bên cạnh đường dốc lên cầu Ba Thôn, cầu bắc
qua con kinh nhỏ đầu xã Thạnh Lộc, nơi đơn vị anh thiệt hại
ba sĩ quan khi điều quân vượt qua cầu tiến chiếm khu chợ. Cả
ba đồng cấp đại úy, có người thuộc khóa trước và người cùng
khóa sĩ quan với anh. Mỗi lần qua đây, anh luôn nhớ hình ảnh
hàm râu lởm chởm của Khiêm… cằm người bị nạn nghếch
nghếch khi thở hắt hơi cuối cùng.

> *Cũng một năm Thân như ngày này*
> *Bao lâu xong hết phần phiền muộn*
> *Theo dòng bóng tối ta qua đây*
> *Kẻ mất… người sống tiếp cơn mộng.*

Anh chỉ còn cách nghĩ đến những câu thơ rời rạc khi
qua mối tử sinh. Ba bóng người loáng thoáng ẩn hiện… Họ
là ai… Khoảng đường này không người qua lại muộn. Người
thôn quê vốn ngủ sớm, cũng là cách tiết kiệm đèn dầu. Anh
quay xe, ghé sát mái hiên…

"Anh chị và cháu đi đâu?". Cùng lúc nhận ra, gia đình
gồm bốn chứ không phải ba, trên tay người đàn ông có một
gói nhỏ, đứa bé còn trong tháng, hai chân lòi ra như hai chân
chó con.

"Dạ, chúng cháu lên ngã ba An Sương". Giọng người Bắc vùng quê, tội nghiệp, than vãn chịu đựng…

"Ngã tư An Sương xa lắm, cách đây đến hơn mười cây số…"

"Vâng, chúng cháu cũng biết". Người đàn ông nhướng cặp mắt mờ đục về phía anh chứng tỏ tính chắc chắn của lời nói, chấp nhận hoàn cảnh.

Làm gì được cho gia đình này. Hai vợ chồng còn trẻ, đứa con gái nhỏ dắt tay và đứa bé nằm trong đống tã…

"Thôi nhé, tôi biếu anh và cô chút tiền đi đường, ở lại đây đi, mai đi tiếp, đường còn xa lắm".

Cho tay vào túi quần lấy hết tiền lẻ. Đưa rất lẹ và phóng xe đi. Anh không muốn nghĩ gì và nghĩ thêm gì nữa. Những người chết trên đoạn đường này, xuôi dòng kênh rạch, nơi lườn cầu… và người sông kia, ai nhọc nhằn hơn ai… Người chết quả thực thua thiệt, nhưng người sống có được gì. Anh dừng xe giữa cầu sắt Lái Thiêu, cầu bắc ngang sông Sài Gòn, nối Gia Định, Bình Dương. Sông dâng khói lớp lớp, mờ khúc quanh chảy về hướng Bình Triệu. Ông già ăn xin quen mặt vẫn còn ngồi dựa thành cầu…

"Khổ quá ông ơi… Giờ này sao còn ngồi đây, leo lên tôi chở về trong chợ. Xin ai được nữa…"

Ông già hếch mặt cười cười. Nụ cười trẻ nhỏ vô tư, tốt bụng,

"Khổ gì ông ơi… A Di Đà Phật… Đời ông với tui đâu đã khổ… Ông dzề đi… mặc tui…!"

"Thôi cũng được, nếu ông muốn. Hôm nay tôi cũng hết trơn tiền lẻ rồi, cho người ta dưới Thanh Lộc hết trọi…"– Anh mệt nhọc, giận dữ bâng quơ. Cảm giác có lỗi và vô ích.

"Không sao, hôm nào có thì cho". Ông lão gõ gõ chiếc

lon lên sàn cầu, nhìn xuống dòng sông, ư ư câu vè, câu hát lẫn lộn.

"Chào ông... tui đi về..."

Ông già bắt chéo chân, ngồi bình yên.

"Ừ".

Mắt vẫn không rời mặt nước thấp thoáng dưới xa qua màn mưa chập chờn ánh lửa từ lò gốm bên bờ hắt tàn đỏ.

Khi qua lồng chợ Lái Thiêu trời đổ mưa nặng hạt, anh ghé vào một hàng hiên. Đám đông người không rõ mặt, đứng chen chúc, tiếng ngắn hỗn độn càu nhàu, thở than. Chiếc loa ở nóc trạm thông tin đang loan báo về những thành quả thâu hoạch, sản xuất, tin tức chính trị, "... Nhờ đồng chí Bí Thư Tỉnh ủy tỉnh Sông Bé cùng các cấp ủy đã xuống làm việc tận cơ sở và chỉ đạo sâu, sát nên nhà máy đã sản xuất được những mặt hàng tốt, chất lượng cao, hoàn tất kế hoạch năm 1992 trước thời hạn, đạt và vượt chỉ tiêu do Đảng và lãnh đạo đề xuất... Công chúa Thái Lan đã đến thành phố Hồ Chí Minh, phái đoàn Thành ủy, Ủy Ban Nhân Dân Thành Phố, Mặt Trận Tổ Quốc, Hội Liên Hiệp Phụ Nữ, Hội Đoàn Kết Thái-Việt... Các em bé thành phố đã dâng lên công chúa những bông hoa tươi thắm...".Anh nghĩ đến đoạn đường còn lại, ngõ nhỏ dưới lùm tre, lò bếp, ánh đèn dầu vàng đục và căn nhà kín cửa yên lặng. Yên lặng đến mức nghe được chân nhang cháy đỏ rũ tàn trên bàn thờ ảnh mẹ... Anh hằng nghe âm động im lặng đó, tiếng đêm chuyển dịch và trầm trầm sông trôi nơi xa...*A Di Đà Phật! Đời tôi với ông đâu đã khổ... Thật đấy chứ nhỉ... Đời ông lão ăn xin đâu đã khổ... Một thân, một mình, lát nữa về lồng chợ, chỗ ngủ quen thuộc, xị rượu lãng quên... Và anh, cũng không có gì để gọi là khổ... Sung sướng nữa là đằng khác... Lo gì? Tính gì? Trí não trống không thênh thang, không nhu cầu, không hệ lụy... Dẫu là căn nhà tranh cũng kín đáo, ấm áp bội phần so với một sạp chợ bẩn thỉu, nơi ông lão ngủ nhờ và chắc chắn quá đỗi lớn lao đối với mái hiên của gia đình nặng con nhỏ trú đỗ trên đường xa... Hai đứa nhỏ quá... Trời ơi!*

Anh lấy áo khoác ni-lông trong túi xách ra. Mấy ngàn đồng lẻ vừa rồi thay đổi được gì đâu. Anh quay đầu xe trở lại, hướng cầu sắt... Chái hiên nơi chân cầu Ba Thôn trống vắng. Anh đi thêm vài phút, dưới luồng sáng đèn xe, những hình người chạy lúp xúp... Con trẻ bước theo bố ngả nghiêng.

Đứa bé gục xuống ngay trên tay lái xe Honda, người đàn ông – đúng ra đang ở tuổi thanh niên, chỉ do khốn khổ hóa nên tơi tả, khờ khạo – vòng tay ôm chặt lấy người anh, gói tay nải lên giữa bụng.

"Ông cho cháu giữ thế này nhá... Cháu bị mù". Giọng nói trẻ, chân thật, vùng quê xứ Bắc.

"Anh ở đâu, người Bắc sao đến nơi này?"

"Vâng, cháu là người ngoài ý... Cháu, ý... là bộ đội!"

"Bộ đội sao đến nỗi thế... ở đâu đến đây?"

"Vâng...Nhà cháu đi từ Lộc Ninh xuống..."

"Gì? Từ đâu?"

"Dạ... Lộc Ninh, vùng kinh tế mới ở trên ý..."

... Lộc Ninh, An Lộc, cầu Cần Lê, Xa Cam,... Chơn Thành, Bến Cát, Bình Dương... Đoàn người gánh con chạy giặc năm 1972,... Chạy "hòa bình"năm 1972...vàcuối cùng, chạy "giải phóng"tháng Ba, Tư năm 1975... Người Thượng, người Kinh, người vào Nam cạo mủ cao su trước 1945, người di cư 1954... Đoạn đường trăm cây số này người bế con, cõng cha mẹ già đi dọc theo những dặm trường thống khổ quê hương...

Bé... Bé! Dậy đi con... dậy để ông dễ lái. Người cha lay đứa con nhưng vô hiệu. Nhà cháu đi từ hôm kia, ngày nghỉ đêm đi… Cháu bế con, mẹ cháu dẫn đường, dắt cháu bé này… Tội nghiệp cháu mới tám tuổi, phải đi hai ngày đường… Vừa đi vừa ngủ gật… Không tiền đi xe, đi đến đâu ăn xin đến đó…

"Bộ đội… Sao anh phải đến tình cảnh này…?". Anh bỏ dở câu hỏi, vì chợt nhận ra đang nói đến một điều thừa…

"Cháu bị mù ngày giải phóng Đà Nẵng, khi vào đánh chiếm chỉ huy sở quân ngụy…"

"Còn ai ở đây để anh đánh đến nỗi bị thương mù mắt?"

"Chẳng ai làm cháu gì hết… Bọn ngụy chạy tất…Chỉ do cháu tự gây ra mà thôi… Ấy là nhân bắn quả B40 vào cụm máy… Máy nó phát nổ và cháy ra cái khói sáng gì đấy… Mắt cháu bị nhiễm phải nên bị mù ngay… Y sĩ ngụy cũng không chữa được".

"Bác sĩ nào của ngụy?"

"Thì quân giải phóng bắt được tại đây, chúng nó có bao nhiêu là thuốc, phòng mổ rét đến khiếp… Cái số cháu quả không may… Thế nên rốt cuộc phải mù!"

"Anh mù thế mà không được trợ cấp gì sao?"

"Có ạ… Trên cho cháu nằm viện, xong chuyển ra trại an dưỡng. Cháu gặp mẹ cháu tại đấy. Sau này lãnh đạo điều gia đình cháu đi Lộc Ninh…Từ năm 1982, mười năm rồi đấy…"

"Lên Lộc Ninh làm gì?"

"Dạ, làm kinh tế… Vùng kinh tế mới qui hoạch trồng tuyền cao su".

"Anh mù thì làm gì được!"

"Mẹ cháu đấy chứ, cháu chỉ ở nhà nom các con… Đến khổ, phải để cho hai đứa lớn vào rừng kiếm củi… Chúng đạp phải mìn… Mìn bọn ngụy để lại đấy mà…". Giọng anh nghẹn lại "còn hai đứa bé này mắc phải sốt rét, cháu sợ mất con nên bỏ về đây… Con bé nó đang sốt đấy ạ".

Giọng kể bình thản trở lại, hình như có phần hân hoan vì tìm được nguyên cớ chính xác làm chết hai đứa con lớn "nghĩa là không thuộc phần trách nhiệm của anh" – và quyết định đúng đắn để bảo vệ hai đứa còn lại. Nỗi sung sướng của người thoát cảnh chết, rất bằng lòng cùng phần cơ thể bị mất đi.

Khi xuống cây xăng ở ngã tư An Sương, người lính tỏ vẻ ngần ngại. Anh hiểu ý… Đừng lo, tôi đã hứa, thế nào tôi cũng làm. Đợi một lát cho mát máy, tôi vòng lui chở vợ anh, từ đó lên đây một giờ, một vòng mất hai tiếng… Anh đừng sốt ruột.

"Không, nhà cháu không có ý ấy, chỉ thấy ông quá vất vả vì chúng cháu… Cháu không biết lấy gì đền đáp… Cháu muốn nói…"

"Đừng thắc mắc, tôi không lấy tiền xe anh đâu, anh không nhớ lúc đầu tôi có biếu tiền cho anh và cô mà…"

"Ô hay, thế ông là người cho chúng cháu tiền khi đứng trú mưa đấy phỏng?"

"Tôi đấy, không những thế tôi còn cho nhiều hơn được nữa. Đợi tôi đưa vợ con anh đến hẳng tính".

"Ông nói thế, chứ chúng cháu không dám đòi hỏi gì thêm".

Người lính đến giờ này vẫn không tin sự việc đang xảy ra, đừng nói điều lớn lao hơn. Và để thêm phần chắc chắn anh hạ giọng:

"Ông ạ… Cho cháu vô lễ nhá".

"Anh cứ nói".

"Ông là cán bộ công tác ở cơ quan nào đây ạ?"

Anh cười trong bóng tối,

"Không phải đâu…"

Thật ra anh muốn có lời,"Tôi là người hứng trái B40 ngày nào anh vào giải phóng Đà Nẵng. Anh mất hai mắt và hai đứa con, nhưng tôi và nhiều người nữa mất hẳn cuộc đời. Mất hết cuộc *đời…".Anh lên xe sau tiếng cười lớn:*

"Bố tôi cũng là bộ đội như anh, nhưng ông chết rồi!"

Anh nói điều thành thật.

Người đàn bà bế con đứng chờ anh trong bóng tối. Khác với người chồng bị mù, chị ta xoay trở vụng về với đứa con trên tay trong động tác leo lên ngồi sau yên xe.

"Chị sao thế, chuyền tay nải cho tôi, đặt cháu bé giữa tôi và chị, nhớ giữ cho kỹ… Té là khổ đấy".

"Dạ… Ông chạy chậm chậm cho con… Con bị hư tay". Giọng Quảng Nam buồn bã phiền phiền.

"Tay chị bị hư làm sao?"

"Con… Con là… 'dũng sĩ diệt Mỹ'!"

"Chị có nói quá không đây?"

"Con thưa thật mà… Con còn có bằng tuyên dương 'Anh hùng lao động' và 'Huân chương kháng chiến' lát nữa trình ông xem…"

"Tôi xem làm gì…"

Và để nhắc nhở chị ta khỏi ngủ, anh chạy chậm… Nghe và ráp nối nên câu chuyện sau…

Năm 1965, người đàn bà ngồi sau lưng anh là một bé gái mười hai tuổi. Bé nhập vào đám người sống quanh bãi rác, căn cứ Mỹ Quảng Nam, Đà Nẵng nơi lính Mỹ đổ bộ đầu tiên, bãi Nam Ô. Từ Nam Ô, quân Mỹ mở rộng vòng đai phòng thủ chung quanh Đà Nẵng, chiếm đóng các cao điểm trên dãy núi Phước Tường, những đầu mối giao thông dẫn vào thành phố, mặt Bắc phi trường. Bé hằng ngày hai tay hai chai Coca đến gạ bán cho đám lính thiết giáp bảo vệ toán công binh làm cầu Cẩm Lệ, nhánh sông Thu Bồn chảy qua Đà Nẵng vòng dưới chân núi Non Nước. Hai chai Coca thỉnh thoảng mới bán được, nhưng hằng ngày bé trở về với nhiều gói kẹo, sô-cô-la bọc giấy bóng lắm màu sắc. Lính Mỹ vốn yêu trẻ con, cô bé lại có nét mặt thanh tú, mái tóc khô se che nửa mặt không làm cô bé mất nét linh động, tinh anh. Đám lính thiết giáp, lính công binh dần quen thân với bé, họ đưa cô nhỏ lên ngồi trên khung pháo tháp chiến xa, cho vào ẩn trong các vòm kim loại – để sẵn làm cống – khi trời mưa gió… Họ gọi bé "Baby coke". Thoạt đầu cô không hiểu sau dần quen. Bé cũng lần biết và gọi những tên nghe tức cười… Bốp, Dôn… hoặc nhiều âm như Lồ… "me lồ" v.v… Và bé cũng dần quen với những công việc không ai biết. Đổ cát vào nòng súng, nhét những gói ni-lông nhỏ đựng một thứ nước gì đấy vào những lỗ hổng của máy phát điện, máy cày, máy nổ, máy truyền tin… Tất cả do mẹ dặn sau một thời gian "điều nghiên". Điều nghiên, chữ của chú Sáu Cơ nói với mẹ nhiều lần. Sau thời gian "điều nghiên" và thực hiện đúng những lời căn dặn trên, bé được mẹ yêu thương, chiều chuộng hơn hẳn các em. Cầu làm xong, đám lính công binh đi chỗ khác, lính thiết giáp ở lại, làm nhiệm vụ hằng ngày đi bộ dọc hai bên đường theo đoàn xe… Từ nhà thường nghe những tiếng nổ lớn, lính Mỹ bắn vu vơ, xe thiết giáp sùng sục chạy xuống ruộng và trực thăng Mỹ bay lồng lộn bên bãi cát, trên đồng lúa… Bé biết tiếng nổ đó ở đâu và do ai… Bé có được mối hân hoan pha lẫn nặng lòng.

1968, cô bé đã là một cô gái cứng cáp khôn lanh để không đi bán Coca nữa, mà hành nghề rửa xe nơi bãi cát dưới chân cầu. Bé kiếm được những món tiền khá dễ dàng mà công việc cũng không lấy gì làm nặng nhọc. Mẹ còn cho phép bé lân la thân mật với những người lính trẻ. Những người lính tóc vàng, mở lớn đôi mắt xanh, thường nói với giọng đùa cợt, "I love you baby…".Cô không hiểu nghĩa lời nói nhưng chắc đó là một ý vui, nên chỉ lắc đầu cười rạng rỡ. Bé cũng biểu lộ mối cảm tình với đám lính bằng cách rửa xe thật sạch, trả lại những đồng tiền quá giá biểu, nhưng cũng biết tránh né những đụng chạm lộ liễu với ánh mắt vụt trở nên nghiêm nghị, lách thân mau mắn khỏi những ngón, bàn tay suồng sã…

Do từ những tiếp xúc, nghe ngóng, dò hỏi, cô dần biết khoảng thời gian, số lượng xe, người di chuyển vào ra qua ngã cầu Cẩm Lệ. Những tiếng nổ vì thế trở nên chính xác và hiệu quả hơn… Trên mặt đất dấu máu người rây dài đến mấy ngày sau.

"Nhưng tất cả cũng tại vì con…" Người đàn bà kết luận.

"Tại thế nào". Anh chuyển xưng hô vì một nỗi e ngại mơ hồ, phần mệt nhọc bất chợt nên câu hỏi lạnh nhạt trống không.

"Do con ham quá! Thấy các chú quá khen nên hôm đó thay vì chỉ chôn một trái, con cột thêm khối bê-ta, cái kíp nổ nó bị chạm… Con bị toét bàn tay…"

"Sau khi kíp mìn bị nổ, ai đưa cô đi cứu cấp?"

"Mỹ… Mấy người Mỹ thường ra giữa đường, rửa xe… Họ kêu trực thăng xuống, trực thăng đáp ngay trên chỗ chôn mìn, mìn nổ, chiếc tàu bay bị bung lên… Người Mỹ bắn súng đại liên chết liền… ông ta chết đè lên người cháu, nên cháu chỉ bị thương ở cánh tay… Tay cháu hư là vì lần nổ thứ hai này… bị phá lên thấu vai".

"Sau đó sao nữa?"

"Con nằm nhà thương Mỹ, xong chuyển qua nhà tù của ngụy…"

"Sao lại nhà thương Mỹ?"

"Vì… Vì họ không biết cháu chôn quả mìn và làm những chuyện trước đó… Ngày nào cũng có cô y tá Mỹ biết nói tiếng Việt Nam vào kể chuyện, cho bó bông, và nhiều đồ chơi… Nhưng sau đó bên Việt Nam người ta biết…Họ vào nhà thương lấy cháu đi…"

"Người Mỹ… không nói gì cô à?"

"Lúc đầu, ở nhà thương người ta không cho cháu đi, nhưng sau đó vì cô y tá bảo vì cháu là 'vi-xi' nên phải trả lại cho ngụy… Bọn lính Sài Gòn đem nhốt cháu tuốt trong Biên Hòa… Trong tù cháu được vào Đoàn, sau đó kết nạp Đảng do Chi bộ nhà giam Tân Hiệp chủ trì. Các dì bảo cháu là một 'chị Ba Định' hoặc 'dì Nguyễn Thị Riềng' của đất Quảng anh hùng".

"Cô ở tù bao lâu?" Anh ngán ngẩm, tưởng đang kéo khối nặng trì trợm một cách vô ích.

"Đâu khoảng hai năm, năm 1973, bọn ngụy trả cháu về cho chính phủ lâm thời Cộng Hòa Miền Nam Việt Nam… Ngày giải phóng Đà Nẵng con vào tiếp thu, xong được bố trí công tác tại trại An Dưỡng thương binh… Cháu gặp anh ấy ở đấy, trên kết hợp hôn nhân cho chúng cháu… Ban quản lý bệnh viện bảo chúng cháu là 'điển hình tiên tiến' của tuổi trẻ thời đại Hồ Chí Minh…" – Những chữ, cụm từ ươn tuột không vấp váp…

"Anh và cô chỉ được chừng ấy thôi sao?" Anh nghe có nỗi hờn giận u uất, cho người và cho cả mình.

"Cháu được biểu dương, có 'Huân chương Kháng chiến', được mang danh hiệu "Dũng sĩ diệt Mỹ"". Và giọng nói trở nên mạnh mẽ hào hứng: "… Năm 1981, cháu được cấp ủy Quảng Nam-Đà Nẵng đề xuất làm đại biểu tuổi trẻ đi dự Đại hội Liên hoan Thế giới ở La-ha-ba-na, nếu đừng có những mảnh vụn trái mìn làm nám ở mặt và biết nhiều chữ… cháu sẽ đọc diễn văn ở đại hội chứ không phải chị Võ Thị Thắng.. Nhưng cháu được chụp hình chung với dì Ba Định và đồng chí Phi-đen-cát-ít-xì-tơ-rô!"– Giọng chất ngất hân hoan.

"Cái hình còn không?" Anh hỏi nhạt nhẽo vì biết câu chuyện không thể chấm dứt chứ không do tò mò tìm biết.

"Còn chớ… Được sang ra làm nhiều tấm to bằng nửa cái cửa sổ treo ở Nhà Thanh Niên, trụ sở Ủy Ban Nhân Dân tỉnh, Hội Liên Hiệp Phụ Nữ, Thành Đoàn và cả Nhà Văn Hóa Thiếu Nhi… Đó là tài sản chung của tập thể chứ không phải của riêng cháu… Các chú cấp cao nói như thế, và cháu cũng phải chấp hành thôi…"

"Thế cô đi Lộc Ninh từ bao giờ?" Anh muốn kết thúc câu chuyện vì đã đến điểm không còn điều hân hoan… Cách chấm dứt mau lẹ một nỗi đau.

"Sau khi con đi Cu-ba về, các chú trên chấp hành nghị quyết của lãnh đạo, theo lời dạy của bác Hồ 'đâu cần thanh niên có... đâu khó có thanh niên…'. Lộc Ninh là vùng mới giải phóng lại bị càn nặng trong chiến tranh nên cần cán bộ khung làm cơ sở, nhất là để tuyên vận thanh niên". – Những từ ngữ quen thuộc tuôn ra mau chóng, người đàn bà đã quên mất cánh tay hư, trăm cây số đường dài từ Lộc Ninh và một tương lai khởi đi từ ngã tư An Sương, một nơi gia đình chị đi đến…

Chín giờ đêm, anh đến ngã tư An Sương lần thứ hai. Người chồng và đứa con gái ngồi chờ ở mái hiên, anh giương tròng mắt trắng đục nhìn xuyên qua màn đêm dày ngóng vợ, con.

"Mẹ… Mẹ… Mẹ đến rồi bố ơi!"

Người thanh niên đứng vụt dậy. Anh khua gậy lên mặt nhựa đường. Mình... Mình... Mẹ... Mẹ đâu...? Và khi giữ được vợ con trong tay, anh bật khóc...

"Bây giờ nhà cháu xin nói thật, nhà cháu xin lỗi ông... Cháu tưởng ông không trở lại, ông đưa mẹ cháu đi luôn... Mà... mà... cháu cũng muốn thế! Mẹ con nó quá khổ... Cháu không đành..."

Anh cười thảm hại. Tôi đưa vợ anh đi luôn để làm gì... Và đi đâu? Tôi cũng không khá hơn tình cảnh gia đình anh, còn tệ hơn nữa là đàng khác! Thật ra anh cũng đã rõ ý nghĩ của người thanh niên từ chuyến đi đầu tiên... Không có tình thương trong cuộc sống của những con người này, nếu có cũng quá đỗi hiếm hoi. Hiếm hoi như tiếng lời họ rất ít khi *được nói thật và nghe cùng.*

Anh lấy trong túi xách tất cả số tiền vợ chồng người bạn vừa đưa khi chiều để dùng trong dịp lễ Giáng Sinh và đầu năm dương lịch...

"Đây nhé, tôi chỉ có từng này, anh và cô giữ cho cháu. Ngày mai dùng đi đường, cháu nhỏ không còn sức đi thêm nữa... Nhưng anh và cô đến ngã tư An Sương này làm gì?"

"Chúng cháu định đi Tây Ninh". Người vợ sau khi đã đầy đủ chồng con, lấy lại thế chủ động, mau mắn như sẵn cố.

"Làm gì trên Tây Ninh?"

"Chúng cháu đi... ăn xin". Người thanh niên can thiệp. Đôi mắt mù cho anh ta mối tự tin không ngượng mặt.

"Đi ăn xin thì cần gì phải lên Tây Ninh... Sao không về Sài Gòn..." Anh cũng không chờ câu trả lời, phóng vụt xe đi. Điều phiền não trong lòng đã quá đỗi lớn lao. Hình như mắt cay cay.

*

Khi anh trở lại cầu sắt Lái Thiêu, trời đã quá khuya, mưa tạnh hẳn, trời cao, mây bàng bạc, trăng hạ tuần biêng biếc. Anh dừng xe chỗ ông lão hành khất ngồi ban chiều, nhìn xuống dòng nước sâu đen... Sóng cuốn trăng trôi theo dáng sông. Ánh lửa chài đêm chập chờn đầu sông, phía Bình Dương. Nhìn trái phải, hai nhịp thành cầu im lặng ướt sương và cơn mưa vừa qua. Nghĩ được gì đây... Có con thuyền nhỏ dật dờ xô đẩy dưới chân cầu. Anh đi đến, nhìn xuống. Bước chân chạm thành cầu nghe âm u. Thuyền tối sẫm, chỉ bồng bềnh dáng người ngủ say, chân buông thõng trên sóng nước... Hóa ra lời ông già ban chiều mới thật đúng...*A DiĐà Phật... Ông, tôi đâu đã khổ...* Kể cả người nằm say trên dòng sông dưới kia.

Viết cho tất cả những người đã sống, chết của cả hai bên để không có gì thay đổi như dòng sông. Gửi bằng hữu gần xa.

Tháng 11, năm 1993

Võ Phiên by Khánh Trường

PHAN NHIÊN HẠO

Nhà thơ sinh tại Kontum, Việt Nam, sống ở Hoa Kỳ từ 1991.
Học xong khoa Văn, ĐH Sư Phạm Sài-Gòn, 1989. Cử Nhân
Văn Chương Anh-Mỹ, 1998 và Cao Học Thư viện-Thông
Tin, 2000 tại University of California-Los Angeles (UCLA).
Hiện làm việc trong một thư viện đại học gần Chicago.

Nhiều sáng tác thơ, truyện ngắn, tùy bút, tiểu luận,và dịch
thuật in trên các tạp chí *Việt, Hợp Lưu, Văn, Thơ, Văn Học
Văn Uyển*; báo *Việt Mercury* và trên các trang mạng *Talawas
Tiền Vệ.*

Một số thơ được dịch sang Anh ngữ in trong các tuyển tập
Of Vietnam Identities in Dialogue (Palgrave, 2001), *Three
Vietnamese Poets* (Tinfish, 2001), và các tạp chí *The Literary
Review* (Dickinson University), *MANOA* (University of
Hawaii), *Filling Station.*

Tác-phẩm đã xuất-bản:

- *Thiên Đường Chuông Giấy* (thơ; Garden Grove CA: Tân
Thư, 1998)
- *Chế Tạo Thơ Ca 99-04* (thơ; Garden Grove, Tân Thư, 2004)
- *Thư Lạ* (tuyển dịch truyện Đinh Linh; Gardena, CA: Văn
Mới, 2007)

In chung hợp tuyển *26 Nhà Thơ Việt Nam Đương Đại* (Tân
Thư, 2002) và *15 Nhà Thơ Mỹ Thế Kỷ XX - 15 American
Poets of the XX Century.* [Bilingual, translated with Cù An
Hưng and Hoàng Hưng] (Hanoi: Hội nhà văn/Trung tâm văn
hóa ngôn ngữ Đông Tây, 2004)

Nhà văn thế hệ sau chiến-tranh và ông vua cởi truồng

Người ta đang đề cập đến một thế hệ văn nghệ trẻ, những người sinh ra hoặc trưởng thành sau 1975: kỳ vọng vào họ nhiều mà thất vọng cũng lắm, xoa đầu vỗ vai thường xuyên mà chê bai cũng không hiếm. Bản thân cái gọi là "nhà văn thế hệ sau chiến tranh" vì sao chưa làm nên chuyện, dĩ nhiên có nhiều nguyên nhân, nhưng theo tôi, lý do quan trọng nhất là vì phần lớn họ đang sáng tác với một quan điểm "phi chính trị" rất thỏa hiệp. Sự thỏa hiệp này triệt tiêu khả năng đẩy các thử nghiệm nghệ thuật đến cùng, và đặc biệt khiến việc lý giải các vấn đề xã hội trong văn chương thường rơi vào chỗ giả tạo. Bệnh mù màu chính trị trong văn chương hiện nay dường như ai cũng biết, nhưng không ai chịu phân tích và chỉ ra.

Chính vì không trực tiếp dính líu đến chiến tranh, hoặc được sinh ra khi chiến tranh đã chấm dứt, nhiều nhà văn "thế hệ sau chiến tranh" có cảm tưởng họ là một thế hệ hoàn toàn mới, không liên hệ gì với cái quá khứ đẫm máu của cuộc chiến vừa qua. Họ có vẻ tự hào vì sự biệt lập này, như thể nó mang lại trẻ trung và cấp tiến cho sáng tác của họ. Nhiều người viết trẻ thường tuyên bố với sự kiêu hãnh ngấm ngầm: "Tôi không liên hệ gì đến chính trị hay quá khứ". Nhưng câu hỏi ngược lại là liệu chúng ta có thể sống hoàn toàn miễn nhiễm với chính trị và quá khứ?

Thực tế cho thấy, dù muốn hay không, "thế hệ sau chiến tranh" ở Việt Nam vẫn là một thế hệ đang bị khống chế và ảnh hưởng nặng nề bởi thế hệ trước đó, "thế hệ chiến tranh". Chiến tranh Việt Nam chấm dứt đã 28 năm, một khoảng thời gian tuy không ngắn, nhưng cũng không đủ dài để đẩy "thế hệ sau chiến tranh" ra khỏi sân khấu lịch sử. Ở trong nước, "thế hệ chiến tranh" hiện vẫn giữ quyền thống trị trên toàn bộ đời sống dân chúng, bao gồm những người trẻ tuổi, dĩ nhiên. Ở ngoài nước, mặc dù không nắm quyền lực chính trị, "thế hệ chiến tranh" -những người bị ám ảnh bởi ác mộng của trại cải tạo, của vượt biên chết chóc và hãm hiếp, của kinh nghiệm cay đắng trong một xã hội kiệt quệ và nghẹt thở miền Nam sau 1975- vẫn là những người giữ vai trò quan trọng trong các sinh hoạt cộng đồng, có ảnh hưởng đáng kể lên nhận thức chính trị con cái họ.

"Thế hệ sau chiến tranh" dù không cầm súng hay ngồi tù, cũng không phải là một thế hệ thoát khỏi những hậu quả gián tiếp của cuộc chiến. Chiến tranh Việt Nam đã tạo nên những đứa trẻ mồ côi lớn lên trong mất mát và hận thù, vì máu của cha mẹ chúng đã đổ xuống. Đây là những đứa trẻ bị giằng xé không nguôi giữa lòng căm ghét và sự tha thứ, giữa cố gắng lãng quên và những tổn thương thơ ấu hầu như không thể chữa lành. Chiến tranh Việt Nam đã cho ra đời những đứa trẻ dị dạng bởi chất độc hóa học của người Mỹ, con cái cựu chiến binh Trường Sơn. Nhưng chiến tranh cũng đã tạo nên một lớp trẻ còi cọc khác, đông đảo hơn trong các đô thị miền Nam sau 1975, con cái của "ngụy". Chiến tranh cũng đã "dâng tặng", theo nghĩa đen, cơ hội và bổng lộc đến một thiểu số những người trẻ khác, con cái của giai cấp thống trị chiến thắng. Những người trẻ xuất thân từ các gia đình "đặc quyền đặc lợi" này, mặc dù hiện nay có xu hướng ứng xử như những kẻ cấp tiến vô can trước lịch sử, thực chất là những người sống nhờ vào "chiến lợi phẩm" của cha mẹ họ hơn ai hết. Nhiều người trong số họ được học hành ở nước ngoài, tiếp xúc với phương Tây, nhưng về bản chất là những người sẵn sàng bảo vệ đến cùng cái di sản chiến tranh và hệ thống chính trị mà toàn bộ đời sống vật chất-tinh thần của bản thân, gia đình họ đang dựa vào.

Những lý do trên đây cho thấy việc "thế hệ sau chiến

tranh" tự tách mình ra khỏi "thế hệ chiến tranh" là việc làm không thực tế và ngây thơ về chính trị. Hành động tự khu biệt này của thế hệ trẻ sẽ cho phép thế hệ đi trước phủi tay trước các trách nhiệm lịch sử mà lẽ ra họ phải trả lời. Một cuộc bàn giao thế hệ, nếu xảy ra, phải dựa trên sự sòng phẳng lịch sử, trong đó các sai lầm phải được chỉ rõ và những bôi nhọ phải được tẩy trừ. "Thế hệ sau chiến tranh" nên là những người chủ động đòi hỏi công bằng lịch sử, và cần làm điều đó một cách liên tục. Sau gần sáu mươi năm, người Do Thái vẫn không ngừng nhắc nhở, mổ xẻ về nạn diệt chủng Đức Quốc Xã trong sáng tác nghệ thuật của họ, và đó thực sự là cách giúp thế hệ đi sau học được những bài học quá khứ, tránh cho thảm kịch không lập lại. Chiến tranh Việt Nam hiện vẫn được nhìn với cái nhìn một chiều, từ chối trở thành đề tài cho việc nghiên cứu, tiếp cận dưới những góc độ văn hóa, học thuật khách quan. Điều này khiến cho chiến tranh, mặc dù là một thực tại lịch sử khổng lồ, đang trở thành mảnh đất khô cằn mà không người sáng tác trẻ nào còn muốn đến gieo trồng gì trên ấy.

Trừ một số những người hoạt động chính trị chuyên nghiệp, phần lớn chẳng ai muốn dính líu đến chính trị, một lĩnh vực phức tạp, nguy hiểm. Cũng không ai muốn bị ràng buộc bởi quá khứ. Nhưng tất cả những ai với một chút đầu óc tỉnh táo đều nhận thấy cái tình trạng nghèo nát, tham nhũng, bất bình đẳng khủng khiếp của xã hội Việt Nam hiện nay là sản phẩm của một hệ thống chính trị mà người ta đã đánh đổi bằng rất nhiều máu trong quá khứ để có được, và vì thế ngày nay bằng mọi giá phải khư khư giữ lấy. Sống trong một xã hội mà những giá trị mục rữa vẫn còn được tôn sùng, xếp hàng thăm viếng mỗi ngày, làm thế nào có thể nói đến chuyện tương lai? Thế hệ trẻ hôm nay không để ý đến quá khứ, nhưng thật mỉa mai, lại thích chơi đồ cổ, xây biệt phủ (!), sẵn sàng mặc áo dài khăn đóng trình diễn trước du khách ngoại quốc cái gọi là truyền thống dân tộc chỉ vì vài đồng xu lẻ. Điều đáng chán của các nhà văn trẻ trong nước hiện nay không nằm ở thái độ thiếu dấn thân của họ, mà ở cái cung cách tự phủ dụ, tự hài lòng trước cái giới hạn sáng tạo ngầm được đề ra bởi chính quyền: viết gì thì viết, nhưng không được đụng đến chính trị. Một số nhà văn trẻ trong nước phát biểu trên báo chí như thể họ có thể viết về mọi đề tài, tự do thể hiện mọi tư tưởng, vấn đề chỉ ở chỗ tài năng, kiến thức. Họ bàn về thơ "siêu hình" như thể điều này sẽ mang lại tự do đích thực, giải thoát họ khỏi hiện thực nhếch nhác. Họ nói về "concept art" như thể đang sống ở Paris hay New York, trong khi về thực chất, các cách tân của họ chỉ là những bắt chước lụn vụn về mặt nghệ thuật do thiếu điều kiện tìm hiểu cặn kẽ, kết quả của việc hạn chế thông tin, và đầy thỏa hiệp về nội dung do cố lèn lách qua cánh cửa he hé của bộ máy kiểm duyệt. Họ không nhận ra rằng, chẳng có sự cách tân nghệ thuật nào có thể đi đến cùng mà lại vắng mặt quyền tự do ngôn luận. Họ nói về chuyện dịch sách như thể chỉ cần có kiến thức văn chương, người ta sẽ trở thành những người có văn hóa. Họ không thấy một người rất có kiến thức như Chế Lan Viên, khi không có tự do sáng tạo, cũng có thể biến thành một nhà văn minh họa cuồng nhiệt nhất, và vì thế, phản văn hóa nhất. Họ có vẻ hài lòng với sự nới lỏng của nhà cầm quyền hiện nay, quên rằng đó là vì trước đây họ đã sống trong một xã hội hoàn toàn không có tự do dân chủ. Sự nới lỏng của xã hội Việt Nam hiện nay thực chất chỉ là những củ khoai mì dọn ra cho các nghệ sĩ, những người từ trước đến nay chỉ được phép sống thoi thóp bằng nước lã. Một vài người có đầu óc làm ăn, bằng sự khéo léo ứng xử trong ngoài, đang tìm cách chế biến những củ khoai mì này thành đặc sản, đổi chác được cả vé đi nước ngoài miễn phí lẫn danh tiếng của một ca sĩ hạng B. Cần nhận rõ việc được phép xuất bản những bài thơ đượm mùi tình dục hay những truyện ngắn phê phán xã hội lặt vặt mà không được phép chỉ ra nguyên nhân chính trị sâu xa của chúng, đều chỉ là những trò văn chương nửa vời. Vấn đề khó khăn của giới trẻ hiện nay, nhất là những người sinh ra sau 1975 hoặc những người lớn lên ở miền Bắc, là họ hầu như chưa từng biết đến một thể chế chính trị nào khác ngoài chế độ Xã Hội Chủ Nghĩa. Và vì chưa từng nếm trải một kinh nghiệm tự do dân chủ thực sự, họ không có nhu cầu mãnh liệt về điều này, giống như người chỉ nhìn thấy ảnh chụp một loại trái cây ngon, có thể cũng muốn thử, nhưng sẽ không thấy thèm bằng một người đã từng ăn qua, biết rõ mùi vị ngon ngọt của trái cây này. Nhà văn trẻ trong nước hiện nay có vẻ hài lòng với việc trang trí ngôi nhà văn chương của mình bằng những bức ảnh chụp các loại cây trái như vậy, thường là những bức ảnh ngoại nhập sặc sỡ, trong khi vẫn tiếp tục hài lòng với một thứ tự do khoai mì. Nếu có ai lên tiếng về điều này, phản ứng của họ thường chỉ là "biết rồi, khổ lắm nói mãi".

Về phía các nhà văn "thế hệ sau chiến tranh" ở hải ngoại, có vẻ như việc đề cập đến chính trị cũng đang bị coi là quê mùa. Lẽ ra những người này, với điều kiện sáng tạo tự do và kinh nghiệm thực tế về dân chủ, phải là những người viết với ý thức xã hội-chính trị sâu sắc. Nhưng thực tế không diễn ra như vậy. Mốt của văn chương hải ngoại bây giờ là tập trung vào những cách tân hình thức, nhân danh văn học "cấp tiến" để từ chối quan tâm chính trị. Những cuộc "cách tân" tiêu tốn nhiều năng lượng nhất trong văn chương hải ngoại hiện nay xoay quanh các đề tài như việc phải ngắt dòng một câu thơ thế nào, hoặc việc có nên gọi thẳng âm hộ là l. không. Có một mâu thuẫn ở đây, khi nhiều nhà văn hải ngoại cố tỏ ra Hậu Hiện Đại về mặt hình thức, nhưng lại giữ thái độ lẩn tránh thực tại "vị nghệ thuật" rất cũ kỹ. Họ không thấy rằng Hậu Hiện Đại không có nghĩa là từ bỏ các vấn đề xã hội-chính trị, mà thật ra với Hậu Hiện Đại, người ta có thể tiếp cận hiện thực một cách thú vị và thuyết phục hơn. Họ không thấy những nhà Hậu Hiện Đại như Norman Mailer, Milan Kundera, Günter Grass, những nhà văn rất tiên phong về mặt nghệ thuật, cũng là những nhà văn với ý thức xã hội-chính trị sâu sắc.

Cái gọi là "thế hệ sau chiến tranh" của các nhà văn hải ngoại là một thế hệ rất lèo tèo về mặt nhân sự. Chỉ một vài người ở lứa tuổi ba mươi và gấp vài lần con số đó những người trong tuổi bốn mươi. Những nhà văn viết tiếng Việt trong lứa tuổi hai mươi hầu như không tồn tại. Sự yếu kém về nhân sự này phần nào là nguyên nhân khiến các nhà văn "thế hệ sau chiến tranh" hải ngoại không tạo được tiếng nói riêng, dễ bị cuốn vào môi trường văn chương của những đàn anh lớn tuổi. Trong khi những nhà văn lớn tuổi, quá ê chề với các thăng trầm thời cuộc, mệt mỏi vì tuổi tác, thường chỉ lo dồn sức chạy đua với thời gian cho các tham vọng nghệ thuật suốt đời ôm ấp nhưng chẳng bao giờ thực hiện của họ (dĩ nhiên càng không thực hiện được vào lúc xế bóng). Sau nhiều năm viết lách trong môi trường thiếu công chúng, nhà văn hải ngoại, trong đó có rất nhiều nhà văn "chưa già", bắt đầu sốt ruột tìm kiếm sự công nhận và ảnh hưởng trong nước. Vì tìm kiếm sự công nhận quốc nội, các nhà văn hải ngoại về hình chung đang viết với sự tự kiểm duyệt chính trị. Họ phải viết sao cho bản thân không bị cấm nhập cảnh vào Việt Nam khi trở về "giao lưu", và quan trọng hơn, sao cho sáng tác của họ có thể được tán thưởng bởi các bạn văn trong nước, những người vì nhiều lý do, chỉ muốn và chỉ có thể bắt tay với những cây viết hải ngoại phi chính trị. Để tạo ấn tượng với văn chương trong nước, một nền văn chương bị cho là lạc hậu, nhiều nhà văn hải ngoại tập trung vào việc trình diễn kỹ thuật hơn là chú ý đến nội dung tác phẩm. Rốt cuộc, văn chương hải ngoại đang đi dần đến chỗ trở thành một thứ văn chương cầu kỳ, thẳng hoặc cũng khá tân kỳ, nhưng không có giá trị gì hơn ngoài những bài tập kỹ thuật khô khan được đọc chỉ bởi một số người viết với nhau. Đề cập đến điều này, tôi không có ý phủ nhận cố gắng hữu ích của một số người viết hải ngoại trong việc dịch và giới thiệu kiến thức văn chương thế giới đến giới sáng tác trong nước.

Tôi không kêu gọi văn chương phải trực tiếp đề cập đến chính trị, cũng không tin rằng chỉ cần có tự do dân chủ là tất yếu có ngay một nền văn chương tốt đẹp. Tôi chỉ nghĩ, tự do sáng tạo là điều kiện tiên quyết cho sự phát triển nghệ thuật, và tự do sáng tạo, không có cách nào khác, chỉ có thể nảy mầm trong một xã hội dân chủ về chính trị. Người ta có thể ngồi thiền trong xà lim để đạt đến tự do tâm linh, nhưng phần lớn nghệ sĩ không phải đạo sĩ. Và các đạo sĩ thì không sáng tác. Chính vì chưa có một nền văn chương phát triển, hơn ai hết, nhà văn Việt Nam cần tự do sáng tạo, tự do ngôn luận. Đây là điều kiện tiên quyết cho phép họ học hỏi một cách toàn diện, trong đó bao gồm việc dịch thuật tất cả những gì họ muốn dịch, việc thông lưu giữa văn chương trong và ngoài nước, việc thể nghiệm triệt để mọi khuynh hướng nghệ thuật, tư tưởng. Văn chương Việt Nam, ít nhất vào thời điểm này, cần một môi trường sáng tạo tự do để tất cả các nhà văn đều có thể học hỏi, để thể nghiệm mà không phải thỏa hiệp, hơn là cần đến sự thành công của chỉ một hai tên tuổi. Đôi khi trong sự hạn chế tự do, bằng một phép màu, cũng đã xuất hiện một hai người viết giỏi, nhưng những hiện tượng cá biệt này, giống như những con cá đẹp bơi trong nước bẩn, sớm muộn gì cũng trở nên suy nhược và thỏa hiệp. Nhà văn không nhất thiết phải đề cập trực tiếp đến chính trị, nhưng nhà văn nên có ý thức góp phần tạo nên cái cảm quan tinh thần chung của cộng đồng mà anh ta đang sống. Nhà văn không thể tảng lờ chính trị mãi được, cho dù có như con đà điểu rúc đầu trong đống cát nghệ thuật thuần túy. Sống trong một xã hội thiếu dân chủ và quyền tự do ngôn luận, sẽ đến lúc một nhà văn với khát vọng đi đến tận cùng con đường sáng tạo phải đối mặt với những câu hỏi chính trị. Sẽ đến lúc anh ta không dám viết tất cả những ý nghĩ thật vì sợ bị trừng phạt, hay ít nhất cũng sợ bị từ chối xuất bản. Đó là lúc nhà văn nhận ra rằng, trong sáng tạo nghệ thuật, sự sợ hãi chính trị là một cảm giác tàn phá đau đớn và đáng xấu hổ nhất, mà nếu không được chữa trị, sớm muộn gì nó cũng khiến người ta trương phình lên vì giả dối.

Nhà văn Việt Nam, bị bầm dập cả thế kỷ bởi những thế lực chính trị, thật không may, vẫn đang sáng tạo trong một hoàn cảnh rào trước đón sau rất thảm hại. Chính sự thiếu tự do này khiến chúng ta, trước sự tra vấn của lương tâm trí thức, nhận ra rằng nhà văn Việt Nam vẫn chưa có được sự xa xỉ để thoát ly hoàn toàn khỏi các vấn đề chính trị. Sự thật này, có thể làm nhiều nhà văn trẻ mất hứng, vẫn là một sự thật cần phải được nhìn nhận chứ không nên biện hộ loanh quanh. Không ai bắt chúng ta phải từ bỏ các thể nghiệm nghệ thuật tiên phong. Nhưng chúng ta sẽ không làm được một thể nghiệm nào đến nơi đến chốn trong sự hạn chế quyền tự do phát biểu, tự do hội họp, tự do xuất bản và trình bày tác phẩm như hiện nay. Chúng ta có thể làm nghệ thuật với những đề tài không dính líu đến chính trị, nhưng tôi tin rằng ở một đất nước như Việt Nam, khi đẩy vấn đề đến cùng, truy tìm câu trả lời rốt ráo cho mọi sự, dù là những việc bề ngoài có vẻ phi chính trị, chúng ta sẽ phải đề cập đến chính trị. Chúng ta có thể làm vừa lòng tất cả, hải ngoại lẫn trong nước, có thể vừa làm nhà thơ trẻ triển vọng vừa viết kịch bản phim tuyên truyền ba xu, vừa bốc phét trong bàn nhậu vừa khúm núm ở cửa quan, vừa trí thức trong sách vở vừa cơ hội trong đời sống, vừa bạo dâm trong văn chương vừa liệt dương trên giường... chúng ta có thể làm tất cả ở Việt Nam, nhưng hiện nay vẫn không được phép đề cập đến chính trị, nguồn gốc sâu xa của mọi vấn nạn văn hóa, xã hội. Hiện thực đương đại Việt Nam, như thường được nói, bản thân nó đã là một tác phẩm tuyệt diệu. Trên cái nền hiện thực này, các nhà văn có vô số đề tài để viết, để thể nghiệm theo mọi khuynh hướng: từ Hiện Thực Phê Phán đến Hiện Thực Huyền Ảo, từ Hậu Hiện Đại đến Hậu Thuộc Địa, từ Tân Hình Thức đến "Cựu Nội Dung"... Nhưng viết về đề tài gì, theo khuynh hướng nghệ thuật nào, các nhà văn cũng cần phải đẩy vấn đề đến cùng, không ngại chạm mặt chính trị nếu cần thiết. Một nhà văn phải có quyền viết trong sự tự do, không phải để thách thức chính trị, mà để có thể đề cập đến nó một cách thẳng thắn và không thỏa hiệp. Tôi không nghĩ văn chương có thể thay đổi chính trị. Tôi cũng không tin văn chương chính trị thực dụng là loại văn chương hay. Tôi chỉ nghĩ, trên cái nền hiện thực Việt Nam hôm nay, thật khó để người ta có thể viết với sự trung thực trí thức mà lại tảng lờ chính trị.

Việc ép buộc văn nghệ trở thành công cụ tuyên truyền thô thiển cho chính trị trong nhiều năm ở miền Bắc đã khiến các nhà văn hiện nay trở nên rất dị ứng với chính trị. Đây là một phản ứng tâm lý dễ hiểu. Mặt khác, việc đề cập đến chính trị ở Việt Nam vẫn là việc rất nguy hiểm, có thể khiến các nhà văn bị trừng phạt nặng nề. Tôi hoàn toàn tôn trọng những lý do này. Tuy vậy, để giải quyết rốt ráo các vấn đề văn chương, ít nhất trong thời điểm này, tôi không thấy có lối thoát nào khác ngoài việc phải thẳng thắn phân tích mối quan hệ giữa văn chương và chính trị. Về phần các nhà văn trẻ, nếu không thể lên tiếng cho quyền tự do sáng tạo, chí ít cũng nên chấm dứt những trò ca ngợi dối trá kiểu "có thể viết về mọi đề tài". Cần nhận rõ rằng "thế hệ sau chiến tranh" vẫn chưa thoát khỏi sự khống chế của bộ máy chính trị đang vận hành bởi "thế hệ chiến tranh", rằng mặc dù bề ngoài có vẻ cởi mở hơn, chính trị Việt Nam vẫn luôn canh chừng văn chương bằng cây gậy sắt. Chiếc gậy lơ lửng trên đầu này, trong môi trường kinh tế thị trường nhiều cám dỗ, chỉ càng khiến các nhà văn có lý do đua nhau chạy nhanh hơn về phía củ cà-rốt, để rồi khi đã ngậm củ cà-rốt, họ chẳng còn có thể phát ra ngôn ngữ đẹp đẽ của con người, chỉ toàn tiếng ú ớ. Nhà văn, nhất là những nhà văn tài năng, nên cố gắng chỉ ra cho người đọc cái thực trạng tinh thần xã hội mà thế hệ mình đang sống, hơn là tìm cách làm vừa lòng tất cả mọi người bằng thứ văn chương thái giám vô vị. Tôi tin rằng chỉ cần từ chối thỏa hiệp, chứ chưa cần phải dấn thân chính trị gì cả, các nhà văn đã có thể viết những tác phẩm rất thuyết phục trên cái nền hiện thực có một không hai của Việt Nam. Vài người viết hay hiện nay là những người viết với một ý thức không thỏa hiệp như vậy: Nguyễn Quốc Chánh, Đinh Linh (truyện ngắn), Nguyễn Viện...

Tình trạng "phi chính trị" trong văn chương hiện nay là một màn kịch khổng lồ mà đa số các nhà văn "thế hệ sau chiến tranh" đang vô tình hay cố ý tham dự, cả trong lẫn ngoài nước. Màn kịch này thực ra chỉ nên dành cho những tay cơ hội ma mãnh, những kẻ làm văn chương thù tạc, nhưng hoàn toàn không xứng đáng với những nhà văn có tinh thần trung thực trí thức. Nhà văn "thế hệ sau chiến tranh" nên là người can đảm đi ra khỏi đám đông để nói: "Thưa bệ hạ, ngài là một ông vua cởi truồng". Chỉ bằng cách như vậy, họ mới không trở thành kẻ theo đuôi đáng xấu hổ. Và chỉ với một sự bắt đầu trung thực như vậy, may ra họ mới có cơ hội trở thành những nhà văn lớn.

2/2004 (talawas,

PHAN NI TẤN

Sanh năm 1946 tại Ban Mê Thuột.
Cựu Học Sinh Trung học Ban Mê Thuột
1960. Cựu Sinh Viên Đại học Khoa Học
Sài Gòn 1969.
Cựu Sinh Viên Sĩ Quan Trừ Bị Thủ Đức
1/70. Tù cải tạo tại Quân lao BMT 1975.
Vượt biển cuối năm 1979 đến Trại Leam
Sing, Thái Lan. Định cư tại Toronto năm 1980. Hiện sống tại
Thủ phủ này. Biết làm thơ, viết văn và sáng tác nhạc.
Trước 1975 có thơ trên:*Văn, Phổ Thông.*
Sau 1975 cộng tác với:*Văn, Văn Học, Hợp Lưu, Saigon
Times, Độc Lập, Nắng Mới, Làng Văn, Thư Quán Bản Thảo,
Phụ Nữ Diễn Đàn, Thời Báo, Việt Times* v.v…

Tác phẩm đã xuất bản:
- *Hát Cho Mẹ Và Quê Hương*, tập nhạc, 1969
- *Vác Tên Em Chạy Biệt Mù*, thơ, Con Người, 1972
- *Lục Bát Phan Ni Tấn*, thơ, 1973
- *Dậy Lửa Trường Sơn*, nhạc, Lửa Việt, 1983
- *Em Hát, Em Vui* (với NHN), nhạc thiếu nhi, Làng Văn, 1987
- *Hồi Ký Thơ*, thơ, Làng Văn, 1988
- *Câu Thơ Về Người*, thơ, Nhân Văn, 1996
- *Tình Khúc Phan Ni Tấn*, nhạc, Nhân Ảnh, 2004
Và tuyển tập nhạc nhiều tác giả *Hát Để Xông Đất Mới Cho
Quê Hương* (Con Người 1973) và các CD nhạc: *Sinh Nhật
Của Cây Đàn* (2005), *Đèn Kéo Quân* (2006), *Ao Trời* (2007),
Sài Gòn (blue) Xanh (2015).

Con đò Thủ Thiêm

Hồi trào Tây, người Sài Gòn muốn qua bên Thủ Thiêm họ phải qua sông bằng đò. Sông không rộng lắm, đứng trên kè đá xanh bên bờ này có thể nhìn thấy bờ kia. Năm 1911, Thủ Thiêm là một bến đò nhỏ, chỉ có đò chèo, tới những năm 1930 mới có đò máy và phà, người Pháp gọi là *Bac* (bến phà).

Hồi đó vùng bán đảo Thủ Thiêm vẫn còn đồng hoang lầy lội, dừa nước, ô rô, cóc kèn mọc chằng chịt. Dọc theo bến đò xuôi về hướng Đông Bắc có một dẻo đất nhô ra, trên đó lèo tèo những chòi lá lụp xụp, vách đất sơ sịa giới bình dân gọi là Xóm Chòi. Vì chỉ có trên chục căn nhà chòi nên bà con chòm xóm ai cũng dễ nhận ra nhau, những dân nghèo rải rác từ miệt thứ tới định cư (chưa có dân đàng ngoài) đều được giúp đỡ tận tình, bữa trước bữa sau đã thân nhau cái rột.

Dân ở đây sống bằng nghề chài lưới, buôn bán ven sông, khai khẩn đất hoang hoặc chèo đò ngang đưa đón khách qua lại trên sông, còn đò dọc thì chèo lên vùng Bình Quới, Thủ Dầu Một đi buôn. Mặc dầu là dân tứ xứ tới Xóm Chòi lập nghiệp nhưng lạ một cái là ai cũng nói rặt giọng miền Nam chỉ lọt có ông Tư Đò là "giọng đàng ngoài".

Dân Nam kỳ như tụi tui dù "cắn không bể chữ A", anh Bảu Cần Đước nói, nhưng cũng biết chút ít về lịch sử nước nhà. Thời Gia Long tẩu quốc rồi lập quốc tới đời vua Duy Tân, triều đình nhà Nguyễn được đặt tại cố đô Huế, một dải đất co eo thắt bụng của miền Trung nước Việt. Nghe nói xứ Huế gì mà mưa ba tháng không ngừng, sáu tháng không dứt thúi đất thúi đai. Đúng là cái xứ chó ăn đá, gà ăn muối xa xôi lạ lẫm cả đời mụ nội tui cũng hổng cách gì đặt chưn ra tới nên dân trong này gọi miền đó là "đàng ngoài".

Cuối thế kỷ thứ XIX, ông Tư vốn quê ở tuốt luốt đâu ngoài Vỹ Dạ, Thừa Thiên Huế gì đó (lại còn gọi là đất Thần

Kinh mới ngặt), theo cha mẹ vì nghèo bỏ xứ vô Sài Gòn, qua Thủ Thiêm, mới đầu đi mần thuê sau mần nghề đưa đò, cái nghề cha truyền con nối như ông Tư cho biết. Khi cha mẹ qui tiên, ông Tư sống một mình, vẫn đưa đò. Hồi đó bến Thủ Thiêm đò dọc đò ngang còn lèo tèo, con đò của ông Tư coi vậy mà được việc. Ngày ngày cỡi trên mặt sóng, con đò xuôi ngược đông khách của ông Tư Đò luôn luôn chở theo tiếng hò hụi hò khoan làm cho sức sống miền sông nước nhộn nhịp hơn, xanh tươi lên.

Mỗi lần khách qua đò khen ông Tư chèo hay, hò số dzách ông đều xua tay lắc đầu cười hiền: "Tui già rồi, răng mà so bì với mấy o chèo chống dưới sông tê cho đặng". Nhắc gì chớ nhắc tới nghề đưa đò lúc nào ông Tư cũng tỏ ra hào hứng, tâm phục khẩu phục mấy cô chèo đò dưới bến Thủ Thiêm.

Nhìn con đò phong sương mà thương ông Tư. Cái giọng khàn đục, bừa bựa, chênh vênh của ông dù hay, dù lạ, rặt Huế cũng không làm sao so cựa (dù không ai muốn) cự lại ba cái giọng trong trẻo như là hát dân ca của các "con đò Thủ Thiêm". Những cô gái Thủ Thiêm rạm nắng trong chiếc áo bà ba nâu, quần lãnh mỹ a đen mướt, eo hông mượt mà, ngực mông uyển chuyển đã tạo nên một vẻ đẹp sinh động trong dáng điệu chèo đò. Chính vì hình ảnh trẻ trung, đầy sức sống đó, vô tình các cô đã chèo con đò của mình vào sâu trong câu ca dao bất hủ, trở thành câu chuyện dân gian không biết có từ bao giờ:*Bắp non mà nướng lửa lò. Đố ai ve được con đò Thủ Thiêm.*

Nhưng mà ngoài nghề đò, ông Tư còn thêm nghề bốc thuốc gia truyền miễn phí giúp đỡ dân nghèo, dù ông còn nghèo hơn cả kiếp nghèo. Ngộ nhứt là ông từng là một nhạc công cung đình Huế lúc 12 tuổi. Nhờ ba cái nghề hữu ích này, ngoài cái tên quen thuộc "ông Tư Đò" giới bình dân còn ưu ái gọi ông là "ông Từ điệu nghệ", rất được lòng bà con toàn vùng đất Thủ Thiêm lan qua cả Sài thành.

Thiệt thà là đức tính của ông Tư. Thêm cái giọng trọ trẹ mà từ tốn của ông lúc đầu nghe thắc cười vì lạ tai riết rồi ai cũng quen.

Mới bét mắt đã nghe: "Ông Tư Đò ơi! Ông Tư có nhà hôn?". Ông Tư ngồi chờ hỏ trong nhà dòm ra: "Dà (Dạ). O mô rứa? O cần chi, tui giúp?"

"Ông Tư cho tui quá giang xuống trại Thủy nghen". Ông móm mém cười: "Dà, bữa ni gió lớn, đò tròng trành, cô Hai Hên cẩn trọng hỉ".

Một lần khác, giọng quýnh quáng: "Cứu, cứu giùm thằng con tui, ông Tư ơi! Nó bị con gì cắn". Ông Tư ôn tồn: "Dà, anh Hai giúp tui bồn (bồng) hắn lên chờn (giường) để tui chộ (coi). Ui chao ôi! Con rắn chàm quạp cắn chớ còn con chi…"

Thỉnh thoảng nhìn trăng lai láng trên ngọn dừa ông cao hứng xách đờn cò ra vừa kéo ò e vừa hò giọng nặng trịch như thuốc lá Cẩm Lệ, dân xa quê nghe ai cũng rầu thúi ruột thúi gan. Hỏi thì ông vuốt mớ tóc bạc lòa xòa trên trán, cười nhỏ nhẹ: "Dà, bài ni là bài hò mái nhì, năm tể năm tê bọ mạ tui đưa đò trên sông Hương hay hò; còn bài tê là Chầu Văn".

Cuộc sống cư dân Thủ Thiêm dù cực nhưng cũng tạm lây lất sống qua ngày. Đương khỏe re như con bò kéo xe thì đùng một cái cứ như là trời sập tới nơi. Số là nửa đêm nửa hôm, ngoài trời mưa to gió lớn, dưới sông sóng cuộn bỏ vòi, dân Thủ Thiêm đương chìm trong giấc điệp bỗng giựt mình thức giấc vì nghe súng đạn nổ rền trời đất. Cả xóm hoang mang, nhiều người chạy ra coi thì thấy đâu chục bóng đen cầm súng chạy thục mạng về phía xóm. Họ là Việt Minh.

Cuộc giao tranh vẫn tiếp diễn. Nhiều tiếng súng phá toạc màn đêm. Việt Minh đã có chủ đích. Họ xông vô Xóm

Chài lùa dân xuống bến làm bia đỡ đạn để dễ bề tẩu thoát.

* * *

Câu chuyện về Xóm Chài bên Thủ Thiêm đã trở thành một trong những chuyện đau thương của thời chiến tranh thuộc địa. Phóng viên nhà báo Sài thành đã nhanh chóng ghi lại trong một tờ nhật trình: "Nửa đêm quân Pháp bí mật vượt sông qua Thủ Thiêm hợp với lính *partisan* (lính đánh thuê) phục sẵn ở Thủy trại, chia thành hai mũi giáp công đánh úp những con đò đang vận chuyển vũ khí và cán bộ Việt Minh từ An Khánh, Thủ Thiêm vào nội thành Sài Gòn. Trận đó phía Việt Minh bị thiệt hại nặng. Số chết, số bị thương, bị bắt, số còn lại chạy thoát về phía Xóm Chòi. Không biết vì giao tranh giữa hai phe, lính Lê Dương đốt nhà dân để chận địch hay Việt Minh dùng hỏa công để tẩu thoát, đã phóng hỏa thiêu rụi cả Xóm Chòi.

Sáng ra, Xóm Chòi vẫn còn nghi ngút khói. Số thương vong gồm người lớn và trẻ con bị thiêu cháy thành than. Dưới bến đò, xác Việt Cộng lẫn xác người dân vô tội nằm rải rác khắp nơi. Nhiều xác đò bị đạn hư hại hoàn toàn…"

Đáng tiếc là anh nhà báo không biết nên không đề cập tới số phận của ông Tư Đò. Thực ra, con đò của ông Tư vẫn bồng bềnh neo dưới mé sông. Có điều phía trái mạn đò, dòng máu tươi như vết sơn rớt dính mớ tóc bạc kéo thành một vệt dài chảy xuống đọng thành vũng giữa lòng đò.

Gió dưới bến đò đã êm, sóng đã lặng, như thể sóng và gió đồng lõa với cái phẳng lặng và kỳ lạ của máu người.

Phan Ni Tấn

PHAN QUỲNH TRÂM

Phan Quỳnh Trâm du học, sau đó, định cư và làm việc tại
Úc từ năm 2000.
Thơ, tiểu luận và dịch thuật đăng trên Ajar, Kunapipi và
Tiền Vệ (http://tienve.org).

Đã xuất bản (in chung):
*Poems of Lê Văn Tài, Nguyễn Tôn Hiệt & Phan Quỳnh
Trâm* (Nguyễn Hưng Quốc và Nhã Thuyên biên tập & giới
thiệu), Vagabond Press, Sydney, Australia, 2015.

Nhớ, 301 km/h

K.,
gửi cho B. vài viên thuốc ngủ K. chưa cần tới
B. sẽ gửi lại K. một gói thuốc rưỡi B. chưa kịp hút
B. không cần thuốc lá
B. chỉ cần ngủ
để mai còn có sức đi làm.

tối qua xe cảnh sát đuổi theo và buộc B. ngừng xe lại.
B. chạy với tốc độ tám mươi cây số giờ
ở đoạn đường cho phép sáu mươi.
khi kim đồng hồ chỉ số tám mươi
nỗi nhớ K. vẫn chưa đến tận cùng.
nếu người ta không chặn xe B. lại
B. đã có thể nhớ K. đến một trăm. hai trăm. thậm chí ba
trăm cây số giờ.
xe B. không chịu nổi.
bốc cháy.
nỗi nhớ bùng lên.
thiêu rụi B.
thành than.
khói và tro theo gió bay về Victoria
quyện vào đám cháy cuồn cuộn đi từ cơn bão lửa khổng lồ
thiêu hủy nhiều thị trấn
hàng nghìn ngôi nhà
hàng trăm mạng người.
họ chết trong sợ hãi. trong đau đớn.
ánh mắt thất thần hoảng hốt nơi thân thể giãy giụa từ từ nám
cháy
vật vã lo lắng tuyệt vọng cho con mình. vợ mình. chồng
mình
những người còn ở lại.

K.,
B. có ích kỷ và vô cảm lắm không?
khi mơ mộng một cái chết đẹp cho mình
giữa hàng trăm. hàng ngàn. hàng triệu
những cái chết không chờ đợi
trần trụi. nham nhở. xấu xí.
đột ngột. thình lình. tức tưởi.

cảnh sát cho thổi rượu. hỏi B. vài câu
B. từ tốn đưa miệng vào ống thổi. lịch sự (ngoan ngoãn?)
trả lời.
rồi không hiểu vì lý do gì
họ lại cho B. đi.

đèn vàng: chậm lại. nhớ.
đèn đỏ: dừng xe. nhớ.
đèn xanh: từ từ, tăng tốc. nhớ.

B. chìm. đắm. nghẹt thở.

09/02/2009

Mỹ học của sự im lặng

Thơ,
là sự im lặng bên ngoài tầng 13 lúc 3 giờ chiều
như bản nhạc John Cage bốn phút ba mươi ba giây
mà tôi là đồng tác giả
với những nốt quạ chấm đen trên những dòng kẻ điện
những đám mây nằm ườn trên cao
những tàng cây nứng gió phía dưới
hay sự im lặng của tiếng quạt máy rù rù trong phòng ngủ
của tiếng nước nhỏ giọt trong phòng tắm
của những cuốn sách trên bàn đang tự chuyện trò
hay của những giọt mồ hôi đồng lõa trên hai thân thể nhễ
nhại

Sự im lặng lúc 3 giờ chiều không giống sự im lặng lúc 5 giờ
sáng
Càng không giống sự im lặng lúc 12 giờ khuya
Sự im lặng lúc 3 giờ chiều là một sự im lặng ngắn ngủi giả
vờ, trước khi bùng nổ
của bà mẹ ở nhà chờ những đứa con đi học về
của phút lắng tâm trước giờ đọc kinh cầu an
của những vở kịch một màn không-có-gì-ngoài-im-lặng của
Beckett
của đoạn chuyển tiếp giữa hai chương trong một concerto
của phòng triển lãm nơi chỉ bày những trống không
và trống không
của người đàn ông đứng bên cạnh chiếc cassette đang mở
trước ngôi mộ mới
ở một nghĩa trang một buổi chiều muộn
của vết thương ngỡ đã lành
của nỗi thống khổ ngỡ đã nguôi
của tiếng khóc ngỡ đã tắt...

Sự im lặng của nhà thơ đang dự cảm về một bài thơ mới
hay của cảm giác trắng tay khi bị bài thơ mới làm tước sạch
của tất cả những gì có thể được nói ra, gọi tên, mà không
cần nữa
bởi âm thanh của lời nói phát ra là sự im lặng.

Chú thích:
Nhan đề "Mỹ học của sự im lặng" mượn từ bài tiểu luận của Susan Sontag "The aesthetics of silence".

Ngày cuối cùng của mùa đông

Mùa đông đi qua
Cơn rét còn kéo dài
Cắn vào da thịt

Một người đi cua
Một phần thân thể bị cắt đứt
Đau buốt

Một tình yêu đi qua
Để lại nhiều dấu chân
Xóa hoài không hết

Một đời đi qua
Còn lại ít tro
Rải mù trong gió.

31/08/2018

PHAN TẤN HẢI

Nhà văn Phan Tấn Hải. Cũng dùng pháp danh Nguyên Giác làm bút hiệu. Sinh năm 1952 tại Việt Nam. Hiện đang định cư tại California, Hoa Kỳ.

Đã từng cộng tác với nhiều báo, như Tập san *Nghiên cứu Triết học* (Đại học Văn Khoa, Sài Gòn), *Tự Thức, Văn, Văn Học, Hợp Lưu, Tạp chí Thơ, Việt Báo, Giao Điểm, Giác Ngộ*, v.v…

Đang thực hiện trang song ngữ: https://vietrahula.blogspot.com/

Tác phẩm đã xuất bản:
- *Cậu bé và hoa mai* (tập truyện ngắn)
- *Thiếu nữ trong ngôi nhà bệnh* (tập truyện ngắn)
- *Vài chú giải về thiền đốn ngộ* (biên khảo)
- *Thiền tập* (biên dịch)
- *Ba thiền sư* (dịch từ nguyên tác của John Stevens)
- *Trần Nhân Tông, Đức Vua Sáng Tổ Một Dòng Thiền* (song ngữ)
- *The Wisdom Within*, Teachings and Poetry of the Vietnamese Zen Master Tue Trung Thuong Sy (song ngữ)
- *Teachings From Ancient Vietnamese Zen Masters* (song ngữ)
- *Thiền tập trong đời thường*
- *Thiền Tông Qua Bờ Kia*

Vết son ơi, quên nhau là chuyện khó

LỜI DẪN – *Xin có vài dòng tâm tư nơi đây. Truyện này có một tựa đề rất là phim bộ Hàn Quốc. Tác giả đã nghĩ tới các tựa đề khác cho nhẹ nghiệp tình -- thí dụ như "Tay Ai Chưa Nắm Một Lần" hay "Dây Chuông Ai Níu Bên Trời" – thì lại rất là cải lương, và chẳng hấp dẫn tí nào. Truyện này có thể có vài dị bản khác nhau. Nguyên khởi là viết cho Báo Xuân Việt Báo theo như cầu phải có chất lãng mạn thế gian. Cùng lúc, gửi cho nhà thơ Kinh Bắc để đăng trên ấn bản xuân tạp chí Suối Nguồn (của Trung Tâm Dịch Thuật Hán Nôm Huệ Quang), với lời dặn dò rằng xin nhà chùa tùy nghi sửa đổi, cắt bớt, hay thêm vào sao cho phù hợp với chánh pháp. Truyện này khi vừa viết xong, đã được hỏi là có bao nhiêu phần là sự thực. Tác giả đã trả lời rằng 95% là hư cấu. Tuy nhiên, bây giờ nghĩ lại, dưới mắt nhìn của Đức Phật, hẳn là 100% hư cấu, bởi vì ngài đã bảo rằng tất cả sắc thọ tưởng hành thức đều cần quăng bỏ, thì có gì để nói là thực đâu. Và cũng vì thế, tác giả xin cung thỉnh rằng, bất kỳ hành giả nào trong tứ chúng nhà Phật cũng đều có quyền tự do sửa đổi, cắt bớt, hay thêm vào sao cho phù hợp với chánh pháp. Sau đây là truyện.*

*

Lần đó gặp lại cũng lạ. Có vẻ như những gì gặp gỡ và chia tay đều là tiền định. Lúc đó là khoảng năm 1999, hay 2000; nhiều người lên cơn sốt thiên niên kỷ gì đó, kiểu như sắp tận thế hay trời long đất lở gì đó. Tôi dự buổi thuyết pháp của Đức Đạt Lai Lạt Ma ở thành phố Pasadena, thuộc quận Los Angeles, và gặp lại cô nàng.

Nói cho đúng, chính cô nàng gặp lại tôi, vì trong đám đông nhiều ngàn người lúc rời hội trường, Mai đã gọi tên tôi và đưa tay lên thật cao để vẫy, ra dấu. Cũng lạ, làm thế nào sau nhiều thập niên xa nhau, tưởng như biệt tăm và cách mấy bờ đại dương, người ta lại có thể nhận ra nhau trong một đám đông nhiều ngàn người.

Tôi không nghĩ ra nổi; sau đó, tôi thú thật với cô nàng rằng tôi không thể nhận ra nàng trong đám đông như thế, tuy rằng nàng rất là độc đáo. Lúc đó, tôi nói với Mai, độc đáo nghĩa là em đẹp tuyệt vời, chỉ nhìn em thế này, anh quên hết những lời dạy của Đức Đạt Lai Lạt Ma mới nói hai tiếng đồng hồ vừa qua.

Từ pháp hội Pasadena tới khi tôi viết những dòng này cũng đã mười mấy năm rồi, nhưng hình ảnh nàng vẫn đôi khi thoang thoảng hiện trong mơ, trong trí nhớ tôi mơ hồ như khói, phả lên một cặp môi son không đầy đặn, và đôi mắt nàng đầy các nỗi xao xuyến về cuộc đời. Cặp môi son và đôi mắt. Vâng, đúng vậy. Sau này tôi nghĩ, trong phim cũng không thể đẹp như hình ảnh tôi nhìn nàng sau pháp hội đó.

Tôi lúc đó nói, có lẽ vì hôm đó tôi mặc một chiếc áo cũ kỹ, như dường sờn vai và khuỷu tay, nên dễ được nhận ra giữa những người chung quanh hầu hết mặc thứ trang phục để chụp hình – cần nói rằng, thời điểm đó, không có nhiều buổi thuyết pháp của Đức Đạt Lai Lạt Ma. Những năm đó, Internet còn thô sơ, chậm rì, không nhiều trang mạng, cho nên tới dự thuyết pháp của ngài cũng là cơ hội để viết những bản tin riêng.

Mai nhìn vào mắt tôi. Lúc đó, hai đứa rủ nhau vào một tiệm kem nơi lối ra phố chính Pasadena. Tôi nhận ra những nếp nhăn bên viền mắt nàng. Mai nói, trời ạ, anh phải biết rằng Mai ngó anh là nhận ra liền chứ, cho dù có đứng thật xa, có đứng nhìn anh xuyên qua trăm sông nghìn núi. Sau này, tôi chôm bốn chữ này của nàng, đưa vào thơ, chỉ làm cho khác một chút. Nhưng tôi biết, không thể đưa đôi mắt và cặp môi son này vào thơ nổi; có lần tôi nói, nếu đưa hình ảnh của em vào thơ được, chữ tới một lúc nào đó sẽ ngún lửa và thiêu rụi các tiệm sách. Xong rồi, tôi nói, giỡn mà.

Tôi thích kiểu nói "trăm sông nghìn núi" của nàng, kiểu chữ "nghìn" thay vì chữ "ngàn", cho dù hai đứa đều sinh ra ở Sài Gòn. Giọng Bắc của cô nàng không đổi, nhưng tôi biết, giọng Sài Gòn của tôi là pha đủ thứ rồi.

Từ lâu rồi, tôi không thể nhìn xa, đúng ra là đã tập thói quen là không bao giờ bận tâm tới những chuyện chung quanh ở ngoài sự chú tâm của mình. Gọi đó là thiền cũng được; hay chỉ nên gọi đơn giản là thấy nghe hay biết cái quanh mình, và chỉ để ý trong một tầm nhìn rất ngắn thôi, và chỉ nghe cái gì cần nghe thôi. Ngoài ra là chẳng bận tâm làm chi, vì cuộc đời có đủ thứ chuyện, hơi đâu mà nghĩ ngợi, dòm ngó, nghe ngóng chuyện khác cho mệt.

*

Đó cũng là lần đầu tiên tôi lên Pasadena, cách nơi tôi ở khoảng một giờ đồng hồ lái xe. Nhưng chuyện phải đi thì đi; thêm nữa, có tấm vé tham dự đặc biệt từ một người đàn chị trong nghề báo tặng, bảo phải tham dự rồi về viết bài tường thuật buổi thuyết pháp của vị lãnh đạo Phật giáo Tây Tạng. Có vẻ như ai cũng mong đợi rằng tôi phải viết cái gì cho tử tế.

Tôi kể cho Mai nghe chuyện tôi có tấm vé mời đặc biệt, từ người đàn chị cũng là một học trò siêng năng của ngôi chùa Phật giáo Tây Tạng ở Long Beach. Thế là có cơ duyên gặp lại Mai. Cô nàng mặc váy xanh, phủ dài tới qua đầu gối. Tôi nghĩ thầm, thế là già hết rồi; hình ảnh của tôi về Mai trước đó là áo dài trắng học trò, đi xe đạp.

Tôi nói trong khi chồm người qua nửa cái bàn mặt kính của tiệm Dairy Queen, trên đó có sơn đủ thứ hình gì đó để hấp dẫn bọn con nít, như dường nói thầm với nàng rằng người ta mong đợi anh phải viết cái gì cho tử tế đấy, hay là anh làm thơ tặng Mai nhé.

Cô nàng cười, lộ một chút răng khểnh ra, nói lái xe từ San Diego lên Pasadena, nghe anh nói một câu như thế là bay biến hết mệt nhọc rồi.

Tôi nói, Mai đã phạm một điều không nên trong pháp hội này của ngài Đạt Lai Lạt Ma.

Cô nàng chau môi lại, như dường suy nghĩ, và nói là dự pháp hội với tâm mình thành kính là tốt rồi, mà có gì là không nên đâu.

Tôi nói, có chớ. Đi dự pháp hội, mà tô môi son là không nên nhé. Nói xong, tôi nghiêng người ra khỏi bàn, ngó cặp chân của nàng rồi nói thêm, để xem Mai mang giày cao gót cỡ nào, xin nhớ rằng ngày xưa Đức Phật cấm ngồi, cấm nằm giường cao, nghĩa bây giờ là cấm mang giày cao gót nhé. Thực ra, hễ nghĩ tới Mai, tôi vẫn tự nhiên nhớ mơ hồ rằng hồi nhỏ, từ khi còn rất nhỏ, nàng đã ưa đi chân trần. Ngó bàn chân trần của cô bé nhảy cò cò ngoài sân cát là hay chớ. Sau này, tôi cứ lo mãi, hình ảnh đẹp của đời này tràn ngập trong trí nhớ của mình, làm sao tu giải thoát nổi.

Nàng cười. Như dường chưa có ai nói chuyện Đức Phật cấm các cô mang giày cao gót.

Tôi nói thêm, bước ra pháp hội, không chịu suy nghĩ về lời dạy của ngài, lại cứ ngó chung quanh để thấy là có một người bạn xưa này. Cũng hỏng nhé.

Nàng nói, Mai biết chắc là anh sẽ tới đây.

Lòng tôi vui kể gì. Thực ra, lúc mới đầu tới là thấy trở ngại rồi. Khi xếp hàng tới lúc vào cổng vào hội trường, nhân viên nơi đây bắt phải gửi máy ảnh, vì không cho ai mang máy ảnh vào hội trường. Hẳn là cảnh sát Mỹ sợ mấy anh gián điệp Hoa Lục ám sát ngài Đạt Lai Lạt Ma, tôi đoán thế. Tôi gửi máy ảnh vào một phòng đặc biệt ngoài hội trường. Sau pháp hội, mới được lấy máy ảnh ra.

Thời đó, cũng cần nói rằng, chưa hề có smartphone gì cả, cho nên mọi thứ bấy giờ đều đơn giản như cổ tích. Đúng vậy, chuyện y hệt như cổ tích: hình ảnh cô nàng ngồi với tôi trong một tiệm kem ở Pasadena, vào buổi chiều vừa nghe pháp từ ngài Đạt Lai Lạt Ma. Tôi nghĩ, chỉ thiếu lá vàng rơi thôi, là thành một cuốn phim lãng mạn.

Tôi hỏi chuyện đời riêng. Mai nói rằng nàng bây giờ độc thân, vì cuộc hôn nhân đầu tiên đã tan vỡ, khi chưa kịp có con, vì tính tình dị biệt quá.

Tôi nói, tôi là một nhà báo độc thân, vì tính cũng dị thường, chẳng gần ai được. Tuy nói thế, nhưng trong đầu tôi mơ hồ nghĩ là, phải chi nàng về với tôi cho tới ngày cùng nhau rời cõi trần gian này. Nhưng rồi tôi tự cười mình, sao nghĩ mãi linh tinh.

Tôi chợt thấy một sợi tóc bạc bên viền tai bên trái của nàng. Tóc nàng cắt ngắn, nên đâu có giấu nổi. Hóa ra, hai đứa đều vào tuổi ngũ thập cả rồi. Tôi thảng thốt muốn nói lên, rằng ngũ thập tri thiên mệnh rồi đấy, nhưng lại thôi.

*

Vâng, phải kể cho câu chuyện có đầu đuôi một chút.

Mai kém tôi một tuổi. Hai đứa ở cùng xóm, nơi đầu cổng đề-pô đường Nguyễn Thông. Ba tôi và ba của nàng cùng làm cho Sở Hỏa Xa. Ba tôi là trưởng tàu, nên đi theo xe lửa gần như hằng ngày. Còn ba của Mai làm gì đó ở ngay nơi ga Hòa Hưng, nơi có nhiều đầu máy xe lửa đậu lại, có lẽ để sửa chữa hay nghỉ ngơi, nhiều bãi đất trống với cỏ tranh mọc lưa thưa.

Trong trí nhớ ngổn ngang của tôi, vẫn là hình ảnh những cột gỗ dài và những đà sắt nằm nhiều nơi trong khu đất rộng thênh thang, từ cổng đề-pô Nguyễn Thông chạy suốt tới ga Hòa Hưng, rồi tới khu để đầu máy xe lửa bên kia lối ra đường Lê Văn Duyệt, đường này bây giờ đổi tên rồi.

Bình thường đi học về, bọn nhóc cả xóm chúng tôi đi bộ từ ga Hòa Hưng băng đi xuyên qua các ngõ hẻm trong xóm để tới rạp hát Thanh Vân, rồi từ đây băng qua đường là tới trường tiểu học Chí Hòa. Bọn con gái ưa đi riêng với nhau, con trai cũng thế. Đó là một thời đi bộ mệt nghỉ, mang cặp, chứ chưa có kiểu ba lô như bọn trẻ bây giờ.

Nhà tôi kế bên nhà Mai. Ba của Mai lần đó vắng mặt nhiều ngày, và trông Mai và mẹ rất là lo lắng. Ba tôi nói nhỏ với má tôi, tình cờ tôi nghe được, rằng cảnh sát bắt ông Côn, ba của Mai, vì nghi ngờ là ông rời bỏ Việt Minh nhưng vẫn bí mật hoạt động cho miền Bắc, nên giữ để điều tra. Đó là thời Tổng Thống Ngô Đình Diệm. Vài tháng sau, ba của Mai được cho về đời thường, nhưng không làm việc ở ngành xe lửa nữa.

Mỗi buổi trưa đi học về, tôi đi ngang nhà Mai, lại thấy bác Côn ngồi nơi chiếc ghế, loại ghế lắc lư, chờ Mai. Lần nào cũng thế, tôi khoanh tay chào bác Côn, rồi mới băng qua để về nhà. Bác chỉ gật đầu trầm ngâm, tay lúc nào cũng không rời điếu thuốc lá Jade, phà khói liên tục; nhả khói ra cả mũi và miệng. Tóc bác hớt ngắn, hoa râm rồi. Tay bác gân guốc, trong khi điếu thuốc cầm ngắn ngủn làm lộ hẳn bàn tay quá khổ.

Phải nói rằng tôi lúc nào từ trường về nhà cũng đi nhanh, không có chuyện đi về tà tà như Mai và bọn con gái, cũng không kiểu la cà qua các xóm như bọn con trai khác. Bởi vì, tôi mê đọc kinh khủng, và má tôi tậu một tủ sách đủ thứ, từ Phong Thần, Tam Quốc Chí... cho tới Tự Lực Văn Đoàn. Lại nữa, vì ba tôi thường đi theo xe lửa, nên má tôi không muốn tôi đi học về trễ, cứ cho tôi đọc sách thoải mái; thường là má nói, có bài gì ở trường thì làm trước đi, rồi sau đó là bỏ mặc cho tôi ngồi với những cuốn sách trên gác. Do vậy, ngay từ thời lớp ba, lớp tư... tôi đã mang tiếng là khù khờ, vì không ưa la cà, hễ rời trường là thẳng một mạch về nhà.

*

Tôi cũng có một bí mật, nhưng không kể cho Mai biết làm chi. Những ngày cuối tuần, cô bé phải ra sân xi măng phía sau nhà để giặt đồ, nấu cơm... Thời đó, con gái đã phải làm chuyện nhà đủ thứ, từ tuổi rất nhỏ. Tôi ngồi đọc sách từ trên căn gác, thỉnh thoảng ngó nghiêng xuống sân sau nhà nàng. Chẳng để làm gì cả, tôi cũng chẳng hiểu sao. Thực ra, lúc đó, tôi chỉ là tên nhóc tỳ, ưa ngồi đọc sách, ngó sang sau nhà một nhỏ bạn chỉ là vì cầm lòng chẳng đặng, nên phải ngó thôi.

Cũng trên căn gác gỗ này, một lần tôi bắt gặp ba tôi khóc. Đúng ra, chỉ là ứa nước mắt thôi. Trong những ngày nghỉ, không theo xe lửa, ba ưa ngồi trên căn gác này, vặn tới vặn lui chiếc radio hiệu Philips để nghe các đài BBC, VOA. Giờ phát thanh của các đài này thường là rạng sáng hay chập tối. Nhưng lúc đó, ba ngồi nghiêng tai nghe chiếc radio đặt trên bàn, vặn âm thanh nho nhỏ thôi. Lúc đó tôi nghĩ, có lẽ chính phủ không cấm nghe đài nước ngoài, nhưng hẳn là ba không muốn bị hiểu nhầm như bác Côn hàng xóm. Đất nước chia đôi, nhiều chuyện cho người lớn bận tâm.

Ba tôi gốc người Hà Tĩnh, làm việc trên xe lửa, tới Nha Trang, gặp má tôi, cưới xong là đưa vào Sài Gòn ở. Đó là nhân duyên tôi sinh ra ở Sài Gòn. Thời đó, thỉnh thoảng tôi lại thấy ba nhận các tấm bưu thiệp. Đôi khi ba ứa nước mắt khi đọc bưu thiệp, và đôi khi ngồi nghe radio lại cảm động, nói tôi làm giùm ba ly nước trà; rồi ba chỉnh lại đôi mắt kính, ngó vào mặt số máy radio, dò tìm các làn sóng quốc tế. Có khi thời tiết khí hậu làm khó bắt sóng sao đó, ba lại đẩy chiếc radio hiệu Philips vào góc bàn, rồi lấy chiếc radio hiệu Sony ra dò làn sóng. Tôi chỉ cần nghe giọng ba bùi ngùi là biết đấy nước đang có chuyển động gì đó.

Nhiều thập niên sau, sang Hoa Kỳ, tôi mới thấy mình cũng lây tính ưa cảm động đó. Tuy nhiên, chẳng có ai bắt gặp tôi trong các giây phút cảm động tương tự cả, phần vì tôi có mặt ngoài tỉnh táo trong mọi hoàn cảnh – nhà báo là phải thế; có lẽ, chỉ trừ khi đọc tin về Biển Đông mới lộ ra bực mình thôi.

Suýt nữa là quên nói bí mật này: tôi thích nhất là nhìn thấy hình ảnh "con bé Mai" khi làm xong các thứ, là đứng dậy nơi sàn xi măng, nghiêng người, một tay túm nơi đầu gối hai ống quần, và tay kia cầm chiếc thau nhỏ múc nước tưới vào hai bàn chân rồi chà hai bàn chân vào nhau cho sạch cát đất.

Tôi không hiểu tại sao tôi ưa thích nhìn hình ảnh này. Không phải chuyện hư hỏng tầm bậy gì đâu. Tôi chỉ mơ hồ thấy rằng hình ảnh đó rất đẹp, mà không hiểu tại sao. Không phải vì hai bàn chân xưởng xấu của nhỏ Mai; đứng từ gác cao nhìn xuống, làm gì thấy bàn chân xương xấu được nhỉ. Cũng không phải vì nhỏ Mai nghiêng người để lộ ra cái gì đâu; trời ạ, đã nói là không có chuyện hư hỏng gì mà.

Về sau, nhìn tranh các danh họa thế giới, tôi nhận ra nhiều họa sĩ thích vẽ người phụ nữ đứng nghiêng người. Dĩ nhiên, một vài họa sĩ vẽ người phụ nữ khỏa thân nghiêng người, nhưng đó là chuyện khác. Tôi nghĩ, phải chăng mình cũng có khiếu về hội họa và ưa thích cái bố cục như thế. Chẳng biết.

Sau này đọc Kinh Phật, tôi nghĩ ra rằng chuyện mình ưa ngó hình ảnh nhỏ Mai nghiêng người rửa chân được sách gọi là "tùy phiền não" – nghĩa là, niệm cứ khởi đi, khởi lại về một thứ gì đó. Những khi nhớ ra như thế, tôi lại như mỉm cười, khi nghĩ rằng, có thể, và có lẽ, nếu một hôm nào đó, tôi đưa tay nắm lấy bàn chân của nàng, và khi tay nhận ra bàn chân nàng đầy xương xấu gầy gò, hẳn là sẽ không bao giờ khởi lên các thứ hình ảnh như thế nữa. Cũng chẳng biết nữa.

Thế rồi bác Côn chết. Lúc đó, Mai học lớp tư, tôi học lớp năm, nghĩa là đều còn nhỏ, chẳng hiểu gì về tử vong ly biệt.

Ba tôi nói là bác Côn chết vì lao phổi, hút thuốc nhiều quá mà. Má tôi nói với ba, không phải đâu, bác Côn hồi ở tù bị đánh dữ quá, chắc mang bệnh hậu. Má của Mai thỉnh một vị sư từ ngôi chùa trong xóm tới làm tang lễ. Ai hỏi, bác gái cũng chỉ bùi ngùi nói là bệnh rồi chết. Câu nói này hẳn là đúng muôn đời cho hầu hết các trường hợp, bệnh thì chết chớ.

Điều tôi nhớ nhất những ngày đó là hình ảnh nhỏ Mai mang khăn tang, tự nhiên đẹp ra hẳn, tự nhiên như thành người lớn, trang nghiêm. Mai không khóc nhiều, nhưng khi nói gì, tự nhiên giọng nghẹn ngào. Cũng lạ, có lúc trên đường đi học, tôi hỏi sao Mai không khóc sụt sùi khi đưa tang ba nhỉ? Mai nói, chỉ vì thấy mọi chuyện như không có thật, giống như mọi chuyện chỉ là giả bộ thôi, giống như trong phim, hay như trong truyện.

Mai cũng kể, tự nhiên rồi thuộc câu Thần Chú Vãng Sanh để cầu nguyện cho ba Mai. Cái gì như "Nam mô a ri đa bà dạ…"

Tôi nói như an ủi cô bé, nhìn Mai mặc áo tang, mang khăn tang thấy tức cười quá. Tôi ngu dễ sợ, sao lại nói chuyện gì như thế. Đúng ra, tôi không dám nói rằng, cô bé trong bộ tang phục trông đẹp tuyệt vời. Nhưng xin nhớ, chúng tôi lúc đó chỉ là nhóc tỳ, mà thời đó trai gái còn xa nhau kinh khủng; tôi và Mai hệt như các nhân vật trong cuốn truyện cổ tích nằm ở các trang cách biệt, khi trang sách này mở ra, là trang sách kia khép lại. Vậy đó, chúng tôi là hàng xóm, là bạn cùng trường, là bạn ngó xuống từ gác gỗ vườn sau… nhưng vẫn là "bạn trăm sông nghìn núi" – đúng chữ cô nàng ưa nói.

Trời Pasadena sẫm tối. Hai đứa chúng tôi rủ nhau đi

bộ, lấy cớ ngồi nghe pháp xong, lại ngồi ăn kem, nên cần đi bộ. Tôi không nhớ là ai rủ ai đi bộ, nhưng dặn nhau là chớ đi xa, chỉ đi vài phút thôi, vì quay lại tìm xe sẽ mệt. Chúng tôi đi dọc trên đường E. Colorado Blvd. về hướng đường Wilson Ave. Cũng chẳng hiểu tại sao lại phải đi trên hướng này. Tôi vẫn nhớ tên đường, vì lúc đó chỉ sợ khi quay lại để lấy xe, mà quên tên đường là hỏng.

Tôi đi bên nàng, bóng ngả dài trên các vuông gạch hè phố. Gió hơi lạnh lạnh. Bất giác, tôi nghĩ, tại sao mình không ôm nàng nhỉ. Có lúc vai tôi chạm vào vai nàng. Tôi nghĩ, phải chi đứng dưới đèn đường, ôm hôn nàng là tuyệt vời nhỉ. Nhiều kiếp sau cũng không quên nổi. Tôi nghĩ, có lẽ vị hộ pháp hộ giới ngăn trở, vì lý do gì đó. Tôi nắm tay nàng, kéo vào nhà sách Barnes & Noble, nói để mua tặng Mai một cuốn sách nhé.

Giữa những hàng kệ sách, Mai nhìn lên các bìa sách. Có khi cầm ra một cuốn, lật vài trang nhìn.

Tôi nói với Mai, tôi muốn tìm tập thơ "Twenty Poems of Love and a Song of Despair" của Pablo Neruda để tặng nàng. Thơ Neruda hay, và bản Anh dịch W.S. Merwin đẹp tuyệt vời.

Tôi nhìn vào mắt nàng, nói như thì thầm rằng đây là thơ Neruda nhé, "Tình yêu thì quá ngắn, quên nhau lại quá dài… Love is so short, forgetting is so long".

Mai nói, anh nhìn thẳng vào mắt Mai nhé, chúng mình chưa từng yêu nhau thì phải.

Tôi lại thấy vài sợi tóc bạc trên đầu Mai. Tôi tự thắc mắc, không lẽ chỉ trong vài phút, tóc bạc mọc nhanh như thế; hay hồi nãy, mình nhìn nàng không kỹ…

*

Mai bước tới khu để thiệp của nhà sách, nhấc lên một tấm thiệp từ ngăn kệ.

Tấm thiệp chỉ có hình một dòng sông, và chiếc ghe không người đang neo nơi bờ.

Tôi nói, thiệp này không có chữ, sao Mai không tìm thiệp có chữ để đỡ mất công viết, mà tặng ai đấy.

Mai nói, thiệp này để tặng anh đấy.

Tôi nhìn dòng sông mở ra trên tay nàng.

Mai đưa tấm thiệp lên môi nàng, in làn son trên môi vào trang trắng trong thiệp, rồi đưa cho tôi.

Tôi cầm thiệp, chưa kịp nhìn kỹ, đã thấy nàng quay lưng, bước vội ra ngoài cửa tiệm sách. Tôi nói với theo, để anh tìm tập thơ cho Mai đã… nhưng nàng đã mất hút ngoài cửa.

Tôi cầm tấm thiệp có vết môi son, tới xếp hàng nơi quầy, chờ trả tiền. Khi bước ra, nàng đã như biến vào hư vô.

Tôi lái xe từ Pasadena về nhà. Căn phòng đã vắng, như dường vắng thêm. Sách để đầy các góc nhà, đầu tủ, đều giường, xếp cả bên giường tựa vào vách, nhưng như dường tất cả các cuốn sách đang thì thầm chế giễu tôi, một tên khù khờ, không nắm tay được cô nào trong đời quá một phút đồng hồ. Vào nhà xong, tôi mới nhớ ra là quên máy ảnh nơi tiệm Dairy Queen rồi.

Tôi đặt tấm thiệp môi son, dựng đứng trên bàn, nhìn thấy vết môi son mở ra. Gió từ phố Bolsa tạt từ cửa sổ vào. Người tôi run rẩy, cái lạnh này còn hơn là cái lạnh trăm sông nghìn núi, tôi nghĩ.

Bệnh rồi, tôi nằm trùm mền, ngủ vùi, ngập trong hình ảnh của nàng, mái tóc ngắn với vài sợi bạc, tay xương xẩu, bờ vai nhỏ, tà áo xanh, và vết môi son trên tấm thiệp. Tôi tự nhủ, trước khi thiếp vào giấc ngủ, hóa ra đời mình chưa từng ôm hôn một ai.

*

Hai hôm sau, một bình hoa giao tới tòa soạn, đề tên tôi. Người gửi là Mai, từ San Diego.

Kẹp giữa mấy cành hoa hồng vàng là tấm thiệp nhỏ, với dòng chữ viết tay:

"Cảm ơn anh. Ngày mai em về Việt Nam, xuất gia. Mai".

Không có địa chỉ nào để tôi trả lời hay tìm tới. Tự nhiên, hình ảnh cô bé năm xưa mang khăn tang hiện ra trong trí nhớ tôi, rồi âm vang tiếng mõ, tiếng kinh tụng, rồi âm đọc giọng miền Trung của vị sư già, "Nam mô a di đa bà dạ..."

Hình ảnh cô bé chân trần nhảy cò cò ngoài sân cũng hiện lên trong đầu tôi. Tôi tự nhủ, có lẽ, người ta không cần tới thuyền để qua dòng sông sinh tử đâu, cứ mãi nhảy cò cò trong chiếc sân cát tuổi thơ cũng sẽ qua bờ. Tôi nghĩ thế, nhưng không chắc là Phật pháp có ý nào như thế. Chỉ có điều khó hiểu, vì sao những bước nhảy cò cò cứ mãi in sâu trong hồn mình như thế.

Tôi hiểu điều này, và có lẽ kinh cũng nói nơi nào đó: khi đi bộ với nàng trên phố Pasadena, tôi không ôm nàng, không hôn nàng vì ngờ ngợ như có ai ngăn cản, hẳn đó là vị hộ pháp hộ giới. Vì với người phát tâm xuất gia như nàng, có khi chỉ một nụ hôn cũng có thể kéo nàng đi chệch thêm nhiều kiếp sau. Tôi chỉ đoán thôi, về giáo lý thì tôi mù mờ. Ánh đèn trên phố Pasadena vẫn hắt mãi trên trí nhớ của tôi, sau pháp hội của ngài Đạt Lai Lạt Ma.

Nhiều năm sau, khi làm một bài thơ Thiền Ca cho anh bạn Trần Chí Phúc phổ nhạc, tôi có viết câu:

... chờ em, chờ em son nhạt môi, ta lạnh buốt bên sông...

Hình ảnh nàng hiện lên trong dòng chữ đó. Hiện lên trên vết son môi nàng để lại trên tấm thiệp, trên đó chiếc thuyền không người lặng lẽ bên sông. Và để lại trong hồn tôi. Ngày và đêm.

Tôi không nhận được tin gì về nàng nữa, từ đó. Tôi vẫn cầu nguyện cho nàng khi bắt đầu các buổi thiền tập hàng ngày. Và biết rằng, sẽ rất lâu, sẽ còn rất lâu, hình ảnh nàng mới nhạt đi trong tâm mình. Kể cả vết son.

PHAN TẤN UẨN

Sinh năm 1942 (giấy khai sinh 1943) tại Đà Lạt.

Quê quán Huế.

Công chức Bưu Điện, nhập ngũ Khóa 26/SQ Thủ Đức.

Định cư ở Mỹ năm 2005. Làm việc tại Hãng Philips trước khi về hưu.

Đã đăng nhiều truyện ngắn, thơ trên các báo: *Báo Mới, Tiếng Chuông, Ngày Mới, Thời Sự Miền Nam, Tiếng Nói Dân Tộc, Tin Sáng, Thời Thế, Sài Gòn Báo, Phổ Thông, Ý Thức, Khởi Hành, Thời Tập, Văn,...*

Đại diện nhóm Ý Thức ở Đà Nẵng.

Bút hiệu: Trần Phong, Trần KT, Phan Duy, Vũ Phan... trước khi dùng tên thật Phan Tấn Uẩn.

Hiện sinh sống ở tiểu bang Florida.

Tác phẩm đã xuất bản:

- *Đêm Mù Mộ Địa* (tuyển tập truyện ngắn, in lần thứ hai)
- *Bút Ký* (tập 1, 2017)

Bức ảnh hồi sinh
(Câu chuyện tám năm quân ngũ)

Trước bảy lăm, khoảng 1969-1970, có lần ở Đà Nẵng một bạn đọc viết thư hỏi tôi, có phải là một Trung úy hoạt động trong ngành trinh sát không, tôi không trả lời. Muốn để người khác tưởng đúng như vậy. Trinh sát không thua gì Biệt Động Quân về tỉ lệ chết chóc. Bây giờ nhớ lại vẫn thấy tức cười.Tám năm quân ngũ, tôi chưa lần nào bắn một viên đạn,trừ những lần tập bắn vào bia trên đồi Tăng Nhơn Phú – Thủ Đức trong giai đoạn một của Khóa 26/SQTB. Ngoài ra, những lúc mang súng là do vài thời điểm khẩn trương của đơn vị buộc phải như vậy. Mấy người bạn cùng đơn vị thường lấy mấy dịp này để đi bắt bò lạc vào các buổi tối cà phê. Về chuyện viết lách, mình không đánh trận mà viết như người đánh trận để người khác tưởng thật như vậy, cũng có chút vui. Cũng trước đó, tôi thử viết một truyện vừa (đăng liên tiếp 4 kỳ trên Sài Gòn Báo từ ngày 25 đến 28-3-1967), dựng nên một câu chuyện tưởng tượng, khi đến lãnh nhuận bút tại tòa soạn người phụ trách hỏi, có phải Bình, nhân vật trong truyện, là tác giả ngoài đời không. Tôi không trả lời, mà chỉ lắc đầu lịch sự, với niềm vui rất lạ. Điều này cho thấy người viết cũng có chút khả năng phân thân. Nhìn lại mấy chục truyện đã viết, tôi cũng chỉ viết chuyện của người khác chứ không lấy cái tôi làm đề tài để viết về mình. Bây giờ hưu trí, thử lấy cái tôi ra kể chuyện trong những bút ký, hồi ký, trước là nhìn lại đời mình sau là tìm lại những phút giây sảng khoái của những ngày chơi văn giỡn chữ. Chỉ có thế – chơi văn giỡn chữ…

Bỏ viết từ bài cuối cùng đăng trên *Thời Tập* (16-9-1974) đến nay đã 44 năm. Nghỉ hưu, muốn viết lại, không biết viết gì. Bắt đầu từ đâu? Viết như thế nào? Tám năm quân ngũ có gì để viết? Chưa bao giờ nghĩ đến chuyện viết về bộ quân phục. Đang loay hoay với bao hình ảnh rối rắm thì bức ảnh cỡ lớn 24 x 36 inch treo trên tường phòng khách đã giúp tôi tháo chốt. Bức ảnh đã hồi sinh, vì bộ quân phục VNCH đang "sống" ở Mỹ! Chính bức ảnh đã tạo cảm hứng, giúp nhớ lại biết bao kỷ niệm từ ngày động viên vào Thủ Đức, phục vụ ngành truyền tin quân đội, học tập cải tạo, vào Sài Gòn mở trường dạy nghề, qua Mỹ định cư, làm việc trong ngành MRI (Magnetic resonance imaging) đến khi về hưu.

Nhớ lại buổi lễ chọn đơn vị sau kỳ thi mãn khóa tại Trường Truyền Tin Vũng Tàu. Một tên được xướng lên, hồi hộp bước tới bảng ghi những đơn vị cần người. Bốn chục mạng đang chờ gọi tên theo danh sách tốt nghiệp cao thấp. Chỉ có năm ba mạng trúng truyền tin diện địa làm việc quanh quẩn trong các thành phố. Những tên khác phải về truyền tin Sư Đoàn Bộ Binh, phục vụ cho tiền tuyến, trận địa. Tiểu Đoàn Khai Thác Truyền Tin Diện Địa hoạt động Vùng I đóng tại trung tâm thành phố Đà Nẵng cần ba tên mới. Bùi Văn Bé và Trịnh Hý Phùng, gia đình đều sống tại Đà Nẵng, đã chọn hai chỗ về đó, mừng như trúng số độc đắc. Chỗ thứ ba còn lại, mấy chục tên đang rướn mắt chờ nghe xướng danh. Nếu không phải là ta, ta sẽ vác ba lô ra đơn vị chiến đấu. Nhưng kìa, ta nghe rõ tên mình. Và tôi bước lên chọn ngay chỗ thứ ba còn trống duy nhất. Cả ba chúng tôi, từ đó cùng phục vụ tại một đơn vị kỹ thuật cho đến ngày rã đám 29/3/1975. Chuyện lính tráng thời chiến mà không đối mặt với chết chóc bom đạn mìn bẫy, đúng là có quý nhân phù hộ như lời mẹ nói.

*

Thanh toán xong món nợ mortgage, nhiều người bảo đã hoàn thành giấc mơ Mỹ. Đúng vậy không? Tôi vẫn chưa nhận ra giấc mơ Mỹ như thế nào, nhưng bây giờ có thể thanh thản ngồi viết thiên ký sự này. Đây cũng là dịp giúp tôi gián tiếp đính chính nhiều câu chuyện xảy ra trong sinh hoạt đời thường và ghi lại như một hồi ký của khoảng thời gian ở trong quân ngũ.Lúc con trai tôi được visa du học Mỹ,năm 1997 nó đã bị nhiều người Việt đồng hương ở Cali ngộ nhận là con cán bộ qua Mỹ du học, vì "Cha mày là sĩ quan học tập cải tạo thì tiền đâu cho mày đi du học, nói láo". Tôi phải gởi qua Mỹ cho nó bản chụp lại bức ảnh một trung úy VNCH đánh trận, bảo nó mang theo mình làm bùa hộ mệnh. Nó qua Mỹ vào thời điểm cộng đồng người Việt ở Cali sôi sục biểu tình chống Cộng. Những tháng đầu ở Cali trong nhà người bác họ,nó bị lôi kéo đi biểu tình liên miên, có lần bị đẩy lên hàng đầu rất nguy hiểm. Nó phát hoảng, gọi điện thoại cho chúng tôi ở Sài Gòn giọng đầy lo lắng. Và bức ảnh mặc quân phục đã được mang ra sử dụng.

Đó là bức ảnh độc đáo ghi nhận dấu ấn trong đời lính, chụp vào tháng 6 năm 1972 giữa một trưa hè nắng gắt trên bờ cát biển Cửa Đại – Hội An. Hình một trung úy QLVNCH với quân phục ứng chiến, nai nịt súng ngắn bên hông, mũ sắt trên đầu, đeo cặp kính đen với tư thế của một sĩ quan chỉ huy đứng cạnh một chiếc xe Jeep lùn quen thuộc chạy trên đường phố ĐàNẵng đã gây ấn tượng ngay cho chính người đứng trong bức ảnh sau hơn bốn mươi lăm năm nhìn lại. Cần nói rõ, bức ảnh chỉ gây ấn tượng khi nó được phóng to lên từ cỡ 4 x 6 inchlên cỡ 24 x 36inch. Chính anh chàng Peter làm việc chung phòng với tôi đã phóng lên cỡ lớn như vậy. Nó buộc bất cứ người nào nhìn thấy nó đều phải để mắt đến. Riêng với những Mỹ trắng, Mỹ đen có thể dễ dàng nhận ra đặc tính thích người hùng đã ăn sâu vào tâm khảm họ. Họ dán mắt nhìn ảnh, dùng cả cánh tay gạt cho bức ảnh trải rộng ra trên mặt bàn để thấy rõ hơn rồi gật đầu mỉm cười thích thú. Một cử chỉ tự nhiên, trong sáng,vô tư. Nhưng đối với người Việt nhìn bức ảnh thì tâm thế khác hẳn.

Dịp hè năm 1972,tôi từ Ban Chỉ Huy của Trung Tâm Viễn Thông 1/610 chuyển vào làm Trưởng Chi Nhánh Hội An,thay thế cho người bạn cùng khóa Truyền Tin Vũng Tàu là trung úy Bùi Văn Bé. Mặc dù không phải là lính bộ binh hay thuộc những binh chủng đánh trận, nhưng với cương vị một sĩ quan chỉ huy chịu trách nhiệm một trung tâm truyền tin diện địa chuyên cung cấp, sửa chữa phương tiện truyền thông bằng điện thoại dây cáp hoặc bằng điện thoại vô tuyến viễn thông microwave cho các bộ chỉ huy đóng cố định trong tỉnh, thành, khi ra khỏi trại phải mang theo súng – cất giấu trong túi quần hoặc đeo lủng lẳng một bên hông. Lúc đó tôi là sĩ quan kiểm liên (Tech-control officer) chuyên ngồi văn phòng ở Bộ Chỉ Huy TTVT1 theo dõi tình trạng các mạch vô tuyến từ một bộ phận chuyên trách báo cáo của các Đài Vi Ba trong hệ thống Microwave do Truyền Tin Quân Đội Mỹ bàn giao. Vào thời điểm chụp bức ảnh, cuộc chiến đang diễn ra ác liệt. Quãng đường chỉ mấy chục cây số từ ĐàNẵng vào Hội An xe quân sự vẫn gặp phải những mìn,phục kích chết người.

Ai đã chụp bức ảnh này? Vẫn còn nhớ rõ. Một buổi trưa hè nắng gắt, chúng tôi đi một vòng ra Cửa Đại đón gió biển. Nhìn thấy cái tháp canh nhỏ xơ xác chơ vơ trên một đụn cát hiu quạnh giữa biển trời chói lóa gợi lên một nỗi buồn khô khốc khó tả, tôi bảo người tài xế lấy máy ảnh của trung tâm truyền tin ra chụp một tấm làm kỷ niệm. Người tài xế cũng là nhiếp ảnh viên của trung tâm chính là tác giả bức ảnh này... Chiều hôm đó, chúng tôi còn chụp thêm bốn tấm ảnh khác quanh thị xã Hội An. Năm tấm ảnh từ Hội An, thêm một tấm chụp tại cột cờ Bộ Chỉ Huy Tiểu Đoàn trước đó, được xếp vào một bao nhựa nhỏ... Sau đó quên khuấy tập ảnh 6 tấm không biết lạc đâu mất. Mãi đến cuối năm 1982, tức là sau hơn mười năm kể từ thời điểm chụp ảnh, chuyện bất ngờ đã xảy ra lúc người nhà thu dọn dụng cụ vật liệu máy móc chuẩn bị phòng ốc cho lớp học Trường Điện Tử ĐaKao của chúng tôi thì bắt gặp tập ảnh 6 tấm. Gọi là chuyện thần kỳ cũng không sai. Mười năm trải qua bao chuyện bể dâu mất mát, nó trốn vào đâu?

Mười năm đó là khoảng đời xáo trộn, thay đổi hẳn cuộc sống của lứa trẻ chúng tôi. Tù tàn binh hơn một năm rưỡi, tháng 8 năm 1976 tôi chuyển vào SàiGòn lập nghiệp, mở trường dạy nghề, lập gia đình sinh con, công việc lu bù đầu tắt mặt tối, không có thì giờ nghĩ đến chuyện cũ. Tìm thấy lại tập ảnh, tôi thẫn thờ giật mình, bắt gặp lại mảng quá khứ gần gũi đang quay về. Mấy tấm ảnh đã có giá trị đặc biệt mà tiền bạc không thể mua được. Tôi mang chúng đi bọc nhựa rồi cất kỹ, thỉnh thoảng lấy ra xem một mình. Sau này chỉ có người duy nhất được xem tập ảnh là người em Bùi Văn Đoàn đại úy cảnh sát học tập 13 năm trở về, nó mân mê tập ảnh ra vẻ khoái trá và ngạc nhiên thấy tôi còn giữ được. Sau đó tập ảnh trở về nằm yên vào chỗ cũ. Phải đến 1997 khi con trai được cấp visa du học Mỹ, vài tháng sau tấm ảnh mới được nhớ tới...

*

Qua Mỹ từ cuối năm 2005 mấy tấm ảnh vẫn ngủ yên cho đến dịp Thanksgiving 2015 thì nó thức giấc. Chuyện bức ảnh thức giấc cũng là một ngẫu nhiên thú vị. Khi biết tôi là cựu quân nhân VN WAR, Peter làm việc chung phòng muốn xem một vài hình ảnh của tôi thời chiến tranh. Tôi hứa rồi lại quên, cứ thế đến lần thứ ba khi Peter nhắc lại, hỏi ra mới biết anh ta từng phục vụ trong Hải quân Mỹ tham gia chiến tranh, nhưng đóng tại Thái Lan. Tôi mang tập ảnh cho Peter xem. Peter chọn tấm ảnh chụp trên bãi biển Cửa Đại và muốn tôi phóng to lên. Scan ảnh rồi tôi phóng lên cỡ 11 x 14 inch, đóng khung cho Peter xem.

Nhưng Peter còn muốn lớn hơn nữa. Tôi giao cái thẻ nhớ chứa tấm ảnh cho nó tùy chọn. Một ngày sau, Peter xách bức ảnh lồng khung to đùng vào nơi làm việc. Thế là bức ảnh mở bừng mắt, thức giấc, hồi sinh. Khi mang bức ảnh móc lên tường căn tin vào giờ nghỉ, Mike là người đầu tiên móc điện thoại ghi ngay hình ảnh, rồi một số khác làm theo. Tôi không ngờ kinh nghiệm của Peter đã làm cho bức ảnh trở nên sống động vì tấm ảnh cỡ nhỏ chẳng làm ai để ý. Ngạc nhiên hơn nữa, Peter còn mang theo một ba lô dụng cụ linh kinh nghề nghiệp của một photographer. Với một camera chuyên nghiệp Nikon đắt tiền, chờ khi tôi đang làm việc, Peter lén chụp tấm ảnh tôi hoàn toàn không hay biết. Chỉ khi anh ta tặng tôi bức ảnh lồng khung cỡ 11 x 14 inch, tôi mới ngỡ ngàng trước tay nghề của một phó nháy kinh nghiệm.

Mang bức ảnh lớn về nhà, chỉ muốn treo lên tường phòng ngủ. Nhưng trước khi cố định bức ảnh vào tường phòng ngủ, muốn người nhà xuất hiện trong những tấm ảnh có bức ảnh lớn làm nền phía sau. Thế là tôi gọi hết cả người nhà ra phòng khách, chọn vị trí treo bức ảnh lớn và chụp một số ảnh. Xong rồi, định dời bức ảnh vào phòng ngủ, lại chần chừ… Sau cùng, quyết định chọn chỗ cố định treo bức ảnh trong phòng khách. Dù thế nào, bộ quân phục vẫn được xem như có nhiều kỷ niệm đáng nhớ. Một lần nhận lệnh Tiểu Đoàn lên Bộ Chỉ Huy Quân Đoàn I làm giám khảo kỳ thi lớp truyền tin căn bản cho quân nhân trực thuộc các đơn vị của Quân Đoàn, buổi chiều khi xong việc ra về, tôi đi ngang qua sân bóng chuyền thì bất ngờ gặp tướng Ngô Quang Trưởng ngồi gác chân thoải mái xem hai đội bóng chuyền hay nhất khu vực đang tranh tài.Trong đội bóng dân sự, tôi còn nhớ có một tay đấm là thằng Tây lai đâu chừng 18 tuổi mà những cú đập của nó tôi thường gọi là búa tạ. Nó đã cao, mà khi nhảy lên đập bóng,quả bóng dội xuống đất thường chỉ quanh quẩn trên hàng chắn bóng phía bên kia sân. Xem thật đã con mắt, nhưng nét mặt ông tướng vẫn không một chút thay đổi. Đây là lần đầu tiên tôi có dịp hiếm đứng gần một vị tướng, lại là ông tướng nổi tiếng,con rể nhà văn Thạch Lam, bằng xương bằng thịt,gây cho tôi một cảm giác rất lạ. Nghe nói sau khi ông mất, tro cốt ông được thân nhân mang từ Mỹ về rải lên rừng núi Trường Sơn như di chúc ông để lại. Một vị tướng như vậy xứng đáng nằm trong quân sử…

*

Động viên khóa 26 SQTB Thủ Đức năm 1967 lúc đang làm việc ở Đài Phát Tin VTĐ Đà Nẵng. Mãn khóa truyền tin Vũng Tàu, chúng tôi về ĐàNẵng. Công việc trước sau đều thuộc phạm vi kỹ thuật truyền tin,nhưng trách nhiệm thì nhẹ hơn so với nhiệm vụ trưởng đài Phát tin ĐàNẵng của Bưu Điện dân sự. Quanh quẩn sống và làm việc trong phạm vi thành phố. Mặc áo lính tôi vẫn có thời gian hai năm dạy Anh văn và Pháp văn (sinh ngữ 2) lớp tối Đệ Nhị ban B của Trường Văn Hóa Quân Đội thuộc Quân Đoàn I. Mỗi năm lại được cấp cho một ban thưởng tưởng lục cấp Quân Đoàn.Chưa kể hợp tác với Trường Chuyên Nghiệp tư nhân Đà Nẵng mở lớp dạy Sửa Radio-TV. Tám năm quân ngũ, nhưng chỉ có hai năm đáng nhớ là 1969 và 1972. Năm 1969 khi đổi vào Quảng Ngãi có 6 tháng xử lý thường vụ Trung Tâm Trưởng, và năm 1972 vào Hội An thay thế Bùi Văn Bé làm Trưởng Chi Nhánh.

Chỉ một năm ở Quảng Ngãi nhưng đã viết nhiều truyện ngắn đăng báo ngày,báo tuần với nhiều bút hiệu khác nhau. Quảng Ngãi: ngủ một đêm nghe tiếng súng, sáng dậy bước ra đường phố đã thấy xác du kích nằm phơi giữa nắng sớm. Tôi đã mấy lần thấy xác chết như vậy. Đây là hồi ức đáng nhớ tôi ghi lại vào năm 2001 về những ngày ở Quảng Ngãi: "… Một đêm quá mười hai giờ khuya, những loạt súng bắt đầu nổ ran ngoài đường phố. Tôi đang mê man ngồi viết phóng sự *Trên Đường Về Nhớ Đầy* ở một phòng lầu ba trên đường Lê Trung Đình, căn phòng mà gia đình chủ nhà không ai dám ngủ vì sợ pháo kích. Tôi phải viết ra câu chuyện đã ấm ức, ấp ủ thúc hối tôi do một người bạn đồng khóa tên Thuận kể lại. Đó là vào một chiều chúng tôi ngồi trong một quán nhỏ thị xã, tôi muốn Thuận kể lại những hình ảnh làm anh ta xúc động nhất trên đường hành quân. Thật lạ lùng, Thuận không nói về súng đạn chết chóc, địch thù, mà anh xúc động mô tả về một hình ảnh 'Người Mẹ Gio Linh' trong chiến tranh Việt Nam. Tôi cũng không ngờ Thuận có cuộc sống nội tâm phong phú như thế…

… *Rừng chiều nặng nề u ám. Buổi chiều như có những nhịp thở thoi thóp.Mặt trời sắp chôn mình sau núi. Từng cơn gió rù rì thổi lành lạnh như có mang theo nọc độc. Cảnh tượng buồn bã quá.Một bà lão đang ngồi bới khoai.Tôi bước nhanh về phía bà lão để trông rõ hơn.Cố nhìn quanh quất thật chăm chú, tôi vẫn không thấy một đứa cháu đứa chắt nào lai vãng gần đó.Đơn độc chỉ một mình bà ngồi bới khoai. Tôi nghĩ đến hình ảnh Người Mẹ Gio Linh của Phạm Duy…Và sau đó một tuần, Thuận đã tử trận trong một lần hành quân…*

… *Tao biết hễ xe tank bỏ trại mà chạy là có chuyện.*

Mày để xe tank mang ra khỏi thành phố tao lo quá. Ngày
mai, biết còn... Nhớ lại cái chiều hôm nham nhở, mày vẫy tay
chào tao trong lúc những vòng xích sắt cuốn hút mày đi..."
(Phóng sự *Trên Đường Về Nhớ Đầy* của PTU)

Tôi đã viết những dòng trên vào hơn một giờ khuya
giữa lúc những làn đạn đáp trả qua về giữa lính Sư Đoàn 2 và
những người du kích từ trên núi vừa đột kích vào thị xã. Chờ
một loạt súng im tiếng, chủ nhà đã chạy băng từ hầm núp
tầng dưới vượt lên lầu ba, xông vào phòng tôi kéo mạnh ra
cửa, kéo bừa tôi xuống hầm núp và la hét như tát nước. Sáng
dậy bước lên lầu ba, trước cửa phòng rơi vãi mấy đầu đạn,
nhìn ra đường phố trước mặt nhà, một vài xác chết du kích
chưa kịp thu gom..."

Một lần ở Quảng Ngãi bất ngờ tôi nghe một giọng gầm
gừ dằn từng tiếng một trong điện thoại của ông đại tá Nguyễn
Văn Toàn Tư lệnh Sư đoàn 2 Bộ Binh (lúc đó ông chưa lên
cấp tướng nổi danh với tên Quế tướng quân) bảo cho lính
đến sửa đường dây điện thoại tại nhà ông ở trong thị xã. Một
dịp ghé Nha Bưu Điện Trung Phần ở ĐàNẵng thăm ông giám
đốc Vĩnh Kỳ, ông cho biết Nguyễn Văn Toàn là con một bưu
tá làm việc tại Bưu Điện Huế. Tướng Toàn là tư lệnh Quân
Đoàn III cuối cùng. Theo Bách khoa toàn thư mở Wikipedia:
ngày 29 tháng 4, ông dùng trực thăng di tản ra Đệ thất Hạm
đội đang đậu ở ngoài khơi Vũng Tàu. Sau đó, ông được sang
định cư ở thành phố Los Algeles, tiểu bang California, Hoa
Kỳ.Ngày 19 tháng 10 năm 2005, ông từ trần tại nơi định cư,
hưởng thọ 73 tuổi. Ông được an táng tại Nghĩa trang Rose
Hill, Los Algeles, California, Hoa Kỳ...

*

Trở lại câu chuyện bức ảnh chụp trên bãi biển Cửa Đại
– Hội An. Bức ảnh hồi sinh được "nhân bản" tặng cho Hồ
Văn Tâm, người bạn lính cùng đơn vị cũ. Không tin tức, mất

liên lạc gần ba mươi năm – lần gặp cuối cùng ở Đà Nẵng, vào tháng 8-1976, bạn vượt biên qua Mỹ hồi nào? Chuyện gặp lại nhau sau gần ba mươi năm giữa một nước Mỹ rộng mênh mông kể lại chẳng khác nào một câu chuyện được dàn dựng trong tiểu thuyết. Do bạn có một phòng dịch vụ chuyên làm hồ sơ di trú, khi đọc thấy tên tôi trong hồ sơ, đã la toáng lên cho Cam Le biết chúng tôi là bạn cùng đơn vị trước bảy mươi lăm. Cam Le là chồng người bảo lãnh gia đình tôi. Một hôm ở Việt Nam tôi bất ngờ nhận điện thư báo, chuẩn bị đón hai ông Mỹ đến thăm. Hai ông Mỹ nào đến thăm? Thật bất ngờ. Hai hôm sau một người làm dịch vụ chuyển tiền đến nhà yêu cầu tôi ký nhận hai ông Benjamin Franklin. Bạn cứ nghĩ tôi ở Sài Gòn chắc vất vả khổ cực quá nên bạn tiếp tế cho tôi (thật ra: không vất vả cực khổ, nhưng lo âu chờ đợi). Sau này khi tôi đến thăm bạn tại Tampa, bạn còn dúi vào túi áo tôi thêm hai ông Mỹ nữa. Chỉ có chúng tôi mới thấu hiểu giá trị tinh thần của những người lính VNCH được sống bên nhau giữa lòng nước Mỹ sau cuộc chiến huynh đệ tương tàn. Khi nhận bức ảnh cỡ lớn, Tâm ngạc nhiên vui mừng nhắc lại một vài kỷ niệm và nói sẽ treo bức ảnh lên tường trong phòng làm việc của anh ta. Tâm là Trưởng Đài Viễn Thông Liên Kết ĐàNẵng trực thuộc TTVT đã có nhiều dịp sử dụng chiếc xe Jeep lùn trong bức ảnh hồi sinh. Trưởng đài Viễn Thông Liên Kết phải là những sĩ quan được truyền tin quân đội Mỹ đào tạo để điều hành theo tiêu chuẩn kỹ thuật mới. Tôi phải vào Sài Gòn học một khóa Sĩ Quan Kiểm Liên hai tháng để có điều kiện ra vào làm việc với nhóm báo cáo các mạch viễn thông vi ba.

Các sĩ quan trưởng đài Việt Nam trong thời gian chuyển tiếp từ quân đội Mỹ qua truyền tin VN đều rất trẻ thường có những hành động nông nổi. Tôi còn nhớ một chàng thiếu úy trưởng đài trẻ tuổi (Nguyễn Văn Hưởng) đã phi thân đạp một cú trời giáng vào người kỹ sư cố vấn Mỹ làm ông ta nhào xuống gãy gập cả mình,quờ quạng tìm cặp kính văng tung tóe trên nền nhà, chỉ với một lý do rất vớ vẩn. NVH bị phạt nặng và không còn lui tới Đài nữa. Hồ Văn Tâm đã thay thế anh ta. Dịp này tôi đã có một bài đóng góp cho Đặc San Tết chuyên ngành của Cục Truyền Tin với nhan đề "Thử Phác Họa Nhiệm Vụ Của Một Trưởng Đài Viễn Thông Liên Kết" ký tên tác giả là Trần K.T.. Tôi phải giấu tông tích khi viết bài báo này vào một buổi sáng ngồi nhâm nhi ly café sữa trong căn tin, vì phải nể mặt các sĩ quan trong BCH Tiểu Đoàn đang khẩn trương họp bàn để có bài đóng góp cho đặc san do Cục Truyền Tin phân công. Bài đóng góp của Tiểu Đoàn hình thành theo dạng là một báo cáo hành chánh không thích hợp đăng vào đặc san, nên bài báo tôi gởi được chọn đăng ngay làm đại diện cho đơn vị. Dịp Tết năm đó, tôi nhận một phong bì lớn từ Cục Truyền Tin với bản in đặc biệt dành cho tác giả của đặc san kèm theo tờ ban thưởng tưởng lục cấp Sư Đoàn. Tôi nhận ra một điều rất thường xảy ra trong các tập thể: hễ người nào có một chút tài mọn mà đem áp dụng đúng lúc sẽ gây chú ý và rất dễ thăng tiến trong công việc. Nhờ bài báo này, và hai năm dạy Pháp văn, Anh văn sinh ngữ 2 lớp tối đệ nhị trường Văn Hóa Quân Đội ở Đà Nẵng với hai ban thưởng tưởng lục cấp Quân Đoàn, tôi trở thành đại úy nhiệm chức đầu tiên trong số ba người bạn cùng khóa về phục vụ tiểu đoàn, mặc dù tôi chỉ làm việc quanh quẩn trong văn phòng ban chỉ huy trung tâm. Phùng, Bé là trưởng các chi nhánh truyền tin nhưng lại không có tên trong danh sách thăng thưởng.Chi tiết này Hồ Văn Tâm ở Tampa vẫn còn nhớ rõ. Lúc thấy tôi lắc đầu không để ý đến chuyện thăng cấp đại úy vào đầu năm 1975, anh ta trề môi:"khoái thấy mồ còn làm bộ". Tôi ghi lại để nhớ một kỷ niệm vui với bạn. Biến động tháng 4-1975 đã xóa sổ câu chuyện hư danh, lại còn cho thấy số hên của tôi. Chỉ phải lên Hiệp Đức lao động khổ sai một năm rưỡi cùng đợt với Hồ Văn Tâm, vì chưa chính thức lên cấp. Mang cấp bậc mới, rừng thiêng nước độc miền Bắc sẽ gọi tên, chẳng biết có còn sống để ngồi viết lếu láo như thế này chăng. Đúng là con người có số.

Hằng ngày quanh quẩn trong phòng đọc sách, có dịp nhìn sâu vào bức ảnh thì thấy ra bóng hình quá khứ xuất hiện sống động. Chiếc Jeep làm bồi hồi nhớ lại cái chết đau lòng của Bùi Văn Bé, người bạn cùng khóa tôi đã nhắc ở trên. Chiếc xe đã từng mang bạn tôi vô ra ĐàNẵng – Hội An không biết bao nhiêu lần họp hành công tác. Người bạn đã tử nạn trong một chuyến vượt biên. Khi người anh của Bé báo tin bạn mất tích với dòng nước mắt ràn rụa, hình như tôi cũng đã khóc theo. Tôi nhớ ngày hai đứa cùng học khóa Truyền Tin Vũng Tàu,người bạn trải tấm poncho trên bãi cát mịn của một góc rừng chờ phiên trực gác ứng chiến trong trung đội khóa sinh, hai đứa nằm co ro bên nhau hồi hộp chờ những diễn tiến của trận Tết Mậu Thân đợt hai. Gió biển len lỏi thổi tạt vào mé rừng làm tung cát bụi,chúng tôi cười khúc khích thích thú với cả chùm cát trắng văng vào mặt. Sáng ra trung đội khóa sinh tập họp trở về trường, bình an vô sự. Một đêm cảnh giác ứng chiến…Mãn khóa hai đứa cùng về phục vụ trong một đơn vị, vẫn thường gặp nhau café bia bọt nói cười vô tư. Người bạn đồng khóa không còn nữa.Với người bạn thứ hai cùng khóa, Trịnh Hý Phùng,khoảng 1980 từ ĐàNẵng vào Sài Gòn,trước khi vượt biên đã tìm đến thăm tôi đầu Cầu Bông. Hai đứa kéo nhau ra ngồi ngoài hiên tiệm chè Hiển Khánh cạnh rạp Đại Đồng Đa Kao. Phùng có vẻ lo lắng, kín đáo báo tin nội trong đêm nay, hắn sẽ "dzọt". Tôi cầu nguyện bạn tai qua nạn khỏi. Rất may, khi tôi gặp lại Hồ Văn Tâm ở Tampa hỏi tin tức Trịnh Hý Phùng, Tâm cho biết nó đang ở Cali. Chúng tôi từng ngồi chung trên chiếc Jeep đi về hằng ngày làm việc. Chiếc Jeep này là một chứng tích đậm nét xứng đáng đại diện ở miền Nam. Còn ở miền Bắc, bao gạo mang nhãn hiệu Cộng Hòa Nhân Dân Trung Hoa tôi trực tiếp vào kho gánh về trại lúc "học tập cải tạo" trong rừng núi Hiệp

Đức Quảng Nam là một chứng tích khác. Lúc gánh những bao gạo từ nước ngoài cấp viện cho miền Bắc tôi nhớ đã hết sức ngạc nhiên sửng sốt với hàng chữ lớn đập mạnh vào mắt: Cộng Hòa Nhân Dân Trung Hoa in lớn lên chiếc bao tải.

*

Một nhóm du khách từ Việt Nam phần lớn là những công chức cán bộ ghé thăm nhà tôi. Khi mở cửa đón tiếp, mấy bà nhìn vào bên trong ngập ngừng không muốn bước vào, có lẽ các bà đã thấy lá cờ sao sọc nước Mỹ dựng đứng bên cạnh bức ảnh hồi sinh. Người nhà đã cảnh cáo tôi, phô trương làm gì cho người ta ghét. Quan trọng gì đâu mà phô trương? Những người đứng bên ngoài căn nhà, mặc họ. Họ vào nhà ta, quyền của ta. Mấy ông khách trí thức cười cười ngước nhìn bức ảnh lớn, tôi có dịp nói về nguyên do treo bức ảnh

- Bức ảnh lớn do người Mỹ phóng to. Khi thấy tấm ảnh mặc quân phục, họ thích quá lôi điện thoại ra chụp. Mình nghĩ, tấm ảnh thích hợp với xã hội Mỹ nên treo lên cho vui. Bên mình thì không hợp…

Mấy ông khách lại tò mò xem tủ sách gia đình đủ loại. Họ chăm chú đọc những nhan đề sách ở SàiGòn không được phép in. Tôi đề nghị:

- Mình muốn tặng sách cho các bạn…

Họ vui vẻ chọn mỗi người một cuốn, toàn cả loại sách cấm ở SàiGòn. Tôi đóng dấu kính biếu và ký tặng. Mọi người hoan hỉ. Tôi không rõ họ có mang về đến SàiGòn hay không. Và cũng chẳng thể biết được họ đã nghĩ gì khi nhìn bức ảnh và chọn sách.Nhưng thấy họ cứ tủm tỉm cười, vì có một vật kỷ niệm khi ra khỏi biên giới…

Một ông người Mỹ vào nhà tôi khảo sát hệ thống điều hòa nhiệt độ để lượng giá theo yêu cầu của nhà đèn. Với vóc dáng cao nghều,chẳng cần ngước mắt, bức ảnh hồi sinh đập vào mắt ông. Ông ta móc ngay điện thoại bấm luôn hai phát. Đúng là bức ảnh đã nhắc ông nhớ đến một điều gì đó. Tôi hỏi tại sao ông thích chụp bức ảnh này. Ông nói ông là cựu quân nhân Mỹ có tham gia chiến tranh Việt Nam. Đủ rồi chuyện về một bức ảnh…

*

Chẳng biết còn dịp nào về Hội An thăm lại Cửa Đại, nhưng các thông tin về nó thì ta có thể cập nhật đầy đủ trên internet. Ba năm gần đây Cửa Đại vắng vẻ tiêu điều vì bờ cát bị sóng biển xâm thực, tàn hại khủng khiếp. Rất may từ đầu năm 2017 suốt dọc dài bờ biển Cửa Đại, cát đã bắt đầu bồi đắp trở lại. Cùng với nỗ lực rất lớn của nhà chức trách địa phương,hiện thời Cửa Đại đã hồi sinh.Du khách đã tấp nập lui về.

Nhưng đối với tôi Cửa Đại hôm nay gây ấn tượng nhất chính là nó vẫn giữ lại hình ảnh cái vòm mái tranh chân quê xơ xác như trong bức ảnh của tôi đã chụp cách đây bốn mươi lăm năm…

[Florida, 2017]
Phan Tấn Uẩn

PHAN THỊ TRỌNG TUYẾN

Sinh 1951 tại Bến Tre, lớn lên tại Gia Định, học trường nữ tiểu học Chi Lăng (1957-1961) và nữ trung học tỉnh lị Lê Văn Duyệt (1962-1969). Tú tài II xong cuối năm 1969, được học bổng đại học Pháp. Hành nghề Xét nghiệm Y khoa (biologiste médicale) từ 1984, về hưu 2016, sống với gia đình tại vùng Normandie, Pháp.

Bắt đầu viết tại hải ngoại vào năm 1985, cho các báo, tạp chí và báo văn học nghệ thuật tiếng Việt ở Pháp, Mỹ, Canada. . (*Đồng Nai, Văn, Văn Học, Hợp Lưu, Việt Báo, Viễn Đông...*)

Tác phẩm đã xuất bản:

- *Mùa hè một nơi khác* (truyện ngắn, Westminster, CA, USA: Văn Nghệ – ông Từ Mẫn Võ Thắng Tiết, 1986).

- *Một Trang Đời* (truyện ngắn, Los Angeles, USA: Thanh Văn – ông Nguyễn Văn Thọ, 1988).

- *Mùa xuân và những con dã tràng* (truyện ngắn, Paris, France: An Tiêm – ông Thanh Tuệ, 1995).

- *Những mảng rời* (tuyển tập tranh Lê Tài Điển, đóng góp hồi kí, thực hiện với Lê Tài Điển và các bạn văn; Normandie, France: NXB Biển Khơi, ĐKSS, 2012).

- *Trần Văn Thạch, cây bút chống bạo quyền áp bức* (với Trần Mỹ Châu, phần dịch Việt các bài báo Pháp ngữ; Normandie, France: 2014).

- *Hồng Đăng tại Amsterdam* (truyện ngắn, NXB Văn Học, USA – Trịnh Y Thư chủ trương, 2018).

Trèo lên trái núi

Trời vừa sụp tối, tôi đã ngồi yên trong chỗ núp. Một chỗ trú ẩn rất kín đáo và êm ái để đợi chờ. Ngồi dựa lưng vào tấm bia mộ, tôi vòng tay ôm gối, đầu nghĩ vẩn vơ cho đỡ sợ. Côn trùng tấu nhạc tứ phía. Xung quanh vắng lặng, trừ ở phía thật xa, còn thấp thoáng vài bóng người đang vội vã rảo bước về xóm, tay bưng tay xách.

Mạ cấy đã xong, chiều mùa mưa ít ai lai vãng ngoài đồng, càng gần khu nghĩa địa càng vắng người. Ngôi mộ "của tôi" thật tốt, với tấm bia còn mới, nằm chỗ khuất và cây cỏ dây leo rậm rạp xung quanh, từ ngoài nhìn vào, khó ai nhìn thấy tôi.

Có tiếng sột soạt trên cao, có lẽ là một con chim về tổ muộn. Ếch nhái, ễnh ương, dế trùng lại tiếp tục ò e đều đặn. Tôi yên tâm xoay người đổi thế ngồi. Gói quần áo trở nên cồng kềnh đáng ghét. Nào có gì đâu, vài bộ quần áo, đồ lặt vặt, một quyển lưu bút, giấy tờ, địa chỉ, một ít tiền... Tôi co chân, nhét gói đồ dưới gối.

Giờ này thì ba tôi ngồi ngoài quán bác Chín, má tôi coi ké ti vi ở nhà con Hiền. Chị Bảo dọn dẹp, rửa chén xong chắc là đang ngồi viết nhật kí cho anh Thiết. Tội nghiệp chị, nếu gửi thư cho anh mỗi ngày thì tiền bưu điện nào cho đủ? Ví dù như chị chỉ gửi mỗi tuần một lần thôi cũng bứt đi phần lớn tiền lương, có nước bắt cả nhà húp cháo! Cho nên "cọng rau răm nhỏ bé của anh" mới cặm cụi ngồi viết nhật ký hằng đêm trong khi chờ ngày đoàn tụ. Tội nghiệp vậy đó mà hễ hai chị em gây gỗ là tôi đâm ác, hăm he rằng chuyện ra đi của chị sẽ vô cùng trắc trở: Bộ chị không hay rằng người ta cấm xuất khẩu mọi tài liệu, bản thảo v.v...có liên quan đến bí mật quốc phòng, làm nhục nhã quốc thể, bôi bác chủ nghĩa?

Chị trợn tròn đôi mắt đáp:

- Nhật ký tao viết làm gì có bí mật quốc phòng? Tao làm thủ tướng bao giờ đâu? Xạo quá trời!

Tôi đắc chí:

- Đó là những món mà một nhà nước vốn luôn luôn gắn bó với truyền thống cách mạng tốt đẹp sẽ không bao giờ muốn cho bọn đế quốc tư bản khai thác và xuyên tạc. Chị khai đó là tâm sự của tôi, của riêng tôi, nhưng ai tin chị? Hải quan tin lời chị ư? Nhà nước này nào biết tin dân? Nếu tin, họ đã dẹp quách cái món hải quan cho tiện việc nhân dân rồi.

Chị ngẩn người ra nửa tin nửa ngờ. Tôi cười cười nói tiếp:

- Đây. Ra đến phi trường họ sẽ ngồi xem cho hết tập ảnh và đọc cho xong mấy quyển nhật ký của chị, dù chị cãi rằng nhật ký ấy là tài sản riêng tư. Bao nhiêu lâu họ mới duyệt xong…nỗi lòng của chị? Chị sẽ trễ máy bay. Đó là trường hợp đơn giản nhất, chị chỉ kể lể trong nhật ký rằng chị yêu anh ấy. Nhưng em không tin, ngày nào chị cũng có chuyện vui buồn để méc với anh, chị viết về những tin đồn nhảm đã làm chị sống và hy vọng. Thế thì ai cho phép chị ra đi? Món "hàng cấm xuất khẩu" và chủ nhân của nó sẽ bị giữ lại!

Chị thất sắc thấy rõ nhưng tôi biết cái lệ từ ba năm nay sẽ khó lòng bỏ được. Mấy cuốn tập giấy vàng chi chít chữ của chị càng nhiều thì má tôi càng lo. Mỗi lần thấy chị sắp sửa ngồi vào bàn viết hay lôi ra bút mực là má tôi kiếm cớ câu giờ. Quần áo ủi chưa con, mai cúp điện đó nghe. Mớ củi chẻ chưa con, châm nước sôi vào bình chưa con. Thấy mà rầu!

Tôi lắc đầu nói với Văn:

- Em chịu thua chị Bảo. Văn chương dở chỉ là một cái cớ rất nhỏ.

Văn hơi phật lòng:

- Chẳng có gì để kể với anh sao?

Tôi ngạc nhiên:

- Anh hỏi lạ! Mình đã tính đi chung một lượt, chuyện gì em biết thì anh cũng biết…

Sau này tôi mới hiểu tại sao Văn đã bật hỏi một câu dại dột tố cáo ý (đồ?) định Văn. Vậy mà tôi còn khờ khạo thắc mắc, thậm chí, không hiểu. Cho đáng đời.

*

Có tiếng thì thào, tiếng chân giẫm lên cây cỏ, tôi giật mình trở về thực tại. Hai bóng người vừa ngồi thụp xuống bên ngôi mộ lớn, gần con đường mòn dẫn ra bờ sông. Tiếng nói rời rạc, nhỏ dần, rồi im hẳn. Tôi sẽ có hai bạn đồng hành hay là bọn công an đang rình núp? Hồi hộp quá, tôi đưa tay lên chận ngực, sợ rằng tiếng tim thình thịch sẽ đánh thức côn trùng chim chóc và lưu ý người mới đến. Chỗ xuống bến này rất mới, chưa kể, từ đầu năm đã có ba chuyến đi êm thắm. Thân thương lắm, Lương mới cho tôi hay biết và… Lẽ ra thì hai đứa đi cùng nhưng…

Chợt tôi nghe "ái" một tiếng. Người con gái đứng lên vừa phủi vừa giậm chân, rồi cô ta cười khúc khích trong khi người đàn ông bật tiếng chửi thề nhỏ. Cả hai dìu nhau di tản qua một ngôi mộ khác, tiếng hít hà, tiếng cười cũng chấm dứt. Tôi yên tâm thở nhẹ. Sao hôm rất gần và rất sáng. Tiếng nhạc đài phát thanh và ti vi văngvẳng theo gió bay qua nghĩa địa. Một điệu quen thuộc Văn vẫn thích. Văn. Văn. Giận tôi quá, lúc nào cũng Văn. Dứt khoát không nổi sao? Văn mua huệ trắng cho má cúng chùa. Văn tặng cho chị Bảo hai cuốn tập loại xịn giấy trắng tinh. Má với chị rất vui lòng làm nội gián cho Văn. Văn cúng một tháng lương vào xấp xoa xuýt gân màu xanh cẩm thạch cho tôi. Hừ, cầm ly nước đổ xuống đất đi rồi thử hốt trở lại xem coi có được không.

Tôi mang gói hàng đến tặng lại cho Chương, em Văn:

- Cho em để may bộ đồ xẩm đi bát phố.

Chương sung sướng ngẩn ngơ còn tôi thì tức ấm ách. Tức đến nghẹn thở. Ai lại không tức khi bị người yêu phản bội.

Chị Bảo không đồng ý:

- Khi bị phản bội, người ta thường đau khổ chứ ai lại tức. Mày tức vì bị chạm tự ái. Chứ Văn phản bội mày bao giờ?

Hừ, mới được hối lộ hai cuốn tập đã lên giọng bênh vực, y hệt như thằng cha thủ trưởng của chị, được thí cho dàn máy hifi đã hăm hở kí hợp đồng nhập cảng rác mấy tỉ với Nhật, có gì mà thắc mắc, cả đồng bọn "nhân dân làm chủ" đang hăm hở xin được đi ở đợ ở nước ngoài kìa, nợ "ta" trả mấy hồi. Nhưng tôi đâu phải là đầy tớ dân mà bắt tôi nhắm mắt ký đại. Tôi lườm chị:

- Em hỏi chị, anh Thiết với chị có những riêng tư nào mà cả đôi bên cùng hứa nhau giữ kín? Chắc là những hẹn hò, thề thốt bí mật? Sẽ trung thành, sẽ đợi nhau suốt đời? Nếu hay tin anh ấy cưới vợ, chị có xem là anh phản bội không? Chắc chắn rồi!

- Vô duyên chưa, chuyện tao chẳng dính dáng gì với chuyện tụi mày, với lại, không bao giờ anh ấy làm thế.

- Làm sao chị biết được? Thần giao cách cảm hả? Cách bao xa và xa bao lâu thì còn "cảm" với "giao" được? Nghe nói con gái Việt Nam bên Mỹ ăn uống đầy đủ, điểm trang cẩn thận, bà nào cũng đẹp như tiên chứ chẳng ốm o, nhợt nhạt như tụi mình nơi này đâu.

- Đừng đặt điều đánh trống lảng. Anh Thiết cũng như Văn, tánh rất tốt và trung thành. Mày quen Văn lâu rồi, lẽ ra phải biết xét đoán!

- Chị ơi! Bậu này đâu thèm gieo tiếng dữ...

- Mày hiểu lầm. Văn có quyền giải thích rõ ràng, phải cho nó cơ hội biện minh.

- Thôi chị đừng nhắc nữa, em sắp sửa lại nổi giận rồi đây.

Chị ngưng nhưng tôi lại đã trót giận hờn thật sự. Chưa hết đâu, "mặt mo" đã thấy thấp thoáng ngoài hàng rào. Tôi ôm bòng gạo, chạy tót lên gác.

Má tôi từ sau nhà ra mở cửa đón Văn:

- Cái thằng! Lại bày đặt bánh trái nữa. Vô nhà đi con. Châu ơi, Châu à. Ủa, mới nghe nó nói lách chách đó mà bây giờ không thấy đâu...

Tôi đổ từng vốc gạo ra sàng mây rồi lượm sạn. Lương hôm nọ đã dạy tôi cách thiền để quên đời thực tại. Tôi nằm sấp trên chiếu, tay chống cằm, tay lựa gạo. Một thóc nè, hai sạn, ba thóc...Một hít vào, hai thở ra. Phải chăm chú nhìn vào những hạt gạo đục, ẩm mốc. Chỉ nghĩ đến gạo, gạo và gạo...Thở, hít và thở. Bốn mươi ba, bốn mươi bốn, bốn mươi lăm... Chỉ nghĩ đến thóc, thóc và thóc, chỉ nghĩ đến hạt giống, mạ, lúa đòng đòng, đến cám, sạn, rơm rạ... Vụ đông xuân, vụ hè thu...báo cáo thắng lợi, vượt chỉ tiêu... Tiếng Văn ở dưới nhà nghe nhỏ dần. Ừ, giải thích đi bạn. Biện bạch đi bạn. Tám mươi lăm, tám mươi sáu...Một cánh tay lót dưới đầu, tay kia lùa những hạt gạo ấm, từng hạt gạo rớt đều đặn, như tiếng sóng...Tôi thấy mình đang ngồi bên bờ sông lạ, mỗi lần có ghe máy rẽ sóng chạy ngang, nước nhấp nhô vỗ nhẹ bờ. Ghe khuất rồi nhưng sóng con vẫn tiếp tục đập vào bờ rập rình, rập rình một điệu nhạc, như nhắc nhở, như kêu gọi, khuyên lơn. Một chiếc ghe đến gần, tôi nhận ra Văn đang ngồi trên mũi ghe, tay chống cây sào tre.

Tôi đứng lên mừng rỡ:

- Anh Văn! Anh Văn! Em đây…

Văn quay mặt nhìn tôi, nhe hàm răng trắng ra cười và vẫy tay đáp lại, nhưng ghe vẫn tiếp tục lướt đi. Tôi bám lấy tàu lá dừa nước, nhón gót, nhoài mình ngó theo. Ghe mất tăm, tôi vẫn mếu máo, cố chồm người, ngóng cổ tìm kiếm. Tàu lá xanh kêu răng rắc tách rời ra khỏi gốc rồi ngã rạp, tôi rớt theo, lọt đánh tõm xuống nước. Nghe máu nóng lên đến nỗi nước sôi lên sùng sục xung quanh!

Chị Bảo cười khúc khích vừa vắt cái áo ướt để nước chảy ròng ròng lên mặt tôi:

- Nó đợi hụt hơi ở dưới, mày trên này ngáy o o mà còn bày đặt kêu anh ơi anh hỡi. Tao hiểu hết nổi!

Tôi dụi mắt, vuốt mặt ngáp:

- Mấy kí gạo của má tháng này coi bộ không khá hơn tháng trước, vừa bở rệt lại vừa đầy sạn. Em đếm được hơn một trăm hột thóc và sạn, chưa kể đến bông cỏ, kít chuột và kít gián.

- Người gì mà giận dai như đỉa.

- Gạo tốt đem xuất khẩu để có tiền mua ti vi xem phim gián điệp Đông Đức và xe Honda để chạy mánh cho mau, còn gạo hẩm để bán cho…má con mình. Ngày nào cũng lựa sạn, lựa thóc gần chết mà chẳng thấy bà tiên nào hiện ra. Chị Bảo ơi, khi nào thì em hết làm cô bé Lọ Lem?

- Hoàng tử vác xe đạp đến đòi chở mày đi xem kịch, coi triển lãm tội ác Mỹ ngụy gì đó, mà mày trốn biệt, thích làm công chúa ngủ trên gác hơn. Chuyện cổ tích tân thời này hẳn là lâu lắm mới tới hồi kết cuộc! Trời, thiệt tình tao chưa thấy ai giận lâu như mày.

- Thôi bà ơi, tính làm công tác chiêu hồi hả? Tính "nằm vùng" giùm người ta à?

- Thử nghĩ xem, mày thật là cố chấp, hãy nghe nó giãi bày ít ra là một lần, nó nóihôm trước sẽ viết thư cho mày. Chúng mày trẻ con quá, phí phạm đời sống quá!

- Chính chị mới phải suy nghĩ, em không phải là nhà nước sao chị trách là phí phạm…

- Nói chuyện với mày chán ghê, ừ, coi như hoang phí là bệnh chung của cả nước, mọi người phí một cách, thì giờ, trí óc, tình yêu, của cải, tài nguyên… Trời hỡi, có ai thấy là ngày khánh tận đã gần kề?

- Cám ơn chị đã nhắc nhở, sắp tới giờ phải nhóm bếp nấu cơm, khổ quá phải chi mỗi ngày mình chỉ ăn một bữa! Có lẽ nhiều bậc lãnh tụ cũng mơ như em, đỡ mất công hô hào bọn dân ngu cố sức đạt chỉ tiêu… dâng Đảng.

- Ăn ngày ba bữa mà sao lúc nào tao cũng nghe đoi đói và thèm thuồng món này, nhớmón nọ. Nghe em nhắc gạo mà chị đói rồi đây.

Đã hết đâu, xuống nhà tôi còn phải đương đầu với má tôi nữa. Má rầy cho một trận về tội bạn đến nhà không chịu tiếp, rồi má dịu giọng, can gián, hòa giải. Khổ cho tôi chưa, tòa đã xử, bản án đã tuyên mà tên tội phạm ngoan cố cứ níu lấy vành móng ngựa và hai người trạng sư cứ vung tay áo thụng, năn nỉ, biện hộ. Dở quá Văn ơi, có sức làm thì phải có sức chịu chứ!

Má ngồi nói hoài. Đây là Kinh Nhật Tụng riêng cho tôi đó. Má từ bi hỉ xả, Vô Lượng Thọ Phật, tha thứ vô điều kiện, còn tôi tham sân si cùng mình. Biết làm sao bây giờ hở má?

Tôi rán "thắp sáng tâm thức hiện hữu", chiếu tướng vào miếng giấy mồi lửa. Hết mồi, hết giấy, phùng mang thổi nhưng mãi chẳng có tia sáng nào lóe ra. Khói mịt mù gian nhà bếp. Đám củi mắc mưa cũng vào hùa chọc tức tôi. Mắt cay, mũi nghẹt, cổ nghẹn, tôi sắp cạn hơi sống. Chị Bảo kể lể:

- Anh Thiết viết thư kể rằng ở bên ấy anh chỉ xài bếp điện, mười lăm phút xong nồi cơm. Xoong chảo sạch trơn, nhà cửa trắng trẻo...

Chị chớp chớp mắt, nói tiếp:

- Hôm nào mãi viết thư, bỏ quên, cháy nồi thịt kho mới phải cạo rửa...

Tôi bật khóc. Thôi lỡ rồi cho lỡ luôn, tôi liệng nồi nước, đá văng rổ rau. Má tôi đang thay nước mấy bình bông trên bàn thờ, ngưng tay nhìn tôi:

- Điên rồi hả con?

Tôi chùi nước mắt:

- Con giận cái bếp, con hờn ba cây củi ướt, con tức con đã hết hơi thổi lửa. Con giận cái...đất nước này quá đi! Chừng nào mình có bếp điện? Bao giờ con đốt lửa mà không cần phải có...khói? Chỉ cần trở lại bếp dầu lửa như trước đây, thôi cũng là đỡ khổ cho những bà nội trợ.

Má tôi dịu giọng, thở dài:

- Con này lạ, bộ mình mới chụm củi từ hôm qua? Nghe nói ở ngoài Bắc có nơi người ta vẫn còn đốt rơm để nấu nướng nữa kìa! Bây giờ cả nước cùng nhóm lửa ngày ba bữa, không phải chỉ có mình mày thôi đâu con. Có củi để đốt là hãy còn may mắn.

Chị Bảo an ủi:

- Má nói cả nước có hơi quá. Châu này, dầu khí mình có nhiều lắm, mấy ông chánh phó tiến sĩ gì đó bảo là cái túi dầu của thềm lục địa nước Việt Nam mình to như là con voi, mảnh đất chữ S chỉ bằng con tem dán lên lưng voi. Kiên nhẫn lên đi em, bây giờ da voi quá dày, mũi khoan còn ngắn...Một ngày nào đó, khi tất cả những bộ óc được thảnh thơi, họ sẽ tìm ra mũi khoan kỳ diệu, sẽ đâm thủng mọi tường thành ghê gớm, nói chi đến cái túi đầu. Lúc đó thì tha hồ, trả nợ cho đàn anh xong thế nào cũng còn dư chút đỉnh cho nhân dân anh hùng.

Mỗi người một câu cố gắng xoa dịu tôi. Làm như đây là lần đầu tiên tôi giận cái bếp vô tội và đám củi. Tôi phục má tôi, tôi thương chị Bảo, tôi nể quý vị hàng xóm và toàn thể đồng bào của tôi quá. Ai cũng sống để hy vọng, hy vọng để sống. Để tiếp tục sống, để tưởng rằng mình đang sống. Ngày này qua ngày nọ, tháng này qua năm nọ, không một chút kêu ca, chán nản, không làm một liều lĩnh tuyệt vọng nào đó. Tôi thì đã đến bên bờ vực thẳm rồi, tôi hết tưởng là mình đang sống, cho nên tôi mới liều lĩnh quyết định. Nói cho cùng, nếu không có những biến cố dồn dập xảy đến thì tôi cũng còn cú rũ ngồi đó mà nuốt nghẹn ngào, kiên nhẫn hy vọng cùng với người ta.

Biến cố thứ nhất là chuyện Văn vượt biên một mình… Đi một mình!

*

Tiếng chó sủa dài từ trong xóm vọng ra, tôi giật mình nghe ngóng và lợi dụng sự ồn ào chốc lát đó thay đổi thế ngồi cho đỡ mỏi. Hy vọng tiếng chó át được tiếng áo quần sột soạt và tiếng lá chuối gãy nếp. Đàng kia, đôi trai gái im lìm. Đêm đã khuya lắm, những ngôi sao đã đổi chỗ, xa tắp, bầu trời đen thăm thẳm, trong vắt, đêm lấp lánh kim cương. Đêm thanh thản, nghỉ ngơi, vô tình. Không khí thơm tho, ẩm ướt. Sương nhỏ giọt thầm thì trên cây cỏ. Dế giun đã hết gáy mà đang ngáy. Từ trong xóm một tốp bốn năm người đi thật nhanh ra, theo hàng một, họ nép sát vào những cây bạch đàn hai bên con đường dẫn ra sông.

Tôi vươn cổ lên cố nhìn, tim đập mạnh. Lương dặn dò hôm trước:

- Lúc đi ngang, tao ho mấy tiếng, mày chạy ra…

Đám người đi qua nghĩa địa không một tiếng động. Người dẫn đường đi đầu, với ngọn đèn bấm nhỏ loáng thoáng, tắt cháy rất hà tiện, ngại ngùng. Một lúc sau, hắn trở lại, một mình. Tôi thở phào vuốt ngực. Khi hắn mất hút trong xóm, tôi xoay mình, dựa lưng vào tấm bia, rùng mình vì hơi lạnh thấm qua áo. Không khí vẫn thơm tho, ẩm ướt. Tiếng chim rúc nho nhỏ trong cơn mơ. Tất cả êm ả nhẹ nhàng nhưng tôi lại sôi bùng vì ôn lại chuyện đã qua. Phải rồi chuyện như mới vừa xảy ra hôm qua.

*

Buổi sáng đó lên lớp xong, tôi nấn ná chờ Văn cùng về. Mười phút rồi một giờ, rồi hai giờ. Học trò lớp sáng đi hết, học trò lớp chiều đã vào đông đầy. Tôi đi bộ về, trong bụng đã hờn hờn. Chiều đến, rồi tối, rồi qua bữa sau, bữa sau nữa cũng chẳng thấy tăm dạng Văn. Chương không nhớn nhác chạy qua thầm thì chắc là tôi chờ đến rục xương, đến hóa đá! Anh chàng đã vượt biên. Một mình!

Chỉ có ba má Văn là hay biết. Còn tôi? Một con số không to tướng! Một con nhỏ xa lạ, không đáng kể! Trời ơi, còn các lời hứa hẹn, những mộng tưởng cùng xây trong ba năm qua? Như gió thoảng, mây bay, phù du như bọt xà phòng…nộihóa. Tôi tối tăm mặt mũi, trùm mền khóc mấy ngày, mất mấy đêm trằn trọc giận hờn. Xé tan tành lá thư tạm biệt và xin lỗi để lại của Văn.

Đã vậy, trước giờ họp, chỉ hai hôm sau, Kim Liên đến gần, thân thiện:

- Nghe nói Văn "về quê" rồi phải không? Chậc…chậc… không cho bạn bè hay gì cả… thiệt là… chậc… chậc… mà cũng phải thôi, thời buổi nhiễu nhương mà…kỳ một cái là Văn cũng chẳng nói trước với bồ. Kỳ thiệt đó nghen… chậc… chậc…

Tôi muốn nhét vôi vào cái lưỡi thằn lằn của nó! Có gì lạ đâu, hồi đi thanh niên xung phong một lượt với Văn, Liên đã tìm đủ mọi cách cho Văn chú ý đến mình mà không được.

Tôi thản nhiên:

- Tại sao Văn phải từ giã tôi chứ?

Liên trợn tròn đôi mắt:

- Ủa, tui tưởng hai bồ…

- Chẳng có gì giữa hai đứa tôi.

- Bồ giỡn hoài, trời sập hai người mới nghỉ chơi nhau!

- Ấy, ổng chưa kịp sập thì tụi tôi đã chia tay.

- Tuần rồi tui còn thấy hai bồ dẫn nhau đi xem xi-nê ở Sài Gòn. *Điệu múa đôi cho ba người.* Cái phim…

Tôi biết nó muốn nói gì rồi, tôi thấp giọng, nói nhanh:

- Nói thật nhe, đừng kể lại với ai…

Cắn câu, Liên ghé tai lại gần, hai con mắt sáng rực đảo quanh:

- Xin hứa, bồ biết tui mờ…

- Ừ, biết quá nên mới nói cho hay. Đây nè, tớ sợ trời sập chết bà con tội nghiệp nên xúi Văn "dzọt" trước khi hai đứa nghỉ nhau ra. Chịu chưa?

Tôi bỏ đi để khỏi phải khóc trước mặt nó. Bêu xấu tôi trước mặt đông đủ đồng nghiệp và chủ nhiệm như nó đã làm hôm nọ, tôi còn chấp nhận được nhưng Văn làm mất mặt tôi với nó thì tôi không thèm tha thứ đâu. Phải chi đủ bình tĩnh và cao thượng, tôi rán làm quân tử Tàu bàn giao Văn cho Liên, nhưng đâu phải bất cứ ai học Thiền cũng ngộ?

Cho nên sau đó, mỗi tối, tôi siêng năng thắp nhang lạy Phật, van vái cho Văn tới bến bờ bình an. Rồi sẽ tính sau:

đoạn tuyệt!

Đừng hòng tôi ngồi gù lưng viết nhật ký. Thật tình hiểu không nổi, người ta có thể hứa một đằng, làm một nẻo – như nhà nước? – Ngay cả với người yêu đầu đời?

Tưởng sao, mới hai tháng đã lò dò bò về. Thì ra Văn bị chúng tóm cổ, nhốt lại cho biết mùi tù với người ta. Có lẽ tại tôi có hậu ý không lành cho nên Phật làm thinh. Ba má Văn chạy vàng chuộc quý tử.

Văn tức tốc chạy qua trình diện, nhưng tôi là hỏa diệm sơn đã tạm ngưng hoạt động. Bên trong đất đá chảy lỏng đỏ hồng mà bên ngoài nham thạch đen thui, lạnh ngắt!

Văn kể lể tự sự, dài dòng giải oan. Nào là dịp may đột xuất, nào là bạn bè cho tin giờ chót, nào là tối đó tôi đi họp chưa về. Ngụy biện! Tôi có phải trẻ con đâu mà Văn ỉ ôi năn nỉ? Văn muốn làm nhà nước nhưng tôi đâu phải là thần dân thuộc họ cửu mà Văn muốn lãnh đạo tôi, muốn già hàm nói gì tôi cũng phải nhắm mắt nghe theo? Tôi còn đang quản lí đời tôi mà.

Liên càng trở nên hiền lành, thân thiện với tôi, tôi càng ghét cay ghét đắng bộ mặt đạo đức giả của nó. Ừ, nó tử tế vì nó đang hài lòng, cùng một lúc nó hạ tôi trên hai mặt trận: thứ nhất, kẻ được chọn đi tu nghiệp ở Liên Xô là nó chứ chẳng phải tôi như mọi người đã đinh ninh; thứ nhì, chuyện Văn bỏ đi không một lời từ biệt. Về chuyện sau, tôi đồng ý là tôi cũng bị hụt hẫng như mọi người nhưng về vụ xuất ngoại, tôi đã biết trước được là mình sẽ bị hất cẳng– bởi ai thì quả tình tôi đã không tiên đoán được – Dễ hiểu quá, trong các cuộc hội họp, bình bầu, tôi luôn luôn to mồm cãi vã, phản đối. Chủ nhiệm ca ngợi thiên chức nhà giáo, tôi đòi hỏi tăng lương, ông ta hô hào đóng góp, vượt chỉ tiêu, tôi muốn lớp thêm ghế, thêm bàn; ông ban khen, thiếu chịu, tôi muốn lãnh tiền chứ không muốn "lộng kiếng" những mảnh giấy lộn...Lại nữa, lí lịch không tốt vì tôi chỉ mới có…nửa đời bần cố nông: ba tôi về quê làm ruộng ngay từ hồi sau *giải phóng*, nhưng đôi bàn tay thư kí đánh máy của ba lóng ca lóng cóng làm sao mà rốt lại má tôi phải bán luôn mớ lúa giống, bán luôn mảnh ruộng, ba má dẫn nhau về xóm cũ. Bởi vậy, cho nên khi đi hụt, tôi buồn có chút xíu, tôi không phải là nạn nhân đầu tiên và chắc chắn chưa phải nạn nhân cuối cùng. Má tôi an ủi:

- Con là con ngụy, ai cho đi Liên Xô? Tới nơi, con lại trốn đi mất thì sao?

- Màn sắt chính thống và chính quốc mà má biểu con trốn, cách nào?

Chị Bảo lắc đầu:

- Má ơi, tại nó "quậy" quá chúng ghét! Châu này, mừng đi chứ, nếu đi phải Tây Bá Lợi Á mi trốn cách nào? Trong khi lần tới, nếu sang được Đông Đức, mày chỉ việc leo qua một bức tường! Ha ha nó lại được xây bằng gạch đá thôi.

Chị Bảo ưa xuyên tạc, tôi đi học chứ đi lao động đâu mà chị toan gửi tôi qua xứ Xi-bê-ri-a.

Lương thì tài lắm, không hò hét, cãi cọ chi cả, xếp lớn hô hào, bắt học tập, bắt tình nguyện làm gì, nó cũng ngoan ngoãn tuân lệnh. Coi vậy đó, mà vượt biên cũng hai ba lần, đố ai biết. Chị Minh, chuyên dạy về lịch sử Đảng, hơi khác một chút, chị chắc là khó đi đâu, với ông chồng ở trại cải tạo về bệnh hoạn liên miên, lại thất vọng điều chi không biết, anh thích uống rượu hơn uống thuốc (có khi vì rượu rẻ hơn thuốc chăng?), với đám con nheo nhóc, chị không thể tự cho phép hành động theo bản năng hay trí tuệ. Chị siêng năng nấu chè, nấu khoai gánh ra chợ bán. Tôi còn trẻ, còn nhìn xa vời vợi, còn muốn bắt bẻ, phản đối, còn tự ái cho nên thà chịu đói. Tôi không chê nghề buôn thúng bán bưng là hạ tiện, tôi chỉ thiếu can đảm ngồi bán bên cạnh lũ học trò. Lương chỉ nói:

- Tụi nó dễ thương vô cùng, thông minh và thông cảm cô giáo lắm, tao chỉ lo cho chúng nó thôi, nếu tình trạng xã hội này kéo dài thêm mươi, mười lăm năm nữa thì tương lai không có. Hiện giờ thì chưa đến nỗi nào đâu, mày đừng tưởng, cũng nhờ tụi nó…cho biết mối, thầy cô mới có đường ra đi.

Tôi biết, nhờ đứa học trò nào đó, tối nay tôi mới được ngồi đây, đợi chờ, mong thực hiện giấc mơ xuất ngoại. Không cho tôi đi đường hoàng thì tôi tự động vượt biên. Tôi không ưa lòng thương hại và sự thông cảm tội nghiệp của lũ học trò. Tụi nó tưởng sống theo thời, mang mặt nạ là tụi nó sẽ "ngon" hơn tôi sau này?

Người ta vẽ ra cho bọn tôi một sứ mệnh cao cả. Trồng người. Chúng tôi có trồng được đứa nào đâu chỉ thấy thầy trẻ lóc nhóc kéo nhau xới đất trồng rau, đào ao, đào mương, đào kinh, đào xong lại lấp, lấp xong lại đào. Y như một lũ điên, điên từ đứa ra lệnh, điên tới đứa thừa hành, điên luôn những mẹ cha tin tưởng giao đàn con dại cho bọn người không tim!

Cái gì cũng phải có tình có lý, ông hiệu trưởng ngọt ngào giải thích rằng nghề giáo chúng ta không sản xuất nên mới khó khăn kinh tế. Mà khó khăn thì chung cho cả nước… Tôi có cảm tưởng mình là kẻ vô lương tâm, ích kỷ nhất nước. Bà hiệu phó thông cảm, nhưng hùng hồn cho tôi biết vì sao tôi phải nhường chỗ cho Liên: trước năm 75, ba má Liên đác hầm giấu vũ khí, nuôi cán bộ…Nhiều khi tôi đâm giận ba tôi, bây giờ ông già mới đạp xích lô. Phải chi ba má ngày xưa biết chuyện vị lai, biết đầu tư sớm sớm, rải truyền đơn, đặt chất nổ v.v… thì giờ này tôi đi thực tập ở xứ tư bản, xoay dở hơn một chút thì học ở Tiệp, Ba Lan. Để làm như thiên hạ: "trước là đại tu kinh tế, kế đến trung tu sức khỏe rồi sau cùng, (ô hô ai tai cho quê hương kiệt quệ) tiểu tu kiến thức".

Chị Bảo nói tôi tham lam. Khai gian ông già là cựu

công nhân hãng dệt thay vì cựu trung sĩ Truyền tin, tôi mới có chỗ dạy học ngon lành, giữa thành phố. Được voi còn muốn đòi tiên.

Chị Minh thì lén thì thầm với tôi tam tộc chưa bị tru di là may lắm rồi đó, chỉ mới hai họ bị trù thôi. Hoàn cảnh chị cho phép chị tuyên bố như vậy, nhất là từ khi thằng con lớn của chị đến tuổi thi vào đại học, được xếp vào nhóm hạng bét, nó học ngày học đêm mà không đạt điểm chuẩn hầu được học ngành nó thích. Lương sáng suốt hơn chị và tôi nên thường hay hỏi vặn:

- Hiện tại thì chỉ hai họ bị trù, điều gì bảo đảm rằng hai mươi năm nữa đất nước này ra khỏi thời Trung cổ? Có ai ngờ được rằng mình chỉ "một đời làm cách mạng cho con cháu ba đời được hưởng và chồng chị cũng chỉ một đời làm ngụy mà con cháu bây giờ đành phải chịu nhục, chịu thiệt!"

Có lẽ vì vậy mà Lương muốn đám con tương lai của mình khá hơn, Lương dành dụm vốn liếng nên có được hôm nay. Còn tôi? Một gia đình bốn người, hai chị em đi làm đem về chưa được bảy ngàn đồng mỗi tháng. Má tôi tiện tặn, vá víu. Ba tôi chịu khó mướn xích lô đạp chạy vòng vòng chợ Bến Thành kiếm khách nhưng khá lắm cũng chỉ đủ trả tiền chủ xe và đủ cho thần lưu linh vật ông nhào trên bàn rượu ông Chín bữa sau đó.

Má tôi lâu lâu lấy gói bạc ra đếm tới đếm lui, rồi thở ra:

- Chưa đủ con ơi! Phải để dành thêm nữa.

Lương bổng cũng có lên nhưng bò không theo kịp với vật giá. Bảy ngàn nhiều khi không đủ xài cho một tháng chừng nào mới dư tiền mua vàng vượt biên?

Sáng hôm qua đi chợ về má tôi than vàng lên tới bốn mươi lăm ngàn đồng một chỉ (giá thị trường tháng sáu năm 1987). Cả nhà phải nhịn ăn khoảng…hai chục năm thì đủ số cây cho hai chị em xuất ngoại!

Số tôi kém may mắn so với nhiều bạn bè. Con Giàu nhờ bà già lanh trí không "thành thật khai báo" mớ vàng chôn ngoài vườn khi người ta tới kiểm kê tiệm kim hoàn, nên bây giờ học dở, thuộc nhóm bốn (ba nó đã vượt biên) mà thi "đậu" vào y khoa. Con nhỏ Tân thì học quá giỏi, quá xuất sắc nên không ai lấy được chỗ của nó bán cho người khác, nhưng học Bách Khoa được vài ngày nó vượt biên mất tiêu. Nghe nói bây giờ nó ở Canada. Cho nên khi Lương đề nghị cùng đi, tôi mừng như chết đi sống lại. Thật tình không khi nào tôi nghĩ mình có thể đi một cách ngon lành không tốn que, tốn cây. Tôi có biết đóng tàu, có học nghề tài công bao giờ mà đòi đi vượt biên chùa? Tôi đánh liều nhận lời chỉ vì tai họa đã giáng xuống khiến mọi dự định của tôi tan tành theo mây khói, một năm sau ngày Văn toan tính xé lẻ. Đó là biến cố thứ hai như đã nhắc ở trên.

Hôm ấy, hết giờ dạy, về nhà, tôi uể oải đạp xe vào ngõ hẻm, chưa tới nhà đã thấy con nít, người lớn bu đen trước cửa. Tôi hốt hoảng xuống xe. Chiếc xe đạp đen thui, mất vè, mất ốc mọi khi nhẹ hẫng bỗng trở nên nặng nề, bướng bỉnh. Chân tôi ríu lại. Chuyện gì nữa đây? Ba tôi nhậu say trúng gió? Má tôi té cầu thang? Chị Bảo bị xe đụng?

Má tôi khóc như mưa như gió, kể lể bù lu bù loa. Ông tổ trưởng và anh chàng công an khu vực đứng xấn rấn đầy vẻ bất lực khổ sở. Tôi cũng khổ sở lắm mới mời được hàng xóm ra ngoài, trấn tĩnh má tôi. Đóng cửa lại, hỏi han, khi má bắt đầu tỉnh táo, thuật lại đầu đuôi câu chuyện, thì đến phiên tôi nổi cơn điên.

*

Bây giờ, ngồi bó rọ, nhớ lại chuyện đã qua, tôi hiểu vì sao mình hội đủ điều kiện quyết định "phản bội Tổ quốc" như Văn. Cho Văn thấy rằng tôi đi "một mình" cũng được.

Để nói với má rằng hai mươi năm tôi chờ được nhưng mãi mãi thì không đủ can đảm. Dù má nói hoài có công mài sắt có ngày nên kim. Mài ròng rã ngày đêm, kim chưa thấy mà cây xà beng to tướng đã bị người ta tước đoạt! Chờ đến chừng nào nữa?

Lại có tiếng chó vẳng vẳng khiến tôi trở về thực tại, chuẩn bị. Thế nào cũng có Lương trong chuyến trót ra ghe này, trời sẽ sáng trong vài giờ nữa thôi. Đúng rồi! Tôi bật dậy như chiếc lò xo khi nghe tiếng Lương ho. Đôi trai gái gần đó cũng được người đưa đường đến gọi. Có tiếng suýt soa cầu nhàu. Tôi chưa kịp nói gì với Lương thì người đưa đường đã gằn giọng, rít giữa hai hàm răng cắn chặt bảo mọi người im tiếng. Cả đám đứng dồn lại nghe ngóng. Tôi chỉ nghe trống ngực ầm ầm, dồn dập. Đêm mát lạnh, tối đen, rùng rợn. Ôm xiết gói quần áo, tôi cố mở to mắt tìm kiếm Lương, tôi ao ước nắm được bàn tay bạn cho đỡ sợ. Đoàn người lại tiếp tục đi, tiếng chân nhẹ, mò mẫm, dè dặt trên đất đá cây cỏ nhưng vẫn không đủ lớn át tiếng tim hốt hoảng, loạn đả. Ánh đèn pin nhỏ xíu, yếu ớt chạy trên những lùm cây loang loáng sương đêm. Đêm vẫn yên tĩnh. Tôi chợt nhớ một lần đi xem bói với Chương, bà thầy lật lật mấy lá bài cũ, hai con mắt nhìn tôi từ bên trên đôi kính trắng, giọng khô nhưng đầy vẻ thương hại:

– Số cô không được xuất ngoại năm nay. Rán chờ một, hai năm cho qua vận hạn đã.

Chỉ hai năm thôi ư? Dễ ợt! Có lẽ má tôi đã làm con tính sai khi kiểm điểm cái gia tài một đời chật vật của ba má. Tôi mở cờ trong bụng nhưng Chương và má Văn coi bộ tin lắm, nhìn tôi bằng ánh mắt xót thương khi tôi báo tin đi. Sao đi sớm vậy con? Để trấn an họ, tôi lắc đầu cười: ai lại tin thầy bói, chuyện người thì giỏi mà chuyện mình thì mịt mù sơn dã.

Nhưng đến khúc quanh, tôi chưa kịp nhìn thấy những ngọn đèn của cây cầu Bình Triệu thì có tiếng còi hoét hoét, tiếng súng lên đạn, tiếng hét và nhiều ánh đèn sáng xé màn đêm, chiếu lung tung trên đám người tội lỗi:

- Đứng lại! Chạy là bắn bỏ! Đứng yên, công an xét giấy!

Tất cả mọi người hè nhau chạy. Có tiếng ùm, ùm của vài người nhảy xuống sông. Súng nổ giòn giã về hướng sông. Tôi quay người chạy về xóm. Trong đám ong vỡ tổ, có người té lăn quay vào chân tôi. Tôi loạng choạng rồi cũng té quỵ, gói quần áo văng đâu mất. Hai đầu gối đau điếng, tôi lồm cồm bò dậy mò mẫm tìm kiếm xung quanh. Tiếng kêu la, tiếng khóc, tiếng cầu nguyện hoảng hốt, máy móc, tất cả vang âm trong đêm tối hỗn loạn. Tôi vừa sợ vừa giận. Sao công an không đi bắt những tên ăn cắp của dân, những tên trộm tài sản đất nước, những đứa dối gạt trẻ con, lừa đảo dân đen…tôi có tội tình gì, trời ơi vì sao tôi khổ sở thế này. Người yêu bỏ trốn một mình. Bản thân thì dở ẹc, chẳng biết xoay trở dù chỉ để sống bình yên tại chỗ. Cha mẹ thì nghèo, đã nghèo còn bị cái eo.

Tại cái con mụ tự xưng là Việt kiều yêu nước!

Tôi bật khóc thì tay vừa chụp được gói quần áo, tôi đứng lên, mừng quýnh, nhắm vào xóm chạy tiếp. Có tiếng chân huỳnh huỵch đuổi theo, tiếng tim tôi thình thịch chạy trước và hơi thở hào hển xung quanh. Ánh đèn loang loáng dưới chân, tôi nhắm mắt, nhắm mũi chạy. Chưa vào tới xóm, tôi bị níu lại. Tên công an nắm chặt cánh tay tôi, rọi đèn vào mặt tôi, giọng hằn học:

- Đứng yên! Lấy giấy tờ ra!

Tôi đứng yên khóc thút thít. Đúng là số không xuất ngoại. Chân chưa bước xuống thuyền mà nước mắt đã như mưa!

Người công an dịu giọng:

- Lấy giấy tờ ra đi chứ. Cô biết vượt biên mấy tháng tù không? Sao các người vọng ngoại đến thế, chỉ muốn rời bỏ quê hương đất nước! Trong lúc đầy rẫy những khó khăn, thách đố…

Anh chàng nào chân ướt chân ráo mới về thành phố đây, hãy còn ngây thơ, tin tưởng vào một tương lai sáng như ánh đèn pin trên tay mình. Tôi dụi mắt, hít mũi:

- Sao nửa đêm ông lại đi hỏi giấy tờ? Tôi có làm gì sai trái đâu?

Hắn ta rọi đèn vào mặt tôi vừa kê mặt hắn lại gần. Xem ra hãy còn trẻ người, non kinh nghiệm:

- Không làm gì tại sao nghe công an gọi lại bỏ chạy?

Tôi đánh liều đổi giọng nũng nịu, xuýt xoa năn nỉ:

- Buông tay em ra, anh nắm mạnh, đau quá hà!

Bàn tay hắn nới lỏng nhưng chưa buông hẳn ra, tôi tỉnh người, chớp chớp mắt, tiếp tục nhõng nhẽo (chị Minh với Lương tài thiệt, đã dạy cho tôi ngón này):

- Em chạy hồi nào? Em đang đứng yên mà, anh bỏ tay ra đi, em có tội gì mà phải chạy!

- Tội vượt biên chứ tội gì! Đưa chứng minh nhân dân cho tôi xem!

- Em đâu có tính vượt biên. Anh nhầm rồi, em ra sông hóng mát.

- Ba giờ khuya ra bờ sông hóng mát? Cô nói dối vừa thôi chứ! Có là điên…

- Kìa, sao anh mắng em điên? Trời nóng nực, nhiều người cũng ra sông đón… gió chứ nào chỉ có mình em, nóng quá, khó ngủ lắm…

Những ngón tay hắn buông tôi ra. Tôi mừng khấp khởi, làm bộ hít hà vuốt vuốt cánh tay đau. Ánh đèn chiếu thẳng vào mặt tôi:

- Cô đi hóng mát, sao lại cắp nách quần áo thế kia? Thôi, đưa giấy rồi đi theo tôi về trụ sở, chúng tôi biết trước là các người âm mưu xuống bến này.

Trời ơi, bể mánh hồi nào mày có hay biết gì đâu hả Lương, còn lôi kéo tao vào cho thiên hạ tém gọn như thế này. Không, không, còn nước còn tát…

- Em không ngờ là bến sông này là bãi người ta hẹn nhau đi vượt biên. Đi hóng mát có khi lại…gặp mưa, mang khăn áo để thay chứ!

- Thế sao khi nãy cô lại chạy khi nghe tiếng công an?

- Ai lại không sợ công an? Với lại súng bắn đùng đùng bốn phía, ai lại chẳng sợ súng, em đâu có điếc!

- Cô nói dối tài lắm, đưa giấy cho tôi xem đã.

Tôi năn nỉ:

- Thưa anh, đi hóng mát đem quần áo chứ ai lại đem giấy tờ? Anh không tin? Thôi để em nói thiệt với anh…em tiễn bạn em xuống bãi rồi đi về, bạn thân lắm, coi như thấy nhau lần chót, thiệt mà, em không tính đi đâu hết. Anh nghĩ xem, ba má em lớn tuổi, bệnh hoạn, em đi ai nuôi? Anh thông cảm em…

Tôi ngoái đầu chỉ về đám người ồn ào đang bị nhóm công an bủa vây phía bờ sông:

- Đó, đó mới là những người toan vượt biên, anh nhìn xem…

Hắn xoay người lại nhìn, tôi gạt mạnh tay hắn, cây đèn bấm rơi xuống đất, lăn long lóc. Bóng tối dày trở lại, tôi co giò chạy như bay. Lương có dặn, Văn có dạy. Có chuyện gì cứ chạy vô xóm, lủi đại vào những căn nhà xập xệ của nhân dân thứ thiệt…

Tôi chạy nhào vào xóm nhà tối đen. Chó thi nhau sủa.

Tôi vấp lên vấp xuống trên con đường đất lồi lõm, thỉnh thoảng lại hụt chân sa vào vũng nước mưa, nước sình. Ôm chặt gói quần áo như bám vào thanh gỗ trên sông lúc sắp chết chìm, tôi vừa chạy vừa khóc. Ở lần quẹo thứ ba, tôi đẩy được cánh cửa nhỏ bằng cây đã mục và vá víu nhiều chỗ. Tiếng một bà lão thì thầm, hơi thở thơm mùi trầu cau:

- Con chạy ra đằng sau, mé sàn nước!

Tôi chỉ kịp giao cho bà gói quần áo vừa lí nhí cám ơn vừa hít mũi và chạy thẳng theo hướng chỉ.

Sàn nước ẩm ướt, tối đen như mực. Tôi mò mẫm trong bóng tối, khi đôi mắt quen dần với bóng tối, tôi đẩy nhẹ cánh cửa nhỏ, chui vào buồng tắm. Thoát chưa đây? Tôi lắng tai nghe ngóng. Bên ngoài không có vẻ yên tĩnh. Chó còn sủa, có tiếng đập cửa, tiếng kêu. Tôi nép sát vào vách ván ẩm mốc. Một con gián bò qua chân nhột nhạt. Cắn ngón tay để khỏi bật lên tiếng la sợ hãi. Một con khác lại mon men bò tới. Trời ơi, trong đời tôi, trước khi lâm nạn, tôi sợ nhất là gián, thứ nhì đến lũ học trò nghịch ngợm quỷ quái, thứ ba mới đến công an. Ừ, công an; có đụng chạm, có biết mặt mới ngán chứ ai đi sợ khơi khơi. Hồi cậu Tư tôi chưa đi, vài tháng một lần, tôi về quê thăm cậu. Để cậu tiếp tế má tôi. Tôi giấu đường, giấu gạo, có khi giấu cả thịt tươi nữa. Mỗi thứ có một chút thôi mà phải giấu, phải nhét, phải tránh công an như tránh dịch. Mỗi lần qua trạm kiểm soát là mỗi lần tôi giảm thọ hay giảm túi tiền, đôi lần mất luôn món "hàng lậu", ít khi nào tôi trở về thành phố nguyên vẹn. Tôi than thở với chị Bảo:

- Em có ba kẻ thù chẳng đội trời chung mà cứ phải sống bên cạnh, chạm mặt mỗi ngày, thiệt là khổ. Có nước đi thì may ra…

Chị lên mặt sành sỏi:

- Chỗ nhà anh Thiết ở cũng đầy gián. Gián Mỹ màu

vàng, nhỏ con, ít hôi hơn…

Thật không, tôi có được đọc thư của "cây cải trời" đâu mà biết:

- Chị có ghét gián như em đâu mà anh ấy phải nói thế?

- Xì! Chỉ biết nghĩ xấu cho người khác. Bộ nói có gián thì tao không dám sang bên ấy à?

- Nào ai biết được, "xa mặt cách lòng" mà, người xưa nói chứ em đâu có phịa. A, chắc là gián anh ấy đem qua từ Việt Nam. Nuôi cho đỡ nhớ nhà. Ăn bơ sữa hoài nên lông cánh gián đổi màu!

Ác với chị quá cho nên bây giờ tôi đụng độ cùng một lúc hai "thằng địch". Đứng sát chân tường như tôi thì tẩu ở nơi nào cho đặng?

Tôi tuyệt vọng tìm kiếm trong bóng tối. Phía trên cao, mái tôn hở cho thấy vài ngôi sao nhấp nháy. Leo lên nóc nhà chắc là không nổi. Chỗ dàn bếp thì trống trải, bên cạnh là một hàng lu nước…A, mấy cái lu! Cái lu đầu lưng lửng, mấy cái sau khá đầy.Tôi giở nắp cái lu thứ năm, cái cuối cùng, leo vào rồi kéo chiếc nắp nhôm với chồng thau chậu lủ khủ ở bên trên. Nước lạnh thấu xương, tôi rùng mình, đôi hàm răng đánh vào nhau lập cập. Tôi phải quỳ gối, mí nước leo đến tận cổ. Có tiếng nói của bà lão, tiếng nói của một cô gái và ông ơi, cả tiếng nói trầm trầm của anh chàng công an lúc nãy. Tôi cố thu người lại hơn nữa mà vô phương, mí nước đã đến cằm!

Có tiếng quẹt bật lửa, mùi dầu cháy khen khét. Chắc là đèn được thắp lên cho công an truy lùng tội phạm. Tôi lại phải cắn mấy ngón tay lạnh cóng, lần này cũng vừa để thắng bớt tiếng răng đang chạm nhau. Có tiếng đồ đạc rơi rớt. Người con gái la ong óng:

- Than với củi chớ có cái gì mà anh kiếm trong đó? Công trình tui ngồi chẻ, cả buổi mới xếp xong sao anh lục tung lên hết trơn vậy?

- ...

- Buồng tắm với quần áo lót đàn bà con gái, anh chui vào đó làm gì? Chỉ có ba con gián với mấy con chuột thôi, anh chưa bao giờ thấy chuột Sài Gòn hả?

- ...

- Trời ơi lu chứa nước mưa của người ta, cái nào cũng đầy, anh muốn coi lăng quăng xóm nghèo hả?

Tôi sắp sửa ngất đi khi những chậu thau trên nắp lu rơi loảng xoảng xuống sàn gạch. Cô gái tru tréo lên:

- Bể gạch, móp thau của người ta hết trơn. Anh làm ơn lượm lại rồi sắp xếp mớ củi của tôi trước khi đi, bằng không anh chẳng ra khỏi chỗ này đâu. Cái ông này thiệt hết nói, nhà người ta chỉ có hai mẹ con, tự nhiên ông xông vô đòi kiếm người vượt biên, còn toan tính đập phá đồ đạc nhân dân. Trời ơi là trời! Tui phải làm sao đây, tui chạy đi kêu...công an hả?

Có lẽ lời la lối vu oan đã làm chùn bước hung thần của tôi? Chờ hoài mà không thấy ánh đèn rọi vào mặt. Cô gái xếp chồng thau vừa càu nhàu. Tiếng chân người lẹp xẹp rời xa. Bà lão nói như an ủi:

- Cậu qua mấy nhà khác mà kiếm, hồi nãy tôi nghe chó sủa tuốt ở xóm trong. Gia đình tui ghét trộm cướp lắm. Vả lại đêm hôm đâu dám cho ai lạ vô nhà. Con gái tui công nhân viên nhà nước. Năm ngoái, năm kia nó có đi thanh niên xung phong.

Thời gian đợi chờ như bất tận, tôi không còn cảm nhận được những đầu ngón tay, ngón chân mình. Chỉ một phút nữa thôi tôi sẽ tự động giở nắp lu chui ra, đưa tay cho công an còng lại cho xong. Chưa ra khỏi biên giới xóm nhỏ đầu tiên mà đã gian nan đến như vậy. Cho đến biển, ra đến đảo, tôi có còn được nổi là tôi? Thôi đành an phận cho xong. Tôi sẽ ngồi viết nhật ký cho chính tôi, hằn học nguyền rủa những kẻ đã đưa tôi, gia đình tôi, bạn bè tôi vào cảnh đoạn trường, nhục nhã, tôi sẽ tự vẽ ra mọi thứ đổi thay tốt đẹp, mọi phép lạ hầu tiếp tục kéo lê cuộc sống.

Nắp lu được kéo ra, tôi nhìn thấy nụ cười của người con gái, bà lão giơ cao cây đèn, hối hả:

- Chun ra lẹ lẹ đi con, để lâu lạnh bịnh chết, tội nghiệp quá. Thiệt khổ…

Tôi run rẩy leo ra khỏi lu. Người con gái đưa khăn và gói quần áo của tôi, giọng thông cảm:

- Bữa nay đi lại quên coi ngày hả? Rạng mùng năm đó nghen bồ.

Tôi cười gượng, nói giữa tiếng lộp cộp của những cái răng đang đánh nhau:

- Đâu phải mình lựa ngày…

- Mới "canh me" lần đầu hả?

- Ừ…

- Hèn chi…

- Thôi sao con nhiều chuyện quá, để cổ đi thay quần áo. Xong rồi ra uống trà cho ấm bụng đi cháu. Trời gần sáng rồi!

… Ngồi ôm tách trà nóng, mười ngón tay lạnh cóng đang dần dần ấm lại, tôi lặng im nghe ngày bắt đầu, quả tim bỗng nhiên chùng xuống nhưng đầu óc trở nên thanh thản. Bà lão đang khom lưng quét sân, tiếng chổi sàn sạt, đều đặn buồn rầu. Dế rúc nho nhỏ trong góc nhà, tiếng thằn lằn tặc lưỡi bị át bởi tiếng ho, khạc nhổ ở nhà bên cạnh, có tiếng cửa sắt thiếu nhớt kêu rin rít nghe ớn lạnh xương sống. Người con gái loay hoay trong bếp vừa hát nho nhỏ. Cơm nguội rang thơm lừng mùi tỏi và nước mắm. Giờ này chắc chị Bảo cũng đang rang cơm hay nấu cháo như mọi sáng. Má tôi đốt nhang ở bàn thờ Phật, đọc rì rầm mấy câu kinh, thỉnh chuông gõ mõ mấy cái rồi ra đầu xóm mua xôi cho ba tôi. Sáng nay vắng tôi chắc là má sẽ đứng lâu hơn trước bàn thờ, tiếng chuông sẽ rưng rưng muốn khóc và giọng kinh sẽ trầm xuống thiết tha cầu khẩn hơn. Như những buổi sáng sau ngày "viếng thăm" của con mụ "Việt kiều yêu nước".

*

Lần đó ba tôi phản ứng "tích cực" hơn má tôi nhiều, ông đập bàn, xô ghế, la hét om sòm. Mấy ngày sau tôi vẫn ngồi bó gối, ngơ ngẩn như bị ma hớp hồn. Má tôi thổn thức:

- Thôi con ơi, buồn chi cho sinh bịnh. Của đi thay người.

Chị Bảo thút thít:

- Chị em mình rán đi làm kiếm thêm tiền... Chị đăng báo tìm chỗ dạy thêm buổi tối. Má mua thuốc lá về bán lẻ. Ba bớt nhậu chạy xe thêm buổi tối. Bây giờ số mình chưa...khá, Phật Bà chưa cho em đi vì đức độ chưa đủ.

Tôi òa lên khóc:

- Bà chưa muốn nhưng em đã hết sức đợi chờ. Đức độ cả nước gom lại cũng chưa đủ để Bà giáng xuống cho một ông lãnh tụ biết thuyết phục cho đừng ai bỏ đi nữa. Em đã cố tích đức...hu...hu...nhưng hà tiện quá, không cho người ăn xin một đồng nào từ mấy năm nay...hích hích, chừng nào em mới được Phật Bà cho phép? Cũng tại má hết, phải chi má bình tĩnh chờ tụi con về! Hu...hu...Con chỉ muốn người...đi chứ chẳng muốn của đi...

Má thở dài chùi nước mắt. Chị Bảo quệt mũi thở ra. Tôi đùng đùng trăn trở, sôi sục oán hờn. Tôi bắt má kể đi kể lại, tả tới tả lui dung nhan của mụ "Việt kiều". Biết đâu được, một ngày nào đó gặp mụ ngoài đường, tôi sẽ...tôi sẽ túm lấy mụ đấm cho mụ gãy hết những cái răng để mụ không còn dám há mồm ra dối gạt người già cả, lương thiện.

Má tôi lục lọi ngăn kéo trí nhớ, vận dụng óc quan sát, kể lại.

Buổi sáng hôm ấy, như mọi ngày, hai chị em tôi xách xe đạp ra khỏi nhà, băng qua những ngõ hẻm mấp mô hang lỗ đi làm. Má tôi quét dọn, giặt giũ xong sửa soạn xách giỏ đi chợ. Ba tôi ra đầu xóm uống cà phê trước khi đi lấy xe xích lô ra chợ Bến Thành.

Khi mụ ta kêu cửa, má tôi tưởng mụ đi lầm nhà. Đó là một người đàn bà khoảng hơn bốn mươi tuổi, phấn son ngào ngạt, giày cao gót, quần bò xanh, áo thun đỏ có hàng chữ Coca Cola màu trắng. Mụ ta đòi vào nhà có chuyện cần kíp, má tôi ngỡ ngàng áy náy. Nước hoa thơm lừng căn nhà nhỏ, át cả mùi trầm nhang. Mụ niềm nở chào hỏi như quen biết má tôi từ đời kiếp nào:

- Kính thưa bác Năm. Cháu xin tự giới thiệu cháu là Việt kiều ở bên Mỹ mới về nước công tác, cháu đem tin vui đến cho bác. Cháu có quen bác Tư Lân. Ông Trần Ngọc Lân, anh ruột của bác Năm đó!

Má tôi không tả lại nỗi vui mừng của má nhưng tôi dư biết: má đã tá hỏa tam tinh, choáng ngợp hạnh phúc. Cậu Tư tôi vượt biên đã bốn năm nay. Bị "đày" ở đảo tưởng chừng như chung thân, may sao, năm rồi được Mỹ "hốt rác" đem về một tiểu bang xa xôi nào đó, cách đây năm tháng cậu gửi về cho má tôi một thùng quà đầy nhóc áo thun với dép Nhật và dây nịt xanh đỏ. Cậu làm giàu lẹ thiệt. Cậu còn viết thư nói sẽ gửi thêm nhiều cho má tôi lo lót để anh Nghĩa – người con duy nhất của cậu – ra khỏi trại cải tạo và sau đó mấy anh em sẽ rủ nhau về quê làm ruộng "theo cậu".

Bà Việt kiều mở chiếc bóp trắng to, nở nụ cười son đỏ chói:

- Đây nè bác, hóa đơn mua xe của bác Tư, đứng tên là Trần Ngọc Lân.

Má tôi cầm tờ giấy in toàn chữ Mỹ(?), má nhìn vô như bí kíp của Lệnh Hồ Xung. Đưa trả lại cho bà ta, má tôi yên chí lớn. Dù sao hàng chữ in đề rõ tên cậu tôi.

- Cháu là bác sĩ, làm trong hội Caritas. Dạ, hội từ thiện. Cháu về Việt Nam công tác. Công tác quá đột xuất, cháu chỉ hay trước có một tuần lễ trước khi lên máy bay. Bác Tư không kịp mua đồ đạc hay viết thư. Sẵn nghe cháu nói mua xe "cúp" đem về, bác điện thoại nhờ cháu mua giùm một chiếc đem về cho bác Năm. Như vậy tiện cho cháu khỏi mang xách vì đã có nhiều hành lý, máy móc của hội gửi tặng nhà nước mình.

Má tôi đổ thừa rằng tại mụ ta thổi bùa mê cho nên má cứ mơ mơ màng màng không còn biết ất giáp gì, nhưng tôi đoán biết được tự sự, chuyện phải tới thế nào cũng sẽ tới.

- Máy bay tới hôm qua, báo, tivi có nói tới đó bác, tụi cháu về qua ngã Băng Cốc. Bữa nay cháu đi lấy xe ra, nghe nói để lâu hải quan họ móc hết đồ phụ tùng…Dạ, cháu đi với người nhà, có mướn xe du lịch chở xe về. Cháu ghé mời bác đi với cháu. Xe "cúp" mới đó nghe bác, đời 87, màu đỏ, "mốt" lắm, nghe nói bán rất có giá.

Má tôi vừa khóc vừa cười, má có biết giá cả xe cộ gì đâu. Má tôi thấy mụ ta là Tiên là Phật Bà Quan Âm. Má sụt sùi:

- Anh Tư tui khỏe không cô? Mấy tháng nay không thư từ gì hết trơn!

- Bác Tư khỏe lắm, mạnh lắm. Chèn ơi bác làm hai ba "dốp" mà không biết mệt. Tội cái là ở một mình không ai cơm nước nên thất thường bữa ăn!

Má tôi mếu máo:

- Tui dặn rồi… dặn hoài mà nó có chịu nghe đâu. Kêu ăn uống tẩm bổ, rán nghỉ ngơi…gần sáu mươi rồi chớ có trẻ trung gì cho cam. Làm chi mà tới hai ba "dốp". Làm "dốp" là làm sao hả cô? Cực lắm không cô?

Hai con mắt tô xanh của mụ híp lại, mái tóc thần xù "chánh hiệu" Việt kiều rung rung:

- Là làm việc đó bác. Xứ Mỹ mà bác, làm việc chết bỏ thôi. Càng làm nhiều thì càng nhiều tiền, chẳng ai cấm cản. Cho nên ai cũng tham công tiếc việc, bất kể chuyện khác.

Mụ ta chợt ngưng nói, hai con mắt dòm nhanh ra cửa rồi hạ giọng:

- Bác Tư có dặn cháu… Bởi vậy cháu mới tới rủ bác cùng đi cho khỏi có chuyện lôi thôi về sau để mích lòng… Như vầy nè, bác Tư có giấu tiền mặt trong xe, dạ, bác Tư dặn cháu giấu đem về. Dạ hai ngàn đô-la, toàn giấy trăm không hà. Bác Tư nói nhờ bác Năm lo lót, chạy chọt cho anh Nghĩa. Nghe nói ảnh chưa về phải khôngbác… Dạ, đúng hai ngàn đô-la. Nếu chưa đủ thì cho bác Tư hay, bác sẽ gửi thêm sau, từ giờ tới Tết, thế nào cũng có người quen về thăm nhà. Bác sẽ gửi cho đủ tiền anh Nghĩa đi chui. Với lại ở tù mà tù nơi rừng thiêng nước độc, lâu quá không tốt bác ơi…

Kể như là má tôi đã cắn câu. Cá cắn câu biết đâu mà gỡ? Ông bà ngoại tôi có sáu người con. Hai người đầu chết vì máy bay Tây bắn, hai người chót cũng không còn: một người đi dân vệ bị "nhân dân" xử tử, một người bơi xuồng qua sông bị trực thăng Mỹ bắn chết. Má tôi theo ba tôi lên Sài Gòn làm ăn từ hồi còn trẻ. Cậu Tư tôi bỏ vườn ra chợ mở nhà máy xay lúa, buôn bán lúa gạo với người Tàu. Cậu giàu gấp trăm lần ba má tôi. Anh Nghĩa, con một, công tử nhà quê lên đô thành trọ học, tối ngày lo chạy theo những bóng hồng. Học khoa học hai năm rớt liền tù tì bốn khóa. Anh phải khăn gói đi lính, anh không chịu cho cậu lo lót miễn dịch, nhưng nhờ là con một, lại có tài cầm ca, anh khỏi ra trận; vậy mà qua ba mươi tháng tư, anh cũng phải xách gói đi đền nợ máu. Cho tới bây giờ.

Má tôi chặm nước mắt:

- Cô đi lãnh xe một mình, tui theo vướng chưn cô, chữ nghĩa tui có bao lăm. Tốn tiền xe vô ích. Chở mấy chiếc lận mà.

- Xe công ty du lịch lớn lắm, dù sao cháu cũng đã bao xe trả tiền hết rồi, bác đừng ngại…

Kỳ kèo, lôi kéo, nhì nhằng một hồi, bất phân thắng bại. Mụ ta chắc lưỡi:

- Thôi cũng được, bác ở nhà chờ cháu đem xe về. Nhiều lắm là một hai giờ sẽ xong. Nghe nói Việt kiều khỏi xếp hàng chờ. A, nhưng còn điều này…

Ấy, chính là cái cửa bẫy đang giương ra chờ má bước vào. Làm sao tôi có thể trách má ngây thơ? Biết đâu trong dầu thơm sực nức của mụ có cả bùa mê? Hay là như chị Bảy y tá trong xóm, tỏ vẻ rành rọt giải thích cho mọi người rằng là mụ ta dùng "cờ-lô-rô-fọt", chỉ cần vài giọt là chuột bọ chết ngoẻo, người ta ngất ngư? Má tôi đâu có đáng trách. Tôi phải hỏi người khác, những người nắm giữ vận mạng của má con tôi và bao nhiêu người khác: Vì sao mà đến nông nổi này? Vì sao lắm người muốn bỏ đất nước ra đi? Vì sao cậu tôi liều mạng ra đi? Vì sao anh Nghĩa tôi chưa về? Vì sao người ta hại nhau, lường gạt nhau chí chết? Vì sao một đất nước nghèo xơ xác, một đám dân ăn không đủ no, mặc không đủ ấm mà chỉ biết dùng *cây*, dùng *chỉ* để đánh giá con người và cuộc đời?

Nhưng khóc lóc, tìm hiểu làm chi khi tất cả đã muộn màng, khi tất cả đều ở ngoài tầm tay bé nhỏ của má con tôi? Hãy theo má tôi sống cho đến giây phút cuối cùng cái chiến thuật khéo léo và vô cùng cổ điển của tên ma đầu giả danh Việt kiều.

Mụ ta tiếp tục trần tình:

- Xe đem về phải đóng thuế hải quan. Người nhà cháu có đem đủ tiền đóng cho phần xe của cháu. Dạ một cây. Nhiều ghê hả bác. Dầu gì mình cũng còn lời nhưng nghĩ cho cùng thuế má dã man thiệt. Cháu đâu đủ tiền mặt, may nhờ người nhà đi đổi giùm…

Má tôi ú ớ. Chết chưa. Phải rồi, má tôi nhớ lại lần đi lãnh gói quà đầu tiên của cậu, chưa kinh nghiệm hai má con suýt ngồi khóc tại chỗ! Vì không đủ tiền đóng thuế. May mà có đám con buôn theo sát. Họ xem hàng, định giá y hệt như nhân viên hải quan khi nãy, chỉ có giá cả là chênh lệch thôi. Thùng quà, bị tháo banh vì những bàn tay thô bạo, không đóng lại được nữa được, hai má con đóng thuế xong khệ rệ khiêng ra ngoài. Cuộc mua bán xong xuôi chớp nhoáng, má tôi sung sướng mang về nhà vài ngàn đồng bạc và mấy cái áo thun, vài đôi dép cao su xanh đỏ. Ba tôi mang dép kẻng đi nhậu, về nhà lại chửi bới vợ con:

- Nói cho bà biết để bà kể lại cho anh Tư. Đừng gởi đồ về cho tui nữa. Tui buồn lắm, tủi thân lắm. Thà là tui đi chưn… không. Ăn của ảnh thiệt không đành lòng chút nào. Anh làm sao nuôi hết nổi mọi người?

Má tôi làm thinh cho nên ông nổi quạu:

- Mắc mớ gì mà ảnh phải nuôi mấy thằng hải quan? Bà là em ảnh thì ảnh gởi quà, chớ hải quan là ông nội ảnh hay sao mà cũng xí phần?

Má tôi năn nỉ:

- Thuế ai cũng đóng chớ nào phải riêng mình?

- Thì cả nước cùng thiếu nợ họ từ đời kiếp nào!

… Chuyện đóng thuế, bây giờ má mới bừng nhớ lại. Thiệt là kẹt. Má bối rối vô cùng, bà khách lại gấp đi, bà ta cứ giơ tay xem giờ. Chiếc đồng hồ vàng có sợi dây xích nhỏ toòng teng rất đẹp, ôm chặt cái cổ tay đen giòn no tròn.

- Mười giờ hơn rồi, cháu phải đi liền. Ngày mai cháu đi theo phái đoàn đem thuốc lên Đà Lạt phân phát. Hai hôm sau về đi thăm đậpTrị An. Cuối tuần ra Nha Trang. Tuần sau cháu ra Hà Nội. Vô SàiGòn trở lại, cháu còn phải về quê thăm bà con, chừng đó chỉ còn hai ngày là lên đường về Mỹ…Bác coi, thời giờ eo hẹp vô cùng…Cháu không có sẵn tiền mặt chứ bằng không cháu trả giùm rồi sau đó bác bán xe đưa tiền lại. Kẹt quá, biết làm sao bây giờ?Bác không có sẵn tiền à? Vàng bạc cũng không? Để cháu tính lại coi… (mụ lấy máy tính bỏ túi ra bấm bấm). Chà chà mình cháu trả hai phần không đủ đâu, hai chiếc phải trả hai cây mấy, cháu chỉ có khoảng một cây. Thuế phần cháu đủ rồi. Cháu cần thêm phần thuế xe của bác…

Má tôi cắn môi suy nghĩ. Mụ liếc nhìn má tôi, ra vẻ áy náy, rồi tìm cách giải quyết giùm:

- Hay là bác chạy đi mượn hàng xóm?

Bên phải là dì Tư thuốc lá, bên trái là bà Thúy, má con Hiền, bà chỉ bán đồ lặt vặt trong nhà, chị con Hiền chỉ là công nhân viên nhà nước, đàng trước là ông Bảy lùn đạp xích lô, đàng sau cũng…chẳng ai có vẻ khá giả hơn. Ngó giáp vòng coi bộ ai cũng khó có đủ số tiền đưa má tôi ra khỏi cơn bí hiện tại.

Nghĩ là má tôi ngần ngại vì nghi ngờ, mụ nói:

- Trời ơi, bác sợ gì, bác đưa cháu tờ hộ khẩu của bác, với cái passport của cháu họ mới cho đóng thuế lãnh xe. Giá Việt kiều đó nghe bác, người thường phải đóng gấp đôi. Chừng lãnh rồi, cháu làm giấy tờ giao xe cho bác. Đây nè, cháu để địa chỉ, hộ khẩu gia đình má cháu làm tin. Cháu là đốc-tờ Lê Kim Hoa nhà ở số 85 đường Đồng Khởi. Đây bác coi rõ ràng trong hộ khẩu nè. Nhà má cháu là cái vi-la màu vàng gần trụ sở công an phường. Nhưng mà cháu biết bác chưa tin cháu, bác lên xe đi với cháu đi, lãnh xe xong cháu đưa bác về tận nhà. Vấn đề là chuyện đóng thuế, cháu không thể đóng cho bác luôn được. Bác tính lại đi, một cây vàng mà cũng không có đủ sao?

Má tôi như đứa trẻ được hứa cho kẹo. Đã thấy được cục kẹo thơm tho, chỉ cần với tay ra là được. Chỉ cần với tay ra… Có lẽ…Phật nhắc hay trong một giây sáng suốt sau cùng, má tôi nói, lập cà lập cập:

- Tui… tui sợ thiệt cô à… Thôi cô rán… rán ngồi chơi chờ hai đứa con gái tui về, tụi nó có chữ nghĩa, sáng dạ, lanh lẹ hơn tui, tụi nó đi theo cô lãnh xe…

- Như vậy là bác có đủ tiền đóng thuế xe phải không? Cháu không chờ được bác ơi, cháu bận ghê lắm. Không lẽ cháu chỉ lấy xe của cháu thôi? Để lâu tụi nó tháo hết đồ phụ tùng bác bán xe sao được?

- Tui có không tới một cây cô à. Chờ hai đứa nhỏ về, tụi nó tính.

- Bác sợ cháu gạt bác hả? Cháu thề với bác, cháu thề trước bàn thờ Phật đây…

Mụ đứng dậy, đến gần bàn thờ, chắp tay xá xá vừa nói

- Cháu thề có Phật Bà chứng giám, cháu mà có ý gian xin Phật Bà cho cháu chết tức thì, không chết liền thì ra đường… xe cán chết!

Thế là má tôi yên chí lớn, phút giây thông minh… đột xuất đã qua, bóng tối về tràn ngập. Cái bẫy đã sập xuống. Mụ ta tỏ vẻ thông cảm:

- Bác đưa tám chín chỉ thôi cũng được, nếu thiệt tình bác chỉ có bấy nhiêu cháu rán bù vào cho đủ, chừng bán được xe hay bán lại rồi lục kiếm tiền đô-la giấu trong xe, thơ bác Tư sẽ chỉ chỗ giấu tiền, rồi thì trả cho cháu sau. Cháu biết nhà bác rồi, bác giựt nợ không được đâu, hi... hi...

Má tôi run rẩy vào buồng lục lọi. Một lát má đem ra, tất cả sản nghiệp, tất cả hy vọng của cả nhà từ bấy lâu nay:

- Đây nè cô coi, chiếc nhẫn hột hai chỉ của bà ngoại tụi nhỏ để lại, cái này nhẫn cưới của tôi, hai sợi dây chuyền này là của hai đứa con gái tui. Tội nghiệp, cô tính, công nhân viên nhà nước thời buổi này...

Mụ ta sốt ruột cắt ngang:

- Tổng cộng là bao nhiêu?

- Gần bảy chỉ... Dạ, cô làm ơn bù thêm giùm ba chỉ.

- Bác khỏi lo. Như vậy coi như đủ rồi. Bác nhớ nghen, chừng có xe có tiền nhớ viết thư cho bác Tư hay liền để ổng mừng. Đây cái hộ khẩu của nhà cháu, bác giữ làm tin. Bác thiệt tình không muốn đi theo cháu? Cháu nói thiệt, bác suy nghĩ kĩ đi; đi, đi theo cháu. Không? Nhứt định không? Vậy thôi nhe, cháu đi một mình. Dạ? A, không cháu có một người anh đi theo phụ khiêng xe, bác khỏi lo. Có tiền rồi bác nhớ tính lẹ lẹ nghe, nhớ lời bác Tư dặn, lo cho anh Nghĩa ra nè, kiếm chỗ đi chui nè. Tới được đảo là khỏe re, bác Tư rước qua Mỹ cái một! Số bác vậy là sướng lắm... Thôi chào bác, chút nữa cháu trở lại.

Má tôi chợt níu cánh tay mập của mụ. Mụ ta giật mình, lùi lại một bước. Má tôi đã đổi ý? Không, đó chỉ là một chút tiếc nuối sau cùng. Một chút tiếc nuối, xót xa pha với một tẻo tèo teo nghi ngờ. Má tôi cất giọng run run muốn khóc:

- Cô đừng gạt tui tội nghiệp nghen cô, gia tài, sự sản tui chỉ còn có bấy nhiêu... Cô... cô... thề thêm lần nữa đi!

Mụ ta thở phào, bật cười thương hại:

- Ai gạt bác làm gì, tội chết. Cháu có cha mẹ già như bác. Đây này, cháu thề…

Xong xuôi màn kịch thề thốt, mụ thân mật kéo má tôi ra đến cửa. Má ngoan ngoãn đi theo. Phật Bà chưa động đậy. Hồn vía ông bà cũng không nhúc nhích. Mụ kéo má tôi ra khỏi nhà:

- Bác ra ngoài đầu hẻm cháu chỉ cho bác coi chiếc xe hơi cháu mướn chở xe "cúp", bác ra cho họ coi mặt, một lát họ đem xe về giao. Tiền bạc cháu trả trước hết rồi.

Má tôi lập cập đi theo mụ ra ngó chiếc xe Nhật to tướng mới tinh. Người đàn ông cúi chào má tôi. Người tài xế gật gật đầu không nói. Cả hai cùng phì phèo thuốc lá, dáng vẻ sốt ruột. Mụ nắm chặt cánh tay má:

- Cháu biết bác chưa yên tâm, thôi bác leo quách lên xe, đi lãnh quà với cháu. Mười hai giờ là bác cháu mình về tới nhà.

Cũng may, Phật Bà níu cẳng má tôi lại, hồn vía ông bà nhắc nhở bổn phận hằng ngày. Má tôi chối từ:

- Tui còn phải đi chợ, nấu cơm. Cô đi một mình đủ rồi. Bỏ nhà lâu sợ trộm vô. Bữa hổm nó vô nhà thím Chín bẻn nhang dọn sạch trơn…

Trời ơi, còn gì nữa mà sợ trộm! Cơm nước chi cho mất công bởi vì cả nhà hôm đó có ai còn bụng dạ nào mà ăn với uống? Của đi thay người! May cho má tôi, nếu Phật không níu, ông bà không nhắc thì giờ này biết má tôi ra sao?

Tôi rùng mình không dám tưởng tượng tiếp. Má tôi chờ tới mười hai giờ, rồi một giờ, rồi năm giờ… Chị Bảo xách xe đi kiếm nhà mít-xì-dờ Lê Kim Hoa, ba tôi đạp xích lô chở má tôi ra ngoài Cô Giang kiếm chiếc Toyota cùng con mụ "Việt

Kiều". Tôi đi giáp vòng xóm tìm nhân chứng. Chút xíu nữa thì chị Bảo bị công an tóm: cái hộ khẩu con tin ấy là của ăn cắp! Ba tôi ra ngoài kia la lối hô hoán làm sao bị người ta kêu công an bắt về tội phỉ báng người làm công vụ. Tôi không tìm ra người chứng, không có thêm một chi tiết mà hết xóm đều hay má tôi bị kẻ gian gạt lấy hết mấy... chục lượng vàng!

Cả ba má con mỗi người một góc ngồi khóc rỉ rả như nhà có đám ma. Má khóc vì hối hận ăn năn, vì giận mình mù quáng. Chị Bảo khóc vì cái hình ảnh chị ngồi viết nhật ký coi bộ sẽ còn tiếp tục dài dài. Tôi khóc vì... tuyệt vọng, vậy mà đòi trả thù Văn, đòi cho Liên nể mặt. Ba tôi đập bể hết chén đũa lu hũ; khi không còn gì đập bể được nữa, ông bận áo đi ra cửa:

- Tao đi luôn cho mẹ con bây ở nhà làm tài khôn!

Nhưng ông không đi luôn, mười lăm hai mươi phút sau trở lại. Thì ra mấy ông bạn nhậu chưa kịp nhậu nên còn sáng như đèn Honda, đã bày cho ông mấy ngón điều tra:

- Làm sao nó biết tên bà, nó biết tên anh Tư? Lại còn biết tên thằng Nghĩa? Không người trong nhà thì cũng lòng vòng bà con chớ ai vô đâu? Con Châu, con Bảo đã lỡ khai với ai? Bên thằng Văn, bên thằng Thiết nữa?

Ba má lại cãi nhau một trận, chị Bảo khóc lóc kể lể, tôi kể lể khóc lóc. Người này nghi ngờ bạn bè, bà con của người kia: Má tôi đi chùa tối ngày, hết khoe chuyện rể tương lai tới chuyện ông anh ruột ở Mỹ gửi đồ về hoài. Thủ phạm trong đám bạn tu hành của má chớ ai! Bạn bè tôi và bạn bè chị Bảo, ai cũng rõ lai lịch gia đình chúng tôi. Thử hỏi lương quèn như tôi, sức mấy mà mua nổi sợi dây nịt da to bản có hình bướm xòe cánh mạ kền sáng chói đáng giá hai, ba ngàn đồng một cái? Tôi đã nở mũi khoe ở của ông cậu gửi về, ông cậu ngày xưa vẫn ghé cho quà cáp tiền bạc, chị Bảo nhắc ở, ông già của anh Nghĩa đó mà. Anh Nghĩa đẹp trai, tóc ổ gà kiểu Elvis

Presley, hát hay như Duy Khánh, Nhật Trường, tiếng đàn ghi-ta ấm áp, quyến rũ. Làm sao mà quên anh dễ dàng được, dù bây giờ nhan sắc anh tàn phai, tiếng đàn có còn chắc là cũng lạnh lùng, ai oán, huống chi tôi nhớ rõ ràng trong đám bạn chị Bảo, có vài bà đầy nét tương tư... Riêng má tôi khám phá một mình, chẳng cần ai mách nước:

- Còn mấy ông bạn hũ chìm của ông? Bộ họ hổng biết rằng đôi dép ông mang là của anh vợ gởi về? Rượu vào thì cái gì ra? Ông biết hơn tui mà!

Ô, thì ra nhà tôi đang đấu tố lẫn nhau đó phải không? Cũng may, không đến nỗi như ngày xưa ở miền Bắc, chẳng ai bị mắng nhiếc tồi tệ, chẳng ai bị ném đá, xử tử mà cũng chẳng ai chịu... sửa sai. Trăm sự trông vào... công an. Nhưng chị Bảo trở về chán nản:

- "Nó" nói để "nó" điều tra, tuy nhiên đừng hy vọng, bên phường bảy, tổ chín cũng bị gạt tương tự, tốt hơn là đồng bào không nên tích trữ vàng bạc, nên giao cho nhà nước cất giùm, không nên... tin kẻ gian. Tốt hơn hết là đừng tin ai...

Đây là một bài học một ngàn thứ lẻ một cho má tôi. Lần thứ một ngàn là mới năm ngoái chứ đâu, nhà nước nói loa, nói đài oang oang:"Đồng bào hãy bình tĩnh, không có chuyện đổi tiền". Dĩ nhiên thiên hạ xôn xao chạy đi mua bóc mua hốt, làm đủ thứ dịch vụ. Má tôi lại bình tĩnh nghe lời nhà nước, bình chân như vại. Đến lúc hay tin đổi tiền thiệt, má kẹt cứng, buổi chiều đổi tiền xong, đêm về má nằm khóc tỉ tê thấy tội nghiệp! Khổ vậy đó, má tôi cứ chỉ muốn của đi thay người, cho nên...

*

Tôi lủi về nhà không kèn không trống. Vào trường gặp Lương, hai đứa nhìn nhau cười lỏn lẻn. Lương khai tao nhảy xuống sông ướt như chuột lột, tôi nháy mắt:

- Tao lặn trong lu cũng mềm như bánh tráng gặp mưa.

Lương hứa hẹn:

- Thua keo này ta bày keo khác!

Tôi gật đầu mà trong lòng tự hỏi cái keo đó không biết tới đời nào mới bày nổi. Mỗi ngày cho thằng bé ăn xin trước cửa trườngvài đồng bạc. Bỏ ống mười đồng. Một chỉ vàng đã nhảy lên bốn mươi bảy ngàn vào tháng bảy năm nay (1987). Tôi ngáp dài ngao ngán, dã tràng ơi, cát kia đầy dẫy, tha hồ mà xe!

Nhưng ống heo chưa đầy, thằng bé ăn xin chưa đủ tiền ăn một tô phở, cây xà beng chưa nên dùi đục thì tai họa lại đến, rõ ràng thầy bói có lý.

Một bữa nhậu say, ba tôi ghé xích lô lại bên một khúc đường có bóng mát, làm một giấc quên đời. Khi tỉnh dậy, nồi kê chưa chín, ông cũng không có được giấc mộng công hầu, chiếc xe đã không cánh mà bay! Tên trộm hay bọn trộm đã khênh ông đặt nhẹ xuống lề đường…

Hai chị em è cổ ra mượn tiền đền chủ xe, má tôi bỗng im lìm một cách đáng sợ. Ba tôi đi nhậu về chờ bà mở màn pháo kích một cách vô vọng. Má ra vào yên lặng như một cái bóng. Sự im lặng của má không có chi đáng sợ: má tôi đã gần cạn hơi sống! Má không dậy nổi cho chầu kinh sáng sớm, má không còn sức xách giỏ ra chợ buổi xế. Má tôi nằm liệt giường. Chị em tôi cuống cuồng chạy vạy, mượn tiền, vay của, xin mua, thuốc men, cây cỏ dân tộc, ai có phương pháp chi cũng rán xin học cho được để áp dụng cho má.

Khi má có hơi gượng dậy được má vẫn tịnh khẩu, xong xuôi vài việc vặt, má lại leo lên giường, mặt day vào vách. Không khí trong nhà nặng trĩu, có lẽ tại mùi dầu Nhị Thiên Đường, mùi dầu cù là, mùi lá thuốc chứ tuyệt nhiên chẳng có một tiếng nào của ba má tôi. Thật lạ lùng. Kể từ hồi *giải phóng* tới giờ, cao điểm là dạo tôi chưa đi làm, tình hình trong nhà, ngoài ngõ vô cùng nguy ngập. Bây giờ nhìn lại ai – kể cả những người lúc đó đã cả quyết điều ngược lại– cũng công nhận khoảng thời gian ấy là đáy vực. Cường độ gây gổ của nhị vị thân sinh cũng leo thang. Mỗi ngày ba má tôi đụng độ mười trận. Có trận mở đầu bằng một lời than thân, có trận khai mào bằng mấy câu đay nghiến, có trận khai hỏa không một lời tuyên chiến, có trận ngấm ngầm âm ỉ từ hôm trước hay từ hơn mười năm hay hai mươi năm trước. Và trận nào cũng chấm dứt bằng đồ đạc rơi rớt loảng xoảng, bàn ghế ngả nghiêng, ba tôi ngưng quát tháo, đóng cửa đánh rầm một cái, bỏ ra quán nhậu của bác Chín. Má tôi khóc rấm rứt, lôi chị Bảo ra làm chứng hay phân trần chì chiết với tôi. Trong khi radio, ti vi hàng xóm vẫn mải miết những câu ca, lời bình hướng về một chân trời tốt đẹp không tưởng. Đối với người xung quanh những trận cãi vã của ba má tôi đã nằm sẵn trong chương trình mỗi ngày, thế mà tự nhiên hai diễn viên chính bỗng tự động bỏ sân khấu. Bà Thúy sai con Hiền qua kêu má tôi sang xem cải lương để dọ dẫm tình hình. Ba tôi lẳng lặng đi nhậu, về nhà ông lẳng lặng leo lên gác ngủ một giấc không thẳng. Mấy miếng kêu la ván răng rắc mỗi lần ông trăn trở. Những buổi nhậu tự nhiên ngắn dần không điều kiện. Má tôi vẫn kiên trì "tôi nhìn tôi trên vách", có khi bà bỏ luôn cơm chiều để khỏi nhìn tới ba tôi luôn. Ba tôi đâm ra lúng túng. Không ngờ má tôi vô tình khám phá ra thế cờ bất bạo động. Một tuyệt chiêu. Ông già hết đỡ!

Một bữa chị Bảo kêu lên:

- Sao không thấy ra quán bác Chín?

Ba trả lời nho nhỏ:

- Tao bỏ rượu rồi, nay bây mới thấy sao?

Hai chị em vỗ tay khen ba tiến bộ. Má vẫn day mặt vô vách, hứ một tiếng. Dấu hiệu tốt! Mà ba tôi bỏ rượu thiệt.

Như má tôi, ông khám phá ra rằng bấy lâu nay rượu chỉ là nơi ông trốn sự thật, một cách rất tốn tiền, vô bổ mà có khi rất hại nữa, chuyện vừa qua đã chứng tỏ điều đó. Khổ một điều, không có rượu, ông không áo giáp để đối đầu với thực tại. Tiền lương hai chị em đem về, trang trải nợ nần, gạo mắm phút chốc đã không còn. Xách giỏ ra chợ, lang thang cả buổi để chỉ mang về một bó rau, một chai tương, họa hoằn một cái đuôi cá, mấy cái đầu tôm.

Dần dà cả nhà ăn chay trường như má tôi. Rồi ba tôi phải tự đi xếp hàng mua gạo, mua than củi, ông phải sửa soạn, xoay sở cho đủ tiền trả trăm thứ, từ điện nước đến tiền thuế, tiền, đóng góp công trái, tiền sửa đường sá, cống rãnh. Ông loay hoay khổ sở như viên tướng về hưu, hết khí giới, mũ mãng. Má ơi, hành ba bao nhiêu đó chưa đủ sao?

Bây giờ má day mặt trở ra, cả nhà mừng khấp khởi, má muốn trở dậy luôn mà không nổi. Ba tôi hoảng lên, chị em tôi sợ má chết, luýnh quýnh chạy ngược chạy xuôi, đem má vào nhà thương, bác sĩ nói không có bệnh, chỉ cần tẩm bổ, ăn uống đầy đủ là khỏe ngay.

Một lần chị Bảo về sớm bắt gặp ba tôi đang ngồi khóc lén ngoài nhà bếp! Chị bàn với tôi hay là kêu ông già đi nhậu lại? Tôi kêu trời, ngần ngừ suy nghĩ, ừ bây giờ ai cũng nhậu. Giải pháp nhậu coi bộ dễ dàng, vừa mọi tầm tay.

May quá vận hạn có vẻ sắp qua luôn rồi, Lương trúng mánh cho tôi mượn tiền nhiều, rồi anh Thiết gửi quà, cậu Tư gửi tiền. Hai chị em lo cho ba tôi đủ số vốn cần thiết, ông đóng tiền mướn xe xích lô như trước, ông tu tỉnh làm ăn, ông bớt bứt rứt dằn vặt, vì má đã bắt đầu chịu ngồi vào bàn hòa đàm, bà không đòi bàn vuông bàn tròn, bà bắt đầu bằng những câu trống không, ngắn ngủi và nhát gừng. Chiến tranh lâu ngày đã quen, tới chừng hòa bình, không khéo thì có đường bội thực!

Một buổi trưa từ Sài Gòn về, ba tôi đưa tôi một xấp tiền:

- Chiều nay rảnh, con qua bên thầy Tám cầu Sắt, con nhớ đường không, hốt cho má con mấy thang thuốc bổ, ba lo lắm…

Tôi dẫn xe đạp ra cửa, cố trấn an ba tôi:

- Chỗ đó bây giờ người ta cất nhà dựng chòi tùm lum, ngáng hết đường lối nhưng con đi được, ba đừng lo. Nhà Lương ở gần đó con ghé hoài…

Thì ra ông già cũng còn thương bà già! Đúng rồi ba ơi, hơi đâu mà giận cá chém thớt. Mấy con cá vẫn cứ nhởn nhơ trong khi lũ thớt bị lằn dọc lằn ngang!

Tôi ghé nhà Lương uống nước, mấy gói giấy lủng lẳng trên ghi đông xe. Lương đang tiễn khách ra cửa, một cô gái cao lêu nghêu, giọng cười có vẻ quen quen. Lương khen tố:

- Giỏi! Đúng con nhỏ hôm đó núp ngoài nghĩa địa với thằng bồ bị kiến cắn. Ừ, sửa soạn đi mày…

- Trời ơi, mày vẫn cương quyết ra đi tìm đường cứu nước? Tao chịu thua rồi, bữa nay hốt thuốc cho bà già, ngày mai hụt tiền chợ, nói chi chuyện xa vời!

Lương khép cửa, nói nhỏ:

- Chuyến này cam đoan là lần chót. Vừa chắc ăn lại vừa rẻ. Mình trả một đi hai. Đi với tao chuyến này. Thế nào cũng tới bến bờ bình yên. Khoan nói chuyện tiền bạc. Qua tới… Mỹ rồi mày đi làm kiếm tiền trả tao cũng chưa muộn!

Tôi cảm động, gượng đùa đánh trống lảng:

- Bà cụ non ơi, rủi gặp tàu Trung Quốc thì sao?

- Chưa đi đã nói gở, con nhỏ này dại quá. Gặp Tàu là đủ ngủm rồi, gặp thêm Trung Quốc làm chi. Đừng gặp bọn đó là mình may lắm, còn thì ghé chỗ nào cũng được, Hồng

Kông, Tân Gia Ba, Đài Loan, Nhật… A, để tao kể chuyện con Phượng cho mà nghe, ừ, con bé lúc nãy. Bà chị dâu nó chuyên môn làm trung gian tổ chức vượt biên, kỳ này cả nhà bà ấy sẽ trốn luôn. Lại toan làm lơ bỏ cô em chồng lại. Anh nó làm dữ lắm, rốt cuộc sẽ đi cả cho nên bà ấy phải tìm thêm người thêm tiền. Mày hiểu vì sao bốn chỗ thành mười rồi chứ gì. Nhất định kỳ này mình sẽ thành công. "Thành nhân" mấy lần đủ rồi, chán lắm rồi. Mình thành thuyền nhân, tới bến bờ tốt đẹp vẫn hơn! Sang năm là qua năm tuổi tao, sẽ xui lắm, phải đi nội năm nay. Qua bên ấy rồi may ra sẽ có được một tấm… chồng!

- Ừ, tao cũng qua hạn, năm nay sẽ trót lọt, với lại tao có cảm tưởng mình sắp thành gái già đến nơi rồi.

Lương chợt lay nhẹ vai tôi:

- Nói mày đừng giận nhe. Sẽ có cả Văn trong chuyến này nữa đó. Đừng, để yên tao nói cho hết. Xong rồi hẳng la lối phản đối. Thật ra Văn vẫn nguyên vẹn tình cảm đối với mày, cho Văn khổ cả năm nay như vậy đủ lắm rồi. Tao nói thật, Văn bỏ tiền ra luôn cho cả mày, chứ một mình tao thì đủ vào đâu. Châu ơi, Văn là người tốt, rất xứng đáng. Văn ân hận nhiều vì chuyện đã qua. Mày có phước lắm, hãy mở tim, mở mắt. Hãy nghe tao…

Tôi còn biết nói gì nữa. Mấy tháng nay tôi không còn mảy may hy vọng. Hết cả giận hờn. Hết muốn sống. Liên viết thư về cho Văn tả cảnh đền đài dinh thự Mát-cơ-va, kể chuyện sang Praha thăm bạn. Tôi tự hỏi vì sao Văn khoe thư Liên với Lương. Bộ hễ tôi "lắc" với Văn thì Văn sẵn sàng "gật" với Liên? Ừ, thì cứ gật đi cho xong. Ở ngoại quốc về, thế nào Liên cũng sẽ thừa vốn "kinh doanh", khởi đầu một cách ung dung cuộc sống lứa đôi. Tại sao Văn cứ muốn làm khổ tôi, Văn đến thăm nom má tôi, tâm sự cùng chị Bảo. Hôm qua chị còn nghiêm nghị dạy tôi rằng:

- Thứ bảy này nhận lời nó rủ đi ăn kem. Bắt tay nhau tái lập hòa bình và cùng dựng xây thiệt tình cái đất nước nầy cho tươi đẹp bằng mười ngày nay đi.

- Chị ơi, giao chi cho em một nhiệm vụ nặng nề đến thế?

Rồi bây giờ sự tiết lộ của Lương khiến tôi vô cùng dao động. Kể ra thì tôi giận dai quá, gần hai năm rồi còn gì, hai năm không một cuộc hẹn hò, không một lần trao đổi tâm sự, không nhìn nhau với ánh mắt yêu thương, không một nụ hôn, không một vòng tay ôm. Trừng phạt nhau bấy nhiêu chưa đủ hay sao?

> *Trèo lên trái núi Giải Oan*
> *tay nâng chén trắng, múc làn nước trong*
> *Này em xin chớ ngại ngùng*
> *trèo non, xuống dốc ta cùng đỡ nhau.*

Văn vẫn kiên trì lui tới tức là Văn thương thiệt. Tôi giận dai giận hoài nghĩa là tôi cũng thiệt... thương. Có phải không? Tôi ngần ngại, ngượng ngùng. Đầu hàng hay tiếp tục chối từ kí kết hòa ước?

Nếu ra đi, thuận buồm xuôi gió, chỉ một tháng là gia đình sẽ có tin, hộ khẩu gia đình sẽ có một tên bị xóa với hàng chữ của phường "đã vượt biên", liệu ba má tôi có được yên thân hay bị bọn có máu mặt trong xóm đến hoạnh họe nầy nọ? Chị Bảo một mình có đủ sức lèo lái con thuyền ở lại? Tuần trước chị khoe khai trương quyển nhật ký thứ tám. Bỏ chị để ra đi một mình như tôi thật chẳng hào hiệp chút nào

Tôi cứ khổ sở loay hoay tìm câu trả lời. Lạ chưa, sao lần đi vừa rồi tôi thảnh thơi tâm trí, dứt áo ra đi không ngần ngại. Có lẽ vì tôi biết rằng với Văn, tôi sẽ đến bờ bến an toàn? Đi lần này là quả tình như tráng sĩ sang sông, không mong ngày trở lại?

Lương nói đừng lo, mình sẽ đi làm sẽ gửi tiền về, sẽ bảo lãnh cả nhà, để đất nước lại cho thiên hạ chia chát, xâu xé, dẫn dắt theo ý riêng.

*

Lương hẹn hôm nay đến giao tiền cho người ta và ghi nhận những chi tiết quan trọng sau cùng của chuyến đi. Đi theo Lương như một cái máy, tôi thờ thẫn, bâng khuâng. Hơn tháng nữa mới lên đường mà sao nơi chốn nào đi ngang tôi cũng trìu mến, luyến tiếc, mang cái cảm tưởng sẽ đi qua lần cuối. Tôi đang từ từ xa dần những con đường hẻm mấp mô lầy lội, những xóm nhỏ lúc nào cũng ồn ào náo nhiệt. Xóm nhỏ nào cũng giống nhau, đài phát thanh nói lẳng nhẳng, người ta nói chuyện vang vang, con nít chạy cùng đường. Giờ nào cũng có trẻ con chạy cùng khắp!

Người đàn bà chạy mánh chưa về. Lương, tôi và cô em chồng của bà ta ngồi ôn lại kỷ niệm "ướt át" của lần vượt biên hụt. Cả ba cùng cười khúc khích. Ơ, hôm đó có đứa nào dám cười? Chuyện gì cũng vậy, đủ thời gian và khoảng cách ngó lại, đều có vẻ khôi hài, phù du. Có chăng là kinh nghiệm để lại, cho mình nhiều hơn là cho kẻ khác. Tôi dần dần lạc quan thiệt tình. Bởi cái địa điểm chưa bị bể lần nào. Bởi ánh mắt của cô gái, bởi cái vui mừng rất đè nén của Lương. Và tôi biết, chắc chắn, mình lạc quan, tin tưởng, bởi sự có mặt của Văn trong chuyến đi. Có Văn, tôi sẵn sàng nhào xuống sông, lăn xuống biển, chui vào lu, vào hũ, sẵn sàng đương đầu với chuột, gián, rắn rít và… công an. Sẵn sàng.

Nhưng khi người đàn bà trở về, tươi cười bước vào nhà, vui vẻ chào chúng tôi. Sấm sét hào quang tóe lửa quanh tôi. Thử tưởng tượng, trong hoàn cảnh như vậy mà tôi phải cố gắng làm theo lời má tôi dạy. Dục tốc bất đạt nghe con. Bình tĩnh suy nghĩ cách đối phó trong mọi trạng huống. (Ấy, đứng ngoài mà nói thì dễ, thử hỏi, má có nhớ suy nghĩ cạn kiệt khi người ta gạt má đó không?).

Người đàn bà ngửa cổ uống cạn ly nước ngọt rồi đưa cánh tay mập thịt dư da lên gạt mồ hôi trán. Đúng rồi chiếc đồng hồ vàng có sợi xích nhỏ toòng teng một quả tim. Đúng rồi những ngón tay ù có eo vì mấy chiếc cà rá, trong đó có chiếc nhẫn cưới của bà ngoại tôi, với mặt ngọc đỏ hình vuông, bốn cạnh đẽo gọt công phu. Bà ta lại mở bóp rút khăn tay lau mồ hôi cổ. Hai sợi dây chuyền vàng nhỏ nhắn, xinh xắn của chị em tôi không làm đẹp thêm chút nào cái cổ đen thui, núc thịt của bà ta.

Tôi phải làm sao đây? Đấm mụ gãy răng như đã tính? Bình tĩnh bàn chuyện với Văn, với Lương? Toan tính một cuộc vượt biên đông vui có cả ba má tôi, chị Bảo? Trong khi chờ đợi, phải vận dụng "ngón" Thiền, cố đặt tôi ba-mươi-sáu-ký-lô-cả-quần-áo vào chỗ một cây thịt một-tạ-ta-trở-lên, cố cười với nụ cười son đỏ, rung rung với mái tóc xù chánh hiệu Việt kiều... Chợ Lớn, rung rung với bộ ngực vĩ đại, mấy chữ Coca Cola cũng rung rinh, hài lòng.

(11-1987)

PHAN VIỆT THỦY

Tên thật là Phan Văn Giưỡng. Ông sinh tại Lệ Thủy, Quảng Bình. Hiện định cư tại Úc.

Nhà thơ, nhà văn và hành nghề giáo sư từ trong nước ra đến hải ngoại.

Trước năm 1975 đã xuất bản các thi tập *Hoa Buồn* (1964), *Bàn Tay Tình* (1965), *Dung Nhan* (1970).

Ở hải ngoại, ông đã xuất bản nhiều tập từ điển tiếng Việt, Anh-Việt và sách học tiếng Việt (*Tiếng Việt hiện đại/ Tieng Viet Vietnamese for beginners,...*) cho người nói tiếng Anh. Ông từng là chủnhiệm tạp chí *Việt* (Úc, 1998-2001).

Tác phẩm xuất bản sau 1975:

- *Báo Chí Việt Ngữ ở Úc* (Biên khảo 1986)
- *Cuộc Đời Với Bóng Dáng Xưa* (tập truyện ngắn, in chung, 1988)
- *Trên Quê Hương Mới* (tập truyện ngắn, 1990)
- *Biển Lửa* (tập truyện ngắn, Nhân Ảnh, 2016)

Biển lửa

Chị Tám bước vào khỏi cửa, người chị muốn té xỉu xuống nền nhà, mặt mày choáng váng. Chị Tám nằm dài trên chiếc chiếu vẫn trải sẵn hằng ngày cho mấy mẹ con nằm. Mấy đứa con mừng rỡ chạy lại:

- Mẹ có mua gì cho con không mẹ?

- Mẹ cho con một đồng con mua khoai đi mẹ, từ sáng tới giờ con chưa ăn gì cả.

Chị Tám không còn đủ sức giữ bình tĩnh dịu ngọt với con nữa:

- Hết rồi con ơi, không còn gì nữa hết. Ăn uống gì, chết rồi con ơi.

Những đứa con ngây thơ nhìn mẹ với cặp mắt sửng sốt, im lặng sợ sệt. Chị Tám không còn gì nói được với con, hai hàng nước mắt chảy ròng ròng. Chị ôm đứa con nhỏ vào lòng, sai đứa con gái lớn:

- Con cho mẹ ly nước, lấy một đồng đi ra ngoài mua gì về cho em ăn.

Đây không phải là lần đầu chị Tám bị bọn bò vang (công an) bắt lấy hàng hóa. Mấy lần trước chúng bắt người lấy của không ai dám hé môi, dám than van vì chúng không cho phép mua bán, vì sợ chúng cho là phản động. Đăng này, sau những lần ruồng bắt chỗ này, chợ lại mọc ra chỗ khác. Hết chợ ngồi đến chợ chạy, nhà nước mới hô hào "đăng ký đàng hoàng, ai muốn mua bán cứ việc đăng ký", nhà nước chỉ việc đánh thuế mà thôi. Thông báo rõ ràng như vậy chị Tám cũng như mọi người đinh ninh mình đã thế chỗ, đã đóng thuế, mình được quyền buôn bán. Không ngờ chúng làm một mẻ khác, hốt sạch cả lại bắt người. Chúng dụ người ta bày hàng ra để chúng lấy. Ôi thôi luật lệ gì đối với bọn chúng. Thông báo qui định rõ ràng một đàng, chúng lại làm một nẻo. Còn ai mà tin cái ông "nhà nước" đó nổi. Đến người chết mà chúng cũng lừa bịp mấy thước vải liệm, cái hòm để chôn huống chi người sống. Nhân đạo gì đối với chúng. Bao nhiêu ý nghĩ cay đắng hờn căm hiện ra trong óc chị Tám. Những lời nói của những người hai bên đường dội lại trong tâm hồn chị Tám như những lời an ủi sau cùng. Chị Tám cố tìm lời an ủi cho chính mình nhưng cũng đều thất vọng não nề. Tức quá đi mà, càng nghĩ càng tức, càng nghĩ đến càng bấn ruột. Chị muốn la hét lên thật lớn cho có trời có đất thấu nỗi tâm gan. Chị muốn chạy ra đường kéo mấy thằng bò vàng chửi một mẻ cho hả dạ. Nhưng trước mắt chị một đàn con nheo nhóc. Ai nuôi con chị. Anh Tám ở tù đã mấy năm nay. Một thân một mình chị Tám chống chạy cho qua ngày, cũng bởi chị Tám tìm cách nuôi con ngày hai bữa, chị bèn vơ quét bán hết đồ đạc trong nhà, không còn một cái giường cho con nằm, một cái áo lành lặn cho con mặc để lấy vốn ra chợ trời buôn bán.

Cả con đường Tôn Thất Hiệp sáng nay như giặc. Đám bò vàng chặn hai đầu đường, các ngõ hẻm. Chúng cho một số giả dạng thường dân len lỏi vào khu chợ. Khi những chiếc xe bịt bùng chở đám bò vàng có võ trang nhảy xuống, mọi người sửng sốt cứ nghĩ chúng ruồng bắt thanh niên trốn nghĩa vụ quân sự. Những cuộc giằng co cãi vã lúc đầu không đi đến đâu trước mũi súng. Chúng lùa người, khiêng hàng lên xe. Thế là mọi người tóa hỏa, tìm đường thoát thân. Để cho chúng lấy của còn hơn để cho chúng bắt giam đày đi lao động. Những người trong chợ nhìn nhau ngơ ngác. Vài câu chửi đổng chẳng thấm vào đâu. Bọn bò vàng ngang nhiên khiêng của, ti vi, tủ lạnh, máy radio lần lượt được chúng thu dọn sạch sành sanh. Những túp lều vải đều bị chúng đập phá. Ở hai đầu góc đường loa phóng thanh chan chát: "Nhân dân bình tĩnh, đây là lệnh của Đảng và nhà nước nhằm quét sạch tàn dư Mỹ ngụy".

Chị Tám vật vã lăn lóc, than trời than đất bên cạnh cửa con chưa đầy năm tuổi. Chị quay cuồng như con heo bị cắt tiết. Mấy đứa con quay chung quanh chị khóc liên hồi. Một bà lối xóm nghe tiếng khóc, chạy qua.

- Sao vậy chị Tám? Có sao không mà mấy mẹ con ầm ĩ lên thế này.

- Chết rồi bà ơi. Không còn gì để sống nuôi con nữa cả. Chúng cướp hết rồi…

- Bình tĩnh đã nào. Chị làm vậy tội nghiệp mấy đứa con. Còn người còn của, hơi đâu mà khóc lóc…

Chị Tám gắng gượng ngồi dậy, lau nước mắt.

- Bà xem, nhà cửa đâu còn gì, được bao nhiêu dồn vào buôn bán nuôi con. Chúng lại quét sạch một mẻ nữa rồi, làm sao mấy mẹ con tui sống nổi.

- Mẹ cha nó, nó ăn cướp giết người rồi trời sẽ hại chúng nó. Trước sau gì nó cũng chết. Chị lo sống mà nuôi con, đợi ngày anh Tám về đỡ đần cho chị. Ba vạn cũng bỏ, từ ngày giải phóng đến giờ, biết bao nhiêu người đau khổ, giàu có, nhà cao cửa rộng chẳng còn gì, ra đi nằm vỉa hè. Chị thấy trước mắt đó, như ông Sáu Quang bây giờ lất phất lơ phơ che miếng vải ở công viên mà sống.

Bóng đêm đã phủ trùm xuống căn nhà. Chị Tám sai con thắp cây đèn dầu lên. Dưới bóng đèn dầu leo lét, chị Tám vẫn ngồi than thở, ruột gan cào cấu. Hình ảnh anh Tám hiện ra trong trí óc chị Tám như một niềm tin chói sáng. Một người chồng giờ đây đang đau khổ, đang ngày đêm nghĩ đến cảnh vợ con đói rách. Lần đầu lên thăm anh Tám, chị Tám không cầm được nước mắt trước thân hình tiều tụy, ghẻ lở, gầy còm của anh Tám. Chị Tám đã hứa với chồng: "Anh cố giữ gìn mạng sống, anh đừng lo nghĩ gì, gia đình con cái đã có em. Em thay anh nuôi con đợi ngày anh về". Tình nghĩa vợ chồng, tình thương con là một sức mạnh giúp chị Tám qua khỏi những giây phút ê chề đau đớn. Ngoài đường, trời tối đen. Tiếng rao lanh lảnh của người bán bún bò về đêm. Chị Tám sai đứa con lớn ra gọi bà bán bún bò vào.

Người đàn bà thoăn thoắt để gánh xuống miệng niềm nở:

- Chị ăn mở hàng cho em, chắc tối nay em bán hết sớm.

- Mong chị bán đắt hàng, nhưng nói thiệt với chị, chị bán chịu cho mẹ con tôi. Từ sáng đến giờ mẹ con tôi chưa có tí gì trong bụng.

- Chị nói mỉa em hoài làm chi...

Người đàn bà bán bún bò hai tay liếng thoắng lấy bát muỗng, miệng vẫn nói liên tiếp cho vui khách hàng:

- Phố xá gì mà tối thủi tối thui. Điện cúp một tuần ba bốnlần làm sao mà ai chịu được.

Chị Tám đếm lại từng đầu đứa con và nói với bà bán bún múc cho đủ số. Mấy đứa con mừng rỡ thấy rõ, hai mắt chăm chú vào gánh bún bò. Chị Tám bắt đầu kể lể câu chuyện bị giựt hàng hồi sáng. Bà bán bún bò thở ra:

- Khổ lắm chị ơi, buôn bán hồi này khổ sở, khó khăn quá trời. Em mà không nghĩ đến chồng con em thì em đâu đến nỗi này... Em cứ nghĩ anh "đi học tập" ít lâu anh về chứ em đâu ngờ mà lâu quá rứa.

- Bọn chúng nó ngu lắm chị ơi. Anh Tám nhà này chỉ có trung sĩ quèn thôi mà đến nay cũng chưa về. Chúng kết tội anh Tám là làm chiến tranh chính trị, chứ chúng đâu có biết, ảnh chỉ suốt ngày đi mua, phân phối ba cục đường, hộp sữa cho anh em trong đơn vị. Chúng cứ tưởng làm chiến tranh chính trị là cán bộ chính trị của chúng.

- Nhà em cũng đâu có gì. Hai vợ chồng cứ tưởng là đi dạy học trong quân đội thì chẳng có gì đáng nói với chúng.

Ai nhè, chúng cho chồng em làm phụ khảo ở đại học là "phụ tá tra khảo", nên chúng cứ bắt nhà em khai lên khai xuống hoài. Chúng hỏi nhà em đánh đập nhân dân bao nhiêu lần, dùng vũ khí nào tra khảo hạch tội nhân dân…Ôi chán lắm. Hôm em lên thăm ảnh, nghe kể lại vừa buồn cười vừa tức muốn ói máu.

- Chị nghĩ coi, mấy lần chúng mời lên phường họp, họp hoài tuần nào cũng họp. Nhiều người hỏi tại sao nhà nước chưa cho những người học tập cải tạo về. Chúng chỉ trả lời ba phải "chồng con mấy chị học tập chưa tốt, nhân dân chưa yêu cầu". Nếu có ai hỏi nhân dân là ai chắc chúng cũng ngậm họng. Chúng mình không phải nhân dân là thứ gì chị. Ai mới là nhân dân kia chứ… trông bộ chị mảnh khảnh quá, sao mà chị cũng chịu khó.

Người đàn bà bán bún bò tự dưng khựng lại, như có cái gì nhắc nhở chị, mắt mày rầu rầu, thở dài.

- Nói thiệt với chị, hồi xưa em đi dạy học. Bọn chúng vô "giải phóng" cho bọn em nghỉ việc ráo. Ai mà có chồng con đi học tập cải tạo đều bị cho thôi việc hết. Thời buổi này đi làm cho nhà nước, lương làm sao đủ sống, thà vất vả một chút mà kiếm được bữa cơm bữa cháo cho con…

- Con cái chúng mình lớn lên cũng chẳng học hành được gì. Đã là con "Ngụy" chúng đâu có cho học lên đại học…

Hai người đàn bà cùng chung hoàn cảnh, một tâm sự có việc gặp nhau có dịp san sẻ nỗi nhọc nhằn, ấm ức trong lòng. Tình thương chồng thương con hết sức mãnh liệt, đã giúp cho những người đàn bà bất chấp mọi khổ cực, nhọc nhằn để giữ vững sự sống. Bà bán bún bò ra đi không còn hỏi han tiền bạc khi đã hiểu rõ hoàn cảnh chị Tám.

Chị Tám than thở trong căn nhà trống. Chị bỗng đứa

con mà tâm trí quay cuồng nghĩ đến ngày mai. Ngày mai đâu còn gì để nuôi con, lấy gì cho con ăn con sống. Chị Tám không thể bồng con đi ăn xin. Ý nghĩ thoáng đến trong đầu óc chị, chị còn căn nhà là gia sản cuối cùng. Ngày mai, chị Tám sẽ đi tìm người bán căn nhà. Chỉ còn tiền bán nhà mới có thể cứu sống chị Tám và bầy con.

Suốt một ngày chạy đôn chạy đáo, tơi tả vẫn chưa tìm ra người mua nhà. Đến chiều, chị Tám đành kiếm một cái áo còn lành lặn đem ra chợ An Đông bán. Chiếc áo cưới mà chị hứa mãi trong lòng cố giữ làm kỷ niệm cũng không còn cách nào giữ được. Số tiền bán chiếc áo đủ mua hai ki-lô gạo và một ít thức ăn mang về cho con đang đói ngồi mong mẹ ở nhà. Trên đường từ chợ về nhà, chị Tám gặp được một người đồng ý mua căn nhà của chị với giá sáu lượng vàng. Mang nỗi mừng vui về, mấy đứa con nhìn chị không khỏi vui lây. Suốt đêm chị Tám không ngủ được, cứ lần quần tính toán đến số tiền bán nhà.

Sáng hôm sau, chị Tám thức dậy sớm, lo cơm nước cho con, chị chuẩn bị giấy tờ mang lên "phòng nhà đất" quận. Chị Tám đợi cả hơn một tiếng đồng hồ mới có một cán bộ nhà đất ra tiếp chị:

- Bà muốn bán nhà phải không?

Chị Tám trong lòng phập phồng hồi hộp.

- Dạ em muốn bán nhà.

Người cán bộ để lộ hàm răng đen, mặt mày sần sùi, trong chiếc áo trắng cháo lòng, chống tay lên bàn với vẻ đầy uy quyền.

- Bà muốn đi kinh tế mới phải không?

- Dạ, đâu có. Em bán nhà để lấy tiền nuôi con.

- Chồng bà làm gì?

- Dạ, chồng em đi "học tập" chưa về.

Người cán bộ vừa nghe nói, vội quẳng xấp hồ sơ về một bên:

- Bà về đi, nhà bà bán không được. Nói cho bà rõ chồng bà thuộc "ngụy quân ngụy quyền" đi cải tạo. Nếu bà muốn đi kinh tế mới, nhà nước sẽ sắp xếp bà đi, còn căn nhà bà là của nhân dân chứ không phải của bà nữa. Bây giờ nhà nước chỉ cho bà ở tạm bợ khi chồng bà ăn năn hối cải "học tập lao động tốt" nhà nước sẽ cho về, khi đó nhà nước sắp xếp cho cả vợ chồng cùng đi kinh tế mới luôn và căn nhà sẽ do nhà nước quản lý.

- Thưa ông, căn nhà này của tôi, tôi đứng chủ quyền. Ngày xưa cha mẹ tôi mua cho tôi, đâu có dính dáng gì đến chồng tôi.

- Của bà là của chồng bà, chồng bà không đi làm tay sai, đi giết nhân dân thì làm sao có tiền mua nhà. Đảng và nhà nước đã qui định như vậy rồi, bà về đi.

Chị tám không còn nói được lời nào. Tên cán bộ xua đuổi chị ra khỏi văn phòng. Hắn đứng dậy, đi vào trong dáng bộ như đang bận rộn chuyện gì. Chị Tám muốn khóc, chị cố nén lại cơn giận, chị đi ra hai chân nặng nề giậm xuống nền nhà:"Trời ơi là trời, thế này làm sao mẹ con tôi sống được".

Niềm hi vọng bán được căn nhà đã trở thành thất vọng ê chề. Ra khỏi trụ sở văn phòng nhà đất, chị nhìn thấy tấm bảng màu vàng kẻ chữ đỏ chị rùng mình như người bị cơn sốt rét kinh niên hành hạ.Trời mưa lất phất. Chị Tám không còn thấy được người đi đường, cả bầu trời mờ mịt hơi sương. Chị Tám nhớ lại câu thơ của Trần Dần "… Tôi bước đi. Không thấy phố không thấy nhà. Chỉ thấy mưa sa trên màu cờ đỏ…"

Trước khi đi đến phòng nhà đất, chị Tám cũng đã biết đó là chỗ ăn tiền, chỗ ăn cướp nhà người ta. Ai muốn bán được nhà phải cho chúng ăn gần như một nửa. Nhưng làm thế nào, trong túi chị Tám không còn một đồng bạc thì làm sao đút lót cho nó, mà chị cũng quên, thiếu gì người trung gian, mai mối cho chúng ăn tiền. Đám người chuyên môn sống nhờ "chạy áp phe" thời nào cũng đầy rẫy. Bây giờ lại đông hơn từ chuyện lớn đến chuyện nhỏ, "cửa trước hậm hẹ, cửa sau nhẹ nhàng". Giờ này chị không đủ sức để đi nói chuyện với họ. Chị Tám trở về nhà trong nỗi chán chường, thất vọng ê chề. Biết bao giờ xã hội mới trong sạch lành mạnh? Bọn chúng nói cho lắm, hô hào cho nhiều, nào là cách mạng, nào là độc lập…Ôi thôi, bọn nói nhiều thì càng tồi tệ hơn nữa. Ngày xưa, người ta cũng ăn tiền nhưng không có hậm hẹ, đe dọa như bọn này bây giờ, không có sừng sộ nạt nộ như buộc cổ thắt họng người ta như bọn này bây giờ. Chị Tám cố lắm vẫn không hình dung ra được một ngày mai cho xã hội Việt Nam. Chị nằm xuống chiếc chiếu mà thân hình không còn một chút cảm giác. Tiếng nhạc văng vẳng từ căn nhà bên cạnh sao mà thắm thía.

… Các anh đi ngày ấy đã lâu rồi, các anh đi biết bao giờ trở lại. Xóm làng tôi trai gai vẫn chờ mong…

Những ngày dài vô tận, kéo lê tâm hồn chị xuống như chị đang đứng cheo leo trên bờ vực thẳm.

Tiếng gõ cửa làm chị Tám giật mình. Chị Tám bước ra mở cửa. Người đàn ông lạ mặt, một tên bộ đội đội nón cối bước thẳng vào nhà nhìn chung quanh từ cánh cửa, nền nhà, trần nhà không hỏi han một lời. Chị Tám đâm ra hốt hoảng:

- Ông hỏi ai? Có chuyện gì không?

- Bà là bà Tám? Bà muốn bán nhà này phải không?

- Dạ, ông hỏi mua nhà mà nãy giờ làm mẹ con tôi sợ quá trời.

- Bà định bán bao nhiêu? Nhà có "nhà xí tự đông không bà"?

Người cán bộ đứng chống nạnh hai tay lên hông, mắt vẫn đảo qua đảo lại từng góc nhà.

Chị Tám nói:

- Ông cứ xem kĩ đi. Nếu ông đồng ý rồi sẽ hay. Có người đã đồng ý mua với giá sáu lượng vàng rồi đó.

- Nhưng mà chị đâu có bán được nhà. Nhà này thuộc diện nhà nước quản lí mà.

- Ông nói làm sao ấy. Nhà này là nhà của tôi mà.

- Nói thật với chị, tôi đã biết rõ căn nhà này. Nếu chị đồng ý bán tôi với giá ba lượng vàng thì chị khỏi lo giấy tờ gì hết. Chị chỉ việc dọn ra khỏi nhà là được, mọi giấy tờ tôi sẽ lo hết. Chị suy nghĩ kĩ đi, tôi sẽ trở lại ngày mai.

Người cán bộ ra về, chị Tám ngẩn ngơ, ngơ ngẩn không biết tính ra làm sao. Chị Tám biết mà, có bọn chúng mới biết mách mối nhau, mới làm cho con người ta chán nản để chúng hùa nhau ăn cướp mà.

Chị Tám đau lòng đứt ruột bồng bế con cái dọn ra khỏi nhà. Chị đã chọn con đường ra đi tìm tương lai cho mấy đứa con. Biển cả mênh mông, bão táp, đói khát, hải tặc… kinh hoàng mà bao nhiêu người đã chấp nhận lao vào còn hơn sống với bọn Cộng sản.

Biển lửa đã đốt bao nhiêu tâm hồn khao khát tự do. Nhưng bên kia ngọn lửa là vùng hừng đông. Ngọn lửa đã đốt cháy bao nhiêu năm nay "cái thiên đàng Cộng sản". Những người ra đi đã cho nhân loại biết được giữa cái chết và sự sống dưới chế độ Cộng sản. Chỉ có ánh sáng mới nuôi sống con người đáng sống. Chỉ có hơi thở tự do, cuộc đời tự do mới đánh đổi được sự hi sinh vô biên của con người. Không còn con đường nào khác, phải lao vào biển lửa để tìm sự sống. Những ý nghĩ đến với chị Tám hết sức mãnh liệt. Trước khi ra đi, chị Tám để lại một bức thư cho anh Tám, nhờ một người bạn thân cất giữ và cố gắng trao tận tay cho anh Tám.

"Mình yêu quí,

Mình hãy tha lỗi cho em đã tạm rời bỏ mình đi. Xa mình là em xa tất cả. Nhưng chẳng còn cách nào vì tương lai con cái. Ngày mai, em và các con sẽ tìm đường về 'quê ngoại'. Cầu mong trời Phật phù hộ cho em. Mình cứ nghĩ rằng em và các con hằng mong đợi và thương nhớ mình…".

Trần Hoài Thư by Đinh Cường

PHAN XUÂN SINH

Sinh 02 tháng 01 năm 1948, tại Đà Nẵng.
Định cư tại Hoa Kỳ 01-6-1990. Vì mưu sinh nên đã di chuyển nhiều tiểu bang: Pennsylvania, California, Massachusette, và hiện nay tại Texas. Đã cộng tác các tạp chí: *Văn, Văn Học, Hợp Lưu, Chủ Đề, Phố Văn, Làng Văn*, v.v… và website Talawas, Da Màu và các website khác.

Tác phẩm đã xuất bản:
- *Chén Rượu Mời Người* (thơ, với Dư Mỹ, 1996)
- *Đứng Dưới Trời Đổ Nát* (thơ, Tạp chí Văn, Hoa Kỳ, 2000)
- *Bơi Trên Dòng Nước Ngược* (văn, Sông Thu, 2004)
- *Khi Tình Đang Ru Đời* (thơ, Văn Nghệ, 2008)
- *Sống Với Thời Quá Vãng* (truyện, Hợp Lưu, Hoa Kỳ, 2009)
- *Tát Cạn Đời Sông* (truyện, 2013)

Người lính già, bên kia

hơn ba chục năm mới trở lại quê nhà
ngồi uống rượu bên lề đường với thằng bạn cũ
thằng bạn, chỉ thích uống rượu đế
thói quen mỗi ngày, chiều bạn tôi chơi luôn
rượu đế thì không thể uống suông
phải có chút đưa cay làm mồi nhấm nháp
tôi tính gọi mồi thì hắn đưa tay ra cản
chờ một tri kỷ… uống mới ngon
một ông già, tay xách bọc ny-lon
thịt chó, mắm tôm. Xề vô ngồi cạnh
ông tự giới thiệu mình là "lính Việt Cộng"
bạn nhậu mỗi ngày với thằng bạn tôi
ông cười nói oang oang như chỗ không người
ăn uống thì thôi… rất trần tục
tôi quên mình, xăn tay nhập cuộc
bữa nhậu hả hê sảng khoái vô cùng
một phút trầm tư, tôi nghĩ mông lung
hình như ngày xưa khi còn lính trận
tôi cũng thuộc tay chơi bạt mạng
phong độ kiểu này tôi thấy rất thân
sau vài ly, ông nhìn tôi từ đầu tới chân
anh là ai? thấy quen quen như gần gũi
tôi trả lời ông, xin thưa tôi là thằng "lính ngụy"
xưa kia… có lần tôi nhắm bắn trật ông
ông cười ha hả hèn chi thấy quen
mình là lính chuyên nghiệp,
mà "dở ẹc" nghề xạ thủ
bữa nhậu này tràn ly vẫn chưa đủ
tôi với ông đều là thứ lính dân chơi
cuộc chiến qua, như một tấm tuồng đời
thấy chúng nó bắn đâu trúng đó

bắn tan xác nhân dân,
bắn tanh bành đất nước
vẫn chưa thỏa được lòng tham
bữa nhậu thịt chó đơn sơ mà thấy ngon
chẳng cần chi cao lương mỹ vị
mấy chục năm sống trên đất Mỹ
tôi thèm bữa rượu như hôm nay
người lính già bên kia chiến tuyến, gật gù say
tôi thầm cám ơn viên đạn, anh em tôi bắn trật
nên ông còn sống sót cùng tôi đối ẩm
chúng tôi nghẹn ngào chia sớt nỗi lòng nhau
tôi với ông hai thằng lính, hai đầu nỗi đau
mà không thể giúp gì nhau được
thấy nụ cười của ông hiền như Phật
tôi mới hiểu ra rằng: tri kỷ như thế nào…
tri kỷ, dĩ nhiên không cần kẽm gai hàng rào
thì sá chi một lằn chiến tuyến
sau một cuộc nồi da xáo thịt
cuộc tranh hùng chẳng có thắng thua.

Houston, tháng 6/2011.

Chim sáo trong vườn ta

bao năm tình đã ngủ say
lửa như đã tắt những ngày chờ mong
bỗng dưng em đánh động lòng
mang chi chim sáo vang trong cõi này

tiếng em dìu dặt bên tai
"về đây nghe..." giọng hát đầy trong ta
vườn như trỗi dậy nở hoa
lòng như trỗi dậy thiết tha với người

em đi bỏ lại nụ cười
bỏ ta đứng sững bên trời lặng câm
đời như những ngọn sóng ngầm
vỗ bên bờ chút thăng trầm với nhau

ai mang chim sáo đi đâu?
mà nay tiếng hót đượm màu nhớ thương
giọng em còn chút vấn vương
lặng nghe như khúc đoạn trường năm xưa

nhìn nhau lòng rũ cơn mưa
tình như đã chết chợt vừa dậy lên
bao năm chờ tiếng hát em
thỏa lòng bay khắp giữa thềm phù hoa

cám ơn em để trong ta
chút hương thoang thoảng lời ca ngọt ngào
tiễn đưa nhau vẫy tay chào
mà nghe lòng chạnh lên cao nỗi buồn

em đi như mạch suối tuôn
chảy tràn qua những ngạnh nguồn nhánh sông
môi em còn thắm vết son?
vẽ giùm ta lại chiếc hôn tạ từ.

Đêm thánh thể

thôi thì
chỗ đó
ngắm nhìn
tay anh đụng phải
lặng thinh em cười
tội chi mình phí
của trời
để cơn gió thổi tung
đời phù hoa
nhẹ nhàng
uyển chuyển thân ngà
thổi tung tóe
lụa
mượt mà da em
ta thong dong
chốn cỏ mềm
em
cong lưng
hứng
kẻo
đêm nguyệt tàn
vội vàng
sửa lại dung nhan
thân em
thánh thể
muôn vàng hư hao
đêm nay
nằm giữa trăng sao
lòng như chết
lịm tan vào bến mê.

2015

PHÙNG NGUYỄN

Phùng Nguyễn, tên thật Nguyễn Đức Phùng, sinh năm 1950 tại Quảng Nam; vào Sài Gòn 1964. Nhập ngũ năm 1968, giải ngũ trước 1975; đến Hoa Kỳ tháng 5 năm 1984. Tốt nghiệp Cử nhân Summa cum laude ngành quản trị kinh doanh và tin học năm 1990 và Thạc sĩ Quản Trị Kinh Doanh (MBA) năm 1992 tại California State University (Bakersfield, California). Làm việc trong ngành tin học từ năm 1990. Chức vụ sau cùng: Director of Information System (Jaco Oil Company, California).

Bắt đầu viết trên các tạp chí: *Văn, Văn Học, Hợp Lưu, Thế Kỷ 21* ở Hoa Kỳ, *Việt* ở Úc và các báo mạng như talawas.org, tienve.org, damau.org… Chủ bút tạp chí văn học *Hợp Lưu* (California, USA) từ tháng 6-2002 đến tháng 4-2003. Đồng sáng lập tạp chí văn chương mạng Da Màu (tháng 7-2006) cùng với nhà văn Đặng Thơ Thơ & nhà thơ Đỗ Lê Anh Đào. Biên tập viên và đồng thời phụ trách phần kỹ thuật cho tạp chí Da Màu từ 2006 cho đến khi qua đời. Sáng lập và xây dựng Thư viện Kệ Sách eBook (kesach.org), đưa vào sinh hoạt từ tháng 5-2008 – đã xuất bản và ấn hành miễn phí hơn 150 tác phẩm văn chương tiếng Việt trong dạng ebooks trên các hệ thống ấn hành ebook Scribd.com và Smashwords. com. Phụ trách Blog Phùng Nguyễn: Rừng và Cây trên VOA (Đài Tiếng Nói Hoa Kỳ). Mất tại Washington D.C. ngày 17-11-2015.

Tác phẩm đã xuất bản:

- *Tháp K. Ức* (tập truyện ngắn; Tạp chí Văn, California, USA, 1988)
- *Đêm Oakland và Những Truyện Khác* (tập truyện ngắn; Tạp chí Văn, 2001)
- *Tháp Ký Ức và Bùa Phép Ở Đường Bourbon* (tập truyện ngắn; Da Màu, 2017)
- *Tiểu Luận (của/về) Phùng Nguyễn* (tuyển tập tiểu luận; Da Màu, 11-2018)

Ruộng gió

Lúc Điền đến nơi, trời vừa mới bừng sáng. Cánh cửa cao nghệu màu vàng nhạt làm bằng tôn uốn của cái *hangar* vẫn còn đóng kín. Anh đưa tay nhìn đồng hồ. Sáu giờ ba mươi lăm. "Lẽ ra David phải có mặt ở đây rồi", Điền nghĩ. Anh mở cửa xe bước xuống, nhìn quanh quất. Phi trường tỉnh lẻ vào buổi sáng sớm cuối Đông trông thật hiu quạnh. Phía bên phải, một dãy máy bay tư nhân đậu san sát, lưng cánh đóng đầy sương giá. Hai phi đạo, một lớn một nhỏ, nằm im lìm như hai con rắn xám mai phục trong vuông cỏ úa vàng, chờ đợi những chuyến bay đầu tiên trong ngày. Vượt lên trên trạm hành khách là đài kiểm soát không lưu màu nâu đậm với ngọn đèn đỏ trên nóc chớp tắt một cách uể oải.

Cánh cửa *hangar* bỗng di động, bánh xe kim khí lăn trên khe trượt phát ra những tiếng ken két. Một anh chàng người Mỹ trạc ba mươi ngoài, cao lớn, tóc nâu, từ trong *hangar* bước ra. Hắn tiến lại phía Điền, đưa tay ra. "Chào ông buổi sáng. Tôi là David, tôi sẽ đi với ông hôm nay", hắn cất tiếng. "Chào anh, David. Gọi tôi Denny". Điền bắt tay hắn, trả lời. David quay lại, mở rộng cánh cửa cao lớn rồi ra dấu cho anh đem xe vào. Điền soát lại mớ giấy tờ bừa bộn trong chiếc cặp da, khóa cửa xe rồi hấp tấp bước ra cửa. David đang lúi húi kéo chiếc máy bay nhỏ một động cơ ra khỏi *hangar.* "Có cần tôi phụ một tay không?" Điền hỏi. "Không cần đâu". David trả lời.

Lúc này chiếc máy bay nhỏ năm chỗ ngồi đã vượt lên khỏi tầng mây thấp. Ánh nắng sớm trải lên biển mây bát ngát, phản chiếu những tia ngũ sắc vào chân trời xa phía trước. Gỡ chiếc ống liên hợp ra khỏi tai, David quay sang phía Điền. "Còn khoảng một tiếng đồng hồ nữa mình sẽ đến Las Vegas", hắn nói, "cũng may là mình bay thuận chiều gió". Điền rời mắt khỏi tờ *Information Week*, nhìn lên. Từ lúc máy bay cất cánh đến giờ, anh và David chưa trao đổi với nhau tiếng nào. Tối hôm qua, anh rời sở làm rất trễ, sáng nay lại phải thức sớm trong cái lạnh giá của mùa Đông. Anh ghét mùa Đông, cũng may mà chỉ còn có vài tuần nữa. Bây giờ, anh ở trên chiếc máy bay mỏng mảnh với tên phi công lạ hoắc. Không để ý đến vẻ uể oải của anh, David nói tiếp sau một lúc im lặng.

"Anh biết không, chính tôi đã tu bổ chiếc máy bay này. Anh có để ý là màu sơn của nó trông hay hơn chiếc kia không?"

Màu sơn? Anh chẳng để ý đến màu sơn của chiếc "210" này, và cả chiếc kia nữa! Trước đây hãng chỉ có một chiếc máy bay nhỏ dùng để đưa đón nhân viên đi công tác trong vòng năm trăm dặm đường bán kính. Gần đây, do nhịp độ đi lại bỗng gia tăng, có lẽ do sự lạm dụng của đám nhân viên quản trị hơn là nhu cầu thực sự của công việc, hãng quyết định tậu thêm một chiếc nữa. Điền nghe nói hãng có mướn thêm một phi công mới tên David để chia sớt công việc với John, người phi công giàu kinh nghiệm vẫn thường đưa đón anh trong những chuyến công tác vội vã. Điền cười tủm tỉm trả lời người phi công trẻ anh mới gặp lần đầu:

"Đúng vậy. Trông nó 'hay' hơn thật".

"Cả bộ máy của nó nữa, lúc mới kéo về không ai nghĩ nó có thể bay được".

"Kéo về?"

"Hãng mua đấu giá chiếc này mà! Chủ cũ của nó gặp trục trặc khi đáp xuống phi trường John Wayne, cánh quạt và máy bị vỡ, cũng may ông ấy chỉ gãy có ba cái xương sườn!"

"Anh là phi công mà cũng biết chữa máy à?"

"Tôi học 'cơ phi' trước, rồi mới học lái sau này".

David nói tiếp, vẻ tự hào:

"Tính cho đến hôm nay, tôi đã có khoảng hai mươi giờ bay".

Hai mươi giờ bay! Máy bay hỏng bán đấu giá! Thợ máy và phi công tập sự! Tự dưng Điền bỗng thấy tiếc mấy chiếc "bùa hộ mạng" đỏ loét có những hàng chữ Tàu nhằng nhít bà nội anh ép buộc anh phải đeo đi học lúc anh còn nhỏ xíu. "Tổ cha mày Bob", Điền lầm bầm chửi thầm, "hết chuyện rồi mày giao sinh mạng tao cho thằng này". Bob là thượng cấp của anh. Ngày hôm qua hắn gửi cho anh bức điện thư yêu cầu anh đi dự buổi họp với ban quản trị của ICS, một hãng nhỏ chuyên cung cấp cơ phận và nhu liệu cho hệ thống trả tiền bằng thẻ tín dụng ở các trạm xăng. "Tao phải đi Florida. Mày thế tao đi gặp thằng Larry. Báo cáo của mày sẽ đóng phần quyết định trong việc hãng có nên ký giao kèo với ICS hay không. Tom rất quan tâm về chuyện này". Anh biết Bob… lạnh cẳng. Tom chủ tịch hãng, có vẻ không tin tưởng mấy tên *salesmen* của ICS cho lắm. Bob kéo anh vào không ngoài mục đích dựa vào kiến thức kỹ thuật của anh để tìm cách đánh tháo những lời hứa hẹn của hắn với ICS.

Điền quay đầu ra phía cửa, nhìn xuống. Biển mây đã thưa đi một chút. Ở những khoảng trống hiếm hoi của tầng mây thấp. Điền đã có thể nhìn thấy những chỏm núi phủ đầy tuyết trắng bên dưới. Phía trên, nắng sớm rực rỡ và bầu trời xanh ngắt. Anh nghiêng đầu nhìn qua phía người phi công. David đang lúi húi ghi chép gì đó trong cuốn nhật ký phi hành. Lúc hắn đóng cuốn sổ lại, một mảnh giấy rơi ra, lọt xuống khoảng trống nhỏ hẹp giữa hai hàng ghế. Điền cúi xuống nhặt lên. Đó là bức ảnh của một cô gái trẻ. Tóc đen, mắt đen, lông mày cong vút, dáng dấp Nam Mỹ, Trung Mỹ gì đó.

"Ảnh vợ tôi đấy". David lên tiếng.

"Cô ấy đẹp lắm".

David đưa tay nhận lại bức ảnh, ngắm nghía vài giây rồi trả lời với giọng trầm đục:

"Adela hồi đó là một cô gái rất xinh đẹp".

"Hồi đó?"

"Cô ấy đã mất cách đây hơn ba năm trong một tai nạn máy bay".

"Ồ, tôi rất tiếc…"

Điền ngập ngừng, không biết phải chấm dứt câu nói như thế nào.

Trung úy Biệt Động Quân David Walker dùng mũi súng vẹt đám cỏ voi cao nghệu tìm lối ra. Trước mặt anh là phi trường quân sự Tocumen ở vùng phụ cận Panama City. Trung đội do anh chỉ huy có nhiệm vụ lập một đầu cầu ở phần phi đạo tiếp giáp với sân bay quốc tế Omar Torrijos để bảo vệ cho chiến hữu của anh tiến chiếm các mục tiêu trọng yếu của cứ điểm này. Cơn mệt mỏi, ngầy ngật trong anh sau gần bảy tiếng đồng hồ "chèn cá hộp" trên chiếc C-130 cất cánh từ căn cứ Hunter, Savanah thuộc tiểu bang Georgia đã tan biến trong tiếng động cơ phành phạch của mấy chiếc trực thăng Ô Đen ném bọn anh xuống trận địa.

Trận đánh diễn ra nhanh và gọn, gần đúng như dự tính. Các đơn vị phòng thủ cứ điểm Tocumen trực thuộc PDF, Lực Lượng Quốc Phòng Panama, hoặc bị tiêu diệt, hoặc nhanh chóng đầu hàng. Trung đội của David Walker nhận được lệnh di chuyển về hướng phi trường dân sự Omar Torrijos. Nhiệm vụ: tiến chiếm và kiểm soát khu vực trạm hành khách vãng lai. Trước đó, các đơn vị Biệt Động Quân khác đã xâm nhập và tràn ngập các ổ kháng cự của lực lượng phòng thủ. Có khoảng hai trăm năm mươi thường dân run rẩy, khiếp đảm nằm ngồi la liệt trong trạm vãng lai. Phần đông là hành khách của hãng Eastern Airlines và thân nhân của những người này. Chuyến bay từ Rio De Janeiro, Ba Tây đến muộn chín mươi phút, khoảng nửa tiếng trước khi những chiếc trực thăng Ó Đen đổ những toán xung kích xuống vòng rào phi trường Tocumen.

Trung úy David Walker đưa mắt quan sát toàn khu trong khi thuộc hạ của anh đang xét hỏi và trấn an những thường dân xui xẻo bị kẹt giữa hai lằn đạn. Có tiếng nức nở vọng ra từ một góc xa của trạm hành khách. David ra hiệu cho một người lính gần đó đi theo anh. Cô gái trẻ người Panama đang ôm mặt khóc nức nở bên xác một người đàn ông đứng tuổi. Hai tay đè chặt lên lỗ thủng vẫn còn rỉ máu trên lồng ngực của xác chết, một thanh niên khuôn mặt lạnh tanh ngẩng đầu lên nhìn hai người lính ngoại quốc mặt mày vằn vện, võ trang tận răng đang bước đến gần. Đó là lần đầu tiên David gặp gỡ Adela. Người chết là cha của nàng, một nhân vật đối lập của chính quyền Noriega vừa trở về từ Rio De Janeiro trên chuyến bay định mệnh. Một nhóm người lạ mặt đã chặn ông lại, kéo ông vào góc vắng này, và dùng súng hạ sát ông trước sự kinh hoàng của hai người con và sự thờ ơ của những người lính Panama lúc bấy giờ vẫn còn làm chủ khu vực này. Roberto, con trai của người chết, bỗng lên tiếng, "Tôi biết ai giết cha tôi". Tiếng Anh của Roberto rất sõi, và lạnh tanh.

Có tiếng ồn ào, tiếng chân chạy rầm rập ở những lối vào của trạm hành khách, rồi tiếng quát tháo quen thuộc bằng Anh ngữ. Những người lính đầu tiên của Sư đoàn 82 Nhảy Dù vừa đến từ không trung. Bấy giờ là hai giờ sáng ngày 20 tháng mười hai năm tám mươi chín, sáu mươi phút sau khi Chiến Dịch "Just Cause" chính thức bắt đầu. Nhiệm vụ tiên khởi của Chiến Đoàn 75 Biệt Động Quân, chiếm đóng và bảo vệ khu sân bay chiến lược để làm bàn đạp cho các đợt tấn công vào tổng hành dinh quân đội Panama, đã hoàn tất mỹ mãn.

Trong năm kế tiếp, David trở lại Panama hai lần. Sáu tháng sau lần gặp gỡ, David làm lễ thành hôn với Adela tại Panama City. Cũng trong dịp này, anh được Roberto cho biết đã trả được mối thù nhà. "Tên giết cha tôi đã đền tội". Roberto kéo anh ra nói nhỏ, giọng đã bớt âm hưởng lạnh lùng. David không biết được thêm chi tiết nào khác. Adela có vẻ bứt rứt mỗi khi David tò mò hỏi nàng về cuộc "vendetta". "Chuyện của người Panama anh đừng nên can dự vào", nàng luôn trả lời như vậy.

Sáu tháng kế tiếp của đôi vợ chồng mới cưới là một chuỗi dài hạnh phúc. Họ đưa nhau đi Las Vegas để hưởng tuần trăng mật, quay về thành phố nhỏ Tehachapi ở miền Trung tiểu bang California, nơi gia đình của David có một nông trại nhỏ. Buổi chiều, hai người thường kéo nhau ra khu vườn sau nhà, sóng đôi đứng nhìn lên "Ruộng Gió", nơi có những cánh quạt kim khí màu trắng xám quay tít. Trở về Front Benning, Georgia, David lại lăn xả ngay vào với công việc huấn luyện đám tân binh của Chiến đoàn 75 Biệt Động Quân. Anh dự định xin giải ngũ vào đầu năm tới. Đời sống quân ngũ nay đây mai đó có lẽ không thích hợp với những kẻ yêu nhau đến độ không muốn rời xa nhau dù chỉ một phút.

Nhưng rồi họ cũng xa nhau, mãi mãi. Adela qua đời trong một tai nạn máy bay trên đường về thăm quê hương vào dịp đầu năm Dương lịch 1991. Trung úy David Walker trở lại Panama City lần thứ ba như một tên chiến bại. Một lần nữa, định mệnh tàn khốc đã thắng. David rời quân đội không lâu sau đó với cấp bậc Đại úy. Anh trở về phố núi Tehachapi, với căn nông trại nhỏ, ở đó mỗi chiều anh vẫn thường ra sau vườn ngắm ngọn đồi gió, quay những cánh quạt màu trắng xám quay mãi quay hoài. Trong túi anh lúc nào cũng có một bức ảnh nhỏ bọc nhựa cẩn thận. Thỉnh thoảng anh lại lấy bức ảnh ra ngắm, như vậy đã mấy năm trời...

Điền cũng đã có dịp nhìn thấy *Wind Farms*, những

"ruộng gió" như người bản xứ thường gọi – thật ra là những ngọn đồi cao với hàng ngàn cánh quạt gió dùng để phát điện – mỗi khi anh đi ngang qua thị trấn sa mạc Mojave hay Tehachapi. Những cánh quạt kim khí quay tít như chiếc chong chóng máy bay mà David đang lái. Phải chăng điều này có liên quan đến quyết định trở thành phi công của hắn? Hay cái tai nạn hàng không thảm khốc đã cướp đi người vợ yêu dấu? Hay cả hai? Điền đặt tay mình lên vai viên cựu Đại úy Biệt Động Quân, nói nhỏ:

"David, cám ơn anh đã chia sẻ cái kinh nghiệm buồn thảm của anh với tôi. Tôi cũng không muốn nói với anh những lời an ủi sáo mòn. Anh có thừa nghị lực để vượt qua giai đoạn khó khăn trong đời anh, và tôi nghĩ anh đã chứng minh được điều đó".

Điền cảm thấy xấu hổ. Những điều anh vừa nói cũng chỉ là những sáo ngữ rỗng tuếch. David nhìn anh, vẻ bối rối hơn là cảm động. Hắn nói:

"Lẽ ra tôi không nên để nàng một mình, dù chỉ một giây, một phút".

Đôi chân mày hắn cau lại, vẻ đau đớn lộ rõ trên khuôn mặt điển trai. Điền lúng túng quay đi, chúi đầu vào tờ tạp chí một cách vờ vĩnh. Anh vẫn có cái cảm giác khó chịu khi phải nhìn sự đau khổ của người khác. Máy bay hạ dần độ cao, lướt trên những tảng mây trắng rồi cuối cùng lọt thỏm vào biển mây dày đặc. Trước mặt và chung quanh Điền hiện giờ chỉ là một tấm màn khói trắng xám. Chiếc máy bay mỏng mảnh vẫn còn ở trong khu vực núi non trùng điệp của rặng Sierra Nevada. Khuôn mặt David lộ vẻ căng thẳng, mắt dán vào cái hộp nhỏ có đề hàng chữ *Global Positioning System*, hệ thống định vị toàn cầu. "Cần chi tới toàn cầu, chỉ cần cái hộp nhỏ xấu xí này có khả năng báo hiệu cho David cái mỏm núi đầy tuyết nằm đâu đó trước mũi của hắn là tốt lắm rồi", Điền nghĩ thầm.

Cuối cùng rồi chiếc máy bay cũng ra khỏi biển mây dày đặc. Las Vegas hiện ra ở phía dưới, thật gần. Những tòa cao ốc đồ sộ, những khách sạn sòng bài nổi tiếng thế giới, nằm phơi mình hai bên con đường huyết mạch của cái thành phố đổ bác này. Chiếc máy bay nghiêng cánh, đánh nửa vòng tròn, rồi hướng thẳng đến cái phi đạo nhỏ loang loáng nước từ lớp tuyết đang tan. Điền cảm thấy có điều gì không ổn. Phi cơ đã vượt quá một phần ba phi đạo mà vẫn chưa chạm đất. Cuối cùng rồi hai bánh sau cũng chạm vào đường băng trơn trợt. Chiếc máy bay nẩy tung lên, lảo đảo, rơi xuống, rồi lại nẩy tung lên. Lúc này máy bay đã vượt quá hai phần ba chiếc phi đạo ngắn mà tốc độ vẫn còn khá cao. Cuối cùng cả ba bánh xe đã chịu bám vào mặt phi đạo ẩm ướt. Chỉ còn khoảng ba mươi mét là đến cái ngã rẽ cuối cùng trước khi phi đạo chấm dứt. David hét lên: "Coi chừng", rồi quặt tay lái qua phía bên phải. Chiếc máy bay nghiêng hẳn qua một bên, cánh bên trái gần chạm đất. Điền bíu chặt hai tay vào quai nắm cửa, chiếc nịt bụng siết chặt vào hông anh đau thắt. Chiếc máy bay lấy lại quân bình, chạy thêm một quãng, rồi ngừng lại, cánh quạt chong chóng vẫn quay vù vù.

David thở ra một hơi dài, nhìn Điền với vẻ như bối rối, nửa như xin lỗi. Hắn hỏi anh nhẹ nhàng,

"Anh có sao không?"

Cố giữ vẻ bình tĩnh, Điền trả lời.

"Tôi không sao. Ít nhất chúng ta cũng đã an toàn ở trên mặt đất".

Anh chàng nhân viên hàng không trẻ tuổi từ trên chiếc xe đón khách màu trắng có sơn hàng chữ to tướng *Follow Me* bước xuống, tiến đến gần hai người.

"Rough day, heh?"

Hắn lên tiếng, miệng nở một nụ cười tinh quái. Bắt gặp

ánh mắt nghiêm khắc của Điền, hắn dừng ngay vẻ cười cợt, quay lại mở rộng cánh cửa xe bên hông. Điền quay lại hỏi David:

"Anh có cùng đi với tôi không?"

"Chắc không được rồi!" David nhăn nhó.

Hắn tiếp:

"Tôi phải ở lại để kiểm tra con chim nhỏ này xem nó có bị hư hại gì không. Người của ICS chờ sẵn ở trạm vãng lai, họ sẽ đưa anh đến chỗ hẹn".

"Vậy mình sẽ gặp lại ở đây vào lúc hai giờ chiều".

Mười phút sau, Điền đã có mặt trên con đường dẫn ra ngoại ô thành phố Las Vegas. Anh thích thú khám phá ra một Las Vegas mới lạ. Không đèn màu rực rỡ. Không náo nhiệt ồn ào. Không có tiếng leng keng của những đồng mười xu, hai mươi lăm xu rơi trên chậu kim khí ở những dãy máy kéo tay. Chỉ có những căn nhà với mái ngói đỏ thấp thoáng sau dãy cây xanh trồng ven đường. Bên phải, bên trái, và trước mặt anh là rặng Sierra Nevada màu xanh xám bao vây cái thành phố sa mạc nổi tiếng này. Chiếc xe rẽ vào con đường nhỏ mang hàng chữ Industrial Parkway rồi dừng lại trước cửa một tòa nhà màu trắng. Điền liếc nhìn đồng hồ tay. Chín giờ kém năm. "Không tệ lắm. Mình đến sớm những năm phút", anh nghĩ thầm. Cô thư ký tóc vàng đằng sau chiếc bàn giấy hình chữ U ngước lên nhìn anh tươi cười:

"Ông Gai-ình?"

"Nguyễn". Điền cải chính.

Cô gái quay lại nói vào cái *intercom*:

"Ông Andersen, ông Nu-ình đã đến".

Điền nhìn thấy Larry Andersen, chủ hãng ICS, đang hấp tấp đi ra, miệng cười toe toét.

"Hello, Denny. How's your flight?"

"Great, Larry. Great!"

Điền trả lời.

Chiếc máy bay nhỏ cất cánh nhẹ nhàng. Chỉ trong vài phút, phi trường Las Vegas đã bị bỏ lại đằng sau. "Con chim nhỏ không bị tổn thất nào đáng kể", David cho anh biết. Tảng mây dày đặc buổi sáng bây giờ đã kéo lên cao, phân tán thành những mảng trắng mỏng chói chang dưới bầu trời xanh lơ vùng sa mạc. Những mỏm núi cao của rặng Sierra Nevada phủ đầy tuyết trắng, lấp lánh phản chiếu ánh nắng chiều. David gỡ ống nghe ra khỏi tai, quay lại hỏi anh.

"Công việc ở ICS êm xuôi cả chứ?"

Điền gật đầu thay câu trả lời, nghĩ đến cái *Ponytail* và chiếc cà vạt diêm dúa của viên trưởng toán thảo chương điện toán của ICS. Anh nói thầm, "Thêm bộ tóc đuôi ngựa của hắn là mình có ngay một hệ thống hoàn hảo".

David lại móc túi lấy bức ảnh của Adela ra ngắm nghía. Khuôn mặt anh cau lại, ra vẻ suy tư. Điền thấy bất nhẫn, gợi chuyện:

"Này David, tha lỗi cho tôi nếu anh cảm thấy tôi tò mò thái quá. Việc anh trở thành phi công có liên quan gì đến cái tai nạn hàng không thảm khốc đã làm thiệt mạng vợ anh không?"

Một phút im lặng nặng nề sau câu hỏi, rồi David lên tiếng:

"Thật ra thì có. Nhưng cái đó không phải là một tai nạn thông thường. Tôi nghĩ có điều gì mờ ám trong đó".

"???"

Mùa Giáng Sinh 1990. Cho đến giây phút đó, Adela là một người hoàn toàn hạnh phúc. Buổi dạ tiệc truyền thống của Chiến đoàn 75 Biệt Động Quân đã bắt đầu vào lúc bảy giờ tối. Đã lâu lắm rồi Adela chưa từng hưởng những giây phút tưng bừng như vậy. Nàng đã khiêu vũ gần như không ngừng với David và những người bạn lính tráng dễ thương của anh. Con chim nhỏ Trung Mỹ trong chiếc áo dạ hội màu trắng đã là trung tâm chú ý của khách dự tiệc, những tiếng vỗ tay nồng nhiệt tán thưởng nổi lên khi Adela bước những bước nhảy tân kỳ.

Nghiêng mình chào người bạn khiêu vũ, vị sĩ quan chỉ huy của chồng mình, Adela nhìn quanh tìm kiếm David. Trước đó, anh bảo nàng tiếp tục vui chơi, anh muốn ra ngoài một chốc. Hai người đã dự định cáo lui vào lúc nửa đêm. Họ nôn nóng muốn nhìn thấy món quà của người bạn tình dành cho mình. Chiếc đồng hồ mạ đồng sáng loáng dựng ở một góc phòng thong thả buông ra những tiếng chuông trầm ấm. Mười hai giờ đêm. Adela lần ra phía dãy cửa sổ bằng kiếng trong suốt, ở đó nàng có thể nhìn thấy khu hành lang. Nàng nhìn thấy David. Nàng cũng nhìn thấy người đàn bà tóc bạch kim với chiếc áo dạ hội hở hang phô ra cả phần lưng trắng nhễ nhại. Nàng thấy họ đang hôn nhau, say đắm. Ly rượu chát trong tay nàng rơi xuống thảm, rượu đổ tung tóe. Adela bật hét lên như con cọp nhỏ bị thương, quay đầu lại, đâm sầm chạy ra phía cửa lớn. Có tiếng người lao xao phía sau, nhưng nàng đã không còn nghe thấy gì nữa.

"Đó là Nancy, người tình cũ của tôi. Chúng tôi biết nhau từ lúc còn học Trung học".

"Highschool sweetheart!"

"Vâng. Chúng tôi sống với nhau một thời gian. Sau đó, nàng gặp một người trong giới kinh doanh ở Fort Benning khi theo tôi đến đây".

Điền gật gù:

"Tôi hiểu".

Tôi hỏi tiếp:

"Chuyện gì đã xảy ra hôm đó".

"Tôi uống khá nhiều rượu, và Nancy thì cố tình muốn chứng tỏ với mọi người là tôi còn nghĩ đến với nàng. Tôi sa vào bẫy một cách ngu xuẩn…"

"Thế sau đó anh có giải thích cho Adela mọi việc không?"

"Có, nhưng không đi đến đâu. Nàng không cho tôi cơ hội nào hết!"

Adela khóc sướt mướt suốt cuộc hành trình. "Mình sẽ chẳng bao giờ muốn gặp lại anh ấy nữa", nàng nghĩ. Bị ngập lụt bởi những câu hỏi cuống quít của mẹ nàng lúc vừa đặt chân vào nhà. Adela chỉ nói vắn tắt, "Anh ấy đã có người khác. Đừng trả lời điện thoại của anh ấy". Nàng lên phòng đóng cửa lại, nằm vùi trên chiếc giường nhỏ. Thỉnh thoảng có tiếng gõ cửa khe khẽ, tiếng người xì xầm, rồi tiếng chân xa dần. Chỉ còn lại Adela và nỗi cô đơn không rời. Cuối cùng, Adela thiếp đi trong giấc ngủ chập chờn đầy mộng mị, những tiếng nấc nhỏ uất ức thỉnh thoảng vọng lên trong cửa phòng cô tịch.

Buổi chiều ở phi trường Omar Torrijos, Adela biết tại sao mình có mặt ở đây. Nàng đi loang quanh trong trạm vãng lai, cuối cùng dừng lại ở cái góc vắng gần khu nhà vệ sinh. Chính ở nơi này nàng đã gặp David lần đầu. Người lính ngoại quốc súng đạn đầy mình và khuôn mặt vằn vện chất mực hóa trang đã cúi xuống trên thi hài đẫm máu của cha nàng, đã dịu dàng vỗ về nàng bằng thứ tiếng nói đầy âm sắc. Chính ở đây đã bắt đầu một chuyện tình rất nên thơ, một cuộc hôn nhân rất hạnh phúc, như đóa hoa quỳnh đã nở ra trên nấm mộ hoang tàn của chiến tranh. Có tiếng chân người bước đến gần, rồi có ai đó gọi khẽ tên nàng. Nàng quay lại. Juan đứng đó, miệng treo lơ lửng nụ cười buồn thảm. Nàng nghe mình kêu lên thảng thốt, "Juan! Tại sao lại là Juan!"

Juan có một vị trí đặc biệt trong lòng Adela. Anh đã từng là bạn thân của Roberto, cũng như cha anh đã từng là bạn thân của cha Roberto và Adela. Ai cũng biết Juan đã yêu Adela từ lúc nàng còn là một cô nữ sinh Trung học. Có một dạo hai người đã là đôi tình nhân khắng khít. Cho đến mấy năm gần đây... Mối liên hệ thân thiết giữa hai gia đình bỗng thay đổi một cách đáng ngại kể từ khi cha Juan trở thành một nhân vật trọng yếu và nguy hiểm của chế độ quân phiệt Noriega – ông cầm đầu lực lượng mật vụ của chính phủ. Bất đồng chính kiến ngày càng sâu đậm giữa hai người bạn cho đến một lúc nào đó đã trở nên không còn hóa giải được nữa. Lo ngại cho tính mạng của ông, gia đình Adela dùng mọi thủ đoạn tình cảm để bắt cha nàng đi lánh mặt ở Rio De Janeiro, Ba Tây, cho đến khi "tình hình trở nên sáng sủa hơn".

Nạn nhân trực tiếp của mối bất hòa giữa hai gia đình tất nhiên phải kể đến Juan và Adela. Họ không còn được phép gặp nhau nữa. Juan bỏ học, trở thành phi công của Không Lực Panama. Roberto trở thành thành viên của nhóm sinh viên chống chế độ, và Adela trở thành một người đau khổ, lúc nào cũng bị giằng xé bởi những tình cảm phức tạp, rối rắm bởi cái quan hệ oái oăm giữa nàng và Juan. Sự sụp đổ của chế độ Noriega không làm cho tình hình khá hơn. Hai người bạn-thân-trở-thành-thù-nghịch đều bị sát hại cách nhau trong vòng vài tháng. Roberto và nhóm bạn của anh đã hạ sát cha của Juan, người mà Roberto quả quyết là đã cho thủ hạ ám sát cha anh tại trạm vãng lai của phi trường Omar Torrijos ngay trước cuộc tấn công của quân đội Mỹ vào thành trì của chế độ Noriega. Adela không biết gì về tung tích của Juan trong một thời gian dài. Khi nàng thành hôn với David, lẫn lộn trong số thiệp mừng sặc sỡ nhận được, có một phong bì màu trắng lẻ loi mà phần người gửi chỉ có vỏn vẹn một chữ "J" quen thuộc. "Chúc em hạnh phúc". Chỉ có vậy thôi. Vậy mà bây giờ nàng đang đối diện với Juan vào lúc nàng không ngờ nhất.

Chiếc Cessna vòng trở lại không phận phi trường. Trước đó Adela đã nhận lời của Juan đi "tham quan" Panama City trên chiếc máy bay hai chỗ ngồi anh mướn. Hai người có dịp nhìn thấy ngôi nhà của họ từ trên cao. "Mọi việc xảy ra đều vượt quá sự hiểu biết của anh". Juan buồn rầu nói: "Bỗng dưng chúng ta mất hết mọi thứ chỉ trong một thời gian ngắn ngủi. Tất cả chỉ vì sự đổi thay của thời cuộc và lòng người. Có lúc anh muốn tìm giết Roberto, nhưng rồi thôi. Bởi vì rồi ai sẽ giết anh sẽ trả thù? Em chăng?" "Em không biết, mà em cũng không muốn nhắc đến những sự kiện bi thảm đó nữa", Adela đau đớn trả lời. Nàng cảm thấy hoang mang, tự hỏi tại sao mình lại nhận lời cùng đi với Juan. Lúc này chiếc máy bay nhỏ đã gần đến phi trường. Adela trông thấy bóng chiếc máy bay lướt trên đám cỏ voi cao quá đầu người ở phía Tây phi trường. Nàng nhớ có lần David kể lại anh đã nhảy xuống đám cỏ này từ chiếc trực thăng "Ó Đen" vào một đêm bi thảm.

Trung úy David Walker hấp tấp bước đến chiếc taxi trống. Sáu tiếng đồng hồ bay từ Fort Benning đến Panama City dài như sáu thế kỷ. Lúc khám phá ra Adela đã bỏ đi, David hoảng hốt gọi cho cấp chỉ huy trực tiếp của anh để xin ông cho phép anh đi tìm nàng. Viên tiểu đoàn trưởng bảo anh, "Anh có ba ngày phép. Qua bên đó, mang nàng về an toàn". Ông nói tiếp, giọng nghiêm nghị. "Đó là mệnh lệnh". Nhìn hai gói quà Giáng Sinh nằm lăn lóc dưới gốc cây thông nhỏ trang hoàng diêm dúa David nghĩ thầm, "Có lẽ mình và Adela sẽ mở quà vào đêm giao thừa tại Panama City".

Nhìn đám xe chữa lửa, xe cứu thương của phi trường chạy qua hú còi inh ỏi, David hỏi người tài xế, "Có chuyện gì vậy?" "Vừa rồi có một chiếc máy bay nhỏ bị rớt ngoài bãi cỏ voi cạnh phi trường", người tài xế trả lời bằng thứ tiếng

Anh ngọng nghịu. Trên đường ra khỏi phi trường, ông ta tò mò quan sát trong kiếng chiếu hậu ông khách Hoa Kỳ đang săm soi hai gói quà gói ghém cẩn thận bằng loại giấy có in hình những cây thông xanh xinh xắn và những sợi dây đỏ rực rỡ. Lúc đó David không biết là nạn nhân gồm có Adela và một người đàn ông tên Juan. Anh cũng không biết là trước khi chiếc Cessna nổ tung trên mặt đất, đám nhân viên ở đài kiểm soát không lưu ở phi trường Omar Torrijos đã thâu băng được lời kêu cứu thống thiết của Adela. "Trời ơi! Đừng Juan! Anh không có quyền... David! David, cứu em..." Mãi về sau David mới biết được điều này qua lời tường thuật của báo chí địa phương. Còn phần Juan, không ai biết được hắn đã nghĩ gì khi cho chiếc máy bay nhỏ đâm xuống bãi cỏ ven cạnh phi trường với một tốc độ dốc khủng khiếp.

"Nếu không vì chuyện xảy ra ở đêm dạ vũ trước đó, Adela đã không trở thành nạn nhân của vụ tự-sát-giết-người này".

David chấm dứt câu chuyện với lời than thở. Điền cảm thấy miệng lưỡi mình trở nên thừa thải. Quả thật anh không biết phải nói gì. Hai người im lặng một lúc khá lâu, mắt nhìn chăm chú về phía trước như đang theo dõi một vật gì ở cuối chân mây. Bỗng dưng David phá vỡ sự im lặng ngột ngạt:

"Anh có muốn ghé thăm 'ruộng gió' một chút không?"

"Tại sao không? Mình còn thì giờ mà!"

Máy bay nghiêng cánh về phía bên trái, rồi hạ dần cao độ. Những ngọn đồi cao nằm dọc xa lộ 58 hiện rõ dưới mắt hai người. Trên đỉnh đồi mọc lên vô số những cột kim khí màu trắng xám với những cánh quạt cùng màu đang quay đều đặn trong gió chiều.

David đột ngột cất tiếng:

"Quà Giáng Sinh của Adela cho tôi đấy".

Điền hơi ngỡ ngàng một chút, rồi hiểu ra:

"Nàng tặng anh mô hình của cái 'ruộng gió' này hả?"

"Đúng vậy. Để làm chứng cho mối tình của đôi ta, nàng viết trong tấm thiệp".

David cho máy bay quay về hướng Nam, trở lại phi trình đã định. Hắn đưa con chim nhỏ xuống mặt phi đạo nhẹ nhàng, đúng sách vở như một phi công lành nghề. Không bao lâu, chiếc máy bay đã trở về lại chỗ đậu của mình trong cái *hangar*. Điền bắt tay David thật chặt, cám ơn hắn về chuyến du hành. David có vẻ không hào hứng cho lắm. Hắn nói:

"Chuyến đi sáng nay thật tệ quá. Tôi đoán những lần sau có vẻ ông thích đi với John hơn".

Điền nghĩ hắn nói có lý. Lần đáp xuống buổi sáng nay đã cho anh một ấn tượng không hay về kinh nghiệm non nớt của hắn. Anh lúng túng, ậm ừ những tiếng vô nghĩa để trả lời, quay lại chui vào xe lái ra khỏi *hangar*. Chiếc xe vượt qua chỗ David đang đứng một quãng bỗng dừng lại rồi lùi ngược về cạnh hắn. Điền hạ kiếng xe, nói với David, lúc này đang nhìn anh với vẻ dò hỏi:

"Thứ Năm tuần tới tôi có việc phải đi San Francisco, nếu anh không bận gì thì mình cùng đi. Lúc về mình ghé thăm 'ruộng gió' một lần nữa, anh nghĩ sao?"

Khuôn mặt David sáng lên với nụ cười rạng rỡ. Hắn chụm chân lại, đưa tay chào anh theo kiểu nhà binh:

"No problem, sir!"

Điền đưa tay chào trả, nhấn ga cho xe vọt đi. Những viên đá nhỏ trên con đường tráng nhựa cũ mềm dẫn ra khỏi phi trường kêu xôn xao dưới bánh xe lăn nhanh.

Tháng 6-1995
Phùng Nguyễn

PHƯƠNG TẤN

Tên thật Nguyễn Tấn Phương, sinh năm 1946 tại Đà Nẵng. Hiện định cư tại Hoa Kỳ. Làm thơ, làm báo.

Chủ bút các tạp chí:*Sau Lưng Các Người* (1963), *Cùng Khổ* (1968), *Ngôn Ngữ* (1973)

Cộng tác các báo, tạp chí: *Phổ Thông, Mai, Thời Nay, Bách Khoa, Văn, Văn Học, Gió Mới, Dân Ta, Ngàn Khơi, Khởi Hành, Hồn Văn, Tiểu Thuyết Tuần San, Quật Khởi, Cấp Tiến, Văn Nghệ Tiền Phong, Phụ Nữ Diễn Đàn, Sài Gòn Mới, Độc Lập, Ngôn Luận, Dân Chủ, Văn Tuyển, Văn Chương, Đối Thoại, Lý Tưởng, Quán Văn, Lập Trường, Sức Mạnh, Thư Quán Bản Thảo* và nhiều trang mạng.

Tác phẩm đã xuất bản:
- *Rừng* (thơ in chung 1963)
- *Vỡ* (thơ in chung 1965)
- *Nhân Chứng* (thơ in chung 1967)
- *Thơ Tình Của Một Thi Sĩ Việt Nam Trên Đất Mỹ* (Hoa Kỳ, 1-1970; tái bản Việt Nam, 3-1970)
- *Khổ Lụy* (thơ 1971)
- *Trai Việt Gái Mỹ* (bút ký 1972)
- *Hòa Bình, Ta Mơ Thấy Em* (bút ký 1974)
- *Di Bút Của Một Người Con Gái* (thơ 2017, bút hiệu Thái Thị Yến Phương)
- *Lục Bát Phương Tấn* (thơ, Nhân Ảnh, HK, 2018)
- *Thưa Mẹ* (thơ 2018)

Vớt bình minh trong đêm

1. Chảo lửa trụng cơ đồ

Chúng nó bán quê hương
Chúng nó bán mình rồi
Làm người dân khi chết
Không cọng cỏ che thân.

Giặc tràn từ phương Bắc
Chảo lửa trụng cơ đồ
Cháy ngàn năm chưa tắt
Chảo lửa trụng cơ đồ
Quê hương bầm vết cắt
Cứa mối sầu khôn nguôi.

2. Nước Nam dân Hán ở

Thôi ngày đà khép mắt
E không mở bao giờ
Đêm trườn mình ve vẩy
Đêm, ôi đêm ôi đêm!

Đêm của loài quỷ đỏ
Chấm máu ăn thịt người
Nhai gan mừng tuổi thọ
Định mệnh đêm sát nhân
Nước Nam dân Hán ở. (*)

Đêm, ôi đêm ôi đêm
Đêm cười như tiếng nấc
Đắng nghẹn cả biển vàng

Đêm cười như rót đạn
Giết cả một giang san!

(*) "Nam quốc sơn hà Nam đế cư" (Sông núi nước Nam vua Nam ở)
là câu thơ trong bài thơ Nam Quốc Sơn Hà (Sông núi nước Nam) của danh
tướng Lý Thường Kiệt.

3. Bóng ma & tàu lạ

Ồ, đâu phải bóng ma
Và đâu phải tàu lạ
Là một loài quỷ đỏ
Nuốt biển đảo quê ta!

Chúng ôm bom khiêu vũ
Trên quá khứ cha ông
Mong giết đi lịch sử
Xóa nhòa tổ tông ta!

4. Lục dục mùi nhân gian

Và niềm bí mật ấy
Khắp phố phường chúng ta
Những áo cơm quây quẩy
Trong xác thân mỗi người.

Trên kênh rạch lụp xụp
Dưới gầm cầu tối tăm
Hắt hiu tầng địa ngục
Lục dục mùi nhân gian.

5. Vớt một đời lêu bêu

Dòng kênh đen lầy lội

Lặng lờ con xóm tối
Em vớt rau dạt bèo
Vớt một đời lêu bêu.

6. Ngẩn ngơ đời bạc mệnh

Chị bươi trong rác rến
Bươi cùng chuột cùng mèo
Ngẩn ngơ đời bạc mệnh
Quên bằng một tiếng kêu!

7. Biển, thủy mộ trắng phau

Oằn lưng đèo cá chết
Biển, thủy mộ trắng phau
Đất miền Trung bạc phếch
Lệt xệt sóng dìu nhau.

Giọt lệ rơi thành muối
Hòa vào giữa biển khơi
Những vòng đời lầm lũi
Quay ngắc ngoải giữa trời!

8. Dìm bao nỗi oan sâu

Nhà tù như tóc bạc
Trắng phếu cả mái đầu
Dòng sông như cơn khát
Dìm bao nỗi oan sâu!

9. Sóng dậy từ nhân dân

Việt Nam Việt Nam ơi
Thánh thần treo cổ chết

Lịch sử bước ra đường
Đương chổng đầu xuống đất
Nhìn quê hương lăn quay
Cùng một loài quỷ đỏ!

Việt Nam Việt Nam ơi
Nào cúi sâu lòng đất
Rồi soi sâu lòng mình
Sóng dậy từ nhân dân
Đâu lẽ nào vô vọng
Và lẽ nào nín thinh?

10. Hãy đem rải mặt trời

Này anh em tôi ơi
Hãy đem rải mặt trời
Giữa ruộng vườn nứt nẻ
Hãy đem rải mặt trời
Lên mỗi lòng quạnh quẽ
Tay đã đầy tình thương
Hồn đã căng đầy gió
Hãy đem rải mặt trời
Việt Nam một ngày mới!

Tôi mừng tổ tiên tôi
Đã cho tôi lịch sử
Và mừng anh em tôi
Cùng bừng bừng bước tới.

Hãy đem rải mặt trời
Việt Nam một ngày mới!

(Việt Nam, 2018)

PHƯƠNG TRIỀU

Tên thật là Lê Huỳnh Hoàng, sinh ngày 02 tháng 06 năm 1942 tại Sa Đéc. Giáo chức. Gia nhập làng Báo Chí Sài Gòn năm 1959, Khóa 23 trường Bộ Binh Thủ Đức. Sĩ Quan báo chí Bộ Quốc Phòng Việt Nam Cộng Hòa (1967-1975). Đi tù cải tạo tại Phú yên, Sơn La, Ra trại năm 1981. Định cư tại Hoa Kỳ ngày 19 tháng tư năm 1994, theo diện HO 23. Qua đời lúc 5g30 ngày 14 tháng 11 năm 2008 tại Austin Texas USA.

Tác phẩm đã xuất bản:
- *Còn nhớ còn thương* (Tập truyện, Sông Hậu, Sài Gòn, 1966)
- *Tiếng hát hoàng hôn* (Tập truyện, Sông Hậu, Sài Gòn, 1969)
- *Sầu Hương phấn* (Tập truyện, Sông Hậu, Sài Gòn, 1972)
- *Thơ Phương Triều* (Thơ tình, Thương, California, 1975)
- *Trăm bài thơ Xuân* (Thơ, Lê Huỳnh, Minnesota, 2000)
- *Xóm mộ* (Thơ, Lê Huỳnh, Minnesota, 2001)
- *Giọt sữa Đất* (Thơ, Lê Huỳnh, Minnesota, 2002)
- *Xương rồng Đen* (Thơ, Lê Huỳnh, Minnesota, 2004)

Có thật

Xuôi mút dòng sông chưa thấy biển
Nghe chừng chân trợt hóa hư vô
Lỡ tay moi hết từng mê hoặc
Từ đáy hồn reo tiếng bão xô!

Rót bao nước đủ cho đời khát?
Rửa mặt hiền nhân đặc sáp khô
Kéo thêm chỉ nối diều hoan lạc
Dẫu một trùng dương cũng hải hồ!

Cho chút trăng xưa về bến cũ
Mắt già thôi lạnh nếp khăn sô
Tiếng ai ầm ĩ ngày chiêu niệm
Còn chút từ tâm cũng ý đồ!

Ghé qua hương gió cười xanh mộng
Ngọn tóc hài nhi nắng nhấp nhô
Đời bắt đầu dư năm tháng lạnh
Như đời có thật giữa hư vô!

Bóng mộng

Lộn đêm thành giấc ngủ ngày
Kéo theo bóng mộng mệt nhoài giữa trưa
Nắng vàng chưa kịp xanh dưa
Đã rơi rụng xuống chỗ vừa mưa qua!

Mời trăng ngủ nán hiên nhà
Tiếng thơ thủy mặc hương trà thủy tiên!

Bút đâu vấy mực hão huyền
Vung tay vẽ lối đào nguyên kẹt đường!
Xe đò chạy sớm tinh sương
Bồn binh kẻ chợ thảm thương vật vờ

Lạc từ ngọn cỏ phất phơ
Từng con bướm mộng bơ vơ giữa đời…

Bản ruột

Khi giấc ngủ không còn mộng được
Trái trời xanh rụng trắng mặt đêm hoang
Tiếng trống vọng xôn xao vào ngõ ruột
Vỗ hồn khon thảng thốt gọi trăng tàn!

Cuối lưu vực sỏi chao dòng nghịch thủy
Vác nhục nhằn sông lặng xuống đa mang
Tay cõi thế nối mưa vào đọt nõn
Bởi kỳ dư gốc gác đẫm sương tan!

Tay vấy đậm những lần rơi rớt vụn
Người vô tư ngồi giữa mộng vô vàn
Miếng vinh nhục mấy khi mà lơ láo
Chút dây thòng sao thắt đủ nghiệt oan?

Tiếng trống chợ tưởng đâu mùa tựu học
Cắt trầm luân chia đủ giọng rao hàng
Ông Tám hôm qua bà Ba bữa trước
Tắm rửa bao lần chưa tới được cao sang!

Chơi bản ruột sao đờn theo trật ý?
Rớt nhịp mơ hồ sao cất giọng lên ngang?
Bao tội vạ đổ lên đầu tội nghiệp
Nước sông đầy sao đáy ruộng khô khan?

Nụ cười đen

Xé một chỗ mọc lành trăm ghẻ lạnh
Đêm địa cầu da thịt đất đâm gai
Bẫy rập vô tư khuôn vàng thước ngọc
Chân đạp nhằm bóng mộng xác xanh phai.

Mưa hào sảng hư từ trên miệng thế
Nụ cười đen xối xả mặt u hoài
Một lẽ sống có muôn vàn nhiễu sự
Thân nhọc nhằn lê lết nỗi chua cay!

Người dở chết mím môi ghìm ngấn lệ
Kẻ tồn sinh hồi hộp thở hương phai
Mặt thỏ hôm qua mặt mèo hôm trước
Thêm miệng lằn lưỡi mối giọng bi ai!

Cá ngộp thở ngậm rong vàng giữa bụng
Kịch trường đen chợt trắng mặt bi hài
Nối tao võng ru xanh ngày tĩnh mịch
Chút tàn tro lồ lộ máu xương ai!

Chưa kịp tới tưởng đâu còn kịp lúc
Tới kịp rồi hồi hộp chỗ lung lay!…

Chân mây

Vũng đựng trăng nghiêng ngày nước cạn
Mặt bùn ửng lại sắc nghi trang
Dò ra tăm tích đường đô hội
Vỡ vụn trăm lần một nát tan!

Có phải thềm xưa thành vũng mới
Hay bóng đời trôi vào ngõ hoang
Bàn tay buồn bã rời gương lược
Mà hốt đầy vơi chút bụi tàn?

Nhặt cánh hồn trôi vào vất vưởng
Gói tròn cơ cực ủ lầm than
Mắt vô sinh ngó trời hoang mộng
Sao bật rèm mi ngấn lệ tràn?

Chân mây chạm rát triền vai gió
Làm bật đường tơ khúc lỡ làng
Mặt bùn nhuộm ánh trăng khuya lạnh
Người gượng vui cùng khóc lạc quan!...

Cũng không

Mai đi mốt lại ngập ngừng
Quay ra chưa kịp nửa chừng trở vô
Ván đầu đâu đã tri hô
Chút thương tích cũ hồ đồ kêu oan!

Bé em nhỏ nhẹ tiếng đàn
Sao tưng bừng những rộn ràng tới lui?
Nén buồn nhẫn nhịn mua vui
Tới khi vui lại bùi ngùi nỗi riêng!

Ghép lòng theo mảng biến thiên
Thấy nhau hồi hộp ngửa nghiêng tấc lòng
Nửa ngoài còn ở ngoải không
Nửa trong ở trỏng sao còn trống trơn?

Nỗi đời chỗ thiệt chỗ hơn
Chút hơn thiệt cũng giận hờn thiệt sao?
Không từ không thể có nhau
Nên không dẫu có thế nào cũng không!

Xuân người

Điểm mặt hồn nhiên nét mộng cười
Đốm trăng huyền thoại gạt người chơi
Nai lưng mà vác từng cơ cực
Rồi tận tình vui tới hụt hơi!

Quán nhỏ bâng khuâng chiều thở bụi
Ngó người ảo mộng thịt da phơi
Chút chi gai góc trên tròn trịa
Như nỗi buồn dư giữa thắm tươi!

Gõ trống bày thêm trò thưởng phạt
Tiện tay vẽ lại kiểu môi cười
Có khi đau quá đời vô vọng
Mà vội vàng rao bán mặt người!

Đất cũ đêm hoang ùn gió bão
Cội mai nào hé nụ xinh tươi?
Miếng cơm vừa nuốt chưa qua cổ
Đã nghẹn lòng đau tận rã rời!

Đâu một lần Xuân không vội Tết
Đời qua như thể hết Xuân người!…

Mục Lục

1. Nguyễn Thị Hải Hà   13
2. Nguyễn Thị Hoàng Bắc   29
3. Nguyễn Thị Minh Ngọc   46
4. Nguyễn Thị Ngọc Lan   54
5. Nguyễn Thị Ngọc Nhung   80
6. Nguyễn Thị Thanh Bình   103
7. Nguyễn Thị Vinh   109
8. Nguyễn Tiến   120
9. Nguyễn Trung Hối   123
10. Nguyễn Vạn Lý   133
11. Nguyễn Văn Sâm   152
12. Nguyễn Văn Trung   161
13. Nguyễn Vy Khanh   191
14. Nguyễn Xuân Hoàng   210
15. Nguyễn Xuân Quang   218
16. Nguyễn Xuân Thiệp   261
17. Nguyễn Xuân Tường Vy   271
18. Nguyễn Ý Thuần   287
19. Nhã Ca   299
20. Nhật Tiến   316
21. Như Quỳnh de Prelle   334
22. Phạm Cao Hoàng   344
23. Phạm Chi Lan   354
24. Phạm Công Thiện   368
25. Phạm Hải Anh   376
26. Phạm Hồng Ân   393
27. Phạm Miên Tưởng   399
28. Phạm Ngũ Yên   402
29. Phạm Nhã Dự   422
30. Phạm Quốc Bảo   428
31. Phạm Thăng   441
32. Phạm Thị Hoài   463
33. Phạm Thị Ngọc   473
34. Phạm Trần Anh   495
35. Phạm Văn Nhàn   507
36. Phạm Việt Cường   517
37. Phan Huy Đường   524
38. Phan Lạc Tiếp   548
39. Phan Nguyên   565
40. Phan Nhật Nam   578
41. Phan Nhiên Hạo   597
42. Phan Ni Tấn   608
43. Phan Quỳnh Trâm   613
44. Phan Tấn Hải   618
45. Phan Tấn Uẩn   632
46. Phan Thị Trọng Tuyến   647
47. Phan Việt Thủy   692
48. Phan Xuân Sinh   705
49. Phùng Nguyễn   711
50. Phương Tấn   729
51. Phương Triều   734

NHÂN ẢNH

Đã in, Amazon phát hành toàn cầu

SĨ TRUNG

LẠC BÓNG
THIÊN ĐƯỜNG

tiểu thuyết

NHÂN ẢNH 2018

Hà Sỹ Liêm
Email: Syliem_ha@yahoo.com

NHÂN ẢNH

Đã in, Amazon phát hành toàn cầu

SỸ LIÊM

Theo ta chữ nghĩa
lên trời lãng du

Thơ

NHÂN ẢNH
2018

Hà Sỹ Liêm
Email: Syliem_ha@yahoo.com

Amazon đã phát hành

Mời đọcnhững tác phẩm của nhà văn
NGUYỄN THỊ HOÀNG BẮC
Liên lạc: mochuong2002@ yahoo.com:

Tác phẩm thứ 5
Gió mỗi ngày một chiều thổi
(truyện vừa, truyện ngắn, nxb Sống 2015)

Tác phẩm thứ 6
Chúng tôi vì đàn ông
(thơ, nxb Sống, Califonia 2016)

Sau các tác phẩm đã in:
Long lanh hạt bụi *(tập truyện, nxb Văn Nghệ 1988)*
Bên lở bên bồi *(tập truyện, nxb Văn Mới 1997)*
Kéo neo mà chạy *(tập truyện, nxb An Tiêm 1997)*
Nhện *(tập truyện, nxb Văn Mới 2002)*

MỞ NGUỒN

Liên lạc Nhà xuất bản
Mở Nguồn
han.le3359@gmail.com
(408) 722-5626